AF759182

இந்திரா பார்த்தசாரதி சிறுகதைகள்

தொகுதி - 1

இந்திரா பார்த்தசாரதி

இயற்பெயர் ஆர். பார்த்தசாரதி. 1964 முதல் சிறுகதைகளும் நாவல்களும் நாடகங்களும் கட்டுரைகளும் எழுதி வருபவர். சரஸ்வதி சம்மான், சாகித்ய அகாதமி, பாரதீய பாஷா பரிஷத் விருதுகள் பெற்றவர். இவருடைய படைப்புகள் பல்வேறு மொழிகளில் மொழிபெயர்க்கப்பட்டுள்ளன. இந்தியாவின் மிகச் சிறந்த விருதுகளில் ஒன்றான 'பத்மஸ்ரீ' விருது பெற்றவர்.

ஆசிரியரின் நாவல்கள்

ஆகாசத் தாமரை
மாயமான் வேட்டை
தந்திர பூமி
திரைகளுக்கு அப்பால்
சத்திய சோதனை
குருதிப்புனல்
கிருஷ்ணா கிருஷ்ணா
வேதபுரத்து வியாபாரிகள்
சுதந்தர பூமி
ஹெலிகாப்டர்கள் கீழே இறங்கிவிட்டன
கால வெள்ளம்
வேர்ப்பற்று
வெந்து தணிந்த காடுகள்
அக்னி
தீவுகள்

இந்திரா பார்த்தசாரதி நாடகங்கள் (முழுத் தொகுப்பு)

இந்திரா பார்த்தசாரதி சிறுகதைகள்

தொகுதி - 1

இந்திரா பார்த்தசாரதி

கிழக்கு

இந்திரா பார்த்தசாரதி சிறுகதைகள் - தொகுதி 1
Indira Parthasarathy Sirukathaigal - Part 1
by Indira Parthasarathy ©

First Edition: May 2010
544 Pages

ISBN 978-81-8493-403-8
Title No. Kizhakku 466

Kizhakku Pathippagam
177/103, First Floor,
Ambal's Building, Lloyds Road,
Royapettah, Chennai 600 014.
Ph: +91-44-4200-9603

Email : support@nhm.in
Website : www.nhm.in

Author's Email : parthasarathyindira@gmail.com

Cover Image : Shutterstock ©

Kizhakku Pathippagam is an imprint of New Horizon Media Private Limited

என் மகள் பத்மா ராமநாதனுக்கு...

உள்ளே

முன்னுரை

இலக்கியத் தொகுப்பு என்பது தமிழுக்குப் புதிய வரவு என்று சொல்ல முடியாது. சங்க நூல்கள் என்று நாம் அறிவன யாவும், அவை தோன்றிய காலத்திலிருந்து பல நூற்றாண்டுகளுக்குப் பிறகு தொகுக்கப்பட்டவையாகும். இலக்கியத்தின் உள்ளடக்கத்தின் (அகம், புறம் என்ற வேறுபாடுகள்) அடிப்படையில் இவை தொகுக்கப்பெற்றனவேயன்றி, இன்ன படைப்பாளியின் இன்ன வடிவத்தில் எழுதப்பட்ட ஆக்கங்கள் என்று படைப்பாளியை முதன்மைப்படுத்தி அவை எழவில்லை.

படைப்பாளிக்கு முக்கியத்துவம் தரப்படவில்லை என்ற காரணத்தினால்தான், நம்முடைய தமிழ் இலக்கிய வரலாற்றுச் செய்திகள் பலவும் பெரும்பாலும் கற்பனை வழக்குகளாகவே இருந்து வருகின்றன.

இந்தப் பின்னணியில், இக்காலத்திய எழுத்தாளர் ஒருவரின் படைப்புகள் யாவும், அவன் வாழும் காலத்திலேயே வடிவ ரீதியாகத் தொகுக்கப் பெறுவது வரவேற்கப்பட வேண்டிய செய்தி.

இவ்வாறு செய்வதிலும் பல சிரமங்கள் இருக்கின்றன என்று என்னால் அறிய முடிகின்றது. அநேகமாக, நான் எழுதியுள்ள பெரும்பான்மையான சிறுகதைகள் இத்தொகுதியில் இடம் பெற்றுள்ளன என்றாலும் ஒரு சில கதைகள் விடுபட்டிருக்கக் கூடும். இவ் விஷயத்தில் என்னுடைய ஒழுங்கின்மையே இதற்கு அடிப்படைக் காரணம். சேகரித்து வைக்கும் பழக்கம் (கதைகள் உள்பட) எனக்கு அறவே கிடையாது. என்னுடைய காலத்துக்குப்

பிறகு நான் எழுதியதாக வேறுபல சிறுகதைகளும் பிரசுரிக்கப் படக் கூடிய ஆபத்தும் இருக்கின்றது என்பதையும் உணர்கின்றேன்.

கிட்டத்தட்ட நாற்பது ஆண்டு காலத்தில் நான் எழுதியுள்ள சிறுகதைகளின் தொகுப்பு இது. இந்தத் தொகுப்புக்குப் பிறகு நான் சிறுகதைகள் எழுதப் போவதில்லை என்ற வாக்குறுதி தர இயலாது என்பதும் என் எச்சரிக்கை.

நான் எழுதி, பத்திரிகைக்கு அனுப்பி வெளிவந்த, முதல் சிறுகதையே ('மனித இயந்திரம்') முத்திரைக்கதையாக 'ஆனந்த விகடனில்' பிரசுரமாயிற்று என்பதே நான் தொடர்ந்து எழுது வதற்குக் காரணம் என்று சொல்ல வேண்டும். நான் எழுதிய ஐந்து சிறுகதைகளும் முத்திரைக் கதைகளாக அதே பத்திரிகையில் வெளிவந்தன. அக் காலக் கட்டத்தில், ஜெயகாந்தனும் அந்தப் பத்திரிகையில் எழுதி வந்ததும், வெகுஜன பத்திரிகை உலகில், ஓர் ஆரோக்கியமான இலக்கியச் சூழ்நிலை உருவானதற்குக் காரணம் என்று சொல்லலாம். சமரசம் செய்து கொள்ளாமல், வெகு ஜனப்பத்திரிகையில் அக் காலத்தில் ஒரு நல்ல படைப்பாளி எழுத முடிந்தது என்பதையே, ஆரோக்கியமான இலக்கியச் சூழ்நிலை, என்று நான் குறிப்பிடுகின்றேன்.

இலக்கியத் துறைகளில் சிறுகதை சமீப காலத்தியது என்றாலும், இதற்கென்று ஸ்திரப்பட்டுவிட்ட, சட்ட திட்டங்களுக்குள் அடங்கிய ஒரு மரபு, உண்டாகிவிட்டது. 'எடுப்பு, தொடுப்பு, விடுப்பு' போன்ற நாடகத்துக்குக் கூறப்படுகின்ற இலக்கண அளவுகோலைக் கொண்டு சிறுகதையையும் மதிப்பிடுகின்ற விமர்சகர்கள் இருக்கிறார்கள். 'ஓர் அறையில் துப்பாக்கி இருக்கிறதென்று கதையின் தொடக்கத்தில் கூறப்பட்டிருந்தால், கதை முடிவதற்குள் அந்தத் துப்பாக்கி சுடப்பட்டிருக்க வேண்டும்' என்று செக்காவ் கூறியிருப்பதை விமர்சன வாய்ப்பாடாக ஒப்பிப்பதும் மரபாகிவிட்டது.

சிறுகதைக்கும், கவிதைக்கும் அடிப்படையில் ஓர் ஒற்றுமை உண்டு. இரண்டுமே ஒரே வகையில், 'சிந்தனையின் நடை' (Style in thinking) ஏற்படுகின்ற ஏதோ ஒரு நிகழ்ச்சி, அற்புதமான ஒரு கணத்தில் படைப்பாளியின் சிந்தனையில் விளக்கேற்றி வைக்கின்றது. இந்த அனுபவம் அப் படைப்பாளியின் பாரம் பரிய மரபு அணு, உளவியல் பரிணாமம், சமூக உறவு, கல்வி

ஆகியவற்றுக்கேற்ப, இலக்கிய வடிவம் கொள்கின்றது. பார்க்கப் போனால், தனிமையின் சொர்க்கத்தில், தன்னுருவ வேட்டையில் இறங்கி, தன் அடையாளத்தைக் காண முயல்வதே இலக்கியம்.

இவ்வடையாளம், சூன்யத்தில் பிரசன்னமாவதில்லை. 'நான்-நீ' உறவில்தான் அர்த்தமாகிறது. இலக்கியம் தனி மொழியன்று. உரையாடல். உரையாடல் எனும் போது, நடையைப் பொருத்த விஷயம். நடை என்பது சிந்தனையின் நிழல். காற்றாடி பறப்ப தற்கு எதிர்க்காற்றுத் தேவைப்படுவது போல் படைப்பாளிக்கு ஒரு வாசகன் தேவை. 'நான் எனக்காக எழுதுகின்றேன்' என்று சொல்வதெல்லாம், தன்னைத்தானே ஏமாற்றிக் கொள்வதாகும். இலக்கியம், மனிதன் சமுதாயத்தோடு கொள்கின்ற உறவுகளை நிச்சயப்படுத்தும் உணர்ச்சிகளின் பரிமாற்றம்.

சிறுகதையின் வடிவம் அந்தந்த படைப்பாளியின் உள் மனத் தோற்றத்துக்கேற்ப உருக் கொள்கிறது. இதற்கு இலக்கணம் ஏதும் கிடையாது. கோட்பாட்டிற்கேற்ப இலக்கியம் படைப்ப தற்கும், பெண் - மருத்துவ இயல் படித்த பிறகுதான், ஒருத்தி பிள்ளைப் பெற வேண்டுமென்று சொல்வதற்கும் வித்தியாச மில்லை. பின் நவீனத்துவக் கொள்கைகளைப் படித்து கரை கண்டவர்கள் அக் கொள்கைகளின் அடிப்படையில் படைப் பாக்கம் செய்யும்போது, எஞ்சுவன அக்கொள்கைகள் தாம். படைப்பாசிரியரின் சிருஷ்டி ஆற்றலோ, அழகுணர்ச்சி வெளிப்பாடோ, படைப்பில் புலனாவதில்லை. 'கார்ட்டூன் நெட் வொர்க்' தொலைக் காட்சியில் வரும் கதைச் சம்பவங்களையும், தமிழில் எழுதப்படுகின்ற இக்காலத்திய பின் நவீனத்துவக் கோட்பாட்டுக் கதைகளையும், ஒரு மிக மெல்லிய கோடுதான் பிரிப்பது போல் எனக்குத் தோன்றுகிறது. கற்பனை, நேர்க் கோட்டு தர்க்க விதிகளின்படி இயங்க வேண்டியதில்லை என்பதை நான் ஒப்புக் கொள்கிறேன். ஆனால் இது ஓர் உத்திதானே தவிர, உத்தி கருவாகிவிடாது. மகாபாரதத்தைப் படித்து முடித்த பிறகு, 'மீனுக்கு எப்படிக் குழந்தை பிறக்கும்?' 'கங்கை நதி கருவுற்றாள் என்பது எவ்வளவு அபத்தம்?' என்றெல்லாம் நாம் விவாதிப்பதில்லை. இக்காவியத்தைப் படித்து முடித்த பிறகு, நம் சிந்தனையில் நிற்பவர்கள், பீஷ்மன், கர்ணன் போன்ற கதை மாந்தர்கள்தாம். நிகழ்வைச் சார்ந்த யதார்த்தத்தை பத்தொன்பது, இருபதாம் நூற்றாண்டு மத்திய

காலம் வரை, வற்புறுத்தி வந்ததன் விளைவே, பின் நவீனத்துவம். உலகத்து மிகச் சிறந்த இலக்கியங்களில் பண்டை காலம்தொட்டு, நிகழ்வின் யதார்த்தத்தைக் காட்டிலும், கதாபாத்திரங்களின் செயல்பாட்டு யதார்த்தம் வலியுறுத்தப்பட்டது என்பதால்தான், இவ்விலக்கியங்கள் காலம் வென்று நிற்கின்றன. Grilletஐ காட்டிலும் ஷேக்ஸ்பியரைத் தான், ஒரு மிகச் சிறந்த பின் நவீனத்துவ படைப்பாளியாக என்னால் பார்க்க முடிகிறது.

இத்தொகுதியில் காணும் கதைகள், என்னுடைய வெவ்வேறு பருவத்தில், காலகட்ட உந்துதலில் எழுதப்பட்டவை. இவற்றை இப்பொழுது ஒருங்கு சேர படிக்கும் போது, இவற்றுள் சிலவற்றை என்னுடைய இப்பொழுதைய மனநிலையில் வேறு விதமாக எழுதியிருக்க முடியுமென்றும், எல்லாக் கதைகளின் ஊடே, இவை என்னால்தான் எழுதப்பட்டிருக்க முடியும் என்ற ஓர் உள்ளீடான தர்க்கம் (intrinsic logic) இருப்பது போல் எனக்குப் படுகிறது. இதுவே என் படைப்பாற்றலின் பலமாகவும் இருக்கலாம். பலவீனமாகவும் இருக்கலாம். விவாதத்தை விமர்சகர்களிடம் விட்டுவிடுகிறேன்.

இந்திரா பார்த்தசாரதி

1. அவஸ்தைகள்

சாமான்களை சரிபார்த்து, நண்பர்களுக்குக் கைகாட்டி விட்டு, என் சீட்டில் உட்காரப் போனபோதுதான் அவரை கவனித்தேன்.

பவளம் போன்ற திருமேனி. என் உள்ளுணர்வு சொல்லியது, வயது அறுபத்தைந்திருக்கலாமென்று. ஆனால் கண், கண்ட வயது ஐம்பது. நிரந்தர 'ஸினிஸிஸ' த்தின் நிழற் கீற்றாய் படிந்த ஏளனப் புன்னகை. கை விரல் ஒன்பதில் ஒவ்வொரு கல்லென்று நவரத்தின மோதிரங்கள்.

அவர் அணிந்திருந்த உடையும், அவருடைய தோற்றமும் அவரை ஹிந்தி மாநிலத்தவர் என்று அறிவித்தது. தும்பைப் பூ போல் பளீரென்ற வேட்டி, குர்த்தா.

அவர் அறிதுயில் கோலம் கொண்டிருந்தார், கால்களை தாராள மாக நீட்டியபடி. இன்னொருவர் அங்கு உட்கார வேண்டுமென்ற எண்ணம் அவருக்கு இருந்ததாகவே தெரியவில்லை. உலகத்தைப் பந்தாகச் சுற்றி தம் குர்தாப் பையில் வைத்திருப்பவர் போல் அவர் அலட்சியமாகப் பார்த்துக் கொண்டிருந்தார்.

அவர் காலருகே இரண்டு பேர் பணிவுடன் நின்று கொண்டிருந் தார்கள். தமிழர்கள். சென்னை சென்ட்ரல் ஸ்டேஷனில் ஒரு வடநாட்டுக்காரருக்கு பணிவிடை செய்வது போல் முறுக்கேறிய மீசையுடன் இரண்டு தமிழர்கள் நின்று கொண்டிருந்தது எனக்கு ஆச்சரியத்தைத் தந்தது.

'பழம் எல்லாம் சரியா?' என்றுபாதி ஹிந்தியிலும், பாதி ஆங்கிலத் திலும் அவர் கேட்ட கேள்விக்கு, அவர்கள் தலையை ஆட்டி 'சரிய்யா' என்றார்கள் தமிழில்.

'ஸீட்'டுக்குக் கீழே இரண்டு பழக்கூடைகள் இருந்தன.

அவர் எங்களைப் பார்த்துப் புன்னகை செய்தார்.

'எங்கே போகிறீர்கள்?' என்றார் ஹிந்தியில்.

'டெல்லிக்கு' என்றாள் என் மனைவி.

'ஹூம்!' அவர் ஆமோதிப்பதுபோல் தலையை ஆட்டினார்.

அது ஏ.ஸி. ஸ்லீப்பர், இரண்டாம் வகுப்புப் பெட்டி. இன்னொரு ஸீட்டில் உட்கார வேண்டியவன் - அவன் இளைஞன், இருபத்திரெண்டு வயதிருக்கலாம் - ஒரு சூட்கேஸ், பை, சகிதமாக வந்து அவரருகில் நின்றான்.

'என்ன வேணும்?' என்றார் அவர் ஆங்கிலத்தில்.

'இது என் இடம், எழுந்திருங்கள், உட்கார வேண்டும்.'

'தம்பி, 'அட்ஜெஸ்ட்' பண்ணிகிட்டு உட்காரு. ஐயா ரயில்வே போர்ட் மெம்பர்.'

எனக்குத் தூக்கிவாரிப் போட்டது. இவரா ரயில்வே போர்ட் மெம்பர்? அரசாங்க உத்தியோகத்திலிருப்பவர் களுக்கு முகத்தில் ஒரு தனிக்களை இருக்கும். இவரைப் பார்த்தால், ஜோதிடர் என்று சொல்லலாம், இல்லாவிட்டால், ஓர் அரசியல்வாதி என்று சொல்லலாம், ஒரு மந்திரி என்று கூட வைத்துக் கொள்ளலாம். நிச்சயமாக அரசாங்கத்தில் உயர்தர உத்தியோகத்திலிருப்பவர் என்று யாருமே சொல்ல மாட்டார்கள். மேலும், 'ரயில்வே போர்ட் மெம்பர்', இந்த வகுப்பில் ஏன் பயணம் செய்ய வேண்டும்? அவருக்கு 'ஸலூன்' இருக்கக்கூடுமே!

'அவர் யாரா இருந்தா எனக்கு என்னய்யா? என் இடம் எனக்கு வேணும்...' என்றான் இளைஞன்.

அவர் அந்தப் பையன் சொன்னதைக் காதில் போட்டுக் கொள்ளா மல், ஓர் ஆரஞ்சுப் பழத்தை உறித்துக் கொண்டிருந்தார்.

'ப்ளீஸ் கெட் அப், ஐ வான்ட் டு ஸிட்டௌன்' என்றான் அவ் விளைஞன், குரலில் சற்று கண்டிப்புத் தோன்ற.

'வேறு இடம் பார்த்துக்கொள். நான் கண்டக்டரிடம் சொல்லு கிறேன்' என்றார் அவர் ஹிந்தியில்.

'ஓ.கே...நானே சொல்லுகிறேன். நீங்கள் யாராயிருந்தாலும் சரி, என் 'ஸீட்'டை உங்களால் ஆக்ரமிக்க முடியாது. நீங்கள் 'ரயில்வே போர்ட் மெம்பர்' என்று சொல்வதே பொய். அரசியல் வாதியாக இருக்கலாம்' என்றான் அந்த இளைஞன் ஹிந்தியில்.

அவன் ஹிந்தியில் சொன்னது, அவருடைய பணியாளர்களுக்குப் புரியவில்லை. அவர்கள் அவனை ஏற இறங்கப் பார்த்தார்கள்.

அவர் அவனைச் சிறிது நேரம் உற்றுப்பார்த்தார். பிறகு கால்களை மடக்கிக்கொண்டார்.

'என்னய்யா பெரியவரைப் போய் இப்படி...' என்றான் அவருடைய ஆட்களில் ஒருவன்.

'அப்படிச் சொல்லுங்க... பெரியவர், மரியாதை தரவேண்டியது தான். ரயில்வே போர்ட்மெம்பர், அது இதுன்னு சொல்லாதீங்க...'

'ரயில்வே போர்ட் மெம்பர்தான்யா; நாங்களும் ரயில்வேலதான் வேலை செய்யறோம்.'

அந்த இளைஞன் அவர்களைப் புன்னகையுடன் நோக்கிவிட்டு உட்கார்ந்தான். அவர்களையும் அவர் இவ்வாறு சொல்லி ஏமாற்றியிருக்கக் கூடுமென்று அந்தப் புன்னகை கூறியது.

அவர் என் மனைவியை நோக்கி ஹிந்தியில் சொன்னார். 'என் பேர் ரவிஷங்கர் மிஸ்ரா. இது நான் எழுதிய நூல், கவிதைத் தொகுப்பு.'

அவர் தம் பக்கத்திலிருந்த புத்தகத்தை எடுத்து அவளிடம் கொடுத்தார்.

அவர் கவிஞராக இருக்கக் கூடுமென்று நான் எதிர்பார்க்கவே யில்லை. நானும் இலக்கிய ரசிகனாக இருக்க முடியாதென்று அவர் நினைத்த காரணத்தினால் தான் அந்தப் புத்தகத்தை என் மனைவியிடம் கொடுத்தார் என்று எனக்குத் தோன்றியது.

என் மனைவி அந்தப் புத்தகத்தைப் புரட்டினாள். நானும் பார்த்தேன்.

சின்னச் சின்னக் கவிதைகள். மூன்று வரிகளுக்கு மேலில்லை.

'முன்னுரை யார் என்று பாருங்கள்' என்றார் அவர்.

ஓர், அரசியல் பெரும்புள்ளி.

புத்தகத்தைத் திரும்பப் பெற்றுக் கொள்ள அவர் கையை நீட்டினார். கவிதைகளை என் மனைவி படித்தாக வேண்டு மென்று அவர் விரும்பியதாகத் தெரியவில்லை.

'எனக்குப் பல்கலைக் கழகப் பட்டம் டாக்டர் என்பதோடு, நான் தொழிலிலும் டாக்டர்' என்றார் அவர்.

கவிஞர், டாக்டர், இன்னும் என்னென்ன ஆச்சர்யங்கள் காத்திருக் கின்றனவோ என்று எனக்குத் தோன்றிற்று.

அவர் இன்னொரு புத்தகத்தை எடுத்து என் மனைவியிடம் கொடுத்தார்.

மருத்துவ நூல், ஆயுர்வேதம், ஹோமியோபதி, யுனானி எல்லாம் கலந்த ஒரு நூல்.

'அல்லோபதி இல்லையா?' என்று நான் கேட்டேன்.

'எனக்குத் தெரியும்... ஆனால் நம் நாட்டுக்கேற்றவை இவை தான் என்பது என் அபிப்பிராயம். புற்றுநோயைக் கூட குணப்படுத்திவிட முடியும், செய்து காட்டியிருக்கிறேன்.'

'நீங்கள் ரயில்வே போர்ட்மெம்பர் என்று இவர்கள் சொல்லு கிறார்களே?' அவர் அதை மறுக்கவுமில்லை, ஆமோதிக்கவு மில்லை. வெறும் புன்னகைதான் பதில்.

'ரயில்வே அட்வைஸரி கவுன்சில் மெம்பரா இருக்கலாம்' என்றான் அந்தப் பையன்.

'இரண்டும் ஒண்ணுதானுங்க!' என்றான் அந்த இருவரில் ஒருவன்.

'எப்படிங்க ஒண்ணா இருக்க முடியும்? ரயில்வேல வேலை செய்யறீங்க, இது, கூடவா தெரியலே? என்னவா இருக்கீங்க?' என்றான் இளைஞன்.

'பழ காண்ட்ராக்டருங்க.'

எனக்குப் புரிந்தது.

வண்டி புறப்படும் போலிருந்தது.

'கோயிங், ஸார்... குட் ஜர்னி, ஸார்' என்று கைகளைக் கூப்பி அவரிடம் விடைபெற்றுக் கொண்டு, அவர்கள் வண்டியை விட்டு இறங்கினார்கள்.

'என் பேர் மோகன்' என்று சொல்லிக் கொண்டே கைகளைக் கூப்பினான் அந்த இளைஞன். 'நீங்கள் யாரென்று எனக்குத் தெரியும், என் அப்பாவை உங்களுக்குத் தெரியும்... ராஜகோபாலன், பி.டி.ஐ...' என்று தொடர்ந்தான்.

'ஓ... அப்படியா? அப்பா எப்படியிருக்கார்?'

'சௌக்கியம். நான் இன்ஜினியரிங் முடிச்சிருக்கேன். அடுத்த வாரம் அமெரிக்கா போறேன்.''

'குட் கம்ப்யூட்டரா?'

'ஆமாம்'

'அங்கேயே 'செட்டில்' ஆயிடுவே...'

'நோ...நோ... திரும்பி வந்துடுவேன்...'

அவர் எங்களிருவரையும் மாறி மாறி பார்த்துக் கொண்டிருந்தார்.

அவரையும் உரையாடலில் சேர்த்துக் கொள்ள வேண்டுமென்பதற்காக நான் மோகன் அமெரிக்கா போகப் போவதைப் பற்றிச் சொன்னேன்.

'கையை நீட்டு' என்றார் அவர் எழுந்து உட்கார்ந்தவாறு. 'மன்னிக்கவும். எனக்கு நம்பிக்கையில்லை.'

'அமெரிக்காவிலும் முக்கால்வாசிப் பேருக்கு நம்பிக்கையுண்டு தெரியுமா?'

'இருக்கலாம், எனக்கு இல்லை.'

'நான் பெரிய ஜோதிடன், டில்லியில் மிஸ்ரா என்று நீ கேள்விப் பட்டதேயில்லையா? நன்றாக ஹிந்தி பேசுகிறாய், நீ டில்லியில் தானே இருக்கிறாய்?'

'நான் பிறந்து வளர்ந்ததெல்லாம் டில்லிதான். எனக்கு உங்களைப் பற்றித் தெரியாது.'

‘மொரார்ஜியிடம் எண்பதில் சொன்னேன், உங்களுக்கு இன்னும் கொஞ்ச காலந்தான் பதவியென்று. இந்திராகாந்தி என்னை தேடிக்கொண்டு வந்தார். தேர்தலில் ஜெயிப்பீர்களென்றேன். கைலாஷ் காலனியில் என் வீட்டுக்கு வந்தாயானால், வாசலில் வரிசையாய் கார் நின்று கொண்டிருக்கும், ஜோஸ்யம் கேக்க. உனக்குக் காசு வாங்காமல் சொல்லுகிறேன் என்கிறேன், வேண்டாமென்கிறாய்.’

‘மன்னிக்கவும்... இறந்த காலத்தைப் பற்றி எனக்குத் தெரியும். எதிர் காலத்தில் என்ன நடக்குமென்று ‘ஸஸ்பென்ஸ்’ இருந்தால் தான் வாழ்க்கை சுவாரஸ்யமாக இருக்கும். எல்லாவற்றையும் தெரிந்து கொண்டு விட்டால் வாழ்க்கை போரடிக்கும்’ என்றான் மோகன்.

‘என்ன நடக்குமென்று தெரிந்து கொண்டால், தவறுகள் செய்யாமல் உன்னைத் திருத்திக் கொள்ள உதவுமல்லவா?’

‘விதியில் உங்களுக்கு நம்பிக்கையுண்டா?’

‘நிச்சயமாக...’

‘அப்படியானால் நடப்பது நடந்துதானே ஆகவேண்டும்? தவறுகளை எப்படி திருத்திக் கொள்ள இயலும்?’

‘குதர்க்கம் பேசுகிறாய்...இந்தக் காலத்து இளைஞர்கள் எல்லாருமே இப்படித்தானிருக்கிறார்கள். உங்கள் ரீகன் மனைவியும் ஜோஸ்யம் கேட்கிறாள் தெரியுமா?’

‘எங்கள் ரீகனா? நான் அமெரிக்காவுக்குப் போகப் போகிறேன் என்பதால் அமெரிக்கனாகி விடுவேனா?’ என்று கூறிவிட்டு மோகன் சிரித்தான்.

அப்பொழுது கண்டக்டர் அங்கு வந்தார். ‘நீங்கள் தான் மிஸ்டர் மிஸ்ராவா?’ என்றார் மிகவும் பவ்யமாக.

அவர் தலையசைத்தார்.

‘எல்லாம் சௌகர்யமாக இருக்கிறதா?’

‘இருக்கிறது... நான் மிஸ்டர் மிஸ்ரா இல்லை, டாக்டர்...’

‘மன்னிக்கவும்...மருத்துவ...’

‘ஆமாம்.’

‘ஏதாவது வேண்டுமா, உங்களுக்கு?’

‘ஒரு தலையணை கொடுத்தான் உங்கள் பையன். போதாது; இரண்டு வேண்டும்’

‘எஸ் ஸார்...’

‘வண்டி தாமதமாகாமல் பார்த்துக்கொள்ளுங்கள். எனக்கு நாளைக்கு அடுத்த நாள் பதினொன்று மணிக்கு உங்கள் மந்திரி ஸிந்தியாவுடன் ‘அப்பாய்ன்ட்மெண்ட்’ புரிந்ததா?’

‘எஸ், ஸார்.’’

‘ஏதாவது வேண்டுமானால், பிறகு சொல்லுகிறேன்.’

‘எஸ் ஸார்.’

இவருக்கு ஏன் இவ்வளவு மரியாதை? ரயில்வே அட்வைஸரி கவுன்ஸிலில் மெம்பர் என்பதாலா, இல்லா விட்டால் அவர் சொல்வது போல் அரசாங்க ஜோஸ்யர் தானா?

அவர் அணிந்திருந்த ஒன்பது மோதிரங்கள் மீது என் கவனம் சென்றது.

‘ஒன்று கேட்கலாமா?’ என்றேன் நான்.

‘கேளுங்கள்.’

‘கையில் ஒன்பது மோதிரங்கள் அணிந்திருக்கிறீர்களே...’

‘அதுவா?’ என்று அவர் புன்னகையுடன் கூறினார். ‘நவரத்தினங் கள். ஒன்பது என்ற எண்ணின் விசேஷம் தெரியுமா?’

‘தெரியாது.’

‘ஒன்பதை இரண்டால் பெருக்கி வரும் தொகையின் எண்களைக் கூட்டிப் பாருங்கள். ஒன்பது. இந்த மாதிரி எந்த எண்ணால் பெருக்கிக் கூட்டிப் பார்த்தாலும் கடைசியில் வருவது ஒன்பதுதான். உதாரணமாக $9 \times 102 = 918; 9+1+8 = 18; 1+8=9$. இந்த மாதிரி. இது ஏன் தெரியுமா?’

‘தெரியாது.’

‘ஒன்பதுதான் இறைவன். எதனாலும் பாதிக்கப் படாதவன். ஒன்பதைக் கடவுளாக ஏற்றுக் கொண்டால், எல்லா நன்மைகளும் ஏற்படும். இன்று என்ன தேதி?’

‘பதினெட்டு’

அதாவது 1+ 8 = 9. நான் எந்தக் காரியம் செய்தாலும் ஒன்பதில்தான் செய்வேன். நவக்கிரகங்களின் தாத்பர்யம் இப்பொழுது புரிகிறதா?’

‘எல்லோருக்குமே ஒன்பது நல்லதுதானா?’ என்று கேட்டாள் மனைவி.

‘நிச்சயமாக.’

என்னை நவரத்தினக் கல் மோதிரம் வாங்கிப் போட்டுக் கொள்ளுங்கள் என்று நச்சரிக்கப் போகின்றாளோ என்ற பயம் எனக்கு வந்தது.

‘எல்லாருக்குமில்லை..’ என்று நான் இழுத்தேன்.

‘இல்லை, எல்லாருக்குந்தான்.’ என்றார் அவர் உறுதியான குரலில்.

என் மனைவி அவரிடம் கையை நீட்டினாள்.

‘ஒரு கேள்வி கேளுங்கள் சொல்லுகிறேன்’ என்றார் அவர்.

‘எனக்கு ஆஸ்த்துமா உண்டு. அது எப்பொழுது போகும்?’

அவர் ஐந்து நிமிஷங்கள்கையையே பார்த்துக் கொண்டிருந்தார்.

பிறகு சொன்னார்: ‘நவக்கிரக பூஜை செய்யுங்கள். பூஜை ஒன்பது நாள் நடக்க வேண்டும். நவரத்தினக் கல் மோதிரம் அணிய வேண்டியது அவசியம். பாதிப் பேர் இதுதான் நீலம். இதுதான் மரகதம் என்று பொய் கல்லைக் காட்டி ஏமாற்றுவார்கள். உண்மையான கல் வேண்டுமானால், இந்தாருங்கள்…’ என்று சொல்லிக் கொண்டே அவர் தம்மருகில் வைத்திருந்த ‘டயரி’யி லிருந்து ஒரு ‘கார்டை’ எடுத்துக் கொடுத்தார்.

‘இந்த ஆள் நம்பகமானவன். என் பேரைச் சொல்லுங்கள். இந்தாருங்கள், இதுதான் என் முகவரி…’

‘நவகிரக பூஜை நீங்களே வந்து செய்வீர்களா?’ என்று கேட்டேன் நான்.

‘அது என்னால் முடியாது. நான் ஆட்களை அனுப்பி வைக்கிறேன்.’

அவர் உடனே கண்களை மூடிக்கொண்டார். சில விநாடிகளுக்குப் பிறகு கண்களைத் திறந்து, ‘மன்னித்துக் கொள்ளுங்கள். நான் ஒரு மணி நேரம் தியானம் செய்ய வேண்டும்’ என்றார்.

‘செய்யுங்கள்.’

‘இந்த ஆளை நம்பறீங்களா?’ என்றான் மோகன்.

‘ஏதானும் சக்தி இருக்கணும். இல்லாமலா, மொரார்ஜி, இந்திரா காந்தி எல்லாரும் இவரை தேடிண்டு போறா?’ என்றாள் என் மனைவி.

‘பதவி வந்துட்டா அதுக்கு நாம தகுதியா என்ற சந்தேகம் எல்லா அரசியல்வாதிகளுக்கும் வந்துடும். அதனால் ஜோஸ்யர்களை தேடிண்டு போறாங்க... சக்தியுமில்லே ஒரு மண்ணாங்கட்டியுமில்லே.’

என் மனைவியும் கண்களை மூடிக்கொண்டதிலிருந்து, அவள் அவனுடன் வாக்காட விரும்பவில்லை என்று தெரிந்தது...

திடீரென்று கண்விழித்தேன், ஒரே சத்தம். ‘டாக்டர், டாக்டர்.’

நாலைந்து பேராக மிஸ்ராவை எழுப்ப முயன்று கொண்டிருந்தார்கள்.

அவருக்கு மூச்சு வாங்கிக் கொண்டிருந்தது. அவர் கண்களைத் திறக்கவேயில்லை.

‘என்ன அவருக்கு?’ என்றேன் நான்.

‘எங்களுக்குத் தெரியாது, கண்டக்டர் சொன்னார், இவர் டாக்டர்னு. இங்கேயிருந்து மூணாம் கம்பார்ட்மெண்ட்லே ஒரு குழந்தைக்குத் தூக்கித் தூக்கிப் போடுது. என்னன்னு தெரியலே. இவரைக் கூட்டிக்கிட்டுப் போகலாம்னு வந்தோம்’ என்றான் ஒருவன்.

'டாக்டர், மிஸ்ரா, டாக்டர் மிஸ்ரா' என்று நானும் அவரை எழுப்ப முயன்றேன்.

அப்பொழுது என் மனைவி சொன்னாள், 'உங்களுக்குச் சத்தம் கேட்கலியா, அவருக்கே பயங்கர ஆஸ்த்துமா... மூச்சு வாங் கறதைப் பாருங்க...'

மேலே படுத்துக் கொண்டிருந்த மோகன் கீழே இறங்கினான்.

அவன் வந்தவர்களிடம் சொன்னான் : 'இவர் டாக்டருமில்லே ஒண்ணுமில்லே... குழந்தையைக் காப்பாத்தணும்னா வேற கம்பார்ட்மெண்ட்லே டாக்டர் இருந்தா பாருங்கோ...'

வந்தவர்கள் போய் விட்டார்கள்.

'அவரை எழுப்பி, என்கிட்டே மருந்து இருக்கு, சாப்பிடறாரா கேளுங்கோ...' என்றாள் என் மனைவி.

மிகவும் கஷ்டப்பட்டு அவரை எழுப்பினேன். கண்களைத் திறந்து சுற்று முற்றும் பார்த்தார். அவரைப் பார்க்கப் பரிதாபமாக இருந்தது.

'டெட்ரால் எஸ்.ஏ. இருக்கு வேணுமா?' என்றாள் என் மனைவி.

'வண்டியிலே நவகிரக பூஜை செய்ய முடியுமா?' என்று கேட் டான் மோகன்.

'அது தப்பு. கஷ்டப்படறவாளுக்கு உதவி செய்யணும், கிண்டல் செய்யக் கூடாது. ஆஸ்த்துமான்னா என்னன்னு கஷ்டப்படறவா ளுக்குத் தெரியும்' என்றாள் என் மனைவி.

'ஐ ஆம் ஸாரி, மாமி' என்றான் மோகன்.

2. சூசைம்மாவும் அத்வைதமும்

அன்னம்மா மணியைப் பார்த்தாள். 5.15. ஆஸ்பத்திரிக்கு வெளியே ஸ்கூட்டரில் மாத்யூ காத்துக் கொண்டிருப்பான். ஐந்து நிமிஷம் தாமதமானாலும் அவனுக்குக் கோபம் வந்துவிடும்.

கைக்கடிகாரத்தைப் பார்ப்பான். அவளைப் பார்ப்பான். நெற்றி யில் சுருக்கங்கள் படரும். தோளைக் குலுக்கிக் கொள்வான். இதுதான் அவன் சினத்தின் எல்லை.

நர்ஸ் உடையைக் களைந்து புடவையைக் கட்டிக் கொள்ள அவள் ஜெனரல் வார்டை ஒட்டியிருந்த அறைக்குள் சென்றாள்.

மூன்று நிமிஷம் நாற்பது வினாடிகளில் அறையைவிட்டு வெளியே அலறிக்கொண்டு ஓடி வந்தாள், கதவைப் படீரென்று சாத்திக் கொண்டே. அவள் போட்ட கூப்பாடு, நீண்ட தாழ்வாரம் வழியாகச் சென்றுகொண்டிருந்த மூன்று நர்ஸுகள், சிகிச்சை பெற்று வந்தவர்களைப் பார்க்க வந்த நாலு பார்வையாளர்கள், இரண்டு டாக்டர்கள் ஆகியோரை ஸ்டில் புகைப்படங்களாக் கியது.

அவர்கள் அவளையே பார்த்துக் கொண்டு நின்றனர்.

'உள்ளே எலி' என்றாள் அன்னம்மா. இந்தத் தகவல் அவர்களிடம் எந்த மாறுதலையும் ஏற்படுத்தவில்லை. அவர்கள் அவளைத் தொடர்ந்து நோக்கினர்.

'செத்த எலி' என்றாள் அன்னம்மா. அவ்வளவுதான், அங்கு அனை வரும் மின்சாரத்தால் தாக்குண்டவர்கள் போல் ஆளுக்கொரு

திக்காய் ஓடத் தொடங்கினர். அன்னம்மா அவர்கள் ஓடுவதைக் கண்டு திகைத்து நின்றாள்.

லிஃப்ட்டிலிருந்து வெளியே வந்த 'நர்ஸ் சூபரின்டெண்டன்ட்' சூசைம்மா, எல்லோரும் ஓடுவதைக் கண்டு ஒன்றும் புரியாமல், 'என்ன இது?' என்று குரலை எழுப்பிக் கேட்டாள்.

'நான் ட்ரெஸ் மாத்திக்க அந்த உள்ளுக்குப் போனேன். அங்கே செத்த எலி' என்றாள் அன்னம்மா பதற்றத்துடன்

'இது ஆஸ்பத்திரி... நீங்கள்ளாம் நர்ஸ், டாக்டர்கள் தானே? வெட்கமா இருக்கு எனக்கு...' என்று சொல்லிக்கொண்டே சூசைம்மா, அன்னம்மா அருகில் சென்றாள்.

இதற்குள் மாத்யு அங்கு வந்தவன், அன்னம்மாவைப் பார்த்துச் சொன்னான் :

'மணி 5.30 ஆகப் போகிறது.'

'தெரியும். அந்த ரூமுக்கு ட்ரெஸ் மாத்திக்கப் போனேன். அங்கே ஒரு செத்த எலி' என்றாள் அன்னம்மா.

'ஐயோ, என் ட்ரெஸ் அங்கேதான் இருக்கு' என்று பிரலாபித்தாள் நர்ஸ் சொர்ணம்.

'நல்ல வேளை, நான் ட்ரெஸ் மாத்திண்டுட்டேன்' என்றாள் அன்னம்மா.

'முழுக்க மாத்திக்கலே, ப்ளவுஸ் எங்கே?' என்றான் மாத்யு.

அப்பொழுதுதான் அன்னம்மா குனிந்து தன்னைப் பார்த்துக் கொண்டாள். புடவையைச் சரியாகப் போர்த்திக் கொண்டாள்.

சூசைம்மா, அன்னம்மா அருகில் சென்றவள், அவளைப் பரிவுடன் முதுகில் தடவிக்கொண்டே கேட்டாள்: 'பயப்படாதே, தைரியமா இரு... நீ பார்த்தது எலிதான்னு நிச்சயமா தெரியுமா?'

'நர்ஸ் கொஞ்சம் தள்ளி நில்லுங்க. அசட்டு தைரியம் வேண்டாம்' என்றான் ஓடிச்செல்ல முயன்ற டாக்டர்களில் ஒருவன். அவன் இளைஞன்.

சூசைம்மா அவனைச் சுட்டெரிப்பவள் போல் பார்த்தாள். இதற்குள் முகமூடி அணிந்துகொண்டு வந்த ஓர் ஆஸ்பத்திரி

உதவியாளன் எல்லோருக்கும் முகமூடிகளை விநியோகம் செய்தான்.

‘எனக்கு வேணாம்’ என்று சொல்லிக்கொண்டே மாத்யு லிஃப்டுக்குள் புகுந்துகொண்டான்.

சூசைம்மாளும் வாங்கிக் கொள்ளவில்லை. அவள் சொன்னாள்: ‘பாத்தியா உன் சிநேகிதனை, ஓடிப்போறான். இவனையா நீ கட்டிக்கப்போறே?’

‘சூசைம்மா, இது தற்கொலை, தைரியமில்லே’ என்றான் அந்த டாக்டர் இளைஞன்.

‘சரி... அந்த ரூமைத் திறக்கிறேன். எலியை எங்கே பாத்தே, சொல்லு’ என்றாள் சூசைம்மா.

‘நோ... உங்களை அனுமதிக்க மாட்டேன், கதவைத் திறக்க. நான் டாக்டர்’ என்றான் அந்த இளைஞன்.

நடுத்தர வயதினராகிய அந்த இன்னொரு டாக்டர், இதுவரை பேசாமலிருந்தவர், பையிலிருந்த ஸ்டெதாஸ்கோப்பைக் கழுத்தில் மாலையாகப் போட்டுக்கொண்டு சொன்னா: ‘நர்ஸ் சொர்ணம், நீங்க ஸ்பெஷல் வார்டுக்குப் போய், மெடிக்கல் சூபரின்டெண்டன்டை கூட்டிகிட்டு வாங்க. அங்கேதான் அவர் இப்போ இருப்பாரு... அவர் வந்துதான் எல்லாத்துக்கும் டிஸிஷன் எடுக்கணும்...’

சொர்ணம், லிஃப்டுக்குக் கூட காத்திராமல் விரைவாக மாடிப் படிகள் வழியாகவே இறங்கிச் சென்றாள்.

‘சூசைம்மா... நீங்க மாஸ்கைப் போட்டுக்கங்க...’ என்றார் அந்த டாக்டர் நர்ஸிடம்.

ஆஸ்பத்திரி உதவியாளன் சற்று தள்ளி, சூசைம்மாவிடம் முகமூடியை நீட்டினான்.

சூசைம்மா வாங்கிக் கொள்ளவில்லை.

‘இது என் அதிகாரப்பூர்வமான கட்டளை’ என்றார் அந்த டாக்டர், குரலை சற்று உயர்த்தி.

‘எனக்கு?’ என்றாள் அன்னம்மா.

'உங்களுக்கெல்லாம் வெறி பிடிச்சுடுத்தா? என்ன நடந்ததுன்னே சரியா யாருக்குமே தெரியலே, சின்னப் பொண்ணை இப்படி பயமுறுத்தறீங்களே?...' என்றாள் சூசைம்மா, கோபத்துடன்.

மெடிக்கல் சூபரின்டெண்டன்ட் அவசரமாக லிஃப்டை விட்டு வெளியே வந்தார். அவருக்கு ஐம்பது வயதிருக்கும். மீசை நரைத் திருந்தது. தலை மயிர், சாய உதவியில் அசாதாரண கறுப்புடன் பட்டொளி வீசியது.

'யாருக்கு 'ப்ளேக்'? ' என்றார் அவருடன் வந்த நாலைந்து டாக்டர்களில் ஒருவர்.

'யாருக்குமில்லே இதுவரைக்கும். நீங்க செய்யற அமர்க்களத் திலே எல்லாருக்கும் வந்துடலாம்' என்றாள் சூசைம்மா.

'என்ன நடந்தது?' என்றார் மெ.சூ.

'சொல்லுங்க அன்னம்மா' என்றான் டாக்டர் இளைஞன். அன்னம்மா நடந்ததைச் சொன்னாள். மெ.சூ. அவளை மேலும் கீழும் பார்த்தார். 'மாஸ்க்' என்றார் மெ.சூ. உதவியாளன் அவ ரிடம் முகமூடியை கொடுத்தான். 'சூசைம்மா மாஸ்க் போட்டுக்க மாட்டேங்கிறாங்க' என்றார் நடுவயது டாக்டர்.

'அவர்கிட்டே ஒண்ணு கொடு.'

உதவியாளன் சற்று தள்ளி நின்று நீட்டினான். அன்னம்மா வாங்கிப் போட்டுக்கொண்டாள். சூசைம்மாவும், மெ.சூ. சொல் வதைத் தட்ட முடியாமல் முகமூடியை வாங்கி அணிந்து கொண்டாள்.

மெ.சூ. அடிமேல் அடி வைத்து அன்னம்மா குறிப்பிட்ட அறையை நோக்கிச் சென்றார்.

'சூசைம்மா, கதவைத் திறங்க' என்றார் மெ.சூ.

சூசைம்மா திறந்தாள். மெ.சூ. எட்டிப் பார்த்தார். அவர் கண் ணுக்கு எலி தென்படவில்லை.

'எங்கே எலி?' என்றார் மெ.சூ. அன்னம்மா அவரருகில் வந்தாள். மெ.சூ. விருட்டென்று நகர்ந்து கொண்டார்.

'அதோ, அந்தத் துணிக்குக் கீழே, நான் அதைப் பார்த்து பயந்து துணியை மேலே தள்ளிட்டேன் போல் இருக்கு...'

‘உனக்கு நிச்சயமா தெரியுமா, அது செத்த எலிதான்னு?’

‘மல்லாக்கக் கிடந்தது.’

‘நாத்தம் வந்துதா?’

‘எனக்குத் தெரியல அப்போ...’

‘இப்பவும் நாத்தமில்லே’ என்றாள் சூசைம்மா.

‘சரி... அந்த எலி மேலே துணி விழுந்திருக்கிறதும் நல்லதுதான்; அப்படியே துணியோட எடுத்து சுருட்டி...’ இவ்வாறு சொல்லி விட்டு மெ.சூ சிறிது நேரம் யோசித்தார்.

‘பாத்ரூம் க்ளீன் செய்யறவங்களை கூப்பிட்டுத்தான் எடுக்கச் சொல்லணும்’ என்றார் நடுத்தர வயது டாக்டர்.

‘பயப்படாதீங்க. உங்களை எடுக்க சொல்லலே’ என்று கூறிக் கொண்டே பலமாகச் சிரித்தார் மெ.சூ.

மெ.சூ. சிரிக்கும்போது எல்லோரும் சிரித்தாக வேண்டுமென்பது அந்த ஆஸ்பத்திரி நியதிகளிலொன்று. எல்லோரும் சிரித்தனர். நடுத்தர வயது டாக்டரையும் சூசைம்மாவையும் தவிர. அன்னம்மா தனக்கு பயம் போய்விட்டதென்று தன்னைத்தானே அமைதிப்படுத்திக் கொள்வதற்காகச் சிரித்தாள்.

‘ஹெர்ஸ் வண்டி, ஒண்ணுலே இதை போட்டுக்கொண்டு போய், எது பக்கத்திலிருக்கோ அந்த சுடுகாட்டிலே ‘பாடி’யை எரிச்சுருவோம்...’ என்றார் மெ.சூ.

‘நல்ல ஐடியா... ’ என்றான் டாக்டர் இளைஞன்.

‘வாட் அபௌட் மீ?’ என்றாள் அன்னம்மா.

‘உன்னையில்லே, செத்த எலியை’ என்றார் மெ.சூ.

ஹாஸ்யம். இதைத் தொடர்ந்து சிரிப்பு. சூசைம்மாவின் முகம் சிவந்தது. இந்த மெ.சூ.வை அவளுக்குப் பிடிக்கவே பிடிக்காது. அரசியல்வாதிகளின் தயவில் உயர்ந்த பதவிக்கு வந்து விட்டான். மருத்துவத்தைப் பற்றி ஒரு மண்ணும் தெரியாது. ‘காப்பிடேஷன் ஃபீ’ கொடுத்து வாங்கின பட்டம். சர்ஜன் என்று பெயர். சலூனில் கூட வேலைக்கு வைத்துக்கொள்ள மாட்டார்கள்.

'சரி... ஜோக்ஸ் அபார்ட். அன்னம்மா, நீ 'மெடிக்கல் செக் - அப்' புக்குப் போ. ஹெர்ஸ் வண்டியைக் கூப்பிடுங்க... வண்டியிலே நீ போ' என்று டாக்டர் இளைஞனிடம் சொன்னார் மெ.சூ.

'நானா? ஸார், இப்போத்தான் எனக்குக் கல்யாணமாயிருக்கு' என்று கெஞ்சினான் டாக்டர் இளைஞன்.

'டாக்டர் தொழிலுக்கு வந்தா உசிரைக் கண்டு பயப்படக் கூடாது. பட்டம் வாங்கிறபோது என்ன உறுதிமொழி நீ எடுத்துக் கொண்டே, மறந்து போச்சா?'

'நான் கூடப் போறேன்' என்றாள் சூசைம்மா.

'கூட ஒரு டாக்டர் இருந்தா தேவலைன்னு நான் பார்த்தேன்' என்று சுற்றுமுற்றும் பார்த்தார் மெ.சூ.

அங்கிருந்த டாக்டர்கள் ஒவ்வொருவரும் வெவ்வேறு திசையை நோக்கியவாறு இருந்தனர். அவர்கள் மெ.சூ. பார்வையைத் தவிர்த்தனர்.

'சூசைம்மா... நீங்க தைரியசாலி' என்று புன்னகையுடன் சொன்னார் மெ.சூ.

'எலியை எப்படி துணியிலே சுருட்டி எடுத்துண்டு போக முடியும்? அதுக்கு ஒரு சவப் பெட்டி வேணும்?' என்றாள் சூசைம்மா.

'நல்லாயிருக்கே நீங்க சொல்றது? அப்புறம் ஸம்ஸ்காரம் பண்ணணும்னு சொல்லுவீங்க போலிருக்கே?' என்றார் மெ.சூ.

ஹாஸ்யம், சிரிப்பு.

'எப்படி எடுத்துகிட்டுப் போறது? அப்போ வண்டியே வேணாம், ஒரு பாடை கட்டி...' என்று சூசைம்மா சொன்னதும், மெ.சூ. வின் முகம் சிவந்தது.

'என்ன கிண்டல் பண்றீங்க?'

'இல்லே, நீங்க சொல்லுங்க, எலிப்பிரேதத்தை எப்படிக் கொண்டு போய் அடக்கம் செய்யறது?'

'அடக்கம் செய்யக்கூடாது. எரிக்கணும். துணியோடு எடுத்து ஒரு அட்டைப் பெட்டியிலே போட்டு...'

‘அதைத்தான் நானும் சொன்னேன்.’

ஒரு சங்கடமான அமைதி அப்பொழுது அங்கு நிலவியது. மெ.சூ.வை சூசைம்மா மடக்கி விட்டாள்.

‘சரி ... சூசைம்மா, நீங்கதான் இதுக்குப் பொறுப்பு. எல்லாம் செய்திட்டு எனக்கு ஒரு ரிப்போர்ட் கொடுங்க... அன்னம்மா எங்கே?’

‘அவங்க போயிட்டாங்க’ என்றான் உதவியாளன்.

‘எங்கே போயிட்டாங்க?’

‘பரிசோதனைக்குப் போகலே. கீழே இறங்கிப் போயிட்டாங்க.’

‘மை காட்! ஊர் பூரா‘ப்ளேக்’கைப் பரப்பப்போறா. கோ அண்ட் ஸ்டாப்ஹெர்’ என்று கத்தினார் மெ.சூ.

அந்த இடத்தை விட்டுப்போக இதுதான் நல்ல சாக்கென்று டாக்டர் இளைஞன் மிக வேகமாக மாடிப் படிகளில் இறங்கிச் சென்றான்.

ஓர் அட்டைப் பெட்டியைக்கொண்டுவந்து ஒருவன் அங்கு வைத்தான்.

‘யார் எலியை எடுக்கப் போறாங்க. எங்கே அந்த டாய்லெட் க்ளீனர்?’ என்றார் மெ.சூ.

‘யாருமில்லே, எல்லாரும் போயிட்டாங்க டாக்டர்’ என்றாள் சொர்ணம். அவள் அப்பொழுதுதான் ஹெர்ஸ் வண்டிக்குச் சொல்லிவிட்டு வந்தாள்.

‘நீ போய் எடு’ என்றார் மெ.சூ. உதவியாளனிடம்.

அவன் பதிலொன்றும் கூறாமல், பேசாமல் நின்றான்.

சூசைம்மா அட்டைப்பெட்டியை எடுத்துக்கொண்டு அந்த அறைக்குள் சென்றாள்.

‘துணியோட எடுத்துப் போடுங்க’ என்றார் மெ.சூ. அவள் அவ்வாறே எடுத்து அட்டைப் பெட்டிக்குள் போட்டாள்.

‘நல்லா மூடுங்க... குட்... அப்புறம் ஸீல் வைக்கணும்’ என்றார் மெ.சூ.

சூசைம்மா சவப் பெட்டியை எடுத்துக்கொண்டு வெளியே வந்தாள். அறை வாசலில் இருந்தவர்கள் ஒதுங்கினார்கள்.

'பிராமணாள் இங்கே யாருமில்லையா?' என்று கேட்டார் சூசைம்மா.

'எதுக்கு?' என்றார் மெ.சூ. அவர் பிராமணர்.

'மந்திரம் சொல்ல...'

அங்கிருந்தவர்கள் கஷ்டப்பட்டு சிரிப்பை அடக்கிக்கொண்டனர். மெ.சூ.வுக்கு எல்லையற்ற சினம். ஆனால் சூசைம்மாவின் தயவு அவருக்கு அப்பொழுது வேண்டி இருந்தது.

ஒருவன் அரக்கையும் சீலையும் கொண்டு வந்தான்.

சூசைம்மா அவற்றை அவனிடமிருந்து வாங்கி, அரக்கை நெருப் பில் காய்ச்சி அட்டைப் பெட்டி முகப்பில் சீல் வைத்தாள்.

'இது மெடிக்கல் சூபரின்டெண்ட்டன்ட் சீல்தானே?' என்று கேட்டாள் சூசைம்மா.

'ஏன்?'

'அப்போதான் பார்சல் நேரே சொர்க்கத்துக்குப் போகும்.'

'சரி, விளையாட்டு போதும். மேலே ஆக வேண்டிய காரியத்தை பார்ப்போம்' என்றார் மெ.சூ.

'ஐ ஆம் ஸாரி. செத்த எலி நரகத்துக்குப் போறதுதான் நமக்கு நல்லது, இல்லை?' என்றாள் சூசைம்மா.

'ஆர் யு க்ரேஸி?' என்று கோபத்துடன் கேட்டார் மெ.சூ.

சவப்பெட்டி ஊர்வலம் தொடங்கியது. அட்டைப் பெட்டியை ஸெர்ஸில் வைத்து விட்டு டிரைவர் பக்கத்தில் உட்கார்ந்து கொண்டாள் சூசைம்மா.

'என்ன, இத்தனை சிறிய பெட்டி? குழந்தையா? அட்டைப் பெட்டியிலா வைப்பாங்க?'

'குறைப் பிரசவமா?' என்றார் டிரைவர்.

'எலி.'

'என்னது?'

'எலியாரின் திருவுடம்பு.'

'என்னங்க, சிரிச்சுகிட்டே சொல்றீங்க? 'ப்ளேக்' எலியா யிருந்தா?'

'மெடிக்கல் சூபரின்டெண்டன்ட்டோட சீல் இருக்கு. அதை உடைச்சுகிட்டு 'ப்ளேக் கிருமி' வெளியிலே வந்துருமா? பேசாம வண்டியை விடுங்க, சுடுகாட்டுக்கு.'

'சுடுகாட்டுக்கா?'

'ஆமாம், அங்கேதான் எரிக்கணும்னு உத்தரவு.'

சுடுகாட்டை அடைந்ததும், அங்கு அலுவலகத்தில் டெத் சர்டிஃபிகேட் கேட்டார்கள்.

'அட்டைப் பெட்டியிலிருக்கிறது ஒரு செத்த பிராணி. கவர்ன் மெண்ட் ஆஸ்பத்திரி மெடிக்கல் சூபரின்டெண்டன்ட் இங்கே தான் எரிக்கணும்னு சொன்னாரு. நான் நர்ஸ்' என்று சூசைம்மா தன் அடையாளச் சீட்டை காண்பித்தாள்.

'சந்தனக் கட்டை வேணுங்களா?' என்று கேட்டான் ஒருவன்.

'நீ சும்மா இரு' என்று அவனை அதட்டி விட்டு அந்த அலுவலர் சொன்னார்.

'பிராணியை எரிக்கிறதுக்கு இங்கே ப்ரொவிஷன் இல்லே. இருந் தாலும், ஒரு டெத் சர்டிஃபிகேட் வேணும். அது இல்லாம எரிக்க முடியாது.'

'இது என்ன பிராணி தெரியுமா?'

'எது வேணுமானாலும் இருக்கட்டும். டாக்டரோட டெத் சர்டி ஃபிகேட் வேணும்.'

'செத்த எலி.'

'வாட்?'

'செத்த எலி.'

'உடனே இடத்தை காலி பண்ணுங்க. என்ன, சுடுகாட்டை பொல்யூட் பண்ண வந்தீங்களா?... நோ... நீங்க இருக்கிற

இடத்திலே 'ப்ளேக்' வரக்கூடாது, இங்க வரலாமா? போங்க, போங்க!' அந்த அலுவலர் உடனே முகத்தை கைக்குட்டை யினால் மூடிக்கொண்டார்.

'நோ... நோ... தயவு செய்து போங்க.'

அவள் வண்டிக்குத் திரும்பி வந்தாள்.

'என்னங்க?' என்றார் டிரைவர்.

'எரிக்க அனுமதி தரமாட்டார்களாம்.'

'இப்போ என்ன செய்யறது?'

'அதான் புரியலே.'

'ஆத்துல தூக்கிப் போட்டுடலாமா?'

'எவ்வளவு நல்ல யோசனை சொல்றீங்க? சுடுகாட்டிலேயே எரிக்கப் பயப்படறாங்க. ஆத்துலே தூக்கிப் போடலாமான்னு கேக்கறீங்களே?'

'பிறகு என்னதான் செய்றது, சொல்லுங்க?'

'சரி... என் வீட்டுக்கு விடுங்க வண்டியை.'

'வீட்டுக்குப் போய்?'

'ராத்திரி எங்க வீட்டு கொல்லைப்புறத்திலே எரிச்சிடறேன், என்ன செய்யறது?'

'வேண்டாங்க...'

'ஒரு கெடுதலுமில்லே... ஒரு அப்பாவி எலிக்கு அமர்க்களப்படுத் தறாங்க. பெருச்சாளியெல்லாம் தைரியமா உலவிகிட்டிருக்கு இந்த நாட்டிலே...'

'சரி... உங்க இஷ்டம்.'

சூசைம்மா ஒண்டிக் கட்டை. திருமணம் செய்துகொள்ள வில்லை. அட்டைப் பெட்டியை வீட்டுப் பின்புறம் வராந்தாவில் வைத்தாள்.

இருட்டு வந்ததும், அட்டைப் பெட்டியை எடுத்துக்கொண்டு கொல்லைப்புறம் சென்றாள். செத்த எலியைப் பார்க்க வேண்டும் போலிருந்தது அவளுக்கு.

உரிய மரியாதையோடு எரிக்க வேண்டுமென்ற ஆசை. உள்ளே சென்று பைபிளை எடுத்துக்கொண்டு வந்தாள்.

அட்டைப் பெட்டியின் சீலை உடைத்தாள். மெ.சூ.வின் அதிகாரத்தைத் தகர்த்தெறிவது போல் ஒரு சந்தோஷம். எலியை சுற்றி வைத்திருந்த துணியைப் பிரிக்கத் தொடங்கியவள், எழுந்து உள்ளே சென்றாள். முகமூடியை அணிந்துகொண்டு வந்தாள். துணியைப் பிரித்தாள். பிரித்தாள். பிரித்துக்கொண்டே இருந் தாள். அவளால் சிரிப்பைக் கட்டுப்படுத்த முடியவில்லை. சிரித்துக்கொண்டே இருந்தாள். நிஜமும் நிழலும் ஒரே நாணயத் தின் இரு பக்கங்கள் என்று அவளுக்குப் பட்டது. நாணயம் எது என்பதுதான் அவளுக்குப் பிடிபடவில்லை.

3. கோட்சேவுக்கு நன்றி

திடீரென்று விழிப்பு.

விழிப்பா? ஆழ்ந்து உறங்கினால்தானே விழிப்பு? ஒரு கணம் கனவு, அடுத்த கணம் விழிப்பு... எது கனவு, எது விழிப்பு என்று பிரித்தறிய முடியாதபடி ஒரு குழப்பம். சொப்பனாவஸ்தை. எது பாம்பு, எது கழுதை?

சங்கரரும் தூங்க முடியாமல் கஷ்டப்பட்டிருப்பாரோ? வள்ளுவர் நன்றாக உறங்கியிருக்கக் கூடும். கண் விழித்தால் வாழ்க்கை, தூங்கினால் சாக்காடு.

மணி நாலரை.

விளக்கைப் போட்டேன். அவள் இருந்திருந்தால் சொல்லியிருப் பாள் 'ராத்திரிப் பேய்தான் நீங்க!' 'இது ராத்திரியில்லே, மைடியர். ரிஷிகள் ஜெப நேரம். நான் ஜெபம் செய்யப் போகலே, 'வாக்கிங்' போறேன்...' 'கதவைப் பூட்டிண்டு போங்க, இந்திரன் வந்துடப் போறான்.'

அவள் இன்று இல்லை. ஆனால் என் மனசுக்குள் உரையாடல் நிகழ்கிறது.

விளக்கைப் போட்டதும் ஒரு நிழல் தோன்றி மறைகிறது.

என்னை விடாமல் தொடரும் நிழல். வெளிச்சத்தைக் கண்டால் பயம்.

வயது ஆக ஆக நிழல் நெருங்குகிறது. நான் செய்வதையெல் லாம் கண்காணிக்கிறது. என்னை அவசரப்படுத்திக் கொண்டிருப் பதுபோல் ஒரு தவிர்க்க முடியாத உணர்வு.

சம்போகத்தில், சாதனையில், ஆனந்தக் கணத்தின் உச்சிப் பொழுதில், நிழல், நிஜத்தில் ஒடுக்கம். ஒரு நாளில் ஒரேயொரு உச்சிப் பொழுதுதான்!

காலையில் நான் நிழலை விரட்டுகிறேன். மாலையில் அது என்னை விரட்டுகிறது. இருட்டில் எது நிழல், எது நிஜம்?

குளியலறை. விளக்கு எரிகிறது. கரப்பான் பூச்சிகளின் சாம்ராஜ் யம். லட்சக்கணக்கான கரப்பான் பூச்சிகளின் மத்தியில் ஒரு பெண். இது சாதனை என்று அறிவிக்கிறது ஒரு செய்தி.

இதுவா சாதனை?

இன்றைய மனிதர்களிடையே நான் வசித்துக் கொண்டிருக்கின் றேனே, இதைவிட என்ன சாதனை வேண்டும்?

கொலை, கொள்ளை, குண்டு வீச்சு, சிசு வதை, கற்பழிப்பு, அதுவும் எட்டு வயது மகள்களையே அப்பன்மார்கள் கற்பழித்துக் கொல்லும் பாரதப் பண்பாட்டின் சிகரம்.

அரசியல் எதிரி மேல் பழியைப் போட இதைச் சுலபமாகச்செய்ய முடிகின்றது.

எதிர்க்கட்சிக்காரர்களுக்கு, இது ஒரு தேர்தல் கோஷம். அவர்கள் கட்சியின் அதிகபட்ச தேர்தல் வாக்குறுதி, ‘நாங்கள் எங்கள் மகள்களைக் கற்பழிக்க மாட்டோம்! சமூக நீதி இதுதான். இதைக் காக்க, வீராங்கனைகளும் வீரக்காளையரும்.’

பல்லை விளக்கிவிட்டு வெளியே வருகிறேன். ‘வாக்கிங்’ போக வேண்டும்.

போன மாதத்திலிருந்து ஒரு புதிய பழக்கம். போகுமிடத்தில் வழியில் ஒரு ஹோட்டல் புதிதாக வந்திருக்கிறது.

ஐந்து மணிக்கே காப்பி கிடைக்கும். அருமையான காப்பி.

உலகம் உறங்கிக் கொண்டிருக்கும்போது, ட்யூப் வெளிச்சத்தில் உயிர் பெற்றெழும் அந்த ஹோட்டலில், நெற்றியில் திருநீறு துலங்க பளிச்சென்ற முகத்துடன், உடையுடன், 'காப்பியா அண்ணா?' என்று ஒருவர் கேட்கும்போது, காலம் ஸ்தம்பித்து நிற்கிறது.

காலண்டர் பின்னோக்கிக் கிழிந்து, நாற்பது நாற்பத்தைந்து வருஷங்களுக்கு முன்னால், கும்பகோணம் அம்பி ஐயர் ஹோட்டலில் நிற்பது போல் ஒரு பிரமை.

இன்னொரு விஷயம். முதல் முதல் அங்கு சென்றபோது, காப்பி கௌன்டரிலிருந்தவரிடம் - ஐம்பது வயதிருக்கும்- 'சர்க்கரை கம்மி ஸ்ட்ராங் காப்பி' என்றேன். அடுத்த நாள் நான் போனவுடன் என் வரவை தலையசைப்பினால் அங்கீகரித்து புன்னகையுடன், 'சர்க்கரை கம்மி, ஸ்ட்ராங் காப்பி' என்றார்.

மனம் நிறைகிறது.

என் முகம் அவருக்குத் தெரிகிறது.

எனக்கு ஓர் அடையாளத்தை அவர் வழங்கி விட்டார்.

என் 'ஈகோ'வுக்கு சீராட்டு. அதற்கு அடுத்த நாள், என்னைக் கண்டவுடனேயே அவர் தலையசைப்பு அங்கீகாரம், பேச வில்லை. எனக்கு என்ன வேண்டுமென்று அவருக்குத் தெரியும்.

அவரை ஒரு நாள் காணவில்லை. ஓர் இளைஞன் அவரிடத்தில். என் மனத்தில் இனம் தெரியாத ஓர் சங்கட உணர்வு. அவனிடம் நான் சொல்லியாக வேண்டும்... 'சர்க்கரை கம்மி, ஸ்ட்ராங் காப்பி!'

சொன்னேன், அவன் என்னை கவனித்ததாகத் தெரியவில்லை. அவன் பார்வை வாசலை நோக்கி. திரும்பினேன். ஓர் இளம் பெண் 'ஜாகிங்' உடையில்.

மறுபடியும் சொல்ல வேண்டுமா?

சொன்னேன்.

'என்ன சார்?'

மூன்றாம் தடவை.

கலந்த காப்பியை கீழே வைத்துவிட்டு, முகத்தில் சிறிது எரிச்சலுடன் புதிதாகக் கலந்தான்.

அவன் எரிச்சலுக்கு நான் காரணமாக இருந்தேன் என்பது என் மன அமைதியை சற்று குலைத்தது; அன்று காப்பி ருசிக்கவில்லை.

நான் அன்று முகமற்ற, அடையாளமற்ற ஓர் ஆள். என் 'ஈகோ' சிணுங்கியது.

ஆகவே தினந்தோறும் நான் 'வாக்கிங்' போகும் போது என் பிரார்த்தனை... 'வழக்கமானவர் இருக்க வேண்டும். அவருக்கு நோய் நொடி எதுவும் வந்துவிடக் கூடாது.'

'வாக்கிங்' போவதினால், காப்பி குடிக்கின்றேனா, காப்பி குடிப்ப தற்காக 'வாக்கிங்' போகின்றேனா? வாழ்வதற்காகச் சம்பாதிக் கின்றோமா, சம்பாதிப்பதற்காக வாழ்கின்றோமா?

சிக்கல்.

அவளிருந்திருந்தால் இந்தச் சிக்கலே இருந்திருக்காது. 'வாக்கிங்' போய்விட்டு வரும்போது அவள் கொடுக்கும் காப்பி அமிர்தம்.

'கலை கலைக்காக'... 'வாக்கிங் வாக்கிங்காக', 'காப்பி காப்பிக் காக'.

-டி.டி.கே ரோடில் நடைபாதையில் இரண்டு, மூன்று பசு மாடுகள், கண்களை மூடியவாறு அசைபோட்டுக் கொண்டிருந் தன. தத்துவ ஞானிகள் போல் தெரிந்தது.

திடீரென்று ஒரு நாய் அங்கு முளைத்தது. தோல் உடம்பி லிருந்ததா என்பது சந்தேகம். எலும்புக்கூடு. உயிர் பழக்க வாசனையினால் ஒட்டிக் கொண்டிருந்தது.

குரைத்தது. அனுபவ பாக்கியதை விசுவாசம். அந்த இடம் அதற்கும் சொந்தமாக இருக்க வேண்டும். ஆக்ரமிப்பைக் கண்டு ஆக்ரோஷம். சரீரத்துக்குச் சம்பந்தப்படாத சாரீரம்.

மனிதர்களுக்கும் நாய்களுக்கும் ஓர் ஒற்றுமை. ஒரு நாய் குரைத்தால், அனுதாபக் குரல் கொடுக்கப் பல நாய்கள். ஒரு கூட்டத்தில் ஒரு மனிதன் கோஷம் எழுப்பினால், அதைத் தொடர்ந்து எத்தனை கோஷங்கள்! நடைபாதை முழுவதும் நாய்களும், மாடுகளும். நான் என் நடைபாதையில் நடக்கும் உரிமையை தியாகம் செய்து விட்டு, நடுத்தெருவுக்கு வந்தேன்.

இந்தியச் சுற்றுலாத் துறையினருக்கு ஒரு யோசனை. அவர்கள் வெளிநாட்டிலிருந்து வருகின்றவர்களுக்குக் கொடுக்கும் கையேட்டில் இதையும் குறிப்பிட வேண்டும். 'இந்திய மாநகர் களில் நடைபாதை உரிமை சிறு சிறு கடைகளுக்கும், நாய், பசு, பன்றி போன்ற விலங்கின பெருமக்களுக்கும்தான். சில சமயங் களில் வாகனங்களும் உரிமை கொண்டாடக்கூடும். மனிதர்கள் கண்டிப்பாய் நடுவீதியில்தான் நடக்க வேண்டும்.'

பல ஆண்டுகளுக்கு முன்னால் தில்லியில் நடந்த நிகழ்ச்சி.

சாந்தினி செளக், செங்கோட்டைக்கெதிரே தெரு சந்திப்பு.

ஒரு கம்பீரமான பசுமாடு அச்சந்திப்பின் நடு மத்தியில் நின்று கொண்டு, உலகத்தை 'சர்வே' செய்வது போல் பார்த்துக் கொண்டு நின்றது. அது பிரம்மாண்டமான மாடு. மாட்சிமை மிக்க தோற்றம்.

ஒரு வயதான 'ட்ராஃபிக்' போலீஸ்காரர் அதைப் பார்த்துக் கொண்டே நின்றார்.

போக்குவரத்து ஸ்தம்பித்து நின்றது.

ஒருவர் காரிலிருந்து இறங்கி வந்து போலீஸ்காரரிடம் சத்தம் போட்டார்! 'மாட்டை விரட்டுங்களேன்!'

'முடியாது.'

'ஏன் முடியாது?'

'நான் முஸ்லீம்.'

'மாட்டுக்குத் தெரியுமா?'

'இங்கே இருக்கிறவர்களுக்குத் தெரியும்.'

ஒரு வயதான ஹிந்துப் பெண்மணி, அந்த மாண்புமிகு மாட்டை தொட்டுக் கண்களில் ஒற்றிக் கொண்டு சென்றாள்.

ஐரோப்பிய மொழிகளில் பலவற்றில் 'புனிதப் பசு' என்ற சொல் வழக்கு இருக்கிறது. இந்தியக் கலாச்சாரத்தின் நன்கொடை.

'தி புக் ஆஃப் நாலெட்ஜ்' என்ற பத்துத் தொகுதி புத்தகம் வெளி நாட்டுப் பிரசுரம். இந்தியாவுக்கு வரும் புத்தகங்களில், 'இந்தியா' வைப் பற்றிய கட்டுரையில் ஒரு பக்கத்தில் மையிட்டு

அழித்திருப்பது தெரியும். அப்பக்கத்தில் ஒரு புகைப்படம். மாநகர் வீதியில் மக்களுக்கு தரிசனம் தரும் கோமாதா.

நாம் இது தினம் தெருக்களில் காணும் காட்சி. நாம் பார்க்கக் கூடாதென்பதற்காக ஏன் மையிட்டு அழிக்க வேண்டுமென்று எனக்குப் புரியவில்லை. வெளிநாட்டு பதிப்புகளில் மாட்டின் தோற்றப் பொலிவு மாசுறா வண்ணம் இருக்கிறது. இந்தப் படத்துக்கு ஆட்சேபணை இருந்தால் அரசாங்கம் புத்தகத்தை தடை செய்திருக்க வேண்டும். அவ்வாறு செய்யாமல், நம் கண்ணில் கறுப்புக் கண்ணாடி போடுகிறது.

வேஷதாரித்தனம்.

டி.டி.கே. ரோடு, ராதாகிருஷ்ணன் சாலையைச் சந்திக்கு மிடத்தில் அவரைப் பார்க்கிறேன்.

அவர் கதீட்ரல் ரோடிலிருந்து ஓடி வருகிறார். அவர் வீடு நுங்கம்பாக்கத்தில் இருக்கிறது. வீட்டிலிருந்து ஓடி வருகிறார். காந்தி சிலை வரை ஓடுகிறார். ஓரிரண்டு நிமிஷங்கள் காந்தி தரிசனம். மறுபடியும் ஓட்டம், அண்ணா சதுக்கம் வரை.

'ஹல்லோ சார்...'

நிற்கவில்லை, சொல்லிக் கொண்டே ஓடுகிறார். அவர் பெயர்... மைகாட்? மறந்து போய் விட்டது. அவர் பெயரை, எதனுடனோ சம்பந்தப்படுத்தி நான் ரசித்தது என் ஞாபகத்துக்கு வருகிறது.

நினைத்துப் பார்க்கிறேன். மூளை பிடிவாதமாக ஒத்துழைக்க மறுக்கிறது.

'அ'விலிருந்து தொடங்கி ஒவ்வொரு எழுத்தாய், நினைத்துப் பார்க்கிறேன். 'அகிலாண்டம், அனந்த பத்மநாபன்.'

'b' பூபதி'

'c' குமாரஸ்வாமி' (ஸ்ரீலங்கா ஸ்பெல்லிங்)

...

...

'N'... மைகாட்! எஸ்... அவர் பெயர் நடராஜன். ஏன் ஆடாமல், ஓடுகிறார் என்று எண்ணியது நினைவுக்கு வருகிறது. இதுதான் சம்பந்தம்.

சுவாரஸ்யமான மனிதர், அவரே தம்மை அன்று அறிமுகப் படுத்திக் கொண்டார்.

துபாய் பணக்காரர். ஓடி ஓடி சம்பாதித்தது போதும் என்று தீர்மானித்து, ஓட்டமே குறிக்கோளாக இப்பொழுது ஓடுகிறார்.

துபாயில் எட்டாண்டு வாசம்.

இந்த எட்டாண்டுகளைத் தவிர, மற்றபடி பத்து வயதிலிருந்து அவர் ஓடுவதாகச் சொன்னார். அவர் வாழ்க்கையில் இதுவரை 2 லட்சம் மைல் ஓடியிருப்பதாகச் சொன்னார். கணக்கு வைத்திருக் கிறாராம்.

ஒரு மணிக்கு ஒருவன் ஐந்து மைல் ஓட முடியும் என்றால், அவர் இதுவரை வாழ்க்கையில் இருபது வருஷங்கள் ஓடியே கழித் திருக்கிறார். இதுவும் அவர் சொன்ன கணக்கு.

'இந்த இருபது வருஷங்கள் சேமிப்பு நிதி. எமனின் வரவை இருபது வருஷங்கள் ஒத்திப் போடும் யுக்தி' என்று சொல்லி விட்டு அவர் புன்னகை செய்தார்.

'எதற்காக ஒத்திப் போட வேண்டும்?'

'பிறந்தது சாவதற்கா?'

'ஒத்தித்தானே போட முடியும்?'

அவர் முகத்தில் சிறிது சலனம்... 'யு ஆர் இன்காரிஜிபில்' என்றார் தீர்மானமான முடிவுடன்.

நீடித்து வைக்கும் இந்த இருபதாண்டுகளில் அவர் என்ன செய்வார்?

ஓடுவார்! வேலி குறுக்கிடும் வரை.

'பிரிஸிடென்ட்' ஹோட்டல் வாசலில் ஒருவன் காலைக் கடனை முடிக்கும் நிலையில் நின்று கொண்டிருந்தான்.

'மணி என்ன சார்?' நேற்றிரவு உட்கொண்டதன் எச்ச 'நறுமணம்'.

'அஞ்சு'.

'என்ன சார், இம்மாங் காலையிலே 'வாக்கிங்' போய்க்கினு? அதெல்லாம் நம்மாலே முடியாது. பேஜாரு புடிச்ச வேலை. அவன் 'பாண்ட்ஜிப்'பை இழுத்துவிட்டுக் கொண்டான்.

அவனை 'வாக்கிங்' போகும்படி நான் வற்புறுத்தவில்லை என்று சொல்லலாமா? அவன் என்னிடமிருந்து பதிலை எதிர்பார்க்க வில்லை என்று தோன்றுகிறது.

ஓரமாக நிறுத்தி வைத்திருந்த சைக்கிள் ரிக்ஷாவில் படுத்துக் கொண்டு விட்டான்.

அவன் சந்தோஷமாக இல்லை என்று சொல்ல முடியுமா?

எது சந்தோஷம்?

வானமே கூரையாய், பூமியே 'டாய்லெட்' டாக அவனுக்கு இப்பொழுது இருக்கிறது. எது சந்தோஷம் என்பதுபற்றி அவன் ஆராயக்கூடியவனாகவும் தோன்றவில்லை. வாழ்க்கையில் அவன் எதையும் எதிர்பார்ப்பவனாகத் தோன்றவில்லை.

எதிர்பார்த்தால்தானே கிடைத்தால் சந்தோஷம், கிடைக்கா விட்டால் ஏமாற்றம் என்றெல்லாம்?

எதனையும் எதிர்பார்க்காத பற்றற்ற நிலையில் ரிக்ஷாவே பிரபஞ்சமாக, பிரபஞ்சமே ரிக்ஷாவாக, இவனால் 'ஒருமையுள் ஆமை போல்' தன்னை எப்படி ஒடுக்கிக் கொள்ள முடிகிறது! எவ்வளவு பெரிய தத்துவஞானி! சுதந்தரம் கிடைத்த இந்த 48 வருஷங்களில் பதவிக்கு வந்த வெவ்வேறு அரசியல் கட்சிகள், தொடர்ந்து இப்படிப்பட்ட எத்தனை தத்துவ ஞானிகளை உருவாக்கி வருகின்றன!

'ஏழைக் குடும்பத்தில் நீ இந்தியாவில் பிறக்க நேர்ந்தால், ஒன்று எதனையும் எதிர்பார்க்காதே அல்லது உன் பேட்டை ரவுடியிடம் அடியாளாகச் சேர்ந்துவிடு. அதிர்ஷ்டமிருந்தால், முதலமைச்ச ராகக்கூட ஆகிவிடலாம்.' தமிழ்நாட்டில் வேறு சில தகுதிகளும் தேவைப்படுகின்றன. சினிமாவில் நாலைந்து படங்களிலாவது தலையைக் காட்டியிருக்க வேண்டும். கையூட்டு என்பதை அருங்கலையாகவே பயின்றிருக்க வேண்டும். குறைந்த பட்சம் ஒரு எம்.எல்.ஏ. ஆகலாம்.

ஏழையின் சிரிப்பில் இறைவனைக் காண விரும்புகின்றவர்கள், ஏழைகள் எப்பொழுதும் ஏழைகளாக இருந்து சிரித்தால்தான் கடவுள் தரிசனம் நிரந்தரமாகக் கிட்டுமென்ற பக்திப் பரவசத்தி லிருப்பார்கள் போலிருக்கிறது.

ஏழைக்கு வசதி ஏற்பட்டு பணக்காரனாகிச் சிரித்தால் இறைவன் காணாமல் போய்விடக் கூடிய சாத்தியக் கூறுமுண்டு! இறைவ னும் ஏழைகள் ஏழைகளாய் இருப்பதைத்தான் விரும்புவான் போலிருக்கிறது.

தன்னையும் அவர்களிடத்தில் அடையாளம் காண்பது அவனுக்குப் பெருமை சேர்க்கின்றது.

'தரித்திர நாராயணன்'.

பாலம் வந்துவிட்டது.

வராக நாராயணர்கள் கவலையின்றித் திரிகின்றார்கள்.

மூக்கை மூடிக்கொண்டேன்.

அதோ, வரிசையாக தரித்திர நாராயணர்களின் 'மாளிகைகள்.'

'ஏழைகள் மண்ணை ஆள்வார்கள்' என்கிறது பைபிள். மண்ணை ஆண்டு கொண்டிருந்தனர். வரிசையாக, கையே தலையணை யாக.

எனக்கு ஏன் இன்னும் மரத்துப் போகவில்லை? இதுதான் என் துயரம்.

-அதோ... காந்தி இந்த இடத்தைவிட்டு ஓடிவிடப் பார்க்கிறார் போலிருக்கிறது. எப்பொழுது வேண்டுமானாலும் புறப்பட்டுச் சென்றுவிடலாம் போன்ற ஆயத்தம்.

போலிஷ் ஜோக்.

கார்ல் மார்க்ஸ், போலிஷ் கம்யூனிஸ்ட் அதிபர் யெருஸெல்ஸ்கி யிடம் சொன்னாராம், 'என்னை ஒரு நிமிஷம் உங்கள் டி.வி.யில் பேச அனுமதியுங்கள்'.

அனுமதித்தார்.

கார்ல் மார்க்ஸ் சொன்னார், ‘உலகத் தொழிலாளர்களே, என்னை மன்னித்துவிடுங்கள்’.

அதே போல் காந்திஜி இந்தியத் தொலைக்காட்சியில் பேச அனுமதிக்கப்பட்டால் என்ன பேசக் கூடும்...?

‘கோட்சேக்கு நன்றி...!’

நிமிர்ந்து நோக்கினேன். ஆமோதித்து, காந்திஜி புன்னகை செய்வது போலிருந்தது.

4. இறுதிக் கடிதம்

'ஓப்பன் லெட்டர் அருணகிரி' பஸ் ஸ்டாப்பில் நின்று கொண்டிருந்தார். அவர் கைகளையும், கால்களையும் அசைத்துக் கொண்டிருந்ததைப் பார்த்தால் மிகக் கோபமாக யாருக்கோ சிந்தனையில் கடிதம் எழுதிக் கொண்டிருந்தாரென்று கிருஷ்ண னுக்குத் தோன்றிற்று.

'ஓப்பன் லெட்டர் அருணகிரி' என்று அவர் அழைக்கப்பட்ட தற்குக் காரணம், அவர் அமெரிக்க ஜனாதிபதியிலிருந்து, உள்ளூர் தொகுதி கார்ப்பரேஷன் கவுன்சிலர் வரைக்கும் எல்லோருக்கும் 'ஓப்பன் லெட்டர்' எழுதி விடுவதை வழக்கமாகக் கொண்டிருந் தார்.

அப்படி எழுதுவது பற்றி யாருக்கும் ஆட்சேபணை இல்லை. ஆனால் தெரிந்த நண்பர்கள் அனைவரிடத்தும், அவர் எழுதும் கடிதங்களை படித்துக் காட்டாமல் அவரால் இருக்க முடியாது.

உலகில் நடக்கும் அக்கிரமங்களை எல்லாம் பொறுத்துக் கொண்டு சும்மா இருப்பதா என்பதுதான் அவர் கேள்வி.

நியூஜெர்ஸியில், 'டாட் பஸ்டரஸ்' என்ற வெள்ளை இன அமெரிக்க இளைஞர்கள், இந்தியர்களுக்குத் தொந்தரவு கொடுத்தபோது, அவர் அமெரிக்க அதிபர் ரீகனுக்கு எழுதிய கடிதங்கள் பிரசித்தமானவை, அதாவது அவருடைய நண்பர்க ளிடையே. ரீகன் அக்கடிதங்களை படித்ததாகத் தகவலில்லை. ஆனால், எந்த இந்தியப் பத்திரிகையும் அக்கடிதங்களை பிரசுரிக்க வில்லை என்பதுதான் அவருக்கு அசாத்திய சினத்தைத் தந்தது.

'எல்லா பத்திரிகை ஆசிரியர்களுக்கும் அமெரிக்காவிலிருந்து பணம் வருகின்றது' என்பதுதான் அவருடைய திடமான நம்பிக்கை. கிருஷ்ணன் காரை அவரருகே நிறுத்தினான். அவர் தம்மருகில் நின்ற அக்காரை கவனித்ததாகவே தெரியவில்லை.

'ஹல்லோ மிஸ்டர் அருணகிரி, எங்கே போகணும்?' அருணகிரி சிறிது நேரம் அவனை உற்றுப் பார்த்தார். 'ஓ! கிருஷ்ணனா? நீங்க எங்க போறீங்க?' என்றார், தம் முன் நிற்பவன் கிருஷ்ணன் என்பதை உள்வாங்கிக் கொண்டு.

'நான் போகறது இருக்கட்டும், நீங்க எங்கே போகணும், சொல்லுங்க' என்றான் கிருஷ்ணன்.'

'ரஃபி மார்க் போறேன். 'ஹிந்து' ஆபீஸ்லே ஒரு லெட்டர் கொடுக்கணும்.'

கிருஷ்ணன் சற்று தயங்கினான். படித்துக் காட்டுவாரோ?

அவர் கையிலிருந்த கடிதம் உறையிலிடப்பட்டு ஒட்டப்பட்டிருந் தது. ஒட்டியதை பிரித்துப் படித்துக் காட்டவா போகிறார்?

'நானும் அந்தப் பக்கந்தான் போறேன், கொண்டு விடறேன், வாங்க...'

அவன் கார் கதவைத் திறந்தான். அவர் உட்கார்ந்தார்.

அருணகிரிக்கு சற்று பெரிய சரீரம். கனத்த சாரீரம். அவர் பக்கத்தில் உட்காரும்போது அவன் சற்று தள்ளித்தான் உட்கார வேண்டும். அருணகிரியின் சிறு ஆக்ரமிப்பு ஒரு காரணம், இன்னொன்று அவர் உரக்கப் பேசினால் சப்தம் அவரிடமிருந்தா அல்லது கார் இன்ஜினிலிருந்தா என்று சொல்வது கஷ்டம். கார் இன்ஜினில் ஏதாவது தகராறு இருந்து சப்தம் வந்து, அந்த சப்தம் அவரிடமிருந்து வந்ததாக நினைத்துக் கொண்டுவிட்டால் விபத்து ஏற்படுவதற்கான சாத்தியக் கூறும் உண்டு. அவர் உரக்கப் பேசும்போது குரலை அப்படி ஏன் கனைக்கிறாரென்பதுதான் அவனுக்குப் புரியவில்லை.

'ஹிந்து ஆபீசுக்கு ஏன் போறே என்று நீங்க கேக்கலியே!'

'கேக்கலே.'

'கேளுங்க.'

அவன் பேசாமலிருந்தான்.

அவர் தம் கைப்பையை திறந்து ஒரு சிறிய பெட்டியை எடுத்தார். அப்பெட்டியிலிருந்து ஒரு 'பானை' எடுத்துப் போட்டுக் கொண் டார்.

'கரோல்பாக்கிலே நாய் தொல்லை ஜாஸ்தியா போச்சு பாத்தீங் களா?'

'அப்படியா?'

'நீங்கள்ளாம் டிஃபன்ஸ் காலனியிலே இருக்கிற பெரிய மனுஷா. கரோல்பாக்கிலே நாங்க நாய் படற பாடு படறோம், நாயி னாலே... ' என்று சொல்லிவிட்டு தாம் சொன்னதை தாமே ரசித்துக்கொண்டு உரக்கச் சிரித்தார்.

'அதுக்காக என்ன எழுதியிருக்கீங்க? 'ஹிந்து'வுக்கு 'லெட்டர்ஸ் டு தி எடிட்டர்' எழுதியிருக்கீங்களா?'

'நோ... 'ஹிந்து'வுக்கு காப்பி கொடுக்கப் போறேன்.'

அவன் பேசாமலிருந்தான். யாருக்கு எழுதிய கடிதத்தின் பிரதி யென்று கேட்கவில்லை.

அவர் கார் ஜன்னல் வழியே வெற்றிலைச் சாற்றை துப்பினார்.

'பாத்து துப்புங்க.'

'பாத்துதான் துப்பறேன். ஒரு துளி கறை கூட உங்க காரிலே இருக்காது.

'என் காரிலே கறை படறதுக்காகச் சொல்லலே, ரோட்லே போற வங்க யார் பேரிலாவது படப்போறது, அதுக்காகச் சொன்னேன்.'

'இந்த அருணகிரி துப்பி யார் பேரிலாவது பட்டிருக்குன்னு வரலாறு இல்லை. 'ஒரிஜினல்' யாருக்குன்னு நீங்க கேக்கலே, நான் சொல்றேன். பிரதம மந்திரிக்கு...'

'அவர் என்ன செய்வார்னு எதிர்பார்க்கறீங்க?'

'பார்லிமெண்ட் ஹவுஸ்லே நாய்களை வச்சு சீராட்டுங்கன்னு எழுதியிருக்கேன். ஒரு பிரிட்டிஷ் பிரதம மந்திரி, கிளாட் ஸ்டோன்னு நினைக்கிறேன். சொன்னானாமே, 'லெட் தி

ஸ்லீப்பிங் டாக்ஸ் லை'ன்னு. பார்லிமெண்ட்டுக்கும் நாய்க்கும் சம்பந்தமிருக்கு. கரோல்பாக்கிலே, எங்க 'பிளாக்' கிட்டே, ராத்திரி பூரா ஒரே நாய் ஊளைதான். சகிக்க முடியலே. முதல்லே ஒரு நாய் மெதுவா ஆரம்பிக்கும். இன்னொரு நாய் கொஞ்சம் உரக்க... அப்புறம், கொஞ்சம் கொஞ்சமா ஒரே 'நாய் ஓபரா' தான். அதான் எழுதியிருக்கேன், கேக்கறீங்களா?'

'வேணாம், வேணாம், ஒட்டினதை பிரிக்க வேணாம்.'

'இல்லே, இன்னொரு காப்பி இருக்கு!' அவர் கைப்பையை திறக்கப் போனார். அவன் அவர் கைமீது கை வைத்தான்.

'வேணாம் - அதான் சொல்லிட்டீங்களே, போறும்.'

'சரி, உங்க இஷ்டம்.'

அவர் ஏமாற்றம் அவருடைய முகத்தில் வெளிப்படையாகத் தெரிந்தது.

அருணகிரி தொழில் ரீதியாக வழக்கறிஞர். அவர் உச்ச நீதிமன்றத் துக்கு அடிக்கடி போவதுண்டு. கட்சிக்காரர்கள் அவரைத் தேடி வந்தார்களா என்பது பற்றி அவனுக்குத் தெரியாது...

அவர் மனைவியின் சம்பாத்யம்தான் அடுப்பில் பூனை தூங்காமல் பார்த்துக் கொள்கிறது என்று அவர் மனைவியே அவனிடம் சொல்லியிருக்கிறாள்.

அவருக்கு ஒரு பெண் - பதினைந்து வயதிருக்கலாம். பள்ளிக் கூடத்தில் படிக்கிறாள். மிகவும் கெட்டிக்காரப் பெண்.

அவருக்கு அந்தப் பெண் மீது அளவற்ற பாசம். தெரு நாய் அந்தப் பெண்ணை கடித்துவிடப் போகிறதே என்ற பயம்தான் பிரதம மந்திரிக்குக் கடிதம் எழுதும்படியாக அவரைத் தூண்டியிருக்கக் கூடுமென்று அவன் நினைத்தான்.

'பிரேமா எப்படியிருக்கா?'

'பிரேமாவா? அவ போன மாசம் பேச்சுப் போட்டி, கட்டுரைப் போட்டி எல்லாத்திலேயுமே 'ஃபஸ்ட் பிரைஸ்' வாங்கியிருக்கா. கிளாஸ்லே அவதான் 'ஃபஸ்ட்'. ஆனா, உடம்புதான் கொஞ்சம் படுத்தறது.'

'என்ன உடம்புக்கு?'

‘தினம் தலைவலிங்கறா, கண் டாக்டர் கிட்டே போனேன்... ஒண்ணுமில்லேன்னு சொல்லிட்டான். ஒத்தைத் தலைவலியு மில்லே...’

‘ஒரு ‘ஸ்பெஷலிஸ்ட்’ கிட்டே கூட்டிண்டு போய்ப் பாருங்களேன்.’

‘ஸ்பெஷலிஸ்ட்! ’ எனறு சொல்லிவிட்டு பலமாகச் சிரித்தார்.

தான் சொன்னதில் என்ன நகைச்சுவை இருக்கிறதென்று அறிய விரும்புவது போல் அவன் அவரை பக்கவாட்டில் பார்த்தான்.

‘ஸ்பெஷலிஸ்ட்ல்லாம், பணம் பிடுங்குவாங்க, அவ்வளவுதான். இந்த ‘ஸ்பெஷலிஸ்ட்’ பத்தி கூட நான் ‘ஹெல்த் மினிஸ்டரு’க்கு ஒரு லெட்டர் எழுதியிருக்கேன். எல்லாரும் ஃபிராட், பணம் பிடுங்கிங்க...’

‘தலைவலின்னு சும்மா விடறது சரியில்லே. ‘ஆல் இந்தியா மெடிக்கல் இன்ஸ்டிடியூட்’லே எனக்குத் தெரிஞ்ச டாக்டர் ஒருத்தர் இருக்கார், அகர்வால்னு பேரு. நியூராலிஜிஸ்ட். போய்ப் பாருங்க.’

அவன் வண்டியை நிறுத்தினான்.

‘நாழியாகுமா?’ என்றான் கிருஷ்ணன்.

‘ஏன்?’

‘நாழியாகாதுன்னா உங்களோட யு.என்.ஐ.க்குப் போய் ஒரு காபி சாப்பிடலாம்னு பாத்தேன்.’

‘சொல்ல முடியாது. நான் லெட்டரை படிச்சுக் காட்டும்படியா இருக்கலாம். சில பேருக்கு நான் படிச்சுக் காட்டறது பிடிக்கிறது.’

‘சரி...அப்போ நான் வரேன்.’

அவரைப் பற்றி நினைக்கும்போது பரிதாப உணர்வுதான் மேலிடு கின்றது. அவர் கோபம் நியாயமானதுதான். தார்மீகக் கோபம். ஆனால், இவர் கோபத்தைப் பற்றி ஈவு இரக்கமற்ற இந்தச் சமூக, அரசியல் ஸ்தாபனம் கவலைப்படப் போவதில்லை என்று அவருக்கு இன்னும் ஏன் தெரியவில்லை? அல்லது,தெரிந்தும் தன் கோபத்தை ஆற்றுவதற்கு வேறு வழியில்லை என்று அவர் ‘கோபம் கொண்ட ஒரு விதூஷகன்’ வேஷம் தரித்து நடித்துக் கொண்டு வருகிறாரா?

அவர் முயன்றிருந்தால், ஒரு நல்ல வழக்கறிஞராக ஆகியிருக்க முடியுமென்றுதான் கிருஷ்ணனுக்குத் தோன்றிற்று. அரசியல் சாசன சட்ட விதிகள் அனைத்தும் அவருக்கு அத்துப்படி. அவரால் முயன்றிருக்க முடியாது என்பதுதான் அவருடைய குண விசேஷ மாகவும் கிருஷ்ணனுக்குத் தோன்றிற்று.

அவரால் பொய் சொல்ல முடியாது. அதர்மத்தோடு சமரசம் செய்துகொள்ள முடியாது.

அன்று மாலை கிருஷ்ணன் வீட்டுக்குச் சென்றதும், அவன் மனைவி லலிதாவிடம் அருணகிரியைச் சந்தித்தது பற்றிச் சொன்னான்.

'பாவம், அவர் இப்படி இருக்கார். உமா என்கிட்டே இன்னிக்கு ஃபோன்லே சொல்லிண்டிருந்தா. பத்து நாளைக்கு முன்னே அவரை நாலஞ்சு ரௌடிங்க, அடிக்க வீட்டுக்கு வந்துட்டாங் களாம். டெல்லி கார்ப்பரேஷன்லே ஊழல் நடக்கிறதுன்னு அவர் மந்திரிக்கு லெட்டர் எழுதியிருக்கார். மந்திரிக்கும் இதிலே பங்கு இருக்கலாம். யார் கண்டா? அடிக்க வந்துட்டாங்களாம், அப்புறம் அவங்களை சமாதானப்படுத்தி அனுப்பி வச்சாளாம். இவருக்கேன் இந்த வம்பு?'

'தார்மீக கோபம்தான்.'

'மண்ணாங்கட்டி.... ஊர்லே எல்லாரும் நல்லவாளா இருந்து ஒத்தர் ரெண்டு பேர் தப்பு பண்ணா அதை எடுத்துச் சொன்னால் அர்த்தமுண்டு. ஊர் பூராவே, நாடு பூராவே கொள்ளைக்காரங்க.'

'அவருக்குத் தெரியாதுன்னு நினைக்கிறியா, அவருக்குத் தெரியும். ஆனா தமக்கு மனசாட்சி தொந்தரவு இல்லாம இருக் கணுங்கிறதுக்காக இப்படிச் சொல்றது அவருக்கு சந்தோஷத்தை தரது.'

'அவருக்கென்ன மனசாட்சித் தொந்தரவு?'

'தப்பு நடந்தா அதைச் சொல்லாம இருந்தா ஏற்படற மனசாட்சி தொந்தரவு. அவர் ஏன் ஒரு எழுத்தாளரா ஆகாம, பத்திரிகை களுக்குக் கடிதம் எழுதறதோட நிறுத்திண்டுட்டார்ன்னு புரியலே.'

'இப்பவும் அவராலே வீட்டுக்கு ஒரு காசுக்கு பிரயோஜன மில்லை. எழுத்தாளரா ஆகியிருந்தாலும் இதே நிலைமைதான்.

சரி முக்கியமாக உமா எதுக்கு ஃபோன் பண்ணான்னு சொல்ல மறந்துட்டேன். பிரேமா, இளைச்சுண்டே போறாளாம். உங்களுக்கு மெடிக்கல் இன்ஸ்டிடியூட்லே ஒரு ஃப்ரெண்ட் இருக்காரில்லே டாக்டர் அகர்வால், அவர் மூலமா...' என்று லலிதா சொல்லி முடிப்பதற்குள் கிருஷ்ணன் சொன்னான் : 'நான் இன்னிக்கு மத்தியானம் அருணிகிரிகிட்டே சொன்னேன், அகர்வால்கிட்டே பிரேமாவை காமிங்கோன்னு, அவருக்கு 'ஸ்பெஷலிஸ்ட்' மேலே எல்லாம் நம்பிக்கை இல்லேன்னு சொல்லிட்டார்.'

'அவர் கிடக்கிறார்... உமாவை, பிரேமாவை அழைச்சிண்டு வெள்ளிக்கிழமை வரச் சொல்லியிருக்கேன். நீங்க, அகர்வால் கிட்டே பேசி ஒரு 'அப்பாய்ன்ட்மெண்ட்' வாங்கி வைங்க...'

'அவர் அப்புறம் என்னை திட்டி ராஷ்டிரபதிக்கு ஒரு லெட்டர் எழுதினார்னா?' என்று சிரித்துக்கொண்டே கேட்டான் கிருஷ்ணன்.

'விளையாடாதீங்க. நீங்களே சில சமயம், 'அருணகிரி பாவம் நல்ல மனுஷர், எல்லாரும் அவரை கிண்டல் பண்றாங்க'ன்னு சொல்லிவிட்டு, இப்போ அவரை கிண்டல் பண்றீங்களே...' என்றாள் லலிதா.

அவள் குரலில் ஒரு வாஸ்தவமான அக்கறை தெரிந்தது.

'ஐ ஆம் ஸாரி' என்றான் கிருஷ்ணன். உமாவும், லலிதாவும் கல்லூரித் தோழிகள். உமா கெமிஸ்டிரியில் எம்.எஸ்.ஸி. பட்டம் வாங்கி, ஆராய்ச்சி மாணவியாகச் சேர்ந்தபோதுதான் கல்யாண மாயிற்று.

அருணகிரி கல்யாணத்தின் போது ஒரு தொழில் நிறுவனத்தில் சட்ட ஆலோசகராக இருந்தார். அத்தொழில் நிறுவனம் செய்கிற அக்கிரமங்களில், அவர் பங்கு கொள்ள விரும்பாமல், கல்யாணம் ஆன நான்காம் மாதமே விலகிவிட்டார். பிறகு இன்னொரு நிறுவனம், அங்கும் அவரால் வேலை செய்ய முடியவில்லை.

சென்னை நீதிமன்றத்தில் வழக்கறிஞராகப் பதிவு செய்து கொண்டார்.

உண்மையைச் சொல்லும் கட்சிக்காரர்கள் தாம் தம்மை தேடி வர வேண்டுமென்ற அவர் நிபந்தனை மிகவும் கடுமையாக இருப்பதை அஞ்சி, யாரும் வரவில்லை.

இதற்குள் உமாவுக்கு தில்லிக் கல்லூரி ஒன்றில் வேலை கிடைத்தது.

உமாவுடன் அவரும் தில்லிக்குச் சென்றார். அவர்கள் தில்லி வரும்போது, பிரேமா கைக்குழந்தை.

லலிதாவும், கிருஷ்ணனும் தில்லிக்கு வந்தபோது, உமா வீட்டில் தான் தங்கினார்கள். பிறகுதான், வீடு பார்த்துக்கொண்டு 'டிஃபன்ஸ் காலனி'க்குச் சென்றார்கள்.

லலிதா, தன்தோழி உமாவின் சார்பில் அருணகிரியிடம் சில சமயங்களில் கோபித்துப் பேசுவதுமுண்டு.

லலிதா பேசும்போது அருணகிரி வாயைத் திறக்க மாட்டார்.

உமா தன் கணவன் மீது கோபம் கொண்டதே கிடையாது. அவரை ஒரு குழந்தையாகவே அவள் பாவித்தாள்.

'நீ கொஞ்சம் கடுமையாக இருந்தாத்தான் அவர் புரிஞ்சுப்பார், பொறுப்பு வரும்' என்று லலிதா அவளிடம் சொல்லிப் பார்த்தாள்.

'நோ. யு ஆர் மிஸ்டேக்கன். அவர் குணத்தை அவராலே மாத்திக்கவே முடியாது. அவர் இப்படியே இருந்துட்டு போகட்டுமே, உலகத்தைச் சந்திக்கிறது என் பொறுப்பு. 'லெட் ஹிம் ரிமெய்ன் அன்ஸ்பாய்ல்ட்' என்பதுதான் அவள் பதில்.

அருணகிரி எழுதியுள்ள ஆயிரக்கணக்கான கடிதங்களில் ஒன்றுகூட பிரசுரமாகவில்லை என்பது பற்றி அவர் கொஞ்சம் கூடக் கவலைப்பட்டதாகத் தெரியவில்லை. கடிதங்கள் எழுதுவ தோடும், அவற்றை நபர்களுக்குப் படித்துக் காட்டுவதோடும், அவர் கடைமை முடிந்து விட்டதாக அவர் அடி மனத்தில் ஓர் எண்ணம் ஏற்பட்டு விடுவதுதான் இதற்குக் காரணமென்று கிருஷ்ணன் நினைத்தான்.

பத்திரிகைளில் அவர் கடிதங்களில் ஒன்று கூட பிரசுரமாகவில்லை என்று சொல்வது தப்பு. ஒரு கடிதம் ஒரு பத்திரிகையில் பிரசுரமா யிற்று. ஆனால், அவர் நான்கு பக்கங்கள் எழுதியிருந்ததை 'எடிட்' செய்து வெளியிட்டிருந்தார்கள். உடனே அவர் கோபம் கொண்டு, அப்பத்திரிகை ஆசிரியர் செய்கையை மிகவும் வன்மையாகக் கண்டித்து இன்னொரு கடிதம் எழுதினார்.

அதற்குப் பிறகு, அவர் பத்திரிகைகளுக்கு கடிதம் அனுப்பும் போதெல்லாம் ஓர் அடிக்குறிப்புடன் அனுப்புவது வழக்கம்.

‘முழுக் கடிதத்தையும் பிரசுரம் செய்யுங்கள். இல்லாவிட்டால் தேவையில்லை.’

‘தேவையில்லை’ என்ற அந்தக் குறிப்புதான் எல்லாப் பத்திரிகை ஆசிரியர்களுடைய கண்களிலும் பட்டிருக்க வேண்டும்.

அடுத்தநாள் கிருஷ்ணன் அவன் அலுவலகத்தில் ஒரு முக்கிய மான வேலையை கவனித்துக் கொண்டிருந்தபோது ‘இன்டர் - காம்’ ஒலித்தது.

‘எஸ்க்யூஸ் மி ஸார். உங்களை அவசரமாகப் பார்க்க வேண்டு மென்று ஒருவர் வந்திருக்கார்.’

‘யார் அவர்?’

‘மிஸ்டர் அருணகிரி.’

அருணகிரியா? அவர் அவனுடைய அலுவலகத்துக்கு இதுவரை வந்ததே கிடையாது. அப்படியென்ன அவசரமான காரியம்?

‘சரி... வரச் சொல்.’

அருணகிரி உள்ளே வந்தார்.

‘உட்காருங்க. என்ன விஷயம்?’

அவர் கைப்பையைத் திறந்து, ‘பானை’ எடுத்துப் போட்டுக் கொண்டார்.

அவர் நிதானம் அவனுக்கு சற்று எரிச்சலைத் தந்தது.

‘எனக்கு ஒரு புது ‘ஐடியா’ தோணித்து. தோணினவுடனே நான் உங்ககிட்டே புறப்பட்டு வந்தேன்.’

‘என்ன ஐடியா?’

‘நான் இத்தனை வருஷமா எழுதிண்டு வர்ற ‘லெட்டர்ஸ்’ மொத்தம் பத்தாயிரத்துக்கு மேலே இருக்கும். கூடயும் இருக்க லாம். அதனாலே.’

அவர் மேலே தொடராமல் சிறிது நேரம் இருந்து விட்டுப் பிறகு புன்னகை செய்தார்.

‘அதனாலே, என்ன சொல்லுங்களேன்?’

‘அதைப் புஸ்தகமாப் போட்டா என்ன?’ என்றார் அருணகிரி. கிருஷ்ணன் திடுக்கிட்டான்.

‘புஸ்தகமாவா?’ என்றான் சில விநாடிகளுக்குப் பிறகு.

‘ஆமாம், மூணு வால்யூம் வரும். இதுவே என் சுயசரிதையாகவுமிருக்கும். காந்திஜி கொடுத்த அதே தலைப்பு... ‘சத்திய சோதனை’ - எப்படி?’

‘மூணு வால்யூம்னா, எத்தனை பக்கம், எத்தனை காப்பி... செலவை பத்தி யோசிச்சுப் பாத்தீங்களா?’

‘அதப் பத்தியெல்லாம் யோசிக்கலே, ‘ஐடியா’ தோணித்து, உங்ககிட்டே வந்தேன்.’

‘பிரேமா எப்படி இருக்கா? அவளை அழைச்சுண்டு வர்றதா உமா சொன்னதா லலிதா சொன்னா. வெள்ளிக் கிழமை அகர்வால் கிட்டே ‘அப்பாய்ன்ட்மெண்ட்’ ‘ஃபிக்ஸ்’ பண்ணப் போறேன்.’

‘பிரேமாவுக்கு என்ன, தலைவலி, வேறு ஒண்ணுமில்லையே, எதுக்கு இந்த அமர்க்களம்?’

‘வெறும் தலைவலின்னா அவ ஏன் இளைக்கணும்? ஒண்ணுமில்லாமலிருக்கலாம். டாக்டர்கிட்டே கேட்டுட்டா மனசு நிம்மதியா இருக்குமில்லையா?’

‘பிரேமா இளைச்சிண்டு வர்றாளா?’ தனக்குத் தானே கேட்டுக் கொள்வது போல் கேட்டுவிட்டு அருணகிரி மௌனத்தில் ஆழ்ந்தார்.

‘உங்க ‘ஃப்ரெண்ட்’ ‘நியூராலிஜிஸ்ட்’னு சொன்னீங்களே, அப்போ, பிரேமாவுக்கு என்னன்னு நீங்க ‘ஸஸ்பெக்ட்’ பண்றீங்க?’

‘மை காட்... நான் ஒண்ணும் ‘ஸஸ்பெக்ட்’ பண்ணலே. அகர்வால், என்ன பண்ணணும்னு அட்வைஸ் பண்ணுவார்னு தான் சொன்னேன், என்னுடைய சிநேகிதங்கிற முறையிலே, நாட் ஆஸ் ஏ நியூராலிஜிஸ்ட் - புரிஞ்சுதா?’

அவர் யோசனையிலாழ்ந்தார். அறைக்குள் வந்தபோது அவர் முகத்தில் தெரிந்த உற்சாகம், சந்தோஷம் எல்லாம் மறைந்து, இப்பொழுது கவலையின் ரேகை வெளிப்படையாகப் புலப் பட்டது.

'நான் என்னைப் பத்தியே ஓயாம நினைச்சிண்டதிலே, குழந்தையை கவனிக்க மறந்தே போயிட்டேன். வாஸ்தவமா சொல்லுங்க, குழந்தைக்கு என்ன உடம்புன்னு நினைக்கறீங்க? உமா 'ப்ராக்டிகல்.' அவள் டாக்டர்கிட்டே போயாகணும்னா ஏதாவது 'ஸீரியஸ்'னு தான் அர்த்தம்...' என்றார் அருணகிரி.

'லுக் ஹியர் மிஸ்டர் அருணகிரி. நீங்க ஏதோ முக்கியமா என்னை பார்க்கணும்னு வந்தீங்க. அதுவும் ஒரு முக்கியமான விஷய மில்லே...'ஜஸ்ட் ஏ கிரேஸி ஐடியா'. இப்போ 'சப் ஜெக்ட்' மாறிப் போச்சு. உங்க பொண்ணோட உடம்பு, 'நத்திங் ஈஸ் ராங் வித் ஹர்' இப்போ எனக்குக் கொஞ்சம் அவசரமா வேலை இருக்கு. அப்புறம் பார்க்கலாமா? சாயந்திரம் வீட்டுக்கு வாங்க, பேசிக்கலாம்.' கொஞ்சம் உஷ்ணமாகவே பேசிவிட்டதாக கிருஷ்ணனுக்குத் தோன்றிற்று.

அவர் கிருஷ்ணனையே சிறிது நேரம் பார்த்துக் கொண்டு உட்கார்ந்திருந்தார். பிறகு எழுந்தார். 'ஐ ஆம் ஸாரி, மிஸ்டர் கிருஷ்ணன். நான் மத்தவங்களையும் என் மாதிரி வேலையத்தவங் கன்னு நினைச்சிண்டு தொந்தரவு செய்யறேன். ஐ ஆம் ஸாரி, முடிஞ்சா, சாயந்திரம் வரேன்.'

அவர் போய்விட்டார்.

அவ்வளவு கடுமையாக அவரிடம் பேசியிருக்க வேண்டிய தில்லை என்று கிருஷ்ணனுக்குப் பட்டது.

ஆனால், அவன் வேலை அவசரம் அவனை அப்படி பேச வைத்து விட்டது.

பிற்பகல் மூன்று மணிக்கு அவன் அவனுக்குக் கீழே வேலை செய்த ஆஃபீஸர்களைத் தன் அறைக்கு அழைத்திருந்தான். ஒரு முக்கியமான முடிவு எடுத்தாக வேண்டும். கூட்டம் ஆரம்பித்த வுடன், 'இன்டர் - காம் ' ஒலித்தது.

'லுக் ஹியர், அருணா, யாரா இருந்தாலும், அப்புறம் பேசு கிறேன். என்று சொல்.'

'மிஸஸ் கிருஷ்ணன், ஸார்.'

'ஓ.கே. டெல் ஹர்.'

அவன் ஃபோனைக் கீழே வைத்துவிட்டான். ஒரு மணிநேரம் கூட்டம் நடந்தது. எல்லோரும் போன பிறகு, அவன் நாற்காலியில் சாய்ந்தான்.

அவனுக்கு மிகவும் களைப்பாக இருந்தது. லலிதா அவனுடன் ஃபோனில் பேச வேண்டுமென்று ஒருமணி நேரத்துக்கு முன் சொன்னது அவன் நினைவுக்கு வந்தது.

வீட்டுக்குப் ஃபோன் செய்தான். அடித்துக் கொண்டேயிருந்தது. எங்கே போயிருப்பாள்?

ஃபோனை கீழே வைத்துவிட்டு யோசித்தான். எதற்காக ஃபோன் செய்தாள்?

மறுபடியும் எண்களைச் சுழற்றினான்.

பதிலில்லை.

வீட்டிலில்லை என்றுதான் அர்த்தம்.

எங்கே போயிருப்பாள்?

போவதைச் சொல்வதற்காகத்தான் 'ஃபோன் செய்தாளோ?

அப்பொழுது அருணா உள்ளே வந்தாள்.

'மிஸஸ் கிருஷ்ணன் சஃப்தர்ஜங் ஆஸ்பத்திரிக்கு உங்களை வரச் சொன்னார்.' கிருஷ்ணன் திடுக்கிட்டான்.

'ஏன்?'

'பிரேமாவை அங்க 'அட்மிட்' செய்திருப்பதாகச் சொல்லச் சொன்னார்.'

கிருஷ்ணன் எழுந்திருந்தான். வெள்ளிக்கிழமைக்கு இன்னும் இரண்டு நாட்களிருக்கின்றன. அதற்குள் அந்தப் பெண்ணுக்கு என்ன ஆகிவிட்டது?

அவன் புறப்படுவதற்குத் தயாரானான்.

'ஹூ ஈஸ் பிரேமா,ஸார்?' என்றாள் அருணா.

'மை ஃப்ரெண்ட்ஸ் டாட்டர்.'

அவன் அறையை விட்டு வெளியே வந்தபோது, ஃபோன் ஒலித்தது.

அருணா விரைந்து போய் எடுத்தாள்.

'ஸார்... உங்களுக்கு...'

'எஸ். கிருஷ்ணன். என்னது? பிரேமா போயிட் டாளா? மை காட். என்ன சொல்றே நீ? ஓ.கே. ஐ ஆம் கமிங்...'

அவன் சஃப்தர்ஜங் ஆஸ்பத்திரியில் 'இன்டென்ஸிவ் கேர் யூனிட்' சென்றடைவதற்குள் ஒரு மணி நேரமாகி விட்டது. வழி முழுவதும் ட்ராஃபிக் ஜாம்!

'இன்டென்ஸிவ் கேர் யூனிட்'டில் யாருமில்லை. ஆஸ்பத்திரி கிழக்குப் புற வெராந்தாவை ஒட்டியிருந்த அறையில் லலிதா, உமா, அருணகிரி ஆகிய எல்லோருமிருந்தார்கள். அங்கு அவர்களெதிரே 'ஸ்ட்ரெச்சரி'ல் பிரேமாவின் 'பாடி' இருந்தது.

'வாட் ஈஸ் திஸ்?' என்றான் கிருஷ்ணன்.

'பாஸ்டர்ட்ஸ்?' என்றாள் உமா கோபத்துடன். கிருஷ்ணன் அதிர்ச்சி அடைந்தான். அவள் இப்படி கோபப்பட்டு அவன் பார்த்ததே கிடையாது.

'வாட் ஹாப்பென்ட்?'

'பிரேமா பள்ளிக்கூடத்தில் மயக்கம் போட்டு விழுந்து விட்டாள். ஸ்கூல் டாக்டர் அவளை உடனே இங்கே கொண்டு வந்துட்டு, உமாவுக்கு ஃபோன் பண்ணியிருக்காங்க. உமாவும் மிஸ்டர் அருணகிரியும் இங்கே வந்து பார்த்தபோது, பிரேமாவை இன்டென்ஸிவ்கேர் யூனிட்டுக்குக் கொண்டு போனவங்க, ஒண்ணுமே பண்ணலே, அப்படியே வச்சிருந்துருக்காங்க. என்ன காரணம்னு கேட்டபோது, பிரேமாவுக்கு 'எமெர்ஜென்ஸி ஆபரேஷன்' பண்ண வந்த டாக்டரை, உடனே பார்லிமெண்ட்டுக்கு புறப்பட்டு வரச் சொல்லியிருக்காங்கன்னு தெரிஞ்சது. அங்கே ஒரு மந்திரிக்கு மார்பு வலிக்கிற மாதிரி இருந்ததாம். இந்த டாக்டரும் பிரேமாவை அப்படியே விட்டுட்டு, பார்லி மெண்டுக்கு ஓடியிருக்கான். மத்த டாக்டர் யாரும் வந்து பாக்கலே. 'ஷியர் நெக்லிஜென்ஸ்'னாலேயே குழந்தை போயிடுத்து' என்றாள் லலிதா.

அப்பொழுது அங்கு வந்த ஒரு டாக்டர் சொன்னான்: 'இது எங்களுடைய கவனக் குறைவே இல்லை. 'கான்ஜினிடல் கரோனரி ப்ராப்ளம்' இருக்கிறபோது, அதைக் கவனிக்காம லிருந்தது உங்கள் தவறு.'

'எமர்ஜென்ஸி ஆபரேஷன் செய்யப் போவதாகச் சொல்லிவிட்டு, உங்களுடைய டாக்டர், மந்திரியைப் பார்க்க பார்லிமெண்ட் ஓடினது தவறு இல்லையா?' என்றான் கிருஷ்ணன்.

'பேஷன்ட் இங்கு வரும்போதே உயிரில்லை' என்றான் அந்த டாக்டர்.

'இது பொய். அவள் உயிருடன்தானிருந்தாள். 'எமர்ஜென்ஸி ஆபரேஷன்' செய்யவேண்டுமென்று அந்த டாக்டர்தான் சொன்னார். ஃபோன் வந்து, உடனே புறப்பட்டுப் போய்விட்டார்' என்றாள் பள்ளிக்கூட டாக்டர்.

அருணகிரி ஆடாமல் அசையாமல் சிலை போல் நின்று கொண்டிருந்தார்.

கிருஷ்ணன் அவரருகில் சென்று அவர் தோளைத் தொட்டான்.

'நான் பிரதம மந்திரிக்கும், பத்திரிகைகளுக்கும் எழுதப் போகிற இறுதிக் கடிதம்...' என்று அவர் வாய் முணுமுணுத்தது. உமா அவரை ஒரு குழந்தையை பார்ப்பது போல் பார்த்தாள்.

5. அவள் என் மனைவி

திரைகடலோடி திரவியம் தேடிய தமிழர் பரம்பரையில் வந்த முத்து 'கிராண்ட் டிரங்க்' ஏறி தில்லியை வந்தடைந்தான். பல்கலைக் கழக பட்டமா பெற்றிருக்கிறான் அவன், வேலை கிடைக்காமல் போக. இரண்டு கைகள் இருந்தன; உறுதி இருந்தது மனதில். வந்ததும் வேலை கிடைத்துவிட்டது. மத்திய சர்க்கார் அலுவலகத்தில் வேலை பார்த்து வந்த ஐந்தாறு உத்தியோகஸ்தர்களுடைய வீட்டையும், பாத்திரங்களையும் 'விளங்க' வைப்பதுதான் அந்த வேலை... மாதம் நூற்றிருபது ரூபாய் வந்தது.

சேலத்தில் இடைப்பாடியைச் சேர்ந்த அவனுக்கு ஊரில் பெரிய குடும்பம். அநேகமாக கிராமத்துக்குக் கிராமம் குடிசைத் தொழி லாக மாறிவிட்ட கள்ளச் சாராயம் இறக்குதல் என்ற பணியில் ஈடுபட்டிருந்த அவன் தந்தையை, போலீசுக்கு உரிய சமயத்தில் கொடுக்க வேண்டியதைக் கொடுக்கவில்லை என்ற காரணத்தால் கைது செய்து விட்டார்கள். குஞ்சும் குளுவான்களுமாக ஏழெட்டு தம்பி தங்கைகள். முத்து மாதா மாதம் அனுப்பி வந்த எழுபது ரூபாய், தம்பிகள் செய்து வந்த 'எடு பிடி' வேலைகள் ஆகியவை அந்தக் குடும்பத்தை பரிபூரணமாகப் பட்டினி கிடக்காமல் காப்பாற்றி வந்தன.

இந்தச் சமயத்தில் முத்து காதல் நோய்க்குள்ளானான். ஒவ்வொரு வருடைய வருமானத்தைப் பார்த்தா கணை தொடுக்கிறான் மன்மதன்? தில்லியில் வசந்த பஞ்சமி கொண்டாடினார்கள். மன்மதன் அம்பு எய்தான். அது முத்துவின் மீது போய் விழுந்தது.

முத்து கரோல்பாகில் அஜ்மல்கான் ரோடு வழியாக வந்து கொண்டிருந்தான். நல்ல கூட்டம். நடைபாதையில் யானையைத் தவிர மற்ற எல்லாவற்றையும் போட்டுக்கொண்டு விலை கூறியவாறு இருந்தனர். அப்பொழுது திடீரென்று ஒரு பெண் குரல் கிறீச்சிட்டது. முத்து திரும்பிப் பார்த்தான். அங்கே-

சேலத்தைச் சேர்ந்த பெண்தான். அவள் எதிரே ஒரு பெரிய அல்சேஷன் நாய். அவள் மீது எந்தக் கணத்திலும் பாயலாம் என்ற நிலையில் முஸ்தீபுக்குத் தயாராவது போல் உறுமிக் கொண்டிருந் தது. அந்தப் பெண் எதிர்ப் பக்கமாக நின்று கொண்டிருந்தாள். முத்து குறுக்கே வந்துகொண்டிருக்கும் கார்களையும், ஸ்கூட்டர் களையும் பாராமல், உயிரை ஒரு பொருட்டாக மதிக்காது, எதிர்த் திசைக்கு ஓடினான். அந்தப் பெண்ணின் கைகளைப் பற்றி அவளை கடை ஓரமாக அணைத்தபடி அழைத்துச் சென்றான்.

‘ஏ... புல்லி...!’ என்ற குரல் கேட்டது. அல்சேஷனின் வளர்ச் சிக்கு எந்த விதத்திலும் குறைவில்லாத ஒரு பஞ்சாபிப் பெண் அந்த நாயை அதட்டினாள். அது அவளை பின் தொடர்ந்தது.

காப்பாற்றப்பட்ட பெண், முத்துவை நன்றியுடன் நோக்கினாள். அவனும் நோக்கினான்.

தமிழ் இலக்கியத்தில் ‘களிறு தரு காமம்’, ‘புனல் தரு காமம்’... என்றெல்லாம் சொல்வார்கள். இது ‘அல்சேஷன் தந்த காம’ மாயிற்று.

‘உம் பேரென்ன?’ என்றான் முத்து.

‘ராசம்மா. உம்பேரென்ன?’

‘முத்து!’

அப்பொழுதுதான் ராசம்மா முத்து தன்னை இன்னும் அணைத்துக் கொண்டிருக்கிறான் என்று உணர்ந்திருக்க வேண்டும். அவள் அவனிடமிருந்து விலகிக் கொண்டாள்.

‘எம்மாம் பெரிய நாயி...’ என்றாள் ராசம்மா.

‘நாயைக் கண்டா கூச்சலா போடுவாங்க? கடிச்சுக் குதறி இருக்குமில்லே...!’

ஒரு பெண்ணின் ஸ்பரிசம், முத்துவுக்கு அதுதான் முதல் அனு பவம். அவன் அவளை தலையிலிருந்து கால் வரை ஆராய்ந்தான்.

‘பொருத்தமாகத்தான் பேர் வைச்சிருக்காங்க பெத்தவங்க’ என்றான் முத்து புன்னகையுடன்.

‘என்ன சொல்லறே நீ?’

‘ராசம்மாங்கற பேரைச் சொல்றேன்...’

‘என்ன வம்பு பண்ணுறியா?’ அவள் இதைப் பொய் கோபத்துடன் சொல்லுகிறாள் என்பதை முத்து உணராமலில்லை.

‘சரி வரயா, அந்த கடையிலே டீ குடிப்போம்?’ என்றான் முத்து.

அவள் கொஞ்சம் தயங்கினாள்.

‘சும்மா வா, பயம் தீருமில்லே?’

அஜ்மல்கான் ரோட்டினின்றும் கிளைத்த ஒரு சந்திலிருந்த டீக் கடைக்கு இருவரும் சென்றார்கள். கடை வாசலில் போடப் பட்டிருந்த ‘ஆடும் பெஞ்சி’ல் இருவரும் உட்கார்ந்தனர்.

‘எங்கே இருக்கே நீ?’ என்று கேட்டான் முத்து

‘பிர்லா மந்திருக்குப் பின்னால்...நீ?’

‘தேவச நகர். நான் உன்னை இங்கே பார்த்ததேயில்லையே?’

‘இப்போத்தானே உனக்கு மீசை மொளைச்சிட்டு இருக்கு?’ என்றாள் ராசம்மா. அவள் சிரித்தாள். பற்கள் வெள்ளை வெளே ரென்று இருந்தன.

‘பொம்பளைக்கு என்னா திமிரு?’ என்றான் முத்து.

அப்பொழுது டீ வந்தது.இருவரும் வாங்கிக் கொண்டார்கள்.

‘உனக்கு எந்த ஊரு?’ என்றான் முத்து.

‘உசிலம்பட்டி. உனக்கு?’

‘எடப்பாடி!’

ராசம்மா டீயை குடித்து விட்டு, புடவைத் தலைப்பினால் வாயை துடைத்துக் கொண்டாள்.

‘யார் இருக்காங்க உன் கூட?’ என்று கேட்டான் முத்து.

'அப்பா இருக்காங்க... அம்மா போன வருஷம்தான் போனாங்க.'

'எங்கே?'

'ஒரேயடியா...!' என்று சொல்லிவிட்டு அவள் சிரித்தாள்.

'இதென்ன சிரிக்கிற?' என்று கொஞ்சம் கோபத்துடன் கேட்டான் முத்து.

'முளுவிப் போற மாதிரி கடனை வைச்சுட்டுப் போனாங்கன்னா, அவங்க போனதுக்கு அளுவவா அளுவாங்க?'

'அவங்களாலே என்ன கடன்?'

முத்து காசைக் கொடுத்து விட்டு புறப்பட்டான். இருவரும் சந்து வழியே குருத்வாரா ரோட்டை நோக்கிச் சென்றார்கள்.

'அவங்களுக்கு ஒரே வியாதி; ஊருக்கும் போக மாட்டேன்னு பிடிவாதமா இங்கே கிடந்தாங்க. பைசா தண்ணியாக் கரைஞ்சது தான் மிச்சம்...'

'உங்கப்பாவும் சம்பாதிக்கிறாரில்லே?'

'அவரா? அவங்களுக்கும் வந்திடிச்சி...சைக்கிள்லே சாப்பாடு எடுத்துக்கிட்டு சுத்திச் சுத்தி...கயத்துக் கட்டில்லே, இப்போ ராவோடு ராவா கிடக்கிறாரு.'

ராசம்மா சிறிது நேரம் பேசாமலிருந்தாள்.

'நம்ம ஜனங்க யாரும் உனக்கு உதவி செய்யலையா?'

'ஆமாம்...செய்வாங்க' என்று பழிப்புடன் கூறி விட்டு அவள் மேலும் தொடர்ந்தாள். 'இந்த முருகேசன் பய இல்லே, எங்கேயோ ஆபீஸ்லே சப்ராசியா இருக்கானே, அவனை இந்த ஊருக்குக் கூட்டிகிட்டு வந்ததே எங்கப்பாதான். அவன் ஒரு கல்யாணம் கட்டிக்கிட்டு, இப்போ என்னை, 'வைப்பா இருக்கியா, பணம் தரேங்'கிறான். திமிரு பிடிச்ச பய...'

குருத்வாரா ரோடு வந்ததும் முத்து நின்றான். அவன் ராசம்மா வின் கைகளைப் பற்றிக்கொண்டான்.

'இத பாரு...நான் உன்னைக் கட்டிக்கிறேன், என்ன சொல்லறே நீ?' என்றான் அவன்.

‘கட்டிக்கிறது கிடக்கட்டும், உனக்கு என்ன வருது வரும்படி...?’

‘நூத்திருபது ரூபா...இதைத் தவிர, கன்னாட் பிளேஸ்லே தெனம் பேப்பர் விக்கலாம்னு இருக்கேன். ஒரு ஐயா அதுக்கு ஏற்பாடு செய்யறேன்னிருக்காரு. அதிலே ஒரு நாளைக்கு ஒரு ரூபா கிடைக்கும்.’

‘உன்னை பெத்தவங்க எங்கே இருக்காங்க?’

‘ஊரிலே. அவங்களுக்கு மாசம் எளுபது ரூபா அனுப்புறேன்.’

ராசம்மா சிரித்தாள்.

‘எதுக்குச் சிரிக்கிறே?’

‘அம்பது ரூபாயிலே குடித்தனம் நடத்தப் போறியா? நான் சம்பாதிக்கிறது எங்கப்பாரு வைத்தியத்துக்குத்தான் போவும். அது கிடக்கட்டும், உன்னை நான் எப்படி நம்பறது?’

‘எனக்குக் கல்யாணமாகலே...உங்கப்பாரு கூட்டிகிட்டு வந்த முருகைய்யன் பய இல்லே நான். என்னை நம்பலாம்...’

‘அதுக்கில்ல...’

‘அப்போ என்ன செய்யணும்னு சொல்லு, இப்பவே செய்யறேன்.’

‘தெனம் நீ சம்பாதிக்கப் போற ஒரு ரூபாயை என்கிட்டே வந்து கொடு. ஒரு வருஷம் இப்படிச் செஞ்சியானா, அப்புறம் உன்னைக் கட்டிக்கிறேன். வட்டிப் பணம் கட்டிக்கிட்டு வரேன் லாலா கிட்டே, தெனம் ஒரு ரூபாய்னு...அதுக்கு இது சரியா இருக்கும்.’

முத்துவுக்கு ஸ்ரீ வைஷ்ணவப் பெரியார்களுடைய கதை தெரிந் திருக்க நியாயமில்லை. அவ்வாறு தெரிந்திருந்தால், நாள் ஒன்றுக்கு ஆயிரம் பாகவதர்கள் வீதம் ஆண்டு முழுவதும் ‘ததியாராதநம்’ செய்து வர வேண்டும் என்று திருமங்கை மன்னனை பணித்த குமுதவல்லி நினைவு வந்திருக்கும்.

‘தினம் ஒரு ரூபாயா?...’ முத்து திகைத்து நின்றான்.

‘தோ பாரு... தெனம் ஒரு ரூபா வரும்னு சொல்ல முடியுமா? ஒரு நாளைக்கு இரண்டு ரூபா கூட வரும், ஒரு நாளைக்கு ஒன்றுமே வராது. தெனம் ஒரு ரூபா கொண்டான்னா எங்கேயிருந்து கொடுப் பேன்?’

‘அப்போ கல்யாணத்தை மறந்துடு!’ என்று கூறி விட்டு ராசம்மா வேகமாக நடக்கத் தொடங்கினாள்.

‘ஏய்... நிப்பியா, சொல்றதைக் கேட்டுட்டுப் போ...’ என்று சொல்லிக் கொண்டே அவளை பின் தொடர்ந்தான் முத்து.

ராசம்மா நின்றாள். ‘மறுபேச்சு வேணாம். நாய் கிட்டேயிருந்து காப்பாத்தினே, டீ வாங்கிக் கொடுத்தே... இல்லேங்கலே... கல்யாணம் கட்டிக்கணும்னா, நான் சொல்றதை, நீ செய்தாத்தான் கட்டிப்பேன்...’

‘தெனம் ஒரு ரூபாயா வட்டி கட்டிக்கிட்டிருக்கே? அந்த லாலா யாரு, சொல்லு?’

‘ஏன்? என்ன செய்யப் போறே?’

‘ஏன்யா, இது நியாயமான்னு கேக்கிறேன்...’

‘நியாயம், அநியாயத்தைப் பத்தி யோசிச்சா அவங்க ஏன்யா வட்டி வாங்கறாங்க? வெறும் பேச்சு வேணாம். நீ சம்மதம்னா சொல்லு. இல்லாட்டி நான் போறேன்.’

முத்து சிறிது நேரம் யோசனை செய்துகொண்டே நின்றான். தன்னால் முடியுமா இது? ‘ஒரு பேப்பருக்கு ஒரு பைசான்னு வைச்சா, ஒரு நாளைக்கு நூறு பேப்பர் வித்தாகணும். ஏன் முடியாது? கன்னாட்பிளேஸ் பூரா நாயா அலைஞ்சா வாங்கிக்கா மயா போயிடுவாங்க?’

‘சரி...’ என்றான் முத்து.

வானத்திலிருந்து தேவர்கள் புஷ்பமாரி சொரிவது போல், அவர்கள் நின்று கொண்டிருந்த இடத்தின் அருகில் இருந்த கட்டடத்தின் மீதிருந்து யாரோ குப்பையைக் கொட்டினார்கள்.

முத்து கோபத்துடன் மேலே பார்த்தான். ‘க்யா கர்த்தா ஹை...?’

‘மாப் கரோஜி...’என்றாள் ஒரு வயதான ராஜஸ்தானிய வேலைக் காரி.

‘சரி...அதை விடு... என்னிலேருந்து பணம் தரே? அதைச் சொல்லு!’ என்றாள் ராசம்மா.

'இன்னிக்கு நாலாம் நாள்லேந்து... ஒரு நாள், இரண்டு நாள் கொடுக்கலேன்னா, அதுக்காக...'

'அந்தப் பேச்சு வேணாம். தெனம் கொடுத்தாவணும். முடியா துன்னா இப்போவே சொல்லிடு...'

'சரி, போ தாரேன்' என்று சொல்லிக்கொண்டே மேலே விழுந் திருந்த குப்பைகளை தட்டினான் முத்து.

'சரி, வரட்டுமா' என்று கேட்ட ராசம்மாவின் தோள் மீது கையை வைத்தான் முத்து.

'ஏய், என்ன இது? வரம்பு மீறறே?' என்று அதட்டினாள் ராசம்மா.

'குப்பை இல்லே தட்டினேன். ஏன் காயறே?' என்றான் முத்து இலேசாக அவள் தோளைத் தட்டிக் கொண்டே. அவள் புன்னகை செய்தாள்.

பேப்பர் விற்கத் தொடங்கிய பிறகுதான் இந்தத் தொழிலில் எவ்வளவு போட்டி இருக்கிறது என்று அவனால் உணர முடிந்தது. ஏழு வயதுப் பையன்கள், அழுது கொண்டேயிருக்கும் குழந்தைகளை இடுப்பில் வைத்துக் கொண்டிருக்கும் தாய்மார் கள், அங்கஹீனமானவர்கள் இவர்கள் யாவரும் பொதுமக்களின் அனுதாபத்தை மூலதனமாகக்கொண்டே எல்லாப் பேப்பர்களை யும் விற்றுவிட முடிந்தது. முத்துவால் ஒரு நாளைக்கு முப்பது, அதிகமாகப் போனால் நாற்பது, இதற்கு மேல் விற்க முடிய வில்லை. ஆகவே, ராசம்மாவுக்கு தினம் ஒரு ரூபாய் கொடுக்க வேண்டும் என்றால் தான் ஒரு வேளை சாப்பிடுவதை நிறுத்திக் கொண்டு கொடுக்கும்படியாக ஆகிவிட்டது.

ஒரு நாள்... அவன் அன்று உண்மையாகவே நரியின் முகத்தில் விழித்தான். தேவ் நகரில் அவன் இருந்த குடிசைக்குப் பக்கத்தில் இருந்த ஒரு காட்டிலிருந்து அது வந்திருக்க வேண்டும். மனிதன் முகத்தில் விழிப்பது அதற்குக் கெட்ட சகுனமோ என்னவோ... அது இவனை கண்டதும் ஓடி விட்டது. முத்துவுக்கு ஒரே சந்தோஷம்.

நரியின் முகத்தில் விழித்தது வீண் போகவில்லை. அன்று எல்லாப் பேப்பர்களும் விற்றுப் போய்விட்டன. மத்திய சர்க்கார் ஊழியர்கள் மீது போலீசார் கண்மூடித்தனமாக செய்த தடியடிப்

பிரயோகம், முத்துவின் பையில் ஒரு பழைய பர்ஸில் ஒரு ரூபாய்க்கு ஐந்து பைசா நாணயங்களாகக் கலகலத்தன.

முத்துவுக்குக் கன்னாட் பிளேஸைச் சாவகாசமாகச் சுற்றிப் பார்க்கவேண்டும் என்ற ஆசை எப்போதுமே உண்டு. இன்று அது நிறைவேறியது. எல்லாப் பேப்பர்களையும் விற்றாகிவிட்டது. ராசம்மாவும் கூட இருந்தால் தேவலை என்று அவனுக்குத் தோன்றிற்று. அவள் பிடிவாதக்காரி. வரமாட்டாள்.

அவன் நண்பன் ராமசாமி, ராசம்மாவின் சிநேகிதம் அவனுக்கு வேண்டாம் என்று எவ்வளவோ சொல்லிப் பார்த்தான். 'உன்னைவிடப் பெரியவடா அவ. நம்ம மத்த ஜனங்க அவளைப் பத்தி நல்லாச் சொல்லலே.. அந்தத் தங்கராசு தங்கையைக் கட்டிக்க. சொல்றேன், கேளு...' ராமசாமி பொறாமையினால் சொல்கிறான் என்று முடிவு செய்தான் முத்து. 'அந்தப் பொண்ணு, நாயை பார்த்துப் பயந்துகிட்டு எப்படி நின்னா! அவளைப் போய் தூத்தறாங்களே, பாவிப் பயங்க...'

முத்து பையைத் தொட்டுப் பார்த்தான். பர்ஸ் கனமாக இருந்தது. ராசம்மாவிடம் இன்று பேப்பர் முழுதும் விற்று விட்டதென்று சொன்னால், எப்படி சந்தோஷப்படுவாள்! 'அந்தப் பய மவ பல்லு எப்படி அவ்வளவு வெள்ளையா இருக்கு!'

கன்னாட் பிளேஸ் எப்போதும் போல் மாலை வேளையில் திருவிழாக் கோலம் பூண்டு விளங்கியது. ஜன்பத்தில் ஒரே கூட்டம்.

'இந்தப் பஞ்சாபிக்காரப் பொண்ணுங்க நல்லாத்தான் இருக் காங்க... ராசம்மா பல்லைச் சொல்லப் போயிட்டேனே... இவங்க உடம்பு என்னா நிறம்! ஏன் இப்படி மனித சாதியிலே கறுப்பு ஒருத்தன், வெள்ளை ஒருத்தன்னு இருக்குது? இந்த அம்மா எல்லாம் கடையையே விலைக்கு வாங்கிக் கைப்பையிலே அடைச்சுக்கப் போறாப்பலே 'டாக் டாக்'னு போறாங்க. நான் ஒரு ரூபாய்க்காக 'எஞ்சாமி, உஞ்சாமி'ன்னு பாடுபட வேண்டி யிருக்கு. ஏன் இந்தப் பொளைப்பு!... யாரைக் கேக்கறது? என்னைத்தான் கேட்கணும்... 'எடப்பாடியிலே ஏளைப் பய குடிசையிலே பொற'ன்னு யாரு சொன்னாங்க! அடே! அந்தப் பொண்ணு எத்தினி நல்லா இருக்குது! என் உடம்பைச் செய்ய றப்போ எண்ணெயை ஊத்தி முடுக்கிவுட்டிருப்பாங்க. அது,

பால்லே செஞ்ச உடம்பு... அது காரை தொறந்துக்கிட்டு நிக்கிற சொகுசு... அட சீ...! ஏளையா பொறந்துட்டு ஏண்டா ஆகாசத்தை அண்ணாந்து பார்க்கிறே? உன் பையிலே இருக்கிற ஒரு ரூபாயை...' தன் பையைத் தொட்டுப் பார்த்த முத்துவின் கை அப்படியே செயலற்று நின்றது. பர்ஸ் பறி போய் விட்டது!... பட்டினத்து நாகரிகத்தை கட்டணம் செலுத்தாமல் வேடிக்கை பார்க்க முடியுமா?

முத்துவுக்கு என்ன செய்வதென்று புரியவில்லை. எல்லை மீறிய கோபம் வந்தது. யார் மீதுதான் என்று தெரியவில்லை. அவன் கோபத்தை உணராமல், அவரவர்கள் காரில் ஏறிக்கொண்டு சென்றார்கள். அவன் தன் காதல் கப்பத்தை இழந்து விட்டான் என்ற காரணத்துக்காக கன்னாட் பிளேஸில் தலைதெறிக்க ஓடிய கூட்டம், தாபம் தெரிவிக்கவில்லை. முத்து தனி ஆளாய், அளவற்ற சினத்துடன் நின்றான்.

இப்பொழுது என்ன செய்வது? அவன் ஆத்திரத்தில் 'சிவப்பு சிக்னல்' என்று அறிவித்ததும், தெருவைக் கடந்து 'ரீகல்' அருகே வந்தான். பெரிய பெரிய ஹோட்டல்களுக்குள், ஜோடி ஜோடியாய் போனார்கள். 'ரீகல்' கொட்டகையில் ஜன சமுத்திரம் பொங்கி வழிந்தது.

ராசம்மாவை எப்படிப் பார்ப்பது. இரண்டு நாட்களாகப் போகவேயில்லை. அவள் மிகவும் கோபமாக இருப்பாள். ஏதாவது பொய் சொல்லி தப்பித்துக் கொள்ளலாம் என்று அவன் முதலில் நினைத்தான். அவள் பிடிவாதக்காரி. தான் சொல்லு வதை அவள் நம்ப மாட்டாள். ஒரு ரூபாய் கொண்டு போனா லாவது, ஏன் இரண்டு நாட்களாக வரவில்லை என்பதற்கு ஏதாவது சொல்லி அவளை சமாதானப்படுத்தலாம்.

யாரையாவது கேட்கலாமா? ராமசாமியைக் கேட்கலாம். ஆனால் அவன் ராசம்மாவுக்கென்றால் தரமாட்டான். சுப்பிரமணியனைக் கேட்டால் என்ன? அதற்காக லோதி ரோடு வரை போக வேண்டுமே? அதற்குப் பணம்? ராமசாமியிடம் சைக்கிளை இரவல் வாங்கிக் கொண்டு போகலாம். சேச்சே... ஒரு ரூபாய்க்கா இவ்வளவு பாடு!... ஒரு ரூபாய்க்கு அல்ல, ராசம்மாவின் முகத்தில் ஏற்படப் போகிற அந்த இளஞ் சிரிப்புக்காக. கன்னாட் பிளேஸில் பார்த்த அந்தப் பெண், என்ன அழகு!... என்ன அழகு!...? அதற்குத்தான் வரி செலுத்திப் பார்த்தாகிவிட்டதே!

பர்ஸில் பணம் போட்டுக் கொண்டிருக்கவே கூடாது. அது ராசம்மா கொடுத்த பர்ஸ்... இதயத்துக்கருகே வைத்துக் கொண்டிருந்தாள். பர்ஸ் போய் விட்டது . அப்படியானால்...

அவன் கோல் மார்க்கெட் அருகே வந்து விட்டான். நன்றாக இருட்டி விட்டது.

அப்பொழுது... கீழே அவன் கண்ணுக்கு ஏதோ தென்பட்டது. குனிந்து எடுத்தான். பர்ஸ்...! ஆனால், அவனுடையதல்ல. அவன் சுற்று முற்றும் பார்த்தான்; ஒருவரும் அவனை கவனிக்க வில்லை. இடுப்பில் செருகிக்கொண்டான்.

அவன் முன்னால் சைக்கிளை தள்ளிக்கொண்டு ஒருவர் சென் றார். அவர் திடீரென்று நின்றார். சட்டைப் பையையும், பாண்ட் பைகளையும் கலவரத்துடன் தேட ஆரம்பித்தார்.

முத்து அவரைக் கடந்து சென்றிருக்கலாம். ஆனால் அனுதாபம் தெரிவித்துவிட்டாவது போக வேண்டும் என்று, அவன் மனச்சாட்சி சொல்லிற்று?

'க்யா ஹை ஜி?' என்றான் முத்து.

அவர் முத்துவை ஏற இறங்கப் பார்த்தார். அவர் நெற்றியில் திருநீறும் குங்குமமும் விளங்கின. மதராஸி என்று அறிந்ததும், பர்ஸைக் கொடுத்துவிடலாமா என்று முத்து ஒரு கணம் யோசித்தான். ஆனால் காதல், குறுகிய இனப் பற்றை வென்றது.

'பர்ஸைக் காணோம்...' என்றார் அவர், அவன் தமிழன் என்று தெரிந்து கொண்டு.

'பர்ஸா...? அடபாவமே... நல்லா பாருங்க...'

அவருடைய சைக்கிளில் இரண்டு பக்கங்களிலும் இரண்டு பைகள் தொங்கின. காய்கறிகள், வீட்டுச் சாமான்கள்- எல்லா வற்றையும் வாங்கிய பிறகு அந்தப் பர்ஸில் மீதி என்ன இருக்கப் போகிறது என்று நினைத்தான் முத்து. கொடுத்து விடலாமா? தேடுவதைப் பார்த்தால், எப்படியும் ஒரு ரூபாயாவது இருக்காதா?

'பர்ஸில் எவ்வளவு இருந்தது?'

'முப்பது ரூபாய்!' என்றார் அவர் பரிதாபமாக. முப்பது நாள்களுக்கு பேப்பர் விற்க வேண்டிய அவசியமில்லை என்று நினைத்தான் முத்து.

அப்பொழுது வேட்டி கட்டிய ஒருவர் அங்கு வந்தார்.

'என்ன ஆச்சு?' என்று பரிவுடன் விசாரித்தார்.

'பர்ஸை தொலைச்சிட்டாரு' என்றான் முத்து.

'எனக்கு எதிர்த்த வீடுதான். நான் பார்த்துண்டே இருந்தேன். நீ என்ன குனிஞ்சு எடுத்தே?' என்றார் அவர்.

முத்துவுக்கு வியர்த்துக் கொட்டியது. 'நானா? ஒண்ணுமில்லையே...?'

பர்ஸை தொலைத்தவர் அவன் மீது குபீரென்று பாய்ந்தார். அவன் இடுப்பிலிருந்து பர்ஸ் விழுந்தது.

'திருட்டுப் படவா! நீயுமா தேடறே...?'

'சரிதான் சார்... கிடைச்சுடுச்சுல்லே... ஏன் கத்தறீங்க?'

முத்து மேலே நடக்கத் தொடங்கினான். அவர் அவனை போகவொட்டாமல் கையைப் பற்றிக்கொண்டு தடுத்தார்.

'வா, ரீடிங்ரோடு போலீஸ் ஸ்டேஷனுக்கு.'

'எதுக்கு?'

'எதுக்கா? வாடா, ராஸ்கல்! நீங்களும் வாங்க சார்.'

'இருங்கோ. வீட்டுக்குப் போய் செருப்பு போட்டுண்டு வந்துடறேன்.'

அதற்குள் அங்கு கூட்டம் கூடிவிட்டது. அவனை அடிக்கடி அந்த வட்டாரத்தில் பார்த்திருப்பதாக நாலைந்து பேர் சொன்னார்கள்.

'போலீஸிலே ஒப்படைங்கோ... அதுதான் பெஸ்ட்!' என்றார் வழுக்கைத் தலையாக இருந்த ஒருவர். இரண்டு, மூன்று பேர் முத்துவை கெட்டியாகப் பிடித்துக்கொண்டிருந்தார்கள்.

பர்ஸை தொலைத்தவர்கள் வாழ்க்கை ரஸமற்றது. ஆபீஸில் ஃபைல்கள், வீட்டில் நச்சு நச்சென்ற ஒரு மனைவி. குடும்பக்

கட்டுப்பாடு பிரசாரத்துக்கு முன்பே பெற்றெடுத்த ஏழெட்டு வால் வர்க்கம். இப்போது அவருக்கும் தம் ஆற்றலை அனைவருக்கும் எடுத்துக்காட்ட ஒரு வாய்ப்பு வந்தது. அவருக்குள் ஒளிந்து கொண்டிருந்த கற்பனை காட்டாறாகப் பெருக்கெடுத்து ஓடியது. கண்ணும் காதும் வைத்து, முத்துவைப் பிடித்த தம் சாகசத்தை அங்கிருந்த அனைவருக்கும் எடுத்துக்கூறத் தொடங்கினார்.

செருப்பை எடுக்கப் போனவர் வரவேயில்லை. பாரதப் பண்பாட்டுக்கேற்ப 'நமக்கேன் வம்பு?' என்று பேசாமல் இருந்து விட்டார். போலீஸ் விவகாரத்தில் அவர் மாட்டிக்கொள்ள விரும்பவில்லையென்று தெரிந்தது.

'நான் வருகிறேன்' என்றான் ஓர் இளைஞன்.

'நீங்கள் சாட்சி சொல்ல வேண்டும். இவன் குனிந்து எடுத்த தாக...' என்றார் பர்ஸை தொலைத்தவர்.

'சரி... ஒரு பர்ஸா, இரண்டு பர்ஸா?' என்று கேட்டான் அந்த இளைஞன். அவன் துடிப்பைப் பார்த்தால் 'ஆயிரம் பர்ஸ்' என்று கூடச் சொல்ல அவன் தயாராக இருக்கிறான் என்று தெரிந்தது.

'நானும் சொல்லுகிறேன்...' என்று இன்னொருவன் வந்தான். பொய் சாட்சி சொல்லுவதற்கு இவ்வளவு போட்டி ஏற்படு மென்று பர்ஸை தொலைத்தவர் நினைக்கவில்லை.

'சரி... எல்லாரும் வாருங்கள்.'

எல்லாருமாக ரீடிங் ரோட் போலீஸ் ஸ்டேஷன் நோக்கிச் சென்றார்கள்.

போலீஸ் ஸ்டேஷனில் சப் - இன்ஸ்பெக்டர் இருந்தார். இளைஞர். அவர் ஏழெட்டுப் பேர் வருவதைப் பார்த்ததும், ஏதோ எழுதிக் கொண்டிருந்தவர் நிமிர்ந்து நோக்கினார்.

'எஸ்?'

பர்ஸை தொலைத்தவர் இன்னும் கூட ஓரிரண்டு விவரங்களைச் சேர்த்து தம் கேஸைச் சொன்னார்.

அப்பொழுது முத்து ஆடாமல் அசையாமல் நின்று கொண்டிருந் தான். அவன் அப்படி நிற்பதற்குக் காரணம் இருந்தது.

ராசம்மா அங்கிருந்தாள். அவளருகில் ஒரு வயதான போலீஸ் காரர், சர்தார்ஜி. இன்னொரு பக்கத்தில் ஒரு ஐம்பது வயது மதிக்கத்தக்க, தொந்தியும் தொப்பையுமான ஒரு பஞ்சாபி, அவன் பக்கத்தில் ஒரு போலீஸ்காரர். என்ன விவகாரம்? முத்துவுக்கு தலையைச் சுற்றியது.

ராசம்மா குனிந்து கொண்டிருந்தவள், பலர் உள்ளே வரக் கண்ட தும் நிமிர்ந்து பார்த்தாள். முத்துவை ஏன் இழுத்து வருகிறார்கள்?

சப் இன்ஸ்பெக்டர் கேட்டார்: 'என்ன இது? பர்ஸ்தான் திரும்பி வந்து விட்டதே, இவனை என்ன செய்ய வேண்டுமென்கிறீர் கள்?' அவர் குரலில் அலுப்பு தெரிந்தது.

'முதலில் தெரியாதது போல் நடித்துவிட்டுப் பிறகுதான் நான் கைப்பற்றியபோது ஒப்புக்கொண்டான். இது திருட்டுத்தனம் இல்லையா?'

'என்னப்பா, என்ன சொல்லுகிறாய்?' என்று கேட்டார் சப்-இன்ஸ்பெக்டர், ஹிந்தியில்.

'நான் மறுக்கவில்லை. என் பர்ஸ் காணாமல் போய் விட்டது, கன்னாட் பிளேஸில். அதில் ஒரு ரூபாய்தான் இருந்தது. அந்த ஒரு ரூபாய், இவருடைய முப்பது ரூபாய்க்குச் சமானம். என் துரதிர்ஷ்டம் என் பர்ஸை திருடியவனை கண்டுபிடிக்க முடிய வில்லை. இவர் அதிர்ஷ்டம், இவர் பர்ஸை தரையிலிருந்து எடுத்தவனை இவர் கண்டுபிடித்து விட்டார். இதைத் தவிர நான் வேறு என்ன சொல்வது.' என்றான் முத்து.

சப் இன்ஸ்பெக்டர் சிரித்தார். 'ஃபைன் லாஜிக்...' என்றார் அவர்.

'நீங்கள் நடவடிக்கை எடுக்காவிட்டால் இதற்கு மேலே என்னால் புகார் பண்ண முடியும். நான் 'ஹோம் மினிஸ்டிரி'யில் இருக் கிறேன்' என்றார் பர்ஸை தொலைத்தவர்.

'நீங்கள் ராஷ்டிரபதியிடமே சென்று புகார் செய்யுங்கள். அதைப் பற்றி எனக்குக் கவலை இல்லை. இவன் பர்ஸை எடுத்தது உண்மை என்கிறான். உங்களுக்கும் அது திரும்பி வந்து விட்டது. இதில் கேஸ் என்ன இருக்கிறது?'

'பொய்சொன்னான்.'

'நாம் எல்லோரும் பொய் சொல்லாதவர்களா?'

'இங்கு நான் எடுத்ததை பார்த்ததாகச் சொல்ல வந்திருப்பவர்கள் அனைவரும் பொய் சாட்சி சொல்ல வந்திருக்கிறார்கள். நான் எடுத்ததை உண்மையாகவே பார்த்தவர் இங்கு வரவில்லை...' என்றான் முத்து.

'க்யா பாத் ஹை?' என்று ஓர் இளைஞன் முத்துவின் மீது பாய்ந் தான். ஒரு போலீஸ்காரர் அவனை தடுத்து நிறுத்திவிட்டார்.

'கெட் தி ஹெல் அவுட் ஆஃப் ஹியர்... ஆல் ஆஃப் யூ... நான் இவனை விசாரிக்கிறேன்...' என்று தம் இருப்பிடத்திலிருந்து எழுந்திருந்து கத்தினார் சப் இன்ஸ் பெக்டர்.

எல்லாரும் நழுவி விட்டார்கள்.

முத்து மட்டும் நின்று கொண்டிருந்தான். சப் இன்ஸ்பெக்டர் சிறிது நேரம் பேசாமல் இருந்தார்.

'உனக்கு தமிழ்தானே தாய் பாஷை?' என்று கேட்டார் அவர்.

'ஆமாம்....!'

'இந்தப் பெண்ணுக்கு தமிழைத் தவிர வேறு பாஷை தெரியா தாம். இது ஒரு விபச்சார கேஸ்... அந்த லாலாவையும் இவளை யும் பிடித்துக்கொண்டு வந்திருக்கிறார்கள். அந்தப் பெண்ணை கொஞ்சம் விசாரித்துச் சொல்' என்றார் சப் இன்ஸ்பெக்டர்.

ராசாம்மாவுக்கு தமிழைத் தவிர வேறு பாஷை தெரியாதா? ஏன் பொய் சொல்லுகிறாள்? அவளுக்கு ஹிந்தி நன்றாக பேசத்தெரி யும். 'விபச்சாரக் கேஸ்!' ராமசாமி சொன்னது உண்மைதானா?

ராசம்மா குனிந்து கொண்டிருந்தாள். அவள் கண்கள் ஈரமாகி இருந்தன.

'ஏதானும் சொல்லணுமா?' என்று கேட்டான் முத்து. அவன் குரல் வறட்சியாக இருந்தது.

அவள் அவனை நிமிர்ந்து நோக்கினாள். பிறகு மெதுவாகப் பேச ஆரம்பித்தாள்.

' நீ ஏன் இரண்டு நாளா வரல்லே?'

‘அதைப் பத்தி அப்புறம் பேசிக்கலாம்’ என்றான் முத்து.

‘நீ வரலேங்கிறதனாலே தான் நான் இங்கே வந்து தலை குனிஞ்சு நிக்கும்படியா இருக்கு.’

‘என்ன சொல்றே நீ?’

‘லாலாஜி நேத்து வந்து ரகளை பண்ணிட்டான். அவனுக்கு கொடுக்க வேண்டிய இரண்டு நூறு ரூபாயை உடனே கீழே வைச்சாகணும்னான். உன்னை தேடித் தேடி பார்த்தேன்... நீ இனிமே வரமாட்டேன்னான் ராமசாமி. கெட்ட பெயரு சுமத்திட்டு, புண்ணு வந்த கண்ணிலே குத்திப் பார்க்கிற மாதிரி இருக்காங்களே நம்ம ஜனம்? இவங்களை எதுக்காக நம்ம ஜனம்னு சொல்லணும்? யாரோ லாலாகிட்டே போய் நான் யாரோடயோ ஓடப்போறேன்னு சொல்லியிருக்காங்க. பணத்தை வைச்சாத்தான் ஆச்சுன்னு ஒரேடியாகக் கூப்பாடு போட்டான். எனக்கு வேறே வழி தோணலே’ என்றாள் ராசம்மா.

அவள் புடைவைத் தலைப்பு நனைந்தது.

சப் இன்ஸ்பெக்டருக்கு ஒன்றும் புரியவில்லை. இருவரையும் மாறி மாறிப் பார்த்தார்.

‘யார் இந்தப் பெண்?’ என்று கேட்டார் அவர்.

‘அவள் என் மனைவி!’ என்றான் முத்து நிதானமாக. ராசம்மா அவனை ஆச்சரியத்துடன் நோக்கினாள்.

6. அற்றது பற்றெனில்

ரயில் தனது வேகத்தைக் குறைத்துக் கொண்டு 'ஸ்டேஷனு'க்குள் தயங்கித் தயங்கிச் சென்றது, தமது மனநிலையைச் சுட்டிக் காட்டுவது போல் தோன்றிற்று சபேசனுக்கு.

கும்பகோணம் வந்துவிட்டது.

இன்னும் அரை மணி நேரத்தில் சாரங்கபாணி சன்னதித் தெருவுக்குச் சென்று...

மூன்று தலைமுறையாக அவருக்குச் சொந்தமாக இருக்கும் வீட்டை அடைந்துவிடலாம்.

இந்தத் தலைமுறையில், அவருக்கு வீட்டின் மீது வாரிசு உரிமை யிருந்ததே தவிர, அனுபவ உரிமை இல்லை.

ஐம்பத்தெட்டு வயதில் மத்திய அரசாங்க வேலையிலிருந்து ஓய்வு பெற்றதிலிருந்து சங்கரய்யரும் அவர் மனைவி நீலாம்பிகை மாமியும் அந்த வீட்டில் முப்பது வருஷங்களாகக் குடித்தனம் இருந்து வருகிறார்கள். ஒருவருக்கொருவர் துணை. பிறந்த மூன்று குழந்தைகளில் ஒன்று கூடத் தங்கவில்லை. அவருக்கு பெரிய வேலை ஒன்றுமில்லை. அரசாங்கத்தில் சின்ன வேலையில் இருந்தவர்களுக்கு, ஓய்வு பெற்றதும் எத்தனைப் பணம் கிடைத்திருக்கப் போகிறது?

'பென்ஷனு'ம் இருநூறோ, இருநூற்றைம்பதோ என்னவோ தான். இதில் ஐம்பது ரூபாய் வாடகை கொடுத்து வருகிறார் முப்பது வருஷங்களாக. பத்து வருஷங்களுக்கு முன்னால், அப்பா

போகும்போது, சொன்ன கடைசி வார்த்தைகள், சபேசனின் நினைவுக்கு வந்தன.

'என்ன ஆனாலும் சரி, கும்மோணத்து ஆத்துக் கிழவரையோ, அவர் ஆம்படையாளையோ ஆத்தை காலி பண்ணச் சொல் லாதே. அவா இருக்கிற வரைக்கும் இருந்துட்டு போகட்டும். மனுஷன் சர்க்கார் உத்தியோகத்திலே இருந்தான். பணம் பண்ணத் தெரியலே. அவன் மாதிரி இருந்தவன்லாம் வீடு கட்டிண்டுட்டாங்க. இவனுக்குத் தெரியலே. கலியுகத்திலே தெய்வம்தான் நல்லவாளுக்கு ஒத்தாசை பண்ணாட்டாலும் நாமாவது பண்ணுவோமே... என்ன, நான் அவனுக்கு கொடுத்திருக்கிற வாக்கைக் காப்பாத்துவியா?'

அப்பாவுக்குக் கொடுத்த வாக்கை காப்பாற்றுவதாக அன்று வாக்களித்தவர், இப்பொழுது கும்பகோணம் வந்திருக்கிறார், கிழவரை காலி பண்ணும்படி சொல்ல!

இது நியாயந்தானா?

ஒரு சின்ன 'சூட்கேஸை'யும், கைப்பையையும் கொண்டு வந்திருப்பவர், தயங்கித் தயங்கி நிற்பதைப் பார்த்ததும், ஒரு போர்ட்டர் அவரிடம் நெருங்கி, 'என்ன சாமி, கூலி வேணுங் களா?' என்று கேட்டான்.

அவன் குரலில் ஆச்சர்யம் லேசாக நிழலிட்டது. ஐம்பத்தைந்து வயதிருக்கலாம். உடம்பிலும் தளர்ச்சியில்லை. இவரால் இந்தச் சாமான்களை தூக்க முடியவில்லையா என்று அவன் நினைத்திருக் கலாம்.

'இல்லேப்பா, வேணாம்...'

அவர் 'டிக்கெட்டை'க் கொடுத்துவிட்டு ஸ்டேஷனை விட்டு வெளியே வந்தார்.

அவர் கும்பகோணம் வந்து பத்து வருஷங்களுக்கு மேலாகிறது. சரியாகச் சொல்லப் போனால், பத்தரை வருஷங்கள்.

அப்பொழுது அம்மா காரியத்துக்காக வந்திருந்தார். அப்பா அவருடன் தில்லிக்கு வர முதலில் மறுத்துவிட்டார். 'எனக்கு எதுக்குடா இந்த வயசிலே டெல்லியும், கல்கத்தாவும்?... சங்கரய்யர் இருக்கார். பாத்துப்பார்...' என்றவர் மிகுந்த வற்புறுத்தலுக்குப் பிறகு இசைந்தார். ஆனால் தில்லிக்கு வந்து

ஆறு மாதம் கூட இருக்கவில்லை. அவர் வெளியே காட்டிக் கொள்ளவில்லையே தவிர, அறுபது வருஷங்களுக்கு மேலாக உடன் வாழ்ந்த அம்மாவின் பிரிவு அவரை உள்ளுக்குள் கசக்கிப் பிழிந்திருக்க வேண்டுமென்றுதான் தோன்றிற்று.

அவர் அப்பாவுக்குக் கொடுத்த வாக்குறுதிக்கு முதல் சோதனை மூன்று வருஷங்களுக்கு முன்னர் வந்தது.

அவர் பெண் கௌரியின் கல்யாணத்தின்போது அவருக்கு நாற்பதி னாயிரம் ரூபாய் தேவையாயிருந்ததும் அவர் மனைவி பார்வதி நச்சரித்தாள். 'அதான் கும்பகோணத்து வீட்டை நாப்பதினாயிரத் துக்குக் கேக்கறாளே, கொடுத்துடுங்களேன்.'

'அதெப்படி முடியும்? கிழவர் என்ன செய்வார்?'

'அதுக்கு நாம என்ன செய்ய முடியும்? இருபத்தேழு வருஷமா அதே வாடகையே கொடுத்திண்டிருக்காரே, இந்த வாடகைக்கு அவருக்கு இந்த மாதிரி வீடு கிடைக்குமா? நாம வாடகையை ஒசத்தினோமா? அப்படியிருக்கச்சே, நமக்கு இப்போ அவர் சமயத்திலே ஒத்தாசை செய்யாட்டா எப்படி?'

'அவர் எங்கே போவார் சொல்லு?'

'அவர் எங்கே போவாரோ, அதைப் பத்தி நமக்கு என்ன கவலை? நமக்கு இப்போ பணம் வேணும். அது நம்ம வீடு...'

'இருபத்தேழு வருஷமா மாசம் அம்பது ரூபா கொடுத்திண்டிருக் கார். கிட்டத்தட்ட பதினெட்டாயிரம் ரூபாயாச்சு. வீடு தமதுன்னு சொல்ல அவருக்கு சட்டப்படி உரிமையுண்டு, தெரியுமா?'

'சாஸனம் பண்ணிட்டு வாங்க போங்க, எனக்கென்ன?'

அப்பொழுது 'ப்ராவிடன்ட் ஃபண்ட்டி'லிருந்து பணம் வாங்கிச் சமாளித்து விட்டார். பார்வதிக்குத்தான் அசாத்திய கோபம்.

இப்பொழுது மறுபடியும் ஒரு சோதனை.

அவர் ஓய்வு பெற ஆறு மாதங்கள்தானிருந்தன. அவருக்கு கும்பகோணத்து வீட்டைத் தவிர வேறு சொந்த வீடு கிடையாது. ஓய்வு பெற்ற பிறகு அரசாங்கம் தந்திருந்த வீட்டை சில மாதங்களில் காலி செய்தாக வேண்டும்.

பார்வதிக்கு கும்பகோணம் போவதில் விருப்பமேயில்லை.

‘நீங்க போய், தினந்தோறும் காலை வேளைல காவேரி ஸ்நானம் பண்ணிண்டு, சாரங்கபாணி கோயிலை சுத்திண்டிருங்கோ, நான் வரமாட்டேன்.’

‘அது எவ்வளவு நிம்மதியா இருக்கும், தெரியுமா?’

‘அந்த நிம்மதி எனக்கு வேணாம். நீங்க அந்தக் கிழவரையும் போகச் சொல்ல மாட்டேள். எனக்கு ஒண்டுக்குடித்தனம் பிடிக்காது!’

‘அந்தக் கிழவரும், அவர் ஆம்படையாளும் இன்னும் இருக்கப் போறது கொஞ்ச நாள். அவருக்கு எண்பத்தெட்டு வயசாறது. மாமிக்கு எண்பத்திரெண்டு. கடைசிக் காலத்திலே அவாளைத் தொந்தரவுபடுத்தறது நன்னாருக்குமா, நீயே சொல்லு.’

‘அந்தக் கிழவரும், மாமியும் நன்னாத்தான் ‘கிண்’ணுனு இருக்கா. நாமதான் அவாளுக்கு முன்னாலே போயிருவோம் போலிருக்கு.’

‘அப்போ பிரச்னையேயில்லை. இருக்கிற கொஞ்ச நாளைக்கு வாடகை வீட்டிலே இருந்துட்டு...?’

பார்வதி கோபமாக இடைமறித்தாள். ‘உங்களுக்கு சாமர்த்தியம் கிடையாது. அவாளைக் கெஞ்சி, இவாளைக் கெஞ்சி, நெலம் ‘அலாட்’ ஆயிருக்கிற ஒரு கோவாப்ரேடிவ் சொஸைட்டியிலே மெம்பர்ஷிப்புக்கு ஏற்பாடு பண்ணினேன். நீங்க ஒரு துரும்பு அசைச்சேளா, சொல்லுங்கோ. இப்போ அறுபதினாயிரம் கட்டணும்னா, நம்ம வீட்டை விக்கிறதைத் தவிர வேற என்ன வழி?’

மூணு வருஷத்துக்கு முன்னாலே நாப்பதனாயிரத்துக்குக் கேட்ட ஆளு இப்போ எழுபதினாயிரம் தரேங்கறான். அறுபதினாயிரத்தைக் கட்டறது, மீதி பத்தாயிரத்தை ‘பாங்க்’ லே போடறது. வீடு இன்னும் ரெண்டு வருஷத்திலே நிச்சயமாகக் கிடைச்சிடும். உங்களுக்கு வரப் போற ‘பிராவிடண்ட் ஃபண்ட்’ பாக்கிப் பணம், ‘கிராச்சுவிட்டி; கம்முயுடேஷன்’ பணம், எல்லாத்தையும் வச்சுண்டு மொத்தமாகவே கொடுத்திடலாம். நாம ரெண்டு பேருதானே, சாப்பிடறதுக்கு ‘பென்ஷன்’ பணம் போறும்...’

‘ஒருநாட்டுக்கு நிதி மந்திரியா இருக்க வேண்டியவ நீ. இந்த மாதிரி ஒரு ‘ஹம்பில் ஹவுஸ் வொய்ஃபா’ இருக்கிறது, நம்ம நாட்டில் திறமையெல்லாம் எப்படி விரயமாகறதுங்கறதுக்கு ஓர் உதாரணம்.’

'இந்த மாதிரி கேலிப் பேச்சு பேசற சாமர்த்தியத்தை காரியத்துலே காட்டுங்கோ. மொதல்லே கும்பகோணம் போய் வீட்டை விக்கிற வழியைப் பாருங்கோ...'

'என்ன ஸார் நின்னுகிட்டிருக்கீங்க, வண்டி வேணுமா ஸார், எங்கே போகணும்?'

சபேசனின் சிந்தனையை கலைத்தான் வண்டிக்காரன்.

வண்டியிலோ பஸ்ஸிலோ அவசரமாகப் போக வேண்டியது என்ன அவசியம்? மெதுவாக நடந்து போய் விடலாமென்று அவருக்குத் தோன்றிற்று. சங்கரய்யர் இன்னும் கொஞ்சம் அதிக நேரம் சந்தோஷமாக இருந்து விட்டுப் போகட்டுமே!

'எங்கே ஸார் போவணும்?'

'வண்டி வேணாம்... பக்கந்தான்... நடந்து போயிடுவேன்.'

தாம் செய்வது நியாயந்தானா.

ஒருவிதமான சௌகர்யத்துடன் முப்பது வருஷங்களாக ஒரே வீட்டில் ஐம்பது ரூபாய் குடக்கூலி கொடுத்துக் கொண்டு நிம்மதியாக இருந்து வரும் எண்பத்தெட்டு வயதுக்கிழவரை திடீரென்று 'வேறு வீடு பார்த்துக் கொண்டு போங்கள்' என்று எப்படிச் சொல்வது? ஐம்பது ரூபாய்க்குக் கிடைக்கும் வீட்டுக் கேற்ப, இந்த வயதில், அவரால் அனுசரித்துப் போவதென்பது சாத்தியந்தானா?

பார்வதி அவருடைய சிநேகிதிகளிடம், சபேசனின் தயக்கத்தைப் பற்றிச் சொன்னபோது, அவர்கள் சொன்னதும் இதுதான். 'வாட் நான்ஸென்ஸ்? அது உங்க வீடு. முப்பது வருஷமா குடி இருந்தா என்ன? அம்பது வருஷமா குடியிருந்தா என்ன? இப்போ உங்களுக்குப் பணம் தேவையாயிருக்கு. அம்பது ரூபாய்க்கு எந்த வீடு கிடைக்கிறதோ, அங்கே அவர் போய்த்தான் ஆகணும்... உங்க தயக்கம் புரியவேயில்லை...இது இராமாயண கால மில்லே. அப்பா சொன்னதையெல்லாம் அப்படியே கேட்டுத் தான் ஆகணும்னு. ப்ளீஸ் பி பிராக்டிகல், சபேசன்...'

'அப்பா சொன்னபடி கேக்கணுங்கறதுக்காக மட்டுமில்லே, வயசான இந்தக் கிழத் தம்பதிகிட்டே 'நான் வீட்டை விக்கப்

போறேன். காலி பண்ணுங்கன்னு எப்படிச் சொல்ல முடியும்?' மனுஷத் தன்மைக்கு அர்த்தமே கிடையாதா?'

'இது மனுஷத்தன்மை இல்லே. பைத்தியக்காரத்தனம், டெல்லி யிலே ஹவுஸிங் கோவாப்ரேடிவ் ஸொஸைட்டி பாதிக்கு மேலே 'ஃப்ராட்'. இது நல்ல ஸொஸைட்டி. மெம்பர்ஷிப் கிடைச்சி ருக்கு. இப்போ பணம் கட்டலேன்னா அப்புறம்... அதுக்கு மேலே என்ன சொல்றதுக்கிருக்கு? வலிய வந்த ஸ்ரீதேவியை விரட்டின கதைதான்.'

இப்படி எல்லாருமாகச் சேர்ந்து பேசி அவரை கும்பகோணத் துக்கு விரட்டி விட்டார்கள்.

புறப்படும் போது பார்வதி சொன்னாள்: 'நீங்க அவாத்திலே போய் தங்க வேணாம். ஒரு ஹோட்டல்லே தங்கிண்டு, அவாத்துக்குப் போங்கோ. விஷயத்தை விளக்கிச் சொல்லுங்கோ, இத்தனை வருஷமா இருந்தவா, நம்ம நிலைமையையும் புரிஞ்சிக்காமலா இருப்பா? அம்பது ரூபாய்க்கு கும்பகோணத்திலே வீடு கிடைக் கிறது ஒண்ணும் கஷ்டமில்லே, ஆனா இவ்வளவு சௌகரிய மிருக்காது. வாஸ்தவந்தான். அதுக்காக நாம என்ன பண்ண முடியும்?'

முதலில் அவர் ஒரு ஹோட்டலில் தங்குவது என்றுதான் தீர்மானித் தார். அப்பா, அம்மா இருந்தபோது, வருடந்தோறும் கும்பகோணம் வந்து, அவர்களுடன் சுபாவமாகப் பழகிவிட்டு, இப்பொழுது ஹோட்டலில் தங்கினால் நன்றாக இருக்காதென்று அவருக்குத் தோன்றிற்று. சகஜமாக அவருடன் தங்கிவிட்டு தம் பிரச்னையை அவரிடம் சொல்லி, என்ன செய்வதென்று அவரையே யோசனை கேட்கலாம். அவருக்கு ஐம்பது ரூபாய்க்கு இவ்வளவு சௌகரிய மாக வீடு கிடைக்காது, உண்மைதான். ஆனால் அவரால் ஐம்பது ரூபாய்க்கு மேல் கொடுக்கவும் முடியாது.

இதற்காகத் தாமே அவருக்கு ஒரு வீட்டை ஏற்பாடு செய்து, வாடகை எண்பதாயிருந்தால் கூடுதலான அந்த முப்பது ரூபாயை தாமே கொடுத்துவிட்டால் என்ன என்றும் நினைத்தார். ஆனால் அது சங்கரய்யருக்குத் தெரியக்கூடாது. இந்த ஏற்பாட்டுக்கு ஒத்துக் கொள்ள அவர் சுய மரியாதை குறுக்கே நிற்கும். மானஸ்தர். நிச்சயமாக ஒப்புக் கொள்ளமாட்டார். அந்த வீட்டுக்காரருடன் தனி ஏற்பாடாகத் தானம் செய்து கொள்ள வேண்டும்; ஆனால் தில்லியிலிருக்கிற ஒருவர் மாதம் முப்பது

ரூபாய் அனுப்புவாரென்று வீட்டுக்காரர் நம்புவாரா எனப் பலவாறாக எண்ணிக் குழம்பினார், சபேசன்.

தவிர, போதாக்குறைக்கு அவர் மாதம் முப்பது ரூபாய் அனுப்புகிறாரென்று பார்வதிக்குத் தெரிந்து விட்டால் போதும், அவளும் சும்மா விடமாட்டாள். அந்த ஏற்பாட்டுக்கு சங்கரய்ய ரும் உடன்பாடு என்று அவள் தவறாக நினைத்துக் கொண்டால், இது சங்கரய்யருக்கு நாம் இழைக்கும் கொடுமையாகிவிடும்.

சபேசன் சன்னதித் தெரு சென்று வீட்டை அடைந்தபோது, வாசல் ஹாலில் சாய்வு நாற்காலியில் சங்கரய்யர் படுத்திருந்தார்.

கண்கள் மூடியிருந்தன.

தியானமா, தூக்கமாவென்று தெரியவில்லை. சங்கரய்யர் உடம்பைப் பார்த்த போதுதான், பார்வதி சொன்னது எவ்வளவு குரூரமானதென்று சபேசனால் உணர முடிந்தது.

உடம்பு நாராய்க் கிடந்தது. கண்கள் குழிவடைந்திருக்கின்றன. உயிர் ஏதோ பழக்க வாசனையினால், அந்தச் சரீரத்தில் ஒட்டிக் கொண்டிருப்பது போல் சபேசனுக்குத் தோன்றிற்று.

இவரையா போய் 'வேறு வீடு பார்த்துக்கொண்டு போங்கள்' என்று சொல்வது? அப்படியே திரும்பிப் போய் விடலாமா என்று சபேசனுக்குத் தோன்றிற்று.

'யாரு?' என்று உள்ளிருந்து குரல் கேட்டது. சங்கரய்யர் கண் களைத் திறந்தார். கண்களை இடுக்கிக்கொண்டு பார்த்தார்.

'யாரு, என்ன வேணும்?' அவரால் நம்மை அடையாளம் கண்டு பிடிக்க முடியவில்லை. பார்வை அவ்வளவு மோசமாக இருக்க வேண்டும்!

'மன்னிச்சுக்கோங்க, தவறுதலா நுழைஞ்சுட்டேன். பக்கத்தாத் துக்குப் போகணும்' என்று கூறிக்கொண்டே சபேசன் வெளியே போக முற்படுவதற்குள் பெண் குரல் கேட்டது. 'தப்பு இல்லே, 'ரைட்'தான். யாரு, சபேசன்தானே! உங்காத்தை உனக்கு மறந்து போச்சா, நன்னாயிருக்கு போ! டில்லியிலேந்து சபேசன்...'

உருவத்தைக்கூட காணாமல், தன் குரலை மட்டுமே கேட்டுத் தம்மை அடையாளங் கண்டு கொண்ட மாமியின் திறமையை வியந்தபடியே சபேசன் திரும்பினார். அங்கே...

நீலாம்பிகை மாமி! அதே புன்னகை, குரலில் கனிவு! உடம்பின் தளர்ச்சி மனத்தை எந்தவிதத்திலும் பாதித்ததாகத் தெரியவில்லை.

'சபேசனா, வாப்பா.' சங்கரய்யர் மெதுவாகக் குரல் கொடுத்தார். சபேசன் உள்ளே நுழைந்து பெஞ்சில் உட்கார்ந்தார்.

'கொஞ்சம் காது கேக்கலே, இரைஞ்சு பேசு' என்றார் சங்கரய்யர்.

'பேசவேயில்லை, இரைஞ்சு பேசுன்னா?' என்று கேட்டு விட்டு மாமி குழந்தை போல் சிரித்தாள்.

'ரொம்பத் தளர்ந்து போயிட்டேளே, மாமா' என்றார் சபேசன்.

'ஆமாம். வயது ஆகலியா. சித்ரகுப்தன் ஃபைலைத் தொலைச்சுட் டான் போலிருக்கு. எனக்கு போனஸ்' என்று கூறிவிட்டுச் சிரித்தார் சங்கரய்யர்.

'இங்கேயிருந்து சுவாமி மலைக்கு புறப்பட்டுப் போற மாதிரிதான் வந்திருக்கான், ஒரு சின்ன சூட்கேஸ் பையோட' என்று சொல்லி விட்டுச் சிரித்தாள் மாமி.

'வெந்நீர் வேணுமா? சபேசா?' என்றார் சங்கரய்யர்.

'இப்போ, கிணத்துத் தண்ணி போறும்.'

சபேசன் குளித்துவிட்டு மாற்றுடை தரித்துக் கொண்டு வரும் போது, சமையலறையிலிருந்து வற்றல் குழம்பு மணம் வந்தது.

மாமி தமக்காக குழம்பு பண்ணிக் கொண்டிருக்க வேண்டுமென்று அவருக்குத் தோன்றிற்று.

அவர் சமையலறையை நோக்கிச் சென்றார்.

'எனக்காக ஏதாவது ஸ்பெஷலாப் பண்றேளா மாமி?'

'ஸ்பெஷலா ஒண்ணுமில்லே. உனக்கு வத்தக் குழம்புன்னா ரொம்பப் பிடிக்குமேன்னு பண்ணினேன். எங்களுக்கு வயசா யிடுச்சு, மாமாவுக்கு எதுவும் ஒத்துக்கலே... குழம்பு பண்ணறதே கிடையாது. ரசந்தான்.'

'உங்க வத்தக் குழம்புன்னா, ஸ்பெஷலாச்சே மாமி. எங்கம்மாவே சொல்லுவாளே, உங்க மாதிரி வத்தக் குழம்பு பண்ண முடியாதுன்னு.'

‘பார்வதி எப்படி இருக்கா?’

‘உங்களை ரொம்ப விசாரிச்சா.’

‘ஹூம். குழந்தை எங்கே இருக்கா?’

‘பம்பாய்...’

‘குளிச்சிண்டு இருக்காளா?’

‘அப்படித்தான் தெரியறது, இந்தக் காலத்திலே கல்யாணமானா லும், வீடு கட்டிண்டப்புறந்தானே, குழந்தையைப் பெத்துக்கறா...’

‘புத்திசாலிகள், நம்ம மாதிரி இல்லே... சரி, மாமாவைக் கூப்பிடு, சாப்பிடலாம்...’

சபேசன் வெளியில் வந்தார்.

‘குளிச்சிட்டியா?’

‘குளிச்சாச்சு... சாப்பிடலாம். வாங்கோ’

‘கொஞ்சம் கையைக் கொடு... ஆறுமாசமா இப்படித் தூக்கித்தான் விட வேண்டியிருக்கு. அவளுக்கும் வயசாயிடுத்து, யார் முன் னாலியோ தெரியலே... அப்பா தூக்கத்திலேயே போயிட்டார்னு எழுதியிருந்தே... கொடுத்து வச்சவர். நல்லவாளுக்குத்தான் அப்படிப்பட்ட சாவு வரும். நான் நல்லவனோ கெட்டவனோ, பகவானுக்குத்தான் தெரியும். எனக்குத் தெரிஞ்சு நான் யாருக்கும் தீங்கு பண்ணலே...’

சமையலறைக்குப் போய் இரண்டு பேரும் சாப்பிட உட்கார்ந் தார்கள்.

முன்னால் இது தம் வீட்டுச் சமையலறையாக இருந்ததென்பது சபேசன் நினைவுக்கு வந்தது. அப்பொழுது இந்த அறையை ஒட்டியிருந்த அளவுதான் சங்கரய்யர் வீட்டுச் சமையலறையாக இருந்தது. அதுவும் பெரிய அறைகள்.

மாடியில் இரண்டு அறைகள், கீழே நான்கு அறைகள், பின்னால் கிணற்றங்கரை, தோட்டம், அப்பாவும் அம்மாவுமிருந்தபோது சங்கரய்யர் கீழே இரண்டு அறைகளை வைத்திருந்தார். இதைத் தவிர சமையலறை. மாடியில் ஓர் அறை. அங்குதான் அவரும் அவர் மனைவியும் படுத்துக் கொள்வது வழக்கம்.

அப்பா டில்லிக்கு வந்தபோது வீடு முழுவதையுமே அவரிடம் ஒப்படைத்து விட்டுச் சொன்னார்: 'அதே வாடகை கொடுத்தால் போறும்; வீடு சுத்தமா இருக்கணும், நான் எப்போ வேணுமானா லும் திரும்பி வருவேன்.'

'உங்க போர்ஷனை பூட்டிண்டு போங்களேன் மாமா.'

'ஏன், நான் திரும்பி வரச்சே, வீடு தூசும் தும்புமா இருக்கணுமா? ஏதோ நாம இருக்கற வரைக்கும் சுத்தமான வீட்டிலே இருக்க ணும். நான் போறபோது இந்த வீடு என்ன என்னோட வரப் போறதா? ஏன் இந்த உடம்பே வராதே! அதுவும் வாடகை வீடுதானே!'

பார்வதிக்கு இதுவும் வருத்தத்தைத் தந்த விஷயம். 'வீடு முழுவதும் வச்சிண்டிருக்கிறார்; இப்பவும் அம்பது ரூபாதானா?'

'இது அப்பா ஏற்பாடு'0

'ஒரு பைத்தியக்கார அப்பாவுக்கேத்த பைத்தியக்கார பிள்ளை நீங்க!'

வற்றல் குழம்பு வாயில் மணத்தது.

'ரொம்ப நாளாச்சு இவ்வளவு அருமையான வற்றக் குழம்பு சாப்பிட்டு' என்றார் சபேசன்.

'நீ ரிடையராக இன்னும் எத்தனை வருஷமிருக்கு?' என்றார் மாமி.

'அம்பத்தெட்டாயிடுத்தா? இப்போ பார்த்த மாதிரி இருக்கு. நீயும் பார்வதியும் புது வேஷ்டி புடவையிலே, கல்யாணப் பந்தல்லே உட்கார்ந்திருந்தது... நீ இப்போ ரிடையராகப் போறே... முப்பது வருஷம் ஒரு நிமிஷமா ஓடிப்போச்சு. ரிடையராகி இங்கே வந்திடு... எங்க ரெண்டு பேருக்கும் ரெண்டு 'ரூம்' போறும். நீயும் பார்வதியை அழைச்சிட்டு வந்துட்டியானா எங்களுக்கு நிம்மதி யாயிருக்கும்.'

'என்ன நிம்மதி?'

'எங்க காரியத்தை யார் பண்ணுவா? எங்களுக்கு யாரும் கிடை யாதே...'

'நீங்க பாட்டிலே பேசிண்டே போறேளே, டில்லிலேருந்த வாளுக்கு இங்கே வந்து இருக்கப் பிடிக்குமா?' என்றாள் மாமி.

‘அதெப்படி கும்பகோணம் அவனுக்குப் பிடிக்காமப் போயிடும்? பொறந்து, வளர்ந்த ஊரு, படிச்ச ஊர்... காந்தி பார்க்லே மரம், மரமா சுத்தி வெளையாடியிருப்பான். காவேரியிலே நீந்தியிருப் பான். ஏன், சபேசா, உனக்கு நீஞ்சத் தெரியுமா?’

‘தெரியாது.’

‘கும்பகோணத்திலே பொறந்து வளர்ந்தும் உனக்கு நீஞ்சத் தெரியாதா?’

‘காந்தி பார்க்லே மரம், மரமா சுத்தி வெளையாடினதுமில்லே...’

சாமர்த்தியமாக கும்பகோணத்தினின்றும் தம்மை அந்நியப் படுத்திக் கொண்டு விட்டதாக அவருக்குப் பட்டது.

‘உன்னை நான் இருபத்தெட்டு வயசிலே பார்த்ததுதான். உன் சின்ன வயசு அனுபவங்களப்பத்தி எனக்குத் தெரியாது. ஆனா நான் கும்பகோணம் வந்து ‘செட்டில்’ ஆனதுக்குக் காரணம், இங்கே பொறந்து வளர்ந்தேங்கிறதினாலேதான். உங்கப்பாவுக்கு இல்லாத அதிர்ஷ்டம் எனக்கிருக்கு. அவருக்கு காவேரிக் கரை நேரலே, எனக்கு நேரப் போறது...’

‘காவேரிக் கரை இருக்கலாம், இந்த வீட்டிலே இல்லே’ என்றாள் மாமி.

சபேசன் மாமியை ஏறிட்டு நோக்கினார். மாமி வேறு எங்கோ பார்த்துக் கொண்டிருந்தாள்.

‘என்னடி சொல்றே?’ என்றார் சங்கரய்யர்.

‘சரி சாப்பிட்டு எழுந்திருங்கோ, நான் சாப்பிடணும், பசிக்கிறது.’

நீலா மாமி ஆழமானவள்தான்! முதலில் தமக்கு ரிடையராக ஆறு மாதம் தானிருக்கிறது என்று சொன்னாள். இப்பொழுது ‘இந்த வீட்டிலே இல்லே’ என்கிறாள்.

அப்படியானால்... எஸ்... அப்படியானால்... அதுதான்... பார்வதி நேரே மாமிக்குக் கடிதம் எழுதியிருக்க வேண்டும். மாமாவுக்கு இதுதெரியாது.

சங்கரய்யர் கைகளை அலம்பிக் கொண்டு சாய்வு நாற்காலியில் படுத்துக் கொண்டார். சபேசன் ‘பெஞ்சில்’ உட்கார்ந்தார்.

சங்கரய்யர், 'என்னடி சொல்றே?' என்று கேட்டுவிட்டு அதைத் தொடராமலிருந்தது, மாமி சொன்னதின் முழு அர்த்தமும் அவர் மனத்தில் உறைக்கவில்லை என்று தோன்றியது. சற்று நேர அமைதியிலிருந்து சங்கரய்யர் தூங்கிவிட்டார் என்பதுதெரிந்தது சபேசனுக்கு.

மாமிக்கு கடிதம் எழுதப் போவதாக பார்வதி சொன்னாள். ஆனால் அவள் உண்மையிலேயே எழுதுவாளென்று அவர் எதிர்பார்க்கவில்லை.

ஒருவேளை, கும்பகோணம் போனதும் சபேசனின் மனம் மாறி அவர் திரும்பி விட்டால் என்ன செய்வதென்ற காரணத்துக்காக அவள் நீலா மாமிக்கு கடிதம் எழுதி யிருக்கக்கூடும்.

மாமி சாப்பிட்டுவிட்டு 'பெஞ்சில்' அவரருகில் வந்து உட்கார்ந் தாள்.

'பார்வதிகிட்டேயிருந்து லெட்டர் ஏதாச்சும் வந்ததா, மாமி?' என்று கேட்டார் சபேசன்.

'ஆமாம், அவள் பேரிலே நான் தப்பு சொல்ல மாட்டேன். இந்த வீட்டை எழுபதினாயிரத்துக்கு கேட்டான்னா கொடுத்துடு... உனக்கு வீடு வேணாமா, டெல்லியிலே?'

'நீங்க எங்கே போவேள்?'

'அதைப் பத்தி கவலைப்படாதே. நாங்க பார்த்துக்கறோம். ரொம்ப நாள் தங்கின விருந்தாளி மாதிரி நாங்க இருக்கோம், இது அவனுக்குத் தெரியாமலா போயிடும்?'

'எவனுக்கு?'

'அவனுக்கு' என்று சொல்லிக்கொண்டே கோயில் பக்கம் சுட்டிக் காட்டினாள் மாமி.

'நான் சொல்றதைக் கேளுங்கோ, நீங்க இருக்கற வரைக்கும் இருங்கோ. நான் பணத்துக்கு வேறே ஏற்பாடு பண்ணிக் கிறேன்...'

'இந்த அசட்டுத்தனமெல்லாம் வேணாம். பார்வதி சொல்றது எனக்குப் புரியறது. வீட்டை விற்கிறபடி வித்துக்கோ...'

'மாமா 'காவேரிக் கரை, இந்த வீடு'ன்னார், அப்படியே அவர் விருப்பப்படியே நேரணும்... அதுக்கு தடையா நான் நிற்க மாட்டேன்.'

'என்ன சொல்லப் போறே, வீடு வாங்கப் வரப் போறவன் கிட்டே?'

'இப்போ விற்கலே'ன்னு சொல்லப் போறேன்...'

'இந்த வீட்டை வாங்கப் போறானே, அவனுக்கு இந்தத் தெரு விலே எத்தனை வீடு சொந்தம் தெரியுமா உனக்கு?'

'தெரியாது.'

'விலை ஒரு லட்சம். வீட்டுக்கு மதிப்பில்லே. இடத்துக்கு! கும்ப கோணத்துக்கு நடு மத்திலேயிருக்கு இந்த இடம்.'

'அப்போ ஒரு லட்ச ரூபாய் கேக்கச் சொல்றேளா?'

'நீ கேக்க வேணாம். அவன் நேத்திக்கு இங்கே வந்தான். மாமா இப்போ மாதிரி தூங்கிண்டிருந்தார். அவருக்கு இப்போல்லாம் பாதி விழிப்பு. பாதி தூக்கம். அந்த மாதிரி ஒரு சொப்பனாவஸ்தை...! வெயிட்டிங் ரூம்லே உட்கார்ந்திருக்கார்... இன்னும் வண்டி வரல்லே. நாலு நாள் முன்னாலே பார்வதிகிட்டேயிருந்து 'லெட்டர்' வந்தது; யோசிச்சேன். அவன் நேற்றைக்கு வந்த வுடனே, 'சபேசன் இங்கே வந்ததும் எங்களைப் பாத்தா வீட்டை விக்காமே போயிடுவான்... அவன் வீட்டை விக்கணும்னா ஒரே வழியிருக்கு'ன்னேன். 'என்ன வழி?' என்றான். 'இந்த வீட்டோட மதிப்பு இன்னி தேதிக்கு ஒரு லட்ச ரூபா; முப்பத்தினாயிரத்தை என்கிட்டே கொடு, காலி பண்றேன்னேன். 'சரி'ன்னுட்டான். இப்போ சொல்றே நீ, உன் லட்சியமும் புண்ணாக்கும்?'

'நெஜமாவா சொல்றேள்!'

'நீயே போய் அந்த வீட்டுக்காரனைக் கேட்டுக்கோ...'

'மாமி, இதை என்னாலே நம்பவே முடியலே. நீங்க சொல்றது வாஸ்தவம்தான். லட்சியங்கிறது வெறும் புண்ணாக்குத்தான். நான் இப்போவே போய் வீட்டுக்காரனைப் பாத்துட்டு வர்றேன்.'

'சபேசா! வீட்டை வாங்கறவன் யாருன்னு இன்னும் கேக்கலியே நீ! ஒனக்கு நன்னாத் தெரிஞ்சவன், ஒன்னோட படிச்சவன் ஹமீத் சுல்தான்தான். ஞாபகம் இருக்கா?'

சபேசன் ஹமீத் சுல்தான் வீட்டுக்குச் சென்றார்.

'வாங்க, வாங்க... எப்போ வந்தீங்க?' என்று வரவேற்றார்.

'இன்னிக் காலையிலே... ஆமா, நான் உங்களை ஒண்ணு கேக்க ணும்...'

'கேளுங்க...'

'நீங்க சங்கரய்யர் வீட்டு அம்மாவுக்கு முப்பதினாயிரம் தர்றதா சொன்னீங்களா?'

ஹமீத் பதில் பேசவில்லை.

'சொல்லுங்க...'

'ஆ...மா... ம்...'

'லஞ்சமா?'

ஹமீத் பேசாமலிருந்தார்.

'சரி வீட்டை எப்போ சாஸனம் செய்யலாம்?'

'எப்போ வேணுமானாலும் செய்யலாம்... நாளைக்கு...?'

'இன்னிக்கே கூட செய்யலாம்?'

'என்னங்க, அவ்வளவு அவசரம்?'

'நான் இந்த உலகத்துக்கு லாயக்கேயில்லாத பைத்தியக்காரன்னு தெரியுது.'

'ஏன் அப்படிச் சொல்றீங்க?'

'எங்கப்பா காலத்திலிருந்து இருக்கிறவங்களை வீட்டை விட்டு போகச் சொல்லக் கூடாதுன்னு வீட்டை விக்காம இருந்தேன்!... கல்யாணத்துக்கு 'பிராவிடன்ட்... ஃபண்ட்' பணத்தை எடுத் தேன். இப்போ அந்த அம்மா உங்ககிட்டேயிருந்து முப்பதினா யிரம் வாங்கிட்டு... சேசே! யாரை நம்பறது, யாரை நம்பக் கூடா துன்னே தெரியலே. இப்போ என் மனைவி என் சிநேகிதர்கள் எல்லாருடைய பார்வையிலும் நான் ஒரு முட்டாள்...'

ஹமீத் சுல்தான் எழுந்து அவர் தோளைத் தொட்டார்.

'நீங்க முட்டாளில்லே... அந்த அம்மாவையும் தவறாக நினைக் காதீங்க. அந்த அம்மா ஒரு தெய்வம்...'

'என்ன சொல்றீங்க...?'

'உங்க மனைவிகிட்டேயிருந்து 'லெட்டர்' வந்தது. அவங்க வீட்டை வித்திடணும்கிற முடிவோட இருக்காங்க. ஆனா நீங்க ஒரு வேளை இங்கே வந்து பார்த்து அவங்க மேலே அனுதாபப் பட்டு வீட்டை விக்காம டெல்லிக்குத் திரும்பிடலாம்னு அவங்க பயந்திருக்காங்க போல இருக்குது. அதை அந்த அம்மா என் கிட்டே வந்து சொல்லி, அவங்கதான் முப்பதினாயிர ரூபா என்கிட்டே வாங்கிட்டதா உங்ககிட்ட சொல்லச் சொன்னாங்க. இதைக் கேட்டா நீங்க இப்படித்தான் நடந்துப்பீங்கன்னு அவங்க நெனைச்சாங்க... அப்படியே நடந்துகிட்டீங்க...'

'அப்படின்னா அவங்க பணம் வாங்கலியா?'

'ஒரு சல்லிக்காசு வாங்கலே. அல்லா மேலே ஆணையா சொல்றேன். இந்த மாதிரி நல்லவங்களை 'வீட்டை விட்டு போங்க'ன்னு நான் சொல்லுவேன்னு நீங்க எதிர்பார்க்கறீங்களா? அந்தப் பயமே உங்களுக்கு வேண்டாம், நிம்மதியா இருங்க. அவங்களுக்கு இன்னும் தெரியாது. அவங்க இருக்கிறவரைக்கும் இருக்கட்டும். உங்களுக்கு இப்போ பணம் வேணும், அதான் முக்கியம்... அதையும் நான் தடுக்கலே. உங்க விருப்பப்படி நாளைக்கு முடிச்சிடுவோம்... இன்ஷா அல்லா.'

7. ஒரு ரூபாய்

அன்று அவன் 'பாங்க்' போயாக வேண்டும். இதை அவன் ஒருவிதமான மனச் சங்கடத்துடன் நினைத்துக் கொள்ளக் காரணம், அவன் வீட்டிலிருந்து அந்த 'பாங்க்' பதினாறு மைல் தள்ளியிருந்தது. பாடம் சொல்லிக் கொடுக்கத்தான், வாரம் நாலு தடவை, பதினாறு மைல் பிரயாணம் செய்து யுனிவர்ஸிடி போக வேண்டியிருந்தது... அன்று ஓய்வு நாள், அன்றைக்கும் போக வேண்டுமென்றால்?

அவன் மனைவி கூறிவிட்டாள்: 'ஆத்திலே ஒரு செல்லாக் காசு கூட இல்லே... பால்காரனுக்குக் கொடுக்கணும், பாட்டு வாத்தியாருக்குத் தரணும், அப்புறம் பேப்பர்க்காரன், அவனை நான் மறந்தே போயிட்டேன், முதல் வாரமே கொடுத்திருக் கணும், கொடுக்கலை; அப்புறம் 'ஸி' பிளாக்லே ஒரு பஞ்சாபிக்காரர் எல்லோருக்கும் 'பாடிக் டிஸைன்ஸ்' சொல்லித் தராளாம், மாசம் முப்பத்தஞ்சு ரூபாதானாம். போகலாம்னுருக் கேன்' அவள் இருநூறு ரூபாய்க்குச் செலவு வைத்திருக்கிறாள் என்பது அவனுக்குப் புரிந்தது. மூன்று நாள்களுக்கு முன்புதான் அவன் நானூறு ரூபாய் செக் ஒன்றை 'டெபாஸிட்' செய்திருக்கிறானென்று அவளுக்குத் தெரியும். யூனிவர்ஸிடியில் வாங்கும் சம்பளம் பத்து நாள்களுக்குத்தாம் இழுத்துப் பறித்துக்கொண்டு நிற்கிறது. அப்புறம் 'கரிபி ஹட்டோ' என்று இந்திரா காந்தியோடு சேர்ந்து கோஷம் போட வேண்டியதுதான். நல்ல வேளை, அவன் பரீட்சை அதிகாரியாக இருந்ததற்கு பணம் இப்பொழுது சௌகர்யமாக வந்து சேர்ந்தது. இல்லாவிட்டால், அவன் என்ன செய்திருக்க முடியும்? என்ன செய்திருக்க முடியும்?

நாடக பாணியாய் அவன் இதே கேள்வியை தனக்குள் இரண்டு, மூன்று தடவை கேட்டுக் கொண்டான். இது தலைமயிரைப் பிய்த்துக்கொண்டு அவஸ்தைப்பட வேண்டிய சூழ்நிலையல்ல. இருந்தாலும் அப்படி எண்ணிப் பார்த்துத்தான் எப்பேர்ப்பட்ட இக்கட்டான நிலையினின்றும் தப்பித்தோம் என்று கற்பனை செய்வது அவனுக்குச் சுவாரஸ்யமாக இருந்தது.

நானூறு ரூபாய் இல்லாவிட்டால் அவன் என்ன செய்திருப்பான்? ஒன்று கடன் வாங்கியிருப்பான், அப்படி இல்லாவிட்டால், கொடுக்க வேண்டியவர்களுக்கு அடுத்த மாதம் தருகிறேன் என்று சொல்லியிருப்பான். பழங்காலத்துக் கதாநாயகர்களுக்கு இருந்தது போல், 'இருப்பதா, இறப்பதா?' என்ற பிரச்னையோ அல்லது உறவினர்களை போர்க்களத்தில் கொல்லலாமா, கூடாதா? என்ற எக்ஸிஸ்டின்ஷியலிஸ் விசாரமோ அவனைப் போன்ற ஜனநாயக உலகக் கதாநாயகர்களுக்கு இல்லை. இந்தச் சிறிய விவகாரங்களை பிரச்னையாக்கிக்கொண்டு, தீர்வில் சுகங் காணுவது மனத்துக்கு இதம் தருகின்றது... அற்ப வாழ்க்கைக்கும் முக்கியத்துவம் கொடுக்கிறது.

அற்ப வாழ்க்கைதான். பொருளாதாரத்தை வாழ்க்கையின் அடிப் படை மதிப்பாக ஏற்றுக்கொண்டு விட்ட சமூகச் சூழ்நிலையில், 'வலிமையுடையது எஞ்சும்' என்ற பாலபாடம் அறியாத அப்பாவி களுடைய வாழ்க்கை வேறு எப்படி இருக்க முடியும்? அவன் மேஜை 'ட்ராயரை' இழுத்துப் பார்த்தான். நாலு ரூபாய் இருந்தது. யூனிவர்ஸிடிக்கு போவதற்கு இது போதும். பஸ்ஸில் போய்விட்டு வந்தால், இரண்டு ரூபாய் மிஞ்சும். அங்குதான் 'பாங்கி'ல் பணம் வாங்கப் போகிறோமே, பையன்களுடன் முண்டியடித்துக் கொண்டு திரும்பி எதற்காக பஸ்ஸில் வரவேண்டும்? அவன் மணியைப் பார்த்தான். பன்னிரெண்டு. மை காட்!... இரண்டு மணிக்குள் 'பாங்க்' போக முடியுமா?

அவன் புறப்பட்டு'பஸ் ஸ்டாண்டி'ல் நின்றபோது மணி 12-30. நிறையப் பெண்கள் பலவிதமான உடை அலங்காரங்களுடன், பஸ் வருகைக்காகக் காத்துக்கொண்டு நின்றார்கள். பக்கத்தி லிருந்த கல்லூரியில் படிக்கும் பெண்கள், சமீபத்தில் யூனிவர்ஸிடி தோட்டத்தில் ஒரு பெண்ணைக் கற்பழித்த ஒரு மாணவனைப் பற்றிப் பேசிக்கொண்டிருந்தார்கள். அவன் 'கெடுத்திருக்க' முடியாது என்பது அவர்கள் அபிப்பிராயம். அந்தப் பெண்ணைக்

கண்டு அவர்களுக்குப் பொறாமையா அல்லது அந்தப் பையன் மீது அனுதாபமா என்று அவனுக்குச் சரியாக விளங்கவில்லை.

பஸ் வரவில்லை. மணி 12-50. லாஜ்பத் நகருக்குப் போய், யூனிவர்ஸிடிக்கு நேரே சொல்லும் ஒரு பஸ்ஸைப் பிடித்தாக வேண்டும். இரண்டு மணிக்குள் போக முடியுமா. அப்பொழுது ஒரு ஆட்டோ - ரிக்ஷா வந்தது. அதை நிறுத்தி அதற்குள் ஏறி அமர்ந்தான். '3 லாஜ்பத் நகர்...'

லாஜ்பத் நகருக்குப் போக ஒரு ரூபாய் ஆகலாம். அங்கிருந்து 57-ம் நம்பர் பஸ்ஸைப் பிடித்தால் யூனிவர்ஸிடிக்குப் போக 35 பைசா... 1-05க்கு ஒரு பஸ் இருக்கிறது. கூட்டமாக இருந்தாலும் பரவா யில்லை. 1-05 பஸ்ஸைப் பிடிப்பதுதான் அவனுடைய வாழ்க்கை யின் குறிக்கோள்.

லாஜ்பத் நகர் பஸ் ஸ்டாண்டில் ஒரு பெரிய கூட்டம் பாம்பாக நீண்டு, வால் 'லிங் ரோட்'டை தொட்டுக் கொண்டிருந்தது. வாழ்க்கையின் குறிக்கோளை ஒரு ஐந்து நிமிஷப் பிரயாணத்தில் கைவிட வேண்டியிருக்கும் என்று அவன் எதிர்பார்க்கவில்லை. இப்பொழுது என்ன செய்வது? கையிலிருந்ததோ மூன்று ரூபாய்... யூனிவர்ஸிடிக்கு ஆட்டோ - ரிக்ஷாவில் போனால் ஐந்து ரூபாய் ஆகும். அவனை 'பாங்க்' வாசலில் நிறுத்தி வைத்து விட்டு 'பாங்க்'கில் பணம் வாங்கிய பிறகு அவனுக்குக் கொடுக்க லாமா? அப்பொழுதுதான் அவனுக்கு இன்னொரு விஷயம் நினைவுக்கு வந்தது.

'செக்' புஸ்தகம் புதிதாக வாங்க வேண்டும். போன வாரந்தான் ஒரு புது புஸ்தகம் வாங்கியிருந்தான். தொலைந்து போய்விட் டது. மானேஜரிடம் அசட்டுச் சிரிப்புடன் விஷயத்தைச் சொல்லி கடிதம் எழுதிக் கொடுத்து ஒரு புதுப் புஸ்தகம் வாங்க வேண்டும். அதுவரை ஆட்டோ-ரிக்ஷாக்காரன் காத்துக் கொண்டிருக்க மாட்டான்.

'பாங்கு'க்கு நாளைக்குப் போனால் என்ன?... 'பால்காரன், பாட்டுக்காரர், பேப்பர்காரன்...' வீட்டுக்குப் போய் அவளை சமாளிக்க முடியாது. அப்பொழுது ஒரு மினி பஸ் வந்தது. மினி பஸ்ஸில் ஏறி சாந்தினி சௌக் வரை போய்விடலாம். எண்பது பைசா... அப்புறம் அங்கு போய்ப் பார்த்துக் கொள்ளலாம்.

மினி - பஸ் என்பது ஒரு சங்கப் பலகை. அது சாந்தினி சௌக் போய்ச் சேருவதற்குள் குறைந்தது நூறு பேராவது அதற்குள்

இருப்பார்கள். ஆண் - பெண் அனைவரும் பால் உணர்வு நீங்கி, ஆத்ம நிலையில் உறவாடும் இடம். வெயிலில் வதங்கி, வியர்வையில் அனைவரும் உருகி ஒருவர்மீது ஒருவராய் நிற்கும் போது, ஆண் - பெண் உணர்வு எங்கிருந்து வரும்? - காமத்தைக் கடக்க உதவும் மினி பஸ் ஒரு தெய்வ சந்நிதானம், சந்தேகமே யில்லை. அல்லது மினி பஸ் கி.பி. 2000-ல் இருக்கப் போகும் பாரதமா? எலிப் பொறியில் அகப்பட்ட எலிகள் ஒன்றையொன்று அடித்துக்கொண்டு சாகின்றன.

சாந்தினி சௌக்கைச் சென்றடைந்த போது மணி 1-35. இனி மேல் யூனிவர்ஸிடிக்கு பஸ் கிடைத்து, பாங்குக்கு 2 மணிக்குள் போவது என்பது சாத்தியமா? ஆட்டோ ரிக்ஷாவில்தான் போக வேண்டும். அவன் எதிரே ஒன்று வந்து நின்றது. 'டிரைவர்' புன்னகை செய்தான். 'உனக்கு டெலிபதி தெரியுமா?' என்று டிரைவரை கேட்கலாமா என்று அவன் நினைத்தான். புன்னகை செய்தவன் அவனை ஏற்றிக்கொள்ளாமல் போய்விடலாம்... பைத்தியத்தை யார் ஏற்றிக் கொள்வார்கள்?

அவன் ஆட்டோ - ரிக்ஷாவில் உட்கார்ந்தான். 'மாரிஸ் நகர்.' இரண்டு ரூபாய், யூனிவர்ஸிடி போக, நாலு ரூபாயில் மீதி 20 பைசா. பண்டிட் ஜியிடம் ஒரு 'பான்' போட்டுக் கொள்ளலாம். மீதி 5 பைசா.

பாங்கில் பணம் இல்லாவிட்டால்?... ஏன் இருக்காது? மூன்று நாள் களுக்கு முன்பு போட்ட 'செக்'குக்கு பணம் இன்னுமா வராமலிருக் கும்? அதுவும் உள்ளூர் பாங்க் செக்தான். அவனுடைய பாங்க்தான், 'ஸ்டேட் பாங்க்...' - என்ன சுவாரஸ்யமான கற்பனை...! பிரதம மந்திரியாயிருந்திருந்தால் சொந்தம் கொண்டாடலாம். இதற்காக எத்தனை நகர் வாலாக்களையும் தான் பலியிடத் தயார். முட்டாள் கள் கிடைத்தால் ஏன் பலியிடக்கூடாது?

'பாங்க்' வாசலில் போய் இறங்கியபோது மணி 1-50. இன்னும் பத்து நிமிஷம் இருக்கிறது. மிக விரைவாக உள்ளே சென்று மானேஜரை பார்த்தான்.

'மன்னிக்கவும்... என்னுடைய 'செக் புஸ்தகம்' தொலைந்து விட்டது. புதிதாக வேண்டும்.'

'எத்தனை 'செக்'குகள் பாக்கி இருந்தன அந்தப் புஸ்தகத்தில்?'

'பதினேழு.'

'ஒரு விண்ணப்பம் எழுதி, எந்தெந்த நெம்பர் உடைய செக்கு களை நீங்கள் உபயோகப்படுத்தவில்லை என்று விவரம் எழுதி, அதோ ஹாலில், வழுக்கைத் தலையாக ஒருவர் உட்கார்ந்திருக் கிறாரே, அவரிடம் கொடுங்கள்.'

'விண்ணப்பம் எழுத ஒரு காகிதம் தர முடியுமா?'

அவர் எடுத்துக் கொடுத்தார்.

'மன்னிக்கவும், பேனாவும் இல்லை...'

அவர் அவனை ஏற இறங்கப் பார்த்தார். ஒன்றும் பேசவில்லை. மேஜை ட்ராயரில் தேடி ஒரு பால்பாய்ண்ட் பேனாவை கொடுத் தார். அவன் அங்கேயே உட்கார்ந்துகொண்டு விண்ணப்பத்தை எழுதினான்.

வழுக்கைத் தலை ஆசாமி விண்ணப்பத் தாளைப் படித்தார்.

'எங்கே தொலைந்தது?'

'எங்கே என்று தெரிந்திருந்தால், தொலைந்து விட்டது என்று முடிவு கட்டியிருக்க மாட்டேன்...'

'ஹாஸ்யமாகப் பேசுவதாக நினைத்துக் கொண்டிருக்கிறீர்கள். எப்படித் தொலைந்தது என்பதையும் விளக்கமாக எழுத வேண் டும்.'

'துப்பறிந்து மறுபடியும் கண்டுபிடித்துத் தரப் போகிறீர்களா?'

'இதோ பாருங்கள்... எனக்கு வேலை அதிகமாக இருக்கிறது. 'செக்' புஸ்தகம் என்பது ஒரு முக்கியமான 'டாக்குமெண்ட்'. அது தொலைவதை நாங்கள் விளையாட்டாக எடுத்துக் கொள்ள முடியாது.'

'எனக்கும் விளையாட நேரமில்லை. எனக்கு இப்பொழுது அவசரமாகப் பணம் எடுத்தாக வேண்டும். பணம் இல்லாமல் வீட்டுக்குப் போக முடியாது.'

'எப்படி எடுக்க முடியும்? புது செக் புஸ்தகம் உங்களுக்கு ஒரு வாரம் கழித்துதான் தரப்படும்.'

'ஏன்?'

‘இந்தக் கடிதத்தை அலுவலகத்தில் ஒட்டி வைப்போம். எல்லாப் பிரிவிலுள்ளவர்களுக்கும் இதுபற்றித் தெரிய வேண்டும். யார் கையில் இந்தப் புஸ்தகம் கிடைத்திருக்கிறதோ, அவன் இதைத் தவறான வழியில் பயன்படுத்தக் கூடாதல்லவா?’

‘செய்தித்தாள்களில் பிரசுரிப்பீர்களா? என் கைவசம் என் ‘போட்டோ’ வேறு இல்லை, என்ன செய்யப் போகிறீர்கள்?’

அவர் அவன் கொடுத்த விண்ணப்பத்தாளை, மேஜையின் மீதிருந்த ‘ட்ரேயி’யில் போட்டார். பெரிய லெட்ஜர் ஒன்றைப் பிரித்து வைத்துக்கொண்டு கவனமாகப் பார்க்க ஆரம்பித்தார். அவர் ஏதாவது சூடாக பதில் சொல்லியிருந்தால்கூட அவனுக்கு ஆறுதலாக இருந்திருக்கும். அவர் அலட்சியம் அவனுக்கு எரிச்சல் ஊட்டியது.

‘எனக்கு இப்பொழுது பணம் வேண்டும்.’

‘மன்னிக்கவும். உங்களுக்கு உதவி செய்ய இயலாமைக்கு வருந்துகிறேன்.’

‘ஒரு ‘வித்ட்ராயல் ஸ்லிப்’ கொடுங்கள்.’

‘பாஸ் - புக் இருக்கிறதா?’

‘இல்லை.’

‘பாஸ் - புக் இல்லாமல் எப்படி ‘வித்ட்ரா’ பண்ண முடியும்?’

‘நான் ஒரு பல்கலைக் கழக பேராசிரியர் என்பதை என் வீட்டில் எனக்காகக் காத்துக் கொண்டிருக்கப் போகிற பால்காரனும், பேப்பர்காரனும் பாராட்டப் போவதில்லை. இந்த நிலையிலும் பாஸ்- புக் அவசியம் என்றா நீங்கள் நினைக்கிறீர்கள்?’

லெட்ஜரில் எழுதிக் கொண்டிருந்தவர் நிறுத்திவிட்டு அவனை ஒரு கணம் நோக்கினார்.

‘சரி. ‘வித்ட்ராயல் ஸ்லிப்’ எழுதி அந்தக் கிளார்க்கிடம் கொடுங்கள்.’

அவருக்கும் வீட்டில் அதே பிரச்னை இருக்கலாம் என்று அவனுக்குத் தோன்றிற்று.

‘வித்ட்ராயல் ஸ்லிப்’பை வாங்கிக்கொண்டு ‘கிளார்க்’ ஒரு பெரிய நோட்டை எடுத்துப் பிரித்துப் பார்த்தான்.

‘மன்னிக்கவும். பணம் இல்லை. முப்பது ரூபாய்தான் இருக் கிறது.’

‘மூன்று நாள் முன்பு நானூறு ரூபாய் டெபாஸிட் செய்தேன்.’

‘பணம் வரவில்லை. அதோ அந்தக் கவுண்டரில் போய் விசாரி யுங்கள்.’

அவன் விசாரித்தான், பணம் வரவில்லை. அவன் ‘வித்ட்ராயல் ஸ்லிப்பை’ கிழித்தெறிந்தான்.

கையில் 20 பைசாதான் இருந்தது. எப்படி திரும்பிப் போவது? யூனிவர்ஸிடியில் அவனுக்கு நண்பர்கள் மிகவும் குறைவு. மூன்று நான்கு பேர்களைத்தான் பணம் கேட்க முடியும். அவர்கள் வரவில்லை என்றால்? அவர்களுக்கும் இந்தச் சமயம் வகுப்பு இருப்பதாக அவனுக்கு நினைவில்லை. பதினாறு மைல் நடந்து போவது என்பது முடியாத காரியம்.

பண்ட்டிட்ஜியிடம் ‘பான்’ போட்டுக்கொண்டு, ஐந்து ரூபாய் கேட்கலாமா? அவன் கொடுக்கக்கூடும். ஆனால் அவனை பார்க்கும்போதெல்லாம் பண்டிட்ஜிக்கு இந்த நினைவுதான் வரும். 20 பைசாவை வைத்துக்கொண்டு ஒன்றும் செய்ய முடி யாது. எதற்கும் ‘பான்’ போட்டுக் கொள்ளலாமென்று அவ னுக்குத் தோன்றிற்று.

‘ஆயியே ப்ரோஃபஸர் சாப்.’

பண்டிட்ஜி முகமலர்ச்சியுடன் அவனை வரவேற்று ‘பானை’க் கொடுத்தான்.

‘துன்யா பஹூத் கராப் ஹை சாப்.’

அவன் இதற்குப் பதில் சொல்லாமல் புன்னகை செய்தான்.

பண்டிட்ஜியிடம் பையன்கள் கடன் வைத்துவிட்டு ஏமாற்றியிருக் கிறார்கள். இந்த சமயம் பார்த்தா பண்டிட்ஜி அவனிடம் இப்படிச் சொல்ல வேண்டும். அப்படிச் சொன்னதும் நல்லது தான். பண்டிட்ஜியிடம் கடன் வாங்கலாமா என்று அவனுக்கு ஏற்பட்ட சபலம் நீங்கிற்று.

'ஹல்லோ, ஹள ஆர் யூ?'

அவன் திரும்பிப் பார்த்தான். டாக்டர் சௌத்திரி. அவனை ஏதோ ஸெமினாரில் சந்தித்திருக்கிறான். நிறைய படித்தவன்.

'வாருங்களேன், காப்பி சாப்பிடுவோம்' என்றான் சௌத்திரி. இவனைக் கேட்கலாமா? இரண்டாம் தடவை பார்த்தபோதே கடன் கேட்டால்?... அவனுக்குப் பசித்தது. காப்பி வாங்கித் தருகிறேன் என்கிறான். ஏன் போகக் கூடாது?

அவர்கள் காப்பி ஹவுஸில் போய் உட்கார்ந்தார்கள்.

சௌத்திரி 'சோஷல் ஃப்ராக் மென்டேஷன் ஆஃப் சொஸைட்டி' என்பதைப் பற்றிப் பேச ஆரம்பித்தான்.

'இதற்கு என்ன காரணம் என்று நீங்கள் நினைக்கிறீர்கள்?' என்றான் சௌத்திரி.

'பால்கனிஸேஷன் ஆஃப் லைஃப் என்று சொல்லலாமா?' என்றான் அவன்.

'சரியான வார்த்தை. நான் இது படிப்படியாக நிகழ்ந்திருக்கிறது என்று கருதுகிறேன். மேனாடுகளில் நகரங்கள் ஏற்படத் தொடங்கியதிலிருந்து, தேசிய கலாச்சாரங்கள், மறுமலர்ச்சி, விஞ்ஞான வளர்ச்சி ஆகியவை பற்றிப் பிரக்ஞை பரலாக உண்டானதிலிருந்து, இந்த 'ஃப்ராக்மென்டேஷன்' நிகழ்ந்திருக் கிறது. நீங்கள் என்ன நினைக்கிறீர்கள்?'

'தொழிற்புரட்சிக்குப் பிறகு பொருளாதார அடிப்படையில்தான் வாழ்க்கை மதிப்புகள் கணிக்கப்பட வேண்டுமென்பதும், மத்திய தரக் குடும்பங்கள் பிரான்ஸில் ஏற்பட்டதும் இதற்குக் காரணமாக இருக்கலாம். ஜனநாயக ரீதியாக கல்வி பரவத் தொடங்கியதும், மெடீவல் பண்பாட்டை சிதற வைத்திருக்கிறது.

Technology is the intervention of man on nature. மேலும் கடந்த ஐம்பது வருஷத்திய விஞ்ஞான முன்னேற்றம், மனிதனின் மனோதத்துவ அமைப்புக்கு ஒரு பெரிய அதிர்ச்சியைத் தந்து, அவனை ஒரு பெரிய குழப்பத்தில் ஆழ்த்தியிருக்கிறது.)

அவன் தான் படித்தவற்றையெல்லாம் ஒரு கிளிப்பிள்ளை போல் சொல்லிக்கொண்டே போனான். அவன் பேசிக்கொண்டிருந்தது,

அவனுக்கே ஆச்சர்யத்தைத் தந்தது. பையில் ஐந்து பைசாவை வைத்துக்கொண்டு சுகமாக ஒரு 'மெண்டல் எஸ்கேபிஸம்!'... ஃப்ராக் மெண்டேஷ'னாம் புண்ணாக்காம்!

'நீங்கள் சொல்வது வாஸ்தவந்தான். The insecure human being gives our epoch its physiognomy' என்றான் சௌத்திரி.

'நீட்சே என்ன சொல்லியிருக்கிறான் தெரியுமா?'

'என்ன?'

'We have freed ourselves from the fear of reason, which was the spectre of the 18th century... We once more dare to be childish, lyrical, absurd and in a way, we are musicians...'

'நிச்சயமாக; துன்பவியல் நாடகங்கள் அடிப்படையில், 'காமிக்'காக இருக்கவேண்டுமென்பதற்கும் இதுதான் காரணம். இதை எக்ஸிஸ்டென்ஷியல் காமெடி என்று வேண்டுமானாலும் வைத்துக் கொள்ளுங்கள். Comedy is the logic of the absurd'. டோரத்தி ஸேயர்ஸ் சொல்லியிருப்பது நினைவுக்கு வருகிறது.

'The Whole tragedy of futility is that it nevr succeeds in achieving tragedy. In its blackest moment it is inevitable doomed to the comic gesture. அது கிடக்கட்டும். என்னிடம் பணம் இல்லை. வீட்டுக்குத் திரும்பிப்போக ஒரு ரூபாய் வேண்டும். தர முடியுமா?'

8. சொர்க்கத்துக்கு ஒரு குறுக்கு வழி

துறவி பரமானந்தருக்கு மிகவும் கோபம். 'முட்டாள் ஜனங்கள். பூத உடலுடனேயே பேரின்பத்தை அடைய குறுக்கு வழியை காட்டுகிறேன் என்றால் ஒருவராவது வரவில்லையே!' அவர் கங்கையாற்றைத் தம் கையினால் துழாவினார். அமைதியை கிழித்துத் தண்ணீர் சலசலத்தது.

லட்சுமண் ஜூலா எவ்வளவு ரம்மியமான இடம்! இந்த இடத்தில் தான் அவரால் உலகத்துக்கு உபதேசம் செய்வதற்கான மாபெரும் உண்மையைக் கண்டுபிடிக்க முடிந்தது! 'பதினைந்தே நிமிஷங் களில் பரம நிலையை அடையலாம். கால் மணி நேரத்தில் கடவுள் தரிசனம்! எப்பேர்ப்பட்ட உண்மையைக் கண்டு பிடித் திருக்கிறோம். ஒருவராவது உள்ளொளி பெறுவதற்குத் தம்மிடம் வரவில்லையே'

தொலைவில் கீதா பவனில் மணி ஒலித்தது. மரத்தில் உட்கார்ந் திருந்த குருவிகள் சத்தமிட்டுக்கொண்டு பறந்து சென்றன.

'கிளிக்...!'

பரமானந்தர் திரும்பிப் பார்த்தார். அயல்நாட்டைச் சேர்ந்தவன் போலிருக்கிறது. அவரைப் புகைப்படம் எடுத்துவிட்டான்!

'குட்மார்னிங்!' என்றார் பரமானந்தர்.

அவருக்குத் தெரியாமல் புகைப்படம் எடுத்ததற்குக் கோபித்துக் கொள்ளப்போகிறார் என்று அவன் எதிர்பார்த்ததற்குப் பதிலாக, அந்த வரவேற்பு அவனை வியப்பிலாழ்த்தியது.

'குட் மார்னிங்!' அவன் தயங்கிக்கொண்டே சொன்னான்.

'நான் பரமானந்தன். இந்தியத் துறவி. சொல்லப் போனால் ஜெட் உலகத் துறவி' என்றார் புன்சிரிப்புடன்.

'ஜெட் உலகத் துறவி? அப்படியென்றால்?' அவன் 'காமிரா'வைத் தோள்களில் மாட்டிக்கொண்டான்.

'பதினைந்து நிமிஷங்களில் உங்களுக்கு சொர்க்கத்துக்கு வழி காட்ட முடியும். வருஷக் கணக்கில் தியானம், நியமம், அனுஷ்டானம் ஒன்றும் வேண்டாம். ஏன், மனக் கட்டுப்பாடே தேவையில்லை.'

அவன் அவரை மிகுந்த ஆச்சரியத்துடன் பார்த்தான்.

'என் பெயர் ஹரால்ட் ராபின்ஸ். அமெரிக்கப் பத்திரிகை நிருபன். நீங்கள் சொல்வது உண்மையா?'

'வேண்டுமென்றால் பரீட்சித்துப் பார்க்கலாம்!'

'இப்பொழுதேவா?'

'மனசு இருந்தால் போதும். இடம் காலம் ஆகியவற்றைப் பற்றி கவலை வேண்டாம்.'

ராபின்ஸ் கீழே உட்கார்ந்தான்.

'தொடங்கலாமா?' என்று கேட்டார் பரமானந்தர்.

ராபின்ஸ் சொர்க்கத்தைத் தேடித்தான் கண்டம் கண்டமாக அலைந்துகொண்டிருக்கிறான். அமெரிக்காவில் அவன் காதலி அவனைக் கைவிட்டு ஒரு பெரிய பணக்காரனை மணந்துகொண்டு விட்டாள். மனம் உடைந்து அவன் ஆஸ்திரேலியாவுக்குச் சென்றான். அங்கும் அவனுக்கு நிம்மதி கிடைக்கவில்லை. தென்னாப்பிரிக்காவிலே சில ஆண்டுகள் இருந்தான். வயிறு பசித்த போது பத்திரிகை நிருபர் வேலையை மேற்கொண்டான். அமைதியை நாடி அலைந்த அவனிடம் பரமானந்தர் தாமாகவே, 'சொர்க்கத்துக்கு வழி காட்டுகிறேன்' என்றதும் அவனுக்கு மிகவும் சந்தோஷம். மதுவிலும், அபினிலும், சொர்க்கத்தைத் தேடித் திரிந்த அவனுக்கு துறவியின் வார்த்தைகள் ஒரு புதிய நம்பிக்கையையும் தெம்பையும் ஊட்டின.

'தொடங்கலாம்' என்றான் ராபின்ஸ்.

‘ஒவ்வொருவருக்கும் ஏற்ற, அவருக்குகந்ததான சப்தம் உண்டு. அதைத்தான் மந்திரம் என்கிறோம். அந்த மந்திரத்தைச் சொல்லி, சப்தத்தை நாம் ரத்தத்தில் ஜீவ ஓட்டத்தில் கரைத்துவிட்டால் சப்தம் முதற்படியாகக்கொண்டு வெவ்வேறு நிலைகளைக் கடந்து எல்லாவற்றுக்கும் அப்பாற்பட்ட ஒரு தியான நிலையை அடைகிறோம். அதற்கு முன்பு உங்களைச் சில கேள்விகளை கேட்க வேண்டும்’

‘கேளுங்கள்.’

‘உங்களை மிகவும் கவர்ந்த பெயரைச் சொல்லுங்கள்.’

‘டெய்ஸி.’

‘உங்கள் மனைவியா?’

‘இல்லை, காதலி.’

‘அவள் உருவத்தைச் சித்தரித்துச் சொல்லுங்கள்.’

ஓர் உபாசகனுக்குரிய தீவிரத்துடன் ஆரம்பித்தான் ராபின்ஸ் சொல்லி முடித்தவுடன், அவன் முன்னே டெய்ஸி நிற்பது போன்ற ஒரு பிரமை.

‘டெய்ஸி, டெய்ஸி! என்று சொல்லிக்கொண்டே இருங்கள்.’

‘டெய்ஸி... டெய்ஸி...’ என்று சொல்லத் தொடங்கினான் ராபின்ஸ். அவன் கண்கள் தாமாகவே மூடிக்கொண்டன.

பரமானந்தர் அவனையே பார்த்துக் கொண்டிருந்தார். பாரதத்து ‘முட்டாள் ஜனங்கள்’ மீது அவருக்கு இருந்த கோபம் மாறி இப்போது அனுதாபம் ஏற்பட்டது. அவருக்கு எல்லையற்ற குதூகலம். ஓர் அமெரிக்கன் அவருடைய முதல் சிஷ்யனாகப் போகிறான்! அதுவும் ஒரு பத்திரிகை நிருபன்! அமெரிக்கப் பத்திரிகைகள் இந்தச்செய்தியை பிரமாதப்படுத்தப் போகின்றன.

ராபின்ஸ் கண்களைத் திறந்தான். அவன் முகம் பிரகாசமாக இருந்தது.

‘பேரின்பத்தை அடைந்து விட்டேன். நீங்கள் ஜெட் உலகத் துறவி தான். சந்தேகமில்லை. சப்தத்தில் என்னைக் கரைத்து, சப்தம் என்னில் கரைய, ஒன்றோடொன்று வேறுபாடு ஒழிந்து,

நிரந்தரத்துவத்தின் கோடானு கோடி வண்ண ஜாலங்களிலே பரத்துவத்தின் தனித்துவம் கண்டு, தனித்துவம் இசைந்த பரத்துவம் தெளிந்து!'

'போதும். சொல்ல முயற்சி செய்யாதீர்கள். சொல்லச் சொல்ல வார்த்தைகளின் குறைபாடுகள் தெரியும்!' என்றார் துறவி.

'உங்களைப் பற்றி உலகம் தெரிந்து கொள்ளவேண்டும்.'

பரமானந்தர் புன்னகை செய்தார். 'நீங்கள் இதற்காக என்ன நடவடிக்கை வேண்டுமானாலும் மேற்கொள்ளலாம். எனக்கு ஆட்சேபணை இல்லை. 'காஸ்மிக்' யுகத்தில் 'கால்மணி நேரத்தில் முக்திப் பேரின்பம்' என்ற தலைப்புக் கொடுத்தும் எழுதலாம். உலகத்தை உய்விக்க வேண்டும். அதுதான் என் விருப்பம்.'

'நீங்கள்தாம் மெஸ்ஸையாவா?'

தமக்கே அந்தச் சந்தேகம் உண்டு போல் துறவி குறுநகை செய்தார்.

'என் அனுபவத்தை என்னுடைய பத்திரிகைக்கு எழுதி அனுப்பப் போகிறேன்.'

'ஸிண்டிகேட் கட்டுரையாக இருக்கட்டும். பணத்துக்குப் பணம். எல்லாரும் தெரிந்து கொள்ளட்டும்!' என்றார் பரமானந்தர்.

'நீங்கள் என்னுடன் டில்லிக்கு வாருங்கள். நீங்கள் பத்திரிகை நிருபர்களைச் சந்தித்துப் பேச வேண்டும்.'

'இப்பொழுது வேண்டாம். முதலில் அமெரிக்கப் பத்திரிகை களில் என்னைப் பற்றிய செய்திகள் வரட்டும். பிறகு இந்திய பத்திரிகை நிருபர்கள் தாமாகவே என்னைச் சந்திக்க வருவார்கள்.'

பரமானந்தர் கூறியது உண்மையாகப் போயிற்று. வியட்நாம் போர்ச் செய்திகளைப் பற்றிப் படித்து அலுத்துப் போன அமெரிக்க மக்களுக்கு 'ஜெட் உலக துறவி'யைப் பற்றிய செய்தி கற்கண்டாக இருந்தது. ராபின்ஸ் அவரை 'மெஸ்ஸையா' என்றே குறிப்பிட்டு, வியட்நாம் போரை நிறுத்துவதற்கான ஆற்றல் அவருக்கு இருப்பதாக எழுதியிருந்தான். பென்டகனில் கூட இதுபற்றி விவாதிப்பதாக அமெரிக்கப் பத்திரிகைகளில்

செய்திகள் வந்தன. அவ்வளவுதான்; இந்தியப் பத்திரிகைகள் லட்சுமண் ஜுலாவுக்கு நிருபர்களை அனுப்பின. ராபின்ஸ் குறிப் பிட்ட துறவியை அவர்களால் சந்திக்க முடியவில்லை. ரிஷி கேசத்திலிருந்த ஓரிரண்டு சாமியார்கள் ராபின்ஸ் தங்களைத்தாம் சந்தித்ததாகக் கூறினார்கள். ஆனால் குட்டு வெளிப்பட்டவுடன் அவர்களையும் காணவில்லை.

தில்லியில் ராபின்ஸின் 'ஏர் - கண்டிஷன்' வீட்டில் தாடியைப் பரிவுடன் தடவிக் கொண்டு உட்கார்ந்திருந்தார் பரமானந்தர்.

'பார்த்தீர்களா? இத்தனை நாள்கள்வரை நான் அவர்களுடைய கண்ணில் படவில்லை. நீங்கள் எழுதியவுடன் தேடிக்கொண்டு அலைகிறார்கள்!' என்றார் துறவி.

'அமெரிக்காவில் உங்களுக்கு நிறைய சிஷ்யர்கள் ஏற்பட்டு விட்டார்கள். பிராட்வேயிலும் ஹாலிவுட்டிலுமே நூற்றுக்கணக் கான நடிகர்களும், நடிகைகளும் உங்களைக் காண துடித்துக் கொண்டிருக்கிறார்கள். நீங்கள் அமெரிக்கச் சுற்றுப்பிரயாணத்தை விரைவில் மேற்கொள்ள வேண்டும்.'

பரமானந்தர் பதில் சொல்லவில்லை; சிந்தித்துக் கொண்டிருந்தார்.

'மனக்கட்டுப்பாடு இல்லாமலேயே தெய்வ தரிசனம் என்பது எல்லாரையும் கவர்ந்துள்ளது. கஷ்டமான புத்தகங்களைப் படித்து மண்டையை உடைத்துக் கொள்ளவேண்டாம். இயற்கை சபலங்களை அடக்கி ஒடுக்கி அவஸ்தைப்பட வேண்டாம். மது மங்கையுடன் கூடவே பேரின்பம் என்றால் யார்தான் வேண்டாம் என்பார்கள்? குருவே நீங்கள்தான் ஜனநாயக உலகுக்கு ஏற்ற தலைவர்...!' என்று பாராட்டினான் ராபின்ஸ்.

'சரி. நான் அமெரிக்கப் பிரயாணத்தை மேற்கொள்ளுகிறேன். அதற்கு முன்பு இந்தியப் பத்திரிகை நிருபர்களையும் சந்தித்து விடுகிறேன். நான் உங்களுடன் தங்கியிருக்கும் செய்தியை நீங்கள் வெளியிடலாம்' என்றார் பரமானந்தர்.

பரமானந்தருக்குத் தில்லியில் ஏற்பாடு செய்யப்பட்ட கூட்டத் துக்கு போலீஸ் பந்தோபஸ்து தேவைப்பட்டது. ஸப்ரூ ஹால் பொங்கி வழிந்தது. மத்திய மந்திரிகளில் இரண்டொருவர் கலந்து கொண்டு பரமானந்தரின் பெருமையை எடுத்துக் கூறினார்கள். பாரகம்ப ரோடு முழுதும் கார் மயம். மிஸ் இந்தியா ஃபேர்...

நடப்பதாக எண்ணி ஸப்ரூ ஹாலுக்குச் சென்ற சிலருக்கு பிறகு தான் தெரிந்தது, பரமானந்தர் பேசப் போவது.

அமெரிக்காவுக்குப் பயணமானார் பரமானந்தர். அமெரிக்காவில் அவருக்கு அமோக வரவேற்பு. பிராட்வேயும் ஹாலிவுட்டும் அவர் காலடியில் விழுந்தன. 'எல்.எஸ்.டி.யும் தியானமும்', 'விவாகரத் தும் தியானமும்' என்ற தலைப்புகளின் கீழ் அவர் ஆற்றிய பிரசங் கங்கள் அமெரிக்காவை ஒரு கலக்கு கலக்கிவிட்டன. 'பாரதத்துக்கு வாருங்கள். தியானத்தைப் பற்றி சொல்லித் தருகிறேன். பதினைந்தே நிமிஷங்களில் உள்ளொளி காணலாம். இது உத்தர வாதம்' என்றார் பரமானந்தர். விசாவுக்காக 'க்யூ' வரிசைகள் நீண்டன. பாரத அரசாங்கத்தின் சார்பாக நிதி இலாகா துறவிக்கு பாராட்டுக் கடிதம் அனுப்பிற்று. அயல்நாட்டு யாத்ரீகர்களை வரவேற்க தில்லித் தெருக்கள் செப்பனிடப்பட்டன.

ராபின்ஸ் பத்திரிகை நிருபர் வேலையை ராஜினாமா செய்துவிட்டு பரமானந்தருடைய பிரதம காரியதரிசி ஆனான். லட்சுமண்ஜுலா வில் அவர் ஏற்படுத்தவிருந்த ஆசிரமத்துக்காக டாலர்கள் வந்து குவிந்தன. இதை நிர்வகிக்க ஒரு காரியாலயம் உருவாயிற்று.

அமெரிக்காவின் தலைசிறந்த ஒரு 'ஆர்க்கிடெக்ட்' போட்டு தந்த திட்டத்தில் லட்சுமண் ஜுலாவில் தியானம் செய்வதற்கான ஆசிரமங்களும், மற்றைய சௌகரியங்களும், கங்கையாற்றில் நீராட இயலாதென்பதற்காக அழகான நீச்சல் குளங்கள் தாமரை மலர் வடிவத்திலும், நவீன கலை பாணி வடிவங்களிலும் கட்டப் பட்டன. கட்டங்களிலெல்லாம் தினுசு தினுசாக வண்ணக் கண் ணாடிகள். மரங்கள் செறிந்த இமயமலைக் காடுகளில் உட்காருவ தற்கு மேடைகளும், செயற்கை நீரருவிகளும் உண்டாயின. பரமா னந்தருடைய புதிய தியான ஏற்பாட்டின்படி மது அருந்துவதோ, அதை ஒட்டிய மற்றைய விஷயங்களோ தவறில்லை என்ற காரணத் தால் அவற்றுக்கும் இடமளிக்கும் வகையில் பரமானந்தருடைய 'ஜெட் உலக ஆசிரமம்' எழுந்தது. படுக்கை அறைகளெல்லாம் 'ஏர் கண்டிஷன்' செய்யப்பட்டிருந்தன.

அமெரிக்காவிலும், ஐரோப்பாவிலும் ஆறு மாதங்கள் சுற்றுப் பிரயாணம் செய்தார் பரமானந்தர். உலகத்தின் எல்லா பிரதம நகரங்களிலும் அவர் தியான ஏற்பாட்டுக்கு கிளைகள் ஏற்பட்டன. அவர் பாரதம் திரும்பியபோது, அவருடன் அமெரிக்காவிலிருந்தும், பிரிட்டனிலிருந்தும் ஒரு பெரிய நட்சத்திரப் பட்டாளமே வந்தது.

'பாரதப் பண்பாட்டை' வேற்று நாடுகளில் கொடி கட்டி பறக்கச் செய்த பரமானந்தருக்கு தில்லிப் பிரமுகர்கள் ஒரு பெரிய வரவேற்பு அளித்தனர். ஒளிவு மறைவு இல்லாமல் ஆடை தரித்துத் திரைப்படங்களில் நடித்த ஹாலிவுட் நடிகைகள் இப்பொழுது பைஜாமா,குர்த்தா அணிந்து மேடையில் தோன்றியது கண் கொள்ளாக் காட்சியாக இருந்தது. அவர்கள் ஏதோ முணு முணுத்துக் கொண்டிருந்தார்கள். என்னவென்று விசாரித்தபோது 'இராம நாமம்' என்று தெரியவந்தது. 'வெளிநாடுகளில் இராம நாமம் விற்றேன்' என்றார் பரமானந்தர், தமக்கென்றே உரிய இயல்பான ஹாஸ்யத்துடன்.

அவ்வளவுதான். அடுத்த நாள் பார்லிமெண்டில் கம்யூனிஸ்ட் அங்கத்தினர் ஒருவர் 'ராம நாமம்' விற்கும் தொழிலை தேசிய மயமாக்கவேண்டும் என்று தீர்மானம் கொண்டு வந்தார். பரமானந்தரையே ஒரு தேசிய ஸ்தாபனமாகக் கருதி, அவருடைய சிஷ்யர்களுக்கும் ராஷ்டிர பாஷையாகிய ஹிந்தியை கற்றுக்கொடுக்க வேண்டும் என்று சம்யுக்த சோஷலிஸ்ட் அங்கத்தினர் ஒருவர் திருத்தம் கொண்டு வந்தார்.

லட்சுமண்ஜூலா அமளிப்பட்டது. நட்சத்திர தரிசனத்துக்காக பத்திரிகை நிருபர்களும் இளைஞர் சேனையும் அங்கு குழுமி யிருந்தன. இன்னின்ன மரத்தடியில் யார் யார் உட்கார்ந்து 'தியானம் ' செய்ய வேண்டும் என்பது வரையறுக்கப்பட்டது. பெயர்களை 'டைப்' அடித்து ஒட்டியிருந்தார்கள். அவரவர்களுக் குரிய 'சப்தத்தை' திரும்பத் திரும்பச் சொல்லி அலுக்கும் சில 'பெரிய நட்சத்திரங்களின்' சௌகரியத்துக்காக டேப் ரிக்கார்டுகள் வைக்கப்பட்டிருந்தன.

புதிய தியான ஏற்பாட்டைத் தொடங்கி வைத்து பரமானந்த பேசினார் : 'தியானம் என்றால் புலன்களை அடக்க வேண்டும். அது இதுவென்று இதுவரை ஏமாற்றி வந்திருக்கிறார்கள். தேவை யில்லை. அவரவர்கள் தங்கள் தங்களுக்கு இஷ்டமான காரி யத்தைச் செய்யலாம். மது அருந்தலாம். மாமிசம் சாப்பிடலாம், மங்கையை நாடலாம். பதினைந்து நிமிஷங்கள் தியானம் செய்தால் போதும். ஒவ்வொருவருக்கும் ஒரு மந்திரம் உண்டு. ராம நாமமாக இருக்கலாம். கிருஷ்ண சப்தமாக இருக்கலாம். ஏன், 'டாலர், டாலர்' என்று கூடச் சொல்லலாம். ஒலி என்பது தியான நிலையின் முதல் படி. ஏறிச் சென்றால் சொர்க்கத்தின் வாசலை அடைவோம். தியானத்துக்குப் பிறகு புதிய

உத்வேகத்தைப் பெற்று இஷ்டப்படி நீங்கள் செயலாற்றலாம். பாவ புண்ணியத்தில் எனக்கு நம்பிக்கை இல்லை.'

இதையொட்டி, ஹாலிவுட்டின் பிரதம இசை அமைப்பாளராகிய வாலாடி விஸ்கி அமைத்துத் தந்த 'ட்யூ'னில் கீதையின் ஆங்கில மொழி பெயர்ப்பு ஸ்லோகங்கள் பாடப்பட்டன. நட்சத்திரங்கள் காமிரா முன் ஆனந்தக் கண்ணீர் சொரிந்தார்கள். ஒரு புதிய உலகத்தையே உண்டாக்கிவிட்ட உற்சாகம் எங்கும் பொங்கி வழிந்தது.

ஒவ்வொரு சிஷ்யரையும் தனித்தனியாக அழைத்து புதிய தியான முறையைச் சொல்லித் தந்தார் பரமானந்தர். எல்லாரும் தங்கள் தங்கள் மரங்களை நாடிச் சென்றார்கள்.

ஓங்கி வளர்ந்த குன்றுகள் அடங்கிய இமயமலைச் சாரல். அமைதியின் பெருமூச்சோடு ஓடும் கங்கையாறு. பல வண்ண மலர்கள் பூத்துக் குலுங்கும் மரங்கள். தியானத்தில் ஆழ்ந்த அரம்பையர் போன்ற ஹாலிவுட் நங்கைகள். நீச்சல் குளங்கள், கண்கவர் கட்டடங்கள், எல்லாவற்றுக்கும் சிகரமாக பேரொளியை உலகுக்குத் தந்த இருபதாம் நூற்றாண்டு மெஸ்ஸயா பரமானந்தர். இவரை வைத்துக்கொண்டு ஒரு திரைப்படம் தயாரித்தால் என்ன என்று தோன்றிற்று, தியானத்தை நாடி வந்த ஹாலிவுட் தயாரிப்பாளர் டி. ஸ்மித்துக்கு. சொல்லப் போனால் தியானம் செய்யும் போதுதான் அவருக்கு இந்த எண்ணம் உண்டாகியது.

உடனே அவர் ராபின்ஸைக் கண்டு விவாதித்தார். முதலில் ராபின்ஸ் இந்த யோசனைக்கு மதிப்புத் தரவில்லை. ஆனால் பரமானந்தர் படத்தில் நடித்தால் வசூலாகும் தொகையில் பாதிக்கு மேல் ஆசிரமத்துக்குத் தருவதாக டி.ஸ்மித் வாக்குறுதி அளித்த பிறகு, இருவரும் பரமானந்தரிடம் சென்றார்கள்.

பரமானந்தர் வெகு நேரம் தீவிரமாகச் சிந்தித்தார். கடைசியில் அவர் முகத்தில் புன்னகை தோன்றியது.

'வண்ணப் படமா?' என்று கேட்டார்.

'ஆமாம், சினிமாஸ்கோப்!' என்றார் டி.ஸ்மித்.

'சரி. இங்கு இவ்வளவு பேர் வந்திருக்கிறார்களே, இவர்களை பாதியில் இப்படியே விட்டுச் செல்வதா?' என்று கேட்டார்.

'ராபின்ஸ் பார்த்துக் கொள்வார்.'

பரமானந்தர் ராபின்ஸை நோக்கினார். அவன் உடனே பதில் சொல்லவில்லை. சிறிது நேரம் பேசாமல் இருந்தான்.

'என்ன சொல்லுகிறீர்கள்?' என்று ராபின்ஸைக் கேட்டார் டி.ஸ்மித்.

'எனக்கும் படத்தில் நடிக்க வேண்டுமென்று ஆசை. ஆசை உண்டாகிவிட்டால் அதைக் கட்டுப்படுத்திக்கொண்டு குருவாக நடிப்பது கஷ்டம்' என்றான் ராபின்ஸ்.

'ஒரு வருஷம் கழித்து பார்க்கலாமே?' என்றார் பரமானந்தர்.

'ஒரு வருஷம் கழித்து இது ஆறிப் போய்விடக் கூடும்' என்றார் தயாரிப்பாளர் டி.ஸ்மித்.

'சரி, சாயந்திரம் யோசித்துச் சொல்லுகிறேன். நான் எல்லோருக்கும் தியானம் சொல்லிக் கொடுத்து சில நாட்களாக நானே தியானம் செய்யவில்லை' என்றார் பரமானந்தர்.

'மிஸ் ஹாரியட் நடிப்பாளா?' என்று ஆவலோடு கேட்டான் ராபின்ஸ். மிஸ் ஹாரியட்டுக்கும் டி.ஸ்மித்துக்கும் உள்ள தொடர்பு அவனுக்குத் தெரியாத விஷயமல்ல. அவர்கள் இருவருடைய ஆசிரமங்களும் ஒன்றுக்கொன்று பக்கத்தில் இருக்கவேண்டும் என்ற நிபந்தனையுடன்தான் டி.ஸ்மித் லட்சுமண்ஜுலாவுக்கு வந்திருந்தார்.

'குருவை கேட்ட பிறகுதான் நடிகையைத் தேர்வு செய்ய வேண்டும்' என்றார் டி.ஸ்மித்.

அன்று சாயந்திரம் மீண்டும் இருவரும் பரமானந்தரை சந்தித்தார்கள். அவர் முகம் பிரகாசமாக இருந்தது.

'வழி கண்டு பிடித்துவிட்டேன்' என்றார் குரு. டி.ஸ்மித் தாம் அடையப் போகும் லாபத்தை மானசீகமாகப் பங்கீடு செய்தார்.

'என்ன வழி?' என்று கேட்டான் ராபின்ஸ்.

'நான் இந்த ஆசிரமத்தில் எதற்காக இருக்க வேண்டும். ஒவ்வொருவருக்கும் அவரவருடைய மந்திரத்தைக் கண்டு பிடித்து சொல்லித் தரத்தானே! ஒருவர் சொல்லித் தந்து விட்டால் தியானம் செய்வது அவர்களுடைய பொறுப்புதானே? ஆகவே...'

பரமானந்தர் தமது திட்டத்தை விவரித்தார். டி.ஸ்மித் திகைத்துப் போனார்! துறவிக்கு எவ்வளவு கூர்மையான அறிவு! ஜெட் உலகத்துக்கு ஏற்ற தலைவர் அல்லவா?

‘ராபின்ஸ் தாமும் நடிக்க விரும்புகிறார் என்ற காரணத்தால் அவரும் நடிக்கலாம். எனக்கு ஆட்சேபமில்லை.’

அடுத்த நாள் பத்திரிகைகளில் பரமானந்தர் ஹாலிவுட் படத்தில் நடிக்கப் போகும் செய்தி கொட்டை எழுத்துக்களில் தலைப்பு கட்டிப் பிரசுரமாகியது.

அதே சமயத்தில் நியூயார்க்கிலிருந்து குருவின் ஸ்தானத்திலிருந்து சிஷ்யர்களுக்கு உபதேசம் செய்ய ஏற்றுமதியாகியது, ஒரு கம்ப்யூட்டர். பரமானந்தரின் ‘காஸ்மிக்’ மூளையை மெச்சாதவர்கள் இல்லை.

9. வழித்துணை

ஜன்னல் கம்பிகளை பிடித்துக் கொண்டு வெளியே நோக்கினார் சரபசாஸ்திரிகள். திருநீற்றைப் பூசிக்கொண்டு புறப்படும் உதய காலம். பார்வை சென்று முடியுமிடத்தில் தெரு இரண்டாகப் பிரிந்தது. கறுப்பும் வெள்ளையுமாக இரண்டு கார்கள் ஒன்றை யொன்று கடந்தன. பேப்பர் விற்கும் பையன்கள், பால் புட்டிகள் உராயும் சப்தம், கைத்தடிகொண்டு வயோதிகத்தை விரட்டி யடித்தவாறு உலாவும் முதியவர்கள், தொலைவில் இளமையை தோளில் சுமந்துகொண்டு மைதானத்தைச் சுற்றி ஓடிவரும் இளைஞர்கள், கண்ணாடித் தரைவழியே நோக்கினால் சினிமா பார்ப்பது போன்ற பிரமை...

'அப்பா!'

குரலில் எவ்வளவு கடுமை! சரபசாஸ்திரிகள் திரும்பிப் பார்த்தார். மகன் ஹரிஹரன்தான் இவ்வளவு அழகாக அவரை அழைத்தான்!

இப்போது தான் எழுந்திருக்கிறான் போலிருக்கிறது. 'நைட் கவுன்'. அதில் கறுப்பும் சிவப்புமாக சதுரங்கக் கட்டங்கள். கையில் 'டூத் பிரஷ்!'

'என்ன அப்பா இது?'

'இது' என்று எதைக் குறிப்பிடுகிறானென்பது அவருக்குத் தெரிந்ததுதான். நேற்று இரவு மருமகள் பிரேமா தன் கணவனிடம் வெகு நேரம் முணுமுணுத்துக் கொண்டிருந்தாள். அவள் ஒன்று விடாமல் எல்லாவற்றையும் சொல்லியிருப்பாள். மாமியார்

இல்லையே! மாமனார் மீதுதானே அவளால் குற்றம் சாட்ட முடியும்?

'என்னப்பா இது; கேட்கிறேன்; பேசாமல் இருந்தால் என்ன அர்த்தம்?'

'என்ன செய்யச் சொல்றே?'

சரபசாஸ்திரிகள் சிரித்தார்.

'சிரிக்கிறீர்களே! எவ்வளவு தடவை சொன்னாலும் உங்களுக்கு...!' - அவன் இதைச் சொல்லி முடிக்கத் தயங்கினான்.

ஏன் தயக்கம் வராது? அவனுடைய தாயார் பிரசவ அறையிலேயே போய்விட்டாள். பிறகு அவனுக்கு தாய்க்குத் தாயாகவும் தகப்பனுக்கு தகப்பனாகவும் இருந்து வளர்த்த பரிவையும் பாசத்தையும் அவ்வளவு சுலபமாக அவனால் மறந்துவிட முடியுமா? 'உங்களுகக்கு ஏன் மூளை இல்லை?' என்று கேட்க அவன் நினைத்திருப்பான். மனசுக்கு இல்லாவிட்டால் கூட, நாக்குக்குக் கூடவா நன்றியில்லாமல் போய் விட்டது? அது பேச மறுத்து விட்டது.

'ஏண்டா, கேளு... 'உங்களுக்கு மூளை இல்லையா?' கேளுடா!'

'நடராஜன் வீட்டுக்குப் போயிருந்தீர்களா?' - விஷயத்துக்கு நேரடியாக வந்து விட்டான்.

பக்கத்து அறையில் கண்ணாடி எதிரே உட்கார்ந்துகொண்டு கொண்டையை சரி செய்து கொண்டிருந்தாள் பிரேமா. அவள் உட்கார்ந்திருந்த அலட்சிய பாவம், இவர்கள் பேசுவதை அவள் அக்கறையுடன் கவனித்துக் கொண்டிருக்கிறாள் என்பதைக் காட்டிக் கொடுத்தது.

'ஆமாம். நேற்று லோடி காலனியிலே நடராஜன் வீட்டுக்குப் போயிருந்தேன். அதுக்கு என்ன வந்துடுத்து இப்போ?'

'என்ன வந்துடுத்தா? நடராஜன் யாருன்னு தெரியுமில்லையா உங்களுக்கு?'

சற்றுக்குனிந்த தலையுடன் கொண்டையில் ஊசியை செருகிக் கொண்டிருந்த பிரேமா, சாய்ந்த பார்வையாகத் தம்மை நோக்குவதைச் சரபசாஸ்திரிகள் கவனித்தார்.

'நடராஜன் யாரென்று இவன் கேட்க வந்து விட்டானே! ஏ உலகமே, அப்படி நன்றி கெட்டா போய் விட்டாய்? நடராஜ னுடைய தாத்தா நடராஜ தீட்சிதர் உபகாரம் செய்யாவிட்டால் இன்று ஹரிஹரன் ஐ.ஏ.எஸ். என்று இவனால் கொழிக்க முடியுமா? 'ட்ரெஸ்ஸிங் டேபிள்' முன்னால் உட்கார்ந்து கொண்டு கொண்டையை போட்டுக்கொள்ளும் மனைவியை இவனால் அடைய முடியுமா? சே...சே... நன்றி கெட்டவன்.

'நடராஜன் யார் என்று வாய் கூசாமல் கேட்கிறானே! நடராஜ தீட்சிதர் குடும்பத்துக்கு தமது குடும்பம்தான் பரம்பரை பரம் பரையாக வைதீகம். ஆனால் இந்தத் தலைமுறையில் தமது பிள்ளை ஒரு ஆபீஸர். நடராஜன், அவனுடைய ஆபீஸில் வேலை செய்யும் ஒரு 'டைப்பிஸ்ட்.' நடராஜனின் தகப்பனார் சிவராம அய்யர் மைனர் பேர்வழி! ஆடி ஓய்ந்து பிள்ளையைக் காண டில்லிக்கு வந்தார். வந்தவருக்கு ஊருக்குத் திரும்பிப் போக இஷ்டமில்லை; அப்படியே ஒரு வழியாகப் போய்விட்டார். துயரச் செய்தி வந்ததும், போய்ப் பார்க்காமல் எப்படி இருக்க முடியும்? நடராஜன் எவ்வளவோ மறுத்தான். ஆனால், அந்தக் குடும்பத்துக்குச் செய்ய வேண்டிய வைதீகப் பொறுப்பை தட்டிக் கழிக்க முடியுமா? செய்தால்தான் என்ன குறைந்து விட்டது!

'என்னப்பா, சொல்லுங்களேன்; நடராஜன் யார் என்று உங்க ளுக்குத் தெரியுமில்லையா?'

'டாடி!' - பேரன் சுரேஷ் ஓடி வந்து ஹரிஹரனின் கால்களைக் கட்டிக் கொள்கிறான்.

'சுரேஷ்... நோ...' - பிரேமா கண்டிக்கிறாள். குழந்தைக்கு நல்ல பழக்கம் கற்றுக் கொடுக்கிறாள். இரண்டு பேர் பேசும்போது குறுக்கே பேசக்கூடாது; ஆனால், செய்நன்றி மறக்கக் கூடாதென் பதைக் காட்டிலும் வேறு நல்ல பழக்கம் என்ன இருக்க முடியும்? நமது பிள்ளைக்கு அதைக் கற்றுக் கொடுக்கத் தவறி விட் டோமோ?

'நடராஜன் யாரா? நடராஜ தீட்சிதர் பேரன். நடராஜ தீட்சிதர் யாருன்னு கேட்க மாட்டியே?'

'துக்கம் விசாரிக்கப் போக வேண்டாம்னு யார் சொன்னா? அதுக்காக...' - அவன் சொல்வதற்கு சங்கடப் பட்டான். வாயால் சொல்லக் கூடவா அவனுக்கு வெட்கம்?

‘அதுக்காக? சொல்லேண்டா... வாயால் சொல்ல வெட்கப்படக் கூடிய அளவுக்கா அது ஈனமான தொழிலாப் போச்சு?’

‘அது ஈனமான தொழில்னு யார் சொன்னார்கள்? ஆனால், பிள்ளையோட கௌரவத்தையும் ஒரு அப்பா பார்க்க வேண் டாமா?’ - கொண்டையைப் போட்டுக் கொண்டே பிரேமா அந்த அறைக்குள் வந்தாள்; பவுடர் மணம் வீசியது.

‘தொழிலுக்குத் தொழில் ஒசத்தி, தாழ்த்தி உண்டாம்மா? இந்தக் காலத்துப் படிப்பு படிச்சவா நீங்க...’

‘ஓசத்தியோ, தாழ்த்தியோ, அவர்கள் வீட்டுக்குப் போய் காரியம் பண்ணினது தப்புத்தான் . அதுவும் நடராஜன் அவர் ஆபீசிலே ஒரு ‘டைப்பிஸ்ட்.’ பார்க்கிறவர்கள் என்ன சொல்லுவா?’ என்றாள் பிரேமா.

‘உன்னைப் பொறுத்த வரையில் அவன் ‘டைப்பிஸ்ட்’ தான்; ஆனா உன் புருஷன் அப்படி நினைக்க முடியாது. நினைக்கவும் கூடாது.’

‘அதெல்லாம் கிடக்கட்டும். நடராஜனுக்குத்தான் வேலை வாங்கித் தந்தாச்சே; வேறே என்னதான் பண்ணணும்? ஒரு ‘குட்ஃபார் நத்திங்’ மனுஷன் வந்து மண்டையைப் போட்டான்னா. அதுக்காக நீங்க போய்...’

‘அப்படியெல்லாம் பேசாதேடா’ என்றார் சரப சாஸ்திரிகள்.

‘உங்களோட வழக்காட எனக்கு இஷ்டமில்லை. நீங்க நடராஜன் வீட்டுக்குப் போய் அதெல்லாம் செஞ்சது தப்புத்தான். வைதீகம் உயர்வான தொழிலா இல்லையாங்கற ஆராய்ச்சியிலே இறங்க எனக்கு இப்போ டயம் இல்லை.’

விடுவிடென்று பேசி விட்டு அவன் போய்விட்டான். தம்முடைய தொழில் உயர்ந்ததா தாழ்ந்ததா என்று அபிப்பிராயம் கூற அவனுக்கு நேரமில்லை! அப்பனுக்கும் பிள்ளைகளுக்கு மிடையே ஜாதி வேறுபாடு! தம்முடைய தொழிலைப் பற்றி தமக்கு கௌரவம் இருக்கக் கூடாதா? இதை நினைக்க நினைக்க அவருக்கு வேதனையாக இருந்தது. கால்கள் தள்ளாடின. அவர் அப்படியே சோபாவில் உட்கார்ந்தார்.

சுரேஷ் அவர் பக்கத்தில் வந்து உட்கார்ந்தான். கையில் கலர் கலராகப் படம் போட்ட புத்தகம். வாயில் சாக்லெட். அவன்

அந்தப் புத்தகத்தின் பக்கங்களைப் புரட்டியவாறு தீவிர சிந்தை யில் ஆழ்ந்திருந்தான்.

ஹரிஹரனும் பத்து வயதில் சுரேஷ் மாதிரிதான் இருந்தான். இவ்வளவு நிறமும் வளர்த்தியுமில்லை. ஆனால், பாவனை அப்படியே. கால் மேல் கால் போட்டுக்கொண்டு சோபாவில் சாய்ந்தவாறு, வாயில் சாக்லெட்டும் கையில் இங்கிலீஷ் புத்தகமு மாக வீற்றிருக்க வேண்டிய காட்சியை ஹரிஹரன் சிறுவயதில் எவ்வளவு தரம் கனவு கண்டிருப்பானோ, தெரியவில்லை. தனக்குக் கிடைக்கப் பெறாத பால்யப் பருவத்தை தன் மகனுக்கு அளித்திருக்கிறான்.

பத்து நாள்களுக்கு முன்னால் ஹரிஹரன் ஒரு விருந்து வைத்திருந் தான். யார் யாரோ வந்திருந்தார்கள். அமெரிக்காவுக்குப் போய் விட்டு வந்த தன் அனுபவத்தைப் பற்றி அவர்களிடம் கூறிக் கொண்டிருந்தான் ஹரிஹரன்.

'அங்கே ஒருத்தன் மூட்டை தூக்கலாம்; ப்ளேட்டைச் சுத்தம் செய்யலாம்; பேப்பர் விற்கலாம். தொழிலைப் பற்றிய வரையி லும் உயர்வோ, தாழ்வோ கிடையாது. அமெரிக்கா போனப்புறம் தான் ஜனநாயகம்னா என்னன்னு எனக்குத் தெரிஞ்சது.'

அமெரிக்காவுக்குப் போய் ஜனநாயகம் என்றால் என்னவென்று தெரிந்துகொண்டு வந்தவனுக்கு தன் தகப்பனார் இன்ன தொழில் செய்கிறாரென்று சொல்லிக்கொள்ள வெட்கம்! இதற்கு என்ன காரணம்? தனக்கு வைதீகக் காரியங்களில் நம்பிக்கையில்லை என்பதற்காகத் தனது தகப்பனாரும் அந்தத் தொழிலைச் செய்யக் கூடாதென்ற அசட்டுத்தனமான முற்போக்கு மனப்பான்மை யோடு ஒத்துப் போவதென்பது விவேகமா அல்லது கோழைத் தனமா? இக்காலப் படிப்பு ஒருவனை இப்படியா கோழையாக்கி விடுகின்றது?

ஒருவன் மூட்டைதூக்கலாம், ப்ளேட் கழுவலாம். பேப்பர் விற்க லாம். ஆனால், வைதீகத் தொழில் செய்யக்கூடாது. திடீரென்று உலகமே இருள்வதுபோல அவருக்குத் தோன்றிற்று.

அவர் திரும்பி வந்து சோபாவில் உட்கார்ந்தார். எதிரே உட்கார்ந் திருப்பது ஹரிஹரனா? மடியிலும் தோளிலும் சுமந்த பிள்ளையா இவன்? இல்லை, இவன் வேறு யாரோ!

ஹரிஹரன் செய்தித் தாளை மடித்து மேஜையின்மீது வைத்து விட்டு சோம்பல் முறித்தான். அப்பாவை ஓரக் கண்களால் நோக்கினான். மிகவும் கடுமையாகப் பேசி விட்டோமோ வென்ற சந்தேகமாக இருக்கலாம். சரப சாஸ்திரிகள் கண்களை மூடிக் கொண்டிருந்தார்.

ஹரிஹரன் ஆபீஸ் போய் விட்டான். பிரேமாவும் சிநேகிதிக ளோடு அரட்டையடிக்கச் சென்று விட்டாள். வீட்டில் சரப சாஸ்திரிகளையும் சமையல்காரப் பையனையும் தவிர வேறு ஒருவருமில்லை. அவருக்குப் பொழுது போகவில்லை; காலாற வெளியே நடையைக் கட்டினார்.

அஜ்மல்கான் ரோட்டில் எப்பொழுதும் போல் கூட்டம் நிரம்பி வழிந்தது. ஸ்கூட்டர்கள், கார்கள்... எல்லோருக்கும் ஏன் இவ்வளவு அவசரம்?

திடீரென்று, காரணம் தெரியாமல் தலைதெறிக்க ஓடும் ஒரு பைத்தியக்காரக் கூட்டத்தினிடையே வந்து அகப்பட்டுக் கொண்டு விட்டோமோவென்று சரப சாஸ்திரிகள் சிந்தித்தார்: 'டில்லிக்கு வந்திருக்கக் கூடாது; ஆனால் ஒரே பிள்ளை, அவன் வற்புறுத்தும்போது வராமலிருக்க முடியுமா? அவன் என்ன குறை நமக்கு வைத்திருக்கிறான்? சௌகரியங்களுக்குத்தான் என்ன குறைவு?'

சில நாள்களுக்கு முன்பு ஹரிஹரன் தன் நண்பர்களிடையே கூறிக் கொண்டிருந்ததொன்று அவருடைய நினைவுக்கு வந்தது. சர்வாதிகார நாட்டில் ஒரு நாய்க்கு எல்லாவிதமான சௌகரியங் களுமிருந்தன; ஆனால் அதற்கு ஓர் ஏக்கம், தன்னிஷ்டத்துக்குக் குரைக்க முடியவில்லையே என்று.

எவ்வளவு சௌகரியங்கள் இருந்தாலென்ன? தம்முடைய சுய கௌரவத்தைக் காப்பாற்றிக்கொள்ள முடியவில்லையே; ஹரிஹரன் ஆவேசம் வந்தவன் போல் கத்தினானே. 'தப்பு, தப்பு, தப்பு' வென்று. எதற்காக அப்படிக் கத்தினான்; 'நீங்கள் ஆபீஸர், நடராஜன் டைப்பிஸ்ட்' என்று மனைவி அடிக்கடி ஞாபகப் படுத்தி வந்ததன் காரணமாக தன் மனைவியின் முன்னால் தன் கௌரவம் போய் விட்டதே என்ற ஆத்திரமா? அல்லது ஆரம்பகால நிகழ்ச்சிகளை மறந்துவிட்டு நன்றி கெட்டதனமாகப் பேசுகிறோமேவென்று தன்மீதே ஏற்பட்ட கோபமா?'

'நமஸ்காரம் சாஸ்திரிகளே...'

சரப சஸ்திரிகள் திரும்பிப் பார்த்தார். ராகவ சாஸ்திரிகள் ஸ்கூட்ட ரிலிருந்து இறங்கினார்.

'எங்கே இப்படி?' என்று கேட்டுக்கொண்டே ஸ்கூட்டரை தெரு ஓரமாக தள்ளிக்கொண்டு போனார் ராகவ சாஸ்திரிகள்.

வீட்டுக்கு வீடு கால் தேய சென்ற காலம் போய் விட்டது; பிறகு சைக்கிள், இப்பொழுது ஸ்கூட்டர்! இதுவும் கொஞ்ச நாளில் பழகிவிடும். வைதீகத் தொழில் முன்னேறிக்கொண்டு வர வில்லையென்று யார் சொன்னார்கள்?

'நேற்று நடராஜன் வீட்டுக்கு நீங்க போயிருந்ததாகக் கேள்விப் பட்டேன். சவுத் இந்தியா கிளப்பிலே சொன்னா.'

'ஆமாம்.'

ராகவ சாஸ்திரிகள் புன்னகை செய்தார்.

'ஏன் சிரிக்கிறீர்கள்?'

'மகன் மலை மலையா சம்பாதிக்கிறார். உங்களுக்கு எதுக்கு இந்த வேலை? இந்த எழவுக்கெல்லாம்தான் நாங்க இருக்கோமே.'

கோபத்தால் சரப சாஸ்திரிகளின் முகம் சிவந்தது. தம் தொழிலைப் பற்றித் தாமே ஈனமாக நினைக்கும் இவரைப் போன்றவர்களால் தான் இந்தத் தொழிக்கு மதிப்பில்லாமல் போய்விட்டது. இதைப் பற்றி இவ்வளவு மட்டமான அபிப்பிராயத்தை வைத்துக் கொண்டு யார் இவரை வைதீகத்தொழில் மேற்கொள்ள வேண் டும் என்று கட்டாயப்படுத்தினார்கள்? செய்வது கல்யாணமா யிருந்தாலென்ன? கருமாதியாயிருந்தாலென்ன? செய்கின்ற தொழிலைப் பொறுத்தா அந்தஸ்து ஏற்படு கின்றது; இவர் ஸ்கூட்டரில் போகட்டும், அல்லது ஏரோப்பிளேனிலேயே பறக் கட்டும்; காலத்துக்கேற்றவாறு சௌகரியங்கள் செய்துகொள் வதில் தவறில்லை; ஆனால் இதை 'எழவுத் தொழல்' என்று சொல்லிக் கொண்டே ஏன் செய்ய வேண்டும்? இயந்திரம் போல் மந்திரங்களை மனப்பாடம் பண்ணி ஒப்பிப்பதில் என்ன பிரயோஜனம்? இனிமேல் சாஸ்திரம் படித்தவர் எதற்கு? கிராமபோன் ரிக்கார்டுகள் போதுமே!

'என்ன பேசாமல் நிக்கறேள்? ஏதாவது தப்பா பேசிட்டேனோ?'

சரப சாஸ்திரிகள் அவருடன் வழக்காட விரும்பவில்லை. மனத்தில் உணர்ச்சிக் கொந்தளிப்பு அதிகமாயிற்று. ஊருக்குப் போக வேண்டுமென்ற எண்ணம் விசுவரூபமெடுத்தது.

'நடராஜன் வேண்டியவன், போனேன். உங்களுக்குத்தான் நடராஜ தீட்சிதரைத் தெரிஞ்சிருக்குமே.'

'ஓ! பேஷா தெரியும்...! அவர் வீட்டிலே ஒரு காரியம்னா ஜில்லாவே அமர்க்களப்படுமே!'

'அது அப்போ. இப்போ, நடராஜ தீட்சிதர் போயாச்சு. எட்டு திக்கிலேயும் விட்டெறிஞ்ச கை ஒடிஞ்சு கிடக்கு. நடராஜன், அவர் பேரன், ஊரை விட்டு ஊர் வந்து அவஸ்தப்படறான். ஸ்கூட்டர்லேயே ஊர் சுத்தற உங்களாலே ஒரு வார்த்தை வந்து துக்கம் விசாரிக்க முடியாத அளவுக்கு கேட்பாரற்றுப் போச்சு! அப்போ ஜில்லா அமர்களப்பட்டா என்ன, படாட்டா என்ன?'

சரப சாஸ்திரிகளுக்கு மூச்சு வாங்கியது. உணர்ச்சி வசப்பட்டு பேசியிருக்கக்கூடாது.

'எதுக்கு இப்படிக் கோபம்? எனக்கு நேற்று சாயங்காலம்தானே செய்தியே தெரியும்?'

'உங்க பேரிலே என்ன கோபம்? உலகமே அப்படி ஆயிடுத்து. கண்ணுக்குத் தெரியற விஷயங்களுக்குத்தான் மதிப்பு. நகை, நட்டு, பங்களா, கார் இதெல்லாம் கண்ணுக்குத் தெரியும். நன்றி, பாசம் இதெல்லாம் தெரியுமா?'

'அப்போ வரட்டுமா?' என்று ஸ்கூட்டரைக் கிளப்பினார் ராகவ சாஸ்திரிகள்.

சரப சாஸ்திரிகள் மௌனமாக மேலே நடந்தார். உணர்ச்சி செறிவைத் தளர்த்த வெளியே வந்தார். ஆனால் அது, இப்பொழுது இன்னும் செறிந்திருந்தது.

சிந்தித்துக் கொண்டே போனவருக்கு பின்னால் வந்த கார் 'ஹாரன்' சத்தம் காதுகளில் விழவில்லை. கிறீச்சிட்டுக் கொண்டு அந்தக் கார் நின்றது. திடுக்கிட்ட நிலையில் சாஸ்திரிகள் தெரு ஓரமாகப் பாய்ந்தார். யார் மீதோ மோதிக் கொண்டு கீழே விழப் போனார். அவன் அவரை அப்படியே தாங்கிக் கொண்டான்.

'சாமீ... நீங்களா?'

சரப சாஸ்திரிகள், தம்மைத் தாங்கிக் கொண்டவனை ஏறிட்டு நோக்கினார். இரத்தினவேலு வைத்தியன்!

'வேலு, இங்கே எங்கேடா வந்தே?'

'மூணு மாசமா இங்கேதான் இருக்கேன் சாமி.'

'இங்கே யார் இருக்கா உனக்கு?'

'பட்டணத்திலே இருந்த என் மவனுக்கு இங்கே மாத்தலா யிடுச்சி. ஒரு வருஷமா இங்கேதானிருக்கான்.'

வேலுவின் 'கை' ஆகி வந்தது. ஊரில் எந்தக் குழந்தைக்கு முடி இறக்கினாலும் அவனைத்தான் கூப்பிடுவார்கள்! சலூன் என்று தனிக் கடையாய் ஒன்றும் வைத்ததில்லை. ஆனால், வந்த வருமானத்தை வைத்துக்கொண்டு முன்னுக்குக் கொண்டு வந்து விட்டான்! சரப சாஸ்திரிகளும் ஊரிலிருந்த வரை அவனைத் தவிர வேறு யாரிடமும் போக மாட்டார். நல்ல குணம், எடுப்பான போக்கு... கடைசிக் காலத்தில் அவனும் டில்லிக்கு வந்து விட்டானே!

'எப்படி சாமி இருக்கீங்க?'

'ஹூம்...' - சரப சாஸ்திரிகள் பதில் சொல்லாமல், அலுத்துக் கொண்டார்.

'என்ன சாமி, அலுத்துக்கறீங்க.'

'ஏதோ இருக்கேன். என்னத்தைச் சொல்றது?'

'சின்ன ஐயா இங்கே பெரிய வேலையிலே இருக்குன்னு கேள்விப்பட்டேனுங்களே...'

'அவன் இருந்தா என்னடா? நான் தர்ப்பை பிடிக்கிறவன்தானே?'

'எல்லாம் படிச்சவங்க இப்படிப் பேசலாமா?'

'நான் சொல்றதிலே என்னடா தப்பு?'

'அவங்க அவங்க தொழில் அவங்களுக்கு உசத்திதான். நீங்க தர்ப்பை பிடிக்கிறீங்க. நான் கத்தி பிடிக்கிறேன். இன்னொருத்தன் பேனா பிடிக்கிறான்... இதிலே என்னா வந்ததுங்க?'

சரப சாஸ்திரிகள் அவனை ஆச்சரியத்துடன் நோக்கினார். அவன் குரலில் ஒலித்த தன்னம்பிக்கை அவருக்குத் திருப்தி அளித்தது.

'நீ சந்தோஷமாக இருக்கிறாயாப்பா? உன்பிள்ளை எப்படி இருக்கான்!'

'அவன் கிடக்கிறான். அணிப்பிள்ளை! நாலு வார்த்தை இங்கிலீஷ்லே தப்பும் தவறுமா படிச்சிட்டான் இல்லே! 'அப்பா அது செய்யாதீங்க, இது செய்யாதீங்க'ன்னு என்னை விரட்டி கிட்டே இருக்கான். ஒரு நாளைக்குப் பாருங்க, யாரோ வீட்டுக்கு வந்தாங்க. அவங்ககிட்டே 'எங்கப்பா ஊரிலே டாக்டரா இருந் தார்'னு வாய் கூசாமப் பொய் சொல்றான். ஏஞ்சாமி, நீங்களே சொல்லுங்க. என் தொழில் எனக்கு உசத்தி. இதைச் செஞ்சேன்னு சொல்றதிலே என்ன தப்பு? ஆளுங்க மதிப்பை இதை வைச்சா எடை போடணும்.'

சரப சாஸ்திரிகள் வாயடைத்து நின்றார். வேலு கீதை படித்திருக்க முடியாது. ஆனால், அதன் தத்துவம் அவன் அனுபவத்தில் ஊறிக் கிடந்தது.

'என்னாங்க, நான் சொல்றது சரிதானே? நேத்து அவன்கிட்டே சொல்லிட்டேன். 'இதோ பாருடா உனக்கும் எனக்கும் சரிப்பட்டு வராது. நீ டில்லிக்கு கவர்னராகவே இருந்துட்டுப் போ, நான் ஊருக்குப் போறேன்னு.'

'ஊருக்குப் புறப்பட்டுட்டியா?'

'ஆமாங்க. பிள்ளையாவது குட்டியாவது! கை இருக்கிற வரையில் நம்ம சுய கௌரவத்தைக் காப்பாத்திக்கலாமில்லே...'

'உண்மையான பேச்சு. டிக்கெட் வாங்கிட்டியா?'

'இல்லீங்க, நாளைக்குத்தான் எடுக்கப் போறேன்.'

'எனக்கு ஒண்ணு செய்வியா?'

'என்னாங்க?'

'எனக்கும் ஒரு டிக்கெட் வாங்கிண்டு வா. ஊருக்கு வந்ததும் பணம் கொடுத்துடறேன். துணைக்குத் துணையுமாச்சு...'

இப்பொழுது, வேலு வாயடைத்து நின்றான்.

10. அறியாமை என்னும் பொய்கை

நாற்காலியின் ஒரு பக்கத்தில் கையை ஊன்றிக்கொண்டு கன்னத்தில் கை வைத்தவாறு உட்கார்ந்திருந்தார் சாம்பசிவன். பக்திக்கு மணமுண்டு என்று காட்டுவதுபோல் அவர் உடம்பில் பூசியிருந்த திருநீறு சுகந்தமான வாசனையை அறை முழுவதும் வாரியிறைத்தது.

அவர் அணிந்திருந்த கதர்ப் பட்டாலாகிய மஞ்சள் சட்டையின் வண்ணத்துடன் இசைந்து பொலிந்த தங்கப் பித்தான்கள், அவ்வறையில் பாய்ந்த காலை வெயிலின் ஒளியில் மின்னின.

அவர் கண்கள் லேசாக மூடியிருந்தன. அவரெதிரே அம்பி 'பட பட'ப்பாகப் பேசிக் கொண்டிருந்தான். கோபத்தில் அவன் குரல் கிறீச்சிட்டது.

'எவ்வளவு திமிர் இருந்தால் அவர் இப்படிப் பேசுவார்ங்கிறேள்? இது தனிப்பட்டவா விஷயம். ஊருக்கு இதைப் பத்திப் பேச உரிமை இல்லையாம். பெரியவா நீங்களெல்லாம் இருக்கச்சே ஊர் அப்படி விவஸ்தை கெட்டா போயிடுத்து? நானும்தான் கேட்கிறேன்.'

சாம்பசிவன் கண்ணைத் திறந்தார். நின்றுகொண்டே பொழிந்த அம்பியை உட்காரும்படி சைகை செய்தார். உடம்பைப் பல கோணல்களாக வளைத்து, இரண்டு கைகளையும் ஒருங்கு சேர இணைத்து, மடியிலிட்டவாறு உட்கார்ந்தான் அம்பி.

'அந்தக் குழந்தை யாரு? அவர் சம்சாரத்தோட பொண்ணா?' என்று மோதிர விரலில் அணிந்திருந்த வைர மோதிரத்தை கட்டை விரலினால் நெருடிக்கொண்டே கேட்டார் சாம்பசிவன்.

'பின்னே?... எல்லாம் விசாரிச்சுட்டேன். ஓடிப்போனவ பெண் தான். அதுவும் இன்னொரு மதக்காரனோட ஓடிப் போயிருக்கா. கெட்டலைஞ்சு, சாகற காலத்திலே ஆம்படையான்காரனுக்கு சொல்லி அனுப்பிச்சாளாம். அவனும் போய் அவ குழந்தைக்குப் பொறுப்பேத்திண்டு அழைச்சிண்டு வந்திருக்கான். சே... விவஸ்தை வேண்டாம்?'

சாம்பசிவன் முகத்தில் தோன்றிய புன்னகை, அம்பியை மேலே பேச விடாமல் தடுத்தது.

'எதுக்குச் சிரிக்கிறேள்?' தான் உணர்ச்சிவயப்பட்டுப் பேசும் போது அவர் மௌனமாகப் புன்னகை பூக்கிறாரே என்ற பொறுமையின்மை அவன் குரலில் தொனித்தது.

'அதுவும் இன்னொரு மதக்காரனோடன்னியே... நம்ப மதக் காரனா இருந்தா பரவாயில்லையா?'

அம்பி ஓர் அசட்டுச் சிரிப்புச் சிரித்தான்.

'ஐயாவுக்கு எப்பொழுதும் ஹாஸ்யம்தான். நம்ப ஊர் கௌரவம்...'

'புரியுது அம்பி, புரியுது. சும்மா வேடிக்கைக்காகச் சொன்னேன். இப்போ என்ன செய்யணும்ங்கிறே?'

'ஊருக்குப் பெரியவர் நீங்க... பஞ்சாயத்து போர்ட் பிரிஸிடெண்ட். எம். ஏல்.ஏ. ஆகப் போறேள்... அவரைக் கூட்டிண்டு வரச் சொல்லி விசாரிங்கோ. ஊர் ஒழுக்கத்தை நீங்கதானே காப்பாத்தணும்?'

'ஊர் ஒழுக்கம்!' சாம்பசிவனுக்கு மனத்துக்குள் சிரிப்பு வந்தது. ஊர் ஒழுக்கத்தைப் பற்றி அம்பி பேசுவது வேடிக்கைதான். அவனும் இன்னும் சிலருமாகச் சேர்ந்து கோயில் பணத்தை தம் சொந்தப் பணமாக நினைத்து செலவு செய்ய முற்பட்டபோது, அதை அம்பலமாக்கியவர் நடேசன். ஊர் ஒழுக்கம் நடேசனால் தான் நாசமாகின்றது என்று அம்பி குற்றம் சாட்டுவதற்கு ஒரு வாய்ப்பு இப்பொழுது ஏற்பட்டுள்ளது. நடேசனின் செய்கை தவறு என்று சொல்ல முடியுமா?. தவறு செய்த மனைவியை மன்னித்து தாம் தெய்வமாகி விட்டார். ஆனால், மனித நிலை யிலே இருந்து கொண்டிருக்கும் தம்மால் அதைப் பற்றி

வெளிப்படையாகப் பேச முடியுமா? தேர்தல் வரப் போகின்றது. எல்லா சமூகத்தினரையும் அனுசரித்துப் போவதே விவேகம். அதுவும், அம்பியின் திறமையில் அவருக்கு அபார நம்பிக்கை.

'என்ன சொல்றேள்?' என்று கேட்டான் அம்பி.

'சரி. நான் போய் அவரைப் பார்க்கிறேன்.'

'நடேசனையா? நீங்கள்போய் பார்க்கணுமா? ஆளை விட்டு கூட்டிண்டு வரச் சொன்னா, தன்னாலே வரார். ஒரு பள்ளிக்கூட வாத்தியாருக்கு இவ்வளவு மரியாதையா?'

'போய்ப் பார்க்கிறேன் விடு. சும்மா அது, இதுன்னு நச்சு பண்ணாதே...' நடேசன் பால் சாம்பசிவனுக்கு மிகுந்த மதிப்பு. அம்பி, நடேசனை தூக்கியெறிந்து பேசுவது அவருக்கு பிடிக்கவில்லை. அதோடு, அரசியல் காரணமாக நடேசனுடைய சொந்த வாழ்க்கையில் குறுக்கிட வேண்டியிருக்கிறதே என்று தன் மீதே ஆத்திரம் வந்தது.'

'என்ன இப்படி கோபப்படறேள்? நடேசனைப் பத்தி ஊர் அபிப்பிராயத்தைச் சொன்னேன்.'

ஊர் அபிப்பிராயமென்று தேர்தலை அவன் நினைவூட்டுகின்றான் என்று சாம்பசிவனுக்குப் புரியாமலில்லை. 'அரசியலில் போய் மாட்டிக் கொண்டு விட்டோமே' என்று அவருக்கு ஒரு கணம் எரிச்சல் ஏற்பட்டது. ஆனால், சமூகத் தலைவரென்ற பாரம்பரியமான அந்தஸ்தை, அரசியலில் சேராமல், ஒதுங்கி நின்று இக்காலத்தில் காப்பாற்றிக்கொள்ள இயலுமா? இந்நிலையில், ஊரிலுள்ள செல்வாக்கு உடையவர்களுடைய கோபத்துக்கு பாத்திரமான நடேசனிடத்தில் தமக்கிருக்கும் அந்தரங்கமான மரியாதையை எப்படி வெளிப்படையாகக் காட்டிக்கொள்ள முடியும்? இது அவருடைய அரசியல் எதிர்காலத்துக்கு நல்லதன்று. மனச்சாட்சியின் குரலை அடக்கக் கற்றுக் கொள்வதே அரசியலின் அரிச்சவடிப் பாடம்.

சாம்பசிவன் எழுந்து கைகளைப் பின்புறமாக வளைத்து சோம்பல் முறித்தார். அம்பி எழுந்து போகலாமென்று இதற்கு அர்த்தம். இதைத் தெரிந்தகொண்ட அவனும் தன் இருப்பிடத்தை விட்டு எழுந்திருந்தான்.

'அப்போ... நீங்க வரப் போறதா நடேசனுக்குச் சொல்லி அனுப் பட்டுமா?'

'செய்.' என்றார் சாம்பசிவன்.

★ ★ ★

நடேசன் அவர் வருகைக்காகக் காத்திருப்பதுபோல் வாசலில் நின்று கொண்டிருந்தார்.

'நமஸ்காரம்.' என்றார் நடேசன்.

நடேசன் அருகில் திருநாவுக்கரசு நின்று கொண்டிருப்பதைக் கண்டதும் சாம்பசிவனுக்கு ஆச்சரியமாக இருந்தது. இவன் எங்கே வந்தான்?

'சீர்திருத்தச் செம்மலை இங்கு பார்ப்பேன்னு நான் எதிர் பார்க்கலே' என்று சிரித்துக்கொண்டே கூறினார் சாம்பசிவன்.

'ஐயாவே இப்படி எல்லாருடைய வீட்டுக்கும் வராங்கன்னா, உலகத்திலே எதுதான் எதிர்பார்க்க முடியும், எதிர்பார்க்க முடியாது' என்றான் திருநாவுக்கரசு.

'உள்ளே வாருங்களேன்... ' என்று அழைத்தார் நடேசன்.

சாம்பசிவன், திருநாவுக்கரசுக்கு பதில் கூறவில்லை. தேர்தலை மனத்தில் வைத்துக்கொண்டு பேசுகிறார் என்று அவர் உணர்ந் தார். அவர் மௌனமாக நடேசன் வீட்டுக்குள் நுழைந்தார்.

கூடத்தில் முற்றத்தருகே துளசிச் செடிக்குத் தண்ணீர் ஊற்றிக் கொண்டு சிறுமி ஒருத்தி நின்றுகொண்டிருந்தாள். ஏழெட்டு வயதிருக்கும். மாநிறம்தான். ஆனால் கண்கள் குறுகுறுவென்றி ருந்தன. யார் யாரோ உள்ளே வருவதைப் பார்த்து அவள் உள்ளே ஓடிவிட்டாள். பாவம், அம்பியைப் போல் இன்னும் எத்தனை பேர், சத்தம் போடவோ அல்லது வேடிக்கை பார்க்கவோ வந்திருப்பார்கள்? சாம்பசிவனின் உள்ளத்தில் ஓர் இனம் புரியாத வேதனை சூழ்ந்தது.

கூடத்தில் போடப்பட்டிருந்த பெஞ்சில் உட்கார்ந்தார் சாம்பசிவன். திருநாவுக்கரசு வாசற்படியருகே இருந்த ஓட்டுத் திண்ணையில் உட்கார்ந்தான்.

'என்ன விசேஷம்?' என்று கேட்டார் நடேசன்.

சாம்பசிவன் திருநாவுக்கரசை நோக்கினார். அதைப் புரிந்து அவன் கேட்டான்: 'நான் இருப்பது ஐயாவுக்குக் கொஞ்சம் கஷ்டமா இருக்குதா?'

'உண்மையாகச் சொல்லப் போனா, ஆமாம்' என்றார் சாம்ப சிவன்.

'எல்லாம் எனக்குத் தெரியும். அந்த அம்பிப் பய உங்க வீட்டுக்குப் போறப்போவே நினைச்சேன். ஏன்யா, ஒருத்தரு மனுஷத் தன்மையா நடந்துக்கிட்டா இவ்வளவு எதிர்ப்பா? அம்பிப் பய நேத்து மேலண்டை வீதியிலே நின்னுகிட்டு கூப்பாடு போட் டான். ஜாதிக் கட்டுப்பாடாம், மதக் கட்டுப்பாடாம். எல்லாக் கட்டுப்பாட்டையும் பார்த்துடுவோம். நடேச ஐயரை பாராட்டி, தைரியம் கொடுக்கத்தான் நான் இப்போ வந்திருக்கேன். நான் மட்டுமில்லே, எங்க கட்சியே இவருக்குப் பின்னால இருக்குது, நினைவு வைச்சுக்குங்க.'

கட்சி என்றதும் சாம்பசிவன், நடேசன் இருவருமே திடுக்கிட்டார் கள். சாம்பசிவன் சொன்னார்: 'இதிலே அரசியலைக் கொண்டு வந்து ஏன் குழப்பறே, திருநாவுக்கரசு? நடேசனை எனக்கு நல்லாத் தெரியும்; அவருக்கும் என்னைத் தெரியும். வாத்தியாரா இருக்காரு. சமூகத்தோட பகை அவருக்கு எதுக்குன்னுதான் நான் சொல்ல வந்தேன். நீ ஏதேதோ பேசிக் கிட்டே போறியே?'

நடேசன் குறுக்கிட்டார். 'இதோ பாருங்க... இது என்னுடைய தனிப்பட்ட குடும்ப விஷயம். பேர் பேரா வந்து ஏன் என்னைப் பிடுங்கறீங்கன்னு புரியலே. ஒருத்தர் பாராட்டணும்னோ அல்லது சமூகத்தை விரோதிச்சிக்கவோ நான் இதைச் செய்யலே. என்னோட மனசிலே எது சரின்னு படறதோ, அதைச் செய்ய நான் தயங்க மாட்டேன்.'

'நீங்க சொல்றது எனக்குப் புரியுது. இருந்தாலும் அதை எப்படிச் சொல்றதுன்னு எனக்கு விளங்கலே' என்று தவித்தவராகச் சொன்னார் சாம்பசிவன்.

'எதைச் சொல்றது.' என்று கேட்டார் நடேசன்.

'உங்க பேரிலே இருக்கிற தனிப்பட்ட காய்ச்சல் எல்லாமே சேர்ந்துடுத்துன்னு ஒத்துக்கிறேன். நம்ப ரெண்டு பேருக்கு மட்டும் சொல்றேன். திருநாவுக்கரசு இதை நம்பினா நம்பட்டும்,

இல்லாட்டி போகட்டும். நான் அந்தரங்கமா சொல்லப் போனா, உங்க கட்சி இருந்தாலும் ஊரிலே செல்வாக்கு உடையவங்களை விரோதிச்சுக்கிட்டு...' சாம்பசிவனுக்கு வியர்த்தது. அவர் மேல் துண்டினால் முகத்தைத் துடைத்துக் கொண்டார்.

'தேர்தலுக்கு நிற்க முடியுமா?' என்று முடித்தார் திருநாவுக்கரசு.

'நீ போய்யா, உன் வேலையைப் பார்த்துகிட்டு... உன்னை இங்கு யார் கூப்பிட்டாங்க?' என்று சீறினார் சாம்பசிவன். தம் உள் நினைவை இப்படிப் பச்சையாகச் சொல்லி விட்டானே என்று அடக்க முடியாத சினம்.

'ஏன்யா, உங்க கட்சிக் கூட்டம்னு நினைச்சீங்களா? காசை விட்டெறிஞ்சு ஆளை கட்டிப் போட முடியாதய்யா. ஊரிலே செல்வாக்கு உடையவங்க வண்டவாளமெல்லாம் தெரியாதுன்னு நினைச்சீங்களா? என்னா செய்வாங்க? தலையைச் சீவிவிடுவாங்களா?'

நடேசன், திருநாவுக்கரசைக் கையமர்த்தினார்.

'திருநாவுக்கரசு... நீவேறே கட்சி, சாம்பசிவன் வேறே கட்சியா இருக்கலாம். உங்களுடைய கட்சிச் சண்டைக்கு என் சொந்த விவகாரத்தை உபயோகப்படுத்தாதீங்க. இதைப் பார்த்தா, நான் இந்த ஊரை விட்டே போயிடலாம் போலிருக்கு.'

'அதென்ன அப்படிப் பேசறீங்க! இவ்வளவு தூரம் படிச்சவங்க, நீங்க இப்படிப் பேசலாமா? மூட்டைப் பூச்சிக்குப் பயந்துகிட்டு வீட்டைக் கொளுத்துவாங்களா? எதுக்காக நீங்க ஊரை விட்டுப் போவணும்? சமூகத்தை விரோதிச்சுகிட்டு ஒரு நல்ல காரியம் துணிஞ்சு செஞ்சிருக்கீங்க... அப்படியே கடைசி மட்டும் நில்லுங்க. நாங்க இருக்கோம், பாத்துக்கிறோம்.'

'இவன் பேச்சைக் கேட்டு ஒண்ணும் செய்யாதீங்க. நீங்க ஊரை விட்டுப் போறதும் நல்ல யோசனையாத்தான் எனக்குப் படுது. அதுக்கு வேண்டிய உதவியை என்னாலே செய்ய முடியும்.'

'காசு இருக்கிற திமிர்தான் உங்களை இப்படிப் பேசச் சொல்லுது. அவங்க அப்பன், பாட்டன் விளையாடின மண்ணை விட்டுப் போகச் சொல்ல நீங்க யார்யா நாட்டாமை?' திருநாவுக்கரசின் கண்கள் சிவப்பேறின.

சாம்பசிவன் கீழுதட்டைக் கடித்துக் கொண்டார். அவசரப்பட்டு அஜாக்கிரதையாகப் பேசி விட்டோமென்று அவருக்குப்பட்டது. இவனெதிரில் சொல்லியிருக்கக் கூடாது.

ஒரு விரக்தியில் தாம் சொன்னதை அப்படியே ஏற்றுக்கொண்டு சாம்பசிவன் பேசியது நடேசனுக்குப் பிடிக்கவில்லை. அப்படி யென்றால் தம்மை ஊரைவிட்டு விரட்ட ஒரு சதித்திட்டம் உருவாகின்றதா? திருநாவுக்கரசு தமக்காகப் பரிந்து கொண்டு ஓர் இயற்கையான ஆவேசத்துடன் பேசியது அவர் மனத்துக்கு திருப்தி அளித்தது. ஊரை விட்டுப் போகச் சொல்ல இவர் யார்? வேண்டிய உதவி செய்கிறாராமே! இது பணச் செருக்கைத் தவிர வேறென்ன?

'மிஸ்டர் சாம்பசிவன், மன்னிக்க வேண்டும். உங்களைத் திருப்தி செய்யும் யோசனை எனக்கில்லை. நீங்க என்ன வேண்டுமானா லும் செஞ்சுக்கலாம்... என் குழந்தையோட நான் இங்கேதான் இருக்கப் போறேன். நீங்க போகலாம்.'

'சபாஷ்!' என்று கைகளைத் தட்டினார் திருநாவுக்கரசு.

சாம்பசிவன் ஒன்றும் கூறாமல் எழுந்து வெளியே சென்றார்.

சமையலறையில் உட்கார்ந்துகொண்டு இவர்கள் பேசுவதை கேட்டுக் கொண்டிருந்த அந்தக் குழந்தையின் கண்களில் நீர் அருவியாகப் பெருகிற்று. தன்னால்தானே அப்பாவுக்கு இவ்வளவு கஷ்டம்?

மழலைப் பருவத்திலிருந்தே வசவுகளையும், துன்பத்தையும் தவிர வேறொன்றும் அறியாமல் வளர்ந்தாள் அவள். யார் மீதோ உள்ள கோபத்தை அம்மா தன் மீது காட்டுகிறாள் என்பது அவளுக்கு தெரிந்தது. அது யாரென்றுதான் அவளுக்குப் புலப் படவில்லை. அம்மா ஒரு சமயம் 'அடி அடி' யென்று அடித்து விடுவாள். மறுசமயம், அவளை இறுக அணைத்து உச்சி மோந்து திக்கு முக்காடச் செய்வாள். அம்மா கொஞ்சினாலும் சரி, அடித் தாலும் சரி, வேதனைதான். அம்மா செத்துப் போகும் சமயத்தில் திடீரென்று அப்பா வந்தார். இத்தனை நாள் எங்கிருந்தார் என்று அவர் பேரில் அவளுக்கு அசாத்திய கோபம். ஆனால், இங்கு வந்த பிறகுதான் அவளுக்கு எல்லா விஷயங்களும் கொஞ்சம் கொஞ்சமாகப் புரியத் தொடங்கின. அம்மாவைப் பற்றி நினைக்க நினைக்க அவளுக்கு ஆத்திரமாக வந்தது.

‘இங்கே உட்கார்ந்துண்டு என்னம்மா பண்றே?’ தங்கம் நிமிர்ந்து பார்த்தாள். அப்பா புன்சிரிப்புடன் நின்று கொண்டிருந்தார். அவள் எழுந்திருந்து அப்படியே அவரைக் கட்டிக்கொண்டு அழத் தொடங்கினாள்.

★★★

எதையும் கூடிய வரை அதிக எதிர்ப்பில்லாமல் சமாளிக்க முயல்வார் சாம்பசிவன். இன்று அவருக்குப் பெரிய தோல்வி. இந்தத் திருநாவுக்கரசு தம்மை ஏன் இப்படி வெறுக்கிறான்? நடேசனும் கடைசியில் நம்மை அலட்சியப்படுத்திப் பேசி விட்டாரே!

நடேசனும் அவரும் குழந்தைப் பருவத்திலிருந்தே ஒன்றாக விளையாடி வளர்ந்தவர்கள். நடேசன் தந்தை சரபேச்வர சாஸ்திரிகள் பெரிய சாஸ்திர விற்பன்னர். பரம்பரை பரம்பரை யாகக் கோயில் வேலை. புராண, உபந்நியாசங்கள் செய்து வந்த குடும்பம். நடேசன் ஆரம்பத்திலிருந்தே இப்படித்தான், தம் மனத்துக்கு எது சரியென்று தோன்றுகின்றதோ அதைத்தான் செய் வார். ‘திருமணம் செய்துகொள்ளமாட்டேன்’ என்று முரட்டுப் பிடிவாதமாக, இருந்தவரை வற்புறுத்தி அதற்கிசையச் செய்தார் சரபேச்வர சாஸ்திரிகள். அவர் மனைவி அவரை விட்டுப் போன போதுகூட, நடேசன் அதிகமாக அதுபற்றி வருந்தவில்லை என்று ஊர் முழுவதும் பேச, தாமாகவே ஊரை விட்டுப் போவதாக கூறினவர் திடீரென்று மாற்றிக் கொண்டுவிட்டார். இனிமேல் அவர் முடிவை மாற்றிக் கொள்வதென்பது அவரால்தான் முடியும்.

சாம்பசிவன் வீட்டில் அவருக்காக அம்பி, சாமா அய்யர், சிவ ஞானம் ஆகிய மூவரும் காத்திருந்தார்கள். அம்பியைப் பார்த்த தும் அவருக்கு உற்சாகமாக இருந்தது. திருநாவுக்கரசை அவனால் தான் சமாளிக்க முடியும்.

அவருடைய சோர்வடைந்திருந்த முகத்தைப் பார்த்ததுமே, அம்பிக்கு விஷயம் விளங்கிவிட்டது.

‘என்ன, அங்கே திருநாவுக்கரசு வந்திருந்தானோ?’ என்று கேட் டான் அம்பி.

‘ஆமாம். உனக்கெப்படி தெரியும்?’ அம்பியின் சாமர்த்தியம் அவரை வியப்பில் ஆழ்த்தியது.

'இந்த அம்பிக்குத் தெரியாமல், இந்த ஊரில் ஒன்றும் நடக்காது.' என்று அடக்கமாகக் கூறினான் அம்பி.

'திருநாவுக்கரசு என்னைக் கண்டபடி பேசிட்டான். அதோட இல்லாம நடேசனுக்குத் தூபம் போட்டு இதை ஒரு அரசியல் பிரச்னை ஆக்கப் பார்க்கிறான்' என்று அலுத்துக்கொண்டே கூறினார் சாம்பசிவன்.

'ரொம்ப நல்லது. கோதாவிலே இறங்குவோம். அவனும் அவன் கட்சியும் இதோட தீர்ந்து போகணும். பார்த்துடுவோம் ஒரு கை!' என்று மீசையை முறுக்கினார் சிவஞானம்.

சாம்பசிவன் சிவஞானத்தை கலவரத்துடன் பார்த்தார். 'என்ன, இதை ஒரு கட்சி மோதலாவா ஆக்கணும்னு பார்க்கறீங்க? வேண்டாம், வேண்டாம்.'

'நாமா வம்புக்குப் போகலே. அவனாகத்தானே வரான்? வேணும்னா ஐயா இதிலே சம்பந்தப்பட வேண்டாம். நாங்க பாத்துக்கிறோம்.' என்றார் சிவஞானம்.

'வரப் போற தேர்தலுக்கும் இது ஓர் ஒத்திகை' என்று கூறிவிட்டு சிரித்தார் சாமா அய்யர். தோளை ஆட்டிக்கொண்டு அவர் சிரித்த போது, அவருடைய பெருத்த உடல் குலுங்கியது. பூத கணத்தின் ஆரவாரம் போலிருந்தது சாம்பசிவனுக்கு. அவருக்கு இக்காட்சி ரசிக்கவில்லை. வேறு பக்கம் திரும்பிக் கொண்டார்.

★★★

திருநாவுக்கரசு இவ்வளவு பெரிய கூட்டத்தை திரட்டிக் கொண்டு வருவானென்று நடேசன் எதிர்பார்க்கவில்லை. அவர்வீட்டு வாசலில் நின்றுகொண்டு அவர்கள் கோஷங்கள் எழுப்பிக் கொண்டிருந்தனர்.

'மக்கள் தலைவர் நடேசன் வாழ்க!'

'புரட்சிப் பெரியார் வாழ்க!'

திருநாவுக்கரசு நடேசனுடன் உள்ளே வாதாடிக் கொண்டிருந்தான். 'நீங்க தயங்காதீங்க. ஒதுங்கியிருந்துகிட்டு யாரும் நாட்டுக்கு நல்லது செய்ய முடியாது. கோயில் பணத்தைக் களவாடிய திருட்டுப் பசங்க, நீங்க அம்பலப்படுத்திட்டீங்கன்னு உங்க பேரிலே கரு வைச்சுகிட்டு கலாட்டாப் பண்றாங்க, நீங்க

சும்மாவா இருப்பீங்க? நாங்கதான் உங்களைச் சும்மா இருக்க விடுவோமா? நீங்கதான் எங்க அடுத்த எம். எல்.ஏ. வாங்க வெளியிலே. ஜனங்களைக் கண்டு பேசுங்க!'

நடேசன் திடுக்கிட்டார். 'என்ன சொன்னே? எம்.எல்.ஏ.வா?'

'ஆமாம். இது என் விருப்பமில்லே. ஜனங்க விருப்பம். அது கிடக்கட்டும். வெளியில வாங்க, ஜனங்க காத்துக்கிட்டிருக் காங்க, உங்களைப் பார்க்க.'

நடேசனைக் கண்டதும் மக்கள் ஆரவாரம் அதிகமானது. 'கூட்டத்தைப் பார்த்துக் கையை கூப்பி லேசா சிரியுங்க...' என்று முணுமுணுத்தான் திருநாவுக்கரசு. இதைச் சொல்லிவிட்டு அவன் அவசர அவசரமாக உள்ளே போனான்.

நடேசன் புன்னகை செய்தார். திருநாவுக்கரசு இவ்வளவு கெட்டிக் காரனா? ஜனங்கள் பேசச் சொன்னால் என்ன செய்வது? வகுப்பில் குழந்தைகளிடத்தில் பேசித்தான் பழக்கம்.

உள்ளே சென்ற திருநாவுக்கரசு தங்கத்தை அழைத்துக்கொண்டு வந்தான்.

நல்லவேளை, அவனே பேசத் தொடங்கினான்.

'தோழர்களே! இதோ பாருங்கள், இந்தக் குழந்தையின் தெய்வீக மணம் கமழும் திருமுகத்தை. இப் பூஞ்சோலையை, அழகு நிலாவை, இளந்தென்றலை அழைத்துக்கொண்டு வந்ததன் காரணமாக புரட்சிப் பெரியார் நடேசன் இவ்வூரை விட்டே விரட்டியடிக்கப்பட வேண்டுமென்று வருகின்றதே ஒரு கூட்டம், இரக்கமற்ற அரக்கர் பாசறை, அரசியல் ஆணவம் கொண்ட அக்கிரமக் குழு...'

அவன் இன்னும் என்னென்னவோ அடுக்கிக்கொண்டே போனான். அவன், கைகளையும் உடம்பையும் ஆட்டிக்கொண்டு பேசுவது தங்கத்துக்கு வேடிக்கையாக இருந்தது. அவள் அவனையே கண் கொட்டாமல் பார்த்துக்கொண்டிருந்தாள்.

நடேசனும் அவன் பேசிய வேகத்தைக் கண்டு வியந்தார். பள்ளிக்கூடத்துக்கு வெளியே உலகம் எவ்வளவு மாறுதல் அடைந்திருக்கிறது!

மழை பெய்து ஓய்ந்தது. பிறகு இடி இடித்தது; கை தட்டல்!

திருநாவுக்கரசு, நடேசன் காதுகளில் மெதுவாகக் கூறினான். 'நீங்க பேசுங்க.'

'நானா?... எனக்கு உன் மாதிரியெல்லாம் பேச வராது. உன் பிரசங்கத்துக்குப் பிறகு என் பிரசங்கம் அதிகப் பிரசங்கித்தனம்.'

'பிரசங்கம்னு சொல்லக் கூடாது. சொற்பொழிவுன்னு சொல்ல ணும்.' என்று அவரை லேசாகத் திருத்திவிட்டு, கூட்டத்தைப் பார்த்துக் கூறினான் திருநாவுக்கரசு. 'மக்கள் தலைவர் நடேசன் அவர்கள் உணர்ச்சிவசப்பட்டிருப்பதன் காரணமாக இன்று அவ ரால் பேச இயலாது. மேலும் அவர் பேச்சில் நம்பிக்கை கொண்ட வரல்லர். செயலாற்றுபவர். சீர்திருத்தமே தாரக மந்திரமாகக் கொண்ட அவர் தம் செயலுக்குச் சிறந்த எடுத்துக்காட்டு... இதோ!' என்று கூறி தங்கத்தை அப்படியே அலாக்காகத் தூக்கி கூட்டத்திற்குக் காண்பித்தான்.

இதை எதிர்பார்க்காத தங்கத்தின் உடல் கொஞ்சம் நடுங்கியது.

'மக்கள் தலைவர் நடேசன் வாழ்க! சதிகாரன் சாம்பசிவன் ஒழிக!'

எல்லாம் கனவில் நிகழ்வன போல் பார்த்துக் கொண்டிருந்த நடேசன் விழிப்படைந்தார். 'சதிகாரன் சாம்பசிவன் ஒழிக!' அட கடவுளே! விஷயங்கள் தம்மை மீறிச் சென்று விட்டனவே என்பதை அவர் உணர்ந்தார்.

'திருநாவுக்கரசு! இது எனக்குப் பிடிக்கலே. தயவு செய்து...'

திருநாவுக்கரசு அவசர அவசரமாக அவரை உள்ளே அழைத்துக் கொண்டு போனான்.

'இனிமே இப்படிப் பேசாதீங்க, கூட்டத்துக்கு எதிரே... வழவழப் பான, ஒரு சாய்வான தரையிலே பந்தை உருட்டியாச்சு. இனிமே தடுக்க முடியாது.'

ஒன்றும் விளங்காமல் அருகே நின்று கொண்டிருந்த தங்கத்தை அப்படியே அணைத்துக் கொண்டார் நடேசன்.

★★★

சாம்பசிவன் நடுங்கிச் செத்துக் கொண்டிருந்தார். வாசலில் அவருக்கெதிராக கோஷங்களை எழுப்பிக் கொண்டிருந்தனர் மக்கள். திடீரென்று உள்ளே வந்து தாக்கத் தொடங்கினால்?

போலீசுக்குச் சொல்லி அனுப்பலாமென்றார் சாமா அய்யர். அவர்கள் வந்து தடியடிப் பிரயோகம், கண்ணீர் புகை என்று ஆரம்பித்துவிட்டால்... தேர்தல் சமயத்தில் இது கூடாதென்று இந்த யோசனையை நிராகரித்துவிட்டான் அம்பி.

'இப்போ என்ன செய்யறது சொல்லேன்...' என்று பலவீனமான குரலில் கேட்டார் சாம்பசிவன்.

'சும்மா இருங்கோ. அவாளாலே ஒண்ணும் பண்ணமுடியாது. அவாளுக்கும் உங்க மாதிரி தேர்தல்லே அக்கறை இல்லியா?'

'ஆமா. நடேசன்தான் அவங்க எம்.எல்.ஏன்னு கூச்சல் போடறாங் களே! அவரை எப்படி இந்தப் பாவி சம்மதிக்க வச்சான்?'

'நீங்கதான் நினைச்சிண்டிருக்கேள். நடேசனுக்கு ஆசை கீசை ஒண்ணும் கிடையாதுன்னு. பார்த்தேளா... பதவி ஆசை யாரை விட்டது?' என்றார் சாமா அய்யர்.

'நான் போய் கூட்டத்தைப் பார்த்து பேசட்டுமா?' என்று கேட்டார் சிவஞானம்.

'வேண்டாம், வேண்டாம். எல்லாம் தன்னாலே அடங்கிப் போய்விடும்' என்று தீர்மானமாகக் கூறினான் அம்பி.

'இந்தச் சூழ்நிலையிலே நான் தேர்தலுக்கு நின்னா, என்னப்பா ஆவது? ஜெயிக்க முடியுமா?' என்று அழாக் குறையாகக் கேட்டார் சாம்பசிவன்.

'அதுக்குத்தான் ஒரு திட்டம் வகுக்கிறேன்' என்றான் அம்பி.

'என்ன திட்டம்?'

'அதுவா?' அம்பி தோள்களை நிமிர்த்தி நேரே உட்கார்ந்தான். அவன் கை சாமா அய்யர் பால் நீண்டது. அவர் பொடி மட்டையை இடுப்பிலிருந்து எடுத்துக் கொடுத்தார்.

மூக்கை உறிஞ்சி விட்டு மேல் துண்டினால் துடைத்துக் கொண்டே அம்பி ரகசியமான குரலில் பேசத் தொடங்கினான். மூவரும் மிகுந்த கவனத்துடன் கேட்டார்கள்.

★★★

ஏழெட்டு நாள்களுக்குப் பிறகு அவ்வூரைப் பற்றிய செய்தி பத்திரிகைகளில் அடிபடலாயிற்று. அயலூர்களிலிருந்து கூட்டம் கூட்டமாக மக்கள் அவ்வூரை நோக்கிப் படையெடுத்தனர். 'கலியுக அதிசயம்' 'இனிமேல் வைத்தியர்கள் வேறு தொழில் பார்க்க வேண்டியதுதான்' என்றெல்லாம் செய்தித் தாள்கள் தலையங்கங்கள் எழுதின. விஷயம் இதுதான்.

சாம்பசிவன் தம்முடைய தோட்டத்திலிருந்த பாசி படர்ந்திருந்த ஒரு குளத்தை புதுப்பித்தார். அதில் அவருடைய காரியஸ்தர் மனைவி நீராடி எழுந்ததும் ஓர் அதிசயத்தை உணர்ந்தாள். வைத்தியத்துக்குக் கட்டுப்படாத அவளுடைய வயிற்று வலி உடனே நீங்கியது. இச்செய்தியைக் கேட்டதும், பல்வேறு நோய் களினால் பீடிக்கப்பட்டிருந்த பண்ணையாட்கள் அதில் நீராடினர். என்ன விந்தை! நோய்கள் பறந்து போயின. அவ்வளவுதான், ஊரே திரண்டு அக்குளத்தை நாடிச் சென்றது. இன்னின்ன வியாதி களுக்கு இவ்வளவு நாள்கள் குளிக்க வேண்டுமென்ற கணக்கு ஏற்படலாயிற்று. மாசக் கணக்கு ஆகலாம், வருஷக் கணக்கு ஆகலாம், ஆனால் வியாதி ஓடிவிடும் என்ற நம்பிக்கை எங்கும் பரவியது. இக்குளத்தின் அற்புதத்தை விளக்கும் ஏட்டுச் சுவடி யொன்று தோட்டத்தை வெட்டும்போது கிடைத்தது.

சாம்பசிவன் குளத்தை ஊருக்குப் பொதுவாக்கினார். வேறு பல சௌகரியங்களும் செய்து கொடுத்தார். ஊர் அவரை வாழ்த்தத் தொடங்கியது.

நடேசன் வேதனையுற்றார். மக்களை முட்டாள்களாக்க இப்படி யொரு திட்டமா? பொது ஜன ஆதரவைப் பெற சாம்பசிவன் இவ்வளவு கேவலமாகவா போக வேண்டும்?

இதற்கெல்லாம் யார் காரணம்? தாம்தான். அன்று ஊர் தமக்கு ஆதரவாக எழுந்ததைக் கண்டு, அதன் கவனத்தைக் கவர இத்திட்டம் உருவாக்கியிருக்கின்றது. தாம் செய்த ஒரு சிறு செயல், சமூகப் பிரச்னையாகி, அரசியல் பிரச்னையாகி, எப்படி விசுவரூபம் எடுத்திருக்கிறது! பாவம், திருநாவுக்கரசு! முதலில் இது ஏமாற்று அது, இதுவென்று அவன் கூப்பாடு போட்டான்; பிறகு ஆளையே காணோம்!

திடீரென்று ஓர் ஆவேசம் அவருள்ளத்தில் எழுந்தது. இது தெய்வ விரோதம்! மக்களை ஏமாற்றுவது தெய்வத்துக்கு விடப்படும் சவால். மனிதன் பகுத்தறிவினால் கொடிய மிருகங்களை ஆட்டி

வைக்கிறான். ஆனால் மனிதன் மனிதனையே குருட்டு நம்பிக்கை யினால் ஆட்டி வைப்பது வெட்கக் கேடு. இதைப் போய் ஜனங் களிடம் கூறுவோம். கேட்டால் கேட்கட்டும், கேட்காவிட்டால் போகட்டும். இது தம்முடைய கடமை.

அவர், சாம்பசிவன் தோட்டத்தை நோக்கிச் சென்றார்.

எவ்வளவு கூட்டம்! எல்லா ஏற்பாடுகளையும் அம்பிதான் கண்காணித்துக் கொண்டிருந்தான்.

நடேசன் அப்படியே ஸ்தம்பித்து நின்றார். திருநாவுக்கரசு ஆனந்தமாக நீராடிக் கொண்டிருந்தான்!

அவர் மேலே தொடர்ந்து போகாமல் அப்படியே தம் வீட்டுக்குத் திரும்பினார்.

அடுத்த நாள் அம்பி உற்சாகமாக சாம்பசிவனிடம் கூறினான்:

'தெரியுமா சேதி? நடேசன் அந்தப் பொண்ணை அழைச்சிண்டு ஊரை விட்டே போயிட்டாராம்.'

ஜன்னலருகே நின்று கொண்டிருந்த சாம்பசிவன் கண்கள் திடீ ரென்று கசிந்தன. தம் தோட்டத்தை நோக்கிக் கூட்டம் கூட்டமாக மக்கள் சென்றுகொண்டிருந்த அக்காட்சியை நீர்த்திரை மறைத் தது.

11. மீண்ட தெய்வம்

'கலையின் அழகு ரகசியம், அதன் சிருஷ்டியிலா அல்லது அதை ரசிக்கின்றவர்களின் அனுபவத்திலா?'

கேள்வி கேட்ட லதாவைப் பேராசிரியர் ராகவன் ஒரு விநாடி உற்றுப் பார்த்தார். அக்கேள்விக்கு விடை அந்த ஒரு விநாடிப் பார்வையிலேயே அடங்கிக் கிடந்தது. 'இதைத் தெரிந்து கொள்ளவில்லையே இந்தப் பேதைப் பெண்! எப்படித் தெரிந்து கொள்ளமுடியும்?'

உலகம் அவரைப்பற்றி எந்தவிதமாகக் கருதுகின்றதோ அதை ஆதாரமாகக் கொண்டுதானே அப்பெண்ணும் தன்னுடன் இப்படி நெருங்கிப் பழகுகிறாள்.

'இலக்கியம், தத்துவம் இவற்றையெல்லாம் கரை கண்ட டாக்டர் ராகவனுக்கு திருமணம் போன்ற சில்லறை விஷயங்களில் எப்படி ஈடுபாடு இருக்க முடியும்? அதனால்தான் ஐம்பது வயதாகியும் இவர் பிரம்மச்சாரியாகவே இருக்கிறார்.'

'நாகரிகத்தின் சிகரம், குணக்குன்றின் உச்சி, ஆசிரிய மகரிஷி...' இப்படியெல்லாம் உலகம் அவரை பற்றிப் பேசுகின்றது.

நேற்றுகூட, கல்லூரித் தலைவர் அவரை புன்சிரிப்புடன் கேட்டார்: 'இயற்கையின் அர்த்தமற்ற, கோணல் மாணலான விசித்திரம்தான் இனக்கவர்ச்சி என்று நீங்கள் கருதுகின்றீர்களோ, டாக்டர்?'

உலகத்திலுள்ள யாவரும் தங்கள் தங்களிடத்திலுள்ள குறைகளையெல்லாம் அவரிடத்தில் இல்லை என்று நம்புகிறார்கள். அவர் கண்கண்ட தெய்வம்!

தான் ஏதேனும் தவறு செய்தால் அது அவர்களுடைய கற்பனைக்கு இழைக்கும் கொடுமை. தான் தெய்வமில்லை என்று உலகமெல்லாம் கேட்க அலறவேண்டும் போலிருந்தது அவருக்கு. அவ்வெண்ணத்தின் பேரிரைச்சல், புயலாக, எரிமலை யாக, நெஞ்சின் அடித்தளத்திலிருந்து அவருக்கு மட்டும் கேட்ட தேயன்றி உலகத்துக்குக் கேட்கவில்லை.

'நான் அப்புறம் வருகிறேன் சார்' லதா புறப்பட்டாள்.

'என்னம்மா, ஏதோ கேட்டாய், உடனே புறப்பட்டு விட்டாயே?'

அவள் கேட்ட கேள்விக்கு விடை தன் நெஞ்சில் கொட்டை எழுத்துக்களில் 'நியான்' ஒளியெனப் பளிச்சிடுகின்றதே! அப்படியிருந்தும் இந்தப் பேராசிரியர் பாவனை மேற்கொள்ள வேண்டியிருக்கிறது 'நாகரிக குணக்குன்று, ஆசிரிய மகரிஷி!' சே!சே! தன்னைப் போன்ற வேதாந்தி உலகத்தில் எங்குமே இருக்க முடியாது.

'நீங்கள் வேறு ஏதோ யோசித்துக் கொண்டிருக்கிறீர்கள் போலிருக்கிறது!' அவள் புன்னகை செய்தாள். காலை முகிலின் விளிம்போரங்களில் கதிரவன் கூட்டும் வண்ண ஜாலங்களின் ஆயிரங்கோடி கற்பனைகள்! ஆனால்... ஆனால், மனச்சாட்சியின் நிழல் இருளென அக்காட்சியை மூடி, அவரை திக்குமுக்காடச் செய்தது. அவர் திணறினார்.

'கலையின் அழகு ரகசியம் அதன் சிருஷ்டியிலா அல்லது அதை ரசிக்கின்றவர்களின் அனுபவத்திலா?' லதா மீண்டும் கேட்டாள்.

'ஒவ்வொரு பொருளும் அதனதன் குணத்துக்கு எல்லையாக நின்றுவிட்டால் அதாவது, அதன் குண நிர்ணயத்துக்கு அதனால் பாதிக்கப்படுகின்ற மற்றைய பொருள்களின் உணர்ச்சி அனுப வத்தை வேண்டாது, தொடர்பற்ற முறையில் தனக்குத்தானே வரையறையாக இருந்து விட்டால், உலகம், இயக்கமாகிய ஆகர்ஷணமே இல்லாத ஜடப் பொருளாகிவிடும். கலையின் அழகு அதைச் சரியான முறையில் ரசிக்கின்றவர்களின் அனுபவத்தில் பூர்த்தியாகின்றது.'

சரியான முறையில் ரசிப்பதென்றால்...?'

'தான் அது என்ற வேறுபாடு ஒழிந்து, தான் அதுவாகிவிடும் வேதாந்த மகாவாக்கிய நிலை!

'அப்படியென்றால் அதுவும் ஒரு சலனமற்ற நிலைதானே! இயக்கம் எங்கே இருக்கிறது?'

'ஒரு மின்விசிறி மிக வேகமாகச் சுற்றும்போது அது ஸ்தம்பித்து நிற்பது போலத்தானே இருக்கிறது? ஏன் உலகம் இவ்வளவு வேகமாகச் சுற்றுகின்றதே? அது நமக்குத் தெரிகின்றதா? அதனால் இயக்கம் இல்லை என்று சொல்லிவிட முடியுமா?'

அதற்குமேல் என்ன கேட்பது என்று அவளுக்குத் தெரியவில்லை, சற்று யோசித்தாள். சிந்திக்கும்போது அவள் கண்கள் சற்று அகல விரிகின்றன.

கேள்வியின் கருத்துச் சுமையை உள்ளடக்கிய அப்பார்வையில் நிலைக் கொள்ளாத தவிப்பு, மழலைக் குழந்தையின் பரபரப் பென, உள்ளத்தில் எவ்வளவு கனவுக் குமிழிகளை எழுப்பு கின்றது! ஏதோ கேட்க வேண்டும் என்ற விருப்பத்தில் முன்னறி விப்பாய் துடிக்கும் இதழ்களின் மென்மையான அசைவு எழுந்து முத்துக்களை சொரிந்து விட்டு அடங்கும் அலையைப் போல் - குறுநகையாய் விரிந்து, அடங்குகின்றது. அம்முத்துக்கள் ராகவன் முகத்திலும் தெறித்து விட்டாற்போல், அவர் நெற்றியில் வியர்வைத் துளிகள்! பேராசிரியர் ராகவன் தன் ஆசனத்தை விட்டு எழுந்தார்.

கனவுக்கும் நடைமுறைக்குமிடையே உடனுக்குடன் உடன்பாடு செய்யத் தவறிய மனநிலையில் அவர் எழுந்ததும், கால் தடுமாறி விழத் தெரிந்தார். அவரை விழாமல் சட்டெனத் தாங்கிக் கொண் டாள் லதா.

'என்ன சார்... என்ன சார்?' - அவள் பதறிவிட்டாள்.

வராந்தாவில் சென்று கொண்டிருந்த மற்ற ஆசிரியர்கள் யாவரும் கூடி விட்டனர்.

'என் ன நடந்துது? விழுந்து விட்டாரா?

'மயக்கமா? எப்பொழுது பார்த்தாலும் படித்துக்கொண்டேயிருந் தால் இப்படித்தான்...'

'இப்படி உட்காருங்கள். இதோ இங்கே உட்காருங்கள்.'

எல்லோருமாகச் சேர்ந்து ராகவனைக் கட்டாயப்படுத்தி நாற்காலி யில் மீண்டும் உட்கார வைத்து விட்டார்கள்.

'எனக்கு ஒன்றுமில்லை. எதற்கு இப்படி அலட்டிக் கொள்கிறீர்கள்? கீழே விழப் போனேன். இந்தப் பெண் விழாமல் பிடித்துக் கொண்டு விட்டாள். சரி, நான் வகுப்புக்குப் போக வேண்டும், நகருங்கள்!'

'நீங்கள் இப்பொழுது போக வேண்டாம். ஓய்வு எடுத்துக் கொள்ளுங்கள்.'

'என்ன இது? ஒன்றுமில்லாததைப் பெரிதுபடுத்துகிறீர்கள்? கால் மரத்து விட்டது. விழப்போனேன். அவ்வளவுதான்.

அதற்குள் கல்லூரித் தலைவர் அங்கு வந்து விட்டார்.

'டாக்டர் மயக்கமாக இருக்கிறதா?'

ராகவனுக்கு என்ன செய்வதென்று புரியவில்லை. அந்த இடத்தை விட்டு ஓடிவிட வேண்டும் போலிருந்தது அவருக்கு. இவ்வளவு பேருக்கும் தன்பால் எவ்வளவு அக்கறை, அபிமானம், மரியாதை! இதைப் பெறுவதற்கு தனக்குத் தகுதியிருக்கிறதா? விதியே, இது என்ன சோதனை! அந்த இடத்திலேயே அப் பொழுதே தன் உள்ளத்து உணர்ச்சிகள் அனைத்தையும் அள்ளிக் கொட்டி விடலாமா? அதனால் ஒரு வேளை மனத்துக்கு நிம்மதி ஏற்படலாம். ஆனால்..., ஆனால்.

'புஸ்தகத்தை எல்லாம் மூட்டை கட்டி வைத்துவிட்டு கொஞ்ச நாளைக்கு ஓய்வு எடுத்துக்கொள்ளுங்கள்.'

ராகவன் தன் இருப்பிடத்தை விட்டு எழுந்தார். 'இதோ பாருங்கள். எனக்கு ஒன்றுமில்லை. கால் இடறி விழப் போனேன். அவ்வளவுதான். உங்கள் அபிமானத்தோடு உங்கள் கற்பனையும் துரிதகதியில் இயங்குவது என் துரதிருஷ்டம்தான். தயவு செய்து வகுப்புக்குப் போக வழிவிடுங்கள்!'

கல்லூரித் தலைவருக்கு என்ன சொல்வது என்று தெரியவில்லை.

'டாக்டர்... உங்களுக்கு ஒன்றுமில்லை என்பது நிச்சயம் தானே! மயக்கமாக ஏதாவது இருந்தால்...'

'எனக்கு ஒன்றுமில்லை!' தீர்மானமாகக் கூறிவிட்டு அவர் அறையிலிருந்து வெளியே வந்தார்.

வெளியே இருமருங்கும் மாணவர்களும் மாணவிகளும் நின்று கொண்டிருந்தனர். 'சார் ஒன்றுமில்லையே, சார்... ஒன்று

மில்லையே?' அவர்கள் அனைவருக்கும் அவர்பால் எத்தனை மரியாதை, ஈடுபாடு! தலைகுனிந்துகொண்டே பேராசிரியர் ராகவன் தன் வகுப்பை நோக்கி நடந்தார்.

'நம் நாட்டின் பழம் புலவர்கள் ஆண் - பெண் உறவுகளைப் பற்றி எந்தவிதக் கூச்சமுமின்றிக் கூறியிருப்பது 'ஆபாசமாக' நமக்கு இப்பொழுது படுகிறதென்றால், அதற்குக் காரணம், மேல்நாட்டு மரபை ஒட்டிய 'குற்ற மனப்பான்மை' நம்மையும் பாதித்திருப்பது தான். ஈடன் தோட்டத்தில் மனிதன் செய்த குற்றத்தினால் விளைந்தது மனித சமுதாயம் என்ற பாவ உணர்ச்சியை, பாரம் பரியமாகத் தாங்கிவரும் மேல்நாட்டுப் பழம்பெரும் இலக்கியங் களில் இந்தக் 'குற்ற மனோபாவம்' பிரதிபலிக்கக் காணலாம். ஆனால் இப்பொழுது அவர்களுடைய தற்கால இலக்கியங்களில் எதனையும் 'பச்சை'யாக வெளிப்படையாகக் கூறும் தன்மை ஏற்பட்டிருக்கின்றதென்றால்,ஏதோ புரட்சி செய்ய வேண்டும் என்ற, சமூகத்துக்குச் சவால் விடுக்கும் நோக்கத்துடன் ஆண்-பெண் உறவுகள் கூறப்படுகின்றனவேயன்றி, நம் நாட்டின் தொன்மை இலக்கியங்களில் கூறப்பட்டிருப்பது போல் இயற்கையாகச் சொல்லப்படவில்லை. இலக்கியம் இயற்கைத் தன்மையை இழந்து விட்டால், அது பிணத்துக்கு அலங்காரம் செய்வது போல...'

பேராசிரியர் ராகவன் இயந்திரம் போல் பேசிக் கொண்டிருந்தார். திடீரென்று மனத்தில் ஒரு சபலம். பெண்கள் இருக்கும் இடத்தை நோக்கினார். லதா குறிப்பு எடுத்துக் கொண்டிருந்தாள். முன் புறத்தில் விழுந்திருந்த கூந்தல் அவள் எழுதும்போது அசைந்தது. அவ்வசைவு எழுப்பிய லயம், அவர் மூச்சோடு இழைந்து கற்பனையில் எழுந்த தெய்வ கீதத்துக்குச் சுருதி கூட்டியது.

'குற்ற மனப்பான்மை நம்மிடத்திலும் இருக்கிறது என்கிறீர் களா?'

உடைமாற்றிக் கொள்ளும்போது, திடீரென்று யாரோ உள்ளே வந்துவிட்டாற் போன்ற ஒரு கண நேரத் திகைப்பு.

கேள்வி கேட்ட பாஸ்கரனை ராகவன் ஊடுருவிப் பார்த்தார். எதற்காக இந்தக் கேள்வியைக் கேட்கிறான் இந்தப் பையன்? அவன் உடம்பில் பொலியும் ஆண்மை அவருக்கு ஏதோ விரசமாகப்பட்டது. பாஸ்கரன், பெண்கள் பக்கம் நோக்கினான்.

ஆசிரியர் கூறுவதைத் தான் புரிந்து கொண்டிருப்பதை மற்றவர்களும் அறிய வேண்டுமென்ற ஆசையோ?

'ஆமாம்!' அளவுக்கு மீறிய அழுத்தத்துடன் சொல் வெளிப்பட்டது. ஒரு வேளை உண்மையை ஒளிவு மறைவில்லாமல் கூறுகின்ற தர்ம ஆவேசமா?

'நம் நாட்டிலும் இப்பொழுது 'பச்சை' தர புஸ்தகங்கள் ஏராளமாக வருகின்றனவே...' இதை எப்படி முடிப்பது என்று அவனுக்குத் தெரியவில்லை.

'ஆமாம், அதைப் பற்றி என்ன?'

'வந்து... நீங்கள் அதைப் பற்றி என்ன நினைக் கிறீர்கள்?' நிருபர் பாணியில் அமைந்திருந்தது அவன் கேள்வி. மாணவ மாணவிகள் முகங்களில் இளநகை!

'கலையில் ஆபாசம் இல்லை என்பது என் வாதம். ஆனால் ஆபாசத்தை கலையாக்கக் கூடாது!'

லதா இருக்கும் இடத்தை ஒரு விநாடி அவர் திரும்பிப் பார்த்தார். முத்தாய்ப்பு வைத்தாற் போல் தான் பேசிய பேச்சு அவள் முகத்தை வியப்பில் ஆழ்த்தியிருந்தது. வியப்பில் மலர்ந்த முகம், அவர் நெஞ்சில் நிலவொளியை வாரியிறைத்தது. அந்த கணநேர இன்பம் நித்தியத்துவத்தின் நெடும் போக்காய் விரிந்து அவ்வின்பத்தின் குணமற்ற சுகத்தெதிரே, உலகத்தில் வேறு எதனையும் அர்த்தமற்றதாக்கியது.

தான் பேசியதெல்லாம் பொய், வரட்டுத் தத்துவங்கள்! இந்தக் கணம்தான் நிரந்தர உண்மை. கணந்தோறும் மாறும் செக்கர் வானத்தின் வண்ண வியப்புகள் போல், வாழ்க்கையின் ஒவ்வொரு விநாடியும் புதுப்புது கற்பனைகளைத் தந்து, வாழ்க்கையையே ஓர் இயற்கை ஓவியமாக்கக் கூடாதா?

அடக்கப்பட்ட உணர்ச்சிகளுடன், கல்விப் பட்டங்கள் சூட்டியுள்ள பண்பாட்டு முகமூடியைப் போட்டுக்கொண்டு, போலி வாழ்க்கை நடத்துவது இயற்கைக்கு விரோதம்!

தான் பெற்றுள்ள பட்டங்களும், கௌரவமும் நாசமாய்ப் போகட்டும். பூமியின் உச்சியில் இருந்துகொண்டு அண்ட பகிரண்டம்

யாவும் எதிரொலிக்கக் கூவவேண்டும். 'நான் தெய்வமல்ல... நான் தெய்வமல்ல... மனிதன்தான்! லதா... லதா'

மணி அடித்தது. வெளியே ஓடத் தெரிந்த தெய்வத்தை ஓடாமல் மீண்டும் இருத்தியது ஆலய மணியோ!

★★★

ராகவன் வகுப்பை விட்டு வெளியே வந்தார். இரண்டு மூன்று மாணவர்களும், மாணவிகளும் ஏதோ சிரித்துப் பேசிக் கொண்டிருந்தனர். இவரைக் கண்டதும் சிரிப்பு, பேச்சு இரண்டும் நின்றன. வழிவிட்டு பணிவுடன் நின்றனர். தனக்குத்தான் சிரிக்க மறந்துவிட்டது என்றால், தான் செல்லும் இடமெல்லாம் சிரிப்புக்கு இடமில்லையோ? மரியாதை, பணிவு!

எல்லாம் அழிந்தொழியட்டும்! மாணவர்களே, மாணவிகளே! சிரியுங்கள், சிரியுங்கள். எல்லோருமாகச் சிரித்து மகிழலாம்.

அவர் தன் அறைக்குச் சென்று உட்கார்ந்துகொண்டார். ஜன்னல் வழியே விளையாட்டு மைதானத்தை நோக்கினார். கால் பந்தும், இளமையும் போட்டி போட்டுக்கொண்டு துள்ளித் துள்ளி மகிழ்ந்தன. இதைப்போல் தான் என்றாவது விளையாடிய துண்டா? எப்பொழுது பார்த்தாலும் படிப்பு, படிப்பு! இளமைப் பருவத்தை எங்கோ காணாமல் போக்கிவிட்ட மனநிலை! இல்லை, ஒருவேளை அது இப்பொழுதுதான் தன்னை நாடி வந்திருக்கின்றதோ?

'சார் ... சார்!' அவர் திரும்பினார்.

லதா!

அப்பொழுது ஜன்னல் வழியே வீசிய மென்காற்று அவள் நெற்றியில் சுருண்டு கிடந்த ஓரிரண்டு குழல்களை அலைத்துக் கொண்டிருந்தது. குறும்பு செய்யும் குழந்தைகளைப் பரிவுடன் தடவி விலக்குவதுபோல், அவள், நெற்றியில் விழுந்த கற்றை களை ஒதுக்கித் தலையைக் கோதிக்கொண்டே அவரருகில் வந்து நின்றாள்.

அவள் தன்னருகில் நிற்கின்றாள் என்ற நினைவே அவருக்கு ஸ்பரிச சுகத்தை லாகிரியாக ஊட்டியது. அது அணு அணுவாக அவருடைய உடம்பின் ஒவ்வொரு பாகத்திலும் பரவி,

மின்சாரமெனப் பாய்ந்து, இன்ப அதிர்ச்சியில் அவர் தன்னைக் கண்டு தானே மருளும்படி செய்தது. அவர் நகர்ந்து உட்கார்ந்து கொண்டார்.

'என்னம்மா வேண்டும்?'

'உங்களை ஏதேதோ கேட்க விரும்புகிறேன். ஆனால் உங்களைப் பார்த்தால் என்ன கேட்பது என்றே தெரியவில்லை.'

என்ன சொல்லுகிறாள் இந்தப் பெண்? ஒருவேளை... ஒரு வேளை... பேராசிரியர் ராகவனின் மனச்சாட்சி, மனத்தில் ஏற் பட்ட ஐயத்தின் வித்தை வளரவொட்டாமல் தடுத்து அழுத்தியது.

'என்ன கேட்க விரும்புகிறாய்' எப்படித்தான் தன்னால் இயற்கை யாகக் கேட்க முடிந்ததோ? இயற்கையாகக் கேட்பதற்கு தான் செய்த முயற்சியின் அவஸ்தை, குரலில் நிழலிட்டிருக்குமோ.

'மனிதனுக்கு வாழ்க்கையில் ஓர் லட்சியம் வேண்டும் என்று நீங்கள் நம்புகின்றீர்களா?'

'அப்படியென்றால்? நீ கேட்பது எனக்குப் புரியவில்லை...!'

'அதாவது, ஒவ்வொருவரும் வாழ்க்கையில் ஏதோ ஒன்றை எதிர்பார்த்துக் கொண்டே வாழ்வது, அது நிகழக் கூடியதாயிருந் தாலும் சரி, அல்லது நிகழ முடியாவிட்டாலும் சரி, அப்படி வாழ்வதுதான் விவேகம் என்று நீங்கள் நினைக்கிறீர்களா?'

'விவேகம் என்று சொல்ல முடியாது. விவேகமாக வாழ்கின்ற வர்களின் வாழ்க்கை அவர்களுக்கு எதை அளித்திருக்கிறதோ அதை ஏற்றுக்கொண்டு திருப்தியுடன் வாழ்வார்கள். ஒன்றை எதிர்பார்த்துக்கொண்டே வாழ்க்கை முழுவதையும் நடத்துவது தான் லட்சியத்தை நோக்கிய பிரயாணம். ஒவ்வொருவருடைய சிருஷ்டி ரகசியம் அவரவர் எதனை எதிர்பார்க்கின்றோம் என்று தெரியாமல், ஆனால் எதிர்பார்த்து உண்மையாக வாழ்வது தான்.'

'நீங்கள் சொல்வது ஒன்றும் எனக்குப் புரியவில்லை?'

'நான் சொன்னவற்றை விட, சொல்லாதனவற்றில்தான் ... அர்த்தம் இருக்கிறது!'

'அப்படியென்றால்'

'அதுதான் என் சிருஷ்டி ரகசியம்!'

லதா அவரை உற்று நோக்கினாள். அவர் என்ன பேசுகிறார். அவளுக்கு ஒன்றுமே விளங்கவில்லை. சிருஷ்டி ரகசியம் என்று அவர் எதனைக் குறிப்பிடுகிறார்? அவள் மனம் குழம்பியது. திடீரென்று அவள் குழந்தைத் தனமாகக் கேட்டாள்: 'என் சிருஷ்டி ரகசியம் என்னவென்று உங்களுக்குத் தெரியுமா சார்?'

அவளுடைய சிருஷ்டி ரகசியம்! அவர் உள்ளத்தில் திடீரென்று ஒரு மின்வெட்டு. தன்னுடைய சிருஷ்டி ரகசியமும், அவளுடைய சிருஷ்டி ரகசியமும் சந்திப்பில், சங்கமத்தில் இடையீட்டில் லாமல் இயக்கத்தில் இறப்பும் எதிருமறியா நித்யநிகழ்ச்சியின் தொடர்ச்சியில் ஒன்றி அடங்கினவோ?

யுகங்களின் தொடக்கத்தில் சக்தி சிவனைப் பார்த்துக் கேட்ட கேள்வி இதுதானோ! திட்டிக் கதவும் திறந்து திறவு கோலைக் கண்ட மகிழ்ச்சிதானோ, தன் ஊனை, உயிரை, உருக்கி இசை யாய் பெருகுகின்றது! உவகை சாம்ராஜ்யத்தின் பெரு மயக்கத் தில் ஆழ்ந்து, அவர் தன்னை மறந்து, தானில் தெளிந்து... அவர் கண்கள் தாமாகவே மூடின.

'சார்... சார்!'

விண்வெளிக்கப்பால் எங்கோ பறந்துகொண்டிருந்த செயற்கைக் கிரகம் திடீரென்று பூமிப்பரப்பில் இறங்கி தவிடு பொடியா யிற்றோ! 'சார்... சார்' அவர் பேராசிரியர்! தத்துவத்திலும் இலக்கியத்திலும் பட்டங்கள் பெற்று, எட்டி நின்று உலகுக்கு ஒளியைத் தரும் கதிரவனைப் போல் ஒதுங்கி நின்று உபதேச மளிக்கப் பிறந்த குரு! கண்ணியத்தின் எல்லை! பண்பாட்டின் உருவகம்! கல்வி சிலுவையில் அறையப்பட்ட தெய்வம்! அவர் கண்கள் திறந்தன.

'தூக்கம் வருகிறதா சார்'?

'இல்லை, கொஞ்சம் களைப்பாக இருக்கிறது. அவ்வளவு தான் நீ என்ன கேட்டாய்?'

'ஒன்றுமில்லை. நான் பிறகு வருகிறேன்.'

வீட்டுக்குச் சென்ற ராகவனுக்கு வீட்டின் தனிமை அவர் ஆத்மாவின் தனிமையை உணர்த்தியது. யாவரும் அவரை எட்டி நின்று வணங்குகிறார்களேயன்றி, அவருடன் நெருங்கிப்

பழகவில்லை. கர்ப்ப கிருஹத்திலுள்ள தெய்வத்தோடு அத்யந்த சிநேகம் யாருக்குண்டு? அன்றாடக் கடமைகளுக்குப் பிறகு இரும்புக் கதவை அடைத்து தாளிட்டுச் சென்று விட்டால், தனிமையையும் இருளையும் தவிர தெய்வத்துக்கு வேறு துணை ஏது? மேதைப் பட்டம் சூட்டப்பட்டு தனித்து வாழும் அவருக்கும் உலகத்துக்குமிடையே இரும்புத்திரை! தனிமை இயற்கைக்கு விரோதம்! ஆகர்ஷணம் இயற்கை நெறி!

ஆகவே... தான் மனம் விரும்புகிறபடி செய்து விட்டால்?

'கண்ணியம் மிகுந்த பேராசிரியர் ராகவனைப் பார்த்த பிறகுதான் கண்ணியத்தின் பொருள் தெரிகின்றது!'

'கல்வி, பண்பு இவற்றின் உருவமாக விளங்கும் டாக்டர் ராகவனைப் பார்த்தால், வேத கால ரிஷிகளின் நினைவு நமக்கு வருகிறது.'

'நம்மைப் போன்ற சாதாரண மனிதர்களைக் கவர்கின்ற அற்ப உணர்ச்சிகளால் பாதிக்கப்படாமல், கர்மமே உருவாய் முனிவரைப் போல் வாழும் பேராசிரியர் ராகவன் ஆன்மீக ஒளியில் விவேகானந்தருக்கு இணையானவர் என்று சொன்னால் மிகையாகாது!'

அறையின் எல்லா திசைகளினின்றும் அவருக்கு வழங்கப்பட்ட, அவர் இதுவரையில் பழகிவிட்ட பாராட்டு உரைகள் ஒலித்தன. ஆம்... அவர் தன் மனம் விரும்புகிறபடி செய்துவிட்டால் இவை எல்லாம் ஒரு நிமிஷத்தில் அடங்கிவிடும்.

சாதாரண மனிதன் தன் விருப்பப்படி எது செய்தாலும் உலகம் அதைப்பற்றிக் கவலைப்படுவதில்லை. ஆனால் அவர் உலகம் தானாகவே கற்பித்துக் கொண்ட தெய்வம். அவர் உலகம் எது தவறு என்று கருதுகின்றதோ, அதைச் செய்து விட்டால், தவறாக எடை போட்டதன் காரணமாக தன் மீதுள்ள கோபமும் சேர்ந்து அவர் மீது எழும் என்பது இயற்கை. ஏமாற்றிவிட்ட தெய்வம் தான் உலகத்தின் முதல் எதிரி!

உலகத்தைத் திருப்தி செய்ய வேண்டும் என்ற பொறுப்பை ஏன் ஏற்றுக் கொள்ள வேண்டும்?

'லதா! அப்பெண் தன்னைப் பற்றி என்ன நினைக்கிறாள்? அவள் தன்னைக் கேட்கின்ற கேள்விகளைப் பார்த்தால்...' இவ்

வெண்ணத்தின் குளுமையில் அவர் நெஞ்சு சிலிர்த்தது. ஒரு வேளை அவர் உள்ளத்திலும், இல்லை, உள்ளத்தின் அடித்தளத் தில் எழுந்திருக்கக் கூடிய அக்கருத்து, இரும்புத்திரையைக் கண்டு அஞ்சி 'அசட்டுத்தனம்' என்று அவளாலேயே கண்டிக்கப்பட்டு நினைவில் மூலையில் ஒளிந்துகொண்டுவிட்டதோ! அவள் தன்னைக் கேட்கின்ற கேள்விகளுக்கப்பால் மனத்தில் நிகழ்ந்து கொண்டிருக்கும் 'குருக்ஷேத்திரத்தை' தன்னால் எப்படி அறிய முடியும்?

இரும்புத்திரை தகர்ந்து தவிடு பொடியாகட்டுமே! தெய்வம் என்று தன்னைப் புனிதபீடத்தில் ஏற்றியவர்கள் 'சைத்தான்' என்று தன்னைத் தூற்றட்டுமே! பண்பாடும், தவப்பொலிவும் பெற்றிருப்பதாக ஏன் இந்த வேஷம்?

'லதா லதா!' கூண்டை விட்டு வெளியேறிய சிட்டுக் குருவியின் சுதந்தரத்தோடு அவள் உருவத்தை கற்பனை செய்து பார்க்கலாம்.

அந்தக் கற்பனையின் சுகம் அவரை நித்திரையில் ஆழ்த்தியது.

★★★

அடுத்த நாள் அவள் கல்லூரிக்கு வரவில்லை. நாள் சூன்யமாக விரிந்தது. அதற்கு அடுத்த நாளும் அவள் வரவில்லை. தான் வாழ்ந்த ஐம்பது ஆண்டுகளும் வெறுமையாகி விட்டனவோ? மூன்றாம் நாள் அவரே கல்லூரிக்கு போகவில்லை.

வீட்டில் அவர் தனிமையுடன் தனிமையாய் உறவாடி சூன்யத்தின் பெருங்கதியில் மூழ்கிப் படுக்கையில் கிடந்தார். உணர்ச்சிப் பெருவெள்ளத்தின் ஆதி அந்தமில்லாப் பெரு நடப்பில், உடல் அவருக்குப் பொருத்தமில்லா இடைச் செருகலாய்ப்பட்டது. வாழ்க்கையின் நித்ய கடமைகள் அவசியமற்ற தாய், அர்த்தமற்ற தாய் புலப்பட்டன. யார் யாரோ வந்தார்கள், பேசினார்கள். ஒரு டாக்டர்கூட வந்து மருந்து கொடுத்துவிட்டு போனார் போலிருக் கிறது. கல்லூரித் தலைவர் அவரை அழைத்து வந்திருக்க வேண்டும்.

'ஓய்வு... ஓய்வு...ஓய்வு!' இதுதான் அவர்களின் ஏகோபித்த முடிவு.

'தெய்வமே! என்னை ஊமையாக்கி விட்டாயே' என்று அவர் பொருமினார். இனிப் பொறுக்க முடியாது. அவள் வீட்டுக்குச்

சென்று அவளைப் பார்க்க வேண்டும். அவளிடத்தில் எல்லா வற்றையும் சொல்லிவிட வேண்டும். அதுதான் முக்கியம்.

அன்று அவள் கேட்டாள்: 'கலையின் அழகு ரகசியம் அதன் சிருஷ்டியிலா, அல்லது அதை ரசிக்கின்றவர்களின் அனுபவத் திலா?

அனுபவம்தான் உண்மை. சிருஷ்டி ஒரு சாதனம். அதன் பயன், முடிவு லட்சியம் யாவும் அனுபவம். அனுபவம் அழியக் கூடிய தன்று. காலத்தால் சாகாது. சிருஷ்டிகள் தோன்றித் தோன்றி மறை யலாம். தன் அனுபவம் உண்மை. அவளிடத்தில் சென்று சொல்லி விட வேண்டும். அவள் புரிந்து கொண்டால் போகட்டும். இல்லை யென்றால் அதைப்பற்றி தனக்கு கவலையில்லை.

அவர் படுக்கையிலிருந்து எழுந்தார்.

என்ன இது? உருவெளித் தோற்றமா?

லதா அங்கு வந்து நின்றாள்.

அழுது அழுது அவள் முகம் வீங்கியிருந்தது.

'என்னம்மா இது? எதற்கு வந்தாய்?'

அவள் கைகளினால் முகத்தை மூடிக்கொண்டு கேவிக் கேவி அழுதாள்.

ராகவன் எழுந்து சென்று அவள் தோள்கள் மீது கையை வைத்தார். அவள் அழுது அழுது பெருக்கிய கண்ணீர் அவருடைய ஆடை களையும் நனைத்தது. அவருக்கு ஒன்றுமே புரியவில்லை. எதற்கு அழுகிறாள் இந்தப் பெண்?

'என்னம்மா, எதற்கு அழுகிறாய்?'

'சார்...' சொல்ல ஆரம்பித்தவள், மீண்டும் சொல்ல முடியாமல் திணறினாள்.

'என்னம்மா என்ன, நடந்தது? சொல்லேன்!'

'நீங்கள்தான் நான் கண்ட தெய்வம்! கண்ணியமே உருவான உங்களிடம் எப்படிச் சொல்வது என்று தெரியவில்லை. வேண்டாம். உங்களுக்குத் தெரிய வேண்டாம். ஏதோ அசட்டுத் தனத்தினால் வந்துவிட்டேன். மன்னித்துக் கொள்ளுங்கள்!'

அவள் திரும்பிப் போக முற்பட்டாள்.

ராகவன் சென்று, அப்பெண்ணை தோள்களைத் தொட்டுத் திரும்பினார்.

'என்ன சொல்ல வேண்டுமோ, சொல்லிவிடு. உணர்ச்சிகளை அடக்கி வைத்துக்கொள்வது பாவம்...'

அழுகையை நிறுத்திவிட்டு லதா கீழே குனிந்தவாறு செயலற்று நின்றாள்.

'தெய்வத்தின் முன்னால் செய்த தவறுகளைச் சொல்லி அழ உரிமையுண்டு. தவறு செய்துவிட்டேன். பாஸ்கரன் ஆடவன். ஆனால் பெண்ணைத்தான் பாவம் எல்லாம் சேரும். சார் என்னை பார்க்காதீர்கள். உங்கள் புனித உருவத்துக்கு முன்னால் நிற்கக் கூட எனக்குத் தகுதியில்லை.' அவள் குலுங்கிக் குலுங்கி அழுதாள்.

பேராசிரியர் ராகவன் செயலற்று நின்றார். மூன்று நாள்களுக்கு முன்னால் நடந்த நிகழ்ச்சி அவர் நினைவுக்கு வந்தது. அவர் கால் இடறி விழப் போனார். லதா அவரை தடுத்து நிறுத்தினாள். ஆனால் இப்பொழுது அவளறியாமலேயே அவருக்காக அவள் செய்துவிட்ட தியாகம், மீண்டும் அவரை தெய்வ பீடத்தில் இருத்தியது.

12. பிரச்னையின் நிறம்

ரால்ப் எலிஸன் கைக் கடிகாரத்தில் மணியைப் பார்த்தான். ஐந்தரை! அரை மணி நேரமாக அவன் காத்துக்கொண்டிருக்கிறான். ஒரு பஸ் கூட வரவில்லை. பஸ் நிலையத்தில் நல்ல கூட்டம். இத்தனை பேரும் பஸ்ஸில் ஏறிப் போயாக வேண்டும். இந்தியாவில் வேறெதுவும் பொங்கி வழியாவிட்டாலும், மக்கள் கூட்டத்துக்குப் பஞ்சமே இல்லை. தனி மனிதனின் தனித்துவம் கரைய வேண்டுமானால், தில்லியில் பஸ்ஸில் பயணம் செய்ய வேண்டும். அமெரிக்காவில் தன்னைப் போன்ற நீக்ரோக்களுக்கு தனி முகம் கிடையாது; அவர்களை விரும்பினாலும், வெறுத்தாலும் இனமாகத்தான் குறிப்பிட்டுப் பேசுவார்கள். இந்தியாவில், இந்நாட்டுப் பிரஜைகளுக்கே தனி முகம் கிடையாது. பஸ்ஸிலும் சரி, ரயிலிலும் சரி, சர்க்கரைக்கும் அரிசிக்கும் 'க்யூ'வில் நிற்கும் மனித வரிசைகளைப் பார்க்கும்போதும் சரி, அவனுக்கு இதே நினைவுதான் மேலிடுகின்றது. இங்கு வெள்ளை இனம் என்பது, தோலின் நிறத்தில் இல்லை; அதிகாரத்தைக் கைப்பற்றத் தெரிந்தவர்களே அதிர்ஷ்டக்காரர்கள். ஏழைக்கும், பணக்காரனுக்கும் இந்நாட்டில் தெரிகின்ற இடைவெளி உலகில் வேறு எந்த நாட்டிலாவது உண்டா?

ஒரு பஸ் வந்தது. 'மினி' பஸ். கூட்டம் முண்டியடித்துக்கொண்டு ஏறியது. 'மினி' பஸ்ஸைப் பார்க்கும்போதெல்லாம் அவனுக்கு மால்தஸ் ஞாபகம்தான் வரும். இதுவா வருங்கால உலகம்? இருபது பேர் சவாரி செய்யவேண்டிய வண்டியில் இருநூறு பேர்! ஆண்-பெண் என்ற பால் வேறுபாடு மறைந்த ஒரு நிலையில், உயிரினத்தின் தற்காப்புப் போராட்டம்! பஸ் கண்ணுக்குத்

தெரியவில்லை; மனித இனம் வெறும் புள்ளிகளாய், விண்வெளியில் தெரியும் நட்சத்திரப் பூக்களாய் மாறி, ஊர்வதுபோலிருந்தது. அவனால் அந்த பஸ்ஸில் ஏற முடியாது. ஆறரை அடி உயரமும், அதற்கேற்ற ஆகிருதியும் உடைய அவனால், கூனிக் குறுகி தன்னை வெறும் சதைப் பிண்டமாய் ஆக்கிக்கொண்டு, அந்த பஸ்ஸில் பயணம் செய்வது என்பது இயலாத காரியம். இந்தியாவில் 'மினி' பஸ் பயணம், வாழ்க்கைப் பயணம் மாதிரி. இதில் ஏறி சவாரி செய்யத் தெரிந்தவர்கள், வாழ்க்கையில் வெற்றியடைக்கிறார்கள். 'கூனிக் குறுகி சதைப் பிண்டமாய்?' 'நானே பிரும்மம்' என்ற தத்துவம் தோன்றிய நாட்டில், மனிதனின் தகுதி இந்த இழிநிலையை அடைந்திருக்க வேண்டாம் என்றே தோன்றுகிறது.

அவனுக்கு சிகரெட் குடிக்க வேண்டும்போல் இருந்தது. பின்னால் திரும்பிப் பார்த்தான். தண்ணீர் விற்பவனருகில், மரத்தடியில் அந்தக் கிழவி உட்கார்ந்திருந்தாள். பெட்டிக் கடை. அந்தக் கிழவிக்கு எத்தனை வயதிருக்கும்? முகத்தின் தோல் அலை அலையாய்த் தொங்கியது. காதுவரை நீண்ட வாய். பல் இல்லை. பல் இல்லாத சிரிப்புக்கு ஒரு தனிக் கவர்ச்சி உண்டு. அதனால்தான் அந்தக் கிழவி அவனைப் புன்னகையுடன் வரவேற்கும் போதெல்லாம் அவனுக்கு மிகவும் சந்தோஷமாக இருக்கும். வழக்கமாக அவளிடம்தான் அவன் சிகரெட் வாங்குவான். 'ஆ ஓ பேட்டா' என்று சொல்லிக்கொண்டே அவள், வெற்றிலைக் காவி ஏறிய தன் விரலினால் சிகரெட்டை எடுத்துத் தரும்போது, அவன் மனத்தில் ஓர் இனம் காணாத குதூகலம் ஏற்படும். ஆனால் இன்று அவனுக்கும் ஏமாற்றம். அவள் 'ஆ ஓ பேட்டா' என்று சொல்லவில்லை; புன்னகை செய்யவில்லை. இயந்திர ரீதியாக அவனிடம் சிகரெட்டை நீட்டினாள். முகம் சோர்வடைந்திருந்தது.

'மாய்ஜீ, கியா ஓ கயா?' என்றான் எலிஸன். அவன் தில்லிப் பல்கலைக்கழகத்தில் பேராசிரியர் பதவியேற்று ஐந்து வருஷங்களாகின்றன. இதற்குள் அவன் நன்றாக இந்தி பேசக்கற்றுக் கொண்டு விட்டான். ஆரம்பத்தில் அந்தக் கிழவி அவனை 'சா(ஹ)ப்' என்றுதான் அழைத்து வந்தாள். அவன்தான் அவளை தன்னை 'பேட்டா' என்று விளித்தால் போதும் என்று கேட்டுக் கொண்டான். அவளைப் பார்க்கும்போதெல்லாம் அவனுக்கு வாஷிங்டனில் இருக்கும் அவனுடைய பாட்டி நினைவு வரும்.

கிழவி சிறிது நேரம் பேசாமலிருந்தாள். அவள் கண்களில் நீர் கசிவதைக் கண்டு எலிஸன் திடுக்கிட்டான்.

'மாய்ஜி எதற்காக அழுகிறீர்கள்? என்ன நடந்து விட்டது?'

அவளிடம் வழக்கமாக கடனுக்கு சிகரெட் வாங்கிக் கொண்டிருந்த ஒரு பையன் அவளை ஏமாற்றிவிட்டான். 'எண்பது ரூபாய்தானே? அழாதீர்கள், நான் தருகிறேன்' என்றான் எலிஸன்.

கீழே குனிந்து கொண்டிருந்த கிழவி அவனை 'சடக்'கென்று திரும்பிப் பார்த்தாள்.

'பணத்துக்காவா நான் அழுகிறேன் என்று நினைத்தாய்?' - அவள் குரலைச் சற்று உயர்த்தி இந்தக் கேள்வியைக் கேட்டபோது, அவன் சிறிது சங்கடத்துக்குள்ளானான். இந்தக் கிழவிக்கு ஏன் இவ்வளவுகோபம்?

'பணத்துக்காக இல்லை. இது நம்பிக்கைத் துரோகம். இதுவரை நான் யாருடைய இரக்கத்தையும் யாசித்ததில்லை. அப்படி யாசித்திருந்தேனானால், இந்தக் கிழ வயதில் மரத்தடியில் உட்கார வேண்டிய அவசியம் எனக்கு ஏற்பட்டிருக்காது.'

'மினி' பஸ்ஸில்தான் கூனிக்குறுக வேண்டுமென்பதில்லை; இதோ இந்தக் கிழவி முன்னால் கூனிக் குறுகியாகி விட்டது' என்கிற உணர்வு எலிஸனுக்கு உண்டாயிற்று. இந்தியாவின் பழம்பெரும் பண்பாடு மரத்தடியில் உட்கார்ந்திருக்கிறது. 'இரக்கத்தை யாசித்ததில்லை' அமெரிக்க நீக்ரோவாக இருந்தும், தான் ஒரு வெள்ளையனைப் போல் பேசியது எவ்வளவு மடத்தனம்! 'நீக்ரோ' பிரச்னையை இரக்கத்துடன் அணுகும் வெள்ளை மேதாவிகளைக் கண்டால் தனக்கு எவ்வளவு எரிச்சல் ஏற்படுகிறது! 'இரக்கம்' காட்டி தங்களை உயர்த்திக்கொள்ள விரும்பும் 'தார்மீக அரிப்பு' உடையவர்களைப் பார்க்கும்போது தனக்கு உண்டாகும் கோபம், இந்தக் கிழவிக்கும் இருக்கக்கூடும் என்று எதிர் பார்க்காமலிருந்தது தன்னுடைய தவறுதான்! வெறும் பணம், நம்பிக்கைத் துரோகத்தினால் ஏற்பட்ட ஏமாற்றத்தை ஈடு செய்ய முடியுமா?

எலிஸன் ஒன்றும் பேசாமல் சிகரெட்டை வாங்கிக்கொண்டு, மறுபடியும் பஸ் நிலையத்துக்கு வந்தான். கூட்டம் குறைந்ததாகத் தெரியவில்லை. சாதாரணமாக இந்நேரத்தில் மால் ரோடில்

இத்தனை பேர் நின்று அவன் பார்த்ததில்லை. பல்கலைக்கழக வகுப்புகள் அநேகமாக ஐந்து மணிக்குள் முடிவடைந்து விடும். இன்று காம்பஸ் கல்லூரிகளில் ஏதேனும் ஒன்றில் விசேஷ தினமோ என்னவோ!

அப்பொழுது அவனெதிரே ஒரு சிவப்பு நிற 'ஹெரால்ட்' வந்து நின்றது.'

'குட் ஈவினிங் ஸார்.'

ராதிகா. டாக்டர் பட்டத்துக்காக அவனிடம் ஆராய்ச்சி செய்து, பட்டம் பெற்று, ஒரு கல்லூரியில் பேராசிரியையாக இருக்கிறாள். மிகவும் கெட்டிக்காரப் பெண். நல்ல அழகு. அவளுடைய தந்தை அரசாங்கத்தில் ஒரு பெரிய உத்தியோகத்தில் இருக்கிறார். தாய், சமூகப் பெண்மணி. அவன் ராதிகாவின் வீட்டுக்குப் பல தடவை போயிருக்கிறான். இந்தியாவில் தென்னிந்தியக் குடும்பங்கள் தான் மேற்கத்திய பண்பாட்டில் அப்படியே மூழ்கிவிடவில்லை என்பது பரவலான நம்பிக்கை. ஆனால் ராதிகாவின் குடும்பம் இதற்கு விதிவிலக்கு. ராதிகாவுக்கு ஒரு தங்கை இருக்கிறாள். எம். ஏ. படிக்கும் அவள், ஒரு விசித்திரமான பெண். குடும்பத்துடன் ஒட்டாத ஒரு தனிப் போக்கு. பார்க்கப் போனால் அவள் ராதிகாவைவிட இன்னும் அழகானவள். நல்ல பெயர். 'சரயூ.' ராமாயணத்தில் வருகின்ற ஒரு நதியின் பெயர் .

'நீங்கள் எங்கே போக வேண்டும்!' என்று ராதிகா கேட்டுக் கொண்டிருந்தாள்.

எலிஸன் மணியைப் பார்த்தான். ஆறு. மைகாட்! ஒரு மணி நேரமாகவா இங்கு நான் காத்துக்கொண்டிருக்கிறேன்! ஸ்கூட்டரிலோ, டாக்ஸியிலோ அப்பொழுதே போயிருக்கலாம். ஆனால் கடந்த பத்து நாள்களாக அப்படித்தான் போய்க் கொண்டிருந்தான். பணத்தை விரயம் செய்யக்கூடாது என்ற வைராக்கியத்துடன் இன்று நின்றுகொண்டிருந்ததன் விளைவு நின்ற, அளவிலேயே மணி கூடிவிட்டது!

'மாவ்லங்கர் ஹாலில் இன்று ஒரு கூட்டம் ஆறு மணிக்கு, போகலாமென்றிருந்தேன். மணி இப்பொழுதே ஆறு. வீட்டுக்குத் திரும்பிப் போகிறேன்.'

'என் வீட்டுக்கு வாங்களேன்' என்றாள் ராதிகா.

'என்ன விசேஷம்?'

'அப்பா ஜெர்மனியிலிருந்து நேற்றுதான் வந்திருக்கிறார். இன்று காலை உங்களைச் சந்தித்தபோது சொல்லலாமென்றிருந்தேன். மறந்துவிட்டேன். அப்பா அருமையான 'டேப்'புகள் கொண்டு வந்திருக்கிறார். ஃபைன் மியூஸிக், இட் ஈஸ் தி திங்.'

எலிஸனுக்கு இசை என்றால் உயிர்.

'லீட் மீ நாட் டு டெம்ப்டேஷன்ஸ்' என்றான் எலிஸன் சிரித்துக் கொண்டே.

'உங்களுக்கு ஆங்கிலோ-சாக்ஸன் மனப்பான்மை கிடையாது என்று கூறிக் கொள்ளுகிறீர்கள். ஆனால் பேசுவதெல்லாம் கிறிஸ்துவ குற்ற மனப்பான்மையின் அடிப்படையில்தான்' என்றாள் ராதிகா.

எலிஸன் அவள் திறந்து விட்டிருந்த கார் கதவை, உட்கார்ந்த பிறகு 'படீ'ரென்று சாத்தினான்.

'ப்ளீஸ், மெதுவாக' என்றாள்.

'இதுதான் ஒரு நீக்ரோவின் ஆண்மை என்பது. படிப்பு எங்களைக் கெடுத்து விடவில்லை.'

★★★

ராதிகா காரை 'ஸ்டார்ட்' செய்தாள். 'இதற்குப் பேர் ஆண்மையா அல்லது முரட்டுத்தனமா, புரியவில்லை' என்றாள்.

'வெள்ளை இனத்தின் நாகரிகம் மிக்க, நாசூக்கான, ஆனால் உள்ளார்ந்த வக்கிரப் பண்பாட்டைக் காட்டிலும், கறுப்பர்களின் நேர்மைமிக்க, வெளிப்படையான முரட்டுப் பண்பு தேவலை.'

'வார்த்தைகளை விரயமாக்குகிறீர்கள். நான் வெள்ளை இனத்தைச் சேர்ந்த பெண் அல்ல' என்றாள் ராதிகா.

'இங்கு வெள்ளை இனம் என்பது தோலின் நிறத்தில் இல்லை என்று எனக்குத் தெரியும்!

'யூ மீன்?'

'சமூக வாய்ப்புகளை நேர் வழியிலோ அல்லது தவறான வழியிலோ பயன்படுத்திக் கொள்ளத்தெரிந்தவர்கள் அதிர்ஷ்டக்

காரர்கள். நேர்வழி என்று உபசாரத்துக்காகச் சொன்னேன். அன்று ராஜ்காட்டுக்கும் ஒருகுறுக்கு வழியாகத்தான் அழைத்துப் போனான் ‘டோங்கா’க்காரன். நியாயமாக உழைத்துச் சம்பாதிப் பது பைத்தியக்காரத்தனம் என்ற நிலை உருவாகிக் கொண்டு வருகிறது உங்கள் நாட்டில். நீ வந்தபோது நான் சிகரெட் வாங்கிக் கொண்டிருந்தேனே, அந்தக் கிழவி...’ என்று சொல்லிவிட்டு மேலே ஒன்றும் கூறாமல், தோள்களைக் குலுக்கிக் கொண்டான் எலிஸன்.

‘ஹூம் சொல்லுங்கள்.’

அவன், கிழவி ஏமாந்த கதையைச் சொன்னான்.

‘பாவம்... எண்பது ரூபாயா? பெரிய ஏமாற்றம்தான்’ என்றாள் ராதிகா.

‘எதற்குச் சிரிக்கிறீர்கள்?’

எலிஸன் புன்னகை செய்தான்.

‘அவளுடைய ஏமாற்றத்தைப் பணத்தில் கணக்கிட்டது என் னுடைய இயல்பான அமெரிக்கத்தனம் என்று நினைத்தேன். இது இருபதாம் நூற்றாண்டின் வாழ்க்கை மதிப்பு என்று இப்பொழுது புரிகிறது.’

‘அப்படியென்றால் அவளுக்கு எதனால் ஏமாற்றம்? நீங்கள் சொல்வது புரியவில்லை.’

‘புரியாது. நம்பிக்கைத் துரோகம் என்று கேள்விப்பட்டிருக் கிறாயா? அதனால்தான் அவளுக்கு ஏமாற்றம். பணத்தைப் பற்றி அவள் அவ்வளவாகக் கவலைப் படவில்லை.’

‘அதெப்படி முடியும்? மரத்தடியில் பெட்டிக்கடை வைத்திருப் பவளுக்கு பண நஷ்டத்தைப் பற்றிக் கவலை யில்லை என்றா சொல்கிறீர்கள்?’

‘நம்பிக்கை துரோகத்தைக் கண்டு கோபப்படுவதோ அல்லது ஏமாற்றமடைவதோ பணமுள்ளவர்களுக்கு மட்டும்தான் இருக்க வேண்டிய ஆடம்பர உணர்ச்சியா? ஏழைகளுக்கு இருக்கக் கூடாதா?’ என்றான் எலிஸன்.

‘அப்படியொன்றும் நான் சொல்லவில்லை. நீங்கள் சொல்லும் தகவல் எனக்கு ஆச்சரியமாக இருக்கிறது, அவ்வளவுதான்.’

'அந்தக் கிழவியைப் பார்த்த பிறகுதான் இந்த நாட்டைப் பற்றிய நம்பிக்கை எனக்கு அடியோடு போய்விடவில்லை.'

'நீங்கள் எதனையும் லட்சியப்படுத்திப் பார்க்க முயலுகிறீர்கள். பர்ஹாப்ஸ், நீக்ரோ ரொமான்டிஸம்'.

'இது என் பார்வைக்கோளாறா? இதோ, இதே இடத்தில்தான் நாலு நாள் முன்பு நான் வரும்போது...' அவன் செங்கோட்டை யை பார்த்துவிட்டுப் பேச்சை நிறுத்தினான்.

'சொல்லுங்கள்...'

'சரித்திரம் எவ்வளவு அற்புதமான விஷயம்!' என்றான் எலிஸன், செங்கோட்டையை பார்த்துக்கொண்டே. பச்சை விளக்குக்காக ராதிகா காத்துக்கொண்டிருந்தாள்.

'சரித்திரம் ஒரு குப்பைத் தொட்டி', என்கிறார் உங்கள் ஹென்றி ஃபோர்ட்.'

'சரித்திரமே இல்லாத நாட்டில் வேறு என்ன சொல்வார்கள்?'

'ஒருவேளை இதுதான் உங்கள் நாட்டின் முன்னேற்றத்திற்குக் காரணமோ என்னவோ?'

எலிஸன் சிறிது நேரம் பேசாமலிருந்தான். பிறகு தொண்டையை லேசாகக் கனைத்துக் கொண்டு சொன்னான்: 'நீ சொல்வது சரிதான். சரித்திரத்தை மரபு என்று பார்க்கப்போனால், உன் நாட்டைப்பற்றி வருந்தாமலிருக்க முடியாது.'

'மரபு என்று எதைச் சொல்லுகிறீர்கள்?'

'வெளியில் ஒரு வாழ்க்கை, வீட்டில் ஒரு வாழ்க்கை- இதில் தென்னிந்தியர்களை மிஞ்ச முடியாது.'

'நாங்கள் அப்படியில்லையே? என் வீட்டுக்கு நீங்கள் வந்திருக் கிறீர்கள். அப்படியிருந்தும் நீங்கள் இப்படிப் பேசுவது வேடிக்கையாக இருக்கிறது.'

'நான் தனிப்பட்டவர்களைப் பற்றிப் பேசவில்லை? பெரும் பான்மையோரைப் பற்றித்தான் பேசுகிறேன்.'

'நீங்கள் அப்பொழுது ஏதோ சொல்ல வந்தீர்கள்... சரித்திர லயிப்பு பேச்சின் திசையை மாற்றி விட்டது' என்றாள் ராதிகா.

'எதைப் பற்றி?' என்று சிறிது நேரம் யோசித்தான் எலிஸன். 'எஸ். நாலு நாள் முன்பு நான் சாந்தினி சௌக் வந்தபோது, பஸ்ஸை அங்கேயே பாலத்தருகே நிறுத்தி விட்டார்கள். இரண்டு பக்கத்திலும் போக்குவரத்துக்கு தடை. பிரதமர், செங்கோட்டை எதிரேயுள்ள அந்த மைதானத்தில் பேசப் போகிறார் என்பதனால் இந்த ஜபர்தஸ்து என்று அறிந்தேன். தெருவை ஒட்டி அமைந்துள்ள அந்த நீண்ட சுவர் முன்பிருக்கும் 'ப்ளாட்ஃபாரத்தில்' நிறைய பிச்சைக்காரர்கள் குடும்பத்தோடு இருந்தார்கள். போலீஸ்காரர்கள் அந்த இடத்திலிருந்து அவர்களை அடித்து விரட்டினார்கள். அப்பொழுது உங்கள் பிரதமர், வறுமையை நாட்டிலிருந்து விரட்டுவது எப்படி என்று பேசியதுதான் எனக்கு வேடிக்கையாக இருந்தது. இந்தச் சூழ்நிலையில் பார்க்கும்போதுதான் சிகரெட் விற்கும் அந்தக் கிழவி விசுவரூபம் எடுத்து எனக்கு காட்சி அளிக்கிறாள். திஸ் ஈஸ் நாட் ஜஸ்ட் நீக்ரோ ரொமான்டிஸம், பட் தி ஹார்ட் ரியாலிட்டி ஆஃப் யுவர் கன்ட்ரி'

'அமெரிக்காவில் ஹார்லெம்மில் உள்ளவர்கள் பணக்காரர்களா?' என்று கேட்டாள் ராதிகா.

'அமெரிக்காவில் ஏற்றத்தாழ்வு இல்லை என்று நான் சொல்லவில்லை. நீக்ரோக்களில் பெரும்பான்மையானவர் ஏழைகள்தான். ஆனால் நீக்ரோக்களும் வெள்ளையர்களும் ஒரே இனமல்ல. ஆப்பிரிக்காவிலிருந்து இன்னோர் இனத்தை அடிமைகளாகக் கொண்டு வந்ததனால், வெவ்வேறு இனத்து முரண்பாட்டினால் உண்டான பாரம்பரிய ஏற்றத்தாழ்வு இது. ஒரே சமூகத்தில், ஒரே இனத்து மக்களுக்குள் ஜாதிப் பிரிவினால் ஏற்படும் ஏற்றத்தாழ்வுக்கும் இதற்கும் வித்தியாசம் இருக்கிறது. இதனால்தான் நீங்கள் அமெரிக்காவின் நீக்ரோ பிரச்னையையும், இந்நாட்டின் ஹரிஜனப் பிரச்னையையும் ஒரே மாதிரியான பிரச்னைபோல் இணைத்துப்பேசுவது எனக்குப் புரியவில்லை. மரபு என்று நான் அப்பொழுது சொன்னது உனக்கு இப்பொழுது புரியலாமென்று நினைக்கிறேன்.'

'இந்தியாவின் ஹரிஜனப் பிரச்னை இப்பொழுது ஒரு பிரச்னை இல்லையே? தீண்டாமை, சட்டப்படி ஒரு குற்றம்...' என்றாள் ராதிகா.

எலிஸன் பதில் சொல்லவில்லை. அவளைப் பார்த்து லேசாகப் புன்னகை செய்தான்.

'பதில் சொல்ல முடியாவிட்டால் புன்னகை செய்வதுதான் உங்கள் மரபோ? என்று கேட்டுக்கொண்டே வெல்லெஸ்லி ரோடு வந்ததும், காரை இடப்பக்கம் திருப்பினாள் ராதிகா.

'பதில் சொல்லி உன் மனசை சங்கடப்படுத்துவதைக் காட்டிலும், புன்னகை செய்வது நல்ல மரபுதான்.'

'என் மனசு எதற்காக சங்கடப்பட வேண்டும்? வி ஆர் எலிபரேட்டட் ஃபாமிலி. எங்கள் குடும்பத்தில் யாருக்குமே பத்தாம் பசலிப் போக்கோ அல்லது குறுகிய மனப்பான்மையோ கிடையாது. எங்களுடன் பழகியும் நீங்கள் இப்படிப் பேசுவது வேடிக்கையாக இருக்கிறது.'

அவள் வீட்டு வாசலில் காரை நிறுத்தினாள். 'காம்பவுண்ட் கேட்' சாத்தியிருந்தது. அவள் கீழே இறங்கிப்போய் கதவைத் திறந்தாள். அவள் கதவைத் திறக்க இறங்கிப் போனபோது எலிஸன் 'டிரைவர்' ஸீட்டில் தள்ளி உட்கார்ந்துகொண்டு, அவள் கதவைத் திறந்ததும், காரை 'ஸ்டார்ட்' செய்தான்.

அவன் காரை உள்ளே செலுத்தியதும் அவள் 'கேட்' அருகே நின்று கொண்டு, புன்னகையுடன் அவனை பார்த்து ஒரு ராணுவ 'சல்யூட்' செய்தாள்.

அவன் காரை ஓட்டிக்கொண்டுபோய் 'போர்ட்டிகோ'வில் நிறுத்தினான்.

ராதிகாவின் தாய் மிஸஸ் நாதன் வாசலில் நின்று கொண்டிருந் தாள். இவளுக்கு என்ன வயதிருக்கும்! இவளுக்கு ராதிகா வயதில் ஒரு பெண் இருக்கிறாள் என்று நிச்சயமாக யாரும் சொல்ல மாட்டார்கள். அவள் எலிஸனைப் பார்த்ததும் புன்னகை செய்தாள்.

★★★

'ஹல்லோ ஹௌ ஆர் யூ?' என்று அவனை கேட்டுக்கொண்டே அவள் பின்னால் நடந்து வந்துகொண்டிருந்த ராதிகாவைப் பார்த்தாள்.

'ஃபைன், தாங்க் யூ. ஐ ஆம் யுவர் நியூ ஷோஃபர் ' என்றான் அவன். தான் வண்டி ஓட்டி வந்ததை வேடிக்கையாகக் குறிப் பிட்டு.

‘இவ்வளவு படித்த வண்டியோட்டி எங்களுக்குக் கிடைத்திருப்பது பற்றி எனக்குச் சந்தோஷம்தான்’ என்றாள் மிஸஸ் நாதன்.

‘அப்பா வாங்கிக்கொண்டு வந்த டேப்புகளை கேட்பதற்காக இவரை அழைத்து வந்தேன்’ என்றாள் ராதிகா.

‘அப்படியா! கேளுங்கள். தேர் வெரி நைஸ்...’ என்று அவனிடம் புன்னகையுடன் சொன்னவள், முகத்தை திடீரென்று கடுமையாக்கிக் கொண்டு ராதிகாவைக் கேட்டாள்; ‘சரயூ எங்கே, தெரியுமா உனக்கு?’

‘காலேஜிலிருந்து வரவில்லையா?’

‘இல்லை. அவளைப் பற்றி நான் ஒன்று கேள்விப்பட்டேன். எக்ஸ்க்யூஸ் மி டாக்டர் எலிஸன், ராதிகாவிடம் இரண்டு நிமிஷம் தனியாகப் பேச வேண்டும்.’

‘ஓ... எஸ்...பை ஆல் மீன்ஸ்...’

எலிஸன் சோபாவில் உட்கார்ந்து கொண்டான். எதிரே ‘டீபா’யில் இருந்த ஓர் ஆங்கிலப் பத்திரிகையை எடுத்துப் புரட்ட ஆரம்பித்தான். அவன் மனம் பத்திரிகையில் ஈடுபடவில்லை. சரயுவைப் பற்றிப் பேசத்தான் ராதிகாவை உள்ளே அழைத்துச் சென்றிருக்கிறாள் அவள் அம்மா. அவளைப் பற்றி என்ன கேள்விப்பட்டிருப்பாள்!

★★★

‘ஹல்லோ, டாக்டர் எலிஸன்... ஹௌ ஆர் யூ?’

எலிஸன் பத்திரிகையினின்றும் பார்வையை விலக்கிப் பார்த்தான். நாதன். அவன் அவருடன் கை குலுக்கினான். நாதன் அவனெதிரே சோபாவில் உட்கார்ந்தார்.

‘ஜெர்மனிப் பயணம் சுகமா இருந்ததா?’ என்று கேட்டான் எலிஸன்.

‘இட் வாஸ் ஃபைன். நிறைய டேப்புகள் கொண்டு வந்திருக்கிறேன்.’

‘இசையைக் கேட்கத்தான் நான் வந்திருக்கிறேன். ராதிகா சொன்னாள்.’

‘ராதிகா எங்கே?’

‘உள்ளே இருக்கிறாள்.’

நாதன் பையிலிருந்து ‘பைப்’பை எடுத்து அதில் புகையிலையை நிரப்பிக்கொண்டே அவனைக் கேட்டார்: ‘ஹாவ் ஸ்மோக்? என்னிடம் சிகரெட் இல்லை, சுருட்டுதான் இருக்கிறது.’

‘நோ… தாங்க்யு. என்ன ‘டேப்’ கொண்டு வந்திருக்கிறீர்கள்?’

‘ஹெர்பாட் வான் கரஜன், யூகன் சோஷம், ருடால்ஃப் கெம்ப் கிறிஸ்டஃப் ஈஷன் பாஷ், ஹெர்மன் ஃப்ரே அன்ட் கார்ல் ஆர்ஃப்…’

‘ரியலி? எக்ஸைடிங் இனஃப்’ என்றான் எலிஸன்.

‘எத்தனை தடவை கேட்டாலும் அலுக்கவில்லை. ஜெர்மனியை தொழில் துறையில் முன்னேற்றமடைந்த நாடு என்றளவில்தான் எல்லாரும் பார்க்கிறார்கள். அந் நாட்டின் கலை முன்னேற்றமும் ஒரு வியக்கத் தக்க விஷயம்தான். ம்யூனிஷ்ஷில் ‘நேஷனல் தியேட்ட’ரில், கார்ல் ஆர்ஃபினுடைய ‘கார்மினா புரானா’ பார்த்தேன். வாட் ஆன் எக்ஸ்பிரியன்ஸ்!’

‘நீங்கள் ஜெர்மனிக்கு மட்டும்தான் போனீர்களா? வேறு எங்காவது போனீர்களா?’

‘வேறு எங்கும் போகவில்லை. ஆபீஸ் வேலை வேறு எங்கும் போகவிடவில்லை. மந்திரியும் கூட வந்திருந்த காரணத்தினால், அவருடனேயே திரும்பும்படியாக ஆகிவிட்டது.

‘வுட் யூ லைக் டு ஹாவ் எ ட்ரிங்க்?’ எலிஸன் தயங்கினான்.

‘ஆல்ரைட். ஸ்காட்ச் பருகிக்கொண்டே இசையைக் கேட்டால் மிகவும் நன்றாக இருக்கும்.’

நாதன் எழுந்து சென்று ‘கப் - போர்டை’த் திறந்து கண்ணாடித் டம்ளர்களை எடுத்தார். அவர் நடப்பதிலிருந்து அவர், ஏற் கெனவே குடித்திருக்க வேண்டுமென்று எலிஸனுக்குத் தோன்றி யது. டம்ளர்களில் ‘விஸ்கி’யை ஊற்றிக்கொண்டு ஃபிரிட்ஜை நோக்கிச் சென்றார்.

‘சோடாவா, தண்ணீரா?’ என்று கேட்டார் நாதன் எலிஸனைப் பார்த்து.

‘இரண்டும் வேண்டாம்... ஐஸ்.’

நாதன், ‘ட்ரே’யையும் ‘ஐஸ்’ ஜாடியையும் எடுத்துக்கொண்டு ஃபிரிட்ஜின் மீது வைத்திருந்த கண்ணாடி டம்ளர்களை எடுத்து வர இன்னொரு கை இல்லையே என்பது போல அவற்றைப் பார்த்தார்.

எலிஸன் எழுந்து சென்று அவரிடமிருந்து ட்ரேயையும் ஐஸ் ஜாடியையும் வாங்கிக்கொண்டான். நாதன் கண்ணாடி டம்ளர் களை எடுத்துக்கொண்டார்.

அவர்கள் மறுபடியும் வந்து உட்கார்ந்தார்கள்.

நாதன் ஒரே மடக்கில் தன் டம்ளரை காலி செய்தார். எலிஸனுக்கு இது ஆச்சரியமாக இருந்தது.

‘கொஞ்சம் கொஞ்சமாகப் பருகிக்கொண்டே இசை கேட்லா மென்று சொல்லிவிட்டு ஒரே மடக்கில் குடித்து விட்டீர்களே?’ என்று கேட்டான்.

‘உங்களுக்குச் சொன்னேன். எனக்குச் சொல்லவில்லை. என்னால் இசையை இப்படித்தான் அனுபவிக்க முடியும்.’

அவர், மறுபடியும் கப்- போர்டை நோக்கி நடந்தார். அவர் ஏதோ ‘டென்ஷ’னில் இருப்பது போல் அவனுக்குப் பட்டது. ‘லார்ஜ்’ என்று சொல்வதற்கும் இன்னும் அதிகமாக டம்ளரில் ஊற்றிக் கொண்டு தமது இருப்பிடத்துக்கு வந்தார். ஜாடியிலிருந்து நாலைந்து ஐஸ் கட்டிகளை எடுத்துத் டம்ளரில் போட்டுக் கொண்டார். மறுபடியும் வேகமாகக் குடிக்க ஆரம்பித்தபோது, எலிஸன் சொன்னான்: ‘கோ ஸ்லோ. ஏன் இவ்வளவு அவசரம்?’

நாதன் பதில் சொல்லவில்லை. டம்ளரை பாதி காலி செய்து விட்டு கீழே வைத்தார். அணைந்திருந்த பைப்பை மறுபடியும் பற்ற வைத்துக்கொண்டு, புகையை நெஞ்சுக்குள் இழுத்து வெளியே விட்டார்.

‘நீங்கள் ஏதோ தவிப்புக்குள்ளாயிருப்பது போல் எனக்குத் தோன்றுகிறது’ என்றான் எலிஸன்.

‘தவிப்புக்கா? வாட் டூ யு மீன்?’

‘ஐ டோன்ட் நோ...’ என்று சொல்லியவாறு தோள்களைக் குலுக்கிக் கொண்டான் எலிஸன்.

அவர் இன்னொரு மடக்கில் தம்ளரை காலி செய்தார்.

அப்பொழுது ராதிகாவும் மிஸஸ் நாதனும் அறையை விட்டு வெளியே வந்தார்கள். எலிஸனும் நாதனும் குடித்துக் கொண்டிருப்பதைப் பார்த்ததும் மிஸஸ் நாதன் ஆச்சரியத்துடன் புருவத்தை உயர்த்தினாள்.

'அந்த டேப்புகளைக் கொண்டு வா. இவருக்குக் கேட்க வேண்டுமாம்' என்றார் நாதன், ராதிகாவைப் பார்த்து.

'இவரை நான்தான் அதற்காக அழைத்து வந்தேன்' என்றாள் ராதிகா.

'இவரை நீ கல்யாணம் செய்துகொள்ளப்போகிறாயா?' என்று கேட்டார் நாதன் நிதானமாக.

டம்ளரிலிருந்து சிறிது பருகிக் கொண்டிருந்த எலிஸன் திடுக்கிட்டு அவரைப் பார்த்தான்.

அவர் மூன்றாம் தடவையாக கப்-போர்டை நோக்கிச் சென்று கொண்டிருந்தார்.

எலிஸன், ராதிகாவை நோக்கினான்.

'ஆமாம். கல்யாணம் செய்துகொள்ளப் போகிறேன், அதில் என்ன தப்பு?' என்று கேட்டாள் ராதிகா.

நாதன் டம்ளரில் விஸ்கியை ஊற்றிக்கொண்டு வந்தார்: 'நான் தப்பு என்று சொல்லவில்லையே... கங்கிராட்ஸ், டாக்டர் எலிஸன்.'

அவர் இன்னும் சில ஐஸ் கட்டிகளைத் டம்ளரிலே போட்டுக் கொண்டார்.

'உன் தங்கை என்ன செய்யப் போகிறாள் தெரியுமா?' என்று கேட்டார் நாதன்.

'உங்களுக்குத் தெரியுமா?' என்று கேட்டுக்கொண்டே அவரருகில் வந்தாள் மிஸஸ் நாதன்.

'தெரியுமாவது! அவள் மத்தியானம் ஆபீசுக்கு வந்தாள். ஒரு வெறுந்தடியனை அழைத்துக்கொண்டு. அவன் ஹரிஜன். அவனைத்தான் கல்யாணம் செய்துகொள்ளப்போகிறாளாம்.'

'ஹரிஜன் என்பது வாஸ்தவம்தானா?' என்று கேட்டாள் மிஸஸ் நாதன்.'

'அவனைப் பார்த்தாலே தெரிகிறது, கன்னங் கரேலென்ற அவன் முகம்...' என்று அவர் சொல்லிக்கொண்டிருக்கும்போது ராதிகா இடைமறித்தாள் :

'டாடி, டோன்ட் பி ஸில்லி.'

எலிஸன் புன்னகை செய்தான்.'ப்ளீஸ். லெட் ஹிம் கோ ஆன்.'

'கன்னங்கரேலென்று' அவர் குறிப்பிடும்போது அது வெறுக்கத் தக்க வேண்டியதொன்று என்ற அர்த்தத்தில் சொல்லவில்லை. ஹரிஜனங்களைப் பற்றி உங்களுக்குத் தெரியாது. இது ஜாதி வெறி அல்ல; பண்பாட்டு இடைவெளி' என்றாள் மிஸஸ் நாதன்.

எலிஸன் ஒன்றும் பேசவில்லை. ராதிகாவைப் பார்த்து லேசாகக் குறுநகை செய்தான்.

'அம்மாவுடன் நான் இதைப் பற்றித்தான் பேசிக்கொண்டிருந் தேன். சரயூ அவனை விரும்பினால், நாம் அதற்குக் குறுக்கே நிற்கக் கூடாது என்பதுதான் என் வாதம். 'ஹரிஜன், அது இது' என்று பேசுவதெல்லாம் தப்பு' என்றாள் ராதிகா.

'இவள் உங்களை விரும்புவதற்கும் சரயூ ஒரு ஹரிஜனை விரும்புவதற்கும் வித்தியாசம் இருக்கிறது' என்றாள் மிஸஸ் நாதன்.

'என்ன வித்தியாசம்?' என்றான் எலிஸன்.

'ஹரிஜனர்கள் கலாசாரரீதியாக எப்படி ஒரு பின் தங்கிய வகுப்பு என்ற பிரக்ஞை, நூற்றாண்டு நூற்றாண்டுகளாக எங்கள் ரத்தத்தில் ஊறிக் கிடக்கிறது. அந்தப் பிரக்ஞையிலிருந்து விடுபடுவது என்பது ஒரு சுலபமான காரியமல்ல' என்றாள் மிஸஸ் நாதன்.

'நீங்கள் விடுபடவும் விரும்பவில்லை, அப்படித்தானே?'

'அப்படியில்லை. வந்து...' என்று இழுத்த மிஸஸ் நாதனுக்கு என்ன சொல்வதென்று புரியவில்லை.

'இப்பொழுதுதான் வரும்போது ராதிகா சொன்னாள், 'இந்தியா வில் ஹரிஜனப் பிரச்னை தற்சமயம் ஒரு பெரிய பிரச்னை

இல்லையே, தீண்டாமை சட்டப்படி ஒரு குற்றம்' என்று. சட்டம் என்ன செய்ய முடியுமென்று அப்பொழுது யோசித்தேன். சட்டம் என்பது நம்மை நாமே ஏமாற்றிக்கொள்ள, மனச்சாட்சி இருக்கின்றது என்று நமக்கு நாமே நிரூபித்துக் கொள்வதற்காக ஏற்படுத்திக் கொண்ட ஒரு மயக்கம் - அவ்வளவுதான்.'

எலிஸன் எழுந்தான்.

'என் மகள் ஒரு கலாசார சூன்யத்தைக் கல்யாணம் செய்து கொள்வதை நான் விரும்புவேன் என்று நீங்கள் எதிர்பார்க்கிறீர்களா?' என்றார் நாதன் மிகவும் கோபமாக.

'கலாசார சூன்யமோ என்னவோ, அதைப் பற்றி எனக்கு ஒன்றும் தெரியாது. நீங்கள் இந்தக் கல்யாணத்தை விரும்புவீர்கள் என்று நான் எதிர்பார்க்கவில்லை' என்றான் எலிஸன்.

'சரயூ விரும்பும் அந்தப் பையன் அவளுடன் படிக்கிறவன் தானாம். ஸ்காலர்ஷிப் ஹோல்டர். அவன் அப்பா தமிழ் நாட்டில் பண்ணையில் வேலை செய்பவர் போலிருக்கிறது' என்றாள் ராதிகா.

'என் அப்பா என்ன செய்கின்றார் தெரியுமா?' என்று கேட்டான் எலிஸன்.

'அதைப் பற்றி என்ன?' என்றாள் மிஸஸ் நாதன்.

'ஓட்டலில் பணியாளாக இருக்கிறார்.'

'அதற்கும் இதற்கும் வித்தியாசம் இருக்கிறது, டாக்டர் எலிஸன்' என்றாள் மிஸஸ் நாதன்.

'என்ன வித்தியாசம்? நான் 'இம்போர்டட் ஹரிஜன் அவ்வளவு தானே?'

'இம்போர்ட்டட் சாமான்களுக்கு இந்தியாவில் நல்ல மதிப்பு உண்டு என்பதும் எனக்குத் தெரியும்.'

'அமெரிக்காவில் உங்களால் ஒரு வெள்ளைப் பெண்ணை ஒரு பிரச்னையை உருவாக்காமல் கல்யாணம் செய்துகொள்ள முடியுமா?' என்று கேட்டாள் ராதிகா.

'அது இப்பொழுது பிரச்னை அல்ல. நீதான் உன் குடும்பம் 'லிபரேடட்' குடும்பம் என்று சற்று முன்னால் சொல்லிக்

கொண்டாய். ஒரே பிரச்னையை அணுகும்போது, இரண்டு விதமான அளவு கோல்கள்கொண்டு அதைப் பார்ப்பதுதான் 'லிபரேடட் ஸ்பிரிட்' என்று எனக்குத் தெரியாது' என்றான் எலிஸன்.

'அமெரிக்காவின் நீக்ரோ பிரச்னையும் இந்தியாவின் ஹரிஜனப் பிரச்னையும் ஒரே விதமான பிரச்னை அல்ல என்று நீங்களும்தான் சற்று முன்பு சொன்னீர்கள்' என்றாள் ராதிகா.

'நான் அதைச் சமூகக் கண்ணோட்டப் பார்வையில் சொன்னேன். வெள்ளை இனத்துக்குள்ளேயே 'தீண்டப் படாதவர்கள்' என்று ஒரு தனிப்பிரிவு கிடையாது. வெள்ளையருக்கும் நீக்ரோக்களுக் கும் இடையே ஏற்படும் சண்டைகள், ஆண்டை- அடிமை என்ற பாரம்பரிய நினைவின் காரணமாக ஏற்படும் வெவ்வேறு இனங்களின் முரண்பாட்டினால் விளையும் மோதல்கள். மறுபடியும் இதை வற்புறுத்திக் கூற விரும்புகிறேன். ஆனால், இது இப்பொழுது பிரச்னை அல்ல. 'கன்னங்கரே'லென்று அமெரிக்காவில் இருந்து வந்திருக்கும் நான், இந்தியாவில் 'கன்னங்கரே'லென்றிருக்கும் ஒருவனைவிட எந்த விதத்தில் உயர்ந்தவன் என்று எனக்குப் புரியவில்லை.'

'அவர் குடித்துவிட்டு ஏதோ உளறியதை நீங்கள் பெரிதாக எடுத்துக் கொள்ளக்கூடாது' என்றாள் மிஸஸ் நாதன்.

'யார் குடித்துவிட்டு உளறுகிறார்கள்? அவள், அவனுடன் ஆபீசுக்கு வந்து 'இவனைத்தான் மணக்கப் போகிறேன். ஆசீர் வாதம் செய்யுங்கள்' என்கிறாள். எனக்கு எவ்வளவு அவமான மாக இருந்தது தெரியுமா? என்னுடைய தவிப்பு இப்பொழுது புரிகிறதா, டாக்டர் எலிஸன்? வயலில் வேலை செய்யும் ஒரு பண்ணையாள் எனக்குச் சம்பந்தி. ஹஹ்... ஹா ஹஹ் ... ஹா...'

அவர் பெரிதாக சிரித்துக்கொண்டே கப் - போர்டை நோக்கி நடந்தார்.

'டாடி...நோ...' என்று சொல்லிக்கொண்டே ராதிகா அவருடைய கையைப் பற்றி இழுத்தாள்.

அவர் திமிறினார். 'இது என் வீடு. யார் எனக்குத் தடை சொல்ல... ஸ்காட்ச் தீர்ந்தாலும் பரவாயில்லை. சரயூவின் மாமனார்

தருவார். குட் நேடிவ் ட்ரிங். சந்திரா குடித்திருக்கிறீர்களா, டாக்டர் எலிஸன்? டிலைட் ஃபுல் பாய்சன்!'

எலிஸன் அவரையே பார்த்துக்கொண்டு சிறிது நேரம் நின்றான். பிறகு மெதுவாகச் சொன்னான்: 'நான் போய் வருகிறேன்.'

'வாட் அபௌட் டேப்ஸ்? இசை கேட்க வேண்டாமா? ராதிகா, ஏன் நிற்கிறாய்? கொண்டு வா, டேப் ரிகார்டரை' என்று விஸ்கியை டம்ளரில் ஊற்றிக்கொண்டே, தள்ளாடிய நிலையில் சொன்னார் நாதன்.

எலிஸன் மௌனமாக வாசலை நோக்கிச் சென்றான்.

'நீங்கள் விரும்பும் இசைதான் என்ன? பேசாமல் போகிறீர்களே, பீத் ஓவன்?' என்று நாதன் கேட்பது அவன் காதுகளில் விழுந்தது.

13. கருகத் திருவுளமோ?

தேஷ்பாண்டேயின் முகம் கோபத்தால் சிவந்து இருந்தது. என்ன செய்வதென்று தெரியாத செயலற்ற நிலை. விமானத்தாதி கொண்டுவந்த செய்தித்தாள்களை மனம் போல் மடித்து காலுக்கடியில் போட்டுக்கொண்டார்.

'தயவு செய்து...' என்று அவரருகில் வந்து நின்றாள் விமானத் தாதி புன்னகையுடன்.

'ஓ மன்னிக்கணும்' என்று சொல்லியவாறு பத்திரிகைளை குனிந்து எடுத்து அவள் கையில் தந்தார் தேஷ்பாண்டே.

அவர் ஒரு முக்கியமான பிரயாணி. பதினேழு ஆண்டுகளுக்குப் பிறகு லிஸ்பனிலிருந்து விடுதலையாகி பாரதம் வருகிறார். அவரை வரவேற்க டில்லியில் மந்திரிகள் காத்திருப்பார்கள். இந்த விவரங்களெல்லாம் விமானத் தாதிக்குத் தெரியும். செய்தித் தாள்களை படிப்பதற்கு முன்னால், சுமுகமாக எல்லாருடனும் சிரித்துப் பேசியவருக்கு திடீரென்று சினம் ஏற்படக் காரணம்? அவளுக்கு ஒன்றும் புரியவில்லை.

அவர் பக்கத்தில் உட்கார்ந்திருந்த இளைஞன் ஒருவன் அவரை ஏறிட்டு நோக்கினான். அவனும் இந்தியன்தான். அமெரிக்காவில் மூன்று ஆண்டுகளும், மேற்கு ஜெர்மனியில் ஓராண்டும் இருந்து விட்டு பாரதம் திரும்பி வருகிறான்.

'ஏதாவது உங்களுக்கு வேண்டுமா?' என்று அவன் கேட்டான்.

அவர் பதில் சொல்லவில்லை. வெறுமனே புன்னகை செய்தார்.

‘மன்னிக்கவும். நீங்கள்தானே மிஸ்டர் தேஷ் பாண்டே? உங்கள் அருகில் உட்காரும் பாக்கியம் எனக்கு ஏற்பட்டிருப்பது குறித்து மகிழ்ச்சி?’

அவர் தலையை அசைத்தார். ‘நீங்கள்? ’ என்று வினவினார்.

‘என் பெயர் திலீப்.’ அவன் தன்னைப் பற்றிய விவரங்களைச் சொன்னான். மேல்நாடுகளில் பயிற்சி பெற்ற எலக்ட்ரானிக்ஸ் இன்ஜினியர்.

‘நீங்கள் உங்கள் எதிர்காலத்தைத் தேடிக்கொண்டு பாரதம் போகிறீர்கள். நான் என் கடந்த காலத்தைத் தேடிப்போகிறேன்’ என்றார் தேஷ்பாண்டே.

‘நன்றாகச் சொல்லுகிறீர்கள். நான் இத்தனை வருஷங்களாக வெளிநாடுகளில் கற்ற தொழிற்கல்வி என் தாய் நாட்டுக்குப் பயன்படுமா என்று முயற்சி செய்ய விரும்புகிறேன். ஆனால் எங்களைப் போன்றவர்கள் உங்களுக்கு மிகவும் கடமைப் பட்டிருக்கிறோம். நிகழ்கால இன்பத்தை நாடாமல் நாட்டுச் சுதந்திரத்துக்காகப் போராடிய உங்கள் பரம்பரைதான் எங்களுக்கு இந்த வாய்ப்பைத் தந்திருக்கிறது என்று நான் கருதுகிறேன்.’

தேஷ்பாண்டேயின் மனம் நெகிழ்ந்தது. அவர் ஜன்னல் வழியாக வெளியே பார்த்தார். கீழே வெண் மேகங்கள் முட்டைக்கோஸ் குவியல்களாக மிதந்து கொண் டிருந்தன. பாரதப் பத்திரிகைகளில் அவர் படித்த செய்திகள் நினைவுக்கு வந்தன.

‘கல்கத்தாவில் பஸ்களும் பள்ளிக் கூடங்களும் எரிந்தன. காந்தி சிலைகள் உடைக்கப்பட்டன.’

‘பீகாரில் துப்பாக்கிச் சூடு.’

‘பஞ்சாப் சட்டசபையில் ஏழாவது தடவையாக கட்சி மாறி மந்திரி சபையைக் கவிழ்த்தார் ஸ்ரீ....’

‘ஆயிரக்கணக்கான பொறியியல், மருத்துவப் பட்டதாரிகள் வேலையில்லாமல் இருக்கிறார்களே, அரசாங்கம் என்ன செய்ய இருக்கிறது?’ - சட்ட சபையில் கேள்வி.’

‘நிலப் பறி இயக்கத்தைத் தொடர்ந்து, வீடு பறி இயக்கம், தொழிற் பறி இயக்கம் என்று தொடர்ந்து நடக்க இருக்கின்றன.’

இதுதான் காந்தி கனவு கண்ட சுதந்தரமா? இதற்குத்தானா பகத்சிங் தூக்கில் தொங்கினான்? லஜபதிராயின் தியாகம் வீண்தானா? பாரதம் எங்கே போய்க்கொண்டிருக்கிறது?

அவர் லிஸ்பனில் சிறையிருந்த பதினேழு ஆண்டுகளிலும், பாரதத்தைப் பற்றிய ஒரு செய்தியும் அவரை எட்டவில்லை. போர்ச்சுகல் அரசாங்கம் செய்த இருட்டடிப்புக் காரணமாக அவர் தாய்நாட்டைப் பற்றி ஒரு தகவலும் அறியாமல் இருந்து வந்தார். இப்பொழுது இந்தப் பத்திரிகைகளை படித்த போதுதான் தெரிகிறது, போர்ச்சுகல் சர்க்கார் தமக்கு நல்லதுதான் செய்திருக்கிறார்கள் என்று.

'உங்களை வரவேற்க பாரதம் திருவிழாக் கோலம் பூண்டிருப்பது போல் தோன்றுகிறது. பத்திரிகைகளை படித்தீர்களா?' என்று கேட்டான் திலீப்.

'பஸ்களைக் கொளுத்துவதும், காந்தி சிலையை உடைப்பதும் திருவிழாக் கோலமென்று எனக்குத் தெரியாது' என்றார் தேஷ்பாண்டே.

'ஓ! அதனால்தான் செய்தித்தாள்களை அப்படி கோபத்துடன் காலுக்கு அடியில் போட்டுக்கொண்டீர்களா? இப்பொழுது தெரிகிறது.'

'இத்தகைய நாட்டில் உனக்கு எதிர்காலம் இருக்குமென்று நம்புகிறாயா?'

திலீப் சிறிது நேரம் பேசாமலிருந்து விட்டுப் பிறகு சொன்னான்: 'பாரத கனரகத் தொழிலமைச்சர் போன மாதம் மேற்கு ஜெர்மனிக்கு வந்தபோது அவரை சந்தித்தேன். என்னைப் போன்ற தொழில் நுணுக்க வல்லுநர்கள் பாரதத்துக்குத் திரும்பி எங்கள் ஆற்றலை தாய்நாட்டுக்குப் பயன்படுத்த வேண்டும் என்றார் அதனால்தான்.

'உன் நம்பிக்கை வீண் போகாமலிருக்க என் ஆசீர்வாதம்' என்றார் தேஷ்பாண்டே.

அவர் கண்களில் தூக்க மயக்கத்தைக் கண்ட திலீப் சொன்னான்: 'நீங்கள் தூங்குங்கள். உங்கள் கண்களில் உறக்கம் தெரிகிறது.'

தேஷ்பாண்டே புன்னகையுடன் கண்களை மூடிக் கொண்டார்.

சுதந்தரம் பெறுவதற்கு முன்னால் மேல்நாட்டு அறிஞர்கள் பாரதத்தின் ஆன்மிகப் பரம்பரையைக் குறிப்பிட்டு, உலகத்துக்கே பாரதம் வழிகாட்டியாக இருக்கப் போகிறது என்றார்கள். விவேகானந்தர் கண்ட கனவும் இதுதான். ஆனால் எங்கே தவறு நிகழ்ந்து விட்டது? யார் காரணம்? இவ்வாறு சிந்தித்துக் கொண்டிருந்த தேஷ் பாண்டே உறக்கத்தில் ஆழ்ந்தார்.

திடீரென்று விழிப்பு ஏற்பட்டது தேஷ்பாண்டேவுக்கு. பாரத மண்ணில் இறங்கிக்கொண்டிருந்தது விமானம். தாய் நாட்டில் காலடி வைக்கப்போகும் தருணம் வந்துவிட்டது. அவர் மனசு உற்சாகத்தினால் துள்ளியது.

விமானம் நின்றது. அவரை வரவேற்க பல அரசியல் கட்சித் தலைவர்களும், மந்திரிகளும் விமான நிலையத்துக்கு வந்திருந் தனர். ஒன்றுகூட அறிமுகமான முகமல்ல. அன்று விடுதலைக் காக போராடிய வீரர்கள் எங்கே?

மந்திரிகளின் பூதாகாரமான உடம்பு அவருக்கு எரிச்சலை ஊட்டியது. இது செல்வத்தின் வளர்ச்சியா அல்லது வறுமையின் வீக்கமா?

'தேஷ்பாண்டே ஜிந்தாபாத்!' என்றது அவருக்காகக் காத்திருந்த மக்களின் கோஷம்.

ஒவ்வொரு கட்சித் தலைவரும் அந்த அந்தக் கட்சியின் சார்பாக அவருக்கு மாலையணிவித்தார்கள். செயற்கையான சூழ்நிலை உருவாகி கனத்து, அவர் கழுத்தில் மாலைகளாகத் தொங்குவது போல் அவருக்குத் தோன்றியது.

பத்திரிகை நிருபர்களின் சரமாரியான கேள்விகள். மின்னல் போல் தோன்றித் தோன்றி மறையும் காமிரா ஒளி, கண்ணைக் குருடாக்கும் வெளிச்சத்திலும், காதைச் செவிடாக்கும் ஆரவாரத் திலும், பதினேழு ஆண்டுகள் கழித்து தாயகம் திரும்பியிருக் கிறோம் என்ற தம்முடைய பிரத்தியேகமான, தனிப்பட்ட சந்தோஷத்தை அவரால் அனுபவிக்க முடியவில்லை.

இவர்களுக்கு என் மகிழ்ச்சியைப் பற்றி என்ன தெரியும்? பதினேழு ஆண்டு இடைவெளிக்குப் பிறகு, ஒவ்வொரு நிமிஷத்தையும் ஒரு யுகமாகக் கழித்த பிறகு பிறந்த நாட்டுக்கு வருவதென்றால் அது எப்பேர்ப்பட்ட இன்பமென்று இவர் களுக்கு தெரியுமா? இந்த நாட்டு இக்கால அரசியல் தலைவர்கள்

எக்கேடாவது கெட்டுப் போகட்டும். இப்போது நாம் அனுபவிக்கும் சுகமே சத்தியம். இந்த கணத்துக்காகத்தான் லிஸ்பனில் இத்தனை ஆண்டுகள் சிறையிருந்தோமோ? 'போர்ச்சுக்கல்லே, நீ வாழ்க!' என்று வாய் முணுமுணுத்தது.

'கோவாவின் விடுதலைக்காகப் போராடி 1953-ல் கைது செய்யப்பட்டு லிஸ்பனில் சிறையிருந்த ஸ்ரீதேஷ் பாண்டேயை இன்று நாம் பாரதத்துக்கு வரவேற்கும் பேற்றினைப் பெற்றிருக்கிறோம். ஆணவம் மிக்க போர்ச்சுகல் அரசாங்கத்தோடு நம் சர்க்கார் இது பற்றிப் பேச்சு வார்த்தைகள் நடத்தியதன் பலனை இன்றுதான் நாம் காண்கிறோம்' என்று தேஷ்பாண்டேவை வரவேற்று ஒரு மந்திரி பேசினார். தேஷ்பாண்டே வியப்படைந்தார் : 'பாரத சர்க்கார் எப்பொழுது போர்ச்சுகலோடு இதுபற்றிப் பேச்சு வார்த்தைகள் நடத்தினார்கள்? பச்சைப் பொய்யை வாய் கூசாமல் சொல்லுகிறாரே!'

'தேஷ் பாண்டே நம் பழம்பெரும் தலைவர்களில் ஒருவர். ஜனநாயக சோஷலிஸத்தில் நம்பிக்கை உடையவர். அவர் பதினேழு ஆண்டுகளுக்குப் பிறகு இந்த நாட்டுக்கு வந்திருக்கிறார். நம் நாட்டின் பொருளாதார வளர்ச்சியும், தொழில் முன்னேற்றமும் அவரை சந்தோஷத்தில் ஆழ்த்தும் என்பதில் சந்தேகமில்லை.'

தாம் வரும்போது பாரதப் பத்திரிகைகளை படிக்கும் துர்பாக்கியம் ஏற்பட்டது என்று சொல்லி இவர் வாயை அடைத்துவிடலாமா என்று ஒரு கணம் நினைத்தார் தேஷ்பாண்டே. அப்பொழுது அவருக்குத் தம்முடன் பிரயாணம் செய்த இளைஞன் திலீப்பின் நினைவு வந்தது. சுற்று முற்றும் பார்த்தார். அவனைக் காணவில்லை. 'பொய்யே நிறைந்த இந்த இடத்தில் அவனுக்கு என்ன வேலை? துடிதுடிப்பான இளைஞன். எனக்கு வயதாகி விட்டது. கனவுகளைத் தேடிக் கொண்டு வந்து நான் ஏமாந்தாலும் பரவாயில்லை. ஆனால், நம்பிக்கையை சிந்தனையில் தேக்கி ஒளிபூத்த கண்களுடன் வந்திருக்கும் அவ்விளைஞனை இந்த நாடு ஏமாற்றக்கூடாது. ஆனால் அதை நிச்சயமாக சொல்ல முடியுமா? வாயோசையையே தாரக மந்திரமென்று கொண்டிருக்கும் இந்த நாட்டுக்கு எதிர்காலம் உண்டா?

மந்திரி பேசி முடித்து விட்டார். அவர் தேஷ்பாண்டேயை பேசும்படி கேட்டுக்கொண்டபோது, தேஷ்பாண்டே தாம் பேச

விரும்பவில்லை என்று கண்டிப்பாக மறுத்து விட்டார். மந்திரிகள் ஒருவரை ஒருவர் பார்த்துக் கொண்டார்கள். 'இதென்ன பைத்தியமாக இருக்கிறதே!' என்ற கருத்தைப் பகிர்ந்து கொள்வதுபோல இருந்தது அந்தப் பார்வை.

'ஜனங்கள் ஆவலுடன் உங்கள் குரலைக் கேட்கக் காத்துக் கொண்டிருக்கிறார்கள்' என்றார் மந்திரி.

'பாரத நாட்டு மக்களின் பொறுமையைப் பற்றி எனக்குத் தெரியும். இருநூறு வருஷம் அடிமைப்பட்டு சுதந்தரத்துக்காகக் காத்திருந்தார்கள். இருபத்து மூன்று வருஷங்களாக சுதந்தரத்தின் பலனை அனுபவிக்கக் காத்திருக்கிறார்கள்' என்றார் தேஷ்பாண்டே.

'இவ்வளவு வருஷங்களாக சிறையில் இருந்ததனால் உடல் நலம் கெட்டு, பலவீனமுற்றிருக்கிறார் தேஷ்பாண்டே. அவர் உடல் நலம் சீர்ப்பட்டவுடன், ஒரு வாரம் கழித்து, அவரை ராம் லீலா மைதானத்துக்கு அழைத்து வந்து பேசச் செய்வது என்னுடைய பொறுப்பு' என்று அறிவித்தார், அவரை வரவேற்ற மந்திரி.

'தேஷ்பாண்டே ஜிந்தாபாத்!' என்ற கோஷம் வானைப் பிளந்தது.

அவர்கள் விமான நிலையத்தை விட்டு வெளியே வந்தபோது, நூற்றுக்கணக்கான போலீஸ்காரர்களைக் கண்டதும் ஆச்சரியமடைந்தார் தேஷ்பாண்டே.

'இவ்வளவு போலீஸ்காரர்கள் எதற்காக?' என்று கேட்டார்.

'கூட்டத்தைச் சமாளிக்க' என்று விடையளித்தார் ஒரு மந்திரி.

'கூட்டத்தைச் சமாளிக்கவா? உங்களுக்குப் பாதுகாப்பா?'

'எல்லாவற்றுக்கும்தான்.'

'இருபத்து மூன்று வருஷங்களுக்கு முன்பு ஒரு மனிதர் இந்த நாட்டில் இருந்தார். அவர் 'ராமராஜ்யம் ராமராஜ்யம்' என்று அடிக்கடி சொல்வதுண்டு' என்றார் தேஷ்பாண்டே.

'அப்படிச் சொன்னவருக்கு போதிய பாதுகாப்பு இருந்திருந்தால் இன்று அவர் நம்மிடையே இருந்திருப்பார் அல்லவா?'

'அப்படி அவர் இல்லாமற் போனது அவருக்கும் நல்லது; நமக்கும் நல்லது.'

'ஏன் அப்படிச் சொல்லுகிறீர்கள்?'

'இந்த இம்பாலா கார் உங்களுடையதுதானே?'

'ஆம் ஏறுங்கள். உங்களை மோதிலால் நேரு மார்கில் கொண்டு விடுகிறேன். அங்கேதான் உங்களுக்கு வீடு ஏற்பாடாகியிருக்கிறது. 'காந்தி போனது நமக்கும் நல்லது, அவருக்கும் நல்லது' என்கிறீர்களே... ஏன்?'

'அதோ அந்தக் கூட்டத்தில் முன் வரிசையில், விரலை சூப்பிக் கொண்டு கண்களே கனவாகக் கிழிந்த கமீஸ் அணிந்த ஒரு சின்னப் பெண் நிற்கிறது, பார்த்தீர்களா?'

'ஏன், கூப்பிட வேண்டுமா?'

'அது இங்கே வந்து உங்கள் இம்பாலாவை தொட்டு வைத்தால்? பளபளப்பான கார் அழுக்காகிவிடும்.'

மந்திரி பேசவில்லை. கார்க் கதவைத் திறந்து தேஷ் பாண்டையை உள்ளே சென்று உட்காரும்படி கையால் சைகை செய்தார். அவர்களுடன் இன்னும் இரண்டு பேர் உட்கார்ந்துகொண்டார்கள்.

கார் கிளம்பியவுடன் சிறிது நேரம் கழித்து, மந்திரி கூறினார்: 'நான் லிஸ்பனுக்கு ஒரு தடவை சென்றிருக்கிறேன்.'

'அப்படியா? எப்பொழுது போனீர்கள்?' என்று கேட்டார், கழுத்தை மூடிய வெள்ளைக் கோட்டு அணிந்த ஒருவர். அவர் ஓர் அரசாங்க அதிகாரியாக இருக்கலாம் என்று தேஷ்பாண்டேவுக்குத் தோன்றிற்று.

'போன வருஷம் ஐரோப்பாவுக்கு வர்த்தக ஒப்பந்த விஷயமாகச் சுற்றுப்பயணம் செய்யப் போயிருந்தேன். அப்பொழுது போர்ச்சுக்கலையும் ஸ்பெயினையும் பார்க்க வேண்டும்போல் தோன்றியது. போனேன். உங்களை லிஸ்பனில் பார்க்க வேண்டுமென்று முயன்றேன்; முடியவில்லை. அனுமதி தர மறுத்துவிட்டார்கள்.'

தேஷ்பாண்டே பேசாமல் வெளியே பார்த்துக் கொண்டிருந்தார். டில்லிக்கு அவர் இருபத்தைந்து வருஷங்களுக்கு முன்னால் ஒரு தடவை வந்திருந்தார். அப்பொழுது பார்த்த டில்லி வேறு, இப்பொழுது காணும் டில்லி வேறு. பௌதிக ரீதியாகப் பல

மாற்றங்கள். பெரிய பெரிய கட்டடங்கள், அவற்றுக்கு கண் திருஷ்டியாகப் பல குடிசைகள். ஒரு பெரிய கட்டடம் உருவாக வேண்டுமென்றால் பத்துக் குடிசைகளும் அதையொட்டி ஏற்பட வேண்டும் போல் இருக்கிறது. இதுதான் இந்த நாட்டின் பொருளாதார அமைப்பு. 'ஒரு நாட்டில் ஓர் ஏழை உணவில்லாமல் இருக்கிறான் என்றால், அவன் சோற்றை இன்னொருவன் சாப்பிட்டுக்கொண்டிருக்கிறான் என்று அர்த்தம்' என்று காந்தி ஒரு தடவை சொன்னது அவர் நினைவுக்கு வந்தது. இவ்வளவு கட்டடங்களும் இவ்வளவு குடிசைகளும் இப்பொழுது இருக்கின்றன என்றால், இது இந்த நாட்டின் வறுமையா, வசதியா?

'லிஸ்பன் அழகான நகரம். அகலமான, நீளமான தெருக்கள். 'அவெண்யு ஆஃப் லிபர்ட்டி' என்ற தெரு, ஒரு மைல் நீளம், முந்நூறு அடி அகலம். தெரு நடுவாக இருமருங்கும் வரிசை வரிசையாக மரங்கள். ஐரோப்பாவிலேயே மிகச் சிறந்த பூம்பொழில் லிஸ்பனில் இருக்கிறது. போக்குவரத்துக்கு சுரங்க ரெயில்வே வேறு உண்டு. சரித்திரப் பிரசித்தி பெற்ற ஊர் என்பதோடு மட்டுமல்லாமல், நவீன நகரம் என்பதுதான் இதன் தனிக் கவர்ச்சி' என்றார் மந்திரி.

'எங்கே அழகு இருந்தாலும் அதை நீங்கள் கவனிக்கத் தவறுவதில்லை' என்று சொல்லிக்கொண்டே கண்ணைச் சிமிட்டினார் மற்றொரு மந்திரி.

அவர் சொன்னதை காதில் வாங்கிக் கொள்ளாததுபோல், லிஸ்பனுக்குப் போய் விட்டு வந்த மந்திரி தேஷ் பாண்டையைக் கேட்டார்: 'நீங்கள் என்ன நினைக்கிறீர்கள், லிஸ்பனைப் பற்றி?'

'நான் லிஸ்பின் அழகை அனுபவிக்க வேண்டும் என்பதற்காக போர்ச்சுகல் அரசாங்கம் என்னை அங்கே வைத்திருக்கவில்லை.'

'அது வாஸ்தவம்தான். என்னாலும் மன நிம்மதியுடன் லிஸ்பனைச் சுற்றிப் பார்க்க முடியவில்லை. நூற்றுக் கணக்கான கடல் கடந்த காலனிக் கைதிகள் லிஸ்பன் சிறையில் வாடிக் கொண்டிருந்தார்கள் என்பது எனக்குத் தெரியும். அங்கோலியா...'

அவரை இடைமறித்தார் தேஷ்பாண்டே: 'நான் எவ்வளவு நாள் டில்லியில் இருக்க வேண்டும்?'

வேண்டுமென்றே அவர் பேச்சை மாற்றுகிறார் என்பது மந்திரிக்குப் புரிந்துவிட்டது.

‘முதலில் நீங்கள் உடல் நலத்தை பரிசோதித்துக் கொள்ள வேண்டும். அதற்கு ஒரு வாரம் ஆகலாம், இரண்டு வாரமும் ஆகலாம். அதற்குப் பிறகு...’

‘மோதிலால் நேரு மார்க் வீட்டில் நான் இருக்க விரும்பவில்லை’ என்றார் தேஷ்பாண்டே.

‘ஏன்?’

‘லிஸ்பன் சிறையில் இருந்தது போதும். நான் சுதந்தரமாக இருக்க விரும்புகிறேன். நான் என்ன என்ன செய்ய வேண்டும் என்பது பற்றி மற்றவர்கள் எனக்குக் கால அட்டவணை தருவது எனக்குப் பிடித்தமான விஷயமல்ல.’

‘உடல் நல விஷயமாக...’

‘நான் பதினேழு வருஷங்கள் சிறையில் இருந்து செத்து விடவில்லை.’

★★★

கார் நின்றது, மோதிலால் நேரு மார்க்கில். தேஷ்பாண்டேவுக்காக ஏற்பாடு செய்திருந்த வீடு வந்து விட்டது. பெரிய பங்களா. முன்புறத்தில் அழகான புல்வெளி. வாசலில் ஏழெட்டு கார்கள் நின்றிருந்தன.

‘நீங்கள் வந்ததிலிருந்தே மிகுந்த கோபத்துடன் இருக்கிறீர்கள். என்ன காரணமென்று தெரியவில்லை’ என்று காரிலிருந்து இறங்கிக் கொண்டே சொன்னார் மந்திரி.

‘சொல்லட்டுமா?’ என்று கேட்டார் தேஷ்பாண்டே.

‘உள்ளே போகலாம். பிறகு பேசுவோம்’ என்றார் மந்திரி.

தேஷ்பாண்டேயை பார்க்க, ஆளும் கட்சியிலிருந்து சில பிரமுகர்கள் வந்திருந்தார்கள். மந்திரி அறிமுகப்படுத்தி வைத்தார்.

தேஷ்பாண்டே எல்லோரையும் பார்த்துப் புன்னகை செய்துவிட்டு சோபாவில் அப்படியே சாய்ந்து கொண்டார்.

‘அசதி போலிருக்கிறது. அப்புறம் அவரோடு பேசிக் கொள்ளலாம்’ என்றார் ஒருவர்.

'ஆமாம், அதுவும் சரிதான். ஸ்ரீ தேஷ்பாண்டே டில்லியில் இன்னும் இருபது நாள் இருப்பார். கவலை வேண்டாம். பிறகு வாருங்கள்' என்றார் மந்திரி.

எல்லோரும் போன பிறகு தேஷ்பாண்டே கேட்டார்: 'நான் டில்லியில் இருபது நாள் இருக்கப் போவதாக யார் சொன்னார் கள்?'

'அப்படித்தானே ஏற்பாடு?'

'யாருடைய ஏற்பாடு?'

'அரசாங்கத்தினுடைய ஏற்பாடு'

'அரசாங்கத்துக்கும் எனக்கும் என்ன சம்பந்தம்?'

மந்திரி திகைத்தார். என்ன பதில் சொல்வது? வரப்போகிற இடைத்தேர்தலுக்கு இவர் பெயரைப் பயன்படுத்திக் கொள்ளலா மென்றால் சரியான பிடிவாதக்காரக் கிழவராக இருக்கிறாரே?

'சரி, உங்கள் இஷ்டம். நீங்கள் இங்கே இருக்கும் வரையில் அரசாங்க விருந்தாளிதான்.'

'லிஸ்பனிலும் நான் அரசாங்க விருந்தாளியாகத்தான் இருந்தேன். அங்கும் தனி பங்களாதான். வாசலில் இருப்பது போலப் பெரிய புல்வெளி. ஆனால் பேசுவதற்கு ஆளும் படிப்பதற்கு - செய்தித் தாளும் கிடையாது. நீங்கள் என்னை அடைக்க விரும்பும் இந்த இடம் ஒரு தந்தக் கோபுரம் என்று வேண்டுமானால் வைத்துக் கொள்ளுங்கள். இங்கிருந்து பூமியின் அழுக்கு கண்ணுக்குத் தெரியாது. நிர்மலமான ஆகாயமும், ஒளிபூத்த நட்சத்திரங்களும் தெரியும். இதுதான் பாரதம் என்று என்னை நம்பச் சொல்கிறீர்கள்; அப்படித்தானே?'

'பாரதம் முன்னேறிக் கொண்டிருக்கிறது என்று வெளி நாட்டாரே ஒப்புக் கொண்டிருக்கிறார்கள்' என்றார் மந்திரி சிறிது கோபத் துடன்.

'நடுத் தெருவில் புலிகளையும், அந்தரத்தில் நிற்கும் கயிறு வேடிக்கைகளையும், நிர்வாணமான சாதுக்களையும் எதிர் நோக்கி வந்த வெளிநாட்டார், ஒருவேளை, உங்களுடைய இம்பாலாக்களையும் குடும்பக் கட்டுப்பாட்டு விளம்பரங்களை

யும் பார்த்து பாரதம் முன்னேறிக் கொண்டிருக்கிறது என்று சொல்லலாம். ஆனால் பதினேழு ஆண்டுகளாக நான் என்ன கனவுகள் கண்டு வந்தேனோ, பாரதச் செய்தித் தாள்களை படித்ததும், எல்லாம் பொய்யாகி விட்டன. இந்தப் பொய்க்கு 'டெவலிப்பிங் எகனாமி' என்ற பேர் கொடுத்து ஜனங்களை நீங்கள் ஏமாற்றி வருகிறீர்கள்.'

'இப்பொழுது 'பர் காப்பிட்டர்' வருமானம் எவ்வளவு தெரியுமா?'

'இந்தக் கதையெல்லாம் கல்லூரியில் படிக்கும் மாணவர்களுக்கும், பார்லிமெண்டில் சொல்லுவதற்கும் வைத்துக்கொள்ளுங்கள். நான் காரில் உங்களுடன் வந்தபோது, கிழிந்த உடை அணிந்து அந்தச் சிறுமி நின்றிருந்தாளே, அதுதான் எனக்குத் தெரிந்த உண்மை நிலை.'

'சரி, நீங்கள் ஓய்வெடுத்துக் கொள்ளுங்கள். உங்கள் வசதிகளை கவனித்துக் கொள்வதற்காக இங்கே இரண்டு மூன்று பேர் இருக்கிறார்கள். கவலை வேண்டாம். உங்களுக்கு எதுவேண்டு மானாலும் தயங்காமல் கேளுங்கள். சாயந்தரம் பிரதம மந்திரி யிடமிருந்து அழைப்பு வருமென்று நினைக்கிறேன்.' என்று கூறிக் கொண்டே மந்திரி எழுந்திருந்தார். அவருடன் மற்றவர்களும் புறப்பட்டார்கள்.

அன்று மாலை அவரை அழைத்துப் போக பிரதம மந்திரி தம் காரை அனுப்பியபோதுதான் தெரிய வந்தது, தேஷ்பாண்டேயை காணவில்லை என்ற தகவல். எப்பொழுது போனார், எப்படிப் போனார் என்று யாருக்கும் தெரியவில்லை. சாப்பாடு முடிந்த பிறகு, சிறிது நேரம் தூங்கப் போவதாகத் தம் அறைக்குச் சென்றவர் தாம்; அதற்குப் பிறகு அவரை யாரும் பார்க்கவில்லை.

எதிர்க்கட்சித் தலைவர்கள் இதை நன்றாகப் பயன்படுத்திக் கொண்டார்கள். 'அரசாங்கம் தேஷ்பாண்டேக்குச் சரியான பாது காப்புத் தரவில்லை' என்ற குற்றச்சாட்டை சுமத்தி, 'தேஷ் பாண்டேயை விடுதலை செய்வது போல் செய்துவிட்டு மறுபடியும் போர்ச்சுகல் சர்க்கார் அவரை லிஸ்பனுக்குக் கொண்டுபோய் விட்டார்கள்' என்ற ஹேஷ்யத்தையும் பத்திரிகை கள் மூலமாகவும், பொதுக் கூட்டங்கள் வாயிலாகவும் பரப்பத் தொடங்கினார்கள். பார்லிமெண்டில் இந்தக் கேள்வி எழுந்த

போது, தேஷ்பாண்டேயை விமான நிலையத்தில் சந்தித்த மந்திரி கூறினார்: 'தேஷ்பாண்டேக்கு நான் பார்த்தபோது உடல் நலம் சரியில்லை. சித்த ஸ்வாதீனமற்ற நிலையிலும் இருந்தா ரென்று நினைக்கத் தோன்றுகிறது. போர்ச்சுகல் அரசாங்கம் அவரை அப்படி கொடுமைப்படுத்தியிருக்கிறது. ஆகவே...'

'சித்த ஸ்வாதீனமற்ற' என்று கூறியதை வாபஸ் பெற வேண்டும்' என்ற கூக்குரல் எழுந்தது.

'நான் அவருடன் பேசினேன்; அதனால் கூறுகிறேன்' என்றார் மந்திரி.

'இதையே அவரும் சொல்லலாம் அல்லவா?' என்றார் துடிப்பான ஓர் இளைஞர்.

சிரிப்பு.

'தேஷ்பாண்டேயைக் காணவில்லை' என்ற பிரச்னை இப்படிப் பதினைந்து நாள்கள், 'உயிருடன்' இருந்து பிறகு செய்தி முக்கியத்துவம் இழந்தது.

தேஷ்பாண்டே கோவாவில் பத்து நாள் ஒருவர் கண்ணிலும் படாமல் இருந்துவிட்டு பம்பாய்க்குப் போனார். கோவாவில் அவரால் தொடர்ந்து இருக்க முடியவில்லை. தினசரி உடைகளை மாற்றுவது போல், பதவிக்காக கட்சி மாறிக்கொண்டிருந்தார்கள் சட்டசபை அங்கத்தினர்கள். 'இன்றோடு சரி பாந்தோட்கர் மந்திரிசபை' என்ற செய்தி ஒருநாள் வரும். அடுத்த நாள், அவரை எதிர்த்தவர்களில் நாலைந்து பேர் மறுபடியும் அவரை ஆதரிக்கத் தொடங்கியிருப்பார்கள். இத்தகைய அரசியல் சூழ்நிலையில் தேஷ்பாண்டே தம் வரவை கோவா மக்களுக்கு அறிவித்துக் கொள்ள விரும்பவில்லை.

அவர் பம்பாய்க்கு வந்தபோது, மகாராஷ்டிர - மைசூர் எல்லைத் தகராறு விஷயமாக பஸ்கள் எரிந்துகொண்டிருந்தன. தேஷ் பாண்டேக்கு இது புரியவே இல்லை. எல்லைத் தகராறு என்பது இரு வேறு நாடுகளுக்கிடையே ஏற்படுவது அல்லவா? எப்படி ஒரே நாட்டில் இரண்டு ராஜ்யங்களுக்குள்ளே எல்லைத் தகராறு உண்டாகிறது? அப்படியானால், ஒவ்வொரு ராஜ்யமும் தனித்தனி நாடா? தனித் தனி கொடி கேட்கிறார்கள். ஏன் தனித் தனி நாடாகச் சொல்லக் கூடாது?

கடந்த பத்து நாள்களாக அவர் 1953-லிருந்து இன்றுவரை பாரதத்தில் ஏற்பட்ட அரசியல் மாற்றங்களைப் பற்றி புத்தகங்கள் மூலமும் பலருடன் உரையாடியும் தெரிந்துகொண்டார். அரசியல் அல்லது அந்தஸ்து லாபத்துக்காக மனச்சாட்சியை ஏலம் கூறுவதுதான் இந்த நாட்டின் இன்றைய ஒழுக்கம். இதற்குக் காரணம் என்ன?

தேஷ்பாண்டே இதைப் பற்றி தீவிரமாகச் சிந்தித்தபோதுதான் புரிந்தது. ஒரு காலத்தில் மதம் பெற்றிருந்த செல்வாக்கு இன்று அரசியலுக்கு ஏற்பட்டிருக்கிறது. விக்கிரக ஆராதனை பண்பா டாக வளர்ந்த இந்த நாட்டில், மதத் தலைவர்களை ஒரு காலத்தில் வணங்கியதுபோல் அரசியல் தலைவர்களையும் வழிபடுவது என்பது சகஜமாகிவிட்டது. மதம் என்பது ஒழுக்கம் என்ற அஸ்தி வாரத்தில் எழுந்த கட்டடமாதலால், மதத் தலைவர்கள் மக்க ளுக்கு எல்லாத் துறைகளிலும் வழிகாட்டிகளாக இருந்தார்கள். அரசியல் தலைவர்களிடமும் இதே தகுதியை எதிர்பார்க்கும் போதுதான், மக்களுக்கு ஏமாற்றமோ, அல்லது அரசியல் தலைவர்களிடம் பரவலாகக் காணப்படும் ஒழுக்கமின்மையை தாங்கள் வாழ்க்கைச் சட்டமாகக் கொண்டால்தான் முன்னேற லாம் என்ற தவறான மனப்பான்மையோ ஏற்படுகிறது. காந்தியைப் போல் மக்களை உணர்ந்தவர்கள் யாரும் இருக்க முடியாது. இதனால்தான் அவர், 'இருபதாம் நூற்றாண்டின் சவாலுக்கு மதம் மட்டும் தனிப்பட்ட முறையில் ஏற்றதன்று' என்று தெளிந்து, மதத்தையும் அரசியலையும் இணைத்து, புதிய கொள்கைப் பாதையை வகுக்க முயன்றார். புத்தரே தோற்று விட்ட சரித்திரப் பிரசித்தி பெற்ற இந்த நாட்டில் காந்தியைச் சுட்டோம் என்பது ஆச்சரியப்படுவதற்கில்லை. ஒரு காலத்தில் நம் தலைவர்களை ஸ்தாபனம் என்ற சிலுவையில் அறைந்து அவர்களுடைய போதனைகளைச் செயலற்றுப் போகச் செய்து பழகிய நமக்கு நம் தலைவர்களைச் சுடுவது என்பது மேல்நாடு கள் கற்றுத்தந்த பாடம். சுடுவதற்குத் தலைவர்கள் அகப்படாவிட் டால், ஒருவரை ஒருவர் சுட்டுக்கொள்வோம். இதுதான் ஜன நாயக வளர்ச்சிக்கு அடையாளம்.

லிஸ்பன் சிறையில் இருந்ததுதான் சொர்க்கம் என்று பட்டது தேஷ்பாண்டேக்கு. இந்த நாட்டைப் பற்றிக் கனவு கண்டவாறு, தியாகமே வாழ்க்கைத் தத்துவமாக இருந்த அந்த நாள்களை எண்ணி அசைபோட்டுக்கொண்டே எஞ்சிய நாள்களைக் கழித்திருக்கலாம்.

மனம் கசந்த நிலையில் அவர் நாடெங்கும் தம் சிந்தனை போனபடி சுற்றினார். ஓர் இடமாவது அவருக்கு அமைதியைத் தரவில்லை. கிராமத்திலுள்ள நல்ல ஜனங்களையும் கெடுத்து விட்டதே இந்தக்கால அரசியல்! இந்த நாடு சீர்திருந்துவதற்கு வழியே இல்லை!

ஆறுமாதங்களுக்குப் பிறகு தேஷ்பாண்டேயின் அறிக்கை செய்தித் தாள்களில் வந்தபோதுதான், 'அவர் எங்கும் காணாமற் போகவில்லை; பாரதத்திலேயே இருக்கிறார்' என்று அனை வருக்கும் தெரியவந்தது. ஆனால் அந்த அறிக்கைதான் அரசியல் வாதிகளுக்கு அதிர்ச்சியைத் தந்தது.

'போர்ச்சுகல் அரசாங்கம் என்னை மறுபடியும் சிறை செய்து லிஸ்பனில் காவல் வைக்காதா என்று ஏங்குகிறேன். இந்நாட்டு அரசியலும், மக்களின் ஒழுக்கமும் என்னை இவ்வாறு எண்ணத் தூண்டுகின்றன.'

தேஷ்பாண்டேக்குப் பாராட்டுத் தந்தி வந்தது. அவர் அவசர அவசரமாக அதைப் பிரித்தார்.

'நீங்கள் சொல்வது சரிதான். நான் மேற்கு ஜெர்மனிக்கு திரும்பப் போகிறேன். இந்த நாட்டுக்கு கடந்த காலமும் இல்லை. எதிர் காலமும் கிடையாது. நிகழ்கால நரகத்தைத்தான் சொர்க்கம் என்று எண்ணி மகிழ்கிறார்கள். - திலீப்.'

14. அவன் பெயர் நாகராஜன்

அவன் தன் அலுவலகத்திலிருந்து வெளியே வந்தான். இனி மேல் அவன் மறுபடியும் உள்ளே நுழைய வேண்டிய அவசிய மில்லை.

ஒரு வாரத்துக்குரிய சம்பளத்தைக் கொடுத்து அனுப்பிவிட்டார்கள்.

இது அவன் தில்லிக்கு வந்த இந்த மூன்று மாதங்களில் பதினைந் தாவது வேலை. இங்கு தான் அவன் அதிக நாள்கள் வேலை செய்தான். இன்னொரு வேலையை தேடிச் சென்றானானால் அங்கு 'இண்டர்வியூ'வில் கேட்பார்கள்.

'அனுபவம்?'

'மூன்று மாதங்கள்'

'எங்கு வேலை செய்துகொண்டிருந்தாய்?'

'கடைசியாக வீலர் அன்ட் பாட்லிபாய்.'

'கடைசியாகவா?' அந்தக் குரலில் நிச்சயம் ஆச்சரியம் இருக்கும்.

'ஆமாம். மூன்று மாதங்களில் பதினைந்து வேலை பார்த்து விட்டேன். யாருக்கு இவ்வளவு அனுபவம் இருக்கிறது?'

அவன் மனத்துக்குள் சிரித்துக்கொண்டான். அவர்களை இப்படித் தான் பழி வாங்க வேண்டும். வேலை கொடுக்கிறார்களாம் வேலை. யாருக்கு இனி வேலை வேண்டும்?'

அவன் பைக்குள் முப்பது ரூபாய் இருந்தது. ஒரு வாரச் சம்பளம். இதை வைத்துக் கொண்டு எத்தனை நாள்கள் காலம் தள்ள முடியும்? எதற்காகக் காலம் தள்ள வேண்டும்?

அவனுக்கு உற்றார் உறவினர் யாருமில்லை. அவனைப் பற்றிக் கவலைப்பட வேண்டுமானால், கரோல் பாக் 'மெஸ்'காரர் நாணுவய்யர் ஒருவர்தான் இருக்கிறார். அவருக்கு இந்த மாசக் கணக்குப் பாக்கி. எழுபது ரூபாய் இருக்கலாம்.

அவனுக்கு உற்றார் உறவினர் இல்லை என்று சொல்ல முடியுமா? இருக்கிறார்கள்; அவனைப் பொறுத்தவரையில் இல்லை.

அப்பா இருந்தார், அவர் போய் ஐந்து வருஷங்கள் இருக்குமா? - பேராசிரியர் கல்யாண சுந்தரமய்யரின் சீமந்த புத்திரன் தில்லியில் பதினைந்தாவது வேலையையும் போக்கிக்கொண்டு பையில் முப்பது ரூபாயுடன் தெருவில் நடந்து சென்றுகொண்டிருக் கிறான். கல்யாண சுந்தரமய்யரின் பெயரை அவன் விளங்க வைக்க வேண்டுமென்ற அவசியமில்லை. சித்தியின் பிள்ளைகள் இருக்கிறார்கள். என்ஜினியர், டாக்டர், பிஸினஸ் எக்ஸிக் யூடிவ்... அவன் அம்மா இறந்து, அப்பா இரண்டாம் கல்யாணம் செய்து கொண்டபோது தம் சினேகிதர்களிடம் அவர் சொன்னது அவன் நினைவுக்கு வந்தது.

'நாப்பது வயசிலே எதுக்குக் கல்யாணம்னுதான் பார்த்தேன். ஆனால் இந்தப் பையன் இப்படி இருக்கானே, மூளை மந்தமா, பைத்தியமா? ஒண்ணும் புரியலே.'

'மெட்ராஸுக்கு அழைச்சிண்டு போய் யாராவது 'சைக்காட் டிரிஸ்ட் ' கிட்டே காமியுங்களேன்.'

'சைக்காட்டிரிஸ்டா? எல்லாரும் பணம் பிடுங்கித் திம்பாங்க. இவன் பொறவியிலேயே இப்படித்தான். எல்லாம் நாம கொடுத்து வைச்சது.'

அவன் அப்பாவுக்கு மட்டுமல்ல, அவனுக்கே புரியவில்லை. தனக்கு மூளை மந்தமா, இல்லாவிட்டால் அப்பா சந்தேகப் பட்டதுபோல் தான் பைத்தியம்தானா?

இந்தக் கேள்வியைக் கேட்டுக்கொண்டு, ஸிந்தியா ஹவுஸ் அருகே அவன் நின்றபோது, அவனை உராய்ந்தவாறு ஒரு பஸ்

வந்து நின்றது. பஸ் தன்னை 'வா' என்று அழைக்கும்போது உட்காராமல் இருப்பது அதன் நட்பை அலட்சியம் செய்வது போல. அவன் பஸ்ஸில் ஏறி உட்கார்ந்துகொண்டான்.

பஸ்ஸில் கூட்டமில்லை. அவன் போய் உட்கார்ந்த பிறகுதான் கவனித்தான். பக்கத்தில் ஒரு பஞ்சாபிப் பெண். அவளும் அவனை ஒரு கண நேரம் பார்த்து விட்டு முகத்தை விறைப்பாக வைத்துக் கொண்டாள். முகத்தில் தெரிந்தது ஏமாற்றமா?

கண்டக்டர் அவன் அருகில் வந்து நின்றான்.

'டிக்கட் பாய் சா(ஹ)ப்...'

'கிதர் பீ' அவன் பையிலிருந்து ஒரு பத்து ரூபாயை எடுத்துக் கொடுத்தான்.

அந்தப் பஞ்சாபிப் பெண் அவன் பக்கமாகத் திரும்பி அவனை உற்றுப் பார்த்தாள்.

'கியா?' கண்டக்டருடைய குரலில் எரிச்சல் வெளிப்படையாகத் தெரிந்தது. எங்கே போக வேண்டுமென்றால், 'எங்கே வேண்டு மானாலும் கொடு' என்று ஒருவன் பதில் சொன்னால் அவன் கோபமடைவதில் ஆச்சரியமில்லை. தனக்குப் போக வேண்டிய இடம் எதுவுமில்லை என்று அவனிடம் விளக்கிக் கொண்டிருக்க முடியுமா?-

'மத் கேலோ. கிதர் ஜானா?'

தான் அவனுடன் விளையாடுவதாக அவன் ஏன் நினைக்கிறான்?- தனக்கு இப்பொழுதுதான் வேலை போய்விட்டது; மெஸ் ஸுக்கும் திரும்ப முடியாது - பணம் பாக்கி என்று இவனிடம் சொல்லலாமா? பத்து ரூபாயைக் கொடுத்து விட்டு டிக்கெட் கேட்பவனிடமா பணம் இல்லையென்று அவன் நம்புவான்?

'தீஸ் பைசே டிக்கெட்.'

'குல்லே நை?'

தன்னிடம் சில்லறை இல்லை என்பதற்கு அடையாளமாக அவன் தலையை ஆட்டினான். கண்டக்டர் முணுமுணுத்துக்கொண்டே டிக்கெட்டையும் மீதியையும் கொடுத்தான்.

மீதிப் பணத்தை பையில் போட்டுக்கொண்டு பக்கத்தில் உட்கார்ந் திருந்த பெண்ணை அவன் மறுபடியும் கவனித்தான். நல்ல சிவப்பு. இடுப்புக்குக் கீழே சற்றுத் தள்ளி புடவையைக் கட்டி யிருந்தாள். அது எப்படிக் கீழே விழாமல் அப்படியே நிற்கிறது? ஊசிகள் செருகியிருக்கலாம்; கண்ணுக்குத் தெரியவில்லை.

அவன் பார்வைக்குப் பௌதீக சக்தி இருந்ததோ என்னவோ தெரியவில்லை. அவள் திடீரென்று அவன் பக்கம் திரும்பினாள்.

'கியா பாத் ஹை?' அவள் சீறினாள்.

'குச் நை.'

அவள் அங்கிருந்து எழுந்து வேறோர் இடத்தில் போய் உட்கார்ந் தாள்.

அவன் நினைத்தான், தன்னைக்கண்டு ஏன் எல்லாரும் ஓடுகிறார் கள், அல்லது ஒதுங்குகிறார்கள்? தான் இப்பொழுது ஒரு தவறும் செய்யவில்லையே! அந்தப் புடவை எப்படி விழாமல் இடுப்பில் இருக்கிறது என்று ஆச்சர்யப்படுவது குற்றமா?

அந்தப் பெண் பக்கத்தில் உட்கார்ந்திருந்த ஓர் இளைஞனிடம் சிரித்துக்கொண்டே சொன்னாள்.

'வோ பாகல் ஹை.'

அப்படியானால் நிச்சயமாக அவன் பைத்தியம்தானா?

தான் பைத்தியமென்று அப்பாவுக்குத் தெரிந்திருந்தும் எதற்காகத் தனக்குக் கல்யாணம் பண்ணி வைத்தார்? ஆம், அவனுக்கு கல்யாணம் ஆகிவிட்டது. உற்றார் உறவினர் 'லிஸ்டி'ல் மனைவி யையும் சேர்த்துக்கொள்ளவே வேண்டும்.

அவளும் இந்தப் பஞ்சாபிப் பெண்ணைப் போல் அழகாகத்தான் இருந்தாள். அப்பா எப்படியோ கஷ்டப்பட்டு, யார் யாருக்கோ பணம் கொடுத்து அவளை மாட்டுப் பெண் என்று வீட்டுக்கு அழைத்து வந்தார். சாந்திக் கல்யாணத்தின்போது அந்தப் பெண் அவனிடம் பாலைக் கொடுத்துவிட்டுக் கேட்டாள்.

'நீங்கள் பைத்தியமா, எல்லாரும் சொல்கிறார்களே!'

அவள் அவனைவிட நல்ல உயரம், வளர்த்தி. அவன் 'ஆமாம்' என்று அவள் கேள்விக்கு பதில் சொன்னாலும் தயாராக

இருப்பவள் போல், மிகுந்த சகஜ பாவத்துடன் கேட்டாள். அவன் அவளை நிமிர்ந்து பார்த்தான். பதில் சொல்லவில்லை.

தான் அவளைக் கல்யாணம் செய்து கொண்டிருக்கக் கூடாது. அப்பா கட்டாயப்படுத்தியபோது வீட்டை விட்டு ஓடிப் போயிருக்க வேண்டும். தனக்குப் பைத்தியம் என்று ஒரு பட்டத்தை கட்டி எதற்காக அவர் கல்யாணத்தைச் செய்து வைத்தார்? அவர் மீது ஆத்திரமாக வந்தது. எவ்வளவு பரிகாசப் பேச்சுகள் ஊரெங்கும்!

'ஏண்டா, உன் ஆம்படையா உன்னைவிட உசரமாடா? ராணி மங்கம்மா கணக்கான்னா நடக்கிறா!'

'உன் ஆம்படையாளை எங்கேயும் தனியாக போகச் சொல்லாதேடா, நீயும் போ!'

'அவன் போறதுக்கு வெட்கப்பட்டுண்டுன்னா போகலே. அவள் எப்படி இருக்கா, இவன் எப்படி இருக்கான்... பாவம் அவன் கிட்டே போய்... மத்த பிள்ளைகளுக்குக் கல்யாணம் ஆகணுமேன்னு இவனுக்கும் கல்யாணம்னு ஒண்ணு பண்ணியிருக்கு...'

இந்தப் பேச்சுகளைக் கேட்கக் கேட்க அவனுக்கு அப்பாவின் மீது பழிவாங்க வேண்டும் என்ற எண்ணம் தலைதூக்கியது. தனக்குக் கல்யாணம் ஆகாவிட்டால், தம்பிகளுக்கு ஆகாது இதுதானா காரணம்?

மனைவியிடம் தஞ்சம் அடைந்தான். 'நீ என்ன வேண்டுமானாலும் செஞ்சுக்கோ... நீதான் எனக்குப் பாதுகாப்பு.'

மனைவியின் சாமர்த்தியத்தால் பாகப் பிரிவினையாயிற்று. உள்ளூரிலேயே தனிக் குடித்தனமும் வைத்தாகி விட்டது. பரம்பரை பரம்பரையாக வந்த சொத்து சிதறுவதற்கு அவன் காரணமென்று எல்லோரும் அவனை ஏசினார்கள்.

அவன் எஸ்.எஸ்.எல்.ஸி. பாஸ் செய்திருந்தானே தவிர, அவனுக்குத் தெரியும், தான் எந்த வேலைக்கும் லாயக்கில்லையென்று. ஆனால் மனைவி அவனை வேலைக்குப் போகும்படி வற்புறுத்தினாள். ஒரு 'பாங்க் ஏஜெண்ட்' அவன் வீட்டுக்கு அடிக்கடி வருவார்; அவன் மனைவிக்கு ஏதோ தூரத்து உறவாம். தூரத்து உறவு நெருங்கியதன் விளைவாக அவனுக்கு வேலை கிடைத்தது பாங்க்கில். முதலில் அவன் சந்தேகப்படவில்லை.

விஷயம் தெரிந்ததும் மனைவியை நேரடியாகவே கேட்டுவிட்டான். அவள் சுயரூபம் அவனுக்கு அப்பொழுதுதான் புரிந்தது. அவளுக்கு வேண்டியது அவன் பணம்தானே! பேராசிரியர் கல்யாண சுந்தரமய்யரின் வாரிசாக அவள் இருந்தால் என்ன, தானிருந்தால் என்ன? அவன் தன் ஊரை விட்டு சென்னைக்குப் பயணமானான்.

'கஸ்தூரிபா காந்தி மார்கில்' பஸ் நின்றதும், திமுதிமுவென்று ஒரு கூட்டம் ஏறியது. பள்ளிக்கூடம் விட்டு குழந்தைகள், கிருதா வைத்த வாலிபர்கள், அழகான பெண்கள், டிஃபன் பாக்ஸை இறுகப் பற்றிக்கொண்டே பஸ்ஸின் கைப்பிடியில் தொங்கி உயிருக்கு மன்றாடும் நடுத்தர வயதுக்காரர்கள் - டிரைவர் பின்னால் திரும்பி இந்தப் போராட்டத்தை, முகத்தில் எந்தவித மான உணர்ச்சி பாவமுமில்லாமல், ரஸித்துக்கொண்டிருந்தான். அவன் பக்கத்தில் ஒரு பெண் வந்து உட்கார்ந்தாள். முதலில் உட்கார்ந்திருந்த பெண்ணைப் போல் அவ்வளவு அழகும், நாகரிகத் தோற்றமும் இல்லை. சராசரியான முகம், ஆனால் கண்கள் மிகவும் வசீகரமாக இருந்தன.

இவளால் வேறு இடத்துக்கு எழுந்து போக முடியாது. பஸ் பொங்கி வழிந்தது. தன்னை பைத்தியம் என்று இவளும் முடிவு செய்தாளானால் என்ன செய்வாள்? எழுந்து நிற்கத்தான் வேண்டும். அவன் முதலில் தன் பக்கத்தில் உட்கார்ந்திருந்த பெண்ணைப் பார்த்தான். அவள் மிகவும் சுவாரசியமாக தன்னருகில் அமர்ந்திருந்த இளைஞனுடன் பேசிக் கொண்டிருந்தாள். நடுநடுவே தோளைக் குலுக்கிக்கொண்டாள். நாணயம் சிதறுவது போல் சிரிப்பு. தன்னை அவள் நினைவிலிருந்து அடியோடு அகற்றி விட்டாள் போலிருக்கிறது. யாராவது பைத்தியத்தை நினைவிலே இருத்திக்கொண்டிருப்பார்களா?

அவனுடைய மனைவியே அவனை இப்பொழுது அடியோடு மறந்திருக்கலாம். சகோதரர்கள் ஒவ்வொரு நிமிஷத்தையும் பாங்கில் கணக்காக ஏற்றும் வெறியில், அவனை ஞாபகம் வைத்துக்கொண்டா இருக்கப் போகிறார்கள்? சென்னையிலேயே அவன் பல இடங்களில் வேலை செய்தான். யாருக்கு அவனைப் பற்றிய நினைவு இருக்கும்?

★★★

சென்னையில் ஓர் அச்சாபீஸில் வேலை செய்துகொண்டிருந்த போது நடந்த சுவையான நிகழ்ச்சி. அவனால் அதை மறக்க முடியாது. முதலாளிக்கு ஐம்பது வயசுக்கும் மேலிருக்கும். 'தொள தொள'வென்று கதர்ச் சட்டை. நெற்றியில் திருநீறும் குங்குமமும் 'பளிச்' சென்று தெரியும் . 'முருகா!' என்று சொல்லிக் கொண்டு காலையில் வந்து ஆபீஸில் உட்கார்ந்தாரானால், கைவலிக்கச் சாயந்திரம் காசை எண்ணி விட்டுத்தான் இடத்தை விட்டு எழுந்திருப்பார். அவரைத் தேடிக்கொண்டு அடிக்கடி ஒரு பெண் ஆபீஸுக்கு வருவாள். அவளை அவர் 'தங்கச்சி' என்று அருமையாகக் கூப்பிடுவார். அவனும் அவளை அவர் தங்கை யென்றே நினைத்து வந்தான். ஒரு நாள் அவர்கள் இருவரையும் எதேச்சையாகப் பார்க்க நேர்ந்த நிலையினின்றுதான், 'தங்கச்சி' ஏன் அடிக்கடி ஆபீஸுக்கு வருகிறாள் என்று அவனுக்குப் புரிந்தது. உடனே மனத்தில் ஒரு குரூரமான விளையாட்டு விளை யாட வேண்டும்போல் தோன்றிற்று. முதலாளி மனைவியைப் பார்த்து ஒரு நாள் சொன்னான்: ' உங்க நாத்தனார் அடிக்கடி ஆபீஸுக்கு வராங்க. நல்லா கலகலப்பா இருக்காங்க.' 'நாத்தனாரா?' அந்த அம்மாள் திடுக்கிட்டாள். அவன் விளக்க மாகச் சொன்னான். அடுத்த நாள் வேலை போய்விட்டதென் றாலும் அவன் மனத்தில் ஒரு திருப்தி ஏற்பட்டது.

இந்தியா கேட் வந்துவிட்டது. 'இங்கே இறங்கி விட்டாலென்ன' என்று அவனுக்குத் தோன்றியது. முப்பது பைசாவுக்கு டிக்கெட் வாங்கி விட்டு பதினைந்து பைசாவுக்கு மட்டும் பிரயாணம் செய்தால் கண்டக்டர் கோபித்துக் கொள்வானோ?

அவன் கீழே இறங்கும் போது, கண்டக்டர் தன்னை ஒரு கணம் உற்றுப் பார்ப்பதுபோல் அவனுக்குத் தோன்றிற்று. இது தன்னுடைய பிரமையாகவும் இருக்கலாம்.

குழந்தைகள் பூங்காவில் நல்ல கூட்டம். எதிர்காலச் சிந்தனை யில்லாமல் மழலையே சாசுவதமென்று நினைத்து குழந்தைகள் ஊஞ்சலாடியும் ஓடிப்பிடித்தும் விளையாடிக்கொண்டிருந்தன. மனிதன் எந்தெந்தப் பருவத்தில் இருக்க விரும்புகிறானோ, அந்தந்தப் பருவத்திலேயே இருக்கும்படியான சலுகையை இயற்கை அளித்திருக்கக் கூடாதா? அவன் கால் இடறியது. குனிந்து பார்த்தான். ஒரு சின்ன அழகான நாய்க்குட்டி, கறுப்பும் வெள்ளையுமாக. கீச்சுக்குரலில் அது குரைத்தது. அதை அப்படியே தூக்கி அவன் முத்தமிட்டான்.

‘கியா பாத் ஹை?’ என்ற குரல் கேட்டதும் அவன் திரும்பினான். பதினாறு வயதுப் பெண்ணொருத்தி ‘ஜீன்ஸி’ல் நின்று கொண்டிருந்தாள். ஒரு ‘ஸ்டண்ட்’ படக் கதாநாயகியைப் போல் அவள் இடுப்பில் கைகளை வைத்துக்கொண்டு நின்றாள்.

‘பப்பி அச்சா ஹை’ என்றான் அவன்.

‘டீக் ஹை. சோடு தோ.’

எஜமானியைப் பார்த்துவிட்ட உற்சாகமோ என்னவோ நாய்க் குட்டி இன்னும் ஆக்ரோஷத்துடன் குரைத்தது. பைத்தியம் பிடித்த நாயைக் கண்டு மனிதன் பயப்படுவது போல், ஒரு பைத்தியம் பிடித்த மனிதன் தன்னை முத்தமிட்டு விட்டானே என்ற ஆத்திரமாகவும் இருக்கலாம். பைத்தியம் பிடித்த மனிதன் நாயைக் கடித்து விட்டால், நாய்க்கு ஊசி போடுவார்களா? அவனுடைய எண்ணற்ற சந்தேகங்களில் இதுவும் ஒன்று. இந்த மாதிரி சந்தேகங்களைக் கேட்கப் போனால்தான் பைத்தியம் என்று முடிவு கட்டி பரிதாபமாகப் பார்க்கிறார்கள்.

அதோ... இந்தக் குழந்தை ஆகாயத்துக்கும் பூமிக்குமாக ஊஞ்சல் ஆடுகின்றதே, அதைப் பார்த்தால் உலகத்தை ஊஞ்சலாக்கி வேறொரு நினைவுமல்லாமல், அப்படியே ஆடிக்கொண்டிருக்க வேண்டும் என்ற நிர்ப்பந்தம் எதற்காக? சமூகம் ஏன் இப்படிச் சிக்கலாகி விட்டது?

★★★

அன்று மத்தியானம் நடந்த நிகழ்ச்சி அவனுக்கு அப்பொழுது ஞாபகம் வந்தது. அவன் வேலை பார்த்த ஸ்தாபனம், ‘வீலர் அண்ட் பாட்லி பாய்’ விளம்பர அலுவலகம். ‘ஐந்து லட்சம் மக்கள் தினந்தோறும் இந்த சோப்பைத்தான் உபயோகிக் கிறார்கள்’ என்று ‘டைப்’ அடிக்கும்போது, ஒரு சைபரை விட்டு விட்டான். மானேஜிங் டைரக்டர் அவனைக் கூப்பிட்டு கத்தினார்: ‘ஐந்து லட்சம் மக்களை ஐம்பதினாயிரமாகக் குறைத்து விட்டாயே, படுபாவி...’

‘வேண்டுமென்றால் இரண்டு சைபராகக் கூட்டி ‘டைப்’ அடிக்கிறேன்’ என்றான் அவன்.

‘என்ன உளறுகிறாய்?’

'மனிதனே வெறும் சைபர் மதிப்பில்தான் இயங்குகிறான். ஒரு சைபராக இருந்தால் என்ன, இரண்டு சைபராக இருந்தால் என்ன, எவ்வளவு சைபர்கள் வேண்டும் உங்களுக்கு?'

'கெட் அவுட், யு மாட் ஃபெல்லோ.'

தான் சொன்னதை மானேஜிங் டைரக்டரால் ஏன் புரிந்துகொள்ள முடியவில்லை? பைத்தியம் என்று சொல்லி வேலையை விட்டு நீக்கி விட்டார்.

அவன் பூங்காவுக்குள் சென்று புல் தரையில் உட்கார்ந்து கொண் டான். குழந்தைகளுடன்தான் அந்தப் பூங்காவுக்கு வரவேண்டும் என்ற அறிவிப்பு பலகை அவன் கண்ணெதிரே தொங்கியது. தானே ஒரு குழந்தைதான் என்று தோட்டக்காரனிடம் சொன்னால் அவன் நம்புவானா? அவனிடம் 'பைத்தியம்' என்ற பட்டத்தை வாங்கிக் கொள்ள வேண்டும். வெளியே போய் அநாதைக் குழந்தைகள் இரண்டு மூன்றை அழைத்துக்கொண்டு உள்ளே வந்தால் என்ன?

சமூகத்தில் எவ்வளவு கட்டுப்பாடுகள்? 'குழந்தைகளை அழைத்து வரக்கூடாது' என்ற கட்டளையுடன் காட்டப்படும் திரைப்படங்கள்! கனாட் பிளேஸில் ஒரு ஹோட்டலில் இளைஞர் களின் வெறியாட்டம் நடக்கும் விடுதி அது, ஹோட்டல் என்றுசொல்லக் கூடாது - ஒரு பெண்ணுடன் சென்றால்தான் ஓர் ஆணுக்கு உள்ளே அனுமதியுண்டு. இல்லாவிட்டால், தனித்துச் செல்லும் ஆண் அபராதம் போல் இரட்டிப்புப் பணம் தர வேண்டும். அவனுக்கு உள்ளே சென்று என்ன நடக்கிறது என்று பார்க்க ஆசை ஏற்பட்டது ஒரு நாள். அப்பொழுது எட்வர்டு ஸ்டோன் என்ற கம்பெனியில் இரண்டு நாள்களுக்கு முன்புதான் வேலையில் சேர்ந்திருந்தான். கூட அழைத்துச் செல்ல ஒரு பெண் வேண்டுமே? மிகவும் தயங்கி தயங்கி, அலுவலகத்தில்வேலை செய்து கொண்டிருந்த பஸந்த் குமாரி என்ற பெண்ணை கேட்டான்.

'வாட்?' அவள் மிகவும் அதிர்ச்சிக்குள்ளானவள்போல் கேட்டாள்.

'கூட வந்தால் போதும். நான் தப்பான எண்ணத்தில் கூப்பிட வில்லை. என்னிடம் நாற்பது ரூபாய் இருக்கிறது.'

அவள் அதற்குப் பிறகு அரை மணி நேரம் வரை அவனுடன் பேசவேயில்லை. இடைவேளை சிற்றுண்டிக்குப் பிறகு

அவனிடம் சொன்னாள்: 'ரிஸர்வ் செய்ய வேண்டுமே அங்கு போவதானால்?

அவனுக்கு இதுபற்றி ஒன்றும் தெரியாது.

'அப்படியா?'

அப்பொழுது அவளுடன் வேலை செய்யும் வினோத் அங்கு வந்தான். பஸந்த் குமாரி வினோத்துடன் வெளியே செல்வதை அவன் பார்த்திருக்கிறான்.

'என்ன ரிஸர்வேஷன்?' என்று கேட்டுக்கொண்டே வந்தான் வினோத்.

பஸந்த் குமாரி அவனிடம் விஷயத்தைச் சொன்னாள். வினோத் பெரிதாகச் சிரித்துக்கொண்டே அவன் முதுகில் ஓங்கி ஒரு குத்து விட்டான்.

'கோ அஹட் மை பாய். ரிஸர்வ் செய்யப் பணம் வேண்டும். கொடு. உங்கள் இரண்டு பேருக்குமாக, நான் போய் செய்து விட்டு வருகிறேன்.'

'எவ்வளவு' என்று கேட்டான்.

'நாற்பது ரூபாய்' என்றாள் பஸந்த் குமாரி.

வினோத் பணத்தை வாங்கிக் கொண்டு போனான். அன்று அவன் திரும்பி வரவேயில்லை.

அடுத்த நாள் அவன் மிகுந்த கோபத்துடன் வினோத்திடம் பணத்தைத் திருப்பித் தரும்படி கேட்டான். வினோத் பஸந்த் குமாரி இருவரும் விழுந்து விழுந்து சிரித்தார்கள். வினோத்தை கொலை செய்ய வேண்டும் என்ற வெறி அவனுள் எழுந்தது. ஆனால் ஆறடி உயரத்துக்கு கொரில்லா மாதிரி இருக்கும் அவனுடன் சண்டை போடுவது முட்டாள்தனமென்று விவேகம் சொல்லிற்று. அவன் தன் எதிர்ப்பு உணர்ச்சியை எப்படித்தான் காட்டுவது? ஆறடி உயரத்துக்கு ஒருவனையும், ஐந்தடி உயரத்தில் மற்றொருவனை யும் படைத்து விட்டு, வேடிக்கை பார்க்கும் இயற்கையின் மீது தன் ஆத்திரத்தை எப்படித் தீர்த்துக் கொள்வது? அடுத்த நாளிலிருந்து அவன் வேலைக்குப் போகவில்லை.

நான் தில்லிக்கு வந்திருக்கக்கூடாது என்று அவனுக்கு அப்பொழுது தோன்றிற்று. சென்னையிலேயே இருந்திருக் கலாம். அவன் தன் ஊரை விட்டு சென்னைக்கு வந்தபோது உறவுக்காரர்கள் வீட்டுக்குப் போகலாமா என்று நினைத்தான். ஆனால் எங்கும் போகவில்லை. கையிலிருந்த பணம் செலவழிந்த பிறகு சோறு ஒரு பிரச்னையாயிற்று. மவுண்ட்ரோடில் ஒருநாள் மயக்கம் போட்டு விழுந்தான். ஹோட்டல் முன்னால் விழுந்த அதிர்ஷ்டம், அவனுக்கு அந்த ஹோட்டலிலேயே வேலை கிடைத்தது. ஹோட்டல் முதலாளி அவன் எஸ்.எஸ். எல்.ஸி. வரை படித்திருக் கிறான் என்று தெரிந்ததும், டைப், சுருக்கெழுத்து இரண்டும் கற்றுக் கொள்ளும்படி அவனைத் தூண்டி அதற்கு வேண்டிய வசதியும் செய்தார். அவை இரண்டையும் அவனால் மிகச் சுலபமாகக் கற்றுக் கொள்ள முடிந்தது. அவனுக்கே ஆச்சரியத்தைத் தந்தது. பேராசிரியர் கல்யாண சுந்தரமய்யரின் வாரிசு எல்லாவற்றிலுமா சோடையாக இருப்பான்? இந்தத் திறமைதான் அவனை தில்லிக்கும் அழைத்து வந்தது.

ஹோட்டல் முதலாளி ஒரு கம்பெனியில் அவனுக்கு வேலையும் வாங்கிக் கொடுத்தார். இவ்வளவு நல்லவராக ஒருவர் இருக்க முடியுமா என்று அவன் வியந்து கொண்டிருந்தபோது, அவருடைய நல்ல தன்மையின் காரணம் அவனுக்குப் புரியத் தொடங்கியது. அவருடைய அக்காவின் மகள் ஊமை. கட்டைக் குட்டையாக ஆமையை எடுத்து நிறுத்தி வைத்த மாதிரி இருப்பாள். தனக்குக் கல்யாணம் ஆகிவிட்ட செய்தியையும் ஊரில் இருக்கப் பிடிக்காமல் வந்த விஷயத்தையும் அவன் அவரிடம் விளக்கமாகச் சொன்னான். அவர் கேட்கவில்லை, மீண்டும் மீண்டும் வற்புறுத்தினார். அவன் ஒரேயடியாக மறுத்ததும், வாய்க்கு வந்தபடி பேசத் தொடங்கிவிட்டார். அவர் வாங்கிக் கொடுத்த வேலையை அவன் ராஜிநாமா செய்தான். அதற்குப் பிறகு சென்னையில் அவன் பல இடங்களில் வேலை பார்த்தான். இரண்டு மாதங்களுக்கு மேல் ஒரே வேலையில் அவனால் இருக்க முடியவில்லை.

சென்னையிலிருக்கும்போதுதான் அவனுக்கு படிக்க வேண்டும் என்ற ஆசை வந்தது. கையில் பணம் இருந்தால் புஸ்தகம் வாங்கி விடுவான். சிறுவயதில் அவனை அண்ட மறுத்த சரஸ்வதிக்கு திடீரென்று அவன் பேரில் அவ்வளவு மோகம் எப்படி உண்டாயிற்றோ தெரியவில்லை. தத்துவ நூல்களையெல்லாம்

கரைத்துக் குடித்தான். அவனுக்கு கர்வம் ஏற்படுவதற்கு இதுதான் காரணம் என்று சொல்ல வேண்டும்.

அவன் வேலை பார்த்த ஓரிடத்தில் மானேஜருக்கு ஆங்கிலம் சுட்டுப் போட்டாலும் வராது. அவர் ஜம்பமாக அவனைக் கூப்பிட்டு கடிதம் 'டிக்டேஷன்' எடுத்துக்கொள்ளச் சொல்வார். 'வித் ரெஃப்ரென்ஸ் டு யுவர் லெட்டர்...' இவ்வாறு ஆரம்பித்தா ரானால் நாக்கு அப்படியே நின்று விடும். அவருக்குத் தெரிந்த ஆங்கில வார்த்தைகளெல்லாம் எங்கோ போய் ஒளிந்து கொண்டு விடும். ஒரு கடிதத்தைச் சொல்லி முடிக்க ஒரு மணி நேரமாகும். ஒருநாள் அவர் சொல்லிக் கொண்டிருந்தபோது, அவன் எழுத வில்லை. அவர் அவனைக் கேட்டார்: 'எழுதவில்லையா?' 'நீங்கள் சொல்லும் 'வேகத்தில்' எனக்குக் கடிதம் மனப்பாடம் ஆகிவிடுகின்றது. சொன்னதையே திருப்பித் திருப்பிச் சொல்கிறீர்கள்.' அவர் மிகுந்த கோபத்துடன் கத்தினார்: 'எனக்கு இங்கிலீஷ் தெரியாது என்று சொல்கிறாய்?' அவன் அதற்கு பதில் சொல்லவில்லை; புன்னகை செய்தான். 'நீ பைத்தியம் என்று தெரிந்தும் வேலைக்கு வைத்துக்கொண்டேனே, என்ன முட்டாள் தனம். போ வெளியே!' அவருக்கு ஆங்கிலம் தெரியவில்லை என்று தான் சொன்னதற்குக் காரணம் தன்னுடைய கர்வந்தான் என்று அவர் உணர்ந்தும், அவர் அதை ஒப்புக் கொள்ளாமல், பைத்தியம் என்று அழைத்து, அவனை வேலையிலிருந்து நீக்கிவிட்டார். ஒருவேளை இது அவருக்கு ஆறுதலை அளித்திருக்கலாம். மற்றவர்களிடம் சொல்லலாம் அல்லவா? 'அவன் ஒரு கிறுக்கு ஸார், நமக்குச் சரிப்பட்டு வரல்லே.'

'பாய், சா (ஹ)ப்... டைம் ஹோகயா' என்ற குரல் கேட்டதும் அவன் திரும்பினான். தோட்டக்காரன். அந்தப் பூங்காவில் சாயந்திரம் இந்த நேரம் வரைதான் உட்காரலாம் என்ற கட்டுப்பாடு அவன் நினைவுக்கு வந்தது. அவன் எழுந்திருந்தான். நன்றாக இருட்டி விட்டது.

தோட்டக்காரனுக்கு அறுபது வயதிருக்கும். பெரிய அச்சுறுத்தக் கூடிய மீசைகள் வைத்திருந்தாலும், கண்களில் சாந்த பாவம் குடிகொண்டிருந்தது. இந்தியாவின் பழமையும், பண்பாடும் உருவெடுத்தாற் போல் இருந்தான். அவன் பையிலிருந்து ஓர் ஐந்து ரூபாயை எடுத்து தோட்டக்காரனிடம் நீட்டினான்.

'கியா பாத் ஹை?' தோட்டக்காரனுக்கு ஒன்றுமே விளங்க வில்லை. ஆச்சரியத்தோடு பார்த்தான்.

'ஆப்கா ஹை... ரக்லோ...'

ஐந்து ரூபாயைக் கண்ட அவசரத்தில், அதிசயத்தில் தோட்டக்கார னுடைய கை நீண்டது. ஆனால் முகம் தயக்கத்தில் ஆழ்ந்திருந்தது.

பணத்தைக் கொடுத்துவிட்டு வெளியே வந்த அவனுக்குத் தோன்றிற்று.தோட்டக்காரன் என்ன நினைப்பான், 'யார் இந்தப் பைத்தியம்?' - இந்த முப்பது ரூபாயை எப்படியாவது இன்று செலவழித்து விடவேண்டும்.

போகத் தீர்மானமாகி விட்டது, பை கனத்துடனா போக வேண்டும்?

போகத் தீர்மானமாகி விட்டதா? இருந்து என்ன பயன்? ஒவ்வோர் உயிருக்கும் வாழ்வதற்கும் ஒரு காரணம் இருக்கிறது. தனக்கு?

ஒன்றுமில்லை. குடும்பப் பெயரை விளங்க வைக்க வேண்டும் என்றோ மனைவி மக்களைப் காப்பாற்ற வேண்டும் என்றோ, புகழ் அரிப்புக்குத் தீர்வு காண வேண்டுமென்றோ வாழ்வதற்கான ஒரு நிர்ப்பந்தமும் தனக்கு இல்லை. முகம் இல்லாத, பெயர் இல்லாத பசி என்ற ஒரே ஒரு பௌதீகக் காரணத்துக்காக மட்டும் வாழ்கிற மனித விலங்கு. தான் யாரென்ற சுவடு தெரியாமல் தன்னை அழித்துக் கொண்டுவிடவேண்டும். கொஞ்ச நாள்கள் தற்கொலை என்ற காரணத்தால், தன்னைப் பற்றிய ஃபைலுக்குப் போலீஸில் உயிர் இருக்கும். அதற்குப் பிறகு சுவாரசியம் இழந்து மூலையில் போட்டு விடுவார்கள். தான் ஃபைலாக மாறி தூக்கியெறியப்படும் காட்சி அவன் முகத்தில் புன்னகையை வரவழைத்தது.

அப்பொழுது திடீரென்று மழை பெய்ய ஆரம்பித்தது. தூற்ற லாகத் தொடங்கியது. பெருமழையாக வலுத்துவிட்டது. தெரு விளக்குகள் அணைந்தன. மழைக்கு ஏதாவதோர் இடத்தில் ஒதுங்கலாமாவென்று நினைத்தான். அவனுக்குச் சிரிப்பு வந்தது. சாகத் துணிந்தவனுக்கு ஜலதோஷம் பிடிக்காமல் சாக வேண்டுமென்று ஆசையா?

ஷாஜஹான் ரோட்டில், யு.பி.எஸ்.ஸி. கட்டடத்தருகே அவன் நடந்து கொண்டிருந்தான். மின்னல் வெளிச்சத்தில், ஜனங்கள் பஸ் நிலையத்திலும், சின்னச் சின்ன பெட்டிக் கடையருகிலும் மழைக்காக ஒதுங்கியிருப்பது தெரிந்தது. ஒரு பிச்சைக்காரக்

குடும்பம், வாழ்ந்துதான் தீரவேண்டும் என்ற வெறியில் சுவரோடு சுவராக ஒண்டிக்கொண்டு, இடையிடையே 'பாபுஜி' என்ற குரலை எழுப்பியவாறு முடங்கிக் கிடந்தது. அவன் தன் பையிலிருந்த பணத்தையெல்லாம் எடுத்து அங்கு மிரள மிரளப் பார்த்துக் கொண்டிருந்த ஒரு குழந்தையின் கையில் திணித்தான்.

ரூபாய் நோட்டுகளாக இருக்கக் கண்ட அந்தக் குழந்தையின் தாய், 'பாபுஜி, கியா கர்த்தே ஹோ?' என்று குரலில் நடுக்கம் தோன்றக் கேட்டாள்.

அவன் பதில் சொல்லவில்லை. மேலே வேகமாக நடந்தான்.

அவன் சிறிது தூரம் சென்றிருப்பான். தன்னைத் துரத்திக்கொண்டு அந்தக் குழந்தை வருகிறது என்பதை அவன் உணர்ந்து, நடைபாதையிலிருந்து இறங்கி தெருவைக் கடந்து செல்ல முற்பட்டான்.

'பாபுஜி, பாபுஜி...' என்று கீச்சுக் குரலில் கத்திக்கொண்டே வந்தது அக்குழந்தை. பணத்தைக் கண்டு இவ்வளவு பயமா? மாடிக்கு மேல் மாடியாகக் கட்டப்பட்ட அரசாங்க வீடுகளில் வாழும் அதோ, அந்தச் சீமான்களுக்கு இக் குழந்தையின் குரல் கேட்குமா?

தெருவெங்கும் ஒரே மழைத் தண்ணீர். அவனால் விரைந்து செல்ல முடியவில்லை. குழந்தை பின் தொடருகிறதா என்று திரும்பிப் பார்த்தான். அதுவும் வந்து கொண்டிருந்தது.

அப்பொழுது வலப் பக்கத்திலிருந்து ஒரு பஸ் வேகமாக வந்து கொண்டிருப்பது அவனுக்குத் தெரிந்தது. இதுதான் சரியான சந்தர்ப்பம். சரித்திரம் தனக்காகத் தேர்ந்தெடுத்த தருணம். முகம் இல்லாமல், சுவடு இல்லாமல் போவதற்கான வாய்ப்பு. வாய்ப்பு... ஆனால்...

குழந்தை 'வீ'லென்று கத்தியது. பஸ் எமன் அதனருகே வந்து விட்டது. பாசக் கயிறு வீசினாற் போலத்தான். அவன் குபீரென்று பாய்ந்து குழந்தையைத் தன் பக்கமாக இழுத்தான்.

பஸ் ஒரு குலுக்கலுடன் நின்றது. நடந்தது என்னவென்று நன்றாக உணர்ந்த 'டிரைவர்' பஸ்ஸை விட்டு கீழே இறங்கி அவனை தோளில் தட்டிக் கொடுத்தான்.

‘கமால் கர்தியா பாய் சா (ஹ)ப்... கமால் கர்தியா...’

கூட்டம் கூடிவிட்டது, ‘டிரைவர்’, அவனுடைய சாகஸத்தைப் பற்றி எல்லாருக்கும் விளக்கமாகச் சொன்னான். குழந்தையின் தாயார் அப்பொழுது அவன் தங்களுக்கு ரூபாய் நோட்டுக்களை கொடுத்துவிட்டுப் போன செய்தியைக் கூறி குழந்தை அவனை ஏன் பின் தொடர்ந்ததென்றும் சொன்னாள்.

அக்கூட்டத்தில் ஒரு பத்திரிகை நிருபர் இருப்பாரென்று அவன் எதிர்பார்க்கவில்லை. ஆயிரம் கேள்விகள் கேட்டு துளைத் தெடுத்து விட்டார். அவன் ஒன்றுக்கும் பதில் சொல்லவில்லை.

அடுத்த நாள் பத்திரிகைகளில் அவனைப் பற்றி பத்தி பத்தியாகச் செய்திகள் வந்தன. முகம் இல்லாமல், பெயர் இல்லாமல், சுவடு இல்லாமல் போக வேண்டும் என்ற அவன் ஆசை நிறைவேற வில்லை.

சரித்திரம் ஒவ்வொருவரையும் ஏதோவொரு காரணத்துக்காக தேர்ந்தெடுத்திருக்கிறது என்பது பொய்க்கவில்லை.

அவன் பெயர் நாகராஜன்...!

15. விளம்பரத்தில் வாங்கிய கதை

ராஜுவை நான் இவ்வளவு சீக்கிரமாக எதிர்பார்க்கவில்லை. டிஃபன்ஸ் காலனியை எட்டு மணிக்கு அடைய வேண்டுமென்றால், அவன் கரோல்பாகிலிருந்து ஏழு மணிக்குப் புறப்பட்டிருக்க வேண்டும்.

நான் படுக்கையிலிருந்தவாறு பேப்பர் படித்துக் கொண்டிருந்தேன்.

'மை காட். இன்னுமா எழுந்திருக்கலே?' என்று கேட்டுக் கொண்டே வந்தான் ராஜு.

'என்னடா காலங்காத்தாலே வந்து நிக்கறே?' என்று வினவியவாறு நான் கட்டிலில் உட்கார்ந்தேன்.

ராஜு ஒரு நாற்காலியில் அமர்ந்தான். நிதானமாக ஒரு சிகரெட்டை எடுத்துப் பற்றவைத்துக்கொண்டான்.

'எழுந்திர்றா, லோடஸ் ஈட்டர். உலகத்தைப் பாரு எவ்வளவு பிரகாசமா இருக்கு.' அவன் நாற்காலியில் பின்புறமாகச் சாய்ந்து கொண்டான்.

பத்மா வந்து என் கால்களைக் கட்டிக் கொண்டாள்.

'அவர் ஏற்கெனவே சுறுசுறுப்பு. நீ வேற வந்து கொஞ்சு.' என்று சொல்லிக் கொண்டே ராஜுவிடம் காப்பி டம்ளரை நீட்டினாள் அம்புஜம்.

'எல்லாம் நீங்க கொடுக்கிற இடம். என் மனைவிக்கு நான்தான் தினம் காப்பி போட்டுக் கொடுக்கிறது வழக்கம்' என்றான் ராஜு.

'நிஜமாகவா?' என்று கேட்டாள் அம்புஜம். ராஜுவை எரிச்சலுடன் நான் பார்த்தேன். அவன் எப்பொழுதுமே இப்படித்தான். என்னுடைய பால்ய நண்பன் அவன். பள்ளிக்கூடத்தில் ஒன்றாய் படித்தோம். அவன் வேலை காரணமாக பம்பாய் போனான். பள்ளிக்கூடத்திலிருந்த போது கூட என் அம்மாவிடம் வந்து, தான் தன்னுடைய அம்மாவுக்குச் செய்த வீட்டு வேலைகளைப் பற்றியெல்லாம் அளப்பான். பம்பாயில் இருபது வருஷங்களாக வேலை பார்த்து வந்த அவனை டில்லிக்கு மாற்றி விட்டார்கள்.

கரோல் பாக்கில் வீடு பார்த்துக் கொடுத்தேன். இன்னும் அவன் மனைவி பம்பாயிலிருந்து வரவில்லை. அதற்குள் என்னுடைய மனைவியிடம் அளக்க ஆரம்பித்து விட்டான்!

'ஏண்டா என்னை பஸ்பமாக்கப் போற மாதிரி பார்க்கறே?' என்று கேட்டான் ராஜு.

'இந்தமாதிரி சமையலறையிலே பிரபலமாயிருக்கணுங்கிற ஆசை இன்னுமா உன்னை விடல்லே? அப்பொழுதெல்லாம் எங்க அம்மா கிட்ட வந்து ஏதாவது சொல்லிண்டு என் கழுத்தை அறுப்பே. இப்போ...ஏற்கெனவே இவளும் பைத்தியம்...'

'ஆமாம். பைத்தியமா இருக்கிறதினாலேதான் நீங்க ஓட ஓட விரட்டறேள். இல்லாட்டா... ' என்று அவள் நிறுத்தினாள்.

'இல்லாட்டா?... சொல்லேன்.' நான் கொடியில் உலர்த்தியிருந்த டவலை எடுத்துக்கொண்டே கேட்டேன்.'எதிர் வீட்டுப் பஞ்சாபிக்காரி மாதிரி 'டைவோர்ஸ் பண்ணியிருப்பேன்' என்று சொல்லிவிட்டு சிரித்தாள் அம்புஜம்.

'எதிர்த்த வீட்டுப் பஞ்சாபிக்காரி கணவனை டைவோர்ஸ் பண்ணப் போறேன்னு சொல்லிண்டே சிரிச்சாளா. பண்ணிட்டு சிரிச்சாள். சொல்றபோதே நீ சிரிக்கிறே. எனக்கு ஒண்ணும் நம்பிக்கையில்லே நீ பண்ணுவேன்னு...'

'பார்த்தேளா உங்க சிநேகிதரை... நம்பிக்கை இல்லையாம்! ஆறு வயசிலே குழந்தையாச்சு, இன்னும் பேசற பேச்சை பாருங்கோ.'

அம்புஜம், ராஜு குடித்துக் கீழே வைத்த டம்ளரை எடுத்துக் கொண்டே அவனிடம் சொன்னாள்.

'நீங்க கொடுக்கிற இடம்னு அவன் ஆரம்பிப்பான். பேச்சு இப்படியே கீறல் விழுந்த கிராமபோன் மாதிரி போயிண்டே யிருக்கும்.முடிவு இருக்காது' என்றேன்.

பத்மா என் தோள்களில் ஏறிக்கொண்டாள். 'அப்பா உப்பு மூட்டை...'

'கீழே இறங்குடி. ஆறு வயசாறது. பாப்பாவோ நீ உப்பு மூட்டை தூக்கிண்டு போக' என்று அதட்டினாள் அம்புஜம்.

'இன்னிப் பேப்பர்லே ஒண்ணு பார்த்தியாடா?' என்று கேட்டான் ராஜு.

'என்ன?'குழந்தை பத்மா என் தோள்களை அழுத்தினாள். நான் கீழே குனிந்து கொண்டேன்.

'உங்க டிஃபன்ஸ் காலனியில்தான் ஏ - 337 லே சோபா செட், இன்னும் நிறைய ஃபர்னிச்சர் விலைக்குத் தாராளாம். அதுக்குத் தான் இவ்வளவு சீக்கிரம் கிளம்பி வந்திருக்கேன் நான்.'

ராஜு பம்பாயிலிருந்து புறப்பட்டபோது எல்லாச் சாமான் களையும் விற்று விட்டு வந்திருக்கிறான். டில்லியில் எல்லாம் புதிதாக வாங்கியாக வேண்டும்.

'சரி, போய்ப் பார்ப்போம்' என்றேன் நான்.

'வேறே என்ன சாமான் இருக்காம்?' என்று கேட்டாள். அம்புஜம்.

நான் கீழே விட்டெறிந்த பேப்பரை எடுத்து விளம்பரம் வந்த பக்கத்தைத் தேடிக் கண்டுபிடித்து வாசிக்க ஆரம்பித்தான் ராஜு.

'நவீன சோபா செட், திவான், நாற்காலிகள், டைனிங்டேபிள், டபிள்காட், ட்ரெஸ்ஸிங் டேபிள், ஆயில் பெயிண்டிங்குகள், ரேடியோகிராம்...'

'சைக்கிள்?' என்று கேட்டாள் பத்மா.

'ஆறு வயசுக்குள்ளேயே உன் பொண்ணுக்கு சைக்கிள் வேணு மாம். அதுவும் 'இம்போர்டட்' வேணுமாமா?...' என்று கேட் டான் ராஜு.

'ஆமாம்.' என்று தலையசைத்தாள் பத்மா. ராஜு சிரித்தான்.

'இம்போர்டட், இம்போர்டட்னு போகிற மவுசைப் பார்த்தால், இன்னும் கொஞ்ச நாள்லே குழந்தைகள், 'இம்போர்டட் மம்மி' வேணும்னு கேட்க ஆரம்பிச்சுடும்' என்றேன் நான்.

'சரி சமர்த்தாப் பேசினது போதும். அவரோட சீக்கிரம் கிளம் புங்கோ.' என்றாள் அம்புஜம்.

பத்மா என் தோள்களுக்கு விடுதலை அளித்தாள். நான் பல்லை விளக்கிவிட்டுத் திரும்பினேன். ராஜு என் புஸ்தக அலமாரி அருகே சென்று நின்றுகொண்டிருந்தான். அவன் குறிப்பாக எதுவும் பார்த்ததாகத் தெரியவில்லை. புஸ்தக அலமாரிக்கு மேல், சுவரில் இரண்டு பல்லிகள் ஒன்றோடொன்று சண்டை யிடலாமா வேண்டாமா என்று யோசித்துக்கொண்டு வெறும் முஸ்தீபுகளுடன் நின்றன. ஒருவேளை அதைப் பார்த்துக் கொண்டு அவன் நின்றிருக்கலாம். வாழ்க்கையில் வெற்றி யடைந்த மனிதன் அவன். புஸ்தகங்களைப் பற்றி அவனுக்கு என்ன கவலை?

'நீ புஸ்தகம் படிக்கிறதுண்டா?' என்று கேட்டவாறு நான் அவனோடு புறப்படுவதற்கு ஆயத்தமாக சட்டையை மாட்டிக் கொண்டேன்.

'உண்டு. சில சமயம் தூக்கம் வரலேன்னா...'

'ஏன், நல்ல மெத்தையா வாங்கிண்டாத் தூக்கம் வரது! புஸ்தகம் எதுக்கு?'

'என்னதான் எம்.எம். ஃபோம் மெத்தையாய் இருந்தாலும், சில நாவல் படிக்கிறபோது வர்ற தூக்கம், மெத்தை தராது' என்று சொல்லிவிட்டு சிரித்தான் ராஜு

'அங்கே ஒரு புத்தக அலமாரி இருக்கான்னு பார்க்கணும்' என்றேன் நான்.

'ஆமாம், ஒரே புத்தக அலமாரிகளாக, வாங்கி அடுக்குங்கோ. வேறே வேலை என்ன? ஒரு நல்ல டிரஸ்ஸிங் டேபிள் கிடையாது' என்றாள் அம்புஜம்.

நான் 'பாண்டை' எடுத்துப் போட்டுக்கொண்டேன் பத்மா ஷுவைத் தேடிக் கொண்டு வந்தாள்.

‘சரி, போகலாமா?’ என்று ராஜுவைக் கேட்டேன். அவன் அம்புஜத்திடம் சொன்னான்: ‘நான் நல்ல டிரஸ்ஸிங் டேபிள் இருந்தால் பார்க்கிறேன்...’

‘நீங்க பாருங்கோ அவர் பார்க்க மாட்டார்.’

பத்மா வாசலுக்கு ஓடி வந்து, ‘டாட்டா’ சொன்னாள். ‘என்ன நம்பர் சொன்னே!’ என்று ராஜுவைக் கேட்டேன்.

‘ஏ- 337’

‘மைதானத்துக்கு அந்தப்புறம் இருக்கு. மைதானத்து வழியாகப் போயிடலாம், வா.’

மைதானத்தில் ஒரு பெண்மணி கார் ஓட்ட கற்றுக்கொண்டிருந் தாள். ஓர் அல்சேஷியன் கோபத்துடன் துரத்துவது போல் கார் எங்களை நோக்கி வேகமாக வந்தது.

அவள் பக்கத்திலிருந்த கணவர் கணநேரத்தில் பாய்ந்து அந்தப் பெண்மணிக்கு ஏற்படவிருந்த பாவத்திலிருந்து அவளைக் காப்பாற்றினார்.

‘மன்னிக்கவும். என் மனைவி கார் விட கற்றுக் கொள்ளுகிறாள்.’ அவர் காரிலிருந்து தலையை நீட்டி அசட்டுச் சிரிப்பு சிரித்தார். அவள் காருக்குள் மிரள மிரள உட்கார்ந்துகொண்டிருந்தாள்.

‘டில்லியில் இருக்க வேண்டுமானால் இன்ஷ்யூரன்ஸ் இன்னும் கூடக் கட்டணும் போலிருக்கே?’ என்றான் ராஜு.

‘இப்போ எவ்வளவு கட்டறே?’

‘நாற்பதினாயிரம். ஆக்ஸிடெண்ட் பெனிஃபிட்டுமுண்டு.’

‘அட, கடவுளே! எண்பதினாயிரமாச்சேடா. முன்னாலேயே சொல்லியிருந்தியானா அந்தக் கார்லே உன்னைப் பிடிச்சுச் தள்ளியிருப்பேனே!’

‘எண்பதினாயிரம் ஒரு பெரிய பணமா? போறபோது, ‘சம்பாதிச் சான். நாலு லட்சம் வச்சுட்டுப் போனான்’னு எல்லாரும் சொல்ல வேண்டாமா?’

‘பணம், பணம்னு ஏன் அடிச்சுக்கறே? எங்கப்பா வயத்தை ஒடுக்கி ராக்கண் முழிச்சு பைசா பைசாவா சேர்த்தார். என்ன பிரயோசனம்?’

‘எல்லாம் உனக்காகத்தான்.’

‘எனக்காக மட்டுமல்ல. மனுஷனுடைய அடிப்படையான பாதுகாப்பு உணர்ச்சி. ‘எதிர்காலம், மரணம்’ங்கிறவற்றையெல் லாம் ஒண்ணோட ஒண்ணு சம்பந்தப்படுத்திப் பார்க்கிறதினாலே ஏற்படற பயம்.’

ராஜு காதுகளைப் பொத்திக்கொண்டான். ‘ஆரம்பிச்சுட்டியா, உன்னோட ‘பிலாஸபி - மாங்கரிங்கு?’

மைதானத்தைக் கடந்து வீதிக்கு வந்தோம். மூலை வீடு ஏ- 337. சிரிப்பினாலும் குறும்பினாலும் செய்யப்பட்ட சின்னக் கண்கள். அந்தக் குழந்தையை அப்படியே தூக்கிக் கொஞ்ச வேண்டும் போலிருந்தது. ஞாயிற்றுக்கிழமையாதலால் வீட்டின் முன்புறத் திலிருந்த தோட்டத்து முகப்பில் பேப்பரைப் போட்டுக்கொண்டு வாட்டசாட்டமான ஒருவன் கூடை நாற்காலியில் உட்கார்ந்திருந் தான். அவன் மீசையைப் பார்த்தால் நான் அந்தக் குழந்தையைக் கொஞ்சுவது அவனுக்குப் பிடிக்காதுபோல் தோன்றியது.

‘எவ்வளவு அழகான குழந்தை! என்றான் ராஜு.

நான் அவனை மிகுந்த ஆச்சரியத்துடன் பார்த்தேன்.

‘எதுக்குடா அப்படிப் பார்க்கிறே?’

‘இந்த ரசனையை எந்த ‘பாங்கி’லும் போட முடியாதேன்னு பார்க்கிறேன். என்ன பண்ணப் போறே?’

ராஜு சிரித்தான். ‘நீதான் அழகை ரசிப்பதற்குப் பொறந்தவன்னு உன் அபிப்பிராயம்.’

ஏ- 337. மொட்டை மாடியுடன் கூடிய ஓர் அழகிய வீடு. இந்த வீட்டில் சனிக்கிழமை இரவுகளெல்லாம் கோலாகலமாக இருக்கும். நான் அடிக்கடி பார்த்திருக்கிறேன். மென்மையான உள்ளடங்கிய ஐரோப்பிய இசை. இளமையையும் உற்சாகத்தை யும் தோளிலும் பாவனையிலும் சுமந்த ஆண்களும், பெண்களும் அந்தர்யாமியாக நிலவிய பல்வகை வண்ண வெளிச்சத்தில் நடனமாடும் காட்சி. கையிலிருந்த பையில் வெண்டைக்காயும் வெங்காயமும் கனக்க, நான் இதை எவ்வளவு தடவை கண்டிருக் கிறேன்! ஃபர்னிச்சர்களை விற்கும்படியாக என்ன ஏற்பட்டு விட்டது இந்த வீட்டில் உள்ளவர்களுக்கு?

வாசலிலிருந்த 'காலிங் பெல்லை' அழுத்தினோம். உள்ளே சங்கீத ஸ்வரங்கள் சிதறின.

சிறிது நேரத்துக்குப் பிறகு ஒருவர் வந்து கதவைத் திறந்தார். அவருக்கு நாற்பது வயதிருக்கலாம். தலையில் அங்குமிங்கும் மினுமினுப்பூச்சுகள். மீசை ஒரேயடியாக நரைத்திருந்தது. 'ஸ்லீப்பிங் சூட்' அணிந்திருந்தார்.

'எஸ்...?' - அவர் புருவத்தை உயர்த்தினார்.

'இங்கு... பர்னிச்சர்ஸ்...' என்று சொல்லிவிட்டு என்னைப் பார்த்தான் ராஜு.

'உள்ளே வாருங்கள்.'

'டிராயிங் - டைனிங் ஹால்' பெரிதாக ஏராளமான சாமான்கள் அங்கு இருந்தன.

அந்த சோபா செட்டின் வண்ணம் நமக்குக் கனவில்தான் தோன்றும். ஓர் இனிய சொப்பனத்தை நூலில் இழைத்திருந்தான் கலைஞன். அதைப் பார்த்துக்கொண்டே நான் நின்றேன்.

'என்ன விலை?' என்று கேட்டான் ராஜு. அவன் கேள்வி அப்பொழுது அபஸ்வரமாக ஒலித்தது எனக்கு.

அவர் விலையைச் சொன்னார். ராஜு ஆதாரத்துக்காக என் கையைப் பற்றிக்கொண்டான்.

'என் தம்பி இவை அனைத்தையும் 'டிஸைன்' செய்தான். மூன்று வகையான திவான். இதன் வடிவத்தைப் பார்த்தீர்களா? உட்கார்ந்து பாருங்கள். குட். எல்லாருமே இப்படித்தான் சொன்னார்கள். சொர்க்கத்தை இவ்வுலகத்திலேயே அமைத்துக் காட்ட விரும்பினான் என் தம்பி. அதோ பாருங்கள். 'டாய்லெட்' வைக்கும் ஸ்டாண்ட். அந்தக் கண்ணாடி பெல்ஜியத்திலிருந்து வந்தது. அதில் வரையப்பட்டிருக்கும் படங்களைப் பார்த்தீர்களா? என் தம்பி பாரீஸில் ஓவியம் படித்தவன். அதற்கு என்ன விலை என்னால் சொல்ல முடியும்?'

ஆவேசம் வந்தவர் போல் அவர் சொல்லிக்கொண்டே போனார்.

'இப்படி உள்ளே வாருங்கள்.' அவரைப் பின் தொடர்ந்தோம்.

'ஸீலிங்' கிலிருந்து ஒரு பிரம்மாண்டமான கோயில் விளக்குத் தொங்கியது. பல்வகையான நிறங்களுடன் கூடிய கண்ணாடி ஸ்லைடுகளாலாகிய கூண்டுக்குள் வைக்கப்பட்டிருந்தது. அவர் ஒரு 'ஸ்விட்ச்சை'த் தட்டினார். வானவில் அறைக்குள் சிதறியது.

'என் தம்பி அடிக்கடி சொல்லுவான், மெடீவல் காலங்களில் ரோமன் காத்திலிக் பாதிரிகளுக்கு ஏற்பட்ட 'மிஸ்டிக்' அனுபவங் களுக்குக் காரணம் இந்த வண்ண விளக்குகள் தாமென்று. உங்களை வேறு உலகத்துக்கு அழைத்துச் செல்லவில்லை? இப்பொழுது பாருங்கள், என் தம்பியின் 'ஆயில் பெயிண்டிங்' குகளை.'

எனக்கு என்னவோ செய்தது, என்னவென்றுதான் புரியவில்லை. திடீரென்று நடைமுறை உலகம் என் பார்வையிலிருந்து மறைந்தது. துன்பம் என்பதை எதிர்மறையாகக் கொள்ளாத தன்னளவில் தானே ஆதியாகவும் எல்லையாகவும் நின்று குணம் என்றும் வரையறுக்கப்பட முடியாத இன்பமே பிரக்ஞையாக மாறினேன்; அந்த நிலையில் எத்தனை நேரம் அப்படியே செயலற்று நின்றேன் என்று எனக்குத் தெரியாது.

ராஜுவின் குரல் என்னை மீண்டும் இவ்வுலகுக்குக் கொண்டு வந்தது.

' இந்த விளக்கு என்ன விலை?'

ராஜுவை அடித்து நொறுக்கி விடலாம் போலத் தோன்றியது. ஆனால்... ஆனால்... ராஜுவைச் சொல்லி என்ன பிரயோசனம்? உலகத்தில் பொருள்களின் மதிப்பை வேறு எந்த பாஷையில் சொல்ல முடியும்

'அவரைக் கேளுங்கள் ' என்னை சுட்டிக் காட்டிவிட்டு அவர் புன்னகை செய்தார்.

'எனக்குப் பணம் என்ற பாஷையில் சொல்லத் தெரியாது.'

'எனக்குப் புரிந்தது' என்றார் அவர்.

'நான் வாங்கறாப்பலே ஒரு சாமான்கூட இல்லையே...' என்றான் ராஜு என்னிடம்.

'டைனிங் டேபிளைப் பாரேன்.'

‘ஃபார்மிகா டாப்’புடன் கூடிய நல்ல கருங்காலி மரத்தால் செய்யப்பட்ட மேஜை ஆறு நாற்காலிகள்.

அவர் விலையை கூறினார். ராஜு என்னைப் பார்த்தான்.

‘நல்ல டேபிள்தான். விலை ஒண்ணும் அதிகமில்லை.’ என்றேன் நான்.

எல்லாச் சாமான்களையும் ஏன் விற்கிறார்கள் என்று எனக்குப் புரியவில்லை. தம்பியைப் பற்றி அவர் இறந்த காலத்தில் சொல்லிக்கொண்டே வந்தார். அப்படியென்றால்... எனக்குக் கேட்பதற்குக் கூச்சமாக இருந்தது.

‘போன மாசம்தான் இந்த டேபிள் வாங்கினான் என் தம்பி, சொல்லப் போனால் வாங்கி இருபது நாள்கள்தான் ஆகிறது.’

‘உங்கள் தம்பி மாற்றலாகிப் போகிறாரா?’ என்று கேட்டான் ராஜு.

அங்கிருந்து தெரிந்த மற்றோர் அறையை சுட்டிக் காட்டினார் அவர். அங்கே பெரிய புகைப்படம் மாட்டப்பட்டிருந்தது. தீட்சண்யமான கண்களோடு குறுந்தாடியுடன் காணப்பட்ட ஓர் இளைஞரின் படம். அதற்குப் பூமாலை போட்டிருந்தார்கள்.

‘ஐ ஆம் ஸாரி.’ என்றான் ராஜு.

‘தாங்க்யூ. அவன் போகும்போது அவனுக்கு வயது முப்பத்தி ரண்டு. அவன் அப்படிப் போனதுதான் நல்லது என்று நினைக் கிறேன். ஏனென்றால் உலகத்தில் அழகைத் தவிர வேறு எதையும் பார்க்கக் கூடாது என்ற தீர்மானத்தோடு இளமை என்ற நந்தவனத் தில் மலர்களோடும் மணத்தோடும் வாழ விரும்பினான். வயோ திகம், காலம், மனிதனுக்கெதிராகச் செய்யும் சதி. இயற்கை, மனிதனுடைய லட்சிய நினைவுகளுக்குச் செய்யும் வஞ்சம் மூப்பு. என் தம்பி காலத்தையும் இயற்கையையும் ஏமாற்றி விட்டான்.’

நான் அந்தப் படத்தையே உற்று நோக்கிக்கொண்டிருந்தேன். அந்தக் கண்களில் தெரிந்த ஒளி அந்த வீடு முழுதும் ஆக்கிர மித்துக்கொண்டிருப்பது போலிருந்தது. அவன் இதழ்க் கடையில் பூத்திருந்த புன்னகையின் நிழலை அவன் தூரிகைதான் சிறை செய்ய முடியும். இளமையிலேயே போய்விடுவோமோ என்ற

நினைவு அவனுக்கு இருந்திருக்க வேண்டுமென்று தோன்று கிறது. முகத்தில் அப்படியொரு பாவம், உலகத்தை அளந்து, நிர்ணயம் செய்து, தன் புன்னகை மூலம் அதற்கு அர்த்தம் கற்பித்து விட்ட மாதிரி.

'எனக்கு இந்த டைனிங் டேபிளும், டபிள் காட்டும் வேண்டும்.' என்றான் ராஜூ

'சரி. தயவுசெய்து விலையைக் குறைத்துக் கேட்காதீர்கள்.'

எனக்கு அப்பொழுதுதான் தோன்றியது. எதற்காக இந்த அரிய கரு வூலங்களை விற்கிறார்கள்? அவர் தம்பிக்குக் குடும்பம் கிடை யாதா? இல்லாவிட்டாலும் தம்பியைப் பற்றி கண்களில் நீர் கசியப் பேசுகிற இவருக்குத் தம்பியின் கலை ஆர்வத்திலும் திறமையிலும் வியாபார ரீதியான ஈடுபாடுதானா?

'கேட்கிறேன் என்று கோபித்துக் கொள்ளாதீர்கள், இவற்றை நீங்கள் எதற்காக விற்க வேண்டும்?' என்று கேட்டேன் நான் .

அவர் புன்னகை செய்தார். 'நீங்கள் ஏன் இந்தக் கேள்வியைக் கேட்கவில்லை என்று நான் யோசித்துக் கொண்டிருந்தேன். உட்காருங்கள். தேநீர் சாப்பிட்டுக்கொண்டே பேசலாம்.'

ராஜூ என்னைப் பார்த்தான். செக் புஸ்தகத்தை எடுக்கப் போன கை பையிலேயே இருந்தது.

'எஸ்... தாங்க்யூ... ' என்று சொல்லிக்கொண்டே 'திவா'னில் உட்கார்ந்தேன். ஆனால் எனக்கு ஒரு சந்தேகம். அந்த வீட்டில் அவரைத் தவிர வேறு யாரும் அப்பொழுது இருந்ததாகத் தெரியவில்லை. யார் தேநீர் போட்டுக் கொடுப்பார்கள்?

அவர் உள்ளே போனார்.

'என்னடா சாமானை வாங்கிண்டு போகலாம்னா, 'டீ' குடிக்க உட்கார்ந்துட்டியே?' என்றான் ராஜூ

'இந்தச் சூழ்நிலையிலே வாழ்க்கையிலே ஒரு தரத்துக்கு மேலே இரண்டாந்தரம் இருக்க முடியாது. இன்னும் கொஞ்ச நாழிதான் இப்போமே?' என்றேன் நான்.

'இவர் தம்பி பேரென்ன என்று சொல்லலியே. உனக்குத் தெரியுமா?' என்று கேட்டான் ராஜூ.

‘வாசல்லே, ‘விஜய்குமார் மேஹரா’ன்னு பேர் போட்டிருக்கு. ஒருவேளை, அது இவர் தம்பி பேர்தானோ என்னவோ!’

ராஜு கேட்டான்: ‘செக் யார் பேருக்குக் கொடுக்கணும்?’

அப்போது என் ரத்தம் உறைந்து விட்டாற்போன்ற உணர்வு. அறையின் மூலையில் ஒரு கருப்புப் பூனை எங்களைப் பார்த்துக் கொண்டேயிருந்தது. இறந்து போன அவர் தம்பி பூனையாக மாறிவிட்டானோ என்ற விசித்திரமான எண்ணம். அந்தப் பூனை கண் கொட்டாமல் பார்த்தது.

‘என்னடா பார்க்கிறே?’ என்று கேட்டான் ராஜு . அவனுக்கு சுட்டிக் காட்டினேன்.

‘பூனை...’

‘அதுதான் அவர் தம்பியோ?’

‘டோன்ட் பி ஸில்லி.’ என்றான் ராஜு. அவன் குரலில் லேசாக பயம் தெரிந்தது.

நாயைக் கூப்பிடுவது போல் ராஜு மெதுவாக விசில் அடித்தான். பூனை கண்களை மூடிக்கொண்டது. ஆனால் அது எங்களைக் கண்டு பயப்படாமல் இருந்தது, எனக்கு ஆச்சரியமாக இருந்தது.

‘அவர் எங்கே? டீ அவர்தான் போட வேண்டும் போலிருக்கு. போடா! உன்னாலே பாவம் அவருக்கு வீண்சிரமம்’ என்று சொல்லிக்கொண்டே எழுந்தான் ராஜு.

‘உள்ளே போய் நாங்க போறோம்னு சொல்லிவிட்டு வாயேன்’ என்றேன்.

அவர் அச்சமயம் தேநீர்க் கோப்பைகளுடன் வந்தார்.

ராஜு மறுபடியும் உட்கார்ந்தான். தேநீர் அருமையாக தயாரித் திருந்தார். ‘தேநீர் அருமையாக இருக்கிறது.’ என்றேன் நான்.

அவர் புன்னகையுடன் தலையசைத்து நன்றி கூறினார்.

‘நான் ‘செக்’ காகத் தரலாமா?’ என்று கேட்டான் ராஜு

‘என் தம்பி உயிரோடு இருந்திருந்தால்...’ என்று அவர் நிறுத்தி னார்.

‘நீங்கள் அவற்றையெல்லாம் விற்றிருக்க முடியாது’ என்றேன் நான்.

‘எஸ். நான்தான் அவனை கொலை செய்தேன்.’

எங்களுக்குத் தூக்கிவாரிப் போட்டது. ராஜு கை நடுங்கிக் கோப்பையை மேஜையின் மீது வைக்கும் சத்தம் பலமாகக் கேட்டது.

பூனை ‘மியாவ், மியாவ்’ என்று கத்திற்று. அது எழுந்து நின்று சோம்பல் முறிக்க உடம்பை நீட்டிக்கொண்டது.

‘புஸ்ஸி சொல்ல வேண்டாம் என்கிறது’ என்று சொல்லிக் கொண்டே அவர் அதைப் பார்த்தார்.

‘எதை?’ என்று நான் கேட்டேன்.

‘என் தம்பியை நான்தான் கொலை செய்தேன் என்பதை. என் தம்பி இறந்தபிறகு எனக்கு எதற்கு இந்தப் பொருள்கள்? பார்த்தீர்களா? உங்கள் கண்ணெதிரிலேயே எல்லாப் பொருள் களையும் உடைக்கிறேன். ஆயில் பெயிண்டிங்களுக்கு தீ வைக்கிறேன். என் தம்பி செத்துப் போய்விட்டான், என் தம்பி செத்துப் போய் விட்டான்...’

அவர் அழ ஆரம்பித்து விட்டார்.

எங்களுக்கு என்ன செய்வதென்று புரியவில்லை. ராஜு மெதுவாகக் கிசு கிசுத்தான்! ‘போகலாமா?’

அவர் கண்களை மூடிக்கொண்டார்.

‘வா, போயிடலாம்.’ என்றான் ராஜு. அவன் உடம்பு நடுங்கிக் கொண்டிருந்தது.

சூழ்நிலையில் ஏற்பட்ட மாறுதல் என்னை திகைக்க வைத்தது. இவருக்கு என்ன வந்து விட்டது? பைத்தியமா அல்லது குடித்திருக்கிறாரா?

கறுப்புப் பூனை வந்து அவர் காலை உராய்ந்துகொண்டு நின்றது. அவர் கண்களைத் திறக்கவில்லை.

நானும் போவதற்காக எழுந்தேன்.

அப்பொழுது வாசலில் கார் வந்து நிற்கும் சத்தம் கேட்டது. ஒரு வயதான பெண்மணி அறுபது வயதிருக்கலாம் - காரிலிருந்து இறங்கி உள்ளே வந்தாள்.

பார்த்தாலே ராஜ வம்சம் என்று சொல்லும்படியான கம்பீரத் தோற்றம். தலை பளிச்சென்று வெளுத்திருந்தாலும் முகத்தில் முப்பது வயது தானிருக்கும் என்று சொல்லும்படியான இளமை.

எங்கள் இருவரையும் ஒன்றும் புரியாமல் அவள் பார்த்தாள். கேள்விக்குறி புருவத்தில் ஏறியது.

'ஃபர்னிச்சர் வாங்க வந்தோம்...' என்றான் ராஜு

அந்தப் பெண்மணி அவர் அருகில் போய் உட்கார்ந்தாள். அவர் தலையை பரிவுடன் தடவினாள். 'விஜய்... விஜய்...'

இவர் தான் விஜய் குமார் மெஹராவா?

அவர் கண்களைத் திறந்து அவளைப் பார்த்தார்.

'உள்ளே போய்ப் படுத்துக் கொள்.'

நாங்கள் அங்கு இன்னும் இருக்கிறோம் என்பதை அவர் மறந்து விட்டார். எழுந்து உள்ளே சென்றார்.

'பணம் கொடுத்து விட்டீர்களா?'

'இன்னும் இல்லை.' ராஜுவின் கை மறுபடியும் பையை நோக்கிச் சென்றது. நான் ராஜுவைப் பார்த்தேன். அவன் என்னைப் பார்த்தான். யார் இந்தப் பெண்மணி?

'நான் ஃபர்னிச்சர் வாங்க முடியவில்லையே என்று வருந்த வில்லை. ஆனால் ஒரு மேதையின் ஆற்றலைக் கண்குளிரப் பார்த்தோமென்ற திருப்தி எனக்கு இருக்கிறது. இவருடைய தம்பியைப் போன்ற கலைஞர்கள் நூற்றாண்டுகளுக்கு ஒரு முறை தோன்றினால் போதும். மனித நாகரிகம் இதைப் பற்றிப் பெருமைப்படலாம்' என்றேன் நான்.

அவள் புன்னகை செய்தாள் 'நீங்கள் ஓர் எழுத்தாளரா?' என்று கேட்டாள்.

'ஆமாம்' என்றான் ராஜு.

'தயவு செய்து உட்காருங்கள். விஜய் குமார் என்னுடைய ஒரே பிள்ளை. அவனுக்குத் தம்பி கிடையாது.'

ஒரே நாளில் ஒரே சமயத்தில் இரண்டு மூன்று அதிர்ச்சிகளை ஜீரணம் செய்வது சாதாரணமான விஷயமல்ல.

'நீங்கள் எழுத்தாளர். ஓரளவு மனோதத்துவமும் தெரிந்திருக்க லாம். என் மகனை நீங்கள் புரிந்து கொள்ள முடியுமென்று நினைக்கிறேன்' என்று அவள் தொடர்ந்து கூறினாள்.

'உள்ளே தன்னுடைய தம்பி என்று சொல்லி அவர் காட்டிய படம் யாருடையது?' என்று கேட்டான் ராஜு.

'உயிரோடு இருக்கிற யாருடைய படமுமல்ல அது. விஜய் தானாக வரைந்து எடுத்த புகைப்படம் அது.'

'விஜய்தான் கலைஞரா? அப்படியென்றால்...' எனக்கு மேலே என்ன சொல்வது என்று விளங்கவில்லை. அப்படியே நிறுத்தி னேன்.

'அப்படியென்றால், அவனுடைய தம்பியைப் பற்றிச் சொன்ன செய்தியெல்லாம் அவனுடைய கற்பனை. ஆனால் இதில் வருந்தத்தக்கது என்னவென்றால், தான் சொல்வதை அவன் நம்புகிறான்.' என்று பெருமூச்செறிந்தாள் அந்தப் பெண்மணி.

'மன்னிக்கவும். உங்கள் சொந்தக் குடும்பப் பிரச்னையில் குறுக்கிட நாங்கள் விரும்பவில்லை' என்றான் ராஜு.

அந்த இடத்தை விட்டு ஓட அவன் எவ்வளவு அவசரப்படுகிறான் என்பதை நான் உணர்ந்தேன். ஆனால் என் ஆவலை என்னால் கட்டுப்படுத்த முடியவில்லை. அவனை கோபத்துடன் பார்த் தேன்.

'நீங்கள் தொழில் முறையில் ஆர்வம் காட்டுகிறீர்கள் என்பதை என்னால் புரிந்து கொள்ள முடிகிறது. நீங்கள் இதைப் பயன் படுத்திக் கொள்வதில் எனக்கு ஆட்சேபணையில்லை. இதுவே நீங்கள் இங்கு வந்ததற்குப் பலனாக இருக்கட்டும்' என்று என்னைப் பார்த்துக் கூறினாள் மேஹராவின் அன்னை.

வேண்டா வெறுப்புடன் ராஜு உட்கார்ந்தான்.

சிறிது நேரம் மௌனம் நிலவியது.

‘விஜய் தூங்க ஆரம்பித்து விட்டான். இன்னும் இரண்டு மணி நேரத்துக்கு எழுந்திருக்க மாட்டான். மன்னிக்கவும், உங்களை உபசரிக்க மறந்து விட்டேன். டீ சாப்பிடுகிறீர்களா?’

‘வேண்டாம். இப்பொழுதுதான் விஜய் கொடுத்தார்’ என்றேன் நான்.

‘ஓ... ஐஸீ...’ அங்கு வைக்கப்பட்டிருந்த கோப்பைகளின் மீது அவள் பார்வை சென்றது.

மறுபடியும் சிறிது நேரம் மௌனம். அவள் விரலில் அணிந் திருந்த மோதிரத்தை சில விநாடிகள் உற்றுப் பார்த்துக் கொண்டு இருந்தாள். பார்த்தாலே கண்ணிலும் செம்மை படரும் சிவப்புக் கல் மோதிரம்.

அவள் மேலே பேச ஆரம்பித்தாள்:

‘விஜய் என்னுடைய ஒரே பிள்ளை என்று சொன்னேன் அல்லவா? அது ஒரு விதத்தில் தவறு. எனக்கு இன்னொரு குழந்தை இருந்தது. விஜய் தன் தம்பி மீது உயிராக இருந்தான். அது இறந்து போகும்போது வயது ஒன்று. விஜய்க்கு அப்பொழுது ஆறு அல்லது ஏழு வயதிருக்கும். அது செத்துப் போனதற்குத் தான் தான் காரணமென்று விஜய் நினைக்கிறான்.’

இதைச் சொல்லும்போது அவள் கண்களில் நீர் கசிந்து தொண்டை அடைத்துக்கொண்டது.

‘அது ஒரு பயங்கரமான சம்பவம். நானும் என் கணவரும் கொஞ்சம் மார்க்கெட்வரை போக வேண்டியிருந்தது. அன்று வேலைக்காரன் வரவில்லை. குழந்தையைப் பார்த்துக் கொள்ளும்படி விஜியிடத்தில் சொல்லிவிட்டுப் போனோம். திரும்பி வந்தபோது... அவள் சிறிது நிறுத்தினாள். மறுபடியும் தொடர்ந்தாள்: ‘வாசலில் விஜய் பந்து விளையாடிக் கொண்டிருந் தான். உள்ளே குழந்தை தண்ணீர்த் தொட்டியில்...’

அவள் கண்களை மூடிக்கொண்டாள்.

இப்பொழுது அந்தக் கறுப்புப் பூனை உரிமையுடன் அவள் மடியில் ஏறி உட்கார்ந்துகொண்டது. அவள் கைகள் அதன் மேல் பட்டு உடலை மெதுவாக வருடின.

அவள் கண்களைத் திறந்தாள். உடம்பை ஒரு தடவை சிலிர்த்துக் கொண்டாள்.

'அவ்வளவுதான். குழந்தையின் கதை முடிந்தது. என் கணவர் குழந்தை செத்துப்போனதற்கு விஜய் அஜாக்கிரதையாக இருந்ததுதான் காரணம் என்று அவனை அடித்து நொறுக்கி விட்டார். விஜய் அழவேயில்லை. பல நாள்கள் யாருடனும் பேசவேயில்லை. பிறகுதான் சொல்ல ஆரம்பித்தான். 'என் தம்பி சாகவில்லை. உயிருடன் இருக்கிறான்' என்று. 'எங்கே?' என்று கேட்டால் சீறி விழுவான். ஒரு தம்பியை மானசீகமாகக் கற்பித்துக்கொண்டு, தான் செய்கிற பாராட்டுக்குரிய காரியங் களையெல்லாம் தம்பி செய்ததாகச் சொல்லுவான். தந்தை, இடமாறுதல் ஒரு வேளை பயனளிக்கலாமென்று நினைத்து அவனை பாரீசுக்கு அனுப்பினார். ஓவிய விற்பன்னனாகத் திரும்பி வந்தான். ஆனால், தான் வரைந்த படங்களெல்லாம் தம்பி வரைந்தவை என்று எல்லோரிடமும் கூறிக்கொண்டிருக்கிறான். இந்நிலையில் என் கணவரும் மறைந்தார்.

'வாழ்க்கையில் பிடிப்பற்று இருந்தான். அவனை வாழ்க்கையில் ஈடுபடுத்துவதற்காக விருந்துகளுக்கும் கேளிக்கைகளுக்கும் ஏற்பாடு செய்தேன். திடீரென்று அவன் மனப்போக்கு மாறியது. 'என் தம்பியால் இவ்வுலகிலேயே சொர்க்கத்தை உருவாக்க முடியு'மென்று ஒருநாள் சவால் விடுத்து, ராப் பகல் வேலை செய்து இவற்றையெல்லாம் படைத்தான். அதோ அந்த அறை இருக்கிறதே, அங்குதான் அவன் வரைந்த படங்கள் எல்லாம் இருக்கின்றன. பார்க்கிறீர்களா?',

'பார்த்தோம் ' என்றேன் நான்.

'அந்த அறையை விட்டு அவன் வெளியே வருவதேயில்லை. சீலிங்கைப் பார்த்துக்கொண்டே கிடப்பான். பத்து நாள்கள் முன்பு திடீரென்று என்னிடம் வந்து சொன்னான்: 'என் தம்பிக்கு உலக வாழ்வு வெறுத்து விட்டது. இன்றிரவு சாகப் போகிறான்' என்று. எனக்கு ஒன்றுமே புரியவில்லை. அவன் பேப்பரில் விளம்பரம் கொடுத்து சாமான்களை வாங்க வருகிறவர்களிடம், 'என் தம்பி செத்து விட்டான்...நான் கொன்று விட்டேன்' என்று சொல்லத் தொடங்கியதுதான் எனக்கு தர்மசங்கடமான நிலைமையை உண்டாக்கியிருக்கிறது. ஒவ்வொருவருக்கும் சமாதானம் சொல்லி அனுப்பியாக வேண்டிய நிர்ப்பந்தம். மூன்று நாள்களாக

மற்றொரு சிக்கல். தூங்க ஆரம்பித்தானானால் எழுப்பவே முடியவில்லை. இப்பொழுதுதான் ஒரு மனோதத்துவ டாக்டரை பூஸா ரோட்டில் பார்த்துவிட்டு வருகிறேன். வியன்னாவுக்குப் போவதுதான் நல்லது என்று அவர் கூறுகிறார்.'

'நீங்கள் இப்படிப் போய்விட்டீர்களே, வீட்டில் வேலைக்காரர் கள் கூட இல்லாமல்...' என்றான் ராஜு.

'சில சமயம் இவன் கட்டுக்கடங்காமல் போய் விடுகிறான். வருகிற வேலைக்காரர்கள் யாரும் இரண்டு நாள்களுக்கு மேலே இருப்பதில்லை. நேற்றுத்தான் ஒருவன் வேலைக்கு வராமல் நின்றான்.'

பக்கத்து அறையில் அப்பொழுது சப்தம் கேட்டது.

'அவன் எழுந்து விட்டான் போலிருக்கிறது. நீங்கள் போய் வாருங்கள்' என்றாள் அந்தப் பெண்மணி.

இருவரும் அவளிடம் விடைபெற்றுக்கொண்டு வெளியே வந்தோம்.

'நல்ல இடத்தில் போய் மாட்டிக்கொண்டோம்' என்றான் ராஜு.

நான் ஒன்றும் பேசாமல் நடந்தேன். அந்த நேப்பாளக் குழந்தை தோட்டத்தில் விளையாடிக்கொண்டிருந்தது. அதைப் பார்க்க ஆறுதலாக இருந்தது.

வீட்டுக்குச் சென்றதும் அம்புஜம் கேட்டாள்: 'என்ன வாங்கிண்டு வந்தேள்?'

'ஒரு கதை' என்றேன் நான்.

என்னை விசித்திரமாகப் பார்த்துக்கொண்டே உள்ளே போனாள் அம்புஜம். ஒரு பழகிவிட்ட பைத்தியத்தை நோக்குவது போலிருந்தது அந்தப் பார்வை.

16. வழிபாடு

உஞ்சவிருத்தி செய்து பிழைக்கும் ஓர் ஏழை அந்தணனுக்கு இவ்வளவு அதிர்ஷ்டமா என்று பொருமினான் வடுக நாய்க்கன். தனக்கு இத்தனை பெரிய வீடும், கட்டிக் காக்க ஆட்களும், செல்வமும் இருந்து என்ன பயன்? வரதையனுக்கு லட்சுமி கடாட்சம் இல்லாவிட்டாலும், அவன் மனைவி லட்சுமி இருக்கிறாள். லட்சுமி கடாட்சம் யாருக்கு வேண்டும், லட்சுமி போன்ற அழகான பெண் அருகிலிருந்தால்?

அளவிறந்த செல்வத்தைப் பெற்ற வடுக நாய்க்கன் அதற்கு இணையான கற்பனையையும், அழகை உபாசிக்கும் ரசனையை யும் பெற்றிருந்ததுதான் அவன் துர்ப்பாக்கியம். லட்சுமிக்கு திருமணம் ஆவதற்கு முன்பிருந்தே அவன் அவளை மணக்க வேண்டுமென்பதற்காக எவ்வளவோ முயன்றான். தன்னுடைய செல்வம் அனைத்தையும் லட்சுமியின் தந்தையாகிய வேங்கட நாதருக்குத் தருவதாகச் செய்தி அனுப்பினான். பன்னிரண்டாம் நூற்றாண்டில் நடக்கக்கூடிய காரியமா இது? அவனிடம் செல்வம் இல்லாமல் இருந்திருந்தால் அவனை அடித்து ஊரை விட்டே விரட்டியிருப்பார்கள். பணமிருந்த காரணத்தினால் பைத்தியம் என்று பட்டம் சூட்டிவிட்டு சும்மா இருந்தார்கள்.

லட்சுமிக்குக் கல்யாணமான பிறகு வடுக நாய்க்கன் தன் சாதிப் பெண் ஒருத்தியை மணந்தான். அவளை மணந்த நாளிலிருந்து, அவளைப் பார்க்கும்போதெல்லாம் வாழ்க்கையில் தான் இழந்தது என்ன என்பதுதான் அவன் நினைவுக்கு வரும். திருமகள் நகையாக மாறி, இவளை இப்படி அலங்கரிக்கிறாளே,

தன்னுடைய இயற்கைப் பொலிவை இவளுக்கு தந்திருக்கக் கூடாது? 'கூல வணிகனாகப் பிறந்து விட்டதால் மளிகைப் பட்டியலின் கூட்டல் கணக்குத்தான் என்றுமே எனக்கு இன்பத்தைத் தரவேண்டுமென்று, இந்த உலகம் எதிர்பார்க் கிறதே, இது என்ன கொடுமை? சாதி! பொல்லாத சாதி! பக்தி யுடைய பறையனும் பிராமணன்தான் என்று இராமாநுஜர் சொன்னதாகவும் பிரசாரம் செய்து வருகிறோமே; இது ஏன் இந்த முட்டாள் ஜனங்களுக்குப் புரியவில்லை? எனக்கு இருப்பதும் பக்திதான். அழகை வழிபடும் பக்தி. அழகை வழிபடத் தெரிந்த வன்தான் பக்தனாகிறான். உறங்காவில்லி பக்தனானது எப்படி, இராமாநுஜர் திருப்பதிக்கு போகும் வழியில் இந்த 'அஷ்ட சகஸ்ர' கிராமத்துக்கு வரப்போவதாகச் சொல்கிறார்கள். அவரால் ஒரு வேளை என்னைப் புரிந்து கொள்ளமுடியும்.

லட்சுமியால் இந்த வரதையனிடம் எப்படி சந்தோஷமாக இருக்க முடியும்? வீட்டில் இப்படிக் கொள்ளை அழகு குடிவந்திருக் கிறதே; இதைக் காப்பாற்றுவதற்காகவாவது நாம் நிறைய சம்பாதிப்போம் என்றில்லாமல், போதும் போதாமல் தினசரி உஞ்சவிருத்தி செய்தே பிழைக்கிறான். தங்க விக்கிரகத்தை அழுக்குத் துணியால் மூடி வைத்திருக்கிறானே, படுபாவி, ரசனை யற்ற மடையன்! இந்தச் சூழ்நிலையினின்றும் அவளை விடுவிக்க வேண்டுமென்பதற்காக நான் எவ்வளவோ முயன்றும் என் அழைப்புகளையெல்லாம் நிராகரித்து விட்டாள் அந்த அசட்டுப் பெண்! கணவன் ரோகியாகவோ அல்லது புதல்வனைத் தர முடியாதவனாகவோ இருந்தால், மனைவி வேறு ஆடவனை அடைவதில் தவறு ஒன்றுமில்லை என்று வியாச பகவான் சொல்லியிருக்கிறார். இவற்றுடன் சோறு போட முடியாத கணவனையும் சேர்த்துக்கொள்வதில் தப்பில்லை.

லட்சுமி நிரந்தரமாக என்னிடம் இருக்கவேண்டுமென்ற அவசிய மில்லை. ஓரிரவு வந்தால் போதும். இதற்காக வரதையனை நான் கோடீசுவரனாக ஆக்கக் காத்திருப்பதாகச் சொல்லி அனுப்பியும் அவள் மறுத்து விட்டாள். லட்சுமியின் அழகை அவயவம் அவயவமாக வடுகநாய்க்கன் நினைத்துப் பார்க்கத் தொடங்கி னான். ராவணனுடைய வேதனை அவனுக்கு இப்பொழுது புரி கிறது. 'சே! அழகான பெண்கள் இப்படி இரக்கமற்றவர்களாகவா இருக்க வேண்டும்? கூற்றுவனைக் காட்டிலும் கொடியவர்கள். விரகதாபம் உண்டாக்கியே ஆடவர்களைக் கொன்று விடுவார் கள். லட்சுமி, உன்னை நான் இந்தப் பிறவியில் இந்தப்

பருவத்திலேயே எப்படியாவது அடைந்து தீரவேண்டும். ஒரு தடவை. அதுபோதும். உன்னை அடையாத நாள்கள் அனைத்தும் வீணே கழிகின்ற நாள்கள். லட்சுமி! லட்சுமி!

வடுகநாய்க்கன் எழுந்திருந்தான். அவன் உடம்பு அனலாய்க் கொதித்தது.

அப்பொழுது ஒரு பணியாள் அவனிடம் வந்து தணிந்த குரலில் சொன்னான்: 'உங்களைப் பார்க்க...'

'என்னால் இப்பொழுது யாரையும் பார்க்க முடியாது.'

'ஒரு பெண் வந்திருக்கிறாள்.'

'பெண்ணா?'

'ஆமாம். வரதையனின் மனைவி'

வடுகநாய்க்கன் திகைத்து நின்றான். உண்மையாக இருக்குமா? அவளைப் பற்றியே நினைத்துக் கொண்டிருப்பதனால் தனக்கு உருவெளித் தோற்றம் ஏற்படக் கூடியது இயல்பு. ஆனால் இவன் அல்லவா லட்சுமி வந்திருப்பதாகக் கூறுகிறான்? இது என்ன விந்தை!

'வரதையனின் மனைவி லட்சுமியா?'

பணியாள் தலையசைத்தான்.

வடுக நாய்க்கன் அவசர அவசரமாக வாசலுக்குச் சென்றான்.

லட்சுமிதான்; சந்தேகமில்லை. உடம்பைச் சுற்றி பட்டுப் பரிவட்டம். 'இது இவளுக்கு எப்படிக் கிடைத்தது? இந்தப் பட்டாடையில் இவள் எப்படி ஜொலிக்கிறாள்? இவள் என்னை நாடிவரக் காரணம் என்ன?' அவனுக்கு ஒன்றுமே புரியவில்லை. அவளைக் கண்ட அதிர்ச்சியில் அவனுக்கு ஒன்றும் பேசவும் முடியவில்லை. அவளைப் பார்த்துக்கொண்டு செயலற்று நின்றான்.

லட்சுமி அவனைப் பார்த்துப் புன்னகை செய்தாள். இது கனவா, அல்லது தெய்வம் தன்னை சித்திரவதை செய்ய வேண்டுமென்பதற்காக இப்படி ஒரு மானசீகத்தை உருவாக்கி ஏமாற்றுகிறதா? அவள் புன்னகையில் நனைந்த அவன் உடம்பு லேசாக நடுங்கியது.

‘எங்கள் கிருகத்தில் ஒரு விருந்தாளி எழுந்தருளியிருக்கிறார். அவருக்கு அமுதிட வேண்டும். ஆனால் வீட்டில் ஒரு குன்றி மணி கூட அரிசி இல்லை. உங்கள் உதவி வேண்டும்’ என்றாள் லட்சுமி.

லட்சுமி வீடு தேடி தன் உதவியை நாடி வந்திருக்கிறாள். இந்த வாய்ப்பைப் பயன்படுத்திக் கொள்ளாவிட்டால், வாழ்நாள் முழுவதும் தான் வருந்த நேரிடும். தன்னைப் பற்றித் தெரிந்திருந் தும் அவள் இங்கு வந்திருக்கிறாள் என்றால்... அவன் உள்ளம் உவகையால் நிறைந்தது.

‘இந்தப் பட்டாடையில் நீங்கள் மிகவும் அழகாக இருக்கிறீர்கள்’ என்றான் அவன்.

‘இந்தப் பட்டாடை யாருடையது என்று நீங்கள் அறிந்தால் என் அழகைக் கண்டு நீங்கள் ஆச்சரியப்பட மாட்டீர்கள்.’

‘யாருடையது.’

‘அக அழகும் புற அழகும் உடைய ஒரு தெய்வீகப் புருஷனுடை யது. நாரின் மணம் உங்களுக்கு ஆச்சரியமாகவா இருக்க வேண்டும்? மாற்றுடை எனக்குக் கிடையாது. அன்றாடம் துவைத்து உலர்ந்த பின்புதான், இருக்கும் ஒரே புடவையை அணியும் நிலையிலுள்ள, என் சிறு குடிலுக்கு இன்று காலை ஒரு பெரியவர் வந்து கதவைத் தட்டினார். நீராடிவிட்டு கந்தல் துணியைக் கட்டிக் கொண்டிருந்த நான் சாளரத்தின் வழியே அவரைக் கண்டதும் திடுக்கிட்டேன். கதவைத் திறந்து, தெரியும் அந்த ஆடை அலங்காரத்துடன் அவரை எப்படி வரவேற்பது?’

‘யார் அவர்?’ என்றான் வடுகநாய்க்கன்.

‘என்னுடைய நிலைமையை அவரிடம் சொன்னேன். பரிவட் டத்தை சாளரத்தின் வழியாக விட்டெறிந்தார். உள்ளே வந்ததும், ‘எங்கே உன் கணவன்? அமுதுண்ண வந்திருக்கிறேன்’ என்றார். பக்கத்து ஊருக்கு என் கணவர் போயிருக்கும் செய்தியைச் சொல்லி அவருக்கு தடை இல்லையென்றால் அமுதுண்டு என்னை சிறப்பிக்க வேண்டினேன். அவர் அதற்கு இசைந்து நீராடிவிட்டு வருவதாக புஷ்கரிணிக்குச் சென்றிருக் கிறார். வீட்டில் தளிகைக்கு ஒரு சிறு தானியங் கூட கிடையாது. இதுதான் நான் உங்களை நாடி வந்திருப்பதற்குக் காரணம்.’

'யார் அவர்?'

'உடையவர்'

'உடையவர்! எவ்வளவோ பேர் அவரை வரவேற்று உபசரிக்கக் காத்திருக்கும்போது, இந்த ஏழை அந்தணனின் வீட்டுக்குத் தாமாகவே விஜயம் செய்து அவர் அமுது வேண்டுகிறார்! விசித்திரமான மனிதர்தாம், சந்தேகமில்லை. அவரை நாம் கட்டாயம் பார்த்தாக வேண்டும். அழகுக்கு அடிமையாகி அதை வழிபடுவதைத் தவிர வேறு தரிப்பு இல்லை என்னும் ஒருவனை 'தகும், தகாது' என்ற நடப்பு முறை தர்ம நியாயங்களால் கட்டுப் படுத்த முடியாது என்பதை உறங்காவில்லியை ஆட்கொண்ட உடையவரால்தான் புரிந்து கொள்ள முடியும். இவளுடைய உடலா அல்லது உள்ளமா, எது தேவை எனக்கு? உள்ளத்தை அடையும் பாதை உடலைத் தவிர வேறு என்ன இருக்க முடியும்? லட்சுமி! உன்னை நான் முழுமையாக ஆள வேண்டும். உட லுறவைத் தவிர, இதைத் தெரிவிக்கும் மொழி உலகில் வேறு எதுவும் இல்லையே!'

'உடையவருடன் அவருடைய சிஷ்யர்கள் ஏழெட்டுப் பேர் இருக்கிறார்கள். நீங்கள் இப்பொழுது உதவி செய்தால் அதை நான் எப்பொழுதும்...' என்று லட்சுமி கூறிக்கொண்டிருந்தாள்.

'என்னைப் பற்றித் தெரிந்திருந்தும் என்னைத் தேடிக்கொண்டு நீங்கள் வந்திருக்கிறீர்கள் என்றால்...' என்று இழுத்தான் வடுக நாய்க்கன்.

'நான் இப்பொழுது உங்களிடமிருந்து பெறப் போகிற பொருள் களுக்கு விலை என்னவென்று எனக்குத் தெரியும். அந்த விலையை நான் கொடுத்தாக வேண்டுமென்று நீங்கள் வற்புறுத்தினால், ஒரு விஷயம், நீங்கள் பொருள்களைக் கொடுங்கள். விருந்தினர்களை உபசரித்து அனுப்பிவிட்டு நான் வருகிறேன்.'

'விலைக்கு உரிய தொகையைக் கொடுத்து பொருள்களை வாங்குவதுதான் உலக இயல்பு' என்றான் நாயக்கன்.

'நான் கொடுக்கப் போகிற விலையை நீங்கள் இதுவரை யாரிடமும் பெற்றிருக்க மாட்டீர்கள். இது உலக இயல்பு அல்ல.'

'நீங்கள் இந்த விலையைக் கொடுத்து உபசரிக்க வேண்டிய அளவுக்கு உடையவர் அவ்வளவு அருமையானவரா?'

'நீங்கள் கேட்கும் விலை எத்தனை அற்பமானது என்று நீங்கள் தெரிந்துகொள்ள வேண்டாமா? சரி, பொருள்களைக் கொடுங் கள். விருந்தினர்கள் நீராடி விட்டு வந்து விடுவார்கள்.'

லட்சுமி பொருள்களை வாங்கிக்கொண்டு போய்விட்டாள். வடுக நாய்க்கன் பிரமை பிடித்தாற் போல் உட்கார்ந்திருந்தான். 'நீங்கள் கேட்கும் விலை எத்தனை அற்பமானது என்று நீங்கள் தெரிந்து கொள்ள வேண்டாமா?' இத்தனை 'அற்பமானது' என்றால் அவன் எத்தனை விலை கொடுக்கக் காத்திருந்தும் அப்பொழு தெல்லாம் அவள் ஏன் வரமறுத்தாள்? அதுவரை ஒவ்வொரு விநாடியையும் அவளைப் பற்றிய சிந்தனையிலேயே ஆழ்ந்து, தொடுவானமாகிய அவளை அடைவதே வாழ்க்கையின் பயணம் என்ற இன்ப வேதனை தந்த கற்பனை சுகத்தில் இளைப்பாறி வந்த அவனுக்கு, அவள் தன்னை சுலபமாக்கிக் கொண்டு எதிரே நின்றது ஒரு பெரிய அதிர்ச்சியைக் கொடுத்தது.

வடுக நாய்க்கனின் மனைவி அப்பொழுது அங்கு வந்து அவனெதிரே அமர்ந்தாள். அவன் அவளை ஏறிட்டு நோக்கி னான். அவளுடைய இடக் கன்னத்தில் இருந்த மறு அவன் கண்ணுக்குப் புலப்பட்டது. 'இத்தனை நாட்களாக நான் இதை கவனிக்கவில்லையே?' அவள் புன்னகையுடன் அவனை வினவினாள். ('இந்தக் கன்னங்களின் குழிவும் என்னை ஏன் இதுவரை கவரவில்லை?') - 'வரதையனின் மனைவிக்கு சமைய லுக்கு வேண்டிய பொருள்களைக் கொடுத்தீர்களாமே. யார் விருந்தாளிகள்?'

அவன் பதில் சொல்லவில்லை. அவளையே பார்த்துக் கொண்டிருந்தான்.

'ஏன் இப்படிப் பார்க்கிறீர்கள்?'

அவன் இதற்கும் பதில் சொல்லவில்லை. பேசாமலிருந்தான்.

'யார் விருந்தாளிகள்? என்ன ஆகிவிட்டது? ஏன் இப்படிப் பார்க்கிறீர்கள்?'

'உடையவர்...'

அவன் மனைவி இதைக் கேட்டதும் எழுந்திருந்தாள். 'உடைய வரா? அவரைப் பார்த்து நான் கேட்க வேண்டும்.'

‘என்ன கேட்க வேண்டும்?’

‘வறுமையால் உழலும் ஒரு பெண் தன்னை விற்று அவரை விருந்தோம்ப வேண்டியது அவசியம்தானா என்று.’

வடுக நாய்க்கன் மௌனமாக இருந்தான். ‘இவளுக்குத் தெரிந்துவிட்டது. இவளுக்கு இதுவரை தெரியாமலா இருந்தது. ஆனால் அதைப் பற்றி நான் கவலைப்பட்டதே இல்லை. உடையவரைப் பார்த்துக் கேட்கப் போகிறேன் என்கிறாளே; இவளால் இவ்வளவு தூரம் பேசமுடியுமென்று நான் எதிர் பார்க்கவே இல்லை. இவளைப் பற்றி எனக்கு என்ன தெரியும். இரவில் தேவைப்பட்டபோது, விளக்கணைந்த பிறகு என் உடல் இவளுடலை அறியுமேயன்றி, எனக்கு இவளைத் தெரியுமா? மண்டோதரிக்கு ராவணனைத் தெரிந்த அளவுக்கு ராவணனுக்கு மண்டோதரியைத் தெரியுமா? தெரிந்திருந்தால் ராமாயணக் கதையே நடந்திருக்காது. அப்படியென்றால்...?’ அவன் மனம் குழம்பியது.

‘அவள் செய்வது சரி என்று நீங்கள் நினைக்கிறீர்களா?’

‘எது?’

‘உங்களிடமிருந்து வாங்கிக்கொண்டு சென்ற பொருள்களுக்கு விலையைத் தர திரும்பவும் வரப் போகிறாளே, அது.’

‘நான் கேட்கும் விலை மிக அற்பமானது என்று அவள் சொன்னாள்.’

‘அவள் சொல்வது உண்மைதான்.’ என்றாள் அவன் மனைவி சிறிது நேர அமைதிக்கு பிறகு. அவன் அவளை வியப்புடன் நோக்கினான்.

‘நீயும் அப்படித்தான் நினைக்கிறாயா?’

‘நான் நினைக்கவில்லை. நீங்கள் நினைக்கிறீர்களா?’

‘நீ சொல்வது எனக்குப் புரியவில்லை.’

‘இரவிலே பிணத்தைக் கூடுவதுபோல, தவிர்க்க முடியாத நிர்ப்பந்தங்களால் ஆணையோ பெண்ணையோ தேடுபவர் களுக்குத்தான் அது எவ்வளவு அற்பமானது என்று புரியும். நீங்கள் என்னை நாடி வருவதற்கும், அவள் இப்பொழுது உங்களை நாடி வரவேண்டியிருக்கிற சூழ்நிலைக்கும் வித்தியாசம் இல்லை’.

இதைச் சொல்லிவிட்டு அவள் உள்ளே போனதும், வடுக நாய்க்கன் அவள் போன திசையையே பார்த்துக் கொண்டு நின்றான். பெண்கள் எவ்வளவு சுவாரசியமானவர்கள்!

வடுக நாய்க்கன் சாப்பிட்டுவிட்டு வாசலில் உட்கார்ந்திருந்தான். லட்சுமியையும் தன் மனைவியையும் பற்றி மாறி மாறி நினைத்துக் கொண்டிருந்தான். அவன் மனத்தில் பெரிய போராட்டம்.

'என் மனைவி சொன்ன சொல்லைக் காப்பாற்ற வந்திருக்கிறாள்' என்ற குரல் கேட்டதும் அவன் திரும்பினான். வரதையனும் லட்சுமியும்! அவன் திடுக்கிட்டு எழுந்திருந்தான்.

'என்ன சொல்லுகிறீர்கள்?'

'நீங்கள் கேட்ட விலையைத் தர அவள் வந்திருக்கிறாள்' என்றான் வரதையன்.

கணவனையும் கூட்டிக்கொண்டு வந்திருக்கிறாள்! என்ன நெஞ்சழுத்தம் இவளுக்கு?

'நீங்களும் வருவீர்களென்று நான் எதிர்பார்க்கவில்லை!' என்றான் வடுக நாய்க்கன்.

'ஏன்?'

'உங்களுக்கும் நான் கேட்ட விலை இத்தனை அற்பமானது என்று தான் படுகிறதா?'

'ஆமாம். என் மனைவி என்னிடமிருந்து எதையும் மறைப்ப தில்லை. மிகப் பெரியவர் ஒருவரை உபசரிப்பதற்காக நீங்கள் கொடுத்த பொருள்களுககு இத்தனை அற்பமான விலை கேட்டீர்கள் என்பதும் எனக்கு ஆச்சரியமாக இருக்கிறது.'

'உங்களுக்கு இது அற்பமாகப் படுகிறது!'

'ஆமாம். நாங்கள் ஒருவரை ஒருவர் நன்றாகப் புரிந்து கொண்டிருக்கிறோம். ஒருவருக்கு ஒருவர் இன்றியமையாமை என்பதன் பொருள் உள்ளத்தளவு என்றுஎங்கள் இருவருக்கும் தெரியும். கற்பு என்பது வெறும் உடலை மட்டும் அடிப்படை யாகக் கொண்டதன்று. கௌதமனை முட்டாளாக்கத்தான், கல்லுக்கு உயிரூட்டினான் அந்தக் கருணை வள்ளல். நீங்கள்

வேண்டுவது இவள் உடலைத்தானே? எடுத்துக் கொள்ளுங்கள். இவள் உள்ளத்தை உங்களால் பறிக்க முடியாது என்பது எனக்கு உறுதியாகத் தெரியும்.'

'அவ்வளவு நிச்சயமாக உங்களுக்கு எப்படித் தெரியும்? உடல் வழியாகத்தானே உள்ளத்தில் குடியேற முடியும்?'

வரதையன் சிரித்தான்.

'எதற்குச் சிரிக்கிறீர்கள்?'

'பஞ்ச பாண்டவர்கள் பாஞ்சாலியின் மனத்தில் உடல் வழியாகத் தான் குடியேறப் பார்த்தார்கள். ஆனால் அவள் உள்ளத்தில் நிரந்தரமாகக் குடியேறி இருந்தவன் கண்ணன்தான். இச்சை பிறப்பதற்கு உள்ளம்தான் அடிப்படையேயன்றி உடலல்ல என்பது கூடவா உங்களுக்குத் தெரியாது?.'

'உஞ்சவிருத்தி செய்து பிழைக்கும் உங்களுக்கு இந்தப் பெண் ணின் உடல் அருமையைப் பற்றி என்ன தெரியும்?'

அவன் லட்சுமியைப் பார்த்துக் கொண்டே இதைச் சொன்னான். அவள் முகத்தில் எந்தவிதமான உணர்ச்சியும் இல்லை. ஆடாமல் அசையாமல் வெறித்த பார்வையுடன் நின்று கொண்டிருந்தாள். சலனமின்றி வெறும் உடலாக அவனுக்கு அவன் மனைவி சொன்னது நினைவுக்கு வந்தது. 'இரவில் பிணத்தைக் கூடுவது போல்...' அங்கு அப்பொழுது அவன் லட்சுமியைக் காண வில்லை. வெறும் பிணம்! 'இச்சை பிறப்பதற்கு உள்ளம்தான் அடிப்படையேயன்றி உடலல்ல, உடலின் அருமை இவ்வளவு தானா?

உடலின் 'அருமை'யைப் பற்றி அவன் ஏதோ ஒரு நூலில் படித்திருக்கிறான். லட்சுமிக்கு வயதாகிக்கொண்டே போவது போல் தோன்றியது. தலை நரைக்கத் தொடங்கியது. தோலில் சுருக்கங்கள், வில் போன்ற புருவத்துக்கு பதிலாக இறால் மீனின் வற்றல், செங்கழுநீர்ப் பூக்களுக்கு பதிலாக எப்போதும் நீர் கசிந்து கொண்டேயிருக்கும் கருப்பு குழிகள்! இந்தச் சுரைப் பழத்தின் விதைகளா ஒரு காலத்தில் முத்துப் பற்களாக இருந்தன? செறிந்த மார்பகம் போய் வயதையும் வேதனையையும் சுமக்கும் தளர்ந்த பைகள்! அதோ, உலர்ந்து முதிர்ந்த தென்னைகளைப் பார்! அவை தாம் ஒரு காலத்தில் தளிரடி வண்ணம் காட்டின. குமிழம்பூ என்று

நான் நினைத்த அந்த மூக்கு இப்பொழுது சீழ் ஒழுகும்... போதும், போதும்!

வடுக நாய்க்கன் அச்சம்கொண்டு உள்ளே ஓடினான்.

உடையவரைப் பார்த்துவிட்டு வடுக நாய்க்கன் வீடு திரும்பிய போது, அவன் மனம் உற்சாகத்தால் பொங்கி வழிந்தது. அவன் மனைவி அவனுக்காக வாசலில் காத்துக் கொண்டிருந்தாள்.

'உடையவர் எதற்காக உங்களைக் கூப்பிட்டு அனுப்பினாராம்?'

'உடையவரால்தான் என்னைப் புரிந்து கொள்ள முடியுமென்று எனக்குத் தெரியும். என்னைப் பார்த்ததும் அவர் சிஷ்யர்களிடம் சொன்னார்: 'பாருங்கள் இவனை, இவன்தான் பரம பக்தன்' என்று.'

'உங்களையா?'

'ஆமாம். என்னையேதான். அவர் மேலும் என்ன சொன்னார் தெரியுமா? 'உள்ளம் பற்றிய அழகுணர்ச்சியை மலினப்படுத்த விரும்பாத இவனுக்குத்தான் புலாலின் அழியும் தன்மை கண்ணுக்குப் புலப்பட்டிருக்கிறது. இது தெய்வ தரிசனத்துக்கு சமானம். அழியாத ஒன்றை வழிபடுவதுதான் அழகுணர்ச்சி. அடிப்படையாக மனநேர்மை உடையவர்களுக்குத்தான் மனமாறுதல் என்பது இயல்பாக ஏற்படும் நிகழ்ச்சி. லட்சுமியை உடலளவில் அனுபவித்துத் தீர வேண்டுமென்ற சுயநல வெறி இவனிடம் இருந்திருக்குமானால் மன மாறுதலை ஒப்புக் கொள்ளாமல் எதிர்ப்பதற்கான தீய குணம் இவனுள் இருந்திருக்க வேண்டும். ராவணனைப் போல் இவன் ஒரு பரமபக்தன்.' அவர் சொன்னது அவருடைய சிஷ்யர்களுக்குப் புரிந்ததோ என்னவோ, எனக்குப் புரிகிறது.'

'ராவணனைப் போல பக்தன்' என்றாரா உடையவர்? எனக்கு விளங்கவில்லையே?'

'உனக்கு ஏற்பட்ட சந்தேகம் போல அவருடைய சிஷ்யர்களுக்கும் ஏற்பட்டது. உடையவர் கூறினார்: 'ராவணன் பரம பக்தன். ஏன் தெரியுமா? தெய்வ வசத்தால் ஒருவனுக்குள் இருக்கும் அழகுணர்ச் சியைக் கட்டுப்படுத்த முடியாத நிலையில்தான் ஒருவன் காமுகனாகிறான். கட்டுப்படுத்தத் தெரிந்தவன் பக்தனாகிறான். காமுகர்கள் தீவிர பக்தர்களாக மாறும் அதிசயம் இதுதான்.

ராவணன் காமுகனாக சீதையைத் திருடிக் கொண்டுபோய் அசோகவனத்தில் வைத்தது உண்மைதான். ஆனால் இறக்கும் போது அவன் ஒரு பரம பக்தன். அழியாத அழகுக்கு அடிமை யாகா ஓர் உபாசகன். தெய்வத்தையே எதிர் நின்று போராடக் கூடிய அளவுக்கு, அவனுடைய பக்தி அவனுக்குத் தெம்பை அளித்தது.' 'உடையவரின் சொற்கள் என் மனத்தில் இன்னும் எதிரொலித்துக் கொண்டிருக்கின்றன! இப்படி ஒரு நிலைமையை உருவாக்கி, என்னை ஆட்கொள்ள வேண்டுமென்று நினைத்துத் தான், உடையவர் லட்சுமியின் வீட்டுக்கு அழையாத விருந்தாளி யாகச் சென்றாரா என்று எனக்கு எண்ணத் தோன்றுகிறது!'

'அவரிடம் நேரில் சென்று நான் என்ன கேட்க வேண்டுமென்ற நினைத்தேனோ அதற்கு பதில் கிடைத்து விட்டது' என்றாள் அவன் மனைவி.

17. பாரத நாடு பழம்பெரும் நாடு

கிருஷ்ணன் அன்று மிகவும் உற்சாகத்தில் இருந்தார். அரசாங்க நிறுவனத்தைச் சார்ந்த எஃகு உற்பத்திச் சாலையின் விற்பனைப் பகுதித் தலைவராக இருந்த அவருக்கு அரைமணி முன்புதான் ஒரு மகிழ்ச்சிகரமான செய்தி கிடைத்தது. ஓர் அயல் நாடு தங்கள் ரயில்வே நிறுவனத்துக்காக எஃகு வேண்டி சர்வதேச டெண்டர் கோரியிருந்தது. பாரத அரசாங்கமும் அதற்கு மனு அனுப்பிய போது, கிருஷ்ணனின் யோசனையின் பேரில் கிலோ பதினாறு ரூபாய் என்ற விலையைக் குறிப்பிட்டிருந்தது. மேற்கு ஜெர்மனி பதினெட்டு ரூபாய், ஜப்பான் பதினேழு ரூபாய். இவ்வாறு உலகத்தில் பல நாடுகள் பாரத தேசத்தைக் காட்டிலும் அதிக விலை கேட்டிருந்தபடியால், டெண்டர் இந்தியாவுக்குக் கிடைத்தது. இந்தச் செய்திதான் கிருஷ்ணனை அன்று அளவு கடந்த உவகையில் ஆழ்த்தியிருந்தது.

கிருஷ்ணன் சந்தோஷமாக இருக்கிறாரென்றால் அது அந்த அலுவலகத்துக்கு ஒரு செய்தி! இடையறா உழைப்பு, நேர்மை ஆகியவற்றை அவர் ஒரு சமய வழிபாட்டுடன் பின்பற்றியதுதான் அவர் அலுவலகத்திலிருந்த மற்றவர்களுக்கு எரிச்சலை தந்தது.

இந்தியாவுக்கு டெண்டர் கிடைத்திருக்கிறது என்பது ஓர் ரகசியமான செய்தி. இது வெளியே தெரிந்துவிட்டால் இந்த 'ஆர்டரை'ச் செயலாக்குவதில் பல சிரமங்கள் ஏற்படக்கூடும். ஆகவே தம்முடைய சந்தோஷத்துக்கான காரணத்தை மற்றவர்களுடன் பகிர்ந்து கொள்ள முடியாத நிலையில் கிருஷ்ணன் ஓரளவு நிலைகொள்ளாமல் தவித்தார்.

அந்நிறுவனத்தின் தலைமை அதிகாரியிடம் அவர் இதைப் பற்றி விவாதிக்கும்போது சொன்னார்: 'இவ்வளவு பெரிய ஆர்டர் நமக்கு முதல் முதலாகக் கிடைத்திருக்கிறது. அரசாங்க நிறுவனங்களைக் குறை கூறுபவர்கள் பொறாமை கொள்ளும்படியான முறையில் நாம் இதை நிறைவேற்ற வேண்டும். பூர்வாங்க வேலைகள் முடிந்த பிறகு, நம் அலுவலகத்தில் இருக்கும் மற்றவர்களுக்கு இது தெரிந்தால் நல்லது என்று நினைக்கிறேன்.'

'நீங்கள் சொல்வது சரிதான். இதுபற்றி மிகுந்த உயர்ந்த மட்டத்திலிருப்பவர்களுக்குத்தான் தெரியும். சொல்லப்போனால், இச்செய்தி அம்பலமாகி விட்டது என்றாலே அது சட்ட விரோதம். நாம் மிக ஜாக்கிரதையாக இருக்க வேண்டும்' என்றார் தலைமை அதிகாரி.

கிருஷ்ணன் தம் அறைக்குத் திரும்பியபோது அவருடைய அந்தரங்கச் செயலாளர் 'இன்டர்காம்' மூலம் அவருக்குத் தெரிவித்தார். 'உங்களை ஒருவர் பார்க்க விரும்புகிறார்.'

'யார் அவர்?'

'மிஸ்டர் அத்வானி. ஒரு முக்கிய விஷயம் பற்றி உங்களுடன் பேச வேண்டுமாம்.

'வரச் சொல்லுங்கள்.'

அத்வானிக்கு முப்பத்தைந்து வயதிருக்கும். நெடிய உருவம். சுலபமான புன்னகை.

'உஙகளைப் பற்றி கேள்விப்பட்டிருக்கிறேன்' என்றான் அத்வானி.

'தப்பாக ஒன்றுமில்லையே?'

'சர்வதேச டெண்டர் போட்டியில் நீங்கள் வெற்றி அடைந்திருக்கிறீர்கள் என்பது உங்களைப் பார்த்த பிறகு அது ஆச்சரியப்படத் தக்க விஷயமல்ல என்று எனக்குப் புரிகிறது' என்றான். அத்வானி.

கிருஷ்ணனுக்கு மாரடைப்பு வரும் போலிருந்தது. இவனுக்கு எப்படித் தெரியும், இவ்வளவு ரகசியமான விஷயம்?

'டெண்டர் போட்டியில் வெற்றியா? என்ன சொல்கிறீர்கள்?' என்று கிருஷ்ணன் மிக இயல்பாக இருக்க முயன்று ஒரு சிகரெட்டை பற்ற வைத்துக்கொண்டு, பாக்கெட்டை அத்வானி யிடம் நீட்டினார்.

அத்வானி அவரிடமிருந்து சிகரெட்டை வாங்கி பற்ற வைத்துக் கொண்டு அந்த அயல் நாட்டின் பேரைச் சொன்னான்.

கிருஷ்ணன் சிறிது நேரம் பேசாமலிருந்தார்.

இவன் யார்? எதற்காக வந்திருக்கிறான்? ரகசியம் அம்பலமாகி விட்டது என்று தம்மை 'பிளாக் மெயில்' செய்யவா? இத்தனை கண்டிப்பாகத் தாம் இருந்து என்ன பயன்? செய்திகள் எப்படிப் பரவுகின்றன? தம் செக்ஷனில் யாரும் சொல்லியிருக்க முடியாது. அவர்களுக்கே தெரியாது.

'உங்களைப் பற்றி நிறையக் கேள்விப்பட்டிருக்கிறேன் என்று ஆரம்பத்தில் சொன்னேனே, மிஸ்டர் கிருஷ்ணன், அது மிகவும் வாஸ்தவமான விஷயம். நீங்கள் மிகவும் நேர்மையானவர். நியாயத்தின் கோட்டை தாண்டாதவர். எக்ஸெட்டரா... எக் ஸெட்டரா... ஓ.கே. எனக்கு இப்பொழுது தெரியும், நம் நாட்டுக்கு டெண்டர் கிடைத்திருக்கிறது என்று. இந்தத் தகவல் எனக்கு உங்கள் மூலம்தான் கிடைத்தது என்று நான் அரசாங்கத் திடம் சுலபமாகச் சொல்லலாம். ஆனால் நான் அப்படிச் சொல் லாமல் இருப்பதற்கு விலை இருக்கிறது. இதை நீங்கள் புரிந்து கொள்ள வேண்டும்.'

கிருஷ்ணனுக்கு அசாத்தியக் கோபம் ஏற்பட்டது. தாம் நினைத் தது சரிதான். பிளாக் மெயிலர்! இவ்வளவு கவனத்துடன் இருந் தும் எப்படி இவ்வாறு நிகழ்ந்தது? இச்செய்தியை அவன் பயன் படுத்திக் கொண்டானானால் தமக்கு எவ்வளவு அவமானம்! இவன் சொல்வது பொய் என்று எப்படி நிரூபிப்பது? யார் மூலம் இவனுக்கு இச்செய்தி எட்டியிருக்கும்? இதைப் பற்றி தமக்கும் தலைமை அதிகாரிக்கும்தான் தெரியும். ஒரு வேளை யாரைப் பற்றி இக்காலத்தில் என்ன சொல்ல முடியும்? தாம் பலியாகி விட்டால்?

சீ... தம்மைப் பொறுத்தவரையிலும் எந்தத் தவறும் செய்ய வில்லை. எதற்குக் கோழைத்தனமாக இவன் மிரட்டலுக்கு அடிபணிவதைப் பற்றி யோசிக்க வேண்டும்? இவனால் என்ன

செய்ய முடியும்? செய்தியை அம்பலப்படுத்துவான். சர்க்கார் விசாரணை நடத்தப் போகிறார்கள். யார் மீது குற்றம் என்று அப்பொழுது தெரிந்து விடுகிறது! தமக்கு மனச்சாட்சித் தொந் தரவு ஏதுமில்லை. அப்படியிருக்கும்போது மற்றவற்றைப் பற்றி நாம் ஏன் கவலைப்பட வேண்டும்?

'என்ன யோசிக்கிறீர்கள் மிஸ்டர் கிருஷ்ணன்?' என்றான் அத்வானி புன்சிரிப்புடன்.

'உங்களை இப்போது போலீஸில் ஒப்படைத்தால் அது சமூக நலனா அல்லது அரசாங்கச் சேவையா என்பது பற்றி யோசித்துக் கொண்டிருக்கிறேன்.'

'சமூக நலனாக இருக்கலாம். ஆனால் நிச்சயமாக அரசாங்க சேவையாக இருக்க முடியாது' என்றான் அத்வானி. சாம்பலை ஆஷ் - ட்ரேயில் தட்டிக் கொண்டே மிகுந்த கேலியுடன் அவன் அதைச் சொன்னான்.

'ஏன்?'

'போலீஸில் என்னை ஒப்படைத்தால் வெளிவரக்கூடிய பல உண்மைகளை உங்களுடைய மேலதிகாரிகள் ரசிக்க மாட்டார் கள். பாவம், கடைசியில் பழி உங்கள் மீதுதான் விழும். உங்க ளுக்கு எத்தனை குழந்தைகள், மிஸ்டர் கிருஷ்ணன்?'

தாம் நினைத்தது சரியாகப் போய்விட்டது. பெரும் புள்ளிகள் இதில் சம்பந்தப்பட்டிருக்கிறார்கள். ஆனால் இவன் அவர்களி டம் போகாமல் தம்மை நாடிவருவதற்குக் காரணம் என்ன? இவன் பிளாக் மெயிலராக இருந்தால் அவர்களிடம் இன்னும் பெரிய தொகையை எதிர்பார்க்கலாமே!

'இப்பொழுது உங்களுக்கு என்ன வேண்டும், மிஸ்டர் அத்வானி?' என்றார் கிருஷ்ணன்.

'குட். இது புத்திசாலித்தனம். கேளுங்கள் சொல்லுகிறேன்...'

'எனக்கு வேலை இருக்கிறது. சொல்வதைச் சீக்கிரம் சொல்லுங் கள்' என்றார் கிருஷ்ணன் பொறுமையை இழந்தவராக.

'ஓ.கே. விஷயத்துக்கு வருகிறேன். உங்களுடைய பதினாறு ரூபாய் விலையைத்தானே அந்த அந்நிய அரசாங்கம் மிகக் குறைவான டெண்டர் என்று ஏற்றுக்கொண்டிருக்கிறது?'

'நாங்கள் கொடுத்துள்ள டெண்டரின் பிரதி உங்களிடம் இருப்பது போல் பேசுகிறீர்களே!'

அத்வானி மறுபடியும் சிரித்தான். 'அதைப் பற்றி கவலைப்படாதீர்கள். எனக்கு எல்லாம் தெரியும். நான் யார், எந்த ஸ்தாபனத்தைச் சேர்ந்தவன் என்று இன்னும் அறிமுகப்படுத்திக் கொள்ளவில்லை, இல்லையா?' அவன் கைப்பையைத் திறந்து ஒரு கார்டை அவரிடம் நீட்டினான்.

பெருமளவில் வெளிநாடுகளுக்கு ஏற்றுமதி செய்து கொண்டிருந்த தனியார்த் துறையைச் சார்ந்த ஓர் ஏஜன்ஸி நிறுவனம். கிருஷ்ணனுக்கு தூக்கி வாரிப் போட்டது. இவர்களுக்கு இந்த ஒப்பந்தத்தைப் பற்றி ஏன் இவ்வளவு அக்கறை?

'நான் ஒரு தனி ஆள் இல்லை என்று இப்பொழுது உங்களுக்கு விளங்கியிருக்குமென்று நம்புகிறேன். நம் அரசாங்கத்துக்கு டெண்டர் கிடைத்திருக்கிறது என்ற செய்தியை அறிய நாங்கள் எத்தனை செலவழித்திருக்கிறோம் என்பது அந்தக் கடவுளுக்கும் ஸ்விஸ் பாங்குகளுக்கும்தான் தெரியும். எங்களுக்கு இதைப் பற்றி ஏன் இவ்வளவு கவலை? இது ஒரு மிகவும் சுவாரசியமான கேள்வி.'

அத்வானி சிகரெட் புகையை மறுபடியும் நெஞ்சுக்குள் இறக்கிக் கொண்டே, அதை மௌனமாக ரசித்தவாறு இருந்தான். கிருஷ்ணன் என்ன செய்வதென்று புரியாமல் அவனைப் பார்த்துக் கொண்டேயிருந்தார்.

'ஆமாம். வெளிப்படையாகச் சொல்லுகிறேன். உங்களிடமிருந்து இந்த எஃகைப் பதினாறு ரூபாய்க்கு வாங்கி நாங்கள் அதைப் பதினைந்து ரூபாய்க்கு அந்த நாட்டுக்கு ஏற்றுமதி செய்ய விரும்புகிறோம். நீங்கள் டெண்டரில் கோரியிருப்பதும் அதே விலைதான். உங்களுக்கு நஷ்டமில்லை. எங்களுக்கு ஏற்படக் கூடிய இந்த ஒரு ரூபாய் நஷ்டத்தைப் பற்றி நாங்கள் கவலைப்படவில்லை. இந்த யோசனையை ஆதரித்து நீங்கள் ஒரு குறிப்பு அனுப்பினால் போதும்.'

'உங்களுக்குப் பைத்தியம் பிடித்திருக்கிறதா? எங்களிடமிருந்து வாங்கி நீங்கள் அனுப்புவானேன். அதுவும் ஒரு ரூபாய் நஷ்டத்துக்கு? இதனால் ஏற்படக்கூடிய மொத்த நஷ்டம் லட்சக் கணக்கில் இருக்குமே! நீங்கள் சொல்வது ஒன்றும் புரியவில்லை.' என்றார் கிருஷ்ணன்.

‘தனியார் துறை நஷ்டம் அடைந்தால் அது சோஷலிசத்துக்கு வெற்றிதானே? நீங்கள் ஏன் அதைப் பற்றிக் கவலைப்படு கிறீர்கள்? நான் வேண்டுவதெல்லாம் நீங்கள் நான் சொன்னபடி ஒரு குறிப்பு அனுப்பவேண்டும். அவ்வளவுதான்’ என்றான் அத்வானி சிரித்துக்கொண்டே.

‘வேண்டுமென்றே நஷ்டத்தை வரவேற்கக் கூடிய அளவுக்கு நீங்கள் முட்டாள் இல்லை என்று எனக்குத் தெரியும். சந்தேகத் துக்கு இடமான எந்தவித நடவடிக்கையையும் நான் மேற் கொள்ள மாட்டேன். இந்த டெண்டரை மிகச் சிரமப்பட்டு நாங்கள் பெற்று உங்கள் மூலம் ஏற்றுமதி செய்ய வேண்டுமென்ற அவசியமில்லை. நீங்கள் போகலாம்.’

அத்வானி புன்னகை செய்தான். சிறிது நேரம் பேசாமலிருந்தான். பிறகு லேசாகக் கனைத்துக்கொண்டு சொன்னான்: ‘மிஸ்டர் கிருஷ்ணன்! உங்கள் நேர்மை எனக்குப் பிடித்திருக்கிறது. ஆனால் இதே நேர்மை உணர்வுக்காக பின்னால் நீங்கள் வருந்தக்கூடாதே என்பதுதான் என் அக்கறை. எங்கள் நிறுவனம் எவ்வளவு சக்தி வாய்ந்தது என்பது உங்களுக்குத் தெரியாத விஷயமல்ல. உங்களுக்கு எத்தனை குழந்தைகள் என்று நான் அப்பொழுது கேட்ட போது நீங்கள் பதில் சொல்லவில்லை. பாங்கி விளம்பரங் கள் பார்த்திருக்கிறீர்களா, மிஸ்டர் கிருஷ்ணன்? ‘உங்கள் குழந்தைகளின் எதிர்காலத்தைப் பற்றி நீங்கள் எண்ணுவது உண்டா?’ நானும் அந்தப் பாங்கி விளம்பரத்தைப் போல் உங்களைக் கேட்க விரும்புகிறேன். நான் சொல்கிறபடி குறிப்பு அனுப்புங்கள். உங்களை என்னால் ஒரு பொறுப்புள்ள தந்தை யாக மதிக்க முடியும். நேர்மை, நாணயம் என்றெல்லாம் சொல்லிக் கொண்டிருந்தீர்களானால் உங்கள் குழந்தைகள் உங்களை மன்னிக்க மாட்டார்கள். உங்கள் உதவி இல்லாம லேயே இந்தக் காரியத்தை எங்களால் சாதித்துக் கொள்ள முடியு மென்பதையும் நினைவு வைத்துக்கொள்ளுங்கள். என் அளவில் நான் உங்களிடம் வந்தது போல என் நிறுவனத்தைச் சார்ந்த என்னை விடப் பெரியவர்கள் உங்களைவிடப் பெரியவர்களை அணுகுவார்கள். சுதந்தரம் பெற்ற ஆறுமாதங்களுக்குள்ளேயே செத்துவிட்ட சத்தியத்தைப் பற்றிக்கொண்டு நீங்கள் இன்னமும் ஏன் அழ வேண்டும், மிஸ்டர் கிருஷ்ணன்?’

அவன் பேசப் பேச கிருஷ்ணனுக்கு உடம்பெல்லாம் பற்றி எரிவது போலிருந்தது. ‘நீ இவ்வாறு செய்யப் போகிறாயா

இல்லையா?' என்று அவன் மிரட்டியிருந்தால் கூட அவருக்கு இவ்வளவு எரிச்சல் ஏற்பட்டிருக்காது. ஆனால் கசப்பான உண்மைகளைச் சொல்லித் தம்மீது அனுதாபம் கொண்ட முறையில் அநியாயத்துக்கு உடன்படச் சொல்லுகிறான். 1948-ல் நம் கண்ணீரோடு கலந்து மறைந்து போன வாய்மை தத்துவத்தையும் நினைவுபடுத்துகிறான். 'உன் குரலுக்கு யாரும் செவி சாய்க்கா விட்டாலும் நீ தனியே நட, தனியே நட' - தாகூர் காந்திஜியைப் பற்றிப் பாடியது அவர் நினைவுக்கு வந்தது.

'என்ன சொல்லுகிறீர்கள்?' என்று கேட்டான் அத்வானி.

'நீங்கள் சொல்கிறபடி நான் குறிப்பு அனுப்பத் தயாராக இல்லை. நீங்கள் எது வேண்டுமானாலும் செய்து கொள்ளலாம்'என்றார் கிருஷ்ணன்.

அத்வானி எழுந்தான். அவன் புன்னகை செய்துகொண்டே சொன்னான்: 'உங்களை நான் வற்புறுத்த விரும்பவில்லை. ஒன்றையொன்று அடித்துத் தின்னும் கொடிய மிருகங்கள் வாழும் காட்டில் இருந்து வரும் நீங்கள் எத்தனை நாள்கள் சைவ உணவுக்காரராக இருக்கப் போகிறீர்களோ, எனக்குத் தெரியாது. உங்களுக்கு என் ஆழ்ந்த அனுதாபங்கள். நான் வருகிறேன்.'

அவன் போனதும் கிருஷ்ணன் மறுபடியும் தலைமை அதிகாரியின் அறைக்குச் சென்றார். அப்பொழுது அவர் தம்முடைய செயலரிடம் கடிதங்கள் 'டிக்டேட்' செய்து கொண்டிருந்தார்.

'என்ன மிஸ்டர் கிருஷ்ணன், உடல் நலம் சரியில்லையா, ஏன் இப்படி இருக்கிறீர்கள்?'

'ஒரு முக்கியமான விஷயம்...' என்று சொல்லிக்கொண்டே அவர் செயலரைப் பார்த்தார். இதைப் புரிந்து கொண்ட தலைமை அதிகாரி செயலரை அப்புறம் வரும்படி பணித்துவிட்டு கிருஷ்ணனை ஆவலுடன் நோக்கினார்.

'நமக்கு டெண்டர் கிடைத்திருக்கும் செய்தி இவர்களுக்குத் தெரியும்' என்று அவர் தம்மிடமிருந்த 'கார்டை' எடுத்துக் கொடுத்தார்.

'மை காட்! இவர்களுக்கு எப்படித் தெரியும்?'

கிருஷ்ணன் அத்வானி தம்மை வந்து பார்த்துப் பேசிய விஷயம் பற்றி அவரிடம் விளக்கமாகச் சொன்னார்.

சிறிது நேரம் அங்கு அமைதி நிலவியது.

'நாம் மினிஸ்டிரியிடம் தொடர்புகொண்டு இதைப் பற்றித் தெரிவித்து விடுவது நல்லது என்று நினைக்கிறேன். இவர்களுக்கு இச்செய்தி எப்படிக் கிடைத்தது என்பது பற்றி ஒரு விசாரணை நடந்தால் எல்லாம் தெளிவாகுமென்று எனக்குப் படுகிறது' என்றார் கிருஷ்ணன்.

'இதில் மேலிடம் சம்பந்தப்பட்டிருந்தால் நம்மை பலி ஆடாக ஆக்க மாட்டார்கள் என்பது என்ன நிச்சயம்?' என்றார் தலைமை அதிகாரி.

கிருஷ்ணனுக்குப் புரிந்து விட்டது. அவர் ஒன்றும் பேசாமல் எழுந்து வெளியே சென்றார். 'உன் குரலுக்கு யாரும் செவி சாய்க்காவிட்டாலும் நீ தனியே நட, தனியே நட.'

நடக்கத்தான் வேண்டும். தாம் இந்த ஸ்தாபனத்தில் இருக்கும் வரையில் இதை எதிர்த்துப் போராடத் தயங்கக் கூடாது. இந்த ஸ்தாபனத்தின் தலைவனாம்! அயோக்கியன். மேலிடம் சம்பந்தப் பட்டிருக்குமோ என்ற அச்சத்தில் பின்வாங்குகிறான்.

அன்றிரவு முழுவதும் அவருக்குத் தூக்கமே வர வில்லை. அடுத்த நாள் அவர் அலுவலகம் சென்றதும், அவரை தலைமை அதிகாரி கூப்பிட்டு அனுப்பினார். அவருக்கும் இரவு முழுவதும் தூக்கமில்லையோ என்று கிருஷ்ணனுக்குத் தோன்றியது. கண்கள் சிவப்பாக இருந்தன.

'நேற்று டெல்லியிலிருந்து டெலிஃபோன் வந்தது' என்று சொல்லிவிட்டு அவர் நிறுத்தினார். கிருஷ்ணன் பேசாமல் இருந்தார்.

'இவ்வளவு பெரிய 'ஆர்டரைச்' செயலாக்குவதற்கான திறமை நமக்கு இருக்கிறதா என்று டெல்லியில் சந்தேகப்படுகிறார்கள்.'

'அப்படியானால் அதற்காக நாம் 'டெண்டர்' அனுப்பியிருக்க வேண்டாமே? வாயை மூடிக் கொண்டிருந்திருக்கலாமே?' என்று சீறினார் கிருஷ்ணன்.

'நம்மால் 'சப்ளை' செய்ய முடியுமா என்பது பற்றி அவர்கள் சந்தேகப்படவில்லை. ஏற்றுமதி செய்வதற்கான அமைப்பு நம்மிடம் கிடையாது என்றுதான் சொல்லுகிறார்கள்.'

‘எஸ்.டி.ஸி. எதற்காக இருக்கிறது?’

‘தயவு செய்து சங்கடமான கேள்விகளைக் கேட்காதீர்கள். நேற்று அத்வானி உங்களிடம் கூறியதாகச் சொன்னீர்களே, அவர்களுடைய நிறுவனம் சக்தி வாய்ந்ததென்று. அது உண்மைதான். அது எவ்வளவு சக்தி வாய்ந்தது என்பது நமக்கு இருபத்தி நாலு மணி நேரத்தில் தெரிந்து விட்டது. நாம் மிகவும் ஜாக்கிரதையாக இருந்த போதிலும் நமக்கு டெண்டர் கிடைத்திருக்கும் விஷயத்தை அவர்கள் அந்த அயல் நாட்டிலிருக்கும் நம்முடைய தூதுவராலயம் மூலமாக தெரிந்து கொண்டுவிட்டார்கள். அதோடு மட்டுமல்ல, நம்முடைய நிறுவனத்தின் ஏஜண்டுகள் தாங்கள் தாம் என்று சொல்லிக்கொண்டு பதினைந்து ரூபாய்க்கு ஏற்றுமதி செய்வதாக டெல்லியில் உள்ள அந்நாட்டுத் தூதுவரோடு பேரம் பேசியிருக்கிறார்கள். இதற்கிடையே தாங்கள் இப்படிச் சொல்லப் போவதாகவும், மினிஸ்டிரியிலிருந்து இதற்கு ஆட்சேபணை இருக்கக் கூடாதென்று மேலிடத்தையும் வளைத்துப் போட்டுக் கொண்டிருக்கிறார்கள். நமக்கு எப்படியும் நஷ்டமில்லை. நாம் ஏன் இந்த ஏற்பாட்டுக்கு ஒப்புக் கொள்ளக்கூடாது என்று டெல்லியில் கேட்கிறார்கள். இந்த நிலையில், உங்களாலும் என்னாலும் என்ன செய்ய முடியும், சொல்லுங்கள்.’

‘ஒரு ரூபாய் வித்தியாசத்தினால் அவர்களுக்கு லட்சக்கணக்கில் நஷ்டம் ஏற்படுமே, அதை எப்படி ஈடு செய்யப் போகிறார்கள்? எனக்கு ஒன்றுமே புரியவில்லை குழப்பமாக இருக்கிறது’ என்றார் கிருஷ்ணன்.

‘அதைப் பற்றியும் விசாரித்தேன். இதனால் அவர்களுக்கு லட்சக் கணக்கில் லாபம்தான் ஏற்படப் போகிறது.’

‘லாபமா? எப்படி?’

‘அந்த நாட்டுப் பணத்தை உடனடியாக முழுத் தொகையாகக் கொடுத்துவிடப் போவதில்லை. ஐ.ஓ.யு. பத்திரங்கள்தாம் தரப் போகிறார்கள். எண்ணெய்க் கிணறுகள் மிகுந்த அந்நாட்டின் இந்தப் பத்திரங்களுக்கு வேறு பல நாடுகளில் நல்ல கிராக்கி. ஒரு பதினாறு ரூபாய் பத்திரத்தை சுலபமாக இருபது ரூபாய்க்கு விற்கலாம். இந்த ஏஜன்ஸி நிறுவனம் அதைத்தான் செய்யப் போகிறது. ஒரு பத்திரத்துக்கு ஒரு ரூபாய் மேலிடத்துக்குப் போனாலும்... இப்பொழுது புரிகிறதா, மிஸ்டர் கிருஷ்ணன்?’

'நாம் இதற்கு உடன்படக் கூடாது.'

'திரும்பத் திரும்ப நீங்கள் சொல்வதையே சொல்லிக் கொண்டி ருக்கிறீர்களே... நம்மால் இதை எப்படித் தடுக்க முடியும்?'

'விற்பனைப் பகுதித் தலைவன் என்ற முறையில் இந்த ஏஜன்ஸி நிறுவனத்துக்கு விற்பதை நான் ஆட்சேபிக்கிறேன். வேண்டு மென்றால் நான் டெல்லி சென்று, மினிஸ்டிரி அனுமதியுடன், அந்த நாட்டுத் தூதுவரைச் சந்தித்து...'

தலைமை அதிகாரி பெரிதாகச் சிரித்தார்.

'எதற்காகச் சிரிக்கிறீர்கள்?'

'மினிஸ்டிரி உங்களை அனுமதிக்குமென்று எதிர்பார்க்கிறீர் களா?'

'மினிஸ்டிரி என்னை அனுமதிக்கவில்லை என்பதும் 'ரெகார்டு' ஆகுமல்லவா? பப்ளிக் அகௌண்ட்ஸ் கமிட்டியில் இப்பிரச்னை வரும்போது...' என்று கிருஷ்ணன் தொடர்வதற்குள் தலைமை யதிகாரி அவரை இடை மறித்தார்.

'பப்ளிக் அகௌவுண்ட்ஸ் கமிட்டியைக் கண்டு பயப்பட்ட தெல்லாம் அக்காலத்தில் மிஸ்டர் கிருஷ்ணன். இது 'மினிஸ்டிரி' யிலிருந்து ஃபைல்களே காணாமல் போகும் காலம். பேசாமல் நான் சொல்வதைக் கேளுங்கள். இந்த 'ஆர்டரு'க்கு நம்மால் 'சப்ளை' செய்ய முடியும் என்றும், ஆனால் ஏற்றுமதி செய்வதற் கான வசதிகள் நம்மிடம் இல்லை என்ற காரணத்தினால் ஓர் ஏஜென்ஸி நிறுவனம் மூலம் அனுப்பலாம் என்றும் குறிப்பு எழுதிக்கொண்டு வாருங்கள். நானும் கையெழுத்திடுகிறேன்.'

கிருஷ்ணனுக்கு உடம்பு கொதித்தது. அவர் எழுந்த வேகம் அவர் எவ்வளவு கோபம்கொண்டிருந்தார் என்பதைத் தெளிவாகக் காட்டியது.

'நான் இதை கடைசி வரை எதிர்க்கத் தயாராக இருக்கிறேன். என்னால் நீங்கள் சொல்வது போல் குறிப்பு அனுப்ப இயலாது. மன்னிக்கவும்.'

அவர் தம் அறைக்குச் சென்று உட்கார்ந்தார். அத்வானியின் குரல் ஒலித்தது:

'குட்மார்னிங் மிஸ்டர் கிருஷ்ணன்!'

அத்வானி சிரிக்கும் போது அவன் கண்களும் சிரித்தன. கன்னங்கள் குழிவடைந்தன. இவன் வெற்றிக்கு இவை காரணமாக இருக்கலாம்.

'நீங்கள் எங்கள் தலைமை அதிகாரியைப் பார்த்துப் பேசுவது நல்லது என்று நினைக்கிறேன்.'

'பேசி விட்டேன்.'

'எப்பொழுது?'

'நேற்றிரவு, அவர் வீட்டில். அவர் இதை உங்களிடம் சொல்லியிருக்க மாட்டார் என்று எனக்குத் தெரியும்.'

'என்னுடன் நீங்கள் பேசுவதனால் எந்தவிதப் பிரயோஜனமும் இல்லை என்று எனக்குத் தோன்றுகிறது' என்றார் கிருஷ்ணன்.

'எங்களுக்கு பிரயோஜனம் ஏற்படுவதை உங்களால் தடுக்க முடியாது. ஆனால் உங்கள் பிரயோஜனம் கருதித்தான் நான் வந்தேன். ஏனென்றால் உங்களை எனக்கு மிகவும் பிடித்திருக்கிறது. உங்களை என் வழிக்குக் கொண்டுவருவதை என் திறமைக்கு ஒரு சவாலாக நான் கருதுகிறேன்.'

'நீங்கள் வீணாக உங்கள் நேரத்தையும் என் நேரத்தையும் வீணாக்கிக்கொண்டிருக்கிறீர்கள். நான் நீங்கள் விரும்புவது போல் குறிப்பு அனுப்பப் போவதில்லை. இது உறுதி.'

'இவ்வளவு பிடிவாதமாக இருப்பதனால் உங்களுக்கு என்ன பலன் ஏற்படப் போகிறது? யாரும் உங்கள் நேர்மையை பாராட்டப் போவதில்லை.'

'மற்றவர்களுடைய பாராட்டைப் பற்றி நான் கவலைப்படவில்லை. என் அளவில் நான் தவறு செய்யவில்லை என்பதனால் எனக்கு ஏற்படும் ஆத்மத் திருப்தியை உங்களாலோ அல்லது உங்கள் நிறுவனத்தாலோ அல்லது நீங்கள் செய்கிற அக்கிரமத்துக்கு விலை பேசும் என் அருமை சகாக்களாலோ தடுக்க முடியாது அல்லவா? 1947-ல் நாம் அடைந்தது சுதந்தரமல்ல. சுதந்தரம் என்ற மாய மானை நோக்கி மக்கள் ஓடி ஏமாந்த நாள். அன்றைக்கு காந்திஜிக்கு ஏற்பட்ட ஏக்கம் இப்பொழுது எனக்குப் புரிகிறது.'

அத்வானி சோம்பல் முறிததுக்கொண்டே எழுந்தான். 'என் அசட்டுப் பிடிவாதத்தை நான் விடமாட்டேன்' என்று நீங்கள் சொன்னீர்களானால் உங்கள் நிலைக்கு நான் வருந்துவதைத் தவிர வேறுஎன்ன செய்ய முடியும்? தாங்க்யூ, மிஸ்டர் கிருஷ்ணன்.'

'மிஸ்டர் அத்வானி! நான் உங்களை ஒன்று கேட்க விரும்பு கிறேன்' என்றார் கிருஷ்ணன்.

'இந்த ஐ.ஓ.யூ. பத்திரங்களை வேறு பல நாடுகளில் இருபது ரூபாய்க்கு விற்கப் போகிறீர்கள் அல்லவா...' என்று அவர் சொல்வதற்குள் அவன் குறுக்கிட்டான். 'சில ஃபிரிபோர்ட்டு களில் இந்தப் பத்திரங்களின் விலை இருபத்தைந்து ரூபாய்.'

'இந்தப் பணம் இந்தியாவுக்குள் வராமலே இருக்கக் கூடும் அப்படித்தானே?'

'எப்படி வரும்? நாங்கள் டாலராகப் பெற்று வெளி நாட்டு பாங்குகளில் டெபாஸிட் செய்வோம். நீங்கள் மனசு வைத்தால் உங்களுக்கும் ஒரு புதிய கணக்கு ஆரம்பித்து வைப்போம். உங்களுடைய மேலிடத்தில் பலர் எங்களுடைய பழங்கணக்கு வாடிக்கைக்காரர்கள்.'

'இப்படி ஒளிவு மறைவின்றி, ஓர் அடிப்படை 'சினிஸிஸத்'தோடு பேசுகிறீர்களே, இந்த நாடு என்றுமே உருப்படாமல் போக வேண்டுமென்பதுதான் உங்கள் விருப்பமா?' என்று கேட்டார் கிருஷ்ணன்.

அத்வானி ஒரு சுருட்டை எடுத்து பற்ற வைத்துக்கொண்டான். அவன் ஏதோ சொல்லுவதற்கு முன்னால் இது ஆயத்தம் என்று கிருஷ்ணனுக்குப் பட்டது. அத்வானி பேசத் தொடங்கியபோது, அவன் குரலில் வழக்கமான அந்தக் கிண்டல் தொனி இல்லை.

'எனக்கு இப்பொழுது வயது முப்பத்தெட்டு. பதினைந்து வருஷங்களுக்கு முன்னால் நானும் உங்களைப் போல் லட்சிய வாதியாகத்தான் இருந்தேன். தியாக சீலராக நான் பாவனை செய்து கொண்டிருந்த ஓர் அரசியல் தலைவருக்கு அந்தரங்கச் செயலாளனாகப் பணியாற்றினேன். அவர் அமைச்சரானார். நான் தொடர்ந்து அவரிடத்தில் வேலை செய்துகொண்டிருந்தேன். உயர் மட்டத்து ஊழல்கள் எல்லாம் அப்பொழுதுதான் எனக்கு கொஞ்சம் கொஞ்சமாகப் புரியத் தொடங்கின. கொள்கை,

கோஷங்கள் யாவும், சமூகச் சலுகைகளை அனுபவிக்கும் இவர் களுடைய அசிங்க முகங்களை நாம் பார்க்கக்கூடாது என்பதற்காக அவர்கள் போட்டுக் கொண்டிருக்கிற முகத்திரைகள். இவர்க ளுடன் போராட வேண்டுமென்றால், சரித்திரம் நம்மை அதற்காக ஏற்கெனவே தேர்ந்தெடுத்திருக்கிறது என்பதற்கான அடை யாளங்கள் நம்மிடம் இருக்க வேண்டும். என்னிடம் இல்லை என்று எனக்கு நிச்சயமாகத் தெரியும். ஆகவேதான் அந்த அமைச்சரிடமிருந்து விலகி இந்நிறுவனத்தில் வேலைக்குச் சேர்ந்தேன். முன்பே நான் அறிந்திருந்த தலைவர்களுடைய பலவீனங்கள் எனக்குத் துணை நின்றன. ஓர் அடிப்படை 'சினிஸிஸம்' என்கிறீர்களே, வாஸ்தவம்தான். ஒரு மாஜி லட்சிய வாதியை இனங்காட்டும் சுவடு அது. லட்சியம் ரொட்டி சுட்டுத் தராது மிஸ்டர் கிருஷ்ணன். இதை நீங்கள் ஏன் நம்ப மறுக் கிறீர்கள்?'

'நீங்கள் இளமைப் பருவத்திலேயே தீமையுடன் சமரசம் செய்து கொண்டு வீட்டீர்கள். நான் நடுத்தர வயதிலும் இவ்வாறு செய்து கொள்ள விரும்பவில்லை. சரித்திரம் என்னை தேர்ந்தெடுத்திருக் கிறது என்று நான் சொல்லவில்லை. என் உடல், மன அமைப்பே என்னுடைய இந்த இயலாமைக்குக் காரணமாயிருக்கலாம். ஆனால் இதற்காக நான் வருந்தவில்லை. தாங்க்யூ, மிஸ்டர் அத்வானி!'

கிருஷ்ணன் எழுந்திருந்து கைகளை நீட்டினார்.

பின் குறிப்பு:

கிருஷ்ணனுக்கு அவ்வரசாங்க நிறுவனத்தில் வேலை போய் விட்டது. நடுத்தர வயதில் வேலையைப் போக்கிக்கொண்ட அவருக்கு இன்னொரு வேலை கிடைப்பது என்பது அவ்வளவு சுலபமாக இல்லை. மூன்று வருஷங்கள் அவர் வேலை இல்லாமல் இருந்தார்.

கடைசியில் அத்வானியின் சிபாரிசில் வேலை கிடைத்தது.

இப்பொழுது அவர், அத்வானி வேலை பார்த்து வரும் ஏஜென்ஸி நிறுவனத்தில் ஏற்றுமதிப் பகுதித் தலைவர்.

18. ரகு என்ன செய்து விட்டான்?

ரகுவுக்கு பதினெட்டு வயசு. அவன் அப்பா போன மாசம்தான் அவனுக்கு ரேஸர் வாங்கிக் கொடுத்திருந்தார். அவருக்கு மத்திய சர்க்கார் காரியாலயத்தில் உத்தியோகம். கார் வைத்திருந்தார்.

ரமாவுக்கு பதினாறு வயசு. தாவணிபோட ஆரம்பித்து இரண்டு, மூன்று வருஷங்களாகிவிட்டன. அவள் அப்பாவுக்கும் மத்திய சர்க்கார் காரியாலயத்தில் உத்தியோகம். பெண்ணைப் பெற்று விட்ட காரணத்தினால், கார் வைத்துக்கொள்ளவில்லை.

ரகுவின் அப்பாவும் ரமாவின் அப்பாவும் சைக்கிளின் முன்னால் 'டிபன் காரியரை' தொங்க விட்டுக்கொண்டு காரியாலயம் சென்றது முதல் சினேகம். ரகுவின் அப்பா கார் வாங்கிவிட்ட பிறகும் கூட இரண்டு குடும்பங்களும் ஒற்றுமையோடு இருந்து வந்தன. ரகுவின் அம்மா எவ்வளவு பண்புடையவள் என்று இதிலிருந்து அறியலாம்.

ரகுவும், ரமாவும் சிறு வயதிலிருந்தே சண்டை போட்டுக் கொள்ள போட்டுக்கொள்ள, இருவருடைய பெற்றோர்களுக்கும் சந்தோஷம். இரண்டு வயசுதான் வித்தியாசம் என்று இருந்தாலும் பரவாயில்லை என்று சொல்லிவிட்டார் ரகுவின் அப்பா.

ரகு 'ரேஸர்' உபயோகிக்க ஆரம்பித்ததிலிருந்து தன்னிடம் அதிகம் பேசுவதில்லையென்று ரமாவுக்குப்பட்டது. கண்ணாடி முன்னால் நின்றுகொண்டு தலைமயிரை அவன் இப்படியும் அப்படியும் சுருட்டிவிட்டுக் கொள்வது அவளுக்கு வேடிக்கை யாக இருக்கும். ரமா உள்ளே வந்தால் அவன்

நிறுத்திவிடுவான். ஒரு சமயம் அவன் எரிந்துகூட விழுந்தான். 'உள்ளே வந்தால் சொல்லிவிட்டு வந்தால் என்ன?' ரகுவின் அம்மா அவனை கோபித்துக் கொண்டாள். 'என்னடா, அவள் அன்னிய மனுஷியா சொல்லிண்டு வர?' ரமாவுக்கு ரகுவின் போக்கு புரியவில்லை.

ஆல் இந்தியா ரேடியோ ஏற்பாடு செய்திருந்த ஒரு நாட்டிய நாடகத்துக்கு ரகுவின் அப்பாவுக்கு 'பாஸ்.' அவர் ராஞ்சிக்கு உத்தியோக விஷயமாகப் போக வேண்டியிருப்பதால், ரகுவை எல்லாரையும் அழைத்துப் போகும்படிச் சொன்னார். ரகுவுக்கு இஷ்டமில்லை. அவனுக்கு நாட்டியமென்றாலே பிடிக்காது. நாட்டியத்தை ரசிப்பதாகச் சொல்பவர்கள் யாவரும் ஜம்பத்துக் காகச் சொல்கின்றார்கள் என்பது அவன் அபிப்பிராயம். முதலில் முடியாது என்று சொன்னான். ஆனால் ரமாவின் அப்பாவுக்கு கார் ஓட்டத் தெரியாது. தர்மசங்கடமான நிலைமை என்று சொல்லிக் கொண்டே ஒப்புக்கொண்டான்.

இரவு 9-30 மணிக்கு நாடகம். திடீரென்று ரகுவின் அம்மாவுக்கு தலைவலி வந்தது. தான் வரவில்லையென்று சொல்லிவிட்டாள். மாமிக்குத் துணையாக தான் இருப்பதாக ரமா கூறினாள். ஆனால் ரகுவின் அம்மா அவளை போகும்படி வற்புறுத்தினாள். தான் இருந்து விடுவதாக ரமாவின் அம்மா கூறினாள். இந்த மனச் சாட்சிப் பிரச்னைகள் ஒரு வழியாகத் தீர்ந்த பிறகு ரமாவின் குடும்பத்தைக் காரில் அழைத்துக்கொண்டு ரகு புறப்பட்டான்.

கார் கதவை படீரென்று சாத்தினாள் ரமா.

'கதவு இரும்பால் செஞ்சதல்ல' என்றான் ரகு.

'பின்னே எதுதான் இரும்பாலே செஞ்சிருக்கு?' என்று கேட்டாள் ரமா. ரகுவின் அலட்சிய போக்கைக்கண்டு அவளுக்கு அசாத்திய கோபம்.

ரகு பதில் சொல்லவில்லை. ரமாவின் பெற்றோர் அவளுக்கு மிகவும் 'இடம்' கொடுத்து வருகிறார்களென்பது அவன் அபிப் பிராயம்.

கல்கத்தாவிலிருந்து வந்த ஒரு குழுவினரின் நாட்டிய நாடகம். உடைகளும், ஜோடனைகளும் கண்ணுக்குக் குளிர்ச்சியாக இருந் தன. ரகுவின் மனசு ஒரு இனம்புரியாத மகிழ்ச்சியால் நிறைந்தது.

பாஷை புரியாத காரணத்தால், காதால் இல்லாவிட்டாலும், கண்ணால் ரசிக்கலாம் என்று அவனுக்குப்பட்டது.

'ஸ்டேஜ் டொகொரேஷன் ஜோராயிருக்கு' என்றாள் ரமா.

'டெகோர்' என்ற அவளை எரிச்சலுடன் திருத்தினான் ரகு. இந்த மாதிரிச் சின்ன விஷயங்களில்கூட அவனுக்குக் கோபம் வந்து விடும். சரியாகத் தெரியாவிட்டால் என்ன பாவனை வேண்டிக் கிடக்கிறது என்பது அவன் வாதம்.

'டெகொரேஷன்' என்று வீம்புடன் மறுபடியும் சொன்னாள் ரமா.

இப்பொழுது அவளைத் திருத்த அவன் விரும்பவில்லை. தன்னுடைய அலட்சியமே அவளுக்கு பாடம் கற்பிக்கட்டு மென்று நிறுத்தி விட்டான்.

ரகு பின்னால் திரும்பிச் சுற்றும் முற்றும் பார்த்தான். அவன் நண்பன் கேசவன் வந்திருந்தான். அந்தப் பெண் உஷாவுடன். உஷா கேசவனுக்கு 'தத்துபித்தென்று' இரண்டு மூன்று கடிதங்கள் எழுதினாள். அவற்றை 'கெமிஸ்டிரி' புத்தகத்தில் ஒளித்து வைத்துக்கொண்டு, ரகுவுக்கு வகுப்பில் படித்துக் காண்பித்தான் கேசவன். கேசவனுக்கு அலை அலையாக சுருட்டை மயிர். அந்த மயிரைப் பற்றியும் கடிதத்தில் குறிப்பிட்டிருந்தாள் அந்த அசட்டுப் பெண் உஷா.

'கேசவன் பக்கத்திலே யாரு அந்தப் பொண்ணு?' என்று கேட்டாள் ரமா.

ரகு பதில் சொல்லவில்லை. தான் அவர்களைப் பார்த்துக் கொண்டிருப்பதை ரமா கவனித்து விட்டாள் என்பது அவனுக்குச் சிறிது ஆத்திரத்தைத் தந்தது. தான் அப்படிப் பார்த்தது அவளுக்குக் கண்ணியமாகப்படவில்லை; அதனால்தான் இந்த ஆத்திரம்.

'யாராயிருந்தால் என்ன, உனக்கேன் இந்த விவகாரம்?' என்றான் ரகு.

'விவகாரமா?' என்று கேட்டுவிட்டுச் சிரித்தாள் ரமா.

ரகு அவளை கோபத்துடன் பார்த்தான். அவள் அப்பாவித்தன மான பார்வையுடன் நாடகத்தில் லயித்திருந்தாள். அவள் மிகவும்

அழுத்தமானவள் என்று அவன் அம்மா அடிக்கடி கூறுவாள். அது வாஸ்தவம்தான். சொல்வதையும் சொல்லிவிட்டு என்ன பாவனை!

கேசவனையும் உஷாவையும் பற்றியும் அவனால் மறுபடியும் நினைக்காமலிருக்க முடியவில்லை. காலேஜ் 'காரிடாரி'ல் கேசவனைச் சுற்றி வளைந்து வளைந்து அவள் வருவாள். 'வெட்கங் கெட்டவள்' என்று ரகு வாய்விட்டு முணுமுணுத் தான்.

ரமா அவனை திரும்பிப் பார்த்தாள். தான் சொன்னது அவள் காதுகளில் விழுந்திருக்குமோ?

ரமா புன்னகை செய்தாள். ரமா நல்ல அழகு என்று ரகுவுக்குப் பட்டது. உஷாவுக்கு வேஷம்தான். 'பெண் கால், அலங்காரம் முக்கால்' என்று அவன் அம்மா யாரையோ பற்றி ஒரு தடவை சொன்னாள். உஷாவைப் பொறுத்தவரையில் அது உண்மைதான்.

நாற்காலி கைப்பிடியின் மேல் அவன் கையை ஊன்றியபோது ஏற்கெனவே அவ்விடத்தில் ஒருகை இருப்பதை உணர்ந்தான். மிகவும் மிருதுவான, புஷ்பம் போன்ற கை. ரமாவின் கைக்கு இவ்வளவு மிருதுத் தன்மை இருக்கும் என்று அவன் இதுவரை எண்ணியதில்லை. ரமா தன் கையை இழுத்துக் கொள்ளவில்லை.

நாடகத்தில் ஏதோ கனவுக்காட்சி; ரமாவின் கவனம் அதிலிருந் தது. கையைக் கூப்பிக்கொண்டு ஒரு பெண் கீழே குனிந்த வாறிருந்தாள். அவள் கண்கள் மூடியிருந்தன. அவள் முகத்துக்கு மட்டும் காட்டப்பட்ட சிவப்பு ஒளி வெள்ளம், அந்தச் சூழ் நிலைக்கு இன்னும் அழகு கூட்டிற்று.

ரமாவின் கையின் மீதிருந்த அவன் கை தானாகவே இன்னும் அழுந்திற்று. அப்பொழுதும் ரமா தன்கையை இழுத்துக் கொள்ள வில்லை.

ரகு விரல்களோடு சேர்த்து அவள் கையைப் பிடித்துக் கொண்டான். இதைச் செய்யத் துணிவதற்கு முன்னால் அவன் சற்றுத் தயங்கினான். ஆனால், ஒரு வேகத்தில் செய்துவிட்டான். ஆனால் அவனுக்கே ஒரு ஆச்சரியம் காத்திருந்தது. ரமா இதை உணராமலிருக்க முடியாது. ஆனால் அப்பொழுதும் அவள் தன் கையை இழுத்துக்கொள்ளவில்லை.

உலகம் சுவாரஸ்யம் நிறைந்ததாகத் தோன்றிற்று ரகுவுக்கு. அவன் திரும்பிப் பார்த்தான். கேசவன் பக்கத்தில் மிக நெருக்கமாக உட்கார்ந்திருந்தாள் உஷா. 'வெட்கங் கெட்ட பெண்' என்று அவசரப்பட்டு முணுமுணுத்திருக்க வேண்டாம் என்றுபட்டது அவனுக்கு. திடீரென்று தனக்கும் கேசவனுக்குமிடையே ஒரு அத்யந்தமான பந்தம் உருவாகிவிட்டதென்று அவன் உணர்ந் தான். அடுத்த நாள் கேசவனைப் பார்த்து ஏதேதோ சொல்ல வேண்டுமென்று அவன் நினைத்தான். அவனை அறியாமலே அவன் முகம் சிவந்தது.

நாடகம் முடிந்து திரும்பும்போது ரமாவின் அப்பாவும் அம்மாவும் அதைப் பற்றி வாதித்துக்கொண்டு வந்தனர். ரகுவும் பேசவில்லை. ரமாவும் பேசவில்லை. ஆனால் இருவருடைய மௌனமும் அவர்களிருவருக்கும் மட்டும் புரியக்கூடிய பாஷை யாகவிருந்தது.

'நாடகம் எப்படி இருந்தது?' என்று ரகுவைக் கேட்டாள் அவன் அம்மா.

'ஒரு கனவுக் காட்சி வந்தது. ரொம்ப நன்னாயிருந்தது' என்றான் ரகு. அவன் மனத்துக்குள் சிரித்துக்கொண்டான்.

ரகுவுக்கு அன்றிரவு தூக்கமே வரவில்லை. நாடகத்தில் அந்தப் பெண் கைகளைக் கூப்பிக்கொண்டு நிற்கிறாள். மலர்மாரி. இந்தக் காட்சியைத் திரும்பத் திரும்ப நினைத்துக்கொண்டான். ரமா தூங்கியிருப்பாளோ? பெண்களுக்கு அவ்வளவாகக் கற்பனை கிடையாது என்பது அவன் கருத்து. வீதியில் சௌக்கி தார் 'டொக், டொக்' என்று கழியினால் சப்தம் செய்து கொண்டு போனான். எத்தனை நேரம் விழித்திருப்பது என்று தீர்மானம் செய்து திரும்பிப் படுத்தான். அப்பொழுது அவன் சித்தி போன வருஷம் சென்னையிலிருந்தபோது சொன்னது ஞாபகத்துக்கு வந்தது. 'எனக்குத் தூக்கம் வரல்லேன்னா எங்காத்துப் பசங்க பேரெல்லாம் ஞாபகப் படுத்திப் பார்ப்பேன். தூக்கம் தானாக வந்திடும்' அவன் சித்திக்கு பதினொன்று குழந்தைகள்.

அவனுக்கு கண்விழிப்பு ஏற்பட்டபோது இன்னும் புலரவில்லை. எழுந்திருந்து மணியைப் பார்த்தான். மணி 5-30.

குளியலறைக்குச் சென்று முகத்தை கழுவிக்கொண்டு திரும்பி னான். ரமாவும் கதவைத் திறந்துகொண்டு வெளியே வந்தாள்.

'என்ன, பால் வாங்கவா?'

'ஆமாம்.'

'நானும் வரட்டுமா?'

ரமாவும் இரவு சரியாகத் தூங்கியிருக்க மாட்டாள் என்று அவனுக்குத் தோன்றிற்று. தான் கதவைத் திறந்துகொண்டு வந்த சப்தம் கேட்டுத்தான் அவளும் வந்திருக்கிறாள்.

பால் புட்டிகளையும், கூப்பன்களையும் எடுத்துக்கொண்டு புறப்பட்டான் ரகு. ரமாவும் அவனைப் பின் தொடர்ந்தாள். ரமா தினந்தோறும் வருவதில்லை. அவள் அப்பாதான் வருவார். சில சமயங்களில் அவர் தூங்கிக்கொண்டிருந்தாரானால் ரமா வருவாள். ஆனால் அதற்கும் அவள் அம்மா அவளை எழுப்பி வற்புறுத்தி அனுப்ப வேண்டும். இப்பொழுது ரமாவாகவே புறப்பட்டு வருகின்றாள் என்று ரகுவுக்குத் தோன்றிற்று.

அவர்கள் குடியிருந்த இரண்டு பகுதிகளுக்கும் உள்ளே செல்ல ஒரே பொதுக்கதவு. பால் வாங்கச் செல்லப் போகும்போது வெளியே தாளிட்டுக்கொண்டு செல்வது வழக்கம். தூங்குகின்ற வர்களை எழுப்ப வேண்டாமல்லவா? ரமா கதவை வெளிப்பக்க மாகத் தாளிட்டாள்.

மாடிப்படி விளக்கைப் போடாமலே ரகு கீழே இறங்கினான். ரமாவும் போடவில்லை. இரண்டு படிகள் இறங்கியதும் ரகு திரும்பிப் பார்த்தான். ரமாவும் அவனை நோக்கினாள்.

ரமா அவன் மூக்குவரை வளர்ந்து விட்டாள் என்பதை அறிந்ததும் ரகுவுக்கு ஆச்சரியமாக இருந்தது. இன்னும் வளர்ந்துகொண்டே போவாளோ?

'கார் கதவு இரும்பாலே செஞ்சதில்லேன்னியே, எது இரும்பாலே செஞ்சுருக்குன்னு தெரிஞ்சுடுத்து' என்றாள் ரமா.

'எது?'

'உன் கை' என்றாள் ரமா. ரகு விலகி நின்றான். அவன் கீழே வைத்திருந்த பால் புட்டிகளை மறுபடியும் எடுத்துக் கொண் டான். ஒன்றும் பேசவில்லை.

வெளியே ஒரே பனிமூட்டம். ரமா அவனருகில் வந்து ஒட்டிக் கொண்டாள்.

டிப்போவில் இன்னும் பால் வரவில்லை. 'பால் வண்டிக்கு உடம்பு சரியில்லை' என்று சொல்லிவிட்டு தம் ஹாஸ்யத்தைத் தாமே அனுபவித்தவாறு ஒருவர் சிரித்தார். ரகுவும் உபசாரத்துக் காக சிரித்தான்.

'இப்படி காலாறப் போவோமா?' என்று கேட்டான் ரகு.

'ஹூம்...'

பக்கத்தில் மௌனமாக வரும் பெண்ணுடன் எவ்வளவு தடவை சண்டை போட்டிருக்கிறோம் என்று எண்ணிப் பார்த்தான் ரகு. அவனுக்கு வேடிக்கையாக இருந்தது.

'ஏதாவது பேசேன்...' என்றான் ரகு.

'எனக்கு பயமா இருக்கு' என்றாள்.

திடீரென்று ரகுவையும் பயம் பற்றிக்கொண்டது. தவறு செய்து விட்டோமோவென்று ஒரு கணம் நினைத்தான். அவளுக்கு ஆதரவாக இருக்கட்டுமென்று அவள் கையைப் பற்றினான். அவள் கையை வெடுக்கென்று இழுத்துக்கொண்டாள்.

'ஏன்?' என்று கேட்டான் ரகு.

'ரகு! அம்மாவுக்குத் தெரிஞ்சா?' அவள் தொண்டை அடைத்துக் கொண்டது.

'ஒண்ணும் குடிமுழுகிப் போயிடவில்லையே?'

உண்மையாகப் பார்க்கப்போனால் அவனுக்கும் பல சந்தேகங் கள். கேசவனைக் கேட்க வேண்டுமென்று நினைத்தான். கேசவனுக்கு அனுபவம் ஜாஸ்தி. ஆனால் தனக்கும் எல்லாம் தெரியுமென்று அவனிடம் காட்டிக் கொள்ள வேண்டுமென்பது அவன் விருப்பம்.

கேசவனை ஏதாவது கேட்டால் அவன் சும்மா விடமாட்டான். அவன் முரடன். முரட்டுத்தனமான ஹாஸ்யம்தான் அவனுக்குப் பிடிக்கும். ஒன்றுமில்லாததை பெரிசு பண்ணி எதற்காக அசட்டு பட்டத்தைச் சுமக்க வேண்டும்?

ஆனால் ரமா பயப்படுகிறாளே!

'திரும்பிப் போகலாமா?' என்று கேட்டான் ரகு.

'ஹூம்.'

★★ ★

அவர்கள் பால் வாங்கிக்கொண்டு திரும்பும்போது 'பால்கனி யில்' ரமாவின் அப்பா பேப்பர் படித்துக் கொண்டிருந்தார். இரு வரையும் ஒரு விநாடி ஏறிட்டு நோக்கினார். பிறகு 'பேப்பரில்' மூழ்கிவிட்டார்.

அவருக்கு எல்லாம் தெரிந்திருக்குமோ? சாதாரணமாகப் பேசுவாரே...! ரகுவுக்கு தான் புன்னகை செய்திருக்கலாமென்று தோன்றிற்று! தான் புன்னகை செய்யாமலிருந்தது அவருக்கு விசித்திரமாகப்பட்டிருக்கலாம்.

'ஏண்டா ரகு இவ்வளவு நேரம்?' என்று கேட்டாள் ரகுவின் அம்மா. அவள் குரலில் சந்தேகம் நிழலிட்டுக் கொண்டிருப்பது போல் ரகுவுக்குப் பட்டது.

அவன் பதில் சொல்லவில்லை. படிப்பதற்காகப் பேப்பரை எடுத்தான்.

அம்மா உள்ளே போனாள்.

அவன் மனம் பேப்பரில் லயிக்கவில்லை. பக்கங்களைப் புரட்டிவிட்டு விட்டெறிந்தான்.

'படிச்சாச்சுன்னா அவ்வளவு அலட்சியமா? மடிச்சு வையேண்டா...' என்றாள் அம்மா. அவனெதிரே அவள் காப்பியை வைத்தாள்.

காப்பியை சாப்பிட்ட பிறகு பீரோ கண்ணாடியெதிரே நின்று தன் முகத்தை சிறிது நேரம் உற்றுப் பார்த்துக்கொண்டிருந்தான் ரகு. நேற்றைக்கு இருந்த முகம் இன்றில்லை போல் அவனுக்குத் தோன்றிற்று.

அவன் குளியலறைக்குச் சென்று வெந்நீர் கொண்டு வந்தான். பீரோவைத் திறந்து 'ரேஸரை' எடுத்தான். கேசவன் அப்பாவிடம் 'எலக்ட்ரிக் ரேஸர்' இருக்கிறது. அவர் ஜெர்மனியிலிருந்து வாங்கிக் கொண்டு வந்தார். உஷாவைத் தவிர, கேசவன் பேசும் மற்றொரு விஷயம், அவன் 'எலக்ட்ரிக் ரேஸரை' உபயோகப் படுத்துவது.

'என்னடா இவ்வளவு சீக்கிரம்?' என்று கேட்டாள் அம்மா.

'சும்மாத்தான்.'

அவன் தன் கன்னத்தைத் தடவிப் பார்த்துக்கொண்டான். ரேஸர் வழவழப்பைக் கொடுக்குமே தவிர, நேற்றைய முகத்தைத் திருப்பித் தராது.

'என்ன 'ஷேவ்' பண்ணிக்கிறியா?' என்று கேட்டுக்கொண்டே வந்தான் சேஷாத்திரி. அவன் இப்படித்தான் ஏதாவது அசட்டுத் தனமாகக் கேட்டுக்கொண்டு வருவது வழக்கம். அவன் பெரிய 'போர்' என்பது ரகுவின் அபிப்பிராயம். ஆனால் படிப்பில் கெட்டிக்காரன். கேசவன் போன்ற மாணவர்களைக் கண்டால் நெருப்பிடமிருந்து விலகுவது போல் ஓடிவிடுவான். ரகுவிடம் அவன் ஒரு தடவை சொன்னான்: 'கேசவனோடு சேராதேடா அவன் இம்மாரல்.' 'இம்மாரல் என்றால் என்ன அர்த்தம்?' என்று கேட்டான் ரகு. 'பொம்மனாட்டிப் பசங்களோட பேசறது' என்று தயக்கமின்றி விடையளித்தான் சேஷாத்திரி.

'ஏண்டா இவ்வளவு சீக்கிரம்?' என்று கேட்டான் சேஷாத்திரி.

தான் 'ஷேவ்' செய்து கொள்வதில் சேஷாத்திரிக்குக் கொஞ்சம் பொறாமை கூட இருக்கலாமென்று பட்டது ரகுவுக்கு. ஆண்மை அவன் முகத்தை இன்னும் அண்டவில்லை. பரிணாம வளர்ச்சி யின் உயர்ந்த படியில் இருக்கிறவர்களுக்கு மயிர் வளரவே வள ராது என்று சேஷாத்திரி அதற்குச் சமாதானம் கூறுவான். 'பாவம், சின்னப் பையன்' என்று தன் மனத்துக்குள் கூறிக்கொண்டான் ரகு.

சேஷாத்திரியின் வருகை ரகுவுக்கு ஆறுதலாக இருந்தது. அவன் மனசை ஏதோ உறுத்திக் கொண்டிருந்தபோது, பாடத்தைத் தவிர உலகத்தில் வேறு விஷயங்களும் இருக்கின்றன என்று அறியாத சேஷாத்திரியின் பேதைமையில் அவன் இளைப்பாற விரும்பி னான். 'அல்ஜீப்ராலே கொஞ்சம் சந்தேகம். சொல்லித்தரயா' என்று கேட்டான் ரகு.

சேஷாத்திரிக்கு ஒரே ஆச்சரியம். பாடத்தைப் பற்றிப் பேசினால் ரகுவுக்கு எப்பொழுதும் கோபம் வரும். இப்பொழுது அவனாகவே பாடத்தில் சந்தேகம் கேட்கிறான்.!

'கொண்டா' என்றான் சேஷாத்திரி.

சேஷாத்திரி என்னென்னவோ சொல்லிக் கொண்டே போனான். ரகுவின் மனம் 'அல்ஜீப்ரா'வில் இல்லை. சேஷாத்திரியும் ரகுவுக்கு பாடம் சொல்லிக் கொடுப்பதாகத் தோன்றவில்லை. அழகை உபாசிக்கும் ஒரு ரசிகனைப் போல் அவன் உணர்ச்சி வயப்பட்டுப் பேசிக்கொண்டே போனான்.

'சரி புரிந்தது. போறும்' என்றான் ரகு. கல்லூரி ஆரம்பிப்பதற்கு முன்னால் கேசவனைப் பார்க்கவேண்டுமென்பது அவன் எண்ணம்.

ரகுவுக்கு ஒன்றும் புரியவில்லை என்று சேஷாத்திரிக்குத் தெரிந்தது. அதுவும் ஒரு சுவாரஸ்யமான கட்டத்தில் ரகு இடை மறித்தது பற்றி அவனுக்குக் கோபம்.

கேசவனுடன் சேர்ந்து சேர்ந்து ரகுவும் கெட்டுப் போகிறான் என்று அவன் நினைத்தது சரியாய்ப் போயிற்று. 'அல்ஜீப்ரா தெரியாத மண்டு' என்று தன் ஆத்திரம் தீர உள்ளுக்குள் சொல்லிக் கொண்டான் சேஷாத்திரி.

'சரிடா காலேஜ்லே பார்க்கிறேன்' என்று சொல்லி விட்டு அவன் எழுந்து போனான். கல்லூரியில் 'காண்டீன்' பக்கத்தில் நின்று கொண்டிருந்தான் கேசவன். ரகுவைக் கண்டதும் வாயிலுள்ள சிகரெட் கூட ஆடாமல் அவன் முணுமுணுத்தான்: 'ஹல்லோ யார்!'

இந்த 'யாரை'க் கண்டால் ரகுவுக்கு கொஞ்சம் கூட பிடிக்காது. பஞ்சாபி இளைஞர்கள் தங்களுடைய பேச்சில் அடிக்கடி பரிமாறிக் கொள்ளும் வார்த்தை இது. அர்த்தம் கிடையாது.

'ஹல்லோ... ' என்றான் ரகு.

'ஸோ ஏர்லி, யார்?' என்றான் கேசவன்.

'உன்னைத்தாண்டா பார்க்க வந்தேன்.'

'ரியலி யார்? அதோ உஷா வராடா.'

ரகுவுக்கு எரிச்சலாக வந்தது. இவனிடம் போய் ஒன்றையும் விவாதிக்கக் கூடாது என்ற தீர்மானத்துடன் பதில் சொல்லாமல் அவ்விடத்திலிருந்து புறப்பட்டான்.

'ஏண்டா போறே?'

'உன் இன்ட்ரெஸ்ட்தாண்டா உனக்கு' என்றான் ரகு கோபத்துடன்.

‘ஸாரி யார். ஹல்லோ உஷா...’

உஷா ரகுவைப் பார்த்து புன்னகை செய்தாள்.

ரகுவும் பதிலுக்குப் புன்னகை செய்தான்.

‘உன்னை ‘லஞ்ச்’ போது பார்க்கிறேண்டா.’

ரகு பதில் சொல்லவில்லை. ஆனால் கேசவனும் அவன் பதிலை எதிர்பார்க்கவில்லை. உஷாவுடன் அவசரமாகப் புறப்பட்டு விட்டான்.

ரகுவுக்கு திடீரென்று தொண்டை அடைத்துக் கொண்டது. அழுகை வந்துவிடுமோவென்று ஒருகணம் பயந்தான். கஷ்டப் பட்டு அடக்கிக்கொண்டான்.

கேசவனை மறுபடியும் சந்திக்க விரும்பவில்லை. யாரிடம் போய் அந்தரங்கமாக விவாதிக்க முடியும்? விஷயம் தெரிந்த வனாக இருக்க வேண்டும். அதே சமயத்தில் தான் சொல்வதை அனுதாபத்துடன் கேட்பவனாக இருக்க வேண்டும். சேஷாத்திரி ஒரு குழந்தை. சே... தானும் அவனைப் போல் இருந்திருக்கக் கூடாது? அப்படித்தானே இருந்தோம்! எல்லாம் இந்தக் கேசவனின் சகவாச தோஷம்தான். கடவுளே, சேஷாத்திரிக்கு அல்ஜீப்ராவிலுள்ள சுவாரஸ்யம் தனக்கேன் இல்லை?

அவனுக்கு அப்பொழுது ஞாபகத்துக்கு வந்தது. முன்பொரு தடவை கேசவன் ஒரு புத்தகத்தைக் குறிப்பிட்டான். அதில் எல்லா விஷயங்களும் ‘பச்சையாக’ச் சொல்லப்பட்டிருக்கின்றன என்று கண்ணைச் சிமிட்டிக்கொண்டே அவன் சொன்னான். அவன் கண்ணைச் சிமிட்டியபோது ரகுவுக்கு அறையலாம் போலிருந்தது. அந்தப் புஸ்தகம் தனக்குக் கிடைக்குமானால்? அவனுக்கு அதைப் படிக்க வேண்டுமென்ற ஆர்வமில்லை. ஆனாலும் ரமா இப்படி பயப்படுவது நியாயமா இல்லையா என்று அந்தப் புஸ்தகத்தைப் படித்தால் ஒரு வேளை தெரியும்.

காலையில் நடந்த நிகழ்ச்சியை அவன் மறுபடியும் மனத் திரையில் போட்டுப் பார்த்தான். பயப்படுவது வீண் பிரமை என்று அவனுக்கு இப்பொழுது தோன்றத் தொடங்கியது. பயம் குறையக் குறைய, ‘இன்னொரு தடவை அது நடந்தாலென்ன’ என்ற எண்ணம் திருடனைப் போல் மனசில் நுழைந்தது. இவ்வுணர்ச்சி தலைதூக்கியதும் அவனுக்கு வெட்கமாகப்

போயிற்று. கேசவனைப் போல் தானும் கெட்டவன்தான் என்ற எண்ணம் அவனுக்கு உறுதிப்பட்டது. ஒருவரையும் பார்க்காமல் ஓடிவிட்டால் என்ன என்று அவன் நினைத்தான். அவன் கெமிஸ்டிரி பரிசோதனை செய்துகொண்டிருக்கும்போது ஆபீஸி லிருந்து செய்தி வந்தது. 'போன்' வந்திருப்பதாக. எங்கிருந்து வந்திருக்கும்? ஒருவேளை ரமாவின் அப்பாவுக்கு எல்லாம் தெரிந்து விட்டதோ? அவரிடம் எப்படிப் பேசுவது? 'மாற்றுக் குறையாத தங்கம் ரகு' என்று அவர் அடிக்கடி கூறுவார். அப்பொழுதெல்லாம் அவனுக்குக் கூச்சமாக இருக்கும்; கூச்சத் துடன் கோபமும் வரும். இப்பொழுதுஅவர் தன்னுடன் எதற் காகப் பேச விரும்புகிறார்? என்ன அசட்டுத்தனம், தானாகவே அவர் தான் பேசக் கூப்பிடுகிறார் என்று நினைத்துக் கொண்டு அவஸ்தைப்படுகிறோமே!

ஆபீஸ் அறைக்குள் நுழைந்ததும், அவன் சற்றுத் தயங்கினான். சாதாரணமாக மாணவர்களுக்குப் 'போன்' வந்தால் கூப்பிட மாட்டார்கள். ஏதாவது முக்கியமான அவசரச் செய்தியாக இருக்க வேண்டும்.

'போன்' ஹெட் கிளார்க் டேபிளருகே இருந்தது. அவன் 'ரிஸீவரை'க் கையிலெடுத்தான்.

'எஸ், ரகு ஹியர்...'

இரண்டு, மூன்று விநாடிகள் பதிலில்லை.

'எஸ், ரகு ஹியர்...'

'ஹூம்' பெருமூச்சொன்று வெளிப்பட்டது. ரகுவுக்கு யாரென்று தெரிந்து விட்டது.

'என்ன ரமா?'

'பயமாயிருக்கு ரகு.'

'என்ன பயம்?' அவன் வரவழைத்துக்கொண்ட அலட்சிய பாவத்துடன் பேசினான். ஆனால் அவனையறியாமல் குரலில் நடுக்கம் கண்டது.

'ஒரே பயமாயிருக்கு ரகு' என்றாள் ரமா மீண்டும்.

'என்ன திரும்பத் திரும்ப அதையே சொல்றே! எங்கேயிருந்து பேசறே?'

‘எங்க பள்ளிக்கூடத்துக்குப் பக்கத்திலிருக்கிற போஸ்டாபீஸிலிருந்து. நீ வரயா இங்கே?’

‘நானா?’

‘இரண்டு பேருமா எங்கேயாவது ஓடிப் போயிடலாமா?’

‘என்ன பைத்தியமா இருக்கே! ஒண்ணும் நடக்கலே இப்படிப் படபடக்கறியே?’

‘ஹ்ும் … ஒண்ணுமே நடக்கலியா? நிச்சயமா?’

‘ஆமாம். ஒண்ணுமே நடக்கல்லே.’ இப்பொழுது அவன் குரலில் ஒரு உறுதி தென்பட்டது. தான் சொல்வதைத் தானே நம்ப வேண்டுமென்ற ஆவேசம்.

‘காலம்பற நீயும் பயப்பட்ட மாதிரி இருந்தாயே…’

‘ஒண்ணுமில்லே. நான் உன்னைப்போல குழந்தையில்லே. எனக்கு எல்லாம் தெரியும்.’

‘பொய் சொல்லாதே. காலம்பற உன் கை நடுங்கித்து.’

‘குளிரினாலே இருக்கும். சரி, சரி. சமத்தா வேலையைப் பாரு. அனாவசியமா நீயா அலட்டிக்காதே.’

‘நிஜமாகவா ரகு? உன்னை நம்பலாமா?’

‘சத்தியமா.’

‘உன்னை நம்பலாமா?’

‘சத்தியமா’… இப்பொழுது அவன் திடீரென்று இரண்டு, மூன்று வருஷங்கள் பெரியவனாகி விட்டாற்போன்ற ஒரு உணர்வு. அசட்டுத்தனமாக கேசவனைக் கேட்போமா, புஸ்தகம் படிப்போமா என்றெல்லாம் நினைத்தோமே என்று அவன் தனக்குள் சிரித்துக்கொண்டான்.

‘இப்போ… பயமாயிருக்கா?’ என்று கேட்டான் ரகு.

‘இ…ல்…லே…’

‘சரி, நாளைக் காலம்பற பால் வாங்கப் போறச்சே பேசலாம்’ என்று சொல்லிவிட்டு போனைக் கீழே வைத்தான் ரகு.

19. அந்தணர் என்போர் இந்திய – அமெரிக்கப் பிரஜைகள்

மணியைப் பார்த்தேன். ஏழு.

ஏழரை மணிக்கு வருவதாகச் சொல்லியிருந்தான் ஷங்கர். அவனால் வர முடியாவிட்டாலும் என்னை அழைத்துக்கொண்டு போக கார் வருமெனச் சொன்னான்.

ஷங்கர் வீட்டில் விருந்து.

தொழில் விஷயமாக அளிக்கும் விருந்தில் எனக்கென்ன வேலை என்று நான் எவ்வளவோ சொல்லியும் ஷங்கர் கேட்கவில்லை. பலவிதமான ஆட்களைப் பார்க்கப் போகிறீர்கள். அவர்கள்தானே உங்கள் கதைகளுக்குக் கருப்பொருள் என்று பெரிதாகச் சிரித்துக் கொண்டே சொல்லிவிட்டு, டெலிபோனை வைத்துவிட்டான். அவன் அழைப்பை மறுப்பதென்பது மிகவும் சிரமமான காரியம்.

ஷங்கரைப் பற்றிச் சொல்லியாக வேண்டும்.

தொழில் - ஏற்றுமதி இறக்குமதி. இத் தொழில் என்றாலே அதில் எல்லாம் அடக்கம். அவனைப் பற்றி நான் விவரித்துச் சொல்ல வேண்டிய அவசியமேயில்லை. காலை சென்னையில் காப்பி. மதியம் தில்லியில் உணவு. இரவுச் சாப்பாடு மும்பையில். மாதம் பதினைந்து நாள் உடம்பில் இறக்கை முளைத்துவிடும். பறந்து கொண்டே இருப்பான், உலகம் முழுவதும்.

ஷங்கருக்கும் எனக்குமிடையே எப்படி நட்பு இருக்க முடியு மென்று என்னுடைய பல நண்பர்களுக்கு ஆச்சர்யம். இதில் ஆச்சர்யப்படுவதற்கு எதுவுமில்லை. அவன் என்னுடைய பழைய மாணவன். தலை மாணாக்கன் என்றுதான் சொல்ல

வேண்டும். சிவில் சர்வீஸ், மருத்துவம், பொறியியல் ஆகிய எந்தத் துறைக்கும் அவன் தகுதியுடையவனாக இருந்தும் அது எதற்கும் போகாமல், அவன் கொச்சிக்குப் போய் ஒரு மீன் ஏற்றுமதி கம்பெனியில் வேலைக்குச் சேர்ந்ததுதான் எல்லோருக்கும் ஆச்சரியமாக இருந்தது. 'என்ன இப்படி மீன் வியாபாரத்துக்குப் போய் சேர்ந்திருக்கே?' என்றதற்கு அவன் பதில்: 'மச்சாவ தாரத்திலிருந்து ஆரம்பிச்சாத்தானே திருவிக்கிரமனா விசுவரூபம் எடுக்க முடியும்?'

அவனால் விசுவரூபம் எடுக்க முடிந்தது. அவன் பணம் பண்ணுவதை மட்டுமே குறிக்கோளாகக் கொள்ளவில்லை. இதில் ஏற்படும் அனுபவங்களும் அவனுக்கு முக்கியமானவையாக இருந்தன. அவற்றை என்னுடன் பகிர்ந்து கொள்வான். ஒரே சமயத்தில் விளையாடுபவனாகவும், பார்வையாளனாகவும் அவனால் இருக்க முடிந்தது என்பதுதான் அவன் தனித்தன்மை.

யாருக்காக விருந்து என்று அவனை நான் கேட்டேன். 'இந்திய அமெரிக்க பிரஜை. தொழிலதிபர். இவர்கள்தானே இன்றைய பிராமணர்கள், நம் நாட்டில்...' என்று அவன் சொன்னபோது, அவன் புன்னகை செய்வதுகூட டெலிபோனில் தெரிவது போல் எனக்கொரு பிரமை.

அந்த இந்திய அமெரிக்கப் பிரஜை முப்பது வருஷமாக அமெரிக்காவில் இருக்கிறாராம். அவர் என்ன வியாபாரம் செய்கிறாரென்று ஷங்கர் சொன்னது எனக்குப் புரியவில்லை. ஏதோ மருந்துத் தொழில் சம்பந்தப்பட்டது என்று மட்டும் புரிந்தது.

அந்த இந்திய அமெரிக்கப் பிரஜை, அமெரிக்காவில் நியு ஜெர்ஸியில் இருக்கிறார். தஞ்சாவூர் மாவட்டத்தில் கிழக்குக் கடற்கரை ஓரப் பகுதியில் ஒரு குக்கிராமத்தைச் சேர்ந்தவர். அவர் அப்பா அந்தக் கிராமத்தை விட்டு வேலை நிமித்தம் சென்னைக்கு வந்து விட்டார். அதற்குப் பிறகு அவருக்கும் அந்தக் கிராமத்துக்கும் எந்தச் சம்பந்தமுமில்லாமல் போய்விட்டது. அந்தக் கிராமத்து உப்பைத் தின்றவன் என்று அந்த இந்திய அமெரிக்கப் பிரஜையின் அப்பா அடிக்கடி சிரித்துக்கொண்டே சொல்வாராம். காரணம் அந்தக் கிராமத்தில் தின்பதற்கு உப்பைத் தவிர வேறு எதுவும் கிடையாது.

பச்சைப் பணத்தில் மூழ்கித் திளைத்த அந்த இந்திய அமெரிக்கப் பிரஜைக்கு திடீரென்று ஒரு நாள் ஒரு பசுமையான எண்ணம் தோன்றியது.

அவர் அவருடைய அந்த குக்கிராமத்து உப்பைத் தின்று வளர்ந்தவர் என்று சொல்ல முடியாவிட்டாலும் அவர் அப்பா தின்றவர் என்ற காரணத்தினால் அந்தக் கிராமத்தைப் பசுமை கொழிக்கும் ஊராக ஏன் மாற்றிவிடக் கூடாது என்ற பசுமையான எண்ணம். இந்தியாவில் இப்போதுள்ள தாராள மயமாக்குதல் என்ற பொருளாதாரக் கொள்கை வெயிலில் சந்தோஷமாகக் குளிர் காயலாம். தேசபக்தியையும் நிரூபித்துக் காட்டலாம். இதற்கு ஊதியமுண்டு எனும்போது வலிய வீட்டுக்கு வரும் திருமகளுக்கு அனுமதி மறுக்கலாமா?

இவ்வாறெல்லாம் அவரைப் பற்றிப் பேசிய ஷங்கரிடம் நான் கேட்டேன். 'நீ அவருக்கு எதற்கு விருந்தளிக்கிறாய்?'

'எனக்கு மட்டும் தேசபக்தி இல்லையா? பச்சைப் பணத்தை பாரத நாட்டுக்கு இறக்குமதி செய்வது என் பணி' என்றான்.

வாசல் மணி ஒலித்தது.

ஐயப்ப பக்தர் ஒருவர் நின்று கொண்டிருந்தார். கதவைத் திறந்ததும். என் பெயரைச் சொன்னார். நான் தலையசைத்தேன்.

'ஐயா வீட்டிலேந்து வர்றேன். போகலாங்களா?'

அவனைப் பொருத்தவரையில் உலகத்தில் ஒரு ஐயாதான் உண்டு என்று அவன் நினைப்பதாக எனக்குத் தோன்றியது.

நான் புறப்பட்டேன்.

நான்கு நாள்களாக நல்ல மழை. எழில் மிகு சென்னையில் வீதிகள் தோறும் ஆங்காங்கே நீர்த் தீவுகள்.

ஷங்கர் நுங்கம்பாக்கத்தில், பைகிராப்ட் கார்டன்ஸிலிருந்தான். பெரிய வீடு. பணக்காரர்கள் வசிக்கும் நுங்கம்பாக்கத்தில் பாலும் தேனும் தெருவில் பெருகியோடுவதற்குப் பதிலாக, இப்பொழுது அழுக்கு மழைத் தண்ணீர் இடுப்பளவு ஓடிக்கொண்டிருந்தது. மரணம் ஏழை, பணக்காரன் என்று பார்ப்பதில்லை என்பார்கள். 'தி கிரேட் லெவலர்.' இவ்வகையில் மழையும் மரணமும் ஒன்று என்று தோன்றியது. மழையில் குடிசைகளும் காலி.

ஷங்கரின் புதிய படகுக்கார், நீர் வெள்ளத்தில் படகு போலவே சென்றது.

ஷங்கரின் வீட்டு வாசலில் நிறைய கார்கள். நிறைய பேரை விருந்துக்குக் கூப்பிட்டிருந்தானென்று தெரிந்தது. அத்தனைப் பேரும் வந்திருக்கிறார்கள். ஷங்கரின் செல்வாக்கை என்னால் புரிந்துகொள்ள முடிந்தது.

பெரிய ஹால். சோபாக்களிலும், நாற்காலிகளிலும் ஆணும் பெண்ணுமாக பலபேர் உட்கார்ந்திருந்தனர். ஷங்கர் என்னை அறிமுகம் செய்து வைத்தான், அவனுக்கே உரித்தான உயர்வு நவிற்சி மொழியில்: 'என் ஆசிரியர், சர்வதேசப் புகழ் வாய்ந்த எழுத்தாளர். இந்தியாவின் தலைசிறந்த அறிவு ஜீவி.'

முன்பெல்லாம் ஷங்கர் இப்படி அறிமுகம் செய்தால், நான் மிகுந்த கோபத்துடன் என் எதிர்ப்பை தெரிவிப்பதுண்டு. இப்படிச் சொல்வது அவனுக்கு மகிழ்ச்சியைத் தருகின்றது என்றால், நான் ஏன் இதற்குக் குறுக்கே நிற்க வேண்டுமென்று இப்பொழுதெல்லாம் அவன் கூறுவதை மௌனமாக ஏற்றுக் கொண்டு அங்கிருக்கும் யாரையும் பார்க்காமல் ஓரமாகப் போய் உட்கார்ந்து விடுவது என் வழக்கமாகிவிட்டது.

இப்பொழுதும் அதுபோல் உட்கார்ந்தேன். என் பக்கத்தில் ஒரு ஐ.ஏ.எஸ். அதிகாரி தம்மை அறிமுகப்படுத்திக்கொண்டார். உத்தரப்பிரதேசத்து ராஜ்புத் என்று தம்மைப் பற்றிக் கூறிக் கொண்டார். தமிழ் நாட்டில் இருபது வருஷமாயிருக்கிறார். தத்துவத்தில் டாக்டர் பட்டம் வாங்கியிருக்கிறார்.

என்னைப் பற்றி ஷங்கர் அவரிடம் கூறியிருக்க வேண்டும். அவர் பேச்சிலிருந்து எனக்கு இது தெரிந்தது.

அங்கிருந்தவர்களில் பலர் ஐ.ஏ.எஸ். அதிகாரிகள், தொழிலதிபர் கள். ஆளுங்கட்சியைச் சேர்ந்த செல்வாக்குள்ள சில அரசியல் வாதிகள்.

முக்கிய விருந்தினர், அந்த இந்திய அமெரிக்கப் பிரஜை இன்னும் வரவில்லை. கவர்னர் மாளிகையில் சில முக்கியப் புள்ளிகளுடன் பேச்சு வார்த்தை நடத்திக்கொண்டிருப்பதாக ஷங்கர் எல்லோ ருக்கும் பொதுவாக அறிவித்தான். கிண்டியிலிருந்து கிளம்பி விட்டதாகவும், வந்து கொண்டிருப்பதாகவும் சொன்னான்.

என் அருகில் உட்கார்ந்திருந்த ஐ.ஏ.எஸ். அதிகாரி தைத்ரிய உபநிஷத்திலிருந்து ஒரு மேற்கோள் எடுத்துக் காட்டி, ஜார்ஜ்,

காண்ட்யாயனா கூறுவது அதனுடன் எப்படி ஒத்திருக்கின்றது என்பது பற்றி எனக்கு விளக்கிக்கொண்டிருந்தார். அவர் கையிலிருந்த டம்ளரில் விஸ்கி பாதியாகியிருந்தது.

ஏதாவது பேசியாக வேண்டுமென்பதற்காக நான் அவரிடம் சொன்னேன்: 'இவ்வளவு படித்திருக்கிறீர்களே?'

அவர் புன்னகையுடன் அதை ஏற்றுக்கொண்டு மீதமிருந்த விஸ்கியையும் ஒரே மடக்கில் குடித்துவிட்டுச் சொன்னார்: 'என்ன படித்திருந்தால் என்ன நான் அரசாங்கக் கோப்புகளுடன் தானே மாரடிக்க வேண்டும்?'

'விட்டு விடலாமே வேலையை?' என்றேன் நான்.

'விடலாம். ஆனால் விட்ட பிறகு நான் தைத்ரிய உபநிஷத்தி லிருந்து மேற்கோள் காட்டுவதை யார் கேட்பார்கள்?' என்றார், தன்னையே கண்டு இரக்கப்படுவது போன்ற ஒரு குரலில்.

'நீங்கள் இப்போது எந்தத் துறையில் இருக்கிறீர்கள்?'

'வர்த்தக வரி...'

அவரைப் பார்க்கப் போகும் வியாபாரிகள் அனைவரும் அவருடைய உபநிஷதப் பிரசங்கத்தைக் கேட்காமலிருக்க முடியாது என்று எனக்குத் தோன்றியது. சில கெட்டிக்கார வியாபாரிகள் சில உபநிஷதங்களைப் படித்துவிட்ட பிறகே அவரைப் பார்ப்பதற்குச் செல்லக் கூடும்.

முக்கிய விருந்தினர் வந்துவிட்டார். அங்கு ஒரு சலசலப்பு.

வாட்டசாட்டமான உருவம். மல்யுத்தக்காரரைப் போலிருந்தார் அவர். தலையில் முடியேயில்லை. வேட்டி, ஜிப்பா. 'உலகம் இன்புற்றிருப்பதைத் தவிர வேறொன்றுமறியேன் பராபரமே' என்பது போல முகத்தில் ஒரு நிரந்தரப் புன்னகை.

அவருக்குப் பின்னால் அவருடைய செக்ரட்ரி சூட்டிலிருந்தான். கையில் ஒரு ப்ரீஃப்கேஸ் வைத்திருந்தான். அவன் எல்லோரையும் சந்தேகக் கண்களுடன் சுற்றும் முற்றும் பார்த்தான்.

'மிஸ்டர் அனுஜ் அமெரிக்காவில் பாரத நாட்டுக்குப் பெருமை சேர்ப்பவர்.'

'ராமானுஜம் என்று சொல்லுங்கள். நான் அமெரிக்காவில்தான் அனுஜ்' என்றார் அந்த இந்திய - அமெரிக்கப் பிரஜை.

'எஸ், தாங்க்யு. மிஸ்டர் ராமானுஜம் அமெரிக்காவில் அமோக வெற்றியடைந்த இந்தியத் தொழிலதிபர்களில் ஒருவர். அவர் தஞ்சாவூர் மாவட்டத்தைச் சேர்ந்தவர் எனும்போது எனக்குப் பெருமையாக இருக்கிறது. எனக்கும் தஞ்சாவூர் மாவட்டம்தான். அங்கு அவருடைய சொந்தக் கிராமமாகிய நெய்தலூரை தத்தெடுத்துக்கொண்டு அதை குபேரப்பட்டினமாக மாற்ற அமெரிக்காவிலிருந்து இங்கு இந்தியாவுக்கு வந்திருக்கிறார். இதைத் தவிர, சென்னை, மும்பை ஆகிய இடங்களில் சில வியாபார ஒப்பந்தங்கள்... ராமானுஜத்தினுடைய தேசபக்திக்கு நான் தலை வணங்குகிறேன்.' என்றான் ஷங்கர்.

அவன் கையில் விஸ்கி டம்ளரை எடுத்துக்கொண்டு 'சீயர்ஸ்!' என்றான்.

மற்றவர்களும் டம்ளர்களை உரசினார்கள்

ராமானுஜம் கையில் ஜூஸ் இருந்தது. 'இந்தியாவுக்கு வந்தால் நான் குடிப்பதில்லை' என்று பல இந்திய - அமெரிக்கர்கள் கூற நான் கேட்டிருக்கிறேன். கோயிலுக்கெல்லாம் போக வேண்டி யிருக்கிறது. ரத்தத்தில் 'ஆல்கஹால்' ஓடுவதை நான் விரும்ப வில்லை என்று ஒரு சிலர் சொல்வதுண்டு.

'நெய்தலூர் தஞ்சாவூர் மாவட்டத்தில் எங்கே இருக்கிறது?' என்றார் ஒருவர்.

அவர் அந்த மாவட்டத்தைச் சேர்ந்தவரென்று தோன்றியது.

'கிழக்குக் கடற்கரை ஓரம். ஒரு குக்கிராமம். பொருளாதாரத்தில் மிகவும் பின்தங்கிய கிராமத்தைத் தத்தெடுத்துக் கொள்ள வேண்டுமென்பதுதான் மிஸ்டர் ராமானுஜத்துடைய குறிக் கோள். அதுவும் அவருடைய சொந்தக் கிராமம்' என்றான் ஷங்கர்.

ராமானுஜம் புன்னகையுடன் தலையசைத்துக்கொண்டே 'ஜூஸை' உறிஞ்சினார்.

வரிசையாக பாதாம், முந்திரிப்பருப்பு, வால்நட், கடலை, பாலேடு, சம்மோஸா, வடை ஆகியவை நிறைந்த தட்டுகள் உலா வந்து கொண்டிருந்தன.

'மிஸ்டர் ராமானுஜம் போன்ற நல்ல எண்ணம் கொண்ட இந்திய-அமெரிக்கர்கள் நம் கிராமங்களைத் தத்தெடுத்துக் கொண்டால், இந்தியாவில் வறுமையே இருக்காது' என்றார் ஒருவர்.

‘இந்திய கிராமங்கள் மட்டுமல்லாமல் சென்னை நகர வீதிகளையும் யாராவது தத்தெடுத்துக்கொண்டால் தேவலை’ என்றேன் நான்.

திடீரென்று அங்கு ஓர் அமைதி நிலவியது. எல்லாரும் என் திசை நோக்கிப் பார்த்தார்கள். நான் சொன்னது அபஸ்வரமாக ஒலித்ததோ என்ற சந்தேகம் எனக்கு. நான் இதைக் கிண்டலாகக் கூறவில்லை என்பதை அவர்களுக்கு எப்படிப் புரிய வைப்பது?

ஒரு சில விநாடிகளுக்குப் பிறகு ராமானுஜம் சொன்னார்: ‘அவர் சொல்வது சரிதான். இந்திய நகரங்களில் வீதி சீரமைப்புக்காக அமெரிக்க இந்தியர்களின் சிண்டிகேட் உருவாக்குவது பற்றி என்னைச் சிந்திக்கத் தூண்டுகிறது அவர் யோசனை.’

‘குட். நாட் ஏ பாட் ஐடியா’ என்றான் ஷங்கர்.

‘நமது பதினெட்டு மேஜர் புராணங்களும் கட்டுக் கதைகள் என்றா நினைக்கிறீர்கள்?’ என்று குரலை மிகவும் தாழ்த்தி என்னிடம் கேட்டார் அந்த உத்தரப் பிரதேசத்தைச் சேர்ந்த ஐ.ஏ.எஸ். அதிகாரி.

‘ஆமாம்’ என்றால் விவாதம் தொடருமென்று அஞ்சி நான் ‘இல்லை’ என்று சொல்லித் தப்பித்துக்கொள்ள முயன்றேன்.

அவர் விடவில்லை ‘அவை கட்டுக்கதைகள் என்றுதான் பெரும்பான்மையோர் கருதுகிறார்கள். நான் அப்படி நினைக்கவில்லை. காரணம் தெரியுமா?’

‘தெரியும்.’

‘என்ன தெரியும்?’

ஷங்கர் ஆபத்பாந்தவனாக என் அருகில் வந்தான். ‘நீங்கள் இரண்டு பேரும் சந்தித்ததில் எனக்குப் பெரிய மகிழ்ச்சி. நீங்கள் இருவரும் விவாதிப்பதற்குப் பல விஷயங்கள் இருக்கக்கூடும்’ என்றான், முகத்தில் விஷமப் புன்னகையுடன்.

‘அவருடைய கிராமத்தை தத்தெடுத்துக்கொண்டு அவர் என்ன செய்யப் போகிறார்?’ என்றார் அந்த உத்தரப் பிரதேச ஐ.ஏ.எஸ். அதிகாரி.

‘அக்கிராமம் உப்புப் பிரதேசம். அங்கு ஒரு பெரிய தொழிற்சாலை தொடங்க திட்டமிட்டிருக்கிறார். இதைத் தவிர தென்னை மரங்கள், கடலோர செடி கொடி வகைகள் போன்றவை நட்டு,

அந்தப் பகுதியே பசுமை பூத்துக் குலுங்க வேண்டுமென்பது அவர் திட்டம். ஒரு ரெஸிடென்சியல் ஸ்கூல், காலேஜ், ஒரு ஐந்து நட்சத்திர ஹோட்டல், சுற்றுலா வசதிகள் என்ற பிரம்மாண்ட மான எண்ணங்கள் அவருக்கிருக்கிறது' என்றான் ஷங்கர்.

'பயங்கர மழை' என்று சொல்லிக் கொண்டே ஒரு பெண் அங்கு வந்தாள். நாட்டியமாடுபவள் போல் தோன்றியது. வயதைக் குறைத்துக் காட்ட அசாத்திய சிரமம் எடுத்துக்கொண்டிருப்பா ளென்று எனக்குப்பட்டது.

'ராமானுஜம் போன்ற இந்திய - அமெரிக்கப் பிரஜைகள் இந்தியா வுக்கு விஜயம் செய்தால் வேறு எதைப் பார்க்க முடியும் இந்த நாட்டில்?' என்றான் ஷங்கர் குரலைச் சற்று உயர்த்தி. ராமானுஜம் முகத்தில் கேள்விக்குறி தோன்ற ஷங்கரைப் பார்த்தார்.

'ஒரே மழை என்கிறார் சித்ரா. காரணம் சொன்னேன்.'

அவன் சொன்னதை ஆமோதிப்பதுபோல் அவர் புன்னகை செய்தார்.

அவர் எழுந்து ஷங்கரை நோக்கி வந்தார்.

'உங்களுடன் கொஞ்சம் பேச வேண்டும்' என்றார்.

'பர்ஸனல்?' என்றான் அவன்.

'பர்ஸனல் ஏதுமில்லை. என் வாழ்க்கை ஒரு திறந்த புத்தகம். நான் எது செய்தாலும் வெளிப்படையாகவே செய்வேன். இப்பொழுது ராஜ்பவனில் என் திட்டத்தைப் பற்றி முடிவு எடுக்க வேண்டியவர் களிடம் விவாதித்து விட்டேன். அவர்களுக்கு ஆட்சேபணை ஏதுமில்லை. அந்தக் கிராமத்தில் இப்பொழுது வீடுகளே இல்லை யாம். மிகவும் தாழ்வான பிரதேசம் என்பதால் எல்லோரும் காலி செய்துகொண்டு போய்விட்டார்களாம். முதலில் அந்த இடத்தில் நிலமட்டத்தை உயர்த்த வேண்டும்' என்றார் அவர்.

'மை காட்! செலவைப் பற்றி யோசித்தீர்களா?' என்றான் ஷங்கர்.

'வானந்தான் எல்லை' என்றார் அவர் புன்னகையுடன்.

எதற்கும் துணிந்த ஷங்கருக்கே அவர் இவ்வாறு சொன்னது சிறிது அதிர்ச்சியைத் தந்தது.

'ஒரு சென்டிமென்ட்டுக்காக இவ்வளவா விலை கொடுக்க வேண்டும்?' என்றான் ஷங்கர்.

'மும்பை சென்னை வியாபார ஒப்பந்தங்களை நினைக்கும்போது நான் இதற்காகச் செலவழிக்கப் போவது நிலக்கடலை விலை தான்' என்றார் அவர் புன்னகையுடன்.

'எத்தனை ஆகுமென்று நினைக்கிறீர்கள்?'

'இதுதான் உங்கள் பொறுப்பு.' என்றார் அவர்.

அப்பொழுது தொழிலதிபர் ஒருவர் அங்கு வந்தார். 'நான் இந்தத் துறையில்தான் சிறப்பாக ஆய்வு செய்து வருகிறேன். ஷங்கருக்கு உதவியாக இருப்பது என் பொறுப்பு' என்றார் அவர்.

அப்பொழுது வந்த விஸ்கி தட்டில் காலியான தன் டம்ளரை வைத்துவிட்டு, இன்னொரு டம்ளரை அவர் எடுத்துக் கொண்டார்.

'இந்தியாவின் வறுமையைப் பார்த்தால்தான் புரிந்து கொள்ள முடியும். சுதந்தரம் கிடைத்த இத்தனை ஆண்டுகளுக்குப் பிறகும் வறுமைக் கோட்டின் கீழே எண்பது சதவிகிதத்துக்கு மேலே இருக்கின்றார்கள் என்று நினைக்கும்போது இந்தியன் என்று சொல்லிக் கொள்ளவே வெட்கமாக இருக்கிறது' என்றார் அவர்.

'இங்குதான் நம் நாட்டுத் தத்துவம் நமக்குத் துணையாக இருக் கிறது' என்றார் அந்த உத்தரப் பிரதேசத்தைச் சேர்ந்த ஐ.ஏ.எஸ். அதிகாரி.

'எப்படி ?' என்றார் அந்த தொழிலதிபர்.

'நம் நாட்டு ஏழைகளில் பெரும்பான்மையோருக்கு தாம் ஏழைக ளாக இருக்கின்றோம் என்றே தெரியாது. இருப்பதையே சொர்க்க மாகக் கொண்டு மகிழும் ஆத்ம திருப்தியை நம் தத்துவம் அவர்க ளுக்குக் கற்றுக் கொடுத்திருக்கிறது. இது பாரம்பரியமாக வரும் தத்துவ வரப் பிரசாதம். ஏழையின் ஆத்மாவுக்கும் பணக்காரனின் ஆத்மாவுக்கும் என்ன வித்தியாசம்? 'அஹம் பிரும்மாஸ்மி' பாவனையுடன் போராடமுடியுமா? மாயா தத்துவத்தைப் பற்றிய ஒரு தெளிவு ஏற்பட்டால் தான் இது புரியும்.'

அவர் டம்ளரைக் காலி செய்து கீழே வைத்தார்.

ராமானுஜம் சொன்னார்: 'நாளைக் காலையில் என்னுடன் அரசாங்க டெலிகேஷன் வருகிறது, அந்தக் கிராமத்தைப் பார்க்க. ஷங்கர் நீங்களும் எங்களுடன் வர வேண்டும்.'

ராமானுஜம் அந்த உத்தரப் பிரதேசத்தைச் சேர்ந்த ஐ.ஏ.எஸ். அதிகாரி சொன்னதைக் காதில் வாங்கிக் கொண்டதாகவே தெரிய வில்லை.

'நாளைக்கா?' என்றான் ஷங்கர்.

'ஆமாம். பணிகளை உடனே தொடங்கியாக வேண்டும். இதற்குக் காரணமுமிருக்கிறது.'

'என்ன காரணம்?'

'உங்கள் அரசாங்கம் தில்லியில் ஆட்டம் கண்டு இருக்கிறது. இது வீழ்ந்தால் அடுத்து வரும் அரசாங்கம் எப்படி இருக்குமென்று சொல்ல முடியாது.'

'இந்த மாநிலத்திலுள்ள குக்கிராமத்துக்கும் மத்தியில் ஆட்சி தொடருமா இல்லையா என்பதற்கும் என்ன சம்பந்தம்?' என்றார் அந்தத் தொழிலதிபர்.

ராமானுஜம் பதில் சொல்லவில்லை.

என்ன சம்பந்தமென்று எனக்கும் புரியவில்லை.

'இங்கு தமிழ்நாட்டில் ஒரு வாரம். பிறகு மும்பையில் பதினைந்து நாள்கள். தில்லியில் ஒரு வாரம். ஆக ஒரு மாதம்தான் என்னால் இந்தியாவிலிருக்க முடியும். இதற்குள் இது பற்றிய புராஜெக்ட் பேப்பர் தயாராக வேண்டும்' என்றார் ராமானுஜம்.

மும்பையிலும் சென்னையிலும் அவர் மேற்கொள்ளவிருந்த ஒப்பந்தங்கள் என் நினைவுக்கு வந்தன. சம்பந்தம் புரிந்தது. ஊதியம் இல்லாமலா தேசபக்தி?

அந்த நாட்டிய மங்கை பக்கம் திடீரென்று திரும்பி ராமானுஜம் சொன்னார். 'அந்தக் கிராமத்தில் ஒரு கலாசார மையம் தொடங் கலாமென்பதும் என் எண்ணம். உங்கள் உதவியும் தேவைப் படும். உங்கள் பெயர் என்ன?'

சித்ரா 'நிச்சயமாக உதவி செய்வேன். நான் ஒரு திட்டம் தயாரித்துத் தருகிறேன்' என்றாள்.

இதற்குள் அங்கிருந்த ஆளுங்கட்சியைச் சேர்ந்த இரண்டு பெரும் புள்ளிகள் அங்கு வந்தனர்.

'நம்முடைய தமிழ்நாட்டுக் கலாசாரத்தைப் பிரதிபலிப்பதாக அந்த மையம் இருக்கவேண்டும். நாட்டார் கலைகளுக்கு முக்கியத்துவம் தந்தால்தான் தமிழ்ப் பெரு மக்கள் இதை ஏற்றுக் கொள்வார்கள்' என்றார் அவர்களிலொருவர்.

'கிளாசிகல் கலைகள், நாட்டார் கலைகள் எல்லாவற்றுக்கும் நிச்சயமாக அங்கு இடமுண்டு' என்றான் ஷங்கர்.

'மக்களின் வறுமையை, அவர்கள் எப்படி ஒரு வேளை உணவுக் காகப் போராடிக்கொண்டிருக்கிறார்கள் என்பதை எடுத்து விளக்கும் வீதி நாடகங்களும் தேவை' என்றார் இன்னொரு அரசியல்வாதி.

விஸ்கி தட்டேந்தியவன், ஓரத்தில் நிற்பதைப் பார்த்து அருகில் வரும்படி அவர் சைகை செய்தார்.

அப்போது அங்கு வந்த இந்திய அமெரிக்கப் பிரஜையின் செக்ரட்டரி, மொபைல் போனை அவரிடம் கொடுத்தான்.

'யார் பேசுகிறார்கள்?'

'நீங்கள் பேசுங்கள்' என்பது போல் அவன் சைகை செய்தான்.

அவர் பேசினார்.

முகத்தில் கலவரம் தோன்றியது.

போனை செக்ரட்ரியிடம் கொடுத்தார்.

'என்ன பிரச்னை?' என்றான் ஷங்கர்.

'நாளைக்கு அந்தக் கிராமத்துக்குப் போக முடியாது' என்றார் அவர்.

'ஏன்?'

'அந்தக் கிராமமே இல்லை. கடல் மட்டத்துக்குக் கீழே போய் விட்டது.'

'கவலைப்படாதீர்கள். உங்கள் பெயர் உள்ளளவும் அக்குக்கிராமத் தின் பெயர் சரித்திரத்திலிருக்கும்' என்றான் ஷங்கர்.

20. சாந்தா டீச்சர்

சாந்தா டீச்சருக்கு விழிப்பு வந்ததும் முதலில் பார்ப்பது சுவர்க் கடிகாரம். மணி ஐந்தே முக்கால். முப்பது வருஷங்களாக மாறுதல் ஏதுமில்லாமல் நடைபோடும் நிகழ்ச்சி. அந்தக் காலத்து கடிகாரம். அவள் அப்பா சென்னை மூர்மார்க்கெட்டில் நாற்பது வருஷங்களுக்கு முன்னால் முப்பத்தைந்து ரூபாய்க்கு வாங்கின கடிகாரம் இதுவரை ஒரு தடவை கூட நின்றதில்லை. சர்வீஸ் செய்யவும் கொடுத்ததில்லை. ஆனால் அப்பாதான் போய்விட்டார். அம்மா போன அடுத்த வருஷம். பத்து வருஷங்களுக்கு முன்னால்.

சாந்தா டீச்சருக்கு இன்றும் வழக்கம் போல் விழிப்பு வந்தது. மணி ஐந்தே முக்காலாகத்தான் இருக்க வேண்டும். ஆனால் சுவர்க் கடிகாரம் காட்டிய மணி மூன்று. நின்று போயிருக்க வேண்டுமென்று பட்டது சாந்தா டீச்சருக்கு.

அவள் எழுந்து மேஜையிலிருந்த தன் கைக்கடிகாரத்தைப் பார்த்தாள். மணி ஐந்தே முக்காலாகி முப்பது விநாடிகள்.

சுவர்க் கடிகாரம் திடீரென்று நின்று போக என்ன காரணம்? இது எதற்காவது அறிகுறியா? நாற்பது வருஷங்களாக சர்வீஸ் செய்யாமலேயே அது இதுவரை ஓடியிருப்பதே ஒரு சாதனை. அப்படியிருக்கும்போது, இது என்ன அறிகுறி என்றெல்லாம் மனத்தில் ஏன் குழப்பிக்கொள்ள வேண்டும் என்று நினைத்தாள் சாந்தா டீச்சர்.

'நீ கடிகாரமாயிருந்தால் என்ன உனக்கும் கால வரையறை உண்டு' என்றாள் சாந்தா டீச்சர், கடிகாரத்தைப் பார்த்து. உருண்டை

வடிவத்தில் ஒரு பெரிய முகம் போல் தெரிந்த அக்கடிகாரம் அவளைப் பார்த்துப் புன்னகை செய்வதுபோல் அவளுக்குப் பட்டது.

'முப்பது வருஷங்கள் நீ என் அடிமையாகத்தானே இருந்தாய்?' என்று அது கேட்கின்றதா அல்லது இது தன் மனப்பிரமையா என்று சற்று திடுக்கிட்டாள் சாந்தா டீச்சர்.

'ஆமாம் உன் அடிமைதான். கண்விழிப்பு காலை 5.45. 6.15 வரை டாய்லெட், பல் விளக்கல், 7.30 மணிக்கு காப்பி சிற்றுண்டி தயார். எட்டுமணி வரை பேப்பர் படித்தல், பள்ளிக்கூடப் பணி, குளியல், உணவு சமைத்தல், சாதம் அல்லது சப்பாத்தி கறி பருப்பு. 9.15க்கு சாப்பாடு முடிந்துவிடும். சிற்றுண்டியை மதியம் உண்ண டிஃபன் பாக்ஸில் வைத்து ட்ரெஸ் செய்துகொண்டு, வீட்டைப் பூட்டிக் கொண்டு வெளியே வரும்போது மணி 9.45, 9.50க்கு பஸ். பள்ளிக் கூடத்தில் 10.15.க்கு ஆஜர். 10.30 மணிக்கு வகுப்புகள் ஆரம்பம். 10.20.லிருந்து 10.30.வரை 'ப்ரேயர்' கூட்டம் பள்ளிக்கூடத்துப் பெரிய விளையாட்டு மைதானத்தில். இதுவரை இந்த முப்பது வருஷங்களில் உடம்பு சரியில்லாமலிருந்த அந்த இரண்டு நாள் களைத் தவிர, மற்ற எல்லா நாள்களிலும் நான் பள்ளிக்கூடம் போயிருக்கிறேன். இந்த ப்ரேயர் கூட்டத்தில் கலந்து கொண்டு இருக்கிறேன் சரிதானே?'

'சரிதான். அதுவும் உனக்கு தெய்வ நம்பிக்கை இல்லை என்றபோதிலும். சரிதானே?' என்றது கடிகாரம்.

சாந்தா டீச்சருக்கு தெய்வ நம்பிக்கை கிடையாது. அவ்வாறு கிடையாதென்று அவள் யாரிடமும் சொன்னதில்லை. அப்படி ஏன் தனக்கு தெய்வ நம்பிக்கை இல்லாமல் போய்விட்டதென்று அவள் யோசித்ததுமில்லை.

கடிகாரம் ஏன் நின்றது என்ற கேள்வி அவள் மனத்தை நெருடியதை அவளால் தவிர்க்க முடியவில்லை. இயந்திர கதியில், நிகழ்ச்சி நிரலில் ஏற்பட்டுவிட்ட இச்சிறிய மாறுதல் அவள் மனத்தில் சிறு கவனத்தைத் தோற்றுவித்தது. இவ்வாறு சலனப்படுவது தனக்கு வயதாகிக்கொண்டு வருகிறது என்பதன் அர்த்தமா?

முப்பது வருஷங்களாக அப்பள்ளிக்கூடத்தில் ஆசிரியையாக இருந்து வருகிறாள் சாந்தா டீச்சர். மூன்றாம் வகுப்பு 'ஏ' பிரிவு.

முப்பது வருஷங்களாக இதே வகுப்புதான். இந்த பிரிவுதான். மேல் வகுப்பு 'ப்ரொமோஷனை' பிடிவாதமாக மறுத்துவிட்டாள்.

மிகவும் கண்டிப்பான டீச்சர் என்ற பேர் அவளுக்கு. அவளிடம் மூன்றாம் வகுப்பில் படித்துவிட்டு, பதினொன்றாம் வகுப்புக்கு போய்விட்ட பிறகும்கூட மாணவ, மாணவிகள் அவளைக் கண்டால் பயப்படுவார்கள். என்ன காரணமென்று கேட்டால், யாருக்கும் சொல்லத் தெரியாது. அவளைப் பற்றி ஏதோ ஒரு மர்ம சக்தி இருப்பதாக அவர்கள் நம்பினார்கள். தன்னைப் பற்றி இவர்கள் ஏன் இப்படி நினைக்க வேண்டும் என்று சாந்தா டீச்சர் பல தடவை தன்னைத்தானே கேட்டுக்கொண்டிருக்கிறாள்.

சாந்தா டீச்சருக்குத் திருமணம் ஆகாமலிருந்ததற்கு இதுவும் ஒரு காரணமாக இருக்கக்கூடும். பெண் பார்த்து விட்டு போன யாருமே பதில் போடவில்லை. இதற்குப் பிறகு ஆசிரியப் பயிற்சி முடித்துவிட்டு அவள் ஆசிரியையானாள்.

தன்னைச் சுற்றியிருந்ததாகக் கருதப்பட்ட அந்த மர்ம சக்தியை, தொடக்கக் காலங்களில் அவள் பயன்படுத்திக்கொள்ளத் தயங்க வில்லை. தன்னைச் சுற்றி ஒரு திரையை எழுப்பிக் கொண்டு அவள் அனுமதி இல்லாமல் அவளை யாரும் நெருங்க முடியா தென்ற ஒரு சூழ்நிலையை அவள் உருவாக்கினாள். ஆரம்பத்தில் ஒரு தற்காப்பு கவசமாக இருந்தது இது. போகப் போக அவளே தன்னை ஒரு குறுகிய சிறையில் அடைத்து தளையிட்டுக் கொண் டாற் போன்ற ஒரு பிரமையை அவளுக்கு ஏற்படுத்தித் தந்தது.

அவளுக்கு நண்பர்கள் என்று சொல்லிக் கொள்ளும்படியாக யாருமே இல்லை. உலகம் தன்னை வெறுக்கின்றதா அல்லது தன்னைக் கண்டு பயப்படுகின்றதா என்று அவளுக்குப் புரிய வில்லை.

'தனக்கு வயதாகிக்கொண்டு வருகின்றது என்ற காரணத்தினால் தான் தனக்கு இப்படியெல்லாம் சிந்திக்கத் தோன்றுகின்றதா?' அதுவும் அவளுக்குப் புரியவில்லை.

சாந்தா டீச்சர் சுவர் கடிகாரத்தை எடுத்து அப்படியும் இப்படியு மாகச் சற்று ஆட்டினாள். இரண்டு நாட்களுக்கு முன்புதான் சாவி கொடுத்திருந்தாள். ஆகவே சாவி இல்லை என்ற பிரச்னை இல்லை. 'க்வார்ட்ஸ்யுகத்தில்' தான் இன்னும் பத்தாம் பசலித் தனமாகச் சாவி கடிகாரமாகவே இருக்க வேண்டுமா என்ற

கோபத்தில் நின்று விட்டதோ என்ற எண்ணம் தோன்றியதும், அவளுக்கே சிரிப்பு வந்தது.

சிரிப்பு வந்த நிலையிலேயே, சாந்தா டீச்சர் திடுக்கிட்டாள். கடிகாரம் ஓடத் தொடங்கியிருந்தது. அது ஓடத் தொடங்கியதனால் அவள் திடுக்கிடவில்லை. அது தாறுமாறாக ஓடிக்கொண்டிருந்தது. சின்ன முள் வெகுவேகமாகப் பெரிய முள்ளை துரத்தியது.

சாந்தா டீச்சர் கண்களைக் கசக்கிக்கொண்டு பார்த்தாள். பிரமை யில்லை, உண்மையாகவே சின்ன முள், பெரிய முள்ளைத் துரத் தியது. அவள் முட்களைத் தொட்டு, அவை ஓடுவதை நிறுத்தப் பார்த்தாள். முடியவில்லை. இதற்கு என்ன அர்த்தம்?

அவள் கடிகாரத்தை அப்படியே கட்டிலில் போட்டு விட்டு டாய்லெட்டுக்குள் நுழைந்தாள். கடிகாரத்துக்கு உயிர் வந்துவிட் டதா? ஏன் யந்திரங்களுக்கு உயிர் வரக்கூடாது? மனிதர்கள் யந்திர மாக மாறும்போது யந்திரங்கள் உயிர் பெற்று எழுவது நியாயம் தான்.

கடிகாரங்களுக்கு உயிர் வந்தால் என்ன ஆகும்? வெகு விரைவாக ஓடி ஓடி மனித ஆயுளை வெகு சீக்கிரமாக முடித்து விடக் கூடும். இப்பொழுது இந்தக் கடிகாரம் தனக்கெதிராக இந்தத் திட்டத் துடன் செயல்படுகின்றது.

பல் விளக்கும்போது, தன்னுடைய முகத்தை எதேச்சையாக அவள் பார்க்க நேர்ந்தது. அது யாருடைய முகம்? கண்ணாடியில் தெரிந்த முகம் அவளுக்கு அந்நியமாகப்பட்டது.

இதுவா அவளுடைய முகம்? ஐம்பத்தைந்து வருஷங்களாக அவள் இந்த முகத்துடனா வருகிறாள்? கண்களில் தெரிந்த தீட்சண்யம், கத்தியின் முனையைப்போல் அவளை குத்துவது போலிருந்தது. மற்றபடி வெகு சாதாரணமாக இருந்த முகத்தில் கண்கள் மட்டும் இவ்வளவு கூர்மையாக இருப்பதற்கு என்ன காரணம்? திடீரென்று கண்ணாடியில் அவள் முகம் மறைந்து, கண்கள் மட்டும் தெரிவதுபோல் அவளுக்குள் ஓர் உணர்வு தோன்றியதும், அவள் சரீரம் முழுவதும் மின்சாரம் பரவுவது போல் அவளுக்குப்பட்டது. யாருடைய கண்கள் இவை?

இன்று எல்லாம் சேர்ந்து அவளுக்குக்கெதிராக சதி செய்வது போல் அவளுக்குப்பட்டது. இன்று என்ன என்றுமே,

எல்லாருமே அவளுக்கெதிராக ஒன்றாகச் சேர்ந்து சதி செய்து கொண்டு வருகின்றார்கள் என்று அவளுக்குத் தோன்றியது.

முதலில் அவள் அப்பா, அம்மா. அவளைப் பெற்று எடுத்தாக வேண்டுமென்ற என்ன தீவிரம் அவர்களுக்கு? கல்யாணம் செய்து கொள்வது குழந்தை பெறுவதற்குத்தானா? எதற்காக இந்த முட்டாள்தனமான திருமண ஏற்பாடு? பாசம், ஏக்கம், வேதனை எல்லாமே நாமாக ஏற்படுத்திக்கொண்ட கற்பிதங்கள்.

சாந்தா டீச்சர் காப்பி குடித்துக்கொண்டே பேப்பரைக் கையில் எடுத்தாள்.

எல்லாம் ஒரேவிதமான செய்திகள். கொலை, கொள்ளை, கற்பழிப்பு, அரசியல்வாதிகள் சண்டை, இவருக்கு அவர் பதில். லஞ்சம் வாங்கிய மந்திரிகள், மந்திரிகளை வாங்கிய தொழிலதிபர்கள், தொழிலதிபர்களை வாங்கிய சாமியார்கள். இச்செய்திகளுக்குள் ஒன்றுக்கு ஒன்று என்ன வித்தியாசம் இருக்கிறது? பத்திரிகைகளுக்குச் செய்தி வேண்டுமென்பதற்காக, இவை நிகழ்கின்றனவோ. அப்படியானால் பத்திரிகைகள் இல்லாத காலத்தில் கொலை, கொள்ளை, கற்பழிப்பு என்று எதுவுமே நிகழவில்லை என்று அர்த்தமா? மனிதன் அவனுடைய இயல்பான சுபாவத்தில் 'வில்லன்'தான். அவனைக் கதாநாயகனாக்குவது சரித்திரமும், பத்திரிகைகளும்தாம். சமீப காலத்து 'வில்லன்'கள் அவர்கள் போனபின் 'அமரர்'களாகி சரித்திர புருஷர்களாகிவிடவில்லையா?

சாந்தா டீச்சர் பேப்பரை வீசி எறிந்துவிட்டு தனக்குத் தானே சொல்லிக்கொண்டாள். 'குழந்தைகளை தெய்வம் என்கிறார்கள். ஒவ்வொரு குழந்தையும் குட்டிச்சாத்தான். என்னைக் கண்டு பயப்படுவதால் அவை ஒழுங்காக நடந்து கொள்கின்றன. மேரி ஆப்ரஹாம் வகுப்பில் அவை அடித்த கொட்டம், செய்த விஷமம்... அவள் வேலையே வேண்டாமென்று ஓடிவிட்டாள். எதற்காக மனித சந்ததி மீண்டும் மீண்டும் தொடர்ந்து நீண்டு கொண்டே போக வேண்டும்? ஐ ஹேட் சில்ரன். ஐ ஹேட் தெம் ஆல்.'

திடீரென்று விழித்துக் கொண்டவள் போல் சாந்தா டீச்சர் தான் உரக்கச் சொல்லிக்கொண்டிருப்பதைக் கேட்டு அதிர்ச்சி அடைந்தாள். தனக்கு என்ன ஆகிவிட்டது, இப்படியெல்லாம் நினைக்க இப்படியெல்லாம் பேச?

அவள் குளித்துவிட்டு வெளியே வரும்போது கட்டிலில் கண்ட காட்சி அவளை உலுக்கி விட்டது.

சுவர்க் கடிகாரத்து முட்கள் கடிகாரத்தை விட்டு வெளியே வந்து நீண்டு... நீண்டு... நீண்டுகொண்டேயிருந்தன. ஒன்றையொன்று துரத்துவது தொடர்ந்து நடந்துகொண்டிருந்தது. திடீரென்று தொட்டுக் கொள்ளும், சரசம், சல்லாபம் மீண்டும் துரத்தும். துரத்தத் துரத்த நீண்டு கொண்டே போயின. அவள் கன்னிப் படுக்கையில் சரச சல்லாபமா? அவள் மிகுந்த கோபத்துடன் கட்டிலருகே சென்றாள்.

கடிகாரம் சாதாரணமாய், மிகச் சாதுவாய் மல்லாந்து கிடந்தது. இரண்டு முட்களும் பன்னிரெண்டில் ஒன்றில் ஒன்று ஆழ்ந்து, ஒடுங்கிக் கிடந்தன.

அப்படியானால் அவள் சற்று முன்னால் கண்ட காட்சி மனப் பிரமையா?

சாந்தா டீச்சருககு ஒன்றுமே புரியவில்லை. இந்தக் கடிகாரமும் 'வில்லன் 'தான்.

அவள் பள்ளிக்கூடத்துக்கு 9.50 பஸ்ஸில் போகவில்லை. சற்று நேரமாகிவிட்டது. 'ப்ரேயர்' கூட்டம் முடிந்து, குழந்தைகள் வகுப்பறைக்குச் சென்றுவிட்டன.

வெராந்தாவில் பள்ளிக்கூட தலைமையாசிரியைப் பார்த்தாள், சாந்தா டீச்சர்.

தலைமையாசிரியை புன்னகை செய்தாள். அவள் 'லேட்'டாக வந்திருப்பதைச் சுட்டிக் காட்டும் வகையில், விஷமப் புன்னகை செய்வது போலிருந்தது. தாமதமாகி விட்டது என்பதற்கு வருந்த வேண்டியது அவசியம்தானா? இவளிடம் போய் தான் ஏன் மன்னிப்புக் கேட்க வேண்டும்? பள்ளிக்கூட தலைமை நிர்வாகியிடம் கொஞ்சிக் குலாவும் இவளிடமா?

'இன்று மழைதான் பெய்யப் போகிறது' என்றாள் தலைமை யாசிரியை. சிறிது நேரம் மௌனம்.

'அசாதாரணமாக ஏதாவது நடந்தால் மழை பெய்யும் என்பார்கள். நீங்கள் இன்று 'ப்ரேயர்' கூட்டத்துக்கு வரவில்லை' என்று தொடர்ந்தாள் தலைமையாசிரியை புன்னகை செய்துகொண்டே.

'முப்பது வருஷங்களாக எனக்குக் கடவுள் நம்பிக்கை இல்லா விட்டாலும், வந்து கொண்டிருக்கிறேனே, அது போதாதா?' என்றாள் சாந்தா டீச்சர்.

'என்ன சொல்லுகிறீர்கள், டீச்சர்?' என்று திடுக்கிட்ட நிலையில் அவளை உற்றுப் பார்த்தாள் தலைமையாசிரியை.

'இனிமேல் நான் வரப் போவதில்லை.'

'ஓ.கே. நீங்கள் வரவேண்டுமென்று நான் சொல்லவில்லை, டீச்சர்... உங்களுக்கு உடம்பு சரியில்லையா?'

சாந்தா டீச்சர் பதில் கூறாமல் தன் வகுப்பறைக்குச் சென்றாள்.

சந்தைக்கடை மாதிரி இருந்த அவள் வகுப்பு அவளைக் கண்ட தும், 'கப்சிப்' என்று அடங்கியது.

கடைசி பெஞ்சில் உட்கார்ந்திருந்த சுதாகர் அவளையே உற்றுப் பார்ப்பது போலிருந்தது. அவன் மற்றைய குழந்தைகளைக் காட்டிலும் சற்று வளர்த்தியான பையன். விளம்பரத்துக்கு ஏற்ற முகம். மிகவும் புஷ்டியான சரீரம்.

அவன் எதற்காகத் தன்னை இப்படி உற்றுப் பார்க்கிறான்? புன்னகை செய்வது போலிருக்கிறதே! ஏன்?

இன்று காலை அவள் வீட்டில் நடந்ததெல்லாம் அவனுக்குத் தெரியுமோ? தொடர்ந்து புன்னகை செய்துகொண்டேயிருக் கிறான். இவன் குழந்தையா சைத்தானா?

சாந்தா டீச்சர் மௌனமாக நின்றுகொண்டேயிருந்தாள்.

வகுப்பு ஓர் அசாதாரண மௌனத்தில் ஆழ்ந்திருந்தது.

அதோ. சுதாகர் முகம் அவள் வீட்டுச் சுவர்க் கடிகாரமாக மாறிக் கொண்டு வருகிறது.

கடிகார முட்கள் ஒன்றையொன்று துரத்துகின்றன.

'என்னைக் கிண்டலா செய்கிறீர்கள்?' என்று உரத்தக் குரலில் கத்தினாள் சாந்தா டீச்சர்.

வகுப்பிலிருந்த குழந்தைகள், அவள் முகத்தைக் கண்டு அஞ்சி உட்கார்ந்திருந்தன.

அப்பொழுது தலைமையாசிரியை அங்கு வந்தாள்.

'டீச்சர், உங்களுக்கு உடம்பு சரியில்லை என்று தோன்றுகிறது. உழைத்தது போதும், கொஞ்சம் ஓய்வு எடுத்துக்கொள்கிறீர்களா?' என்றாள் அவள்.

'கடிகாரம் நின்றுவிட்டது. ஆனால் முட்கள் ஒன்றையொன்று துரத்திக் கொண்டிருக்கின்றன' என்று உரக்கச் சிரித்தாள் சாந்தா டீச்சர்.

21. கன்னி

இது தான் முதல் தடவை அவன் ஒரு திரைப்பட 'ஸ்டுடியோ'வுக்குள் நுழைவது. அவன் நாவலை படமாக்கிக் கொண்டிருந்தார்கள். இயக்குநரின் வற்புறுத்தல் பேரில் அவன் வந்தான். வந்த அரை மணிக்குள் அவனுக்கு 'போர'டிக்கத் தொடங்கியது.

சமைக்கும்போது சமையலறைக்குள் எட்டிப் பார்ப்பது போன்ற ஓரனுபவம், இரண்டு வாக்கியங்கள் பேசுவதற்குள் மூன்று ரீடேக். அவன் சலிப்படைந்தான்.

அவன் 'செட்'டை விட்டு வெளியே வந்தான். ஜுன் மாதத்து வெயில், மழைக்காக ஏங்கிக் கிடந்தது வானம்.

எத்தனை பள்ளிக்கூடச் சிறுவர்கள்! தோளில் புத்தக மூட்டையைச் சுமந்து கொண்டு அவர்களுடைய 'கனவு தேவதைகளின்' தரிசனத்துக்காகவும் சிற்சில சமயங்களில் 'ஷூட்டிங்'கில் பங்கேற்கக் கிடைக்கக்கூடிய வாய்ப்புகளுக்காகவும் வந்திருக்கிறார்கள்.

'உங்க கதையா சார்?'

அவன் திரும்பிப் பார்த்தான். பன்னிரண்டு வயதுக்குள்தான் இருக்கும் அச்சிறுவனுக்கு. கேள்வி கேட்ட குரல் கணீரென்றிருந்தது.

'உனக்குப் பள்ளிக்கூடம் கிடையாதா?'

'உண்டு சார். போர். பள்ளிக்கூடப் பசங்களுக்கு 'சான்ஸ்' இருக்கா சார் படத்திலே?'

'நீ 'ஆக்ட்' பண்ணுவியா?'

'அஞ்சாறு படத்திலே பண்ணியிருக்கிறேன் சார்' இதற்குள் இன்னொரு சிறுவன் குறுக்கிட்டான்.

'சும்மா 'ரீல்' விடறான் சார். ஒரு படத்திலே கூட்டத்திலே கைதட்ற 'சீன்'லேருந்தான்; அதையும் 'எடிட்' பண்றப்போ 'கட்' பண்ணிட்டாங்க சார்.'

'இதிலே 'சான்ஸ்' இருக்கா சார்?' அவன் தன் நம்பிக்கையை இன்னும் இழக்கவில்லையென்று தெரிந்தது.

'இது என் கதையான்னு கேட்டியே யார் சொன்னாங்க?'

'சும்மா ஊகந்தான் சார். உங்களைப் பார்த்தா கதை எழுதறவர் மாதிரி எனக்குத் தோணிச்சு.'

'இதுவும் பொய். சீனுவாசன் சார் சொன்னார் சார்.' என்றான் மற்றொரு சிறுவன்.

சீனிவாசன் 'ப்ரொடக்ஷன் மானேஜ'ராக இருந்தார் இப்படத் துக்கு.

பொய் மேல் பொய்யாகச் சொல்லும் இப்பையன் தமிழ்நாட்டின் வருங்கால நட்சத்திரமாக அவனுக்குத் தெரிந்தான். அவன் ஒன்றும் பேசாமல் மேலே நடந்தான். வெயில் 'சுளீ'ரென்று உறைத்தது.

அப்பொழுதுதான் அவன் அவளைப் பார்த்தான்.

அறுபத்தைந்திலிருந்து எழுபது வயதுக்குள் இருக்கலாம். மரத்தடி நிழலில் உட்கார்ந்திருந்தாள். தனக்குத்தானே பேசிக் கொண்டு, தரையில் கோடு கிழித்தவாறு இருந்தாள்.

இவளும் நடிப்பு வாய்ப்பு தேடி வந்திருக்கிறாளா? பிராமணப் பெண். 'மடிசார்' கட்டு. நெற்றியில் வட்டமான மிகப்பெரிய குங்குமப் பொட்டு.

அருகில் சென்ற பிறகுதான் தெரிந்தது தனக்குத்தானே பேச வில்லை, பாடிக் கொண்டிருந்தாள்.

அவன் பக்கத்தில் நின்றும் அவள் கவனிக்கவில்லை. குனிந்தபடி இருந்தாள்.

அவன் நிற்பது அவளுக்குத் தெரியாமலிருக்காது. பொதுவிடத்தில் அருகில் ஒருவர் நிற்பது அவளுக்குத் தொடர்ந்து ஏற்பட்டு வரும் அனுபவமாக இருக்கக்கூடும்.

எதேச்சையாக நிமிர்ந்தாள்.

அவன் அவளைப் பார்ப்பதைக் கண்டதும், அவள் எழுந்து நின்றாள்.

'என்ன வேணும்?' என்றாள் அவள்.

'நீங்களும் நடிக்க வந்திருக்கேளா?'

'ஆமாம். நீங்க...?'

'அதோ... அந்த வீட்டு 'செட்'லே 'ஷூட்டிங்' நடக்கிறதே, அது என் கதைதான்.'

'உங்க கதையா, நீங்க எழுதின கதையா?'

'எழுதின கதை.'

'அதிலே நான் நடிக்க வந்திருக்கேன்.'

அவனுக்கு ஆச்சர்யமாக இருந்தது. இந்த கிழவிக்கு என்ன 'ரோல்'?

'அப்படியா?'

'ஆமாம். சமையல்காரி வேஷம். ரெண்டு நா முன் னாலேந்து வந்துண்டிருக்கேன். இன்னும் என்னைக் கூப்பிடலே. எப்போ கூப்பிடுவாளோ, அவா இஷ்டம். உங்களுக்குத் தெரிஞ்சுருக்குமே, கதை எழுதினவராச்சே நீங்க, நான் எத்தனை ஸீன்லே வரேன்?'

★★★

அவன் யோசித்தான். தில்லியிலிருந்து ஊருக்குத் திரும்பும் கதாநாயகன் வீட்டில், அம்மாவுக்கு உதவி செய்ய ஒரு வயதான பெண்மணி இருக்கிறாள். ஒரே இடத்தில்தான் பேசுகிறாள். 'தில்லியிலே சப்பாத்தி சாப்பிடறவர். அவருக்கு நம்மூர், அதுவும் நான் பண்ற ரசம் பிடிக்குமோ என்னமோ!' இவ்வளவுதான். பிடித்துதான் ஆகவேண்டுமென்ற தன்னம்பிக்கை, சொல்லும் விதத்தில் தெரியவேண்டும்.

பாவம், இந்தக் கிழவியிடம், 'ஒரேயொரு டயலாக் என்று எப்படிச்சொல்வது?' எத்தனை ஸீன்லே வரேன் என்று நம்பிக்கை யுடன் கேட்கிறாள்.

'பெரிய ரோல் இல்லே' என்று அவன் சொல்லி முடிப்பதற்குள் இடைமறித்தாள்

'தெரியும். ரெண்டு மூணு ஸீன்லியாவது தலைகாட்ட மாட்டே னான்னு ஒரு நப்பாசை, அவ்வளவுதான். 'டயலாக்' உண்டா?'

'ஒரு டயலாக்.'

'படம் காட்றச்சே அதையும் வெட்டி எறிஞ்சுடுவான், தெரியாதா எனக்கு? எத்தனை படத்துலே நடிச்சிருக்கேன்!'

'எத்தனை படத்திலே நடிச்சிருக்கேள்?'

'நூறாவது படம் இது. ஏன் விழா கொண்டாடப் போறேளா?' என்று அவள் சிரித்தாள்.

சிரிக்கும் பொழுதுதான் அவள் சின்ன வயதில் எவ்வளவு அழகாக இருந்திருப்பாளென்று அவனுக்குப்பட்டது. கண்கள் இதை உறுதிப்படுத்தின.

'எத்தனை நாளா நடிச்சிண்டிருக்கேள்?'

'அம்பது வருஷமா. எனக்கு இப்போ வயசு அறுபத்தெட்டு.'

'அம்பது வருஷமாவா?' அவன் திடுக்கிட்டான்.

'பதினெட்டு வயசிலே கும்மோணத்திலேந்து பட்ணத்துக்கு ஓடிவந்தேன். தியாகராஜ பாகவதரோட நடிக்கணும்னு ஆசை. கூட்டிண்டு வந்த தடியன் ஓடிப் போயிட்டான். ஒரு நாயுடு, அவனும் படம் எடுக்கிறவன்தான். எனக்குக் 'கதாநாயகி ரோல் தரேன்'னு சொல்லி என்னை வச்சிண்டிருந்தான். அப்போல்லாம் ராஜகுமாரிக்குத் தோழி வேஷம், இப்போ... சமையல்காரக் கிழவி' என்று சொல்லிவிட்டு உரக்கச் சிரித்தாள் அவள்.

★★★

அவளால் எப்படி இவ்வளவு சுலபமாகத் தன்னைப் பற்றி ஒளிவு மறைவு இல்லாமல் சொல்லிக்கொள்ள முடிகிறது? இதுதான் அவனை வியப்பிலாழ்த்தியது.

‘குமரிப் பொண்ணா வந்து கிழவியானது சினிமா ஸ்டூடியோ வாசல்லேதான். அம்பது வருஷம் போன சுவடு தெரியலே. கதாநாயகியாக நடிக்கக் காத்திருந்து கிழவியாயிட்டேன்.’

மறுபடியும் உரக்கச் சிரித்தாள்.

‘எனக்கும் கும்பகோணந்தான்’ என்றான் அவன்.

‘அப்படியா? எந்தத் தெரு?’

‘சாரங்க பாணி சன்னதித் தெரு.’

‘எனக்கு அய்யங்கார் தெரு, ஒரிஜினல் அய்யங்கார். இந்த மடிசார், வேஷமில்லே. நான் எப்போவும் கட்ற கட்டு. அதோ நடிக்கிறாளே உங்க கதாநாயகி, அவ மடிசார் கட்டி விடறதுக்குன்னே ஒருத்தியைக் கூட்டிண்டு வரா. அவ, அவளுடைய சிநேகிதி. பெரிய்ய அய்யங்கார் குடும்பந்தான். சினிமாக்காரிக்கு மடிசார் கட்டி விடறதிலே அவளுக்கு அலாதி பெருமை! அவ போட்டோ வார பத்திகையிலே வருமே! அவளையும் எவனாவது ஒரு மடையன் பேட்டி கண்டு அசட்டு பிசட்டுன்னு எழுத மாட்டானா? இதை படிக்கன்னு காத்திண்டிருக்கே ஒரு கூட்டம்.’

‘நீங்களே நீங்க நினைச்சபடி ஒரு கதாநாயகியா ஆகியிருந்தேள்னா இப்படியெல்லாம் பேசுவேளா?’ என்றான் அவன் புன்னகையுடன்.

‘நிச்சயமா பேசியிருக்க மாட்டேன். ஆகவே, இப்போ பேசறேன். இதிலே என்ன தப்பு? இது மனுஷ சுபாவந்தானே? நீங்க கதை எழுதறவர், இது கூடவா உங்களுக்குத் தெரியாது?’

அவன் மண்டையிலடிப்பது போலிருந்தது. இவ்வளவு அழகாகப் பேசுகிறாள். அழகாகவும் இருந்திருக்க வேண்டும். இவளுக்கு சினிமாவில் எப்படி வாய்ப்பில்லாமல் போய்விட்டது?

‘நீங்க தனியாகவாயிருக்கேள்?’ பேச்சின் திசையை அவன் மாற்றினான்.

‘தனியென்ன தனி! எல்லாரும் ஒரு வகையிலே பார்க்கப் போனா தனிதான். என் வலியை, உங்களாலே பொறுத்துக்க முடியுமா? எனக்கு ‘கான்ஸர்’ ஆபரேஷன் ஆச்சு. வலி பொறுக்க முடியாம துடிச்சுப் போயிட்டேன். ஆம்படையானோ பிள்ளையோ

இருந்திருந்தா, என் வலியை நீங்க பொறுத்துக்குங்கோன்னு அவாகிட்டே கொடுத்திருக்க முடியுமா? நான்தானே பொறுத்துக் கும்படியா ஆச்சு?'

'கான்சரா!'

'ஆமாம் இடது முலையைத் திருகி எறிஞ்சாச்சு. ஆனா எந்தப் பட்டணமும் பத்தி எரியலே. கொஞ்ச நஞ்சம் சேத்து வச்சிண்டி ருந்த பணமும் ஆபரேஷன்லே போனதுதான் மிச்சம். இப்போ நடிச்சாதான் சோறு. பிச்சை எடுக்கலாம், ஆனா மனசு வல்லே...'

'இதிலே உங்களுக்கு எத்தனை வரும்?'

'என்ன வரும்? ஒரு நாளைக்கு நூறு ரூபா வந்தா பெரிசு. அதுவும் தினோம் வராது. ரெண்டு நாளா அலையறேன், பஸ் சார்ஜ் எத்தனை ஆறது தெரியுமா? வல்லேன்னா அன்னிக்குன்னு பார்த்துக் கூப்பிடு வான். நூறு ரூபாய் நஷ்டம். இந்த நூறு ரூபாய்லே அந்தக் கடன் காரன் ஏஜெண்டுக்கு ஒரு பங்கு. நீங்கதான் கதாசிரியர், எனக்கு ஒரு உபகாரம் பண்ணுவேளா?'

'என்ன?'

'இன்னிக்காவது என் 'ஷாட்'டை எடுக்கச் சொல்லுங்கோ.'

இதில் குறுக்கிடுவது சரியா என்று அவனுக்கு நிச்சயமாகத் தெரியவில்லை. இயக்குநர் மறுத்து விட்டால், அவர் அவனிடம் காட்டும் மரியாதை பற்றி அவனுக்குச் சந்தேகம் ஏற்படலாம். ஆனால் இக்கிழவியின் கோரிக்கை நியாயமானது தான். சொன்னால் என்ன?

'இன்னொரு ஆசை...'

'சொல்லுங்கோ.'

'நான் சாகறத்துக்குள்ளே ஒரு பத்து நிமிஷமாவது சினிமாவிலே 'டயலாக்' பேசிட்டுச் சாகணும்னு ஆசை. இந்த கான்ஸர் வியாதி ஒரு காளான் மாதிரி. இந்த இடத்திலே போச்சு, இன்னொரு இடத் திலே வரும்; அப்படித்தான் எல்லாரும் சொல்றா.' கிழவியின் இந்த ஆசையை அவனால் பூர்த்தி செய்ய முடியுமா? ஒரு வரி 'டயலாக்'கை அவள் பத்து நிமிஷங்கள் பேசும்படியாக எப்படி மாற்றி எழுதுவது? இந்த ஒரு வரியே படத்தில் இருக்குமா இல்லையா என்பது நிச்சயமில்லை.

சின்ன வயசிலேயே நிழல் வேட்டையில் இறங்கிய இப்பெண் மணிக்கு இதுதான் உயர்ந்தபட்ச குறிக்கோளாக இருக்கிறது என்பதில் ஆச்சரியமில்லை.

கதையில் சமையல்காரியை சற்று முக்கியமான ஒரு பாத்திரமாக மாற்றினால்தான் அவள் இரண்டு மூன்று 'ஸீன்'களில் வருவதும் பத்து நிமிஷங்கள் 'டயலாக்' பேசுவதும் சாத்தியம்.

ஆனால் இதற்கு இயக்குநர் சம்மதிப்பாரா?

எப்படி மாற்றுவது? அதுவும் ஒரு பிரச்னை.

'உங்களுக்கு உறவு கிறவுன்னு யாரும் இல்லையா?'

'இருந்தான் ஒரு பையன். தூரத்து உறவு. அவனும் சினிமாவிலே சேரணும்னு துடிச்சிண்டிருந்தான். நானும் எல்லார்கிட்டேயும் சொல்லிப் பாத்தேன். எனக்கு கான்ஸர்ன்னதும் ஆள் அட்ரஸ் தெரியலே, அப்போ போனவன்தான் இன்னும் வறாப்லே. எப்படி எதிர்பார்க்க முடியும்?

'என் இடது முலையைத் திருகி எறிஞ்சாச்சுன்னு எந்த ராஜா வாவது எனக்கும் கோயில் கட்டப்போறானா? அது கிடக்கிறது விடுங்கோ. நான் ரெண்டு மூணு ஸீன்லியாவது வரும்படியா வழி பண்ண முடியுமா? ஒயேடியா சிவாஜி மாதிரி பத்து நிமிஷம் 'டயலாக்' பேச வேணாம். ரெண்டு மூணு 'ஸீன்'லே மொத்தம் பத்து நிமிஷம் டயலாக், என்ன முடியுமா?'

'எப்படிச் செய்யறதுன்னு தெரியலே, அதான் யோசிக்கிறேன். இன்னொண்ணு இது டைரக்டர் இஷ்டம். நான் குறுக்கிடறது சரியா இருக்குமான்னு எனக்குத் தெரியலே.'

'என்ன குறுக்கிடறது, இது உங்க கதை. கதை நன்னாயிருக் கணும்னு கொஞ்சம் மாத்தறேள். அவ்வளவுதானே? எனக்கு நின்னு நின்னு கால் வலிக்கிறது. கொஞ்சம் உட்காரட்டுமா?'

'தாராளமா' அவள் உட்கார்ந்தாள்.

'நீங்க பாடுவேளா?'

'பாகவதர் பாட்டு அத்தனையும் அத்துப்படி. இந்த எழவுதான் என்னை இப்போ நடுச்சந்தியிலே கொண்டு வந்து நிறுத்தி யிருக்கு'

‘ஏன் எழவுங்கிறேள்? பாட்டிலே ஈடுபாடு இருந்தா எழவா?’

‘ஈடுபாட்டோட நின்னுருந்தா தேவலையே. சினிமாவிலே பாகவத ரோட ‘டூயட்’ பாடணுங்கிற ஆசை... பாகவதர் எப்படியிருப்பார்னு தெரியுமா உங்களுக்கு? இப்போ இருக்கிறவா எல்லாரையும் அவர் கால்லே கட்டி வச்சு அடிக்கணும். சும்மா செக்கச் செவேல்னு தங்கத் தாம்பாளம் மாதிரி இருப்பார். பாடினார்னா குரல், வெங்கல மணியை ஒரு பயில்வான் அடிக்கிற மாதிரி.’

அவள்பார்வை எங்கோ வெட்ட வெளியில் லயித்திருந்தது. பாகவதர் குரல் அவள் இதயத்தில் ஒலித்துக்கொண்டிருக்க வேண்டுமென்று தோன்றியது. ஐம்பது வருஷங்களுக்கு முந்திய ஒளி அவள் கண்களில் குடி புகுந்தது.

‘சீனுவாசன் சாரைக் கேட்டோம் சார். நீங்கதான் கதாசிரியர், ஒரு பள்ளிக்கூட ‘ஸீனை’ நீங்க கதையிலே கொண்டு வந்தா, ‘சான்ஸ்’ தரேங்கிறாரு சார். தயவு செய்து ஒரேயொரு ஸீன்... சார்... சார்...’ வருங்கால நட்சத்திரம் அவன் அருகில் நின்று மன்றாடிக் கொண்டிருந்தான். இவன் எந்த மாதிரியான ‘வருங்கால நட்சத்திர மாய்’ இருக்கப் போகிறான்?

‘சும்மா மறுபடியும் ‘ரீல்’ விடறான் சார். சீனுவாசன் சார் ஒண்ணும் சொல்லலே’ என்றான் அந்த மற்றொரு நட்சத்திரம். அந்தக் கிழவி ஆடாமல் அசையாமல் உட்கார்ந்திருந்தாள்.

இடது பக்க முலையை மட்டும் அல்ல,கடந்த ஐம்பது வருஷத் திய வாழ்க்கையை உதறிய நிலையில் மீண்டும் ஒரு கன்னிப் பெண் போல அவள் அவனுக்குக் காட்சி தந்தாள்.

22. சமபந்தி யக்ஞம்

பார்க்கில் பள்ளி கொண்டிருந்த ரங்கநாதன் திடீரென்று எழுந்து முதுகைப் பூணூலினால் சொறிந்துகொண்டார். கட்டெறும்போ, எந்த எழவோ அவரை கடித்துவிட்டது? சுரீரென்று வலி.

வைஷ்ணவ பிராமணரை கடித்த புண்ணியம் அது கடித்த கணத்திலேயே வைகுண்டம் போய்விட்டது. கட்டெறும்புதான். ரங்கநாதன் அதன் சடலத்தைத் தூக்கி எறிந்தார். அவர் கோபத்தை வேறு யாரிடம் காட்ட முடியும்?

வயிற்றுக்குள்ளிருந்து ஏதோ பிசைந்தது. இது பூச்சி இல்லை. பசி.

எறும்பு கடித்த இடம் அரித்துக்கொண்டேயிருந்தது. தொடர்ந்து சிறிது நேரம் பூணூலினால் சொறிந்துகொண்டேயிருந்தார். பூணூலினால் வேறு என்ன உபயோகம்?

'ஐயரே, மணிஅஞ்சரையாச்சு. எழுந்து போங்க' என்றார் பார்க் காவல்காரர் அப்துல். வயசானவர். அவருடைய விருந்தோம்புதல் குணம்தான் இதுவரை ரங்கநாதனுக்கு 'பார்க்'கில் படுத்துறங்க உதவியிருக்கிறது. இப்பொழுது இதற்கும் ஆபத்து வந்துவிட்டது போலிருக்கிறது. என்ன காரணம்?

ரங்கநாதன் புருவங்களை உயர்த்தி அப்துலைப் பார்த்தார்.

'நான் எல்லோரையும் ராத்திரி இங்கே படுக்க விடறேன்னு நடக்கிறவங்க சங்கம்னு ஒண்ணு வச்சிருக் காங்களே, அவங்க 'கம்ப்ளெய்ண்ட்' கொடுத்திருக்காங்களாம். உங்களுக்கும்

கஷ்டம், எனக்கும் கஷ்டம். ஏன் வம்பு, பேசாம எழுந்து போங்க' என்றார் அப்துல்

'என்னாலே யாருக்குத் தொந்தரவு?' என்றார் ரங்கநாதன் பலவீன மான குரலில்.

'வெள்ளை டிராயரும் வெள்ளை சட்டையும் போட்டுகினு, 'டாக்டாக்'னு இங்கே உலாத்த வர்றவங்களுக்கு வவுறு ஒட்டி, கன்னம் ஒட்டி நீங்க கிடக்கிறதைப் பாத்தா கண்ணையும் மனசையும் ஏதோ உறுத்துதோ என்னவோ? நான் ஒண்ணு சொல்றேன் கேளுங்க. ஒரு வாரம் வேற எங்கனாச்சும் படுங்க. அப்புறம் பாத்துக்கலாம்.'

ரங்கநாதன் தம் சிறிய தகரப் பெட்டியை அவருடைய அம்மாவின் ஒன்றுவிட்ட தங்கையின் பேத்தி வீட்டில் வைத்திருந்தார். ஏதோ நல்ல வேளை, அவளுடைய கணவன் மனத்தில் கொஞ்சம் ஈரம் ஒட்டிக் கொண்டிருந்தது. அவன் ஒரு ஹோட்டலில் சர்வராக இருந்தான். ஆனால் அவர்கள் இருந்ததோ ஒண்டுக்குடித்தனம். கணவன், மனைவி, மூன்று குழந்தைகள். அங்கு குளிக்கலாம், காலைக்கடன் கழிக்கலாம், ஆனால் படுக்க முடியாது. மற்றைய குடித்தனக்காரர்களின் முணுமுணுப்பை பொருட்படுத்தாமல் இவ்வளவு தூரம் அவரை அங்கு அனுமதித்திருப்பதே பெரிசு.

ரங்கநாதனின் அப்பா, தன் மகன் வேத வித்தாக வர வேண்டும் என்றுதான் விரும்பினார். தம் கரண்டி உத்தியோகம் தம்முடைய மகனுக்கு வேண்டாம். அவன் நாக்கைக்கொண்டு பிழைக்கட்டு மென்று வேதபாட சாலையில் சேர்த்தார். அவர் நாக்கில் நாமகள் குடியேற மறுத்து விட்டாள். அப்பாவைப் போல் கையைக் கொண்டு பிழைக்கவும் உடம்பு மறுத்துவிட்டது. நாலு மாதம் அத்யாயனம் செய்த பலன் நாணா வாத்தியாருக்கு எடுபிடி ஆளாக இருக்க உதவியது. தர்ப்பைக் கட்டு, செங்கல், விராட்டி எடுத்துச் செல்லும் உத்தியோகம். நாணா வாத்தியார் ஆச்சாரியன் திருவடி அடைந்த பிறகு, அவ்வப்பொழுது வாத்தியார்களின் கடாட்சம் அவர் மீது விழுந்தால் உண்டு; இது அவருடைய அன்றைய அதிர்ஷ்டத்தைப் பொறுத்த விஷயம்.

'கடாட்சம்' என்றால் அதன் உருவகப் பொருளில்லை. வாத்தியா ரின் பார்வை நிஜமாகவே அவர்மீது விழ வேண்டும் என்ற அர்த்தத்தில்.

நடுத்தர பிராமணர் குடும்பங்கள் தங்கள் பிதுர்க்களைக் கரை யேற்றுவதற்கென்று அந்த மடம் அங்கு இருந்தது. ரங்கநாதன் அங்கும் போய் கூடத்தில் வரிசையாக உட்கார்ந்திருப்பவர் களோடு தாமும் சேர்ந்து கொள்வார். எதிர்த்தாற் போல் ஐந்தாறு அறைகள். நாலணா, எட்டணா, தானம் செய்ய வேண்டுமெனும்போது அறையிலிருந்து வாத்தியார் வெளியே எட்டிப் பார்ப்பார். அவர் பார்வையில் விழ அதிர்ஷ்டம் வேண்டும். ஸ்மார்த்த காரியங்களில் அவருக்கிடமில்லை; நாமத்தை அழித்துவிட்டு திருநீறு பூசிக் கொள்ள வேண்டும்; இது அவருக்கு ஒரு பெரிய கோட்பாட்டுப் பிரச்னை இல்லை; ஆனால் அது இயலாத காரியம். அவரை எல்லா வாத்தியார் களுக்கும் தெரியும்.

வைஷ்ணவ பிராமணர்கள் ஈமக்கடன்கள் செய்வது குறைந்து வருகிறது என்பதனாலோ என்னவோ அல்லது வைஷ்ணவ பிராமணர்கள் நீண்ட ஆயுளுடன் இருப்பதனாலோ என்னவோ, அம்மடத்தில் வைஷ்ணவக் காரியங்கள் மிகக் குறைவு. அதனால் வாரத்தில் அனேகமாக மூன்று நாள் அவருக்கு ஏகாதசி. அப்படி யிருக்கும்போது, ‘வவுறு ஒட்டி கன்னம் ஒட்டி’யிருப்பதை தவிர‘வாக்கிங்’ வருகிறவர்களைப் போல் ‘கொழு கொழு’ வென்றா அவரால் இருக்க முடியும்?

‘ஐயா புறப்படுங்க’ என்றார் அப்துல்.

‘அப்துல், ரெண்டு நாளா பட்டினி, ஒரு ரூபா இருக்குமா டீ குடிக்க’ என்றார் ரங்கநாதன்.

அப்துல் அவரை ஏற இறங்கப் பார்த்தார். இரண்டு நாள் என்ன, வாழ்க்கை முழுவதும் அவர் பட்டினி கிடந்திருக்க வேண்டு மென்று அப்துலுக்குத் தோன்றிற்று.

‘ஐயரே, என்கிட்ட காசு இல்லே. வேணும்னா அதோ என் ரூமுக்கு வாங்க டீ தாரேன்’ என்றார் அப்துல்.

அப்துல் தங்குவதற்கு அந்தப் பார்க்கிலேயே ஒரு சிறிய அறை ஒதுக்கப்பட்டிருந்தது. அப்துலுக்கு குடும்பம் உண்டா இல்லையா என்பது யாருக்கும் தெரியாது. அவர் அப் ‘பார்க்’ உருவாகிய நாள்களிலிருந்து அங்கு இருந்து வருகிறார். அது உருவாகி நாற்பது வருஷங்களிருக்கலாம்.

அப்துலின் அழைப்பை ஏற்றுக்கொள்வதைத் தவிர வேறு வழி இருப்பதாக ரங்கநாதனுக்குப் புலப்படவில்லை. அவர் தலை யசைத்து அப்துலின் விருந்தோம்பலை ஏற்றுக் கொண்டார்.

அது சிறிய அறை. இந்த வயதிலும் அறையை சுத்தமாக வைத்திருந்தார் அப்துல்.

ஓரிரண்டு கைலிகள் கொடியில் தொங்கின. காக்கி நிற பாண்ட், சட்டை இரண்டு மடித்து வைக்கப்பட்ட நிலையில் சுவரோரமாக ஒரு பலகை மீதிருந்தன.

'காலையிலேயே டீ போட்டுட்டேன், மிச்சமிருக்கு. சுடப் பண்ணித் தரேன்' என்றார் அப்துல். 'வேணாம். அப்படியே கொடுங்கோ, பரவாயில்லே. அதென்ன அட்டையிலே தொங்கறதே, அது என்ன பாஷை?'

'அரபிக், எங்க தெய்வ பாஷை. அதுல அல்லாவை நம்பினா ஒரு கஷ்டமுமில்லேன்னு ஒரு அர்த்தம் இருக்கு. டீ ஆறிப் போயிருக் கிறது. சுட வைக்கிறேன்.' என்று சொல்லிக்கொண்டே ஸ்டவ்வை மூட்டினார் அப்துல்.

'அல்லா'ன்னா உங்க தெய்வமா?'

'தெய்வத்திலே 'என் தெய்வம், உன் தெய்வம்'னு எதுவும் கிடையாது. எல்லாருக்கும் ஒரே தெய்வம்தான்.'

'எங்க தெய்வத்தை நம்பினா பட்டினிதான். ராத்திரி சரியா தூங்கக்கூட விடமாட்டேங்கிறது எங்க தெய்வம். தோ பாருங்க சாயபு, கட்டெறும்பு கடிச்சு வீங்கியிருக்கு' என்று முதுகைக் காட்டினார் ரங்கநாதன்.

★★★

அப்துல் அவர் முதுகைப் பார்த்தார். நன்றாகத்தான் கடித்திருந் தது. ரத்தக் கசிவு. 'ஐயரே, எதுக்கு இந்த அழுக்குப் பூணூல், தூக்கி எறியறதுதானே?' என்றார் அப்துல்.

'அதுதான் அப்பப்போ சோறு போடறது சாயபு. சிரார்த்தம், சவுண்டி.'

'உங்க உடம்பைப் பாத்தா அப்பப்போ சோறு திங்கிறதாவே தெரியலியே. எதனாச்சியும் கடை கிடையிலே கணக்கெழுதற உத்தியோகம் கூடவா உங்களுக்குக் கிடைக்கலே?'

'நான் ஒரு உத்தியோகத்துக்கும் லாயக்கில்லே சாயபு. எந்த வீட்டிலே யாரு மண்டையைப் போடறாங்கன்னு பாத்திண்டு, 'லோ லோ'ன்னு அலைய வேண்டியிருக்கு.'

அப்துல் ஒரு கோப்பையில் 'டீ' யை ஊற்றிக் கொடுத்தார்.

'திவ்யமாயிருக்கு சாயபு. நீங்க நன்னாயிருக்கணும்.'

தேநீர் இதமாகவே அவர் தொண்டைக்குள் இறங்கி, வயிற்றுச் சூட்டைத் தணித்தது.

'இன்னைக்கு எங்கே திங்கப் போறீங்க?' என்றார் அப்துல்.

'அதான் தெரியலே.'

அப்பொழுது 'அப்துல்' என்று யாரோ கூப்பிடுவது கேட்டது. அப்துல் எழுந்து போனார். ரங்கநாதன் யோசித்தார். எங்கே சாப்பிடுவது? இதுவரை அவர் அவருடைய அம்மாவுக்கு அளித்திருந்த இரண்டு வாக்குறுதிகளை நிறைவேற்றி வந்திருக்கிறார். மகாத்மா காந்தியின் 'சத்திய சோதனை'யைப் படிக்காமலேயே. ஒன்று, பிச்சை எடுக்கக் கூடாது; இரண்டு, எந்தக் காரணத்தைக் கொண்டும் பூணூலைக் கழற்றுவதில்லை.

அவர் ஒரு சமயம் இதைப்பற்றி யாரிடமோ சொன்னபோது அவர் சிரித்துக்கொண்டே சொன்னார்: 'ஐயரே, பிராமணர் பிச்சை எடுக்கக் கூடாதுன்னு யார் சொன்னாங்க? உஞ்சவிருத்தின்னா என்ன அர்த்தம், பிச்சைதானே?'

'உஞ்சவிருத்தி'யின் அர்த்தத்தைத் தத்துவரீதியாக விளக்கும் அளவுக்கு அவருக்கு சாஸ்திரம் தெரியாதென்பதால், அவருக்கு முதல் தடவையாக அந்தச் சந்தேகம் வந்தது - பிராமணன் பிச்சை எடுத்துத்தான் பிழைக்க வேண்டுமா? அப்படி என்றால் உயர்ந்த ஜாதி என்றால் என்ன அர்த்தம்?

தேநீர், களைப்பைப் போக்கியது; ஆனால் பசியைத் தூண்டி விட்டது.

மடத்துக்குப் போய் பார்க்கலாமா? இன்று வைஷ்ணவச் சாவு எதுவுமில்லாவிட்டால்? போன வாரம் முழுவதுமில்லை; இன்று இல்லாமலா போய்விடும்? 'நாராயணா, நீதான் கிருபை பண்ணணும்' என்று வேண்டிக் கொண்டார் ரங்கநாதன்.

அப்பொழுது அப்துல் உள்ளே நுழைந்தார். அவர் முகம் மலர்ந்திருந்தது.

அப்துல் தனியாக வரவில்லை. அவருடன் இன்னொருவர் வந்தார். நல்ல பருமனாக இருந்தார். வெள்ளை சட்டை வேட்டி.

'இந்த ஆளையா சொல்றீங்க அப்துல்?' அவர் குரல் கரகரத்திருந்தது.

'ஆமாம்.'

'இந்த ஆளு பாப்பானாச்சே!' என்றார் அவர்.

'ஆளை நல்லா பாருங்க. ஆயுசு பூரா பட்டினி கிடந்த மாதிரி உடம்பு. நல்லாப் பாருங்க. பாப்பானாயிருந்தா என்ன, யாரா யிருந்தா என்ன? சோறு போட்டா புண்ணியம் உண்டு' என்றார் அப்துல்.

'சரி இந்த ஆளை பூணூலைக் கழட்டி எறியச் சொல்லிவிட்டு இவரையும் கூட்டிக்கிட்டு வந்து சேருங்க. சரியா மதிய நேரத்துக்கு வாங்க' என்று சொல்லிவிட்டு, வந்தவர் போய்விட்டார். ரங்கநாதன் ஒன்றும் புரியாமல் அப்துலைப் பார்த்தார்.

'இங்கேயே குளிங்க. வேட்டி தாரேன். உடுத்திக்கிட்டு மதியம் சாப்பிடப்போவோம்.'

'எங்கே?'

'அப்புறம் விளக்கமா சொல்றேன்.'

'தோ பாருங்கோ சாயபு, எங்கம்மாவுக்கு சத்தியம் பண்ணித் தந்திருக்கேன் - பிச்சை எடுக்கமாட்டேன், பூணூலை கழட்ட மாட்டேன்னு. அப்படியிருக்கறச்சே...'

'ஐயரே, நீங்க சத்தியம் பண்ணித் தந்திருக்கலாம். ஆனா அந்தக் காலமே வேற. இப்போ பட்டினி கிடக்கிறது யாரு, நீங்களா உங்கம்மாவா?'

'பூணூலை கழற்றினாத்தான் சாப்பாடு கிடைக்குமா?'

'ஆமாம்.'

'எனக்குப் புரியலே சாயபு. ஏன் பூணூலைக் கழட்டணும்?'

‘இன்னிக்கி மதியம் சமபந்தி போஜனமாம். மந்திரி வராரு. இப்போ வந்தவர் முனிசிபல் கவுன்சிலர். இந்த வார்ட்லேதான் சாப்பாடு போடப் போறாங்க. நல்லா, வத்தலா, ஆயுசு பூரா பட்டினி கிடந்தவரு மாதிரி தாழ்த்தப்பட்ட சாதி ஆளு ஒருத்தரு வேணும்னாரு. மந்திரி பக்கத்திலே உக்கார. போட்டோ பிடிப் பாங்க. மந்திரிக்கு இந்தப் பக்கத்திலே நான், முஸ்லிம், அந்தப் பக்கத்திலே நீங்க புரியுதா? பூணூலை கழட்டி எறியுங்க. அழுக்குப் பூணூல், அது சோறும் போடலே, வீணா அதைக் கட்டிக்கிட்டு எதுக்கு அழுவறீங்க?’

ரங்கநாதன் சிறிது நேரம் பேசாமல் உட்கார்ந்திருந்தார்.

அப்துல் கேட்டார்: ‘இன்னொரு கப் டீ தரவா? சாப்பாடு மதியம் தான். அதுவரை பசி தாங்க வேணாம்?’

ரங்கநாதன் முதுகைத் தொட்டுப் பார்த்தார். எறும்பு கடித்ததினால் தடித்திருந்த இடம் தணிந்திருந்தது. அப்துல் கொடுத்த தேநீர்க் கோப்பையை இயந்தர ரீதியாக அவர் வாங்கிக் கொண்டார்.

23. பொருத்தம்

உலகத்திலுள்ள எல்லா புரோக்கர்களுக்கும் ஒரே ஜாடைதான் போலிருக்கிறது. இதழ்களில் காகிதப் பூ புன்னகை மலர மனத்துக்குள் வாடிக்கைக்காரரை எடை போட்டுக்கொண்டிருத்தல், அக்கறையும் அலட்சியமும் கலந்த பேச்சு, சாதிக்க முடியாதது உலகில் என்ன இருக்கிறது என்ற தோரணை...

அவர் குப்தாவைப் பார்த்துக்கொண்டே நின்றார்.

'நோ ப்ராப்ளம். ரிடையராகி விட்டீர்கள். கவர்ன்மெண்ட் குவார்ட்டர்ஸை காலி செய்யவேண்டும். அவ்வளவுதானே? நிச்சயமாக உங்கள் தகுதிக்கேற்ற வீடு கிடைக்கும். கவலைப் படாதீர்கள். கவர்ன்மெண்ட் ஆஃபீஸர்கள் அநேகமாக எல்லோருமே, ஓய்வு பெற்றவுடன் குடிபோவதற்கு சௌகரியமாக வீடு கட்டிக்கொண்டிருப்பார்களே, நீங்கள் விதி விலக்கு, அவ்வளவு தானே...?' குப்தா ஒரு வசீகரப் புன்னகையுடன், பேன்ட் பாக்கெட்டிலிருந்து கைக்குட்டையை எடுத்து முகத்தைத் துடைத்துக்கொண்டான்; சில விநாடிகள் மௌனம். அவன் யோசிக்கிறான் என்று தோன்றிற்று அவருக்கு.

'ஓகே. நீங்களும் உங்கள் மனைவியுந்தான். குழந்தை குட்டிகள் இல்லை. இருந்துதான் என்ன பிரயோஜனம்? இந்தக் காலத்தில் பெற்ற தாயையும் தகப்பனையும் அனாதையாக ரோட்டில் அலைய விடுவதுதான் பாரத தர்மமாகிப் போய்விட்டது. முதியோர் விடுதிகள் பெருகி வருவதற்கு வேறு என்ன காரணம்? என் அப்பா, அம்மா என்னுடன்தான் இருக்கிறார்கள். சந்தோஷமாக இருக் கிறார்கள். இது நம் கடமை. என்ன சொல்லுகிறீர்கள்?'

அவன் தன்னிடம் பதிலை எதிர்பார்க்கின்றானோ என்று அவருக்குத் தோன்றிற்று.

பதிலை எதிர்பார்க்கவில்லை. அவன்தொடர்ந்தான்.

'கவர்ன்மென்டில் நல்ல உத்தியோகத்தில்தான் இருந்திருப்பீர்கள். பார்த்தாலே தெரிகிறது. நல்ல பென்ஷன் வரும் இல்லையா?'

அவர் தலையசைத்தார்.

சில விநாடிகள் மௌனம்.

'ஓகே. ஒரு வீடு இருக்கிறது. பக்கத்தில்தான் . மூணு பெட்ரூம். அவ்வளவு பெரிய வீடு எதற்கு என்று கேட்காதீர்கள். வாடகை அதிகம் இல்லை. ஒரு நல்ல 'பார்ட்டி' வேண்டும் என்கிறார்கள். வீட்டைப் பாருங்கள், பிடித்திருந்தால் எடுத்துக் கொள்ளுங்கள். அதுதானே உங்கள் கார்? போகலாம் வாருங்கள்' என்றான் குப்தா.

டிஃபன்ஸ் காலனி. மிகவும் 'பாஷ் ஏரியா', எப்படி வாடகை குறைவாக இருக்க முடியும் என்று தோன்றிற்று அவருக்கு. தில்லிக்கு வந்த புதிதில் அவர் டிஃபன்ஸ் காலனியில் இருந்தார். அப்பொழுது இரண்டு 'பெட்ரூம்' தான். வீட்டுக்கு 150 ரூபாய் கொடுத்தார். இப்பொழுது ஆறாயிரம் ரூபாயாக உயர்ந்து விட்டது என்பதும் அவருக்குத் தெரியும்.

காரிலிருந்து இறங்கியதும், குப்தா கேட்டான், 'உங்கள் மனைவி பார்க்க வேண்டாமா?'

'எனக்குப் பிடித்திருந்தால், அவளுக்கும் பிடித்த மாதிரிதான்' என்றார் அவர். அவன் திடீரென்று நின்று அவரை நமஸ்காரம் செய்தான். முகத்தில் புன்னகை.

'இந்த மாதிரி தம்பதிகளை இந்தக் காலத்தில் தரிசனம் பண்ணுவதே பெரிய புண்ணியம். என்ன சொல்லுகிறீர்கள்?'

அவர் வீட்டைப் பார்த்தார். டிஃபன்ஸ் காலனி எப்படி மாறிவிட்டது இந்த முப்பது சொச்சம் வருஷங்களில்! அந்தக் காலத்திலேயே பளீரென்று இருக்கும். இப்பொழுது பார்க்கின்றவர்கள் முகத்தில் வந்து ஒட்டிக்கொள்ளும் பிரகாசம்! சலவைக்

கல்லால் இழைக்கப்பட்டது போன்ற ஒரு பிரமை. சலவைக் கல்தானோ?

குப்தா வீட்டுக்குள் நுழைந்து விட்டான். அவர் தயங்கியபடியே அவனைப் பின்தொடர்ந்தார்.

அவன் காலிங் பெல்லை அழுத்தினான். சில வினாடிகளுக்குப் பிறகு ஒரு பெண் கதவைத் திறந்தாள்.

வேலைக்காரி போல் தோன்றியது. பணக்கார வீட்டு வேலைக்காரி.

'மெம் சா(ஹ)ப் இருக்கிறார்களா?' அவன் கேட்டுக் கொண்டு இருந்தபோதே அவள்தான் 'மெம் சா(ஹ)ப் என்று தோன்றியது - வந்து விட்டாள். நல்ல உயரம். அரச வம்சத்துப் பெண் போல் இருந்தாள். ஐம்பத்தைந்து வயதிருக்கும். தலை முடியைப் பார்த்தால் அப்படித் தோன்றியது. முகம் இந்த வயதை மிக்க கணிசமாகக் குறைத்துக் காட்டியது.

'நமஸ்தேஜி. இவர் வீட்டைப் பார்க்க வந்திருக்கிறார்' என்றான் குப்தா.

அவள் அவரை ஏற இறங்கப் பார்த்தாள்.

'எல்லாவற்றையும் அவரிடம் சொல்லி விட்டாயா?' என்றாள் அவள் 'சடக்' கென்று குப்தா பக்கம் திரும்பி.

அவன் சிறிது திடுக்கிட்ட நிலையில் சமாளிப்பது போல் அவருக்குப் பட்டது.

'சொல்...ல்..லி விட்டேன்.'

'சாவியைக் கொடு' என்று வேலைக்காரியிடம் சொல்லிவிட்டு அவள் உள்ளே போய் விட்டாள்.

வீட்டு மாடிக்குப் பின் பக்கமாகத்தான் போக வேண்டும் என்பதை அவர் உணர்ந்தார்.

'பின் பக்க வாசலுக்கு இரண்டு சாவிகள் உண்டு. ஒன்று உங்களுக்கு, மற்றது வீட்டுக்காரர்களுக்கு' என்றான் குப்தா.

'முன் பக்க வாசலிலேயே மாடிப்படி இருந்திருக்கலாமே?' என்றார் அவர்.

'இருந்திருக்கலாம். அவர்கள் அப்படி வீட்டைக் கட்டவில்லை. வீடு கீழேயும் மாடியிலுமாக அவர்களே இருந்தார்கள். இப்பொழுதுதான் வாடகைக்கு விடுகிறார்கள். ஏன் உங்கள் மனைவிக்கு இது பிடிக்காதா?'

அவர் பதில் சொல்லவில்லை.

வீடு துப்புரவாக இருந்தது. நல்ல காற்றோட்டம். பெரிய படுக்கை அறை. ஹால் பெரிசாக இல்லாவிட்டாலும் வசதியாக இருந்தது. கண்ணாடி ஹாலை அலங்கரித்தது. அதில் நிறைய பரிசுப் பொருள்கள் வைக்கப்பட்டிருந்தன. தங்க மெடல்கள், வெள்ளிக் கோப்பைகள்.

'அவை இங்கேயே வைக்கப்பட்டிருப்பதில் உங்களுக்கு ஆட்சேபணை இல்லையே?' என்றார் குப்தா.

அவர் சிறிது திடுக்கிட்டார். அவை இங்கு ஏன் இருக்கவேண்டும், வீட்டை வாடகைக்கு விட்ட பிறகு?

அவன் சொல்லியது விளங்காததுபோல், அவர் அவனைப் பார்த்தார்.

'அவை இங்கேதான் இருக்கும்' என்றான் குப்தா. அவன் இதை வேறு எங்கேயோ பார்த்துக்கொண்டு சொன்னான். அவனுக்கு இதைச் சொல்வதில் கொஞ்சம் தர்ம சங்கடம் இருப்பதுபோல் அவருக்குப் பட்டது.

மூன்று 'பெட்ரூம்' என்று குப்தா சொன்னது தப்பு. இன்னொரு அறையும் இருந்தது. ஒட்டி இருந்தது.

'இந்த ரூம்?' என்று அவர் அவனைப் பார்த்தார்.

'இந்த அறை ஒட்டிதான் இருக்கும். வீட்டுக்கார அம்மா இங்கு சில சமயம் வருவதுண்டு. இந்த அறை அவள் உபயோகத்துக்கு' இதை அவர் எதிர்பார்க்கவில்லை.

'அவள் இங்கு வருவதனால் உங்களுக்கு ஒரு தொந்தரவும் இல்லை. மிகவும் நல்ல பெண்மணி. உங்கள் மனைவி அவளை மிகவும் விரும்பக்கூடும்.'

'எதற்கு அவள் இங்கு வரவேண்டும்? இந்த அறையில் என்ன இருக்கிறது? கீழே வீடு மிகவும் பெரிதாகத்தானே இருக்கிறது? அவர்கள் வீட்டில் யார் யார் இருக்கிறார்கள்?' என்றார் அவர்.

'அதெல்லாம் எனக்கு ஒன்றும் தெரியாது. நீங்கள் வீடு பிடித்திருந் தால் எடுத்துக்கொள்ளுங்கள். வாடகை நானூறு ரூபாய்.'

'வாட்? நானூறா?' அவர் குரல் 'கீறீச்'சிடுவதை அவரால் உணர முடிந்தது.

'அதான் வாடகை அதிகமில்லை என்று நான் சொன்னேனே? வாடகை குறைவாக இருப்பதற்குக் காரணமே இந்த சின்ன அசௌகரியங்கள்தான்' என்றான் குப்தா.

'இந்த நானூறு ரூபாய் அவர்களுக்கு எதற்கு? இந்த வீட்டை அவர்கள் வாடகைக்கு விட வேண்டிய அவசியம் என்ன? அதுவும் இந்த வாடகைக்கு?' என்று கேட்டார் அவர்.

குப்தா பதில் கூறாமல், பேசாமல் நின்றான். அவன் கைக் கடிகாரத்தில் மணியைப் பார்த்தான். கடிகாரம் நின்று விட்டது என்று தோன்றியது. அவன் அதை தட்டி ஆட்டி மறுபடியும் நோக்கினான். 'டைம்' என்ன?' என்றான் குப்தா. அவர் கடிகாரம் கட்டிக்கொண்டு வரவில்லை.

'ஓகே. கேட்க வேண்டியதெல்லாம் வீட்டுக்கார அம்மாவிடம் கேளுங்கள். அவள் பதில் சொல்வாள் என்று எனக்குத் தோன்ற வில்லை. வாடகை கொள்ளை மலிவு. நான் உங்கள் இடத்தில் இருந்தால் எடுத்துக்கொண்டுவிடுவேன். நீங்களும் உங்கள் மனைவியும்தான். இரண்டு பேருக்குப் புழங்க எவ்வளவு பெரிய இடம்... அதுவும் இந்த வாடகைக்கு. நாலாவிதமான மனிதர்கள் இருப்பதால்தான் உலகம் சுவாரஸ்யமாக இருக்கிறது. இந்த வீட்டுக்கார அம்மா ஒரு வித்தியாசமானவர். அதை ஒப்புக் கொண்டு பேசாமல் கண்ணை மூடிக்கொண்டு வீட்டை எடுத்துக் கொள்ளுங்கள்.'

அவர் மௌனமாக நின்று கொண்டிருந்தார்.

'ஏன் மனைவியைக் கலந்தாலோசிக்க வேண்டுமா?'

அவர் பதில் கூறவில்லை.

'சரி. உங்களுக்கு விருப்பம் இல்லாவிட்டால் வாருங்கள் போக லாம். வேறு வீடு பார்த்துச் சொல்லுகிறேன்' என்றான் குப்தா.

'இந்த வீட்டையே எடுத்துக்கொள்கிறேன்' என்றார் அவர்.

‘ஆனால்... ஒரு விஷயம்...’ என்று சொல்லிவிட்டு நிறுத்தினான் குப்தா.

‘என்ன?’

‘எனக்கு அரை மாத வாடகை கமிஷனாகக் கொடுக்க வேண்டும் இல்லையா?’

‘ஸோ?’

‘மார்க்கெட் ரேட்டில் வீட்டு வாடகையைக்கொண்டு மூவாயிரம் ரூபாய் தரவேண்டும்.’

‘மன்னிக்கவும். எனக்கு இந்த வீடு வேண்டாம்.’

‘சரி. ரெண்டாயிரம் தருவீர்களா, மாட்டீர்களா?’

‘எனக்கு இந்த வீடு வேண்டாம்’

‘ஓகே. ஓகே. ஆயிரம் ரூபாய் கொடுங்கள் போதும். அரண்மனை மாதிரி ஒரு வீடு பார்த்துத் தந்திருக்கிறேன். ஆயிரம் ரூபாய்கூட கொடுக்க மாட்டீர்களா?’ அவர் பேசாமல் குப்தாவைப் பார்த்துக் கொண்டே நின்றார்.

‘என்ன சரியா?’ என்றான் குப்தா.

அவர் புன்னகை செய்தார்.

அந்த வீட்டுக்குக் குடியேறிய பிறகு அவர் தம் மனைவியைக் கேட்டார்.

‘என்ன உனக்கு வீடு பிடிச்சிருக்கா?’

‘ரெண்டு நா கழிச்சாவது கேக்கத் தோணித்தே உங்களுக்கு?’

‘நான் அப்போவே கேட்டேன். நீதான் பதில் சொல்லலே. இப்பொ இப்படிச் சொல்றியே...’

‘நன்னாத்தான் இருக்கு வீடு. அந்த ரூம் ஏன் பூட்டியிருக்கு?’

‘தெரியலியே. வீட்டுக்காரி வந்து போயிண்டிருப்பான்னான் குப்தா. இதுவரையிலும் வர்லே. இரு. அதோ வாசல்லே பெல் அடிக்கிறது. பாத்துட்டு வர்றேன்.’

அவர் வாசலுக்குப் போய் கதவைத் திறந்தார். வீட்டுக்காரி.

அவரைப் பார்த்துப் புன்னகை செய்துவிட்டு உள்ளே போனாள்.

பூட்டியிருந்த கதவைத் திறந்து உள்ளே தாளிட்டுக்கொண்டாள்.

அவள் வெளியே வரக்கூடும் என்று அவர் காத்துக்கொண்டிருந்ததுதான் மிச்சம். அவள் ஒரு மணி நேரம்வரை வெளியே வரவில்லை.

அவருக்குக் கண் அயர்ந்தது. தூங்கிப் போய்விட்டார். தூங்கி எழுந்ததும் அவர் உடம்பு தெப்பமாய் நனைந்திருந்தது. விசிறியைப் போடாமலேயே அவர் தூங்கியிருக்கிறார்.

'இவ்வளவு ஞாபக மறதியா?' என்றாள் அவர் மனைவி.

'ஒரே அசதி. இரு. வீட்டுக்கார அம்மா போய்ட்டாளான்னு பாத்துட்டு வர்றேன்.'

'அவ போயிருப்பா.'

'எப்படிச் சொல்றே?'

'மணியைப் பாருங்கோ...'

'மை காட். மூணு மணி நேரமா தூங்கியிருக்கேன்! என்னை எழுப்பக் கூடாது?'

அவர் ஹாலுக்கு வந்தார். வீட்டுக்கார அம்மாவின் அறையில் பூட்டு தொங்கியது.

மூன்று நாள் கழித்து அவர் வீட்டின் பின்புறமாக உள்ளே நுழைந்தபோது, முற்றத்தில் நின்று கொண்டிருந்த வீட்டுக்காரி, 'பாய் சா(ஹ)ப். ஏக் மினிட்... ' என்றாள்.

அவர் நின்றார்.

'உங்களை என் வீட்டுக்காரருக்கு மிகவும் பிடித்து விட்டது. நீங்கள் கொடுத்த பத்து மாத அட்வான்ஸை திருப்பித் தரச் சொல்லிவிட்டார்.'

அவருக்கு தலை சுற்றியது. என்ன சொல்லுகிறாள் இவள். மூன்று நாட்களுக்குள் அவள் கணவனுக்கு அவரை பிடித்து விட்டதா?

அவள் கணவனை அவர் இதுவரை பார்க்கவேயில்லையே!

'தாங்க்யூ. ஆனால்... நான் கொடுக்கும் வாடகையே மிகவும் குறைவு... இதில் பத்து மாத அட்வான்ஸ் எனக்கு ஒரு பெரிய விஷயமில்லை.'

என் கணவர் அதைத் திருப்பித் தர வேண்டுமென்று சொல்லி விட்டால் அதை நான் மீற மாட்டேன்.'

'உங்கள் கணவரை நான் இன்னும் பார்க்கவேயில்லையே...' என்றார் அவர்.

'எனக்கு இப்பொழுது வேலை இருக்கிறது. அப்புறம் அறிமுகப் படுத்துகிறேன். பணத்தை வாங்கிக்கொண்டு போங்கள். இதோ எடுத்துக்கொண்டு வருகிறேன்.'

அவர் பணத்தை வாங்கி ஷெல்பில் வைத்ததும் அவர் மனைவி சிரித்தாள்.

'என்ன சிரிக்கிறாய்?'

'நீங்க திரும்பி வாங்கிக்க மாட்டேன்னு பிடிவாதமாக சொல்லி யிருக்கணும். உங்களுக்கு தைர்யம் போறாது.'

'ஒத்தர் மனசைப் புண்படுத்தறதுக்கு என்ன தைரியம் வேண்டிக் கிடக்கு?'

'கொள்கை புண்ணாக்குன்னு என்கிட்டே சண்டை போட்டிருக் கேளே, அப்போ என் மனசு எவ்வளவு புண்பட்டிருக்கும்னு உங்களுக்குத் தோணலியே, இப்பொ யாரோ ஒருத்தி மனசு புண்படக் கூடாதுங்கிறேள்... நல்ல மனுஷன் நீங்க...'

அவள் இதைச் சொல்லிவிட்டு வாய்விட்டு, உரக்கச் சிரித்தாள்.

'ஏய்... என்ன இப்படி சிரிக்கறே, எனக்கு பயமா இருக்கு' என்றார் அவர்.

ஒரு வாரம் கழித்து, அவள் மாடிக்கு வந்தாள்.

அவர் ஹாலில் நின்று கொண்டிருந்தார்.

அவள் அவரைப் பார்த்துப் புன்னகை செய்துகொண்டே தன் அறைக்கதவைத் திறந்தாள்.

'உங்கள் கணவரை நான் எப்போது பார்க்கலாம்?'

'இந்த அறையில்தான் இருக்கிறார். வாருங்கள்.'

'அந்த அறையிலா?'

'ஆமாம்.'

அவர் அவளைப் பின்தொடர்ந்தார். அறையில் விளக்கு எரிந்து கொண்டிருந்தது. அறை மத்தியில் ஒரு பெரிய கட்டில். படுக்கை கலைந்திருந்தது.

கட்டிலருகே செருப்பு. ஒரு 'ட்ரெஸ்ஸிங் கவுன்' படுக்கையில் கிடந்தது.

அறை முழுவதும் புத்தகங்கள் தாறுமாறாக இறைந்து கிடந்தன.

'இவர்தான் நம் வீட்டுக்கு வந்திருக்கும் குடித்தனக்காரர்' என்றாள் அவள்.

அவர் சுற்று முற்றும் பார்த்தார்.

'உங்களை உட்காரச் சொல்கிறார்' என்றாள்அவள்.

அவள் உட்கார்ந்தார்.

'எந்த முடிவு எடுத்தாலும் என் கணவரைக் கேட்காமல் எடுக்க மாட்டேன். இவர் பெரிய விளையாட்டு வீரர். ஹாலில் பரிசு களைப் பார்த்திருப்பீர்களே... ராணுவத்திலிருந்து ஓய்வு பெற்று இருக்கிறார். 1971 பங்களாதேஷ் சண்டையில் இவர் ஆற்றிய சாகசம் பற்றி எத்தனை கட்டுரைகள் வந்திருக்கின்றன தெரியுமா? அவள் இதைச் சொல்லிவிட்டு சிறிது நேரம் மௌனமாய் உட் கார்ந்திருந்தாள். அவள் கண்கள் ஈரமாகி விட்டதுபோல் அவருக் குப்பட்டது.

'உங்களை இவருக்கு மிகவும் பிடித்துவிட்டது. காரணம் தெரிய வில்லை. இதற்கெல்லாம் காரணமும் தேவையில்லை. ஒருவர் இன்னொருவரை விரும்புவதற்கு என்ன காரணம் வேண்டும்?'

சிறிது நேரம் மௌனம்.

'குப்தா உங்களை அழைத்துக்கொண்டு வந்தபோதே எனக்குத் தெரியும். உங்களை இவருக்கு மிகவும் பிடிக்குமென்று. நான் நினைத்தபடியே அவர் என்னிடம் சொன்னார். 'நல்ல

ஆளாகத்தான் இருப்பார் போலிருக்கிறது' என்று. நீண்ட நேரம் அன்று அவர் என்னிடம் பேசிக்கொண்டிருந்தார். என்ன இல்லை யா, நரேந்தர்? பாருங்கள் அவர் புன்னகை செய்வதை...'

அவள் எழுந்திருந்து அங்கு இறைந்து கிடந்த புத்தகங்களைச் சுட்டிக்காட்டிச் சொன்னாள். 'நரேந்திரன் இப்படித்தான் புஸ்தகத்தை படித்துவிட்டு அப்படியே போட்டுவிடுவார். நான் எதையும் எடுத்து வைப்பதில்லை. வைத்தால் அவருக்கு வருகிற கோபத்தை பார்க்கவேண்டுமே, பார்த்தால்தான் நம்புவீர்கள். பாருங்கள், இப்பொழுது ஒன்றும் தெரியாத அப்பாவிபோல் என்னைப் பார்த்துக்கொண்டிருக்கிறார்.

அவள் ஒரு புத்தகத்தை எடுத்துப் புரட்டினாள். முகத்தில் புன்னகை. 'மை காட். ஒரு புத்தகம் கூட என்னால் படிக்க முடியாது. எல்லாம் ராணுவப் புத்தகங்கள். 'ரோமல் தி டெசர்ட் ஃபாக்ஸ்.' ரோமல் இவருடைய பெரிய ஹீரோ. ஆனால் இவருக்கு ஹிட்லரைக் கண்டால் பிடிக்காது. ரோமல் மீது மரியாதை, அவன் பெரிய ராணுவ வீரன் என்பதால்தான். என்ன நான் சொல்வது சரிதானே, என்ன நரேந்தர் பேசாமலிருக்கிறீர்கள்?'

அவர் எழுந்திருந்தார்.

'என்ன எழுந்துவிட்டீர்கள். என் கணவரை சந்தித்ததில் சந்தோஷந்தானே?'

'சந்தோஷந்தான். யார் இல்லை என்றார்கள்?'

'நான் அவருக்கு ஒரு தொந்தரவும் கொடுக்க விரும்பவில்லை. அதனால்தான் எல்லா காரியங்களையும் என் தலைமேல் போட்டுக்கொண்டு செய்கிறேன். அவர் நிம்மதியாகப் புத்தகங் கள் படித்துக்கொண்டிருக்கட்டுமே, என்ன சொல்லுகிறீர்கள்?'

'சரிதான்.'

'உங்கள் மனைவிக்கு இந்த வீடு பிடித்திருக்கிறதா?'

'எப்படிப் பிடிக்காமலிருக்க முடியும்? அவளுக்கு உங்களை மிகவும் பிடித்திருக்கிறது.'

'என்னையா?'

'ஆமாம்.'

'நரேந்தர்... பார்த்தீர்களா! இவர் மனைவிக்கு என்னை மிகவும் பிடித்திருக்கிறதாம். சரி இன்னொரு நாள் நான் அவர் மனைவியையும் இங்கு அழைத்து வருகிறேன். ஓ.கே?'

அவர் அறையை விட்டு வெளியே வந்தார். ஹாலிலிருந்த பரிசுப் பொருள்களை சிறிது நேரம் பார்த்துக்கொண்டு நின்றார்.

'ஆமாம் நீங்கள் சொன்னது சரிதான். அவளை எனக்கு ரொம்பப் பிடிச்சிருக்கு' என்றாள் அவள் மனைவி மிகச் சன்னமாக அவர் காதருகே.

அப்பொழுது வீட்டுக்காரி அறையில் யாரோ சிரிப்பது அவருக்குக் கேட்டது.

அவர் திரும்பிப் பார்த்தார்.

'நரேந்தர் சிரிச்சிண்டிருக்கார்' என்றாள் அவர் மனைவி.

அவர் முகத்தில் அப்பொழுது நிச்சலமான ஆழ்ந்த அமைதி சூழ்ந்தது.

24. தியாகி

அது ஓர் அரசாங்க மருத்துவமனை. இப்படிச் சொல்வதால் அதைப் பற்றி விவரித்துச் சொல்ல வேண்டியதில்லை. நிர்வாகச் சுற்றுப்புறச் சுகாதாரம், ஜனநெருக்கம் ஆகியவற்றைப் பற்றிய எல்லாச் செய்திகளும் இதற்குள் அடக்கம்.

அதன் வாசலில் ஓர் அரசமரம் இருந்ததுதான் ஆச்சர்யம். எப்படி விட்டு வைத்தார்கள் என்பது தெரியவில்லை. 'தெரியவில்லை' என்று சொல்லக்கூடாது. தெரிந்ததுதான். பிள்ளையார் காப்பாற்றி னார். நிஜமாகவே பிள்ளையார்தான் காப்பாற்றினார். மரத்தடியில் திடீரென்று பிரசன்னமான அவரை அப்புறப்படுத்தினால்தான் அரச மரத்தையும் மருத்துவமனை கட்ட முற்பட்டபோது, அப்புறப் படுத்தியிருக்க முடியும். அவ்வாறு செய்ய யாருக்கும் துணி வில்லை. அரசமரம், பிள்ளையாருக்கு நன்றி கூறியது.

அரசமரம் மட்டும் நன்றி கூறவில்லை; மருத்துவமனைக்கு வந்த நோயாளிகள், அவர்கள் நண்பர்கள், உறவினர்கள் எல்லோரும் பிள்ளையாருக்கு நன்றி கூறினார்கள். அந்த மரத்தைச் சுற்றி வட்டமாக எழுப்பப்பட்டிருந்த மேடைதான் அங்கே வந்த ஏழை நோயாளிகளுக்கும் அவர்களைச் சார்ந்தவர்களுக்கும் வரவேற் பறை ஓய்வறை எல்லாம். ஆங்கிலத்தில் சொல்லப் போனால், 'லௌன்ஜ்.'

தொடர்ந்து மூன்றாவது நாளாக அந்த மருத்துவமனைக்கு வந்தான் செல்வம். வெறும் அந்தப் பெயரை மட்டும் வைத்துக் கொண்டு அவனால் தனியார் மருத்துவமனையில் சிகிச்சைப்

பெற முடியாததால் இந்த அரசாங்க ஆஸ்பத்திரிக்கு அவன் வர நேர்ந்தது. மூன்று நாளாக அலைச்சல்தான் மிச்சம். டாக்டரைப் பார்க்க முடியவில்லை. இந்த அலைச்சலிலேயே குணமாகி வருவது போல் அவனுக்கு ஒரு பிரமை.

அரச மரத்தடியில் இரண்டாவது நாளாக அந்த ஆளைச் செல்வம் பார்த்தான்; அவன் நேற்றும் இதே நிலையில்தான் படுத்திருந் தான். சிறிதும் மாற்றமில்லை. கண்கள் மூடியிருந்தன. 'நோயாளி' காக்க வைத்திருப்பார்கள். அசதியில் தூங்குகிறான் என்று நேற்று நினைத்தான் செல்வம். ஆனால் இன்றும் அதே நிலை. இன்னும் யாரும் அவனை கவனிக்கவில்லை?

வேறு ஆளாக இருக்கக் கூடுமோ? இல்லை அவன்தான். அவன் வலக்கையில் பச்சைக் குத்தியிருந்ததை நேற்றுப் பார்த்தது செல்வத்தின் நினைவுக்கு வந்தது.

சட்டைப் போடாத உடம்பை ஓர் அழுக்குக் காசித் துண்டு அரை குறையாகப் போர்த்தியிருந்தது. கழுத்தில் பழுப்பேறிய ஒரு மணி... வயதை நிர்ணயிக்க முடியவில்லை. முப்பதுமிருக்க லாம். அறுபதுமிருக்கலாம். வயிறு முதுகோடு ஒட்டி, முன்புற மிருப்பதால் வயிறு என்று சொல்லும்படியாக இருந்தது.

செல்வம் அவனருகில் சென்று கையைத் தொட்டான். ஜில் லென்றிருந்தது. திடுக்கிட்ட நிலையில் அவன் நாடியை பிடித்துப் பார்த்ததில் உறுதியாயிற்று.

செல்வம் மேடையிலிருந்து இறங்கி, என்ன செய்வதென்று புரியாமல், பொக்கை வாயில் புகையிலையைப் போட்டுக் கொள்வதற்காக அதை இடது உள்ளங்கையில் வைத்து அழுத்தித் தேய்த்துக்கொண்டிருந்த ஒரு கிழவரிடம்,

'அந்த ஆளு போயிட்டாரு' என்றான்.

அவர் பதிலொன்றும் கூறாமல் புன்னகை செய்தார்.

அவருக்குக் காது கேட்காது என்பதை உணர்ந்த செல்வம் மருத் துவமனை வாசலை நோக்கி விரைந்தான்.

இரண்டு நர்ஸ்கள் எதைப் பற்றியோ தீவிரமாக விவாதித்துக் கொண்டு சென்றனர்.

'சிஸ்டர் ஒரு நிமிஷம்' என்றான் செல்வம். இருவரும் ஒன்றும் புரியாமல் கூப்பிட்டவன் அவன்தானா என்ற சந்தேகம் வினாக் குறியாக முகத்தில் தெரிய நின்றார்கள்.

அவன் அவர்களுக்கு மரத்திசையை சுட்டிக் காட்டியவாறு சொன்னான், 'அந்த ஆளு போயிட்ட மாதிரி தெரியுது.' ஒருத்தி யோசிக்காமல் தன்னிச்சையாய் உடனே கேட்டாள்: 'எங்கே?'

'அது எனக்குத் தெரியாது' என்றான் செல்வம் புன்னகையுடன். உடனே இப்படி பதில் சொல்லியிருக்கக் கூடாதென்று மனத்தை ஒரு கணம் உறுத்தியது. இன்னொருத்தி கேட்டாள்.

'போயிட்டார்னு உங்களுக்கு எப்படித் தெரியும்?'

'தொட்டுப் பார்த்தேன். 'ஜில்'லுன்னுருக்குது. அவரு யாருன்னு எனக்குத் தெரியாது. நேத்தியிலிருந்து அந்த மரத்தடியிலே கிடக்கிறாரு.'

'நேத்தியிலிருந்தா?' என்றாள். 'போயிட்டார்னு உங்களுக்கு எப்படித் தெரியும்?' என்று கேட்டவள் பெயர் ரெஜினா. அவள் அணிந்திருந்த வில்லை அதை அறிவித்தது. இன்னொருத்தி நிர்மலா. அவள் நெற்றியில் விபூதிக் கீற்று.

'ஆமாம். நேத்திக்கும் அவரு இப்போ மாதிரியே கிடந்தாரு. அசதி, தூங்கறாருன்னு நான் போயிட்டேன். நான் மூணு நாளா வந்துகிட்டிருக்கேன். டாக்டரைப் பார்க்க முடியலே.'

'நாங்க என்ன செய்யணுங்கறீங்க?' என்றாள் நிர்மலா.

'நான் டாக்டரில்லே. அவர் போயிட்டார்னு நான் தப்பா சொல்லக் கூடும். நீங்க 'நர்ஸ்' அவர் நாடியைப் பார்த்து...'

'அப்படித் தொட்டுப் பார்த்து முடிவு பண்ண எங்களுக்கு அதிகார மில்லை. டாக்டர்தான் சொல்லணும். இது போலீஸ் கேஸா இருந்தா... அதுதான் சிக்கல்' என்றாள் ரெஜினா.

'வைத்தியத்துக்கு வந்தவரு. போயிருக்கலாமில்லையா?' என்றான் செல்வம்.

'இது உங்க யூகம். போலீஸை முதல்லே கூப்பிடுங்க' என்றாள் நிர்மலா.

'நான் கூப்பிடணுமா?'

'நீங்கதானே முதல்லே பாத்தீங்க. கையை வேற தொட்டுப் பாத்திருக்கீங்க'

என்று கூறிக்கொண்டே ரெஜினா போய்விட்டாள். நிர்மலாவும் ஒரு கணநேரத் தயக்கத்துக்குப் பிறகு அவளைப் பின் தொடர்ந் தாள்.

இதற்குள் மரத்தடியில் ஒரு சிறுகூட்டம் கூடிவிட்டது.

செல்வம் அக்கூட்டத்தை நோக்கிச் சென்றான்.

'உங்க சொந்தக்காரரா?' என்று கேட்டார் ஒருவர்.

'அவர் மனுஷன்னு தெரியுது, நாம எல்லாருக்குமே சொந்தக் காரரு' என்றான் செல்வம்.

'இந்த ஆஸ்பத்திரி ஆரம்பிச்ச நாள்லே வைத்தியத்துக்கு வந்திருப் பாரு. காத்து காத்தே போயிருக்கலாம்' என்றான் ஓர் இளைஞன் புன்முறுவலுடன்.

'நீ சொல்றதும் சரிதான். கவர்மெண்ட் ஆஸ்பத்திரின்னா இப்படித் தான்' என்று ஆமோதித்தார் இன்னொருவர்.

'அவர் போயிட்டார்ன்னு நிச்சயமா தெரியுமா?' என்று கேட்டார் வழுக்கை தலையாயிருந்த ஒருவர்.

அப்பொழுது ஒரு டாக்டர் அவர்களை நோக்கி வந்தார்.

'என்ன பிரச்னை?' என்றார் அவர்.

டாக்டர் 43 வயதுக்காரர். அவருடைய மீசை அவர் முகத்துக்குப் பொருத்தமில்லாமல் இருந்ததுபோல் செல்வத்துக்குத் தோன்றிற்று. குழந்தை முகத்துக்கு எதற்கு ஆக்ரோஷமான மீசை?

'இவரை கேளுங்க' என்று யாரோ டாக்டரிடம் சொன்னார். சொன்னவர் யாரென்று தெரியவில்லை. கூட்டம் அதிகரித்து விட்டது.

டாக்டர் செல்வத்தின் முகத்தை ஏறிட்டு நோக்கினார்.

'நான் மூணு நாளா ஆஸ்பத்திரிக்கு வந்துகிட்டிருக்கேன். 'ஸ்பான்டி லைஸில்'னு நினைக்கிறேன். டாக்டர் ரவியைப் பார்க்கச் சொன்னாங்க, அவரைத்தான் பார்க்க முடியலே.'

'உங்க கதை இருக்கட்டும். இந்த ஆளு யாரு, இவருக்கென்ன ஆச்சு?' என்றார் டாக்டர், சற்றுப் பொறுமையை இழந்த குரலில்.

'நேத்துலேந்து இப்படியே இங்கே கிடக்கிறாரு. நான்தான் இதை கவனிச்சேங்கிறதுதான் எனக்கும் இவருக்குமுள்ள சம்மந்தம்' என்றான் செல்வம்.

'சரி. இது போலீஸ் கேஸாருக்கலாம். முதல்லே போலீஸ் வரட்டும். நான் அவங்களுக்கு போன் செய்யறேன்' என்று கூறிக் கொண்டே டாக்டர் உள்ளே போக முற்பட்டார்.

'அவர் போயிட்டாரா இல்லையான்னு பார்க்க வேண்டாமா டாக்டர். அப்படி போகலேன்னா சிகிச்சை... ' என்று செல்வம் சொல்லி முடிப்பதற்குள் டாக்டர் குறுக்கிட்டார்.'பார்த்தா தெரியலே? அது 'பாடி'ய்யா. போலீஸ் கேஸா இருந்தா நாம கை வச்சதே குத்தம்னு கையாலாகாத போலீஸ் நம்மை துளைச்சு எடுத்துருவாங்க. முதல்லே அவங்க வரட்டும். அவங்களைச் சாட்சியா வச்சுகிட்டு பாக்கிறதுதான் முறை.'

டாக்டர் போய்விட்டார் .

அப்பொழுது இரண்டு டாக்டர்கள், இளைஞர்கள் வந்தார்கள். செல்வம் அவர்கள் அணிந்திருந்த வில்லைகளில் பெயர்களைப் படித்தான். சுரேஷ், குமார்.

குமார் கேட்டான்: 'என்ன 'ப்ராப்ளம்?'

'ப்ராப்ளம் சால்வ் ஆயிடிச்சு. அதோ அந்த ஆளு நிம்மதியா போயிட்டாரு.' என்றான் செல்வம்.

'யார் நீங்க?' என்றான் சுரேஷ்

'அவர் போயிட்டார்ங்கறதைப் பார்த்த முதல் ஆளு. நர்ஸ், டாக்டர் எல்லார்க்கிட்டேயும் சொல்லியாச்சு. போலீஸ் கேஸா இருக்கலாம். கிட்டே வர மாட்டாங்கிறாங்க. அவர் போயிட்டார்ன்னு நான் நினைக்கிறேன், அது தப்பாகவுமிருக்கலாம். இந்த ஆஸ்பத்திரியிலே டாக்டர் உதவியில்லாம யாரும் சாக முடியாதுங்கிறதும் எனக்குத் தெரியும்.'

சுரேஷ் செல்வத்தை இடைமறித்தான். 'ஆர் யு எ ஸினிக்?'

'ஸினிக் இல்லே. மனுஷன். தயவு செய்து அவர் போயிட்டாரா இருக்காரான்னு முதல்லே பாருங்க' என்றான் செல்வம்.

இரண்டு டாக்டர்களும் 'அது'வா, 'அவனா' அங்கு அருகில் சென்றார்கள்.

சுரேஷ் நாடியைப் பிடித்துப் பார்த்தான். குமார் நெற்றியைத் தொட்டுப் பார்த்தான்.

'அப்போ போனாரே டாக்டர். பார்க்க முடியாதுன்னுட்டாரா?' என்று கேட்டான் சுரேஷ்.

'ஆமாம். போலீஸ் கேஸ்னு முடிவு பண்ணிட்டாரு.'

சுரேஷும் குமாரும் ஒருவரையொருவர் பார்த்துப் புன்னகை செய்தனர். அந்த டாக்டரை இருவருக்கும் பிடிக்காது போலிருக் கிறது என்று செல்வம் நினைத்துக்கொண்டான்.

'அவர் பார்க்க முடியாதுன்னு போயிட்டார்னு நீங்க 'மெடிக்கல் சூப்பிரண்டென்ட்டைப் பார்த்து ஒரு ரிப்போர்ட் கொடுக்க விரும்பினா கொடுக்கலாம்' என்றான் சுரேஷ்.

'நோ யூஸ். யு நோ வாட் வில் ஹாப்பென்?' என்றான் குமார், சுரேஷிடம்.

'நோ. லெட் இட் பி ரெக்கார்டட் ...' என்றான் சுரேஷ்.

இருவரும் மேடையை விட்டுக் கீழே இறங்கி வந்தார்கள்.

'என்ன செய்யப் போறீங்க?' என்று கேட்டான் செல்வம்.

'அவர் போயிட்டாரு. இட் ஈஸ் எ பாடி. போலீஸ் வரட்டும்' என்றான் குமார்.

'நீங்க பாக்கிறப்போ அவர் உயிரோடு இருந்திருக்கலாம். அந்த டாக்டர்கிட்ட சொல்லியிருக்கீங்க, அவர் கேக்கலே. கிரிமினல் நெக்ளிஜென்ஸ். வயலேஷன் ஆஃப் கோட் ஆஃப் கான் டெக்ட்... மெடிக்கல் கவுன்ஸிலுக்குப் போக வேண்டிய விஷயம் இது' என்றான் சுரேஷ்.

'அவர் பேரு முத்துக்கிருஷ்ணன். ஸீனியர் டாக்டர். 'கம்ப் ளெய்ண்ட்' கொடுக்க தயங்காதீங்க. ஜனங்ககிட்டே ஒரு விழிப்புணர்ச்சி இருக்குன்னு பப்ளிக் சர்வீஸ்லேருக்கிறவங்க ளுக்கு தெரியணுமில்லே?' என்றான் குமார்.

'ஓ.கே. லெட் அஸ் கோ' என்று கூறியவாறு புறப்பட்டான் சுரேஷ். அவனைத் தொடர்ந்தான் குமார். செல்வத்தினால், அவனுடைய ரத்த அழுத்தம் அதிகமாகிக்கொண்டு வருவதை உணர முடிந்தது. 'மெடிக்கல் சூப்பிரண்டென்ட்'டைப் போய்ப் பார்ப்பது என்று முடிவு செய்தான்.

'நாம பெரிய டாக்டரைப் பார்த்து ஆஸ்பத்திரி எவ்வளவு அழகா நடக்குதுன்னு சொல்லலாம். இங்கே ஒருத்தர் அனாதையா செத்துக் கிடக்கிறாரு. யாரும் இதைப் பத்திக் கவலைப்படறதா தெரியலே. நீங்க யாரானும் வர்றீங்களா, என்கூட...?' என்றான் செல்வம். இறந்தவருக்கு இறுதி மரியாதை செலுத்துவதுபோல், அங்கு சில விநாடிகள் அமைதி நிலவியது.

'நீங்க போய்சொல்லுங்க. முதல்லே பாத்தவரு நீங்க. கூட்டம் போட்டுகிட்டுப் போய் சொன்னாலும் நல்லாருக்காது' என்றார் நடுத்தர வயதுக்காரர் ஒருவர் சிறிது நேரம் கழித்து. அவர் கையில் காய்கறி பை. ஆஸ்பத்திரிக்குக் காய்கறிப் பையுடன் எதற்கு வந்திருக்கிறாரென்று செல்வம் ஒரு கணம் யோசித்தான்.

'அனாதைப் பொணத்தைத் தகனம் செய்யறதுக்காக ஒரு சங்கமே இருக்கு. நான் அதற்கு 'டொனேஷன்' கொடுத்திருக்கேன். வருமான வரிவிலக்குகூட இதுக்கு உண்டு. ஆனா டெலிஃபோன் நம்பர் தெரியலே. வீட்லேருக்கு' என்றார் தூய வெள்ளை ஆடை தரித்த ஒருவர்.

செல்வம் மருத்துவமனைக்குள் நுழைந்தான். முதல் மாடியில் 'மெடிக்கல் சூப்பிரென்டெண்ட்' அலுவலகம் இருக்கிறது என்று அவனுக்குத் தெரியும்.

அவன் அவருடைய அலுவலகத்துக்குள் நுழைந்தபோது, நாலைந்து பேர் காத்துக்கொண்டிருக்கிறார்கள் என்று அவ னுக்குத் தெரிந்தது.

'நான் 'எம்.எஸ்.'ஸை உடனே பார்க்கணும்' என்றான் செல்வம் அவருடைய செயலரிடம். செயலர், ஓர் அழகான பெண்.

கன்னத்தில் குழிவு தோன்ற ஒரு வசீகரமான புன்னகையுடன் அவள் சொன்னாள்... 'அப்பாய்ன்ட்மெண்ட்' இல்லாம அவரைப் பாக்க முடியாது'

'ஆஸ்பத்திரி வாசல்லே ஒரு பொணம்...' என்றான் செல்வம்.

அகிலா அச்செயலரின் பெயர். திடுக்கிட்டாள். அழகான குழிவு மறைந்து கண்களில் அதிர்ச்சி தெரிந்தது.

'என்ன சொல்றீங்க?'

'இது பத்திதான் அவர்கிட்டே பேசணும். ஆஸ்பத்திரிக்குப் பிரச்னை வரக் கூடாதில்லே?'

அகிலா உள்ளே சென்றாள். செல்வம் உள்ளே அழைக்கப் பட்டான்.

'மெடிக்கல் சூப்பிரென்டெண்டின்' பெயர் ஹரிஹரன். நெற்றி யில் சின்ன வட்ட வடிவில் குங்குமம். இரண்டு புருவங்களுக் கிடையே ஒரு மயிர் பாலமிருந்தது. சரீரம் முழுவதும் கறுப்பும் வெள்ளையுமாக அடர்த்தியான மயிர்.

'யார் நீங்க? என்ன சொல்றீங்க? பொணமா, வாசல்லியா, வாட் டு யு மீன்?'

ஒரே மூச்சில் எல்லாக் கேள்விகளும் பல சுருதிகளில் செல்வத்தை வந்து தாக்கின. வளமான குரல்.

'என் பேர் செல்வம். மூணு நாளா டாக்டர் ரவியைப் பார்க்க இங்கே ஆஸ்பத்திரிக்கு வந்துகிட்டிருக்கேன். அவரைப் பார்க்க முடியலே. எனக்கு 'ஸ்பான்டிலைஸிஸ்.' 'ஸ்பான்டிலைஸிஸ்' இல்லாமலுமிருக்கலாம். நேத்து வந்தப்போ அந்த ஆளு ஆஸ்பத்திரி அரச மரத்தடியிலே, பிள்ளையார் பக்கத்திலே கிடந்தாரு. நேத்திருந்த மாதிரியே இப்பவும் கிடக்கிறாரு. முந்தா நாளும் இருந்திருக்கலாம். ஆனா நான் முந்தா நா பாக்கலே. நான் பாக்காததினாலே, அவரில்லேன்னு என்னாலே உறுதியா சொல்ல முடியாது. இருந்திருக்கலாம். ஆனா...'

ஹரிஹரன் சீறி விழுந்தார். 'என்னய்யா, வாசல்லே பொணம்னு சொல்லிட்டு, ரப்பர் மாதிரி ஏதேதோ இழுத்துண்டு போறே? வீண் கதை பேசாம விஷயத்தைச் சொல்லு.'

'அந்த ஆளுதான் பொணம். ரெண்டு நாளா கிடக்குது. உங்க நர்ஸ்கிட்டே சொன்னேன். டாக்டர்கள்கிட்டே சொன்னேன். யாரும் எந்த ஆக்ஷனும் எடுக்கிறதா தெரியலே. உங்க ஆஸ்பத்திரிக்கு 'பேஷண்டா' வந்து, வாசல்லே அரச மரத்தடியிலே படுத்துக்கிட்டிருக்கப்போ, மண்டையைப் போட்டிருக்கலாம். இல்லாட்டா, அந்தப் பையன் சொன்ன மாதிரி, டாக்டரைப் பார்க்க நாள் கணக்கா காத்திருந்திட்டு, வெய்ட் பண்ணி வெய்ட் பண்ணியே உசிரை விட்டிருக்கலாம். இல்லாட்டா...'

'போறும். எங்கேயிருக்கு அந்தப் பொணம்? கூட வந்து காமியுங்கோ' என்று கூறிக்கொண்டே டாக்டர் ஹரிஹரன் கிளம்பினார்.

அவர்கள் வாசலுக்கு வந்து அரச மரத்தடியை நோக்கிச் சென்றார்கள்.

அரச மரம் இருந்தது.

பிள்ளையார் இருந்தார்.

ஆனால் அந்தப் பிணத்தைக் காணவில்லை! செல்வத்துக்குத் தூக்கிவாரிப் போட்டது. எங்கே போயிற்று அந்தப் பிணம்?

'எங்கே இருக்கு அந்த பாடி?' என்று கேட்டார் ஹரிஹரன்.

'இங்கேதான் இருந்தது. எனக்கு ஒண்ணும் புரியலே' என்றான் செல்வம்.

அவன் சுற்றும் முற்றும் பார்த்தான். சிறிது நேரத்துக்கு முன்னால் அவன் பார்த்த யாருமே அங்கில்லை.

'இந்த மரத்தடியிலே ஒருத்தரு படுத்துக் கிடந்தாரில்லே?' என்று பலகீனமான குரலில் கேட்டான். அனைவரையும் பார்த்து ஒரு பொதுக் கேள்வியாக.

'தெரியாதே!'

ஹரிஹரன் கோபமாகச் சொன்னார். 'நாங்க டாக்டர்ஸ். எங்க 'டைம்' ரொம்ப 'ப்ரீஷியஸ்.' ஏன் இப்படி 'வேஸ்ட்' பண்றீங்க?'

'நான் சத்தியமா சொல்றேன் டாக்டர். இங்கே ஒருத்தர் கிடந்தாரு. செத்துப் போனவர்தான். நீங்க டாக்டர் சுரேஷ், டாக்டர் குமார் ரெண்டு பேரையும் வேணும்னா கேட்டுப் பாருங்க. டாக்டர் சுரேஷ்தான் நாடியைப் பிடிச்சுப் பார்த்தாரு.'

‘இங்கேயிருக்கிற யாருக்குமே இது தெரியாமலா போகும்?’ என்றார் ஹரிஹரன்.

‘அதான் எனக்குப் புரியலே. நான் அப்போ பார்த்தவங்களிலே யாருமே இப்போ இங்கே இல்லை. பிள்ளையாரைத் தவிர’ என்றான் செல்வம்.

‘பிள்ளையாரைச் சாட்சிக் கூண்டிலே நிறுத்த முடியாது’ என்றான் ஓர் இளைஞன் சிரித்துக்கொண்டே.

‘அப்படிப் பிள்ளையார் சாட்சி சொல்ல வந்தா நம்ம கிரிமினல் சட்டத்திலே அதற்கு இடமில்லே, இல்லையா டாக்டர்?’ என்றான் செல்வம்.

டாக்டர் ஹரிஹரன் மிகக் கோபமாக அவனைப் பார்த்துவிட்டு, பதிலொன்றும் கூறாமல், மருத்துவமனையை நோக்கி விரைந்து சென்றார்.

செல்வம் மறுபடியும் சுற்று முற்றும் பார்த்தான்.

அப்பொழுது பார்த்தவர்களில் எப்படி ஒருவர் கூட இல்லாமல் போக முடியும்?

டாக்டர் சுரேஷ், டாக்டர் குமார் ஆகிய இருவரையும் பார்ப்ப தென்று தீர்மானித்து அவன் மீண்டும் மருத்துவமனைக்குள் நுழைந்தான்.

டாக்டர் குமார் இரண்டாவது மாடியிலிருந்தான். டாக்டர் சுரேஷ் மூன்றாவது மாடி. செல்வம், குமார் அறையை நோக்கிச் செல்லும்போது, எதிரே சுரேஷ் வந்தான்.

‘டாக்டர் சுரேஷ்! ஒரு நிமிஷம்’ என்றான் செல்வம்.

சுரேஷ், அவனை யாரென்று தெரியாமல் பார்ப்பதுபோல் செல்வத்துக்குப்பட்டது.

‘என் பேர் செல்வம். வாசல்லே அந்த பாடி...’

‘எஸ். எஸ். எம்.எஸ்.கிட்டே, டாக்டர் முத்துக் கிருஷ்ணனைப் பத்தி ‘கம்ப்ளெய்ண்ட்’ கொடுத்தீங்களா?’

‘அங்கே அந்த பாடியை இப்போ காணலை. டாக்டர் ஹரிஹரனைக் கூட்டிக்கிட்டுப் போனேன். அங்கே அந்தப் பொணத்தைக் காணோம்.’

‘அது எப்படி காணாமல் போகும்?’ என்று அதிர்ச்சியுடன் கேட்டான் சுரேஷ்.

‘அதான் எனக்கும் தெரியலே. நீங்க தயவு செய்து டாக்டர் ஹரிஹரன் கிட்டே வந்து நடந்ததைச் சொன்னா போதும். நான் பொய் சொன்னேன்னு அவர் நினைச்சுக்கிட்டிருக்காரு.’

அவர்கள் டாக்டர் ஹரிஹரன் அறைக்குள் சென்றபோது, அங்கு டாக்டர் முத்துக்கிருஷ்ணன் இருந்தார்.

‘என்ன சுரேஷ்… இந்த ஆளை எங்கே பிடிச்சே? ஒண்ணு இவர் பைத்தியம். இல்லாட்டா பொய் சொல்றார். நல்லவேளை, இவர் பேச்சைக் கேட்டுண்டு, முத்துக்கிருஷ்ணன் போலீஸுக்கு ஃபோன் செய்யலே’ என்றார் ஹரிஹரன்.

‘டாக்டர், மரத்தடியிலே கிடந்த அந்த ஆளை நான் உங்களுக்கு காமிக்கலியா?’ என்றான் செல்வம் முத்துக்கிருஷ்ணனிடம் இறைஞ்சும் குரலில்.

‘நீங்க அப்படியொரு ஆள் கிடக்கிறதா சொன்னீங்க. நான் பாக்கலே’ என்றார் முத்துக்கிருஷ்ணன்.

‘நல்லவேளை, நீங்க போலீஸுக்கு ஃபோன் பண்ணலே. அவங்க வேற வந்து ‘பாடி’ கீடின்னு ஒரே வம்பாய் போய் ஆஸ்பத்திரிக்குக் கெட்ட பேர் வந்திருக்கும். அந்த ஆளு செத்தும் போகலே, ஒண்ணும் போகலே. தூங்கிண்டிருந்திருப்பான். தூக்கம் கலைஞ்சதும் எழுந்து போயிருப்பான். தட்ஸ் ஆல். இந்த ஆளு அதுக்குள்ள ‘பொணம்’ ‘கிணம்’னு சொல்லி… மை காட். வாட் எ நியுஸென்ஸ்’ என்றார் ஹரிஹரன்.

‘டாக்டர் சுரேஷ், நீங்க சொல்லுங்க. நீங்க ‘பாடி’யைப் பார்க்கலே? ’ என்று கேட்டான் செல்வம்.

சுரேஷ் பேசாமலிருந்தான்.

‘டாக்டர் சுரேஷ், ப்ளீஸ்…’

'உங்களுக்கு 'ஸ்பான்டிலைஸிஸ்' இல்லே. வேணும்னா டாக்டர் ருத்ரன் கிட்டே 'அப்பாய்ன்ட்மெண்ட்' ஃபிக்ஸ் பண்ணிக் கோங்கோ. அவர் எங்க 'சைகாடிரிஸ்ட்' என்றார் ஹரிஹரன் புன்னகையுடன்.

செல்வம் அவ்வறையை விட்டு வெளியே வந்தான்.

டாக்டர் சுரேஷின் மௌனம்தான் அவனுக்கு மிகுந்த எரிச்சலைத் தந்தது. டாக்டர் குமாரை கூப்பிட்டிருந்தாலும் டாக்டர் ஹரி ஹரன் முன்னால் அவனால் ஒன்றும் பேசியிருக்க முடியாது. டாக்டர் ஹரிஹரனுக்கு அவன் சொன்னது உண்மை என்று தோன்றியிருந்தாலும் பிணம் ஆஸ்பத்திரி வாசலில் இல்லை என்பது ஆறுதலைத் தந்திருக்கும்.

பிணம் எங்கே போயிருக்க முடியும்? இது எப்படி சாத்தியம்?

ஒருவேளை, நடந்தவை யாவும் அவன் மனப் பிரமையா? அவன் டாக்டர் ருத்ரனைக் கலந்தாலோசிக்க வேண்டியது அவசியம் தானா?

செல்வம் 'ஸ்கூட்டரை' எடுத்துக்கொண்டு புறப்பட்டான்.

கடை வீதியில் ஒரே கூட்டம். ஏதோ ஒரு கண்டன ஊர்வலம் வருவதாக சொன்னார்கள்.

கூட்டத்தைச் சமாளித்துக்கொண்டு அவன் ஸ்கூட்டரில் சென்றான்.

எதிர்த்தாற் போல் ஒரு பெரிய ஊர்வலம். ஸ்கூட்டரை நிறுத்தி, அவன் வேடிக்கைப் பார்த்துக்கொண்டிருந்த ஒருவரைக் கேட்டான்: 'என்ன ஊர்வலம் இது?'

'சவ ஊர்வலம்.'

'சவ ஊர்வலமா?'

'ஆமாம். அரசாங்கத்தின் அடக்குமுறையை எதிர்த்து ஒரு தொண்டர் உண்ணாவிரதமிருந்தாராம். அவர் செத்துட்டாரு. அவரைக் கொன்னது அரசாங்கம்னு கோஷம் போட்டுகிட்டு வராங்க.'

'யார் அவரு, தொண்டர்?'

‘அவர் உண்ணாவிரதம் இருந்ததே யாருக்கும் தெரியாது. திடீர் பிள்ளையார் மாதிரி திடீர்த் தியாகி. அதோ அந்த ‘வேன்’லே பாடியை எடுத்துகிட்டு வராங்க பாருங்க.’

செல்வம் ‘வேனை’ நோக்கிச் சென்றான். திறந்த வண்டியிலிருந்த அந்த உடல் முழுவதும் மலர்க்குவியல். செல்வத்துக்கு அந்தத் தியாகியின் முகம் தெரியவில்லை.

25. திரி விக்கிரமன்

பரசுராம் அந்தப் பதினாறு மாடிக்கட்டடத்தை விட்டு வெளியே வந்தான். கோபத்தின் சக்தியைக் கனலாக மாற்றக்கூடிய வலிமை அவனுக்கு இருந்திருந்தால், அக்கட்டடம் எரிந்து சாம்பலாகி யிருக்கும்.

அவன் வெளியிலிருந்து அண்ணாந்து அந்தப் பதினாறாவது மாடியை நோக்கினான். அவனுக்கு நெற்றிக் கண்ணுமில்லை. அதுதான் அவன் துரதிர்ஷ்டம்.

அந்தப் பதினாறாவது மாடியில்தான், அவன் வேலை தேடும் முயற்சியில் பதினாறாவது தடவையாக - என்ன ஒற்றுமை! அவனுக்கு வேலை இல்லை என்று சொன்னார்கள். காரணம் அவனுக்குப் போட்டியாக வந்திருந்த அந்தப் பஞ்சாபிப் பெண் ணின் புன்சிரிப்பு, அது அவனுக்கு இல்லை. அதுதான் அவன் துரதிர்ஷ்டம்.

அந்தப் பஞ்சாபிப் பெண் உள்ளே போய்விட்டு வந்தவுடனேயே அவனுக்குத் தெரிந்துவிட்டது. 'ஆயிரம் போர்க் கப்பல்களை நடுக் கடலுக்கிழுக்கும்' புன்னகை. இவள் டாக்டர் ஃபாஸ்டஸ் படித்திருப்பாளா? அவன் படித்து என்ன பிரயோஜனம்? இந்த வேலை அவனுக்கில்லை.

அவளுக்குப் பிறகு அவன் உள்ளே போனபோது, அவன் தகுதியை நிர்ணயம் செய்ய, திரிமூர்த்திகளாய் மூன்று பேர் உட்கார்ந்திருந்தனர்.

அவன் போய் சிறிது நேரம் நின்று கொண்டிருந்தான். அவர்கள் மும்முரமாக தங்கள் எதிரேயிருந்த கோப்புகளில் ஆழ்ந்திருந் தனர்.

அவனுடைய முதல் வணக்கம் அவர்கள் காதில் விழுந்ததாகத் தெரியவில்லை.

இரண்டாவது தடவையாகச் சொன்னான்.

மூவரும் ஒரே சமயத்தில் அவனை ஏறிட்டு நோக்கினர். அவர்கள் அவனை எதிர்பார்க்கவில்லை என்பதுபோல் தோன்றியது. அவர்கள் இந்தக் காரணத்தினால்தான், அவனுக்கு திரும்ப வணக்கம் சொல்லவில்லை என்று அவனுக்குத் தோன்றியது.

'உட்காரலாமா?' என்றான் அவன்.

நடுவிலிருந்தவர் இசைவு தருவது போல் இலேசான ஒலி எழுப் பினார். மற்ற இருவரும் அவரைப் பார்த்தார்கள். நடுவிலிருந்த வருக்கு இடப் பக்கத்திலிருந்தவருக்கு முப்பத்தைந்திலிருந்து நாற்பது வயதிருக்கும். வாழ்க்கையில் சிரித்தே அறியாதவர் போல் தோன்றிற்று. வலப் பக்கத்திலிருந்தவருக்கு... இவனுக் கென்ன மரியாதை? முப்பது வயதுக்குள்ளிருந்த இளைஞன். உலகத்தைப் பந்தாகச் சுருட்டித் தன் சட்டைப் பையில் வைத்தி ருப்பது போன்ற ஆணவம். அவன், 'உனக்கென் னடா தெரியும்' என்பதுபோல் பரசுராமைப் பார்த்தான்.

'நீதான் பரசுராமா?' - என்றார் நடுவிலிருந்தவர்.

இது தத்துவார்த்தமான கேள்வியா, அல்லது கோப்பிலிருந்த பெயரோடு ஆளை அடையாளப்படுத்திச் சரிபார்க்கும் முயற்சியா என்று அவனுக்குப் புரிய வில்லை.

'அப்படித்தான் நினைக்கிறேன்.' மூவரும் ஏக காலத்தில் மீண்டும் ஏறிட்டு நோக்கினார்கள்.

'நினைக்கிறாயா?' என்றான் இளைஞன்.

'ஆமாம் 'பரசுராம்' என்பது அடையாள சௌகர்யத்துக்காக ஏற்பட்ட பெயர். ஆனால் என்னுடைய 'நான்'தான் பரசுராமா? 'நான் யார்?' - இந்தக் கேள்விக்கு இன்னும் இறுதியான விடை கிடைத்ததாகத் தெரியவில்லை.'

அப்பொழுது அங்கு நிலவிய நிசப்தத்தின் கனத்தில், கட்டடமே கீழே அழுந்திவிடும் போலிருந்தது.

'இன்னொரு விஷயம். நமக்குச் சில சமயங்களில் நம் பேரே மறந்துபோய் விடக்கூடிய வாய்ப்பும் உண்டு. அதுவும் குறிப்பாக என் போன்ற அநாமதேயங்களுக்கு. நான் என்ன சாதித்திருக் கிறேன், என் பெயரை நானே ஞாபகம் வைத்துக் கொள்ள?'

'இந்த நேர்முகப் பேட்டி எப்படி உன் நினைவில் இருந்தது?' மீண்டும் இளைஞன்.

'நியாயமான கேள்வி. வயிறு ஞாபகப்படுத்தியது.'

'உன் வயிற்றினால்தான் நீ சிந்திக்கிறாயா?' - நடுவிலிருந்தவர். சிரிப்பு. (இடப்பக்கக்காரரைத் தவிர!)

'எல்லாருமே அப்படித்தான் சிந்திக்கின்றார்கள் என்று நினைக் கிறேன்.'

மௌனம் .(மூவரும்)

'சரி. உன் அனுபவத்தைப்பற்றிச் சொல்.' என்றார் இடப்பக்கக் காரர்.

'எந்த அனுபவத்தைக் கேட்கின்றீர்கள்?'

'உன்னுடைய மற்றைய அனுபவங்களைப் பற்றி எங்களுக்கு அக்கறையில்லை. இந்த வேலை பற்றிய உன் அனுபவம்?' இளைஞன்.

புன்னகை (இடப்பக்கக்காரரைத் தவிர).

'வேலை கிடைத்தால்தானே அனுபவத்துக்கு வழி உண்டு. எம்.ஏ. பொருளாதாரம். முதல் வகுப்பு. இது பதினாறாவது நேர்முகப் பேட்டி. இது பதினாறாவது மாடி. இந்த ஒற்றுமை யாவது வேலை வாங்கித் தரும் என்ற நம்பிக்கை. இனிமேல்தான் அனுபவம்...'

'உன் போன்ற வேலையில்லாப் பட்டதாரிகளுக்கு அனுபவம் தருவதற்காகத்தான் நாங்கள் இத்தொழில் நிறுவனம் நடத்துவ தாக நிஜமாகவே நினைக்கிறாயா?' - இளைஞன்.

'உங்கள் குறிக்கோளைப் பற்றி எனக்கு அக்கறையில்லை.'

'ஷட் அப் அன்ட் கெட் அவுட்' இடப் பக்கத்திலிருந்தவர்.

அவன் வெளியில் வந்தபோது அவன் மனம் நிறைந்திருந்தது. அவர்களைச் சினமுறச் செய்ததே அவன் வெற்றி. ஒப்புக்காக நேர் முகப் பேட்டி நடத்தி ஊரை ஏமாற்றுகிறார்கள். அவர்களுக்குப் பாடம் கற்றுத் தந்தாகி விட்டது.

இதுதான் அவன் குறிக்கோளா?

அடுத்தபடியாக என்ன செய்வது? கேள்வியின் விசுவரூபம் அவனை அச்சுறுத்தியது.

அவன் கன்னாட் ப்ளேஸில் நின்றுகொண்டிருந்தான். அவனுக்கு வேலை கிடைக்கவில்லை என்பது பற்றி யாரும் கவலைப்பட்ட தாகத் தெரியவில்லை. இருமருங்கும் பஸ்கள், டாக்ஸிகள், ஆட்டோ ரிக்ஷாக்கள், எல்லாம் விரைந்து சென்றன. அவனுக்கு மட்டும் கடிகாரத்தின் முட்கள் அசையாமல் நின்றன.

வீட்டுக்குப் போனால் அவன் மௌனம் அம்மாவுக்குச் செய்தியைச் சொல்லிவிடும். 'இது இல்லேன்னா இன்னொண்ணு' என்று வழக்கம்போல் சொல்லிக்கொண்டே அம்மா அவனுக்குக் காப்பி தருவாள்.

ஏன் அவனுக்கு வேலை கிடைக்கவில்லை? இன்று வேலை கிடைக்காதென்ற உறுதியில்தான் அவன் அப்படிப் பேசினான். சாதாரணமாக, பவ்வியமாகப் பேசுவதுதான் அவன் சுபாவம்.

அவனுடன் படித்தவர்கள் எல்லோருக்குமே அநேகமாக வேலை கிடைத்துவிட்டது. அவனிடம் என்ன குறை?

அவனுக்குச் சிபாரிசு செய்ய யாருமில்லை. அவன் அப்பா முப்பது வருஷத்தில் அரசாங்க ஊழியத்தில் செக்ஷன் ஆபிஸராகவே இருந்து ஓய்வு பெற்றார். ஓய்வு பெற்ற கையோடு, அவர் வாழ்க்கை ஒப்பந்தமும் முடிந்து போயிற்று. 'நேர்மையான மனிதர்' என்ற பெயர்தான் மிச்சம். அப்படிச் சொல்லுகிறவர்கள், 'வஸந்த விஹாரில்' பங்களா கட்டிக்கொண்டு சுகமாக இருக் கிறார்கள்.

நேர்முகப்பேட்டி என்பது ஒரு மோசடி. ஆளைக் கையில் வைத்துக் கொண்டு, மற்றவர்களையும் கூப்பிட்டுக் கேள்வி கேட்டு, குரூர சந்தோஷம் கொள்ளும் ஒரு சாடிஸ்டிக் விளையாட்டு.

மத்திய ஆப்பிரிக்கா நாடுகளில் போன வருடம் எத்தனை சென்டிமீட்டர் மழை பெய்தது? 'மெக்ஸிகோ மக்கள் மதியப் பொழுதை எப்படிக் கழிக்கிறார்கள்?' - கேள்விகளிலிருந்து தெரிந்துவிடும், அவனுக்கு வேலை கொடுக்கப் போவதில்லையென்று.

பரசுராம் ஜன்பத் சிக்னலருகே வந்துவிட்டோமென்பதை உணர்ந்தான். சிவப்பு விளக்கு அவனை வீதி ஓரத்தில் நிறுத்தி வைத்தது.

அவனுடைய எதிர்காலம் என்ன? சொந்தமாகத் தொழில் செய்யும் திறமை அவனுக்குக் கிடையாது. அவனுக்கு ஏமாற்றத் தெரியாது. பொய் சொல்லத் தெரியாது. அவனுக்காகப் பரிந்துரைக்கவும் யாரும் இருப்பதாகத் தெரியவில்லை. அவனுக்கு அதிர்ஷ்டமும் இல்லை.

என்ன செய்ய?

வலிமையற்றது உலகில் ஜீவித்திருப்பதற்கு என்ன நியாயம் இருக்கிறது? நீட்சே கேட்ட கேள்வி அர்த்தமுள்ள கேள்வி.

திடீரென்று அவனுக்கு வீதியைக் கடக்கும்போது, விபத்து ஏற்பட்டால்?

'வேலையில்லா பட்டதாரியின் தற்கொலை.' செய்தித்தாள்களில் அவன் சுயசரிதம் ஒரே வரியில் அடங்கி விடும். அல்லது செய்தித்தாள்களில், மோசடி விவகாரங்களால், இச்செய்தி வராமலேயே போய்விடக்கூடிய சாத்தியக் கூறும் இருக்கிறது.

அவன் மரணத்தை அவன் அம்மா எப்படி எதிர்கொள்வாள்? இதை நினைத்தவுடனே அவன் மனம் பகீரென்றது. அவன் உணர்ச்சி வயப்பட்டுப் போனான்.

'ஹாம்லெட்' சொல்வது தப்பு. நாம் தற்கொலை செய்துகொள்ள மனச்சாட்சி தடையாக இல்லை. பாசம்தான் தடையாக இருக்கிறது. நம்மைக் கோழைகளாக்குவது பாசம்தான். இதுவே ஞானம்.

'ஹல்லோ, பரசுராம்.'

அவன் திரும்பிப் பார்த்தான். தௌலத் ராம் சௌத்ரி. அவன் வகுப்பு நண்பன். இப்பொழுது தில்லிப் பல்கலைக்கழகத்தில்

ஆசிரியராக இருக்கிறான். வாழ்க்கையில் ஆழ்ந்த பிடிப்பும், உற்சாகமும் நிறைந்த இளைஞன். எந்தச் சவாலையும் ஏற்கத் தயங்காத அசகாய சூரன். பரசுராம் நினைத்தான், அவனும் சௌத்திரியைப் போல் இருந்திருந்தால்...

'என்ன செய்கிறாய் இப்பொழுது? உன்னைப் பார்த்து ஆறு மாதங் களாகிவிட்டது' என்றான் சௌத்திரி.

'வேலை தேடிக்கொண்டிருக்கிறேன்.'

'உன் முயற்சி போதாமலிருக்கலாம். எப்படி உனக்கு வேலை கிடைக்காமலிருக்கும்? எம். ஏ. முதல் வகுப்பு...!'

'உன் துணிச்சலும், திறமையும் எனக்கில்லை.'

'முட்டாள்தனமாகப் பேசாதே. முதலில் வாழ்க்கையை ரசிக்க ஓர் ஈடுபாடு வேண்டும். ஏமாற்றத்தையும் ரசிக்கத் தெரிந்திருக்க வேண்டும்.'

'நீ இப்படிப் பேச உனக்குத் தகுதி இருக்கிறது. நீ வெற்றியடைந் தவன்.'

'விரக்தியைப் போன்ற மோசமான மனோபாவம் உலகில் வேறு எதுவுமில்லை.'

'நான் இக்கால இவ்வுலகில் வாழத் தகுதி அற்றவன்' என்றான் பரசுராம். சௌத்திரி அவனை ஏற இறங்கப் பார்த்தான்.

'நீ இப்பொழுது என் மீது கழிவிரக்கம் கொள்கிறாய். அப்படித் தானே?' என்றான் பரசுராம், வறண்ட புன்னகையுடன்.

'இல்லை. நான் கொள்ளவில்லை. நீ தான் உன் மீது கழிவிரக்கம் கொள்கிறாய், சரி, வா என்னுடன்...'

'எங்கே?'

'என் கிளப்புக்கு. காப்பியோ, எதுவோ குடித்துக்கொண்டு உன் பிரச்னையைப் பற்றி ஆராய்வோம்.'

'நான்தான் என் பிரச்னை, நானே அதற்கும் தீர்வு. பகவத் கீதை!' என்று சொல்லிவிட்டு உரக்கச் சிரித்தான் பரசுராம்.

சௌத்திரியிடம் 'கார்' இருந்தது. நடுத்தரத்துக்கும் சற்றுக் கீழான குடும்பத்தில் பிறந்த இவனால் எப்படி இவ்வளவு சௌகர்யங்க ளுடன் வாழ முடிகிறது என்பதுதான் பரசுராமின் ஆச்சர்யம்.

அவர்கள் 'க்ளப்'பைச் சென்றடைந்தனர். ஓரமாக இருந்த ஒரு மேஜையைத் தேடி கூடை நாற்காலிகளில் உட்கார்ந்தனர்.

'உனக்கு இன்னும் வேலை கிடைக்கவில்லை, அவ்வளவு தானே? இட் ஈஸ் நாட் எ பிக் டீல்' என்றான் சௌத்திரி.

'இந்த 'க்ளப்' அங்கத்தினனாக இருக்கும் உனக்கு இது பெரிய பிரச்னை இல்லை, ஒப்புக்கொள்கிறேன். என்னைப் போன்ற வலிமையற்றவர்கள் வாழ்வதற்குத் தகுதியே கிடையாது.'

சௌத்ரி ஒன்றும் பேசவில்லை. அவன் பார்வை வாசல் பக்கம் இருந்தது. அங்கு ஒருவன் வந்து கொண்டிருந்தான்.

பரசுராம் அவ்வுருவத்தைப் பார்த்ததும் திடுக்கிட்டான்.

இரண்டடி உயரம். முதுகில் ஒரு பெரும் பாரம். கழுத்து சாய்ந்து, ஒரு பெரிய தலையைத் தாங்கிக்கொண்டிருந்தது. அவன் விந்தி விந்தி வேகமாக நடந்து வந்தான்.

சௌத்ரியை அவன் முகத்தைப் புன்னகை முழுவதும் ஆக்ரமிக்க, கட்டிக் கொண்டான்.

சௌத்ரி அறிமுகம் செய்து வைத்தான்.

'இவர்தான் டாக்டர் கைலாஷ்நாத் போலோ நாத் மெஹ்தீர்த்தா. மோதிலால் கல்லூரி ஆங்கிலப் பேராசிரியர். இவன் என்னுடைய இனிய நண்பன் பரசுராம்.'

'இத்தனை சிறிய உருவத்துக்கு எவ்வளவு நீண்ட பெயரன்று பார்க்கிறீர்களா?' என்று கேட்டு உரக்கச் சிரித்தான் மெஹ்தீர்த்தா.

மோதிலால் கல்லூரி மாணவர்களைப் பற்றி பரசுராம் கேள்விப் பட்டிருக்கிறான். கையில் துப்பாக்கி வைத்துக்கொண்டிருந்தால் தான் பாடம் நடத்த முடியும். இவனால் இவ்வுருவத்தில் எப்படி அவர்களைச் சமாளிக்க முடிகிறது?

மானுடத்தின் அடிப்படை கண்ணியம் இன்னும் இருந்து கொண்டுதானிருக்கிறது என்று அர்த்தமா, அல்லது இவன் வாக்கு ஜாலம் அவர்களைக் கட்டிப்போட்டு வைத்திருக்கிறதா?

மெஹ்தீர்த்தா நாற்காலியில் சப்பணம் போட்டு உட்கார்ந்தான்.

'என்ன குடிக்கிறீர்கள்? நாங்கள் காப்பி' என்றான் சௌத்திரி மெஹ்தீர்த்தாவிடம்.

'நான் 'ஆர்டர்' செய்கிறேன்' என்று சொல்லிக்கொண்டே, சற்று தூரத்தில் சென்ற சிப்பந்தியைக் கூப்பிட்டான் மெஹ்தீர்த்தா.

'ஒரு லார்ஜ் ரம் ஆன்தி ராக்ஸ், இவர்களுக்கு காப்பி.'

'இந்த நேரத்திலா 'ரம்'?' என்றான் சௌத்தரி.

'அது பெரிய விஷயமல்ல. நம் நண்பர் என்ன செய்கிறார்?' என்றான் மெஹ்தீர்த்தா.

'தற்கொலையைப் பற்றி யோசித்துக்கொண்டிருக்கிறான். வலிமையற்றவை உலகிலிருக்கத் தகுதி உடையன அல்ல என்கிறான். இவனுக்கு இன்னும் வேலை கிடைக்கவில்லை. அதனால் அவன்...'

மெஹ்தீர்த்தா இடைமறித்தான். 'போதும். அவருடன் நான் பேசிக் கொள்கிறேன். நீங்கள் என்ன நீட்சேயின் சிஷ்யரா?'

'ஆமாம்' என்றான் சௌத்ரி.

'அப்படியானால் நீங்கள் நீட்சேயை சரிவர படிக்கவில்லை. பெர்க்ஸனையும் உடன் வைத்துப் படிக்க வேண்டும். பரிணாம வளர்ச்சி என்பது வெறும் சரீரத்தைப் பொறுத்த விவகாரமன்று. எல்லாவற்றுக்கும் விடை இங்கிருக்கின்றது' என்று பரசுராமின் நெஞ்சை ஓங்கிக் குத்தினான். பரசுராமுக்குக் கொஞ்சம் வலித்தது.

'வளர்ச்சியுற வேண்டுமென்ற தீவிர ஆசை வேண்டும். மனம் வைத்தால் நடத்திக்காட்ட முடியாத காரியம் எதுவுமில்லை. தோல்வி மனப்பான்மை, நம் அறியாமையின் அடையாளம். ஜீஸஸ் அன்று மற்றவர்களுடைய பாவத்தை மூட்டையாகச் சுமந்தார். உங்களைப்போன்ற அறியாமையில் உழலும் ஜீவன்களின் பாரம்தான் என் முதுகிலுள்ள மூட்டை' என்று கூறிவிட்டு வாய்விட்டுச் சிரித்தான் மெஹ்தீர்த்தா.

'நான் என்ன செய்ய வேண்டுமென்கிறீர்கள்?'

'இப்படிக் கேட்பதே அறியாமை. நீங்கள் என்ன செய்ய வேண்டு மென்று நீங்கள்தான் முடிவு எடுக்க வேண்டும். நான் என்ன செய்ய வேண்டுமென்று யாரையும் எதுவும் கேட்கவில்லை. நானேதான் தீர்மானித்தேன். என்னைப் பார்த்துமா உங்களுக்கு இன்னும் தன்னம்பிக்கை ஏற்படவில்லை? உங்களுடைய முடிவு தற்கொலையைக் காட்டிலும் இன்னும் கெளரவமாக இருக்க வேண்டும். பரிணாமத்தின் கொடுமுடி மனிதன் என்பதை மறந்து விடக் கூடாது.'

அப்பொழுது சிப்பந்தி காப்பியையும் ரம்மையும் கொண்டுவந்து மேஜையில் வைத்தான்.

மெஹ்தீர்த்தா காப்பியைக் கலந்து, அவர்களிருவருக்கும் கொடுத் தான்.

அவன் ரம்மை இலேசாக உறிஞ்சினான்.

'உங்கள் சிநேகிதி எப்படி இருக்கிறாள்?' என்று கேட்டான் செளத்ரி.

சிநேகிதியா? பரசுராமுக்கு இன்னொரு அதிர்ச்சி.

'திருமணம் செய்து கொள்ளலாமென்றிருக்கிறோம். முதலில் என் தங்கைக்குக் கல்யாணம் செய்யவேண்டும். பொறுப்பைத் தட்டிக் கழிக்க முடியாது. அது முடிந்தவுடன் எங்கள் கல்யாணம்.'

இப்பொழுது மெஹ்தீர்த்தாவின் குட்டையான உருவமோ, அவன் முதுகிலிருந்த பாரமோ பரசுராமின் கண்களுக்குத் தெரிய வில்லை.

மெஹ்தீர்த்தா பூமிக்கும் ஆகாசத்துக்கும் நெடிது வளர்ந்து அளந்து நின்றான்.

பரசுராமின் கையில் ஒரு மழுவுமிருந்தது!

26. குன்று

'டெர்ரிகல்' என்றாள் அவர் மகள். அந்தக் கடற்கரையின் பெயர். சிட்னியில்.

'இயற்கை அளிக்கும் செல்வத்தை நாசமாக்கவும் முடியும், நாம் சென்னையில் மெரினாவைச் செய்திருப்பது போல்' என்று அவர் தமக்குள் சொல்லிக்கொண்டார்.

இங்கு அழகுக்கு அழகு சேர்த்திருந்தார்கள் வெள்ளைக்காரர்கள். ஒவ்வொரு கணத்தையும் வாழத் துடிக்கும் ஆர்வத்தில், இயற்கையைப் பயன்படுத்திக்கொள்கிறார்கள். மனிதனின் கைவண்ணத்தில் - இயற்கையின் இயல்பான சீற்றம் தணிந்து, மனத்துக்கு இதம் தருகிறது.

அவர் சுற்றுமுற்றும் பார்த்தார்.

நேற்று சூரியனுக்கு ஓய்வு. சாம்பல் பூசிய நாளாய் இருந்தது. இன்று, நேற்று பெற்ற ஓய்வில் களைப்பு நீங்கி புதுப் பொலிவுடன் வானத்தில் பவனி வந்தான் சூரியன். அவனை வாரி உடம்பில் பூசிக்கொள்ள மணலில் மல்லாந்து கிடந்தன பல வெள்ளை உடல்கள். இளைஞர்கள், வயதானவர்கள், பால் வேறுபாடின்றி, கண்களில் மட்டும் கறுப்புக் கண்ணாடி திரையிட்டு உடம்பின் மற்றைய பகுதிகளை சூரியனின் அரவணைப்புக்குச் சமர்ப்பித்திருந்தனர்.

அவரால் இப்படிப் படுத்துக்கொள்ள முடியுமா? 'நமக்குத்தான் எத்தனை மனத்தடைகள்?' என்று நினைத்தார் அவர். இந்த 'மனத்தடைகளு'க்குத்தாம் கலாசாரம் என்று பெயரா?

'இவர்களுக்கு மறுபிறவியில் நம்பிக்கையில்லை; ஒரே பிறவி, அனுபவிக்க வேண்டுமென்ற அவசரம். நமக்கு ஒரு பிறவிதான் என்ற 'ஃபீலிங்' இல்லை. இப்பிறவியில் நம்மை வருத்திக் கொண் டால், அடுத்த பிறவி சொர்க்கம் என்ற நம்பிக்கை. விரும்பியதைச் செய்யக்கூடாது என்று உணர்ச்சிகளுக்குத் தடையிட்டால் அது 'வருத்துவதை'த் தவிர வெறென்ன? அடுத்த பிறவியிலும் இதைத் தான் செய்வோம். சொர்க்கம் என்பது தொடுவானம். அல்லது தொட முடியாத வானம்.

அப்பொழுது அந்தக் குன்று அவர் கண்களில் பட்டது. அதன் மீது ஏறி, பலர் கடற்காட்சிகளை ரசித்துக்கொண்டிருந்தனர்.

அவருக்கும் அங்கு போக வேண்டும் போலிருந்தது. அவர், தம் மகளும் மருமகனும் எங்கிருக்கிறார்கள் என்றறிய திரும்பிப் பார்த்தார்.

கடல் பறவைகளுடன் கொஞ்சிக் கொண்டிருந்தனர். அவர் தம் மகளைச் சற்று உரத்த குரலில் கூப்பிட்டார். திரும்பிப் பார்த்த அவள் முகத்தில் சிறிது எதிர்ப்பு தெரிந்தது. உரக்கக் கூப்பிட் டிருக்கக் கூடாது. மல்லாந்து கிடந்தவர்களின் நிச்சலனமான அமைதி நீரோட்டத்தில் கல்லெறிவதுபோல்.

பக்கத்திலிருந்த ஒரு வயோதிகத் தம்பதிகள், கண்ணாடியை விலக்கி அவரைப் பார்த்ததினின்றும், இது அவருக்குத் தெரிந்தது.

'ஐ ஆம் ஸாரி' என்றார் அவர், அவர்களிடம். கண்ணாடி யதாஸ் தானத்துக்குச் சென்றது.

அவர் தம் கைக் குறிப்பு மூலம் குன்றின் மீது ஏறப் போவதாக மகளுக்குத் தெரிவித்தார். குன்றையும், அவரையும் மாறி மாறிப் பார்த்த அவள் தோள்களைக் குலுக்கிக்கொண்டாள். அவரால் ஏற முடியுமா என்ற அவநம்பிக்கை அவளுக்கிருக்கலாமென்று அவருக்கு தோன்றிற்று. இந்தச் சவாலை ஏற்க வேண்டுமென்ற உந்துதல் அவருக்கேற்பட்டது.

அவர் வாழ்க்கையில் எதையும் சவாலாக ஏற்று, செய்து முடித்த கதாநாயகரல்லர். சாலை விதிகளை என்றும் மீறாத, நேர்வழிக் குடிமகன், ஆசாரநெறிகள் தவறாத அப்பாவும், அப்பாவால் தவறு செய்ய முடியாது என்று தீவிரமாக நம்பிய அம்மாவும் அவரை வளர்த்த விதத்தில், அவருடைய 'அடி'மனம் இறுகப் பூட்டப்பட்டிருந்தது.

அடிமனம் என்று ஒன்றிருக்கிறதென்று, அவருக்கு சம்பத்தோடு பழகியபோதுதான் தெரிந்தது. சம்பத், கும்பகோணத்தில், அவருடைய நெருங்கிய பள்ளி, கல்லூரி நண்பன். குணத்தில் இவருக்கு நேர்மாறானவன். இருவரும் எப்படி நெருங்கிய நண்பர்களாக இருக்க முடிந்தது என்பது, பலருக்கு மட்டுமின்றி, அவர்களுக்கே பல சமயங்களில் ஆச்சர்யமாகவிருந்தது.

சம்பத் நல்ல வசதியான குடும்பத்தைச் சேர்ந்தவன். அவன் தாத்தா ஆதீனங்கள், மடங்கள், ஜமீன்கள் போன்ற பெரிய பெரிய இடங்களுக்கு ஆஸ்தான வக்கீல். கொள்ளை வருமானம். அந்தக் காலத்தில், தஞ்சாவூர் ஜில்லாவில் முதன்முதல் 'பாண்டியாக்' கார் வாங்கியது அவன் தாத்தாதான் என்று சொல்வார்கள்.

சம்பத்தின் அப்பாவும் வக்கீல். தாத்தாவின் ஒரே வாரிசு. கட்சிக்காரர்களும், அவன் தாத்தா தொழிலிலிருந்து ஓய்வு அடைந்ததும், கட்சி மாறவில்லை. பரம்பரை வருமானத்துக்குப் பழுது இல்லாமலிருந்தது.

சம்பத்தின் தாத்தா கும்பகோணம் 'எக்ஸ்டென்ஷனில்' ஒரு பெரிய பங்களாவில் தனியாக இருந்தார். சம்பத் மேட்டுத் தெருவில் ஒரு பெரிய வீட்டில் அப்பா, அம்மாவுடன் இருந்தான். பூமா என்று ஒரு தங்கை. சின்னக் குடும்பம். வீட்டில் வேலைக் காரர்கள்தாம் அதிகமிருந்தனர்.

சம்பத்தின் தாத்தா 'தனியாக' இருந்தார் என்றால், சம்பத்தின் பாட்டி உயிருடன் இல்லை என்றுதான் அர்த்தம். அவன் தாத்தாவை 'எல்லாவிதங்களிலும்' கவனித்துக்கொள்ள ஓர் அழகான துணை இருந்தது. சேர நன்னாட்டு இளம் மங்கை. முப்பது வயதிருக்கும். சம்பத் தாத்தாவின் வயது எழுபத்தைந்து.

பார்த்தால் நிச்சயமாய் அந்த வயது தெரியாது. நெடிய கம்பீர மான தோற்றம். செக்கச் செவேலென்று பழம் போலிருப்பார்.

ஒரு சமயம் சம்பத்துடன், அவன் தாத்தாவின் பங்களாவுக்குப் போனது அவர் நினைவுக்கு வந்தது.

பெரிய தோட்டம். 'தோப்பும் துரவும் தொங்கலிட்ட மாம்பழம் ' என்பார்களே அந்த மாதிரி. விஸ்தாரமான பங்களா. வாசலில் ஒரு பெரிய ஊஞ்சல்.

அவரும் சம்பத்தும் போனபோது, அந்தப் பெண் ஊஞ்சலாடிக் கொண்டிருந்தாள்.

சம்பத்தைக் கண்டதும் முகம் மலர்ந்தது. 'வாடா என் கண்ணா' என்று கூறிக்கொண்டே அவனை இறுகக் கட்டி முத்தம் கொடுத் தாள்.

அவருக்கு ஆச்சர்யமாக இருந்தது. சம்பத்துக்கு அப்பொழுது பதினெட்டு வயதிருக்கும். நல்ல வாட்ட சாட்டமான உடல். சம்பத்தும் 'பாட்டி ' என்று சொல்லிக்கொண்டே அவளுக்கு முத்தம் கொடுத்தான்.

'பாட்டியா?' என்று அவர் சற்று திடுக்கிட்டார்.

இளமையின் தலைவாசலில் நிற்கும் அவள்.

'பாட்டியா?' பிறகுதான் அவருக்குத் தெரிந்தது.

அவளை அவன் அப்படித்தான் கூப்பிட வேண்டுமென்று அவள் கட்டளை.

அப்பொழுதுதான் அவளுக்கு அடிமனம் இருப்பது அவருக்குத் தெரிந்தது. அடி மனம் கேட்டது : 'இது சரியா?

இதற்குப் பிறகு இந்த, 'சரி, தப்பு'ப் பற்றிய விவாதங்கள் அவர்களுக்கிடையே அடிக்கடி ஏற்படும். சம்பத்தின் கருத்துப்படி குற்ற உணர்வு இல்லாமல் செய்யும் காரியம் எதுவுமே சரிதான். அப்பொழுதெல்லாம், இவனுடன் நட்பை முறித்துக் கொள்வதே தமக்குச் சரி என்று அவருக்குத் தோன்றும். இரண்டு மூன்று நாட்கள் அவனுடன் பேச மாட்டார். அவன் அவரைத் தேடிக் கொண்டு அவர் வீட்டுக்கு வந்து விடுவான். அவனை அவரால் ஒதுக்கிவிட முடியவில்லை.

'எக்ஸ்கியூஸ் மீ...'

தாம் சிந்தனையில், படகு ஒன்றை எடுத்துச் சென்ற ஓர் இளம் தம்பதியின் வழிக்குத் தடையாக நின்று கொண்டிருப்பதை அவர் உணர்ந்தார்.

'ஐ ஆம் ஸாரி...' என்று கூறிக்கொண்டே அவர் ஒதுங்கினார். அவர் 'வருத்தத்தை' அவர்கள் புன்னகையுடன் ஏற்றுக் கொண் டனர்.

நடந்து கொண்டிருந்தவர் எதற்காக நின்றார்? அவருக்கே தெரியாது. களைப்போ? இருக்கலாம். தன்னிச்சையாக நின்றிருக்க வேண்டும்.

அவர் குன்றை நோக்கி மீண்டும் நடக்கத் தொடங்கினார்.

சம்பத், கல்லூரிப் படிப்பு முடித்த, இரண்டு, மூன்று வருஷங்களுக்குப் பிறகு, அவர் வாழ்க்கையிலிருந்து திடீரென்று மறைந்து போனான். எங்கே போனான் என்று யாருக்கும் தெரியாது. அவன் தாத்தா அவன் கல்லூரியில் படிக்கும்போதே போய் விட்டார். கல்லூரிப் படிப்பு முடித்த அடுத்த வருஷம் அவனுக்கு ஒரு பெரிய அதிர்ச்சி. அம்மா 'கான்சரி'ல் போனாள். அவனுக்கு அம்மாவின் மீது அசாத்திய பிரியம்.

சம்பத், அவர் வாழ்க்கையினின்றும் மறைந்து போனான் என்று சொல்வது சரியா? அவருக்குள் எப்பொழுதும் அவன் ஒளிந்து கொண்டிருந்தான் என்றே அவருக்குத் தோன்றிற்று. சரி, தப்பு பிரச்னை வரும்போதெல்லாம், அவருக்கு சம்பத் குரல் கேட்கும்.

அவன் எங்கே போயிருப்பான்? வெளிநாடு போய் விட்டதாகச் சொன்னார்களே தவிர அவனைப் பற்றிய சரியான தகவல் எதுவும் அவருக்குக் கிடைக்கவில்லை.

அவனுடைய அப்பா, அவன் அம்மா போன பிறகு 'அவளை'த் தம் வீட்டிலேயே கூட்டி வைத்துக்கொண்டார்.

யார் 'அவள்?' அதுவும் அவருக்கேற்பட்ட சுவாரஸ்யமான அனுபவம்.

அவர் சம்பத் வீட்டில் பாதி சமயங்களில் இரவு உறங்கி விடுவதுண்டு. சம்பத் அம்மாவுக்கு அவரை மிகவும் பிடிக்கும்.

ஒரு சமயம், நள்ளிரவில், சம்பத்தின் அம்மா அவனை எழுப்பினாள். அவரும் எழுந்து விட்டார்.

'அப்பா அந்தாத்திலேருக்கார். பூமாவுக்கு 105 டிகிரி. எனக்கு பயமாருக்கு. அப்பாவைக் கூட்டிண்டு வா.'

அந்த 'அகம்' என்பது இந்தக் காலத்திய 'சின்ன வீடு.' அவருக்கு அதைப் பற்றியும் நன்றாகத் தெரியும், சம்பத் சொன்ன தகவல். அந்தப் பெண் திருமணமானவள். அவளை அவர் பார்த்ததில்லை. அவள் கணவரைப் பார்த்திருக்கிறார். நாட்டு வைத்தியர்.

வயதானவர். சம்பத்தின் அப்பாதான் அவருக்கு இளம் பெண்ணைக் கல்யாணம் செய்வித்ததாக சம்பத் அவரிடம் சொல்லியிருக்கிறான்.

'வாடா போகலாம்' என்றான் சம்பத் அவரிடம்.

'அவன் எதுக்குடா?' என்றாள் அவன் அம்மா.

'போனா அவனோட போவேன். இல்லாட்டா போக மாட்டேன். டாக்டரை நான் கூட்டிண்டு வரேன்.'

'டாக்டர் ஊரிலில்லே. அதான் எனக்கு பயமாயிருக்கு. ஆஸ்பத்திரிக்கு போகணும்னா...'

'வாடா போகலாம்' என்று இரண்டாம் தடவையாக உறுதியான குரலில் சொன்னான் சம்பத் அவரிடம்.

அவர்கள் வீடு, காமாட்சி ஜோஸ்யர் தெருவிலிருந்தது. 'சைலன்ஸர்' இல்லாத மோட்டார் சைக்கிளில் அவரையும் பின்னால் ஏற்றிக்கொண்டு, மிக ஆர்ப்பாட்டமாய் அந்த வீட்டெதிரே பைக்கை நிறுத்தினான் சம்பத்.

சிறிதும் பெரிதுமில்லாத நடுத்தரமான வீடு. வாசல் மரக்கதவை பலமாகத் தட்டினான் சம்பத்.

'யாரு?' என்ற குரல். ஆண் குரல், உள்பக்கத்திலிருந்து மிகச் சன்னமாக ஒலித்தது.

சம்பத் பதில் சொல்லவில்லை. அதிக வேகமாகக் கதவைத் தட்டினான், இரண்டாவது தடவையாக.

சில விநாடிகளுக்குப் பிறகு கதவு திறக்கப்பட்டது. 'அரிக்கேன்' விளக்கைக் கையிலேந்தியவாறு, கண்களை இடுக்கிப் பார்த்தார் வைத்தியர். அந்த மங்கலான வெளிச்சத்தில் அவர் நாமம் 'பளிச்' சென்று தெரிந்தது.

'யாரு. சம்பத்தா? வாடா வா.'

'அப்பாவைக் கூப்பிடுங்க.'

'யா...ரு? அ...ப்...பாவா? இங்கேயா...?'

ஆமாம் ... இங்கேதான். கூப்பிடுங்க...'

‘அவர் வந்து...’ அவர் தயங்கித் தயங்கி சொல்லி முடிப்பதற்குள் அவரைத் தாண்டி உள்ளே சென்றான் சம்பத்.

‘அப்பா...’ வீடு எதிரொலிக்கும்படியான குரலில் உரக்கக் கூப்பிட்டான் சம்பத்.

கூடத்தை ஒட்டியிருந்த அறையிலிருந்து கண்களைக் கசக்கிக் கொண்டு வெளியே வந்தார் சம்பத்தின் அப்பா.

‘எங்கே வந்தே?’ என்றார் அவன் அப்பா. குரலில் எரிச்சல் தெரிந்தது.

‘பூமாவுக்கு நல்ல ஜுரம். 105 டிகிரி. அம்மா கூட்டிண்டு வரச் சொன்னா உங்களை. டாக்டர் ஊரிலில்லே.’

‘என்னடா ஆச்சு குழந்தைக்கு?’ என்று கேட்டுக்கொண்டே வெளியே வந்தாள் வைத்தியரின் மனைவி.

அவள் குரலில் கண்ட பரிவு, பாசாங்கு இல்லை என்று அவருக்குப்பட்டது.

‘நீ போ உள்ளே...’ என்று அதட்டல் போட்டார் சம்பத்தின் அப்பா.

‘நல்ல ஜுரம் சித்தி’ என்றான் சம்பத். அவன் அவளைச் ‘சித்தி’ என்று கூப்பிடுவான் என்பதை அவன் அப்பா எதிர்பார்க்கவில்லை என்று தோன்றிற்று.

அவர் அவனை எரித்து விடுபவர்போல் பார்த்தார். பிறகு மிகக் கோபமாகக் கேட்டார். ‘உன் சிநேகிதனையும் கூட்டிண்டு வரணுமா?’

‘வொய் நாட்? அவன் என் பாட்டியைப் பார்த்திருக்கான் எக்ஸ்டென்ஷன்லே, சித்தியைப் பார்க்கக் கூடாதோ?’

சம்பத்தின் அப்பா அளவற்ற சினத்துடன் அவன் அருகில் வந்து அவனை அடிக்கக் கையை ஓங்கினார்.

சம்பத் அவர் கையை அப்படியே இறுகப் பற்றிக்கொண்டான்.

‘செய்யறதைத் துணிஞ்சு செய்யணும். வேஷம் கூடாது. ஒரு அடி என் மேலே விழுந்தது, அப்புறம் என்ன ஆகும்னு எனக்கே தெரியாது’ என்றான் சம்பத்.

அந்த ஒரு கணம் உலகம் ஸ்தம்பித்து நின்றது போல இருந்தது அவருக்கு. அவன் அப்பாவுக்கும் அப்படித்தான் இருந்திருக்க வேண்டும்.

கை தானாகவே கீழே இறங்கியது. அவர் கண்ணில் பயம் தெரிந்தது.

சம்பத் வெளியே வந்தான். அவரும் அவனைத் தொடர்ந்தார்.

அவர் சொன்னார், வெளியே வந்தவுடன்: 'அப்பா கிட்டே நீ இப்படிப் பேசியிருக்க வேணாம்.'

'என் தாத்தா தைரியமா செஞ்சார். இதென்ன, கோழைத்தனம். இன்னொருத்தனுக்குக் கல்யாணம் பண்ணி வச்சு, ராத்திரி வேளையிலே முட்டாக்குப் போட்டுண்டு நுழையறது? அவளை வச்சிண்டிருக்கார், ஆனா அவரோட சொந்த வீட்டு விஷயம் பத்தி அவ விசாரிக்கக் கூடாது. அவர் சொந்த வீடு 'ஒரு புனிதமான விஷயம்.' அவ வப்பாட்டிதானே, அவளுக்குக் கேக்க உரிமை யில்லே. அவ நல்ல மனுஷியாத்தான் எனக்குப் படறா. பாவம், காசில்லாத கொடுமை.'

'உங்கம்மாவுக்கு அவர் துரோகம் பண்றாரே, அது இஷ்ஷியுவே இல்லியா? ' என்றார் அவர்.

'எங்கம்மாவை எனக்கு நன்னா தெரியும். வீட்டுக்குக் கூட்டிண்டு வராதவரைக்கும் அவளுக்கு இது 'இஷ்ஷியு'வே இல்லே. அவ ளுக்கும் வீடு 'ஒரு புனிதமான விஷயம்.' டாமிட். நம்ம 'கல்சர்'லே, ஆட்களுக்கு முக்கியத்துவமே கிடையாது. 'அப்ஸ் ட்ராக்ட்' விஷயங்கள், கற்பு, கிற்பு, தாலி பாக்கியம்... சச் ஸ்டஃப் அன்ட் நான்ஸென்ஸ்' இதுக்குத்தான் முக்கியத்துவம்.'

சம்பத் அம்மா போனபிறகு அவனுடைய அப்பா அவளைத் தம்முடைய வீட்டிலேயே அழைத்து வைத்துக்கொண்டார். வைத்தியர் என்ன ஆனார் என்ற விவரம் யாருக்கும் தெரியாது.

அன்று அந்தச் சம்பவத்துக்குப் பிறகு சம்பத் அவர் உள் மனத்தை ஊடுருவி நின்றான் என்று அவரால் உணர முடிந்தது.

குன்று ஏறுவது கொஞ்சம் சிரமமாகத்தானிருந்தது. செங்குத்தாக இருந்ததனால் கொஞ்சம் மூச்சு வாங்கிற்று.

உச்சிக்குச் சென்று, சுற்றிப் பார்த்ததும், குன்றேறிய பலன் அவருக்குக் கிடைத்தாற் போலிருந்தது. அற்புதமான காட்சி!

மேலிருந்து சரிந்த நீலமும், கீழே விரிந்து கிடந்த நீலமும் ஒன்றோடு ஒன்று இணைந்து, ஒரு ராட்சச நீல வாய் திறந்து, அவரை விழுங்க வருவதுபோல் அவருக்குத் தோன்றிற்று. அலைகள் எச்சில்களாக வழிந்தன.

அவர் கண்களை மூடிக்கொண்டார். எத்தனை நேரம் அப்படியே நின்றார் என்று அவருக்குத் தெரியாது.

கண்களைத் திறந்து, பக்கவாட்டத்தில் பார்த்தபோது...

'வாட் எ கோய்ன்ஸிடன்ஸ்!'

பக்கத்தில் நின்றவர் சம்பத் போலவே இருந்தார். சம்பத்தாக இருக்கமுடியாது. இருபத்தைந்து வயது இளைஞன். அவனருகில் ஓர் இளம் பெண். வெள்ளைக்காரப் பெண். தென் அமெரிக்கப் பெண் போல் தோன்றினாள்.

ஏன் சம்பத்தின் மகனாக இருக்கக்கூடாது என்று அவருக்குத் தோன்றிற்று. அதே நீண்ட நாசி, கூர்மையான கண்கள், சுருள் முடி... நாற்பது வருஷங்கள் கரைந்து அவருக்கும் இளமை வந்து விட்டாற் போல், அவர் உற்சாகத்தின் கொடுமுடியில் நின்றார்.

அவர் அவனருகே சென்றார். 'எக்ஸ்கியுஸ்மீ...' என்று அவர் சொன்னதும், அவன் அவரைத் திரும்பிப் பார்த்தான்.

'எஸ்...?' என்றான் அவன்.

'என்னுடைய நெருங்கிய நண்பன் சம்பத் மாதிரி நீங்கள் இருக்கிறீர்கள்...' இதற்கு மேல் என்ன சொல்வதென்று அவருக்குத் தெரியவில்லை. அவனையே பார்த்துக்கொண்டு அவர் நின்றார்.

அவன் அவரை உற்று நோக்கினான். உடனே அவன் பதிலேதும் சொல்லவில்லை. அவர் முகத்தில் அவன் ஏதோ தேடுவது போலிருந்தது.

சில விநாடிகள் கழித்து, அவர் பெயரைச் சொல்லி அவரைக் கட்டிக் கொண்டான்.

‘நம்பவே முடியலே. நீ சம்பத்தா? அன்னிக்குப் பார்த்த அதே மாதிரி... நோ... நோ...’

‘இப்போ நீ எனக்கு அன்னிக்கு எப்படி இருந்தியோ அப்படியே தான் இருக்கே. ஒரேயொரு வித்தியாசம், நம்ம ரெண்டு பேருக்கும் அன்னிக்கும் சரி, இன்னிக்கும் சரி, நான் இளைஞன் தான். உனக்கு அப்பவே வயசாயிடுத்து. ஓ.கே. இது என் மனைவி, வில்மா. இவன் என் பால்ய சிநேகிதன்... ’ அவன் அவருடைய பெயரையும் சொன்னான்.

‘மைகாட்! அதெப்படி அவளும் இவ்வளவு இளமையா இருக் காளே?’ என்றார் அவர்.

‘எனக்கு ‘புரூ’ன்னு ஒரு பிள்ளை. அவன்கிட்டேயிருந்து நான் இளமையை வாங்கிண்டேன், இவ, அவன் வொய்ஃப் கிட்டே யிருந்து வாங்கிண்டா. போறுமா?’ என்று கூறிவிட்டு, உரக்கச் சிரித்தான் சம்பத்.

‘நிஜமா சொல்றேன். இன்க்ரெடிபில். நீ இப்போ எங்கே, ஆஸ்த் ரேலியாவிலேதான் இருக்கியா?’ என்றார் அவர்.

‘எஸ்... இப்போ... ஆறு மாசமா இங்கே... எத்தனை நாள் இங்கே இருப்பேன்னு எனக்குத் தெரியாது. வட அமெரிக்காவிலே அஞ்சு வருஷம், தென் அமெரிக்காவிலே பத்து வருஷம், யு.கேவிலே அஞ்சு வருஷம். நைஜீரியாவிலே அஞ்சு வருஷம்... ஐ ஆம் எ க்ளோப்ட்ராட்டர். நாப்பது வருஷத்துக்கு முன்னாலே கால்லே ஏறின சக்கரம் ஓடிண்டேயிருக்கு. என்ன செய்யறேன்னு கேக்காதே. எல்லாவிதமான வேலையும் செய்யத் தெரியும். ‘ப்ரொஃபஸர்,’ ‘ப்ரொஃபஷனல்’... எல்லாம். நீ என்ன செய்யறே? ‘தி ஸேம் ஓல்ட் வீபிங் ஃபிலாஸபர்?’ வாழ்க்கை யிலே அழறதை நிறுத்தியாச்சா, இல்லே, இன்னும், மாரல், கீரல்னு சொல்லிண்டு அழுதுண்டிருக்கியா?’ என்று சொன்ன வன், மனைவி பக்கம் திரும்பி, ‘மன்னித்துக் கொள். நாங்கள் எங்கள் மொழியில் பேசுவதை’ என்றான் ஆங்கிலத்தில்.

அவள் புன்னகை செய்தாள்.

‘ஆர் யு ஹாப்பி?’ என்றார் அவர்.

‘குட். இது நல்ல கேள்வி. இந்தக் கேள்வியைக் கேட்டுண்டே யிருந்து,‘ஆமாம்’னு நாம் ‘ஃபீல்’ பண்ணா... அது போறும்.

உனக்கு இப்போ கேள்வி கேட்க தெரிஞ்சுருக்கு. நல்ல ஆரம்பம். 'வால்யு ஜட்ஜ்மெண்ட்' அது இதுன்னு சொல்றதெல்லாம் காலாவதியாயிடுத்து. பழசைப் பத்தி என்னை ஒண்ணும் கேக்காதே, நானும் உன்னைக் கேக்க மாட்டேன். ஓ.கே.?'

அவன் மறுபடியும் என்னைக் கட்டிக்கொண்டான்.

'சரி. வா. அதோ இருக்கு. எங்க மோட்டார் போட். ஒரு 'ரைட்' போயிட்டு வருவோம்.'

அவர் அவர்களை மாறி மாறிப் பார்த்தார். காயகல்பம் சாப்பிட்டவர்கள் போல... இல்லை, அமுதத்தை விழுங்கியவர்கள்போல இருந்தார்கள்.

'என்ன வரயா, சொல்லு' என்றான் சம்பத்.

'எங்கே?'

'ஜஸ்ட் எ ஜாலி ரைட். அந்தத் தொடுவானம் மட்டும், அதைத் தொட்டுட்டுத் திரும்பி வந்துடலாம்.'

'தொடுவானத்தைத 'தொட முடியாது' என்றார் அவர்.

'தொடணும்னு அவசியமில்லே. பயணம்தான் முக்கியம். அதுதான் சந்தோஷமான அனுபவம். மைகாட், இது கூடவா உனக்குத் தெரியாது?'

'நௌயு ஆர் ஆன் காட், நான் ஒண்ணு உன்னைக் கேக்கலாமா?'

'அப்ப ஒரு கேள்வி கேட்டியே, 'ஆர் யு ஹாப்பி'ன்னு. அந்தக் கேள்வியிலே எல்லாம் அடங்கிடுத்து. என்ன கேள்வி கேட்டாலும், கேள்வியோட துணைக்கேள்விதான்...'

'உனக்குக் கடவுள் நம்பிக்கை இருக்கா?' என்றார் அவர்.

அவன் பலமாகச் சிரித்தான்.

அவர் பயந்துவிட்டார்.

பிறகு சொன்னான்: 'வாட் எ கொஸ்சின்? நான் பிரபஞ்சத்தை நம்பறவன். நான்தான் பிரபஞ்சம்னு நம்பறவன். கடவுள்

பிரபஞ்சம்னா, கடவுள் பிரபஞ்சத்துக்குள்ளே ஊடுருவி இருக்கார்னா, நான் கடவுளையும் நம்பித்தான் ஆகணும். அப்படி நம்பலேன்னா, எனக்கு பிரபஞ்சத்துப் பேரிலே நம்பிக்கை யில்லே, என் பேரிலேயே நம்பிக்கையில்லேன்னு அர்த்தம். அப்படி எனக்குக் கடவுள் நம்பிக்கை இருக்கான்னு நான் என்னை நானே மீண்டும் மீண்டும் கேட்டுண்டேயிருக்கணும்னு ஒரு கடவுள் விரும்பினார்னா, அவர் கடவுளே இல்லே. அவர் ஒரு போகஸ் கடவுள். 'பொய்த்தேவு.' இதுதான் 'ஸர்மன் ஆன் தி மௌன்ட்' ஸாங் ஆஃப் குருக்ஷேத்திரா! சரி. ஓ.கே. போகலாம் வரயா?'

'இப்போ வர முடியும்னு எனக்குத் தோணலே. என் டாட்டரும் மாப்பிள்ளையும் என் கூட வந்திருக்கா. நான் திரும்பிப் போயா கணும். இன்னொரு நாளைக்கு...'

அவன் இடைமறித்தான். 'சரி. என் டெலிஃபோன் நம்பரைத் தரேன். கான்டாக்ட்பண்ணு, ஓ.கே?'

அவன் அவர் பையிலிருந்து ஒரு துண்டுக் காகிதத்தையும் 'பால் பாய்ன்ட்' பேனாவையும் எடுத்து அவசர அவசரமாக அவன் டெலிஃபோன் நம்பரை எழுதி, அத்துண்டுக் காகிதத்தை அவர் பையில் போட்டான்.

அவர் குன்றிலிருந்து கீழே இறங்கியதும், அங்கு அவர் மகளும், மருமகனும் அவருக்காகக் காத்துக்கொண்டிருந்தனர்.

'என்ன யோசிச்சிண்டிருந்தீங்க, ரொம்ப நேரமா, தனியா நின்னுண்டு?' என்றாள் அவர் மகள்.

'தனியாவா?'

'ஆமாம். நாங்க அப்பவே வந்துட்டோம். நீங்க இறங்கி வருவீங்கன்னு காத்திண்டிருந்தோம்' என்றாள் அவர் மகள்.

அவர் தனியாக இல்லை என்று அவர்களுக்குச் சொல்வதற்காகத் தம் பையிலிருந்த துண்டுக் காகிதத்தை எடுத்து அவர் மகளிடம் நீட்டினார்.

அவள் அதைப் பார்த்துவிட்டு, 'இது நம்ம வீட்டு டெலிஃபோன் நம்பர். உங்களுக்கு ஞாபகம் இருக்கே, அதுவே ஆச்சர்யம்தான்' என்றாள்.

அவர் குன்றைத் திரும்பிப் பார்த்தார்.

விசைப்படகுச் சவாரிக்கு ஒத்துக் கொண்டிருக்கலாமென்று அவருக்குத் தோன்றியது. ஆனால் விசைப்படகு கண்ணுக்குத் தெரியவில்லை. குன்றின் மீது ஏறிப் பார்த்தால் அது தெரியக் கூடுமென்று அவருக்குப்பட்டது.

27. நாயகன்

பக்கத்திலிருந்த வங்கிக்குப் போகலாமென்று கிளம்பினார் ராமதுரை.

ஒன்பது மணிக்கே நல்ல வெயில் வந்து விட்டது. குடை எடுத்துக் கொண்டு போவதென்பது அவர் வாழ்க்கையிலேயே செய்திராத ஒரு செயல். அவருக்கு மறதி அதிகம் என்பது இதற்கு ஒரு காரணம் என்றாலும், இதைவிட முக்கியமான காரணம், குடையை அவர் நடுத்தர வகுப்பு பாதுகாப்பு உணர்வின் ஓர் அடையாளமாகப் பார்த்ததுதான். பார்வதி இருந்தபோது கோபத்துடன் சொல்வாள், 'ஆமா... நடுத்தர வகுப்பு, ஃபிலிஸ்டின் அது இதுன்னு சொல்லிண்டு நாம என்ன பெரிசா சாதிச்சுட்டோம்? நான் ஒருத்தி இல்லாட்டா, என்ன பண்ணி இருப்பேளோ!'

அவள் இல்லை; அவரே வங்கிக்குப் போகவேண்டியிருக்கிறது!

வாசலில் அவருடைய பேத்தி அபூர்வா தனக்குத்தானே பேசிய வாறு நின்றுகொண்டிருந்தாள். எட்டே முக்காலுக்கே அவள் அப்பாவுடன் பள்ளிக்கூடம் போகக் கிளம்பியவள் ஏன் இன்னும் போகவில்லை?

அவள் அப்பா எங்கே?

'வெயில்லே எங்கே கிளம்பினேள், தாத்தா?' என்றாள் அபூர்வா.

நாலு வயதாகவில்லை, அதற்குள் பாட்டி மாதிரி பேசத் தொடங்கி விட்டாள் அவள்.

'நீ பள்ளிக்கூடம் போகலே?'

'கார் கோவமா இருக்கு. வர மாட்டேங்கிறது. அப்பா அதை கொஞ்சிண்டிருக்கா.'

'நீ அதுக்காக 'ஸ்பாட்டி'யைக் கொஞ்சிண்டிருக்கியா?'

'கொஞ்சலே. அதுக்குக் கதை சொல்லிண்டிருக்கேன்'

'ஸ்பாட்டி', ஒரு நாய் பொம்மை. அது, அவள் உடம்பு அவயங்களில் ஒன்று போல் ஆகிவிட்டது. அவளை விட்டு அது பிரிந்ததேயில்லை. தூங்கும்போதுகூட அதைக் கட்டிக்கொண்டு படுப்பது தான் அவள் வழக்கம்.

'என்ன கதை?'

'உங்களுக்கெல்லாம் புரியாது; இல்லையா, ஸ்பாட்டி?'

'ஆமாம்', என்று சொல்வதுபோல், அவளே அதன் தலையை ஆட்டினாள்.

'ஸ்கூட்டர்லேதான் போணும், கார் கிளம்பலே. வா,முன்னாலே நில்லு' என்று சொல்லிக்கொண்டே அபூர்வாவின் அப்பா அவளருகில் ஸ்கூட்டரைக் கொண்டுவந்து நிறுத்தினான்.

ராமதுரையைப் பார்த்து அவன் கேட்டான், 'நீங்க எங்கே போகணும்?'

'பாங்க்.'

'பணம் வாங்கணுமா, போடணுமா? என்கிட்டே கொடுங்க, நான் பள்ளிக்கூடத்திலேருந்து வரபோது...'

'பரவாயில்லே, பாங்க் பக்கத்திலேதானே இருக்கு...'

'வெயில்...?' என்று சொன்னவன், அபூர்வாவின் கையில் ஸ்பாட்டியைப் பார்த்ததும், 'அபூர்வா, ஸ்பாட்டியைத் தாத்தா கிட்டே கொடு. புஸ்தகப் பை, வாட்டர் பாட்டில், ஸ்பாட்டி, நீ அத்தனை பேரும் ஸ்கூட்டர்லே போக முடியாது' என்றான்.

அபூர்வா சிணுங்கினாள்.

'நோ. தாத்தா கிட்டே கொடு பொம்மையை' என்று அதட்டினான் அவள் அப்பா.

'அது பொம்மையில்லே' என்று சீறினாள் அபூர்வா.

'சரி. ஓகே. ஸ்பாட்டி. நீங்க இதை உள்ளே வச்சிட்டுப் போக முடியுமா?' என்றான் அவன் ராமதுரையிடம்.

அவர் அதை வாங்கிக்கொண்டார்.

'தாத்தா... ஜாக்கிரதை. ஸ்பாட்டி உங்களை ஏமாத்திட்டு எங்கே யாவது ஓடிப் போயிடும், என்ன சரியா?' என்றாள் அபூர்வா.

அவர் புன்னகை செய்தார்.

ஸ்கூட்டர் போய்விட்டது.

ஸ்பாட்டியை உள்ளே கொண்டு போய் வைத்துவிட்டு வங்கிக்கு போவதா, இல்லாவிட்டால், வங்கி பக்கத்தில்தானே இருக் கிறது, கையில் கொண்டுபோனால் என்ன என்று அவர் யோசித் தார்.

அவர் வீட்டுச் சாவியை எடுத்துக்கொண்டு வர மறந்து விட்டார். மணி அடித்தாக வேண்டும். அவர் மகள் குளித்துக்கொண்டி ருக்கக் கூடும். அவர் சாவியை எடுத்துக்கொண்டு போக மறந்தது, ஒரு சிறிய விவாதத்துக்குரிய பிரச்னை ஆகும்.

ஒரு கிழவர் கையில் நாய் பொம்மையுடன் தெருவில் போவது, பார்க்கின்றவர்களுக்கு வியப்பைத் தரலாம், ஆனால் யாருக்கு நேரம் இருக்கின்றது இதைப் பற்றியெல்லாம் யோசிக்க?

எங்கு பார்த்தாலும் பள்ளம் தோண்டி வைத்திருக்கிறார்கள். கவனமாகப் போக வேண்டும்.

'ஸ்பாட்டி, நீதான் என்னை அழைத்துக்கொண்டு போக வேண்டும்' என்று அவர் தனக்குத்தானே சொல்லிக்கொண்டார். அபூர்வாவுக்கும் அவருக்கும் இது ஒரு முக்கியமான விளை யாட்டு. ஸ்பாட்டி பேசுவது போல அவர் பேசியாக வேண்டு மென்பது அபூர்வாவின் கட்டளை. ஸ்பாட்டி குட்டி நாய் என்ப தால் அவர் குட்டிக் குரலில் பேச வேண்டுமென்பதும் ஒரு முக்கியமான நிபந்தனை. அபூர்வாவுடன் விளையாடி விளை யாடி ஸ்பாட்டி பொம்மை என்பதை அவரும் சில சமயங்களில் மறந்து விடுவதுண்டு.

'தாத்தா, பள்ளம்' என்று ஸ்பாட்டி கூறியது.

அவர் கவனமாக ஒதுங்கினார்.

எதிரே வந்த ஐயர் அவரைப் பார்த்துப் புன்னகை செய்தார்.

ஐயர் எதிர்த்த வீட்டுக்காரர். ராமதுரை வயதுதான் இருக்கும்.

ராமதுரை அவரைப் பார்த்ததும், 'சௌக்கியமா?' என்றார்.

'தாங்க் காட். இப்போ சரியாயிடுத்து' என்றார் ஐயர் புன்னகையுடன்.

'என்ன சரியாயிடுத்து?'

'ஏதோ கீச்சுக் குரல்லே பேசிண்டு வந்தேளே, எனக்கு பயமா போச்சு, உங்க குரலுக்கு என்ன ஆச்சுன்னு.'

நான் பேசவில்லை, ஸ்பாட்டி பேசிற்று என்று சொல்லலாமா என்று ஒரு கணம் யோசித்தவர், அந்த எண்ணத்தைக் கைவிட்டார்.

'பேத்தியோட பொம்மையா?'

'ஆமாம்' என்று சொல்லிக்கொண்டே அவர் மேலே நடந்தார்.

வங்கியில் நல்ல கூட்டம். பவர் கட். ஜெனரேட்டர் உதவியில் மங்கலான வெளிச்சம். ஓரிரண்டு மின் விசிறிகள் ஓடிக் கொண்டிருந்தன. புழுக்கம் தாங்க முடியவில்லை.

ராமதுரை, செக்கைக் கொடுத்து, டோக்கன் வாங்கிக்கொண்டு, ஒரு நாற்காலியில் உட்கார்ந்தார்.

காஷியர் கௌன்டரில் இருந்த பெண் அவரிடம் மதிப்பும் மரியாதையும் வைத்திருந்தாள் என்பது அவருக்கு தெரியும். டோக்கனைக் கொடுத்துவிட்டு, அவரால் பணத்தை வாங்கிக் கொண்டு போக முடியும். ஆனால் இத்தனை பேர் காத்துக் கொண்டிருக்கும்போது, அப்படிச் செய்வது அவருக்கு உசிதமாகப் படவில்லை.

சிறிது நேரம் காத்திருந்த பிறகுதான் அவருக்கு உறைத்தது, மின்சார வெட்டின் காரணமாக,டோக்கன் நம்பர், சிவப்பு வண்ணத்தில் ஒளிராது என்று. கௌன்டருக்குப் போய்தான் கேட்டாக வேண்டும். கேட்டால், அந்தப் பெண் அவர் முறை வந்ததோ இல்லையோ, டோக்கனை வாங்கிக்கொண்டு

பணத்தைக் கொடுத்து விடுவாள். அவருக்கு இதனால் மனச் சாட்சித் தொந்தரவு அவ்வளவாக இருக்காது.

அவர் போய் கௌன்டர் எதிரே நின்றார்.

அந்தப் பெண் புன்னகையுடன் கையை நீட்டினாள்.

வங்கியிலிருந்து வெளியே வந்ததும், தாம் செய்தது தப்பா என்ற சந்தேகம் அவரை அரிக்கத் தொடங்கியது. அவருக்கு முன் வந்த வர்கள், அக்கூட்டத்தில் பலர், நிச்சயம் இருந்திருக்கக்கூடும். மின் சாரம் இல்லை என்று சமாதானப்படுத்திக்கொண்டு அவர் தம் மனச்சாட்சியை ஏமாற்றி விட்டார்.

'ஸ்பாட்டி... நான் செஞ்சது சரியா?'

பள்ளத்தருகே அவர் திடுக்கிட்டு நின்றார். கேள்வி அநாதையாய் நின்றது. ஸ்பாட்டி எங்கே?

வங்கியிலிருந்தபோது, தம் கையில்தானே இருந்தது? இருந்ததா?

செக்கில் கையெழுத்திட்டுக் கொடுத்தபோது, அந்த கௌன்ட ரருகே, பக்கத்தில் எங்காவது வைத்திருக்க வேண்டும். பிறகு, மின்சார வெட்டு, புழுக்கம், மனச்சாட்சிப் பிரச்னை, இவை பற்றிய மனச்சலனங்களிலே ஸ்பாட்டியைப் பற்றிய நினைவு இல்லாமலேயே போய் விட்டது!

ராமதுரை திரும்ப வங்கிக்குள் நுழைந்தார்.

சேவிங்ஸ் கௌன்டர் அருகே சென்று பார்த்தார்.

ஸ்பாட்டி இல்லை.

'என்ன சார் வேணும்?' என்றான் கௌன்டரில் உட்கார்ந்திருந்த கண்ணாடி போட்ட இளைஞன்.

'ஸ்பாட்டி...'

'என்னது?'

'ஐ ஆம் ஸாரி. ஒரு நாய் பொம்மை கொண்டு வந்தேன். இங்கே வச்சேனா?'

அவன் எழுந்து நின்று பார்வையை இரண்டு பக்கத்திலும் செலுத்திப் பார்த்துவிட்டு, 'இல்லியே சார்...' என்று குரலில் அக்கறை தொனிக்கச் சொன்னான்.

அவர் தாம் உட்கார்ந்திருந்த நாற்காலி அருகே சென்றார்.

அடர்த்தியான மீசையுடன் ஆஜானுபாகுவாக ஒருவன் உட்கார்ந் திருந்தான், அவர் சற்று முன்பு அமர்ந்திருந்த நாற்காலியில். அவன் வியாபாரி என்று தோன்றிற்று. அவன் மடியில் தடிமனான தோல்பை இருந்தது. அதற்குள் நிறைய கரன்ஸி நோட்டுகள் இருக்கலாமென்று அவருக்குத் தோன்றிற்று. அவன் கையில் வைத்திருந்த கால்குலேட்டரில் ஏதோ கணக்குப் போட்டுக் கொண்டிருந்தான்.

அவன் அவரை ஏறிட்டு நோக்கினான்.

'ஐ ஆம் ஸாரி... இங்கே ஏதாவது ஒரு நாய் பொம்மை பாத்தீங்களா?' என்றார் ராமதுரை.

'வாட்...?' மிகக் கடுமையான, அனுதாபம் சிறிதும் இல்லாத கரகரத்த குரல்.

அவர் தமது கேள்வியை மறுபடியும் கேட்கவில்லை.

'என்ன பொம்மையா? இல்லியே சார்...' என்றான் அவனருகில் உட்கார்ந்திருந்த ஓர் இளைஞன்.

அவன் வெகு நேரமாக அங்கு உட்கார்ந்திருக்கிறான் என்று அவருக்குப் பட்டது. அவர் உட்கார்ந்திருந்தபோதும் அவன் உட்கார்ந்திருக்க வேண்டும். தம்முறை வருவதற்கு முன்பே அவர் பணத்தை வாங்கிக்கொண்டு போனதை அவன் பார்த்திருக்கக் கூடும்.

'ஐ ஆம் ஸாரி' என்று சொல்லிவிட்டு, அவர் வங்கியை விட்டு வெளியே வந்தார்.

ஸ்பாட்டி, அபூர்வா, அவர் - மூவரையும் பிணைத்து ஒரு பிரபஞ்சமே இயங்கிக்கொண்டிருந்தது.

இப்பொழுது ஸ்பாட்டி இல்லை.

அபூர்வாவை அவரால் எந்த முகத்துடன் இனி பார்க்க முடியும்? அவளிடமிருக்கும் மற்றைய பொம்மைகள் எல்லாமே, ஸ்பாட்டியுடன் தொடர்புகொண்ட நிலையில்தான் அர்த்தம் கொண்டிருந்தன.

பொம்மை ஃபோன், ஒலிக்கும். அபூர்வா அதை எடுப்பாள். 'எஸ்... யார் வேணும்? ஸ்பாட்டியா? ஸ்பாட்டி பிஸியா இருக்கு. நோ. அப்புறம் பேசு.' ஃபோனைக் கீழே வைத்து விடுவாள்.

அவர் அவளுக்குச் சொல்லுகின்ற கதைகள் எல்லாவற்றையுமே, அவள் நாடகமாக ஆக்கி விளையாடுவாள்.

பார்பி பொம்மைதான் சீதை. போலீஸ்காரர் பொம்மை, இராவணன். கொரில்லா பொம்மை, ஹனுமான். ஸ்பாட்டிதான் ராமன். கொரில்லா, ஸ்பாட்டியின் காலில் விழுந்து வணங்கும், ஸ்பாட்டி போலீஸ்காரனுடன் சண்டை போட்டு பார்பியை மீட்டு வரும்.

'லுக்... ஸ்பாட்டி ஒரு நாய். அதைப் போய் ராமன்னு சொல் லிண்டு அவ விளையாடறா, பார்த்திண்டிருக்கேளே அப்பா?' என்பாள் அவர் மகள்.

'எந்த உருவம் நமக்குப் பிடிச்சிருக்கோ, அதுதான் பகவானோட உருவம்னு திருவாய் மொழியிலே சொல்லியிருக்கு. உகந்த உருவம் அவன் உருவம்! பகவத் கீதையிலே...'

'போறும். போறும்' என்று காதைப்பொத்தியவாறு சிரித்துக் கொண்டே போய்விடுவாள் அவர் மகள்.

கதை மூலத்தை அப்படியே நாடகமாக்க வேண்டுமென்ற அவசியத்தையும் ஒரு நிர்ப்பந்தமாக அபூர்வா எல்லாச் சமயங் களிலும் கொள்வதில்லை. அவளுடைய மூடுக்குத் தகுந்தபடி கதைப் போக்கு மாறுவதுமுண்டு. ராமாயணக் கதையில், கார்ட்டூன் நெட்வார்க் கதாபாத்திரங்களையும் இணைத்து, கதையை ஒரு'போஸ்ட் மாடர்ன்' இலக்கியமாகவும் அவள் மாற்றி விடுவாள். ஆனால் எந்தக் கதையாக இருந்தாலும் சரி, எந்த வடிவத்தில் சொல்லப்பட்டாலும் சரி, கதையின் கதாநாய கன் ஸ்பாட்டி! ஸ்பாட்டிக்குப் பூனையைக் கண்டால், பிடிக்காது என்ற ஒரே காரணத்துக்காக, பார்பி பொம்மைக்குப் பதிலாக, போலீஸ்காரன் பொம்மை, ஒரு பெரிய பூனை பொம்மையை எடுத்துக்கொண்டு போனபோது, ஸ்பாட்டி, 'சீதை'யை மீட்டு வரப் போகவேயில்லை. அவளுடைய எல்லா விளையாட்டுக ளிலும், போலீஸ்காரர் பொம்மைதான் வில்லன். பிற்காலத்தில் தீவிரவாதியாக அவள் மாறக் கூடுமென்று ராமனுக்கு தோன் றிற்று. ஒன்றுக்கொன்று சம்பந்தமில்லாத கதாபாத்திரங்களை

மனம் போனபடி ஒன்றிணைத்து அவள் விளையாடுவது, அவளை பின்னொரு காலத்திலே ஒரு பெரிய 'போஸ்ட் மாடர்னிஸ்ட்' எழுத்தாளராக அடையாளம் காட்டியது.

'சாமி பாத்துப் போங்க, பள்ளம்' என்றாள் சென்னை வீதியை அலங்கரித்துக் கொண்டிருந்த ஓர் இளம் பெண் தொழிலாளி.

கீச்சுக் குரலில் எச்சரிக்க ஸ்பாட்டி இல்லை; இது அவருக்கு ஒரு பெரிய இழப்பாகத் தோன்றியது.

இதுதான் யதார்த்த உலகம். ஒன்றை இழந்து, மற்றொன்றைப் பெற வேண்டும்.

அவர் வீட்டுக்குச் சென்று மணியை அடித்தார்.

கதவைத் திறந்த அவர் மகள் கேட்டாள், 'வழக்கம் போல, சாவியை மறந்துட்டேளா?'

சாவி மட்டுமில்லை என்று அவர் சொல்ல நினைத்தார். ஆனால் சொல்லவில்லை. பேசாமல் போய் சோபாவில் உட்கார்ந்தார்.

அவர் மகள் விசிறியைப் போட்டாள்.

'எதுக்காக இந்த வெயில்லே போனேள்? வயசை ஒப்புத்துக்க மாட்டேன்னு என்ன அவ்வளவு பிடிவாதம்? எங்கே பாத்தாலும், பள்ளத்தை வேற தோண்டி வச்சிருக்கான்' என்று சொல்லிக் கொண்டே அவள் உள்ளே போனாள்.

ஹாலில், ஒரு மேஜையில் அபூர்வா அடுக்கி வைத்திருந்த எல்லா பொம்மைகளும் அவரைப் பார்த்து 'ஸ்பாட்டி எங்கே?' என்று கேட்பதுபோல் அவருக்குப் பட்டது.

போலீஸ்காரன் பொம்மை, மன நிம்மதியுடன் புன்னகை செய்வது போல் இருந்தது.

'வில்லன் யாரு, நீயா, நானா? ஸ்பாட்டியைத் தொலைச்சது யாரு?' என்று கேட்டது அந்த போலீஸ்காரன் பொம்மை புன்னகையுடன்.

வங்கியில் பொம்மையைத் திருடுவார்களா? பணத்தைக் கொள்ளையடித்தால் அது ஓர் இயல்பான விஷயம். ஸ்பாட்டியை, அதுவும் அதிகமான புழக்கத்தின் காரணமாக வெள்ளை

நிறம் பழுப்பேறி இருந்த ஒரு பழைய பொம்மையை யார் எடுத்துக்கொண்டு போயிருக்க முடியும்?

ஸ்பாட்டியை வேறு யாரும் குளிப்பாட்டக் கூடாது; அபூர்வா தான் அதை ஒரு வாளி தண்ணீரில் போட்டு முழுக்காட்டி எடுப் பாள். அபூர்வாவுக்கு சோப் பிடிக்காது என்பதால், அவளுடைய ஸ்பாட்டி விஷயத்தில், அவளுடைய விருப்பு, வெறுப்புகள் தாம் மேல் வரிச்சட்டமாக இருக்க வேண்டுமென்பது அவள் வாதம்.

'நீ என்னோட அம்மா, நீ சொல்றபடி நான் கேட்டாகணும். நான் ஸ்பாட்டியோட அம்மா, நான் சொல்றபடிதான் ஸ்பாட்டி கேட்டாகணும்' - குட் லாஜிக்.

'கேட்டாகணும்' என்று அவள் சொல்லும்போது, ஒரு புரட்சி வாதியின் தொனியும், ஒரு சர்வாதிகாரியின் தொனியும் ஒரே சமயத்தில் ஒலிப்பதுபோல் அவருக்குத் தோன்றும். அம்மா சொல்கிறபடி அவள் கேட்டாகணும் எனும்போது, அதை அடி மனத்தில் ஏற்றுக்கொள்ள மறுக்கிற ஒரு புரட்சிவாதியின் குரல். ஸ்பாட்டி, அவள் சொல்கிறபடி 'கேட்டாகணும்' எனும் போது, அதிகாரம் கை மாறிய நிலையில் புரட்சிவாதியே சர்வாதிகாரியாக மாறிவிட்ட தோற்றம்.

பிஞ்சுக் கைகளினால் குளிப்பாட்டப்படும் காரணத்தினால், ஸ்பாட்டி, அதனுடைய இயல்பான வெள்ளை நிறத்தை மீண்டும் பெறவேயில்லை.

'இந்த அழுக்கு பொம்மையை பள்ளிக்கூடத்துக்கு எடுத்திண்டு போகாதே. எனக்கு வெட்கமா இருக்கு!' என்பாள் அவள் அம்மா.

'அது பொம்மை இல்லே' அபூர்வாவின் குரல் ஓங்கி ஒலிக்கும்.

உன் ஃப்ரெண்ட்ஸ்கிட்டே உன் கௌரவம்தான் முக்கியமான விஷயமா? குழந்தையோட சென்டிமென்டுக்கு ஏன் மதிப்பு கொடுக்க மாட்டேங்கிறே?' என்பார் ராமதுரை.

'என்ன சென்டிமெண்ட் வேண்டியிருக்கு? ஸ்மெல்லி லிட்டில் டாக்!' என்பாள் அவர் மகள் புன்னகையுடன்.

'ஸ்மெல்லி லிட்டில் டாக்' எனிட் ப்ளைட்டன் எழுதிய கதை களில் ஒன்று. அக்கதையில் அந்த நாய்தான் குழந்தையையும் அதன் பொம்மையையும் தண்ணீரில் மூழ்காமல் காப்பாற்றும்.

அபூர்வா வெற்றி எக்களிப்புடன் இந்தச் செய்தியை எடுத்துக்கூறி இரு கைகளையும் தட்டிச் சிரிப்பாள். உடனே ஸ்பாட்டியை எடுத்துத் தழுவி முத்தம் தருவாள்.

யதார்த்தம் இதுதான். அந்த ஸ்பாட்டி இப்பொழுது இல்லை. பள்ளிக்கூடத்திலிருந்து வந்ததும், அபூர்வா கேட்கப் போகிற முதல் கேள்வி, 'தாத்தா ஸ்பாட்டி சமத்தா இருந்ததா?'

அவளுக்கு என்ன பதில் சொல்வது? அப்பொழுதுதான் அவருக்கு திடீரென்று நினைவுக்கு வந்தது. அவருடைய நண்பர் ஒருவர் வீட்டிலே ஸ்பாட்டியைப் போலவே ஒரு பொம்மை இருந்தது என்பது. யார் அவர்?

எஸ். சிவராம ஐயர். அபிராமபுரத்திலே இருக்கிறார். பக்கத்தில் தான். ஆட்டோவில் போய் வந்து விடலாம். அவருடைய பேத்தியின் பொம்மையாக இருக்கக்கூடும். பேத்திக்கு இப் பொழுது பத்து வயது.

அந்த பொம்மையை வைத்துக்கொண்டு விளையாடும் நிலையைத் தாண்டிய வயது.

ஃபோனில் பேசிவிட்டுப் போகலாமென்று ஃபோனருகே சென்றவர் அந்த யோசனையைக் கை விட்டார்.

அவர் மகளுக்குத் தெரியக்கூடாது. தெரிந்தால், 'இதென்ன பைத்தியக்காரத்தனம்?' என்று கிண்டல் செய்வாள்.

அவர் மகளைக் கூப்பிட்டார்.

'என்னப்பா?' என்று உள்ளிருந்து கேட்டாள் அவர் மகள்.

'வந்து... நான் சிவராம அய்யர் வீட்டுக்குப் போய்விட்டு உடனே வந்துடுறேன்.'

'இந்த வெயில்லியா?'

'ஒரு புஸ்தகம் வேணும் முக்கியமா... நான் சாவியை எடுத் துண்டு போறேன்.'

அவர் பதிலுக்குக் காத்திருக்கவில்லை, கதவைச் சாத்திக் கொண்டு புறப்பட்டார்.

'என்ன ராமதுரை, இந்த வெயில்லே?' என்றார் சிவராம ஐயர்.

ராமதுரை சோபாவில் உட்கார்ந்தார். வியர்வையை கைக்குட்டை யினால் துடைத்துக்கொண்டே சுற்று முற்றும் பார்த்தார்.

'நானே உங்களைப் பார்க்கச் சாயங்காலம் வரலாம்னுருந்தேன்' என்றார் சிவராம ஐயர்.

'என்ன விஷயம்?'

'யோக வாசிஷ்டாவிலே...'

'யோக வாசிஷ்டா' இருக்கட்டும். நான் எதுக்காக வந்தேன்னு முதல்லே சொல்லிடறேன்.'

'என்ன?'

'உங்க வீட்டுல 'டால்மேஷியன் பப்பி' பொம்மை ஒன்று இருந்தது, நான் பாத்திருக்கேன். அது எனக்கு வேணும்.'

சிவராம ஐயர் அவரை ஏற இறங்கப்பார்த்தார்.

'எனக்குன்னா எனக்கு இல்லே. என் பேத்தி அபூர்வாவுக்கு.'

'அது ரொம்பப் பழசுன்னா... ரமா சின்னக் குழந்தையா இருக்கச்சே விளையாடின பொம்மை. புதுசா கிடைக்கிறதே என்னோட 'கிஃப்ட்டா' வாங்கித் தரட்டுமா?'

'புதுசு என்னாலே வாங்கிக்க முடியும். ஆனா அவளோட பொம்மை யை நான் தொலைச்சுட்டேன். அதே பழசா இருக்கிற மாதிரி, ஒண்ணாலே 'ரீப்ளேஸ்' பண்ணா, அவளுக்குத் தெரியாது.'

'பொம்மையிலே என்ன வந்தது?'

'அபூர்வாவைப் பொருத்தவரைக்கும், அவளோட ஸ்பாட்டி, அதான் அந்த நாய் பொம்மை, அவளுக்கு ஒரு உயிருள்ள சிநேகிதன். அவளோட ஆல்டர் ஈகோ. நான் தொலைச்சுட் டேன்னு தெரிஞ்சா, அவளுடைய உலகமே ஸ்தம்பிச்சு போகும். அந்த சென்டிமென்டை நீங்க புரிஞ்சுக்கணும்.'

'வாட் கிராப்? ' என்றார் சிவராம ஐயர் சிரித்துக்கொண்டே.

'இதான் ப்ராப்ளம், யோக வாசிஷ்டா படிக்கிறவா கிட்ட, ஸ்பிரிட்சுவல் ரோபாட்ஸ்... சரி அந்த பொம்மை இருக்கா, இல்லையா சொல்லுங்கோ.'

'அதான் ரமாவோட ரூம். அங்கே போய் அந்த பொம்மை இருக்கா பாருங்க' என்றார் சிவராம ஐயர் ஓர் ஏமாற்ற உணர்வுடன்.

பத்து நிமிஷத் தேடலுக்குப் பிறகு அந்த பொம்மை கிடைத்தது.

ஸ்பாட்டி மாதிரியே இருந்தது. கொஞ்சம்கூட வித்தியாசம் தெரியவில்லை.

'யுரேக்கா' என்று கத்திக்கொண்டே ராமதுரை அந்த பொம்மையைக் கையில் எடுத்துக்கொண்டு வந்தார்.

'யு ஆர் பிகமிங் செனைல்...' என்றார் சிவராம ஐயர்.

'யதார்த்தம் என்னை இன்னும் கெடுத்துடலே. என் குழந்தைப் பருவம் என்னோட இன்னும் ஒட்டிண்டிருக்கு. அதனால்தான், என்னாலே, யோக வாசிஷ்டாவும் படிக்க முடியும், ஆலிஸ் இன் வொண்டர்லான்டையும் ரசிக்க முடியும். ஓகே. நான் அப்புறம் வரேன், ஆட்டோ காத்திண்டிருக்கு.'

ராமதுரை வீட்டுக்குப் போனபோது, நல்லவேளை, அவள் மகள் ஹாலில் இல்லை. புஸ்தகம் வாங்கப் போவதாகச் சொன்னவர், கையில் ஸ்பாட்டியுடன் வருவது அவளுக்கு ஆச்சர்யத்தைத் தந்திருக்கக் கூடும்.

அவர், அந்தப் பொம்மையை உற்றுப் பார்த்தார். ஸ்பாட்டிக்கும் அதற்கும் எந்த வித்தியாசமுமில்லை. அதே அழுக்கடைந்த பழுப்பு நிறம். கண்களில் தீட்சண்யம், வாலில் பிடிவாதமாக ஒட்டிக் கொண்டிருந்த கறை.

'ஸ்பாட்டி'யினுடைய 'க்ளோன்' போல் அது தெரிந்தது.

இது எப்படி சாத்தியம்?

அல்லது, அவர் அதை ஸ்பாட்டியாகப் பார்க்க வேண்டுமென்ற தீவிர உணர்வினால் அது அப்படி தெரிகின்றதா?

அவர் மகள் அப்பொழுது அங்கு வந்தாள்.

'என்ன, அவள் ஸ்பாட்டியை எடுத்துண்டு போகலியா?'

'இல்லே. அவா கார்லே போகலே. ஸ்கூட்டர்லே போறபோது எடுத்துண்டு வரக்கூடாதுன்னு அவளோட அப்பா, சொல்லிட்டார்.'

அவள் 'ஸ்பாட்டி' என்று குறிப்பிட்டது அவருக்கு நிம்மதியைத் தந்தது. இது தன்னுடைய பிரமை இல்லை, இது ஸ்பாட்டிதான்.

அப்பொழுது வாசல் மணி ஒலித்தது.

அவர் மகள் திறந்தாள்.

'தாத்தா... ஸ்பாட்டி எங்கே?' என்று கேட்டுக்கொண்டே வந்த அபூர்வா அவர் கையிலிருந்த பொம்மையை வாங்கிக்கொண்டு முகத்துடன் இணைத்து வைத்துக்கொண்டாள்.

அவள் திடீரென்று அழ ஆரம்பித்தாள்.

'எதுக்காக அழறே?' என்றாள் அவள் அம்மா.

'இது ஸ்பாட்டி இல்லே. இது என்னோட பேச மாட்டேங்கிறது' என்று கேவினாள் குழந்தை.

ராமதுரைக்கு உலகம் ஸ்தம்பித்து நின்றது.

28. பஞ்ச் லைன்

அவளுக்கு வியர்த்துக் கொட்டியது. அவள் படுக்கையில் எழுந்து உட்கார்ந்தாள்.

என்ன விசித்திரமான சொப்பனம்!

வாசலில் மணி அடிக்கும் சப்தம் கேட்டதும், அவள் எழுந்து போய் கதவைத் திறக்கிறாள். சூட் கேஸ், பை சகிதமாக நின்று கொண்டிருந்த ஒருவன் உள்ளே நுழைகிறான் - யார் இவன்?

அவன் நேராகச் சென்று, படுக்கை அறைக்குள் புகுந்து, சாமான் களை வைத்து விட்டுத் திரும்புகிறான்.

ஹால் சோபாவில் உட்கார்ந்து, முகத்தைக் கைக் குட்டையால் துடைத்துக் கொள்கிறான். ஏதோ நினைவு வந்தவன்போல், எழுந்து மின் விசிறியைப் போடுகிறான்.

யார் இவன்?

அவள் சப்தம் போட நினைக்கிறாள். வார்த்தைகள் நெஞ்சுக்குள் ஒளிந்து கொள்கின்றன. மறுபடியும் முயற்சி செய்கிறாள். ஒலி எழும்பவில்லை. அவள் ஊமையாகி விட்டாளா?

அவன் அவளைப் பார்த்துப் புன்னைகை செய்கிறான்.

மைகாட்! அவன் அவளுடைய கணவன்!

என்ன விசித்திரமான சொப்பனம்!

அவள் பக்கத்தில் பார்க்கிறாள். அவள் கணவன் முகத்தை எதிர் திசையில் திருப்பி வைத்துக்கொண்டு ஒருக்களித்துப் படுத்துக் கொண்டிருந்தான்.

அவள் அவன் முகத்தை உற்றுப் பார்த்தாள். அது அந்நியமாய்த் தெரிவது போல் பட்டதும், திடுக்கிட்டாள்.

கீழே குனிந்து மறுபடியும் பார்த்தாள்.

இந்த முகமா அவளுக்கு தினந்தோறும் தெரிகின்றது. மூக்கு இவ்வளவு தடிமனா? மூக்குக்கு வெளியே எட்டிப் பார்த்துக் கொண்டிருக்கும் ரோமங்களை இவர் ஏன் வெட்டுவதில்லை? காதிலும் ரோமங்கள்!

விழித்துக் கொண்டிருக்கும்போது, அணியும் முகத்தைக் கழற்றி வைத்துவிட்டு, தூங்கும்போது, இன்னொரு முகத்தை மாட்டிக் கொள்கிறானா?

இரவு நேரங்களில் படுத்ததும், அவள் அவன் முகத்தைப் பார்த்ததேயில்லை. விளக்கை அணைத்து விட்டுத்தான் அவன் படுக்க வருவான். அவன் அவளை நெருங்கும் நேரம் அநேக மாய், புலர்ந்தும் புலராத விடியற்காலைதான். அவள் பாதித் தூக்கத்தில் இருப்பாள். அவன் என்ன செய்துகொண்டிருக்கிறான் என்பது கூட அவளுக்குத் தெரியாது. ஒரு மூட்டையாய் அவன் பக்கத்தில் மல்லாந்த பிறகுதான், என்ன நடந்தது என்பது அவ ளுக்குத் தெரியும். இந்த விஷயங்களில் அவளுடைய விருப்பு, வெறுப்புகளைப் பற்றி அவனுக்குக் கவலையே கிடையாது.

இது காதல் கல்யாணம் என்று நினைக்கும்போது அவளுக்குச் சிரிப்பு வந்தது.

அந்த முதல் சந்திப்பு, அவள் மனக்கண்முன் வந்து நின்றது.

அவள் வேலை பார்த்து வந்த நிறுவனத்தின் சார்பில், சர்வே விஷயமாக அவன் வீட்டுக்குச் சென்று மணியை அடித்தாள்.

அவன் திறந்தான்.

'வீட்டிலே பெண்கள் யாருமில்லே. என்ன விஷயம்?' என்றான் அவன்.

'நான் சானிடரி டவல் விற்கவில்லை. ஒரு எகனாமிக் சர்வே. உங்களுக்கு டயம் இருந்தா...'

'இல்ல. 'தட் ஈஸ் தி பாய்ன்ட். ஐ ஆம் வெரி ஸாரி!'

அவன் புன்னகை மிகவும் வசீகரமாய் இருந்தது.

'ஒரு அஞ்சு நிமிஷம்...'

'அஞ்சு நிமிஷத்திலே கேள்வி கேட்டுட்டு இந்த அடிப்படையிலே முடிவு செய்யறது, என்ன எகனாமிக் சர்வே?'

'எஸ். தட் ஈஸ் தி பாய்ண்ட். இந்த வேலை எனக்கு வேணும். என்னை வேலைக்கு வச்சிண்டிருக்கிறவங்களுக்கும் நான் இன்னிக்கு இத்தனை பேரைப் பார்த்தேங்கற தகவல் மட்டும் போதும்.'

'நாம எல்லோருமே புள்ளி விவரங்கள், நமக்கு முகமோ ஒரு அடையாளமோ கிடையாது, அப்படித்தானே?'

'அடையாளம் உண்டு. வர்க்க அடையாளம்.'

'அப்படின்னா?'

'நடுத்தர வகுப்பு.'

அவன் மறுபடியும் புன்னகை செய்தான். வசீகரமாய் இருந்தது.

இதுதான் அவர்களுடைய கல்யாணத்தில் போய் முடிந்தது.

அவன் அவளிடத்தில் எதைப் பார்த்துத் திருமணத்துக்கு உடனே இசைந்தான்?

அவள் இதைப்பற்றி விவாதித்ததே கிடையாது.

நெருங்கிப் பார்க்கும்போது, அவன் முகம் அவளுக்கு அந்நியமாய் இருப்பது போலத்தான், அவள் முகமும் அவனுக்கு இருக்கவேண்டும்.

அவள் கட்டிலிலிருந்து இறங்கி, 'ட்ரெஸ்சிங் டேபிள்' அருகே சென்று தன் முகத்தைக் கண்ணாடியில் பார்த்தாள்.

உற்றுப் பார்த்துக்கொண்டே இருந்தாள். அவளுக்குள்ளிருந்து வேறு யாரோ எட்டிப் பார்ப்பது போலிருந்தது.

'இதுவா என் முகம்? என் முகம் அவனுக்குத் தெரிவதுபோல், என் முகத்தை என்னால் பார்க்கத் தெரியுமா? அவன் முகம்

அவனுக்குத் தெரிவது போல் என்னால் அவன் முகத்தைப் பார்க்க முடியுமா? என் முகத்துக்கு அடையாளம், அவன் தருவது. அவன் முகத்துக்கு அடையாளம் நான் தருவது. ஒவ்வொரு முகமும் அவரவருக்கு அந்நியம்தான்.'

தர்க்கம், மூச்சுவிட முடியாமல் திணறுவது போல் அவளுக்குப் பட்டது. இந்நினைவு வந்ததும், அவளுக்குச் சிரிப்பு வந்தது.

'என்ன பாத்திண்டிருக்கே?'

இக்குரல் கேட்டதும் திடுக்கிட்டுத் திரும்பிப் பார்த்தாள்.

அவள் கணவன் அவள் பக்கமாகத் திரும்பிப் படுத்துக்கொண்டு இந்தக் கேள்வியைக் கேட்டான். கண்களைப் பாதித் திறந்தவாறு, அசுவாரஸ்யமாக அவன் கேட்ட விதத்தில், அவளிடமிருந்து அவன் பதிலை எதிர்பார்க்கவில்லை என்று அவளுக்குத் தோன்றிற்று.

தன் கனவைப் பற்றி அவனிடம் சொல்லலாமா என்று ஒருகணம் யோசித்தாள். வேண்டாமென்று தோன்றிற்று.

'சரி. வா. வந்து படு' என்றான் அவன், கண்களைத் திறக்காம லேயே. அவள் சுவரிலிருந்த கடிகாரத்தில் மணியைப் பார்த்தாள். புலர்ந்தும் புலராத விடியற்காலை!

அவள் படுக்கை அறையை விட்டு வாசலில் போய் உட்கார்ந்தாள்.

ஷோ கேஸில் அவர்களுடைய திருமணப் புகைப்படம் இருந்தது.

அவனுடைய அதே வசீகரப் புன்னகை. அவனுடைய புகைப் படத்தை அவள் கல்யாணம் செய்துகொண்டிருக்கலாம் என்று அவளுக்குத் தோன்றிற்று. நிஜத்தைக் காட்டிலும் நிழல்தான் அவளுக்குச் சுகானுபவமாகப்பட்டது.

'என்ன, இங்கே வந்து உக்காந்திண்டிருக்கே?'

கண்களைக் கசக்கிக்கொண்டே அவள் கணவன் வந்து அவளரு கில் உட்கார்ந்தான்.

'தூக்கம் வல்லே.'

'அப்படியா?' அவன் புன்னகை செய்தான். அவளுக்கு அது வசீகரமாய் இல்லை.

'என்னோட முகத்தை நீங்க நன்னா பாத்திருக்கீங்களா?'

'நன்னா பாத்திருக்கேன். நன்னாத்தான் இருக்கு. இதென்ன அசட்டுக் கேள்வி.'

'உத்துப்பாருங்க.'

'இதென்ன விளையாட்டு, பைத்தியக்காரத்தனமா இருக்கு!'

'நீங்க வழக்கமா பாக்கிற முகமா இருக்கா, அந்நியமா தெரி யறதா?'

'அந்நியமாவா? வாட் டூ யூ மீன்?'

'நான் எனக்குத் தெரியற மாதிரி, நான் உங்களுக்கு தெரியறேனா, நீங்க உங்களுக்குத் தெரியற மாதிரி நீங்க எனக்குத் தெரியறீங்களா? நெருங்கி வந்தா, ஏன் எல்லாமே அந்நியமா போறது? நிழல்தான் நிஜமா, இல்லாட்டா, நிஜம்தான் நிழலா?'

'ஏய்... உனக்கென்ன பைத்தியம் பிடிச்சுடுத்தா? ஆர் யூ கிரேஸி?'

அவள் புன்னகை செய்தாள்.

'என்ன ஆச்சு உனக்கு?'

'நான் உங்களைக் கல்யாணம் பண்ணிகிட்டதுக்குக் காரணம், அப்ப உங்க முகத்தில் தெரிஞ்ச அந்தப் புன்னகை. அதோ... அந்த போட்டோலருக்குப் பாருங்க, அதே புன்னகை.'

'இப்போ இல்லியா அந்தப் புன்னகை?'

'இருக்கலாம், ஆனா எனக்கு உங்க முகம், அடிக்கடி அடையாளம் மறந்து போறது. உங்களுக்கு அந்த மாதிரி என் முகம் அடை யாளம் மறந்து போறதுண்டா?'

அவன் பேசாமலிருந்தான்.

அவள் தொடர்ந்து பேசினாள்: 'எப்படி மறந்து போகும்? நினைவு இருந்தாத்தானே மறந்து போறதுங்கிற பிரச்னையே வரும்! என் முகத்தைத்தான் நீங்க பாத்ததேயில்லையே! எந்தக் கணவனாவது

மனைவியின் முகத்தை உத்துப் பாத்திருக்கானாங்கிறது ஒரு சுவாரஸ்யமான கேள்வி.'

'மனைவி பார்க்கிறாளா?'

'சில மனைவிகள் பாக்கிறாங்கறதுதான் அவங்களோட ட்ராஜெடி.'

'வொய் ட்ராஜெடி?'

'அதான் எனக்குப் புரியலே.'

'ஆமா இன்னிக்கு உனக்கு என்ன ஆச்சு?'

அவன் எழுந்து போய் டி.வி. மேலிருந்த சிகரெட் பாக்கெட்டைக் கையில் எடுத்துக்கொண்டு கேட்டான்.

'ப்ளீஸ். நோ ஸ்மோகிங்.'

'ஓ.கே.'

'நான் உங்க 'ஹெல்த்' ப்ராப்ளம் என்கிறத்துக்காகச் சொல்லலே. நீங்க இப்போ சிகரெட் குடிச்சா, எனக்குப் பிடிக்காது.'

'உங்க 'ஹெல்த் ப்ராப்ளம்' மட்டும் இல்லேங்கறே அப்படித் தானே?'

'சிகரெட் பிடிக்கிறதும், பிடிக்காமயிருக்கிறதுமே, உங்க ஆப்ஷன்... இந்த இடத்திலே இப்போ வேண்டாம்னேன். அவ்வளவுதான்.'

'இது உன் ஆப்ஷன்...'

'எஸ்.'

சிகரெட் பாக்கெட்டிலிருந்து சிகரெட்டை எடுத்தவன், சிறிது நேரம் யோசித்துவிட்டு, அதை பாக்கெட்டுக்குள்ளேயே திரும்ப வைத்துவிட்டான்.

அப்பொழுது நிலவிய மௌனம் சற்று இறுக்கமாக இருந்தது.

சில விநாடிகள் கழித்து, அவன் ஜன்னலருகில் போய் நின்று கேட்டான். 'என்னைக் கண்டா இப்போ உனக்கு பிடிக்காம போயிடுத்தா?'

அவள் திடீரென்று உரக்கச் சிரிக்கத் தொடங்கினாள்.

அவன் அவளைச் சடக்கென்று திரும்பிப் பார்த்தான்.

'எதுக்கு சிரிக்கிறே?'

'கடைசிலே எல்லாம் இங்கு வந்துதான் முடியறது.'

'எங்கே?'

'விருப்பு, வெறுப்பு! இந்த ரெண்டுக்கும் நடுவிலே அகப்பட்டுண்டு என்னாலே மூச்சு விட முடியலே.'

'புரியலே.'

'விருப்பு வெறுப்பு எல்லாத்தையும் மறந்துட்டு, நாம் ரெண்டு பேரும், நீங்க உங்களை என் பார்வையிலும், நான் என்னை உங்க பார்வையிலும் பார்க்க ஏன் முயற்சி செய்யக்கூடாது? இது ஒரு நல்ல விளையாட்டாகூட இருக்கலாம்.'

'வாட் ஈஸ் தி பாய்ன்ட்?'

'எல்லாத்துக்கும் 'பாய்ன்ட்' இருந்துதான் ஆகணுங்கிறது என்ன அவசியம்?'

'ஐ திங்க்...'

'சொல்லுங்க.'

'உனக்கு ஏதோ இன்னிக்கு ஆயிடுத்து. நாளைக்கு ஒரு சைக்காடிரிஸ்ட்டை பார்த்தா நல்லதுன்னு தோண்றது.'

'என்ன சொல்வீங்க?'

அவள் சோபாவிலிருந்து எழுந்து வந்து, அவனருகே நின்று கொண்டு, அவனை உற்றுப் பார்த்துக்கொண்டே கேட்டாள்.

அவன் சற்று பயப்படுவது போல் அவளுக்குப் பட்டது.

அவன் அவளிடமிருந்து சற்று விலகிப் போய் நின்று கொண்டான்.

'என்ன சொல்வீங்க?'

'நான் சொல்ல வேண்டாம், நீ தான் சொல்லணும்.'

‘என் சொப்பனத்தைப் பத்தியுமா?’

‘ஆமாம்.’

அவள் மறுபடியும் சோபாவில் போய் உட்கார்ந்து கொண்டாள்.

‘என்ன சொப்பனம்?’

‘மணி அடிச்ச மாதிரி இருக்கு, வந்து திறக்கிறேன். ஒருத்தன் பெட்டி பையோட உள்ளே நுழையறான். நேரா பெட்ரூமுக் குள்ளே போயிட்டு, திரும்பி வந்து இங்கே சோபாவிலே உட்கார்றான்.’

‘யார் அவன்?’

‘அவனுக்கு ஒரேயடியா வியர்த்துக் கொட்டறது. ஃபேனைப் போடறான்.’

‘நீ என்ன பண்ணே?’

‘எனக்குப் பேசவே முடியலே.’

‘ஒரேயடியா பயந்துட்டியா?’

‘மூஞ்சியை கர்ச்சீப்பாலே துடைச்சுக்கிறான்’

‘யார் அவன்?’

‘நான் அவனைப் பாத்துண்டே நிக்கறேன்.’

‘யார் அவன்?’

அவள் குரல் இப்பொழுது சற்று உரத்து ஒலித்தது.

‘நீங்கதான் அவன்.’

‘ யாரோ ஒருத்தன்னு சொன்னே?’

‘ஆமாம்.’

‘இப்போ நீங்கதான் அவன்ங்கிறே, என்ன சொல்றே? ஒண்ணும் புரியலியே.’

‘எனக்கும்தான்.’

'நான் வீட்டுக்குள்ளே நுழையறப்போ, என் முகம் கூடவா உனக்கு அடையாளம் தெரியாம போயிடுத்து.'

அவள் பேசாமலிருந்தாள். 'அப்போதிலிருந்துதான் இந்தப் பைத்தியக்கார எண்ணங்களா?'

'பைத்தியக்கார எண்ணங்களா, இல்லாட்டா?'

'இல்லாட்டா...'

'இதுதான் நிஜமா?'

'நான் யாரோ அந்நியன்ங்கிறதா?'

அவள் பேசாமலிருந்தாள். அவன் அவளருகே வந்து உட்கார்ந் தான்.

'உன்னை அப்போ முதல் தடவை பார்க்கிறப்போ நீ ஒரு புத்திசாலிப் பெண் மாதிரிதான் எனக்குப் பட்டது. ரொம்ப வெளிப்படையாகவும், கூர்மையாகவும் இருந்தது உன் பேச்சு' என்று அவன் சொல்ல ஆரம்பித்ததும், அவள் கைத்தட்டத் தொடங்கினாள்.

அவன் அவளை ஒன்றும் புரியாமல் உற்றுப் பார்த்தான்.

'குட். இப்போ என்னைப் பத்தி யோசிக்க ஆரம்பிச்சிருக்கீங்க, கோ அகெட்' என்று உரக்கச் சிரித்துக்கொண்டே அவள் சொன் னாள்.

அவள் சிரிப்பு அவனையும் தொற்று நோய் போல் பற்றிக் கொண் டது.

அவனும் உரக்கச் சிரிக்கத் தொடங்கினான்.

'அப்புறம்... சொல்லுங்க.'

'என்ன சொல்றது?'

'இப்போ?'

'கல்யாணம் ஆனப்புறம் ஒருத்தரைப் பத்தி ஒருத்தர் எதுக்காக யோசிக்கணும்?'

'அப்படின்னா?'

‘பழகிப்போன சாமான்களைப் பத்தி யோசிக்க வேண்டிய அவசியம் என்ன? இதோ... இந்த மூக்குக் கண்ணாடி வாங்கின போது, கண்ணாடி சரியா இருக்கா ஃப்ரேம் முகத்துக்குப் பொருத்தமா இருக்கா, அப்படிங்கறதைப் பத்தியெல்லாம் யோசிச்சேன். இப்போ? என்னிடமிருந்து பிரிச்சுப் பாக்க முடியாத அம்சம் அது. அதைப் பத்தி யோசிப்பானேன்?’

அவள் பேசாமல் அவனை உற்றுப் பார்த்துக் கொண்டேயிருந் தாள்.

‘என்ன பாக்கறே?’என்றான் அவன்.

‘பழகிப் போனதா நான் நினைச்சுக்கிறதுதான் திடீர்னு, எனக்கு அந்நியமா இருக்கிறமாதிரி இப்போ படறது. காரணம் என்னன்னே எனக்குத் தெரியலே.’

‘எதைப் பத்தியும் ரொம்ப சிந்திக்கக்கூடாது. அது ஒரு வியாதி.’

‘சிந்திக்கிறேன், அதனால் இருக்கிறேன்’ அப்படின்னு ஒருத்தன் சொன்னானாம்.’

‘தப்பு, தப்பு. இருக்கிறேன், அதனால் சிந்திக்கிறேன் அப்படின்னு தான் சொல்லணும். சரி. வா. படுக்கப் போகலாம்.’

‘பஞ்ச் லைன்’ என்றாள் அவள்.

இன்னும் விடியவில்லை.

29. ததீசினி

டாக்டர் தம்பிமுத்து, 'சரக்கு மாஸ்டர்' வைத்தாவையே சிறிது நேரம் உற்றுப் பார்த்துக்கொண்டிருந்தான்.

பாதி வழுக்கையாயிருந்த தலை ஒரு காலத்தில் முழுக் குடுமியாக இருந்திருக்க வேண்டுமென்று தோன்றியது. இருந்த பாதியும் அழுது வடியும் பழுப்பு நிறத்திலிருந்தது. ஆங்காங்கே, ஓரிரண்டு வெண் முடிகளின் புன்னகை.

எண்ணெய்க் கறை படிந்த ஒரு காசித் துண்டு தோளை அலங் கரித்தது. அழுக்கு வேட்டி, அழுக்குப் பூணூல்.

வைத்தா, உட்கார மறுத்து நின்றுகொண்டிருந்தார். முகத்தில், தாம் சொல்வதை டாக்டர் மறுக்க மாட்டார் என்ற எதிர்பார்ப்பு தெரிந்தது.

தம்பிமுத்துவுக்கு திடீரென்று கோபம் வந்தது. என்ன மனுஷன் இவன்? இவருடைய அக்காவுக்கு கான்ஸரா இருக்கலாமென்று தான் சந்தேகப்படுவதை அவளுக்குச் சொல்ல வேண்டாமாம்! அவளுக்கு இது அதிர்ச்சியைத் தரலாமென்ற நல்ல எண்ண மெல்லாம் இல்லை. வடிகட்டின சுயநலத்தின் காரணமாக இச் செய்தியை அவளுக்குச் சொல்ல வேண்டாமென்கிறார்! இது ஒரு மனிதப் பிறவியா?!

'என்ன டாக்டர், பேசாம இருக்கேள்?'

'என்ன சொல்றது, உங்க சுயநல காரணத்துக்காக, என்ன வியாதியா இருக்கலாங்கிறதை உங்க அக்காகிட்டே சொல்ல வேண்டாங்கிறீங்க, அப்படித்தானே?'

'சுயநலம் இல்லே டாக்டர். என் நிலைமையையும் நீங்க யோசிச்சுப் பாக்கணும்.'

அவர் 'நிலைமை'யையும், வைத்தா விளக்கிச் சொல்லிவிட்டார்.

ஐந்து பெண்கள். மூத்தவள் அம்பா. இருபது வயது. இரண்டு வயது இடைவெளியில், மற்றையப் பெண்கள்.

'கண்ணே கண்ணெ'ன்று ஓர் உருப்படாத பிள்ளை.

அம்பாவுக்குத் திருமணம் செய்தாக வேண்டும். அதற்குத் தேவை, பணம்.

பணம், வைத்தாவின் அக்காவிடம் இருக்கிறது. அவரிடமில்லை. வைத்தாவின் அக்கா, இரண்டாம் தாரமாகப் போய், போன சுவட்டிலேயே பிறந்தகம் திரும்பி வந்து விட்டாள். பிறந்தகம், வைத்தா வீடுதான். அவருக்குப் பெற்றோர் இல்லை.

வைத்தாவின் அக்காவுக்கு இறந்த கணவர் மூலம் வந்த கொஞ்ச நஞ்சம் சொத்தும், வைத்தாவின் பெரிய குடும்பப் பராமரிப்பில் கரைந்து விட்டது. ஆனால், வைத்தாவின் அக்காவுக்கு வேலை கிடைத்தது.

ஒரு பணக்காரக் குடும்பத்தில், அவருடைய தம்பியைப் போல, 'கைவண்ணம்' காட்டும் உத்தியோகம். இருபது வருஷ உத்தி யோகத்துக்குப் பிறகு, பத்தாயிரம் ரூபாய் சேமிப்புடன், தம்பி வீட்டுக்கு மூன்றாண்டுகளுக்கு முன் வந்து விட்டாள். காரணம், அந்தப் பணக்கார வீட்டுப் பெரியவர் போன பிறகு, அந்த வீட்டுச் சமையல் அடியோடு மாறியது. வைத்தாவின் அக்காவுக்கு புதிதாக எதுவும் கற்றுக்கொள்ள முடியவில்லை.

தம்பியின் வீட்டுக்கு வந்ததும், அவள் சொன்னாள்: 'இந்தப் பணம் அம்பாவின் கல்யாணத்துக்கு, நல்லவனாகப் பார்!'

கல்யாணத்துக்காக வைத்திருக்கும் பணத்தை கான்ஸருக்காகவா செலவழிக்க முடியும்? வைத்தாவை அடியோடு குற்றம் சொல்ல முடியாது. அவர் மனைவி, வாழ்க்கை என்ற யதார்த்தத்தை எதிர் நோக்க வேண்டிய அவசியத்தை அவருக்கு இடித்துரைத்தாள்.

வயது வந்த பெண்ணுக்குத் திருமணம் செய்வது முக்கியமா, அல்லது எழுபது வயது கிழவிக்கு வைத்தியம் செய்ய வேண்டி யது முக்கியமா?

'எக்ஸிஸ்டென்ஷியல்' பிரச்னை. வைத்தா, ஆரம்பத் தயக்கத்துக்குப் பிறகு, மனைவி சொல்வதை ஏற்றுக்கொண்டார்.

இதுதான் 'நிலைமை'. மார்பகப் புற்றுநோய் என்று உறுதியாகிவிட்டால், வைத்தியம் செய்தாக வேண்டும். வாயுப் பிடிப்புதான் என்று சொல்லி, மருந்து கொடுத்தால் போதாதா?

கிராமத்தை விட்டு, தஞ்சாவூர் போய் மருத்துவப் பரிசோதனை என்றெல்லாம் ஏன் வீண் வேலை? இன்னும் சில தினங்களில் அம்பாவின் திருமணம் நிச்சயமாகக் கூடும்.

தம்பிமுத்து நாற்காலியிலிருந்து எழுந்தான். ஒன்றும் பேசாமல், கழுத்தில் மாலையாகச் சுற்றி வைத்திருந்த 'ஸ்டெதஸ்கோப்பை' மேஜையின் மீது வைத்தான்.

'என்ன டாக்டர். என் நிலைமை புரிஞ்சுதா?' வைத்தா சற்றுத் தலையைச் சாய்த்து, தம்பிமுத்துவைக் கேட்டார்.

'எனக்கு நீங்க சொல்றது புரியுது. ஆனா அந்த அம்மா வந்து கேட்டா, பரிசோதனை செய்துக்கிடறது நல்லதுதான்னு சொல்லுவேன். நான் டாக்டர். அதை மறந்துடாதீங்க.'

'அவ வந்து கேக்கலேன்னா?'

தம்பிமுத்து அவரை கோபத்துடன் பார்த்தான்.

'கோபப்படாதீங்க டாக்டர். எனக்கு என் அக்கா பேரிலே பாசம் இருக்கத்தான் இருக்கு. ஆனா ஆத்துக்குப் போனா என் சம்சாரம் சும்மா விடமாட்டா. 'டாக்டர் கிட்டே சொல்லிட்டேளா, சொல்லிட்டேளா'ன்னு தொளைச்சு எடுத்துடுவா. அவ பேரிலேயும் தப்பில்லே. கல்யாணத்துக்கு அஞ்சு பொண்ணு இருக்கு.'

'பத்தாயிரம் ரூபாயை வச்சுகிட்டு, அஞ்சு பொண்ணுக்குக் கல்யாணம் செய்யப் போறீங்களா?'

'மைக்' கடை நாணுதான் அம்பாவைப் பண்ணிக்கிறேங்கிறான் டாக்டர்.'

தம்பிமுத்து திடுக்கிட்டான். 'அவனா? அவன் வடிகட்டின அயோக்கியன், அரசியல்வாதிகளுக்கு ஜால்ரா, அவனுக்கா கட்டிக் கொடுக்கப் போறேங்கிறீங்க... மை காட்!'

'என்னோட மத்தப் பொண்களுக்குக் கல்யாணம் செய்து வைக்கிறது தன்னோட பொறுப்புன்னு அவன் சொன்னான் டாக்டர்.'

நாணுவை, தம்பிமுத்து அறிந்தவரை, அவன் கல்யாணம் செய்து வைக்கமாட்டான், 'தொழில்' நடத்துவான் என்று தோன்றிற்று.

அம்பாவை அவனுக்கு நன்றாகத் தெரியும். நல்ல, கெட்டிக்காரப் பெண். பத்தாவது வரை படித்துவிட்டு, இரண்டு மூன்று இடத்தில் வேலை செய்துவிட்டு, பிடிக்காமல் இப்பொழுது வீட்டிலிருக் கிறாள்.

அவளுக்கு நர்ஸ் பயிற்சிக்குப் போக வேண்டுமென்று ஆசை. ஆனால், பிராமணப் பெண், அந்த வேலைக்குப் போகக் கூடா தென்று அவள் அம்மா தடுத்து விட்டாள். அவளுக்கு அம்பா, நாணுவைத்தான் கல்யாணம் செய்துகொள்ள வேண்டுமென்று ஒரே பிடிவாதம்.

நாணு, வரதட்சிணையாகப் பத்தாயிரம் ரூபாய் கேட்டிருக்கக் கூடும்.

'என்ன டாக்டர்... ஒண்ணுமே சொல்ல மாட்டேங்கிறீங்க?'

'அம்பாவுக்கு இப்போ கல்யாணம் செய்துதான் ஆகணுமா? நர்ஸ் பயிற்சிக்குப் போனாள்னா, அவளுக்கே நல்ல வருமானம் வரும். நல்ல பையனா பாத்துக் கட்டிக்கிறா. நாணுவைப் பத்தித் தெரிஞ்சும், அவனை மருமகனா வரணுங்கிறீங்களே, உங்களை என்ன சொல்றது?'

'என் சம்சாரம் ஒரே பிடிவாதமா இருக்கா டாக்டர், அம்பா பொணத்தையும் அதையும் தொடக் கூடாதுன்னு. நான் அடுப்படி யிலே வேகறவன், வாயில்லாப் பூச்சி. என் ஆம்படையாளோட பேசி என்னாலே சமாளிக்க முடியாது.'

'சரி. சரி. உங்க அக்கா வந்து கேட்டாங்கன்னா, நான் பொய் சொல்லமாட்டேன். நீங்க அவங்ககிட்டே என்ன பொய் வேணு மானாலும் சொல்லி எக்கேடும் கெட்டுப் போங்க. தயவு செய்து என் கோபத்தை கிளறாதீங்க. போயிட்டு வாங்க, எனக்கு வேலை இருக்கு' என்றான் தம்பிமுத்து.

இரண்டு நாட்களுக்குப் பிறகு, எல்லா நோயாளிகளையும் பார்த்து முடித்த பிறகு, மதிய உணவுக்காக தம்பிமுத்து புறப்படும்போது, அம்பா வந்தாள்.

'என்னம்மா உடம்பு உனக்கு?' என்று அவன் சிரித்துக்கொண்டே கேட்டான்.

'என்னோட அத்தைக்கு வெறும் வாயுப் பிடிப்புத்தானா டாக்டர்?'

சுற்றி வளைக்காமல், விஷயத்துக்கு நேரடியாகவே வந்து விட்டாள் அம்பா.

'அப்பா அப்படிச் சொன்னாரா?'

'ஆமாம். நீங்க அப்படிச் சொன்னதா சொன்னார்.'

தம்பிமுத்து சில விநாடிகள் மௌனமாக இருந்தான்.

'என்ன டாக்டர்... ஏன் பேசாம இருக்கீங்க?'

'என்னை உங்கப்பா உங்க அத்தைகிட்டே அப்படிச் சொல்லச் சொன்னார். நான் சொல்ல முடியாதுன்னு சொன்னேன். அவர் நான் சொன்னதா தான் சொல்லப் போறதா சொன்னார்.'

'இதப் பத்தி உங்களுக்கு ஆட்சேபணை கிடையாதா, டாக்டர்?'

'உண்டு. நான் என்னம்மா செய்ய முடியும்? உங்க அத்தை வந்து 'கன்ஸல்ட்' பண்ணாங்க. வீங்கியிருக்கிறதைப் பார்த்ததும், தஞ்சாவூர் போய் பரிசோதனை செய்துகிட்டா நல்லதுன்னு தோணிச்சு. அவங்ககிட்டே சொன்னா பயப்படுவாங்களேன்னு, உங்கப்பாகிட்டே சொன்னேன். அவரு இப்படி 'ரியாக்ட்' பண்ணுவார்னு எனக்கு எப்படிம்மா தெரியும்?'

'நான் என் அத்தைகிட்டே, பரிசோதனை செய்துண்டா நல்லதுன்னு நீங்க சொன்னதா சொல்லலாமா டாக்டர்?'

'தாராளமா சொல்லலாம்.'

'கான்ஸர்'னு நினைக்கிறீங்களா, டாக்டர்?'

தம்பிமுத்து சற்று திடுக்கிட்டான். 'இந்தப் பெண்ணால் எப்படி வெட்டு ஒன்று, துண்டு இரண்டு என்று பேச முடிகிறது?'

'தெரியலே. எதுக்கும் பாத்திடறது நல்லது இல்லையா?'

அம்பா சிறிது நேரம் பேசாமல் நின்றாள்.

'எங்கம்மா பத்தி உங்களுக்குத் தெரியாது டாக்டர். அவ ராட்சசி. எங்க அத்தை எங்க குடும்பத்துக்காக ஓடா உழைச்சாங்க. எங்கேயோ யார் வீட்டிலியோ அடுப்படியிலே வெந்துண்டு, நாங்க நன்னா சாப்பிடணும்னு, பணம் அனுப்பிச்சிண்டிருந் தாங்க டாக்டர். இப்போ அவங்களுக்கு வியாதின்னா, அந்தப் பணம் அவங்களுக்கு உபயோகப்படாம...'

அவன் இடைமறித்தான். 'எனக்கு எல்லாம் தெரியும். நீங்க அத்தையைக் கூட்டிகிட்டு தஞ்சாவூருக்கு வாங்க. நானும் வரேன். 'டெஸ்ட்' பண்ணிப் பார்த்துட்டு தேவையா இருந்தா, பட்டணத்துக்குப் போய் கான்ஸர் இன்ஸ்டிடியூட்டிலே 'அட்மிட்' பண்ணுவோம். நான் நினைக்கிறது தப்பா இருக்கலாம். தப்பாத்தான் இருக்கணுங்கிறதுதான் என் பிரார்த்தனை. ஓ.கே.?'

'வைத்தியத்துக்கு எத்தனை செலவாகும், டாக்டர்?'

தம்பிமுத்து உடனே பதில் சொல்லவில்லை. அதுவரை நின்று கொண்டிருந்தவன், நாற்காலியில் உட்கார்ந்தான். சில விநாடிகள் மௌனத்துக்குப் பிறகு சொன்னான்: 'உங்க அத்தைக்கிட்டேருக் கிற பத்தாயிரம், கான்ஸரா இருந்தா, வைத்தியத்துக்கு பத்தாது. வைத்தியத்துக்கு வேற ஏற்பாடு என்னாலே பண்ண முடியும். ஆனா நான் வேற ஏற்பாடு செய்யறேன். உங்கப்பாவுக்கோ, உங்கம்மாவுக்கோ தெரிஞ்சா, இந்தப் பத்தாயிரத்தை நாணு கிட்டே கொடுத்துருவாங்க, உங்க கழுத்திலே சுருக்குப் போட. அதனாலே, அத்தை பணம் அத்தை வைத்தியத்துக்குத்தான்னு நீங்க உறுதியா சொல்லணும், சரியா? அப்போதான் அந்த அயோக்கியனைக் கட்டிக்கிறதிலேர்ந்து நீங்க தப்பிச்சுக்கலாம், புரிஞ்சுதா?'

அம்பா, கண்களில் நீர் கசிய, டாக்டர் தம்பிமுத்துவை பார்த்தாள். உணர்ச்சிவயப்பட்ட நிலையில், அவளால் பேச முடியவில்லை.

அடுத்த நாள் விடியற்காலையில், கதவு தட்டப்படும் சப்தம் கேட்டு, தம்பிமுத்து எழுந்து போய் கதவைத் திறந்தான்.

அம்பாவின் அத்தை!

'என்னம்மா இந்தக் காலையில் வந்திருக்கீங்க, உடம்பு எப்படி இருக்கு?'

'உள்ளே வரலாமா, டாக்டர்?'

'வாங்க... வாங்க.'

வாடி உலர்ந்திருந்த உடம்பு. ஆனால், கண்களில் ஒரு தீட்சண்யம் தெரிந்தது.

'உட்காருங்கம்மா.'

'இல்லே, வேணாம். வந்ததைச் சொல்லிட்டுப் போயிடறேன். எனக்குப் பரிசோதனையும் வேணாம், ஒண்ணும் வேணாம் டாக்டர். எனக்கோ எழுபது வயசாயிடுத்து. இதுவரையிலும் சாதிக்காத எதையும் புதுசா நான் ஒண்ணும் சாதிக்கப் போறதில்லே. அந்தப் பத்தாயிரம் அம்பா கல்யாணத்துக்குத் தான். என்ன வியாதியா இருந்தாலும், அது இருந்துவிட்டுப் போகட்டும்.'

அவளுக்குப் பேசும்போது மூச்சிரைத்தது. வீட்டில் பெரிய யுத்தம் நடந்திருக்க வேண்டுமென்று அவனுக்குத் தோன்றியது. அம்பா, அவளுடைய பெற்றோருடன் சண்டை போட்டிருக்கக்கூடும். அம்பாவின் அம்மா 'நா வண்ணம்' அந்தக் கிராமத்தில் பிரசித்தம். மகள் மீதுள்ள கோபத்தையெல்லாம் நாத்தனாரிடம் காட்டியிருப் பாள்.

அம்பாவின் கல்யாணத்தைத் தடுக்க அவனும் அம்பாவும் சேர்ந்து போட்டிருக்கும் இத்திட்டத்தைப் பற்றிக் கூறலாமா என்று அவன் ஒரு கணம் யோசித்தான். ஆனால், இதற்கு அவள் உடன்படு வாளோ என்ற சந்தேகம் அவனுக்கு வந்தது.

'தோ பாருங்கம்மா, உங்களுக்குக் கடவுள் நம்பிக்கை இருக்கு இல்லையா? கடவுள் அம்பாவின் கல்யாணம் நடக்கும்படியா பாத்துப்பாரு. இந்தப் பணம் உங்க வைத்தியச் செலவுக்குத்தான், கவலைப்படாதீங்க.'

'அந்தக் கடவுள் என் வைத்தியச் செலவை பாத்துக்கட்டுமே...'

இவ்வளவு சுலபமாக மடக்கப்படுவோமென்று தம்பிமுத்து எதிர் பார்க்கவில்லை.

‘எது இப்போ முக்கியம்னு கடவுளுக்குத் தெரியும்மா. இப்போ முக்கியம், உங்க வைத்தியம். உங்களுக்கு ஒரு வியாதியுமே இல்லாம இருக்கலாம், பரிசோதனை செய்துக்கிறதிலே என்ன தப்பு?’

அம்பாவின் அத்தை சிறிது நேரம் பேசாமல் நின்றாள். அவன் கூறியதை அவள் ஏற்றுக்கொண்டிருக்க வேண்டுமென்று அவனுக்குப்பட்டது.

‘அம்பா மனசை உங்களாலே மாத்த முடியாதா, டாக்டர்? எனக்காக அவ, அவளை பெத்தவாளோட இப்படியா சண்டை போடணும்?’

‘இது உங்க வீட்டுப் பிரச்னை. என்னாலே குறுக்கிட முடியாது.’

‘நீங்க சொல்லித்தானே அவ இப்படி வழக்காடறா, டாக்டர். உங்க நல்ல எண்ணமும் எனக்குப் புரியறது, அவளோட நல்ல எண்ணமும் எனக்குப் புரியறது. நான் எலும்பும் தோலுமா ஆயிட்டேன், எதற்காக இந்த உசிரைப் பிடிச்சுண்டிருக்கணும்னு தோணறது. தயவு செய்து நீங்க...’

தம்பிமுத்து குறுக்கிட்டான். ‘என்னாலே முடியாது, மன்னிச்சுக்குங்க.’

சில வினாடிகள் சிலையாக நின்றவள் போய் விட்டாள்.

தஞ்சாவூர் வர இவள் சம்மதிப்பாளா என்று அவனுக்குச் சந்தேகம் வந்தது. வர மறுத்துவிட்டால்? அம்பாவிடம் பேசி அவள் அத்தையை எப்படியாவது இதற்குச் சம்மதிக்கச் செய்ய வேண்டும். இது புற்றுநோய்தான், சந்தேகமில்லை. புற்றுநோய் என்று தெரிந்தும், ஒரு நோயாளி வைத்தியம் செய்துகொள்ள மறுத்தால், டாக்டரின் கடமை என்ன?

புற்றுநோய் ஆரம்ப நிலையிலிருந்தால், குணமாக்கி விட முடியும். அது ஆரம்ப நிலையிலிருந்து, அவள் வைத்தியம் செய்துகொள்ள மறுப்பதை அவன் அப்படியே ஏற்றுக்கொண்டு சும்மா இருந்து விட்டானானால், அவன் கொலைக்கு உடந்தை என்று அர்த்தம்.

அடுத்த நாள் அவன் வயலோரமாக உலாவச் சென்றபோது, அம்பா எதிரே வந்தாள்.

அவன் அவளைப் பார்த்துப் புன்னகை செய்தான்.

‘அத்தை நேத்திக்கு உங்களைப் பாக்க வந்தாளா?’

‘ஆமாம்.’

‘இந்தப் பணம் உன் கல்யாணத்துக்காகத் தாண்டி’ன்னு ஒரே யடியா கெஞ்சினா. நான் சொன்னேன், அந்த நாணு அயோக்கி யனைக் கல்யாணம் பண்ணிக்க மாட்டேன்னு. அதுக்குள்ளே என்னோட அம்மா என் பேரிலே பாஞ்சு, ‘என்னடி பண்ணான் அவன்? அவனுக்குப் பெரிய மனுஷ சகவாசம் இருக்குன்னு பொறாமையினாலே கண்டவா கண்டபடி பேசுவா. அவனைத் தான் நீ கல்யாணம் பண்ணிண்டாகணும், அதுக்குத்தான் உங்க அத்தைப் பணம், அத்தை மனசை நோக்கும்படியா செய்யாதே’ ன்னா. அத்தை பேரிலே இவ்வளவு கரிசனமான்னு எனக்குச் சிரிப்பா வந்தது. நான் அத்தைகிட்டே கண்டிப்பா சொல்லிட் டேன், ‘அத்தே, உங்க பணம் உங்க வைத்தியத்துக்குத்தான். நான், நீங்க, டாக்டர் தம்பிமுத்து மூணு பேரும் நாளைக்கு தஞ்சாவூர் போறோம்.வேற பேச்சே இல்லே’ அப்படின்னு. என்ன டாக்டர், நான் சொன்னது, சரிதானே?’

‘சரிதான், உங்க அத்தை என்ன சொன்னாங்க?’

அப்போ ஒண்ணும் சொல்லலே. அப்புறம் அம்மா இல்லாத போது தனியா வந்து பேசினா. ‘நாணுவை வேணாம்னா வேற யாரையாவது, நல்லவனா பாத்துக் கல்யாணம் பண்ணிக்கக் கூடாதா?’ன்னு கேட்டா. நான் படிக்கப் போறேன் அத்தேன்னு சொன்னேன்.’

அவளுக்குச் சற்று மூச்சு வாங்குவது போல் தோன்றிற்று.

‘சரி. அப்புறம் ‘கிளினி’க்குக்கு வாங்க, பேசிக்கலாம்’ என்றான் தம்பிமுத்து.

‘இல்லே, டாக்டர். சொல்லிடறேன். ‘உங்க வைத்தியச் செலவுக்கு டாக்டர் ஏற்பாடு பண்றார். ஆனா இது அம்மாவுக்குத் தெரியக் கூடாது, உங்க பத்தாயிரத்தைதான் வைத்தியத்துக்குச் செலவழிச்ச மாதிரி காமிக்கணும், அப்பதான் நாணுகிட்டே யிருந்து என்னால் தப்பிக்க முடியும்’ என்று உண்மையை சொல்லிட்டேன் டாக்டர்.’

தம்பிமுத்து சற்று திடுக்கிட்டான்.

'நீங்க இப்பிடி சொன்னதும் அவங்க என்ன சொன்னாங்க?' என்று கலவரமடைந்த நிலையில் குரலில் ஏற்றமிறக்கத்துடன் அவன் கேட்டான்.

'ஒண்ணுமே சொல்லலே. கொஞ்ச நேரத்துக்கப்புறம் புன்னகை செஞ்சமாதிரி இருந்தது.'

'அப்போ நம்ம ஏற்பாட்டுக்கு அவங்க சம்மதம்னு அர்த்தம். அப்போ தஞ்சாவூர் போக ஏற்பாடு செய்யலாம்.'

'செய்யலாம் டாக்டர்.'

அம்பாவின் பெற்றோரை குற்றம் சொல்ல முடியுமா? நடுத்தரத் துக்கும் மிகக் கீழான நிலையிலிருக்கும் பெரிய குடும்பம். நாசூக்கான தார்மீக உணர்வுகள் என்ற ஆடம்பரம் அவர்களுக்குக் கட்டி வருமா? அம்பாவின் அத்தை, வாழ்க்கை அவளை இப்படி நடத்தியிருப்பதற்கு, இவ்வளவு நல்லவளாக இருப்பதுதான் ஆச்சர்யம்.

அப்பொழுது வாசற் கதவு தட்டப்படும் சப்தம் கேட்டது.

யார் இந்த நேரத்தில்?

தம்பிமுத்து எழுந்து விளக்கைப் போட்டான்.

மணி 11.30.

அவன் வாசற் கதவைத் திறந்தான். அம்பாவின் அத்தை!

அவள் மௌனமாக உள்ளே நுழைந்தாள்.

'என்னங்க, இது?'

'பணம். பத்தாயிரம் ரூபா, ஆத்திலேயிருந்தா அம்பாவுக்குக் கிடைக்காது. உங்ககிட்டேத்தான் இது பத்திரமா இருக்கணும். டாக்டர், உங்களைத்தான் நான் நம்பறேன். சரி, அம்பாவை பாத்துக்கோங்கோ. நான் வரட்டுமா?'

அவன் ஏதோ பேச ஆரம்பிப்பதற்குள், அவள் போய் விட்டாள்.

இன்னும் விடியவில்லை.

அதற்குள் மறுபடியும் கதவு தட்டப்படும் சப்தம்.

தம்பிமுத்து அப்பொழுதுதான் தூங்க ஆரம்பித்திருந்தான். சிறிது எரிச்சல் உணர்வு முகத்தில் தோன்ற, வாசற் கதவைத் திறந்தான்.

வைத்தாவும், அவர் மனைவியும்!

'எங்கக்காவைக் காணோம், இங்கே வந்தாளா?' என்றார் வைத்தா படபடத்த குரலில்.

என்ன பதில் சொல்வது? இந்தச் சந்தர்ப்பத்தில் பொய்தான் உண்மை.

'வரலியே...'

'எங்கே போயிருப்பா? பணத்தையும் எடுத்துண்டு போயிட்டாளே படுபாவி' என்றாள் வைத்தாவின் மனைவி.

'எனக்கு ஒரே கவலையாயிருக்கு, டாக்டர்...' என்றார் வைத்தா.

'பணம் போயிடுத்துன்னா?'

'என் பொண்டாட்டி கிடக்கிறா டாக்டர், அவளுக்கு பணம்தான் முக்கியம். வியாதிக்காரி இப்படி சொல்லாம கொள்ளாம, எங்கே போயிருப்பா?'

'தஞ்சாவூருக்கு அனுப்பிச்சிருப்பார் உங்க டாக்டர்' என்றாள் வைத்தாவின் மனைவி.

'இதோ பாரும்மா. என்னை அநாவசியமா இந்த வம்பிலே இழுக்காதீங்க. இது உங்க குடும்பப் பிரச்னை. அந்தம்மா வைத்தியம் பண்ணிகிட்டா என்ன, பண்ணாமலிருந்தா எனக்கென்ன? தயவு செய்து வெளியிலே போங்க. எனக்குக் கோபம் வராது, வந்தா, உங்களாலே தாங்கிக்க முடியாது.'

இதுவரை தம்பிமுத்து குரலை உயர்த்தி இவ்வாறு பேசியதில்லை.

அவர்கள் போன பிறகு, அசதியினாலா, கோபத்தினாலா, எதனால் ஏற்பட்டது இந்தக் களைப்பு உணர்வு என்று யோசித்தவாறு, அவன் கட்டிலில் சாய்ந்தான்.

அம்பாவின் அத்தை, பரிசோதனை செய்துகொள்ளத் தயாராக இல்லை. அம்பாவுக்கு அவளால் எந்தப் பிரச்னையும் வரக்கூடா தென்று வீட்டை விட்டே போய்விட்டாள். எங்கே போயிருக்கக் கூடும்?

வேறொரு வீட்டில் வேலை செய்வதற்காகவா? இந்த உடம் புடன் அவளால் வேலை செய்ய முடியுமா? பத்தாயிரம் ரூபாயை அவனிடம் ஒப்படைத்துவிட்டு அவள் போய்விட்டாள்!

'டாக்டர்' உங்களைத்தான் நான் நம்பறேன், அம்பாவைப் பாத்துக்கோங்கோ!'

இதற்கு என்ன அர்த்தம்? இதைப் பற்றி யோசித்தபோது, அவன் திடுக்கிட்டான்! பத்தாயிரம் ரூபாயை எதற்காக அவனிடம் அவள் கொடுக்க வேண்டும்?

நாலு கிராமம் தள்ளி ஒரு சின்ன ஊரிலிருந்த பாழுங் கிணற்றில், அம்பாவின் அத்தை நிம்மதியான மீளா உறக்கத்தில் இருந்தாள் என்ற தகவல், இரண்டு நாள்கள் கழித்து வந்ததும், அம்பாவின் அத்தை திருக்குறள் படித்திருக்கக் கூடுமோ என்ற சந்தேகம் தம்பிமுத்துவுக்கு வந்தது.

30. மனித தெய்வங்கள்

லெப்டினென்ட் முரளி தன் நெருங்கிய நண்பனாகிய ஃப்ளைட் லெப்டினென்ட் ஸலீமின் முகத்தை நிமிர்த்தினான். உற்சாகத்தின் உச்சாணிக் கொம்பில் இருந்துகொண்டு ஆகாயத்தினின்றும் உலகத்தை நோக்கி வந்த இவனுக்கு இரண்டு மூன்று நாட்களாக என்ன வந்துவிட்டது? ஸலீமின் முகத்தில் சூழ்ந்திருந்த சோகம் முரளியின் உள்ளத்தைத் தொட்டது.

'ஸலீம்! என்ன ஆயிற்று உனக்கு? காஷ்மீரில், அதுவும் ஸ்ரீநகரில் இருந்துகொண்டு, இப்படி முகத்தை வைத்துக்கொள்வதற்கு யாருக்குமே உரிமை கிடையாது. தெரியுமா?'

ஸலீம் பதிலொன்றும் கூறவில்லை. அவன் கட்டிலிலிருந்து கீழே இறங்கி மேஜையின் மீதிருந்த சிகரெட் டப்பாவிலிருந்து ஒரு சிகரெட்டை எடுத்துப் பற்ற வைத்தான். பிறகு அங்கிருந்த 'மோடா'வில் உட்கார்ந்தவாறு சுவரின் மீது சாய்ந்தான். அவன் வாயினின்று புகை வளையங்களாக கட்டுப்பாட்டுடன் வெளி வந்தன.

'நீ இயற்கையாக இருக்க முயல்கிறாய் என்பது நீ படும் அவஸ்தையிலிருந்து தெரிகிறது' என்றான் முரளி.

'நான் சந்தோஷமாக இல்லை என்று நீயாகவே நினைத்துக் கொண்டால், அதற்கு நான் என்ன செய்ய முடியும்?' அவன் லேசாகச் சிரித்தான். அவன் குரல் வறண்டிருந்தது.

'உனக்கு என்ன பிரச்னை, சொல். உன்னுடைய நெருங்கிய நண்பனுக்குக்கூடவா சொல்லக்கூடாது?'

ஸலீம் இதற்கு விடை கூறவில்லை. அவன் மௌனம், அவன் சிந்தித்துக்கொண்டிருந்தான் என்பதைத் தெரிவித்தது.

'உன் பிரச்னை என்னவென்பதைச் சொன்னால், நிச்சயமாக என்னால் உனக்கு உதவி செய்ய முடியும். உன் முகத்திலுள்ள வேதனையைப் பார்க்கச் சகிக்கவில்லை.'

'முரளி!' என்று ஆரம்பித்தான் ஸலீம். தன் பெயரைச் சொல்லிக் கூப்பிடும்போதே பிரச்னை சாதாரணமான ஒன்றில்லை என்று முரளிக்குத் தோன்றியது. சொல்லத் தொடங்கிய ஸலீம், திடீ ரென்று தோள்களைக் குலுக்கிக்கொண்டு நிறுத்திவிட்டான்.

'என்னை 'சஸ்பென்ஸில்' ஆழ்த்துவதாக எண்ணமா, அல்லது உண்மையில் சொல்லத்தான் தயங்குகிறாயா, தெரியவில்லை' என்றான் முரளி.

ஸலீம் 'மோடா'விலிருந்து எழுந்திருந்தான். இப்போது அவன் முரளியின் கைகளை இறுகப் பற்றிக்கொண்டான்.

'இதோ பார். நாமிருவரும் நெருங்கிய நண்பர்கள் என்பது ஒருபுற மிருக்கட்டும்; என் மீது பரிபூரண நம்பிக்கை இருந்தால்தான் நான் சொல்வதை உன்னால் புரிந்துகொள்ள முடியும். ஆனால் அல்லாவின் மீது ஆணையாகச் சொல்கிறேன். உன் மீது எனக்குப் பரிபூரண நம்பிக்கையுண்டு.'

முரளி சிரித்துக்கொண்டே எழுந்திருந்தான். ஸலீம் அவன் சிரித் ததை ரசிக்கவில்லை என்பது அவன் முகத்திலிருந்து தெரிந்தது.

'நான் சொல்வதில் நீ என்ன வேடிக்கை கண்டாய் என்று எனக்குத் தெரியவில்லை' என்றான் ஸலீம்.

'என்மீது உனக்குப் பரிபூரண நம்பிக்கை இருப்பதனால்தான் என்னிடம் உண்மையைச் சொல்லத் தயங்குகிறாய் போலிருக் கிறது. முன்னுக்குப் பின் முரணாகப் பேசுவதிலிருந்தே உன் மனசு சரியாயில்லை என்று தெரிகின்றது' என்று சொல்லிக்கொண்டே அவனை அணைத்துக்கொண்டான் முரளி.

'உன்மீது எனக்குப் பரிபூரண நம்பிக்கை உண்டு என்று எதற்காக நான் சொன்னேன், தெரியுமா? ஒருவர்மீது நான் அன்பு வைத்தால் அதே அளவு அன்பைத்தான் அவரிடம் இருந்து எதிர்பார்க்கிறது என் எளிய உள்ளம். இதனால் உன் அன்பை நான் சந்தேகிக்

கிறேன் என்று அர்த்தமல்ல. நீ என்னை விரும்பாவிட்டாலும் தொடர்ந்து உன்மீது அன்பு செலுத்துவதுதான் என் பிரத்யேக உரிமை. முரளி, ஏதோ ஒன்றுக்கொன்று சம்பந்தமில்லாமல் நான் பேசுகிறேன் என்கிறாயா? இருக்கலாம். ஆனால்...'

அவன் ஜன்னலருகே சென்று வெளியே நோக்கினான். இயற்கையின் பெருமிதத்துக்குப் புறச்சான்றாய் விளங்கும் வெண் துகில் போர்த்த சிகரங்கள் விண் தொட்டு நின்றன. ஸலீமின் கண்கள் பனித்தன. அவன் முரளியைத் திரும்பி நோக்கினான்.

'நான் இஸ்லாமிய வகுப்பில் பிறந்ததற்காக இன்று வருந்துவது போல் என்றுமே வருந்தியதில்லை.'

'முட்டாள்! உன்னைப்போய் நான் கெட்டிக்காரன் என்று நினைத்தேனே. எதற்காக இந்தத் தாழ்வு மனப்பான்மை?' என்று சீறினான் முரளி.

'தாழ்வு மனப்பான்மையின் காரணமாகச் சொல்லவில்லை முரளி. உன்போன்ற நண்பர்கள் இருக்கும்வரை இந்தியாவில் நான் முஸல்மானாகப் பிறந்ததற்கு வருந்தவே வேண்டியதில்லை என்று எனக்குத் தெரியும். ஆனால், நான் சொல்ல வந்தது வேறு காரணத்திற்காக.'

'என்ன விஷயம் சொல்லேன். மூடுமந்திரமாய்ப் பேசிக்கொண்டு தொலையாதே' முரளி கொஞ்சம் கொஞ்சமாய் பொறுமையை இழக்கத் தொடங்கினான்.

'ஒரு வாரத்துக்கு முன்னால், பாம்பூரிலிருந்து நான் 'ஜீப்'பில் 'காம்ப்'புக்குத் திரும்பிக்கொண்டிருந்தபோது, குங்குமப்பூ வயல்களிடையே ஒரு பெண் மயங்கிக் கிடந்தாள். ஜீப்பை நிறுத்திவிட்டு சுற்றுமுற்றும் பார்த்தேன். உதவிக்கு ஒருவரும் காணப்படவில்லை. என் பையிலிருந்து 'பீர்' பாட்டிலைத் திறந்து அவள் முகத்தில் தெளித்தேன். அவள் இரண்டு மூன்று நாட்களாகப் பட்டினி கிடந்திருக்க வேண்டுமென்று அவள் முகத்தைப் பார்த்தால் தெரிந்தது. அவள் மெதுவாகக் கண்களைத் திறந்தாள். அவள் நிறம்...! குங்குமப்பூ சிவப்பா, அவள் சிவப்பா என்பது இயற்கை செய்ய வேண்டிய முடிவு!'

இதைச் சொல்லும் போது அவன் கண்களில் தோன்றிய ஒளி, மீதிக் கதையை முரளிக்குச் சொல்லிவிட்டது.

'கண்டதும் காதல், அவ்வளவுதானே! அவள் இந்து போலிருக் கிறது. முஸ்லீமாய்ப் பிறந்துவிட்டோமே என்று மறுகிச் சாய் கிறாய், அப்படித்தானே! அவள் யாராயிருந்தாலும் சரி, உனக்குத் திருமணம் முடித்து வைக்கிறேன் போதுமா?'

'முரளி முழுவதும் கேட்காமல் படபடவென்று பொரிந்து தள்ளாதே. அவளும் முஸ்லீம்தான்.'

'வெரிகுட்.' ஸலீமின் கைகளை அவன் ஒடிந்து போகும்படியாகக் குலுக்கினான்: 'என் வேலை சுலபம்தான்.'

'அவள் முஸ்லீம்தான். ஆனால் பாகிஸ்தானி.' ஸலீமின் குரல் லேசாக நடுங்கியது.

ஸலீமைப் பற்றியிருந்த முரளியின் கைகள் இயக்கமேதும் இல்லா மல் அப்படியே செயலற்று அடங்கின. 'பாகிஸ்தானியா?' என்று அவன் திருப்பிக் கேட்டபோது அவன் குரலில் ஒலித்த அனு தாபம் ஸலீமை இன்னும் வேதனையுறச் செய்தது.

'அவள் பெயர் ஆயிஷா. தன் சிற்றன்னையின் கொடுமை தாங்காமல் பாகிஸ்தான் ஆக்ரமித்துக்கொண்டிருக்கும் காஷ்மீர் பகுதியிலிருந்து ஓடி வந்து விட்டாளாம். அவள் பேசுவதிலிருந்து அவள் படித்தவள் என்று தெரிகிறது. அவள் தற்காலிகமாக ஜும்மா மஸ்ஜீத் அருகே ஒரு வீட்டில் தங்கி இருக்க ஏற்பாடு செய்திருக்கிறேன். ஆனால் அவள் பாகிஸ்தானி என்று மற்றவர்க ளுக்குத் தெரிந்துவிட்டால்... அதுவும் அவள் பாகிஸ்தானி என்று அறிந்தும் நான் அவளுக்கு அடைக்கலம் அளித்தேன் என்று மற்றவர்களுக்குத் தெரிந்து, அப்பேச்சு பரவத் தொடங்கினால்... நான் சொல்வதை நீ புரிந்து கொள்வாய் என்று நம்புகிறேன்.'

முரளி சிறிது நேரம் ஒன்றும் பேசவில்லை. அவன் ஏதோ சிந்தித்துக்கொண்டிருந்தான்.

'என்ன யோசிக்கிறாய்?' என்று கேட்டான் ஸலீம்.

'அவள் சொல்தை நீ நம்புகிறாயா?' இதைக் கேட்கும்போது முரளியின் குரல் கரகரத்தது.

'அவள் முகத்தில் கவிதையாகப் பொழியும் அக்குழந்தைத் தனத்தைப் பார்க்கும்போது அதை நம்பாமல் இருப்பது தெய்வ விரோதம் முரளி. அந்தப் பெண்ணை நீயும் பார்த்தால்தான் நான்

சொல்வதை உன்னால் புரிந்துகொள்ள முடியும். ஆயிஷா தெய்வத்தின் குழந்தை!' ஸலீம் அவளைப் பற்றிய நினைவு மயக்கத்தில் ஒரு விநாடி கண்களை மூடிக்கொண்டான்.

'நீ நம்புகிறாய். அதுவே எனக்குப் போதும். நானும் அவளை நம்புகிறேன். ஆனால் இப்பொழுதுள்ள சூழ்நிலையில்...' இதை எப்படி முடிப்பது என்று முரளிக்குத் தெரியவில்லை.

'இது என் நல்லதுக்கல்ல என்று சொல்லப் போகிறாய், அவ்வளவு தானே! ஆனால் முரளி, அவள் பொய் சொல்லக் கூடியவளல்லள் என்று ஏதோவொன்று என் உள்ளுக்குள் இருந்துகொண்டு சொல் கிறது. அதுவே என்னைப் பைத்தியமாக்கி விட்டது.'

'ஜும்மா மஸ்ஜீத் வட்டாரத்தில் இருப்பதைக் காட்டிலும் அவள் வேறு இடத்திலிருப்பது உனக்கும் அவளுக்கும் நல்லது என்றே நினைக்கிறேன்' என்றான் முரளி.

'அது எனக்குத் தெரிகிறது. முஸல்மானாக இருந்துகொண்டு நான் ஒரு பாகிஸ்தானிக்கு ஆதரவு அளிப்பதென்றால்... என் மனம் ஒரேயடியாகக் குழம்பிக் கிடக்கிறது.'

'நேரு காலனியருகே இடம் கிடைத்தால் பாரேன். இந்தக் குழப்பங்கள் எல்லாம் தவிர்ந்த பிறகு.'

'அவள் பாகிஸ்தானி என்பதை நான் அரசாங்கத்திடம் மறைக்க விரும்பவில்லை. இப்பொழுதோ அல்லது பிறகோ எப்படியும் சொல்லித்தான் ஆகவேண்டும். ஆனால் இப்பொழுதுள்ள சூழ் நிலையில் நான் அவளுக்கு ஆதரவு தருவதை - எந்த உணர்ச்சி நிலையில் என்னால் அவளைப் புரிந்து கொள்ள முடிகின்றது என் பதை - மற்றவர்களால் உணர முடியாது. நிதானித்து யோசிக்கக் கூடிய நிலையில் மக்கள் இல்லை.'

'நீ சொல்வதை நான் புரிந்து கொண்டேன். எனக்கு ஒன்று தோன்று கிறது. உனக்கு ஆட்சேபணை இல்லாவிட்டால் சொல்கிறேன்.'

'எனக்கென்ன ஆட்சேபணை? உன்னால் எதையும் சீர்தூக்கி ஆராய்ந்து முடிவு செய்ய முடியும் என்பதனால்தான் உன்னிடம் இதைப் பற்றிக் கூறினேன்.'

'அவள் பாகிஸ்தானியாக இருந்தாலும், இந்துவாக இருக்கும் நான் அவளுக்கு ஆதரவு அளித்தால், நான் அவளை நம்பி ஆதரவு

அளிக்கிறேன் என்ற ஒரே காரணத்தினால், அவள் தன்னைப் பற்றிக் கூறும் செய்தியை, மக்கள் புரிந்துகொள்ள முயல்வார்கள் என்று நம்புகிறேன். ஆகவே உனக்குத் தடையேதுமில்லா விட்டால், அவளுக்குப் பாதுகாப்பு அளிக்கும் பொறுப்பை உன் சார்பாக நான் ஏற்றுக்கொள்கிறேன்.'

'இதனால் ஏற்படக்கூடிய விளைவுகளையும் யோசித்து ஒரு முடிவு செய்ய வேண்டும் முரளி. என் காரணமாக நீ எந்தவித அசௌகரியத்துக்கும் உள்ளாவதை நான் விரும்பவில்லை.'

'நீ ஆட்சேபணையைத் தெரிவிக்கிறாயா? அல்லது உன் நன்றியைத் தெரிவிக்கிறாயா?' என்று சிரித்துக்கொண்டே கேட்டான் முரளி.

'உன் அறிவின் கூர்மை சில சமயத்தில் என்னை அச்சுறுத்துகிறது' என்றான் ஸலீம்.

'உன் பாராட்டு ஒரு புறம் இருக்கட்டும். நான் சொல்லும் யோசனை உனக்கு உடன்பாடா, இல்லையா? அதை முதலில் சொல்.'

'நாளை மாலை உன்னை அவளிருக்குமிடத்துக்கு அழைத்துப் போகிறேன். அவளுக்கும் எவ்விதத் தடையுமிருக்காது என்று நம்புகிறேன். இப்பொழுதுள்ள சூழ்நிலையில் நீ சொல்வது போலத்தான் செய்ய வேண்டுமென்று நினைக்கிறேன். ஆனால் என் காரணமாக உனக்கு...'

'இப்பொழுது நீ கூறப்போவது நன்றிதான் என்று தோன்றுகிறது' என்றான் முரளி.

★★★

அடுத்த நாள் இருவருமாக அவளைக் காணச் சென்றபோது அவள் வீட்டில் இல்லை. ஸலீமின் மனம் துணுக்குற்றது. எங்கே அவள்? பக்கத்தில் இருந்தவர்களையெல்லாம் விசாரித்தான். ஒருவருக்கும் அவள் வெளியே சென்ற செய்தி தெரியாது.

'பூட்டிக்கொண்டுதான் சென்றிருக்கிறாள். ஆகவே நீ பயப்பட வேண்டாம். கடைக்குச் சென்றிருப்பாளோ என்னமோ...'

ஸலீம் ஒன்றும் பேசவில்லை. அவன் ஜீப்பை ஸ்டார்ட் செய்தான்.

‘கொஞ்ச நேரம் காத்திருந்து பார்த்தால் என்ன?’ என்றான் முரளி.

‘இந்த இடத்தில் அவளுக்காக இப்படிக் காத்துக்கொண்டிருப்பது நல்லதல்ல’ என்றான் ஸலீம்.

‘இப்போது எங்கே செல்வதாக உத்தேசம்?’ என்று கேட்டான் முரளி. ஸலீம் ஜீப்பை ஓட்டும் வேகம், அவன் மனநிலையை ஒருவாறு அவனுக்கு விளக்கிக் காட்டியது. ‘தற்கொலையை நாடி உன் மனம் செல்கிறதென்றால், ஜீப்பை நானே ஓட்டுகிறேன். எனக்கு அத்தகைய எண்ணம் ஏதும் கிடையாது’ என்றான் முரளி. அவன் முகத்தில் புன்னகை தவழ்ந்தது.

ஸலீம் திடீரென்று ஜீப்பை நிறுத்தி முரளியை நோக்கிக் கூறினான்: ‘சரி நீ ஓட்டு. நிஷாத் பார்க் பக்கம் போ. என் மனம் அமைதியை வேண்டுகிறது.’

‘இப்பொழுதுதான் நீ புத்திசாலி. ஸ்ரீநகரிலிருந்துகொண்டு ஒருவன் தற்கொலை செய்துகொள்ள முயன்றான் என்றால், அவன் கலையை ரசிக்கத் தெரியாத முட்டாள்!’

‘உன் பைத்தியக்காரப் பேச்சையெல்லாம் மறுத்துப் பேசுவதற்குக்கூட என் மனதில் போதிய வலுவில்லை. வாயைத் திறக்காமல் ஜீப்பை ஓட்டிக்கொண்டு போவதுதான் நீ எனக்குச் செய்யக்கூடிய மகத்தான உதவி.’

முரளி மௌனமாக ஜீப்பை ஓட்டிக்கொண்டே சென்றான். அன்று நிஷாத் பார்க்கில் அதிகக் கூட்டமில்லை. எந்த நிமிஷத்திலும் மழை பெய்யலாம் என்பதற்கான அறிகுறிகள் காணப்பட்டன.

இயற்கையின் நித்ய இளமை, வண்ண மலர்களாகப் பூத்துக் குலுங்கும் அற்புதக் காட்சி! முரளி மெய்மறந்து நின்றான். ஈடன் தோட்டம் என்கிறார்களே, அது காஷ்மீரில்தான் இருக்க வேண்டும்.

‘முரளி அதோ அவள்!’ என்று உற்சாகத்துடன் கூவினான் ஸலீம். முரளி திரும்பிப் பார்த்தான். ஸலீம் அவன் கைகளைப் பற்றி வேகமாக இழுத்துக்கொண்டு சென்றான்.

பட்டு மெத்தை விரித்தாற் போன்ற பச்சைப் புல்வெளியில் சித்திர வேலைப்பாடுகள் போல் அங்குமிங்கும் வண்ண மலர்கள்

சிதறிக் கிடந்தன. ஆகாயத்தைப் பார்த்துக்கொண்டு அவள் அங்கு படுத்திருந்தாள்.

இருவரும் வரும் அரவம் கேட்டு அவள் திடுக்கிட்டு எழுந்திருந் தாள்.

நாணத்தால் சிவந்த முகமா, அல்லது இயற்கையாகவே அப்படித் தானா என்று முரளியால் ஊகித்துச் சொல்ல முடியவில்லை. ஈடன் தோட்டம் என்பது இதுவானால், அத்தோட்டத்தில் விளைந்த ஆப்பிள்.

'ஆயிஷா...என்ன நீ இங்கு வந்து உட்கார்ந்திருக்கிறாய்? வீடு பூட்டி இருப்பதைப் பார்த்ததும் எப்படி இருந்தது தெரியுமா? நான்...' கூற வந்ததை அப்படியே நிறுத்திவிட்டு, முரளியைப் பார்த்துக் கூறினான். 'முரளி உட்காரேன். இவன்தான் என் உயிர்த் தோழன் முரளி. ஆயிஷா! நாங்கள் யதேச்சையாக இங்கு வந்தோம். நல்லவேளை...'

ஆயிஷா முரளியைப் பார்த்து குறுநகை செய்தாள். மேகக் காட்சியில் ஊன்றி லயித்திருந்ததனால், முகிலின் நீலம் அவள் கண்களுக்கு வந்துவிட்டதோ?

முரளி அவளெதிரில் உட்கார்ந்தான். ஆயிஷாவைக் கண்ட திகைப்பின் அதிசயம் அவன் கண்களில் ஒளியாய்ப் பூத்தது. சுடர் விட்ட கண்களின் ஒளியருகே புன்னகையின் நிழல் படிந்தது போல், கன்னம் குவிந்தது. அவள் இந்தியனா, அல்லது பாகிஸ் தானியா என்பதெல்லாம் ஏன் ஒரு சில்லரைப் பிரச்னையாக ஸலீமுக்குப் படுகிறது என்பது அவளைப் பார்த்தால் தெரிகிறது. அவள் அழகு என்ற மகத்தான உண்மைக்கு முன்னால், பூகோள வரையறை என்பது ஒரு பொருத்தமில்லாத இடைச் செருகல் தான், சந்தேகமில்லை.

'ஆயிஷா... முரளி என் உயிர்த் தோழன். அவனுக்கு உன்னைப் பற்றிய செய்திகளையெல்லாம் கூறிவிட்டேன். இப்பொழுதுள்ள சூழ்நிலையில் நீ வேறு இடத்தில் இருப்பதுதான் நல்லது என்று முரளி கருதுகிறான். அதுதான் என்னுடைய அபிப்பிராயமும். என்சார்பில் முரளி உன்னைப் பாதுகாக்கும் பொறுப்பை ஏற்க இசைந்திருக்கிறான். முஸல்மானாகிய என்னுடைய ஆதரவைக் காட்டிலும் அவன் ஆதரவு உனக்கு இப்பொழுதுள்ள சூழ்நிலை யில் நல்லது என்பதுதான் எங்களிருவருடைய...'

ஆயிஷா தலையைப் பின்புறம் சாய்த்துக்கொண்டே வாய் விட்டுச் சிரித்தாள். கள்ளங்கபடமற்ற அம்முகத்தில் விளக்கேற்றி வைத்ததுபோல் அச்சிரிப்பு ஒளிக் கதிர்களை வாரியிறைத்தன.

'எதற்குச் சிரிக்கிறாய் ஆயிஷா?'

'உங்களுக்குத் தைரியமில்லை. அவ்வளவுதானே? எதற்கு இப்படிச் சுற்றி வளைத்துத் திண்டாடுகிறீர்கள்? நான் போலீசில் சரணடைந்துவிடுகிறேன். அவர்கள் நான் கூறுவதை நம்புவார் கள் என்று நினைக்கிறேன். எனக்காக நீங்களோ அல்லது உங்கள் நண்பரோ கஷ்டப்பட வேண்டாம்.'

ஸலீம் இதற்கு என்ன பதில் சொல்வது என்று தெரியாமல் முரளியை பரிதாபமாகப் பார்த்தான்.

'தனிப்பட்ட இருவருடைய உணர்ச்சி விஷயங்களில் அரசியல் பிரவேசிக்கின்றது என்பது வருந்தத்தக்க நிலைதான். இது அனார்கலி காலமல்ல, விளைவுகளை ஆராயாமல் ஸலீம் உங்களைக் கண்மூடித்தனமாகக் காதல் செய்ய.'

'நீங்கள் பேசும் மழலை உருது எனக்கு மிகவும் பிடித்திருக்கிறது' என்றாள் ஆயிஷா.

அவள் வேண்டுமென்றே பேச்சின் திசையை மாற்றுவது முரளிக்குத் தெரிந்தது.

'நீங்கள் பாராட்டுகிறீர்களா, அல்லது பேச்சை மாற்றுகிறீர்களா என்று எனக்குத் தெரியவில்லை' என்றான் முரளி.

'நான் உண்மையைச் சொல்லுகிறேன். நீங்கள் சொன்ன விஷ யத்தைக் காட்டிலும் உங்கள் உருதுதான் என்னைக் கவர்ந்தது' என்றாள் ஆயிஷா. இதைச் சொல்லியவாறே எழுந்து, ஸலீமை நோக்கிக் கேட்டாள்: 'சரி போகலாமா?'

'நீ என்ன தான் சொல்லுகிறாய், என் யோசனையைப் பற்றி' என்று கேட்டான்.

'உங்கள் ஏற்பாடு மிகவும் பிடித்திருக்கிறது' என்றாள் ஆயிஷா. 'மிகவும்' என்று சொல்லும்போது அவள் வேண்டுமென்றே அழுத்தம் கொடுப்பதுபோல் முரளிக்குப்பட்டது.

நேரு காலனியில் அடக்கமாக அமைந்த ஒரு சிறு வீட்டில் குடியேற்றப்பட்ட ஆயிஷா, ஸலீமைப் பார்த்துக் கேட்டாள்:

'யாராவது கேட்டால், உங்களில் யார் எனக்கு உறவு என்று சொல்லிக்கொள்ள வேண்டும்?'

'நீ அதைப் பற்றிக் கவலைப்படாதே! நாங்கள் பார்த்துக் கொள் கிறோம்' என்றான் ஸலீம்.

'எனக்குத் தெரியவேண்டும்' என்றாள் ஆயிஷா. அவள் குரலில் கண்டிப்பு தொனித்தது.

'முரளியைத்தான் உனக்கு உறவு என்று சொல்லவேண்டும். ஆனால்...' அவன் நெற்றியில் சிந்தனையின் கீற்று படர்ந்தது.

'ஓர் இந்துவுக்கும், ஓர் இஸ்லாமியப் பெண்ணுக்கும் எந்தவித மான உறவு இருக்கமுடியும்?' அவள் முரளியைப் பார்த்து நகைத்துக்கொண்டே கேட்டாள்.

முரளிக்கு இது தர்மசங்கடமாயிருந்தது. அவன் நிலைமையைச் சமாளிக்கக் கூறினான்:

'உங்களுக்கு நான் என்ன உறவு என்று மற்றவர்களுக்கு எதற்காகச் சொல்ல வேண்டும்? சட்டத்தை திருப்தி செய்யவேண்டியது எங்கள் பொறுப்பு. வாயை மூடிக்கொண்டிருப்பது...'

'என் பொறுப்பு. எத்தனை நாள் இப்படி நான் இருக்க வேண்டும்? என்று ஆயிஷா கேட்டபோது முரளிக்கு கொஞ்சம் கோபமே வந்துவிட்டது.

'இதோ பாருங்கள். ஸலீம் உங்கள் மீது உயிரை வைத்திருக் கிறான். தனக்கு இதனால் ஏற்படக்கூடிய ஆபத்தை அவன் லட்சியம் செய்யவில்லை. இந்த ஏற்பாடு - அதாவது நாங்கள் சொல்லும் யோசனை உங்கள் சுயகௌரவத்துக்கு ஏற்றதாய் இல்லாமல் இருக்கலாம். அதன் காரணமாக, ஸலீமிடமிருந்து இதற்கு மேல் நீங்கள் எதிர்பார்த்தால் அவன் நலத்தின் மீது உங்களுக்கு அக்கறை இல்லை என்றுதான் சொல்ல முடியும்.'

'நான் யாரையும் ஆதரவு தரவேண்டாம் என்று கோரவில்லை. நான் பாகிஸ்தானியாக இருக்கலாம். ஆனால், அரசியல் காரணமாக ஓடி வரவில்லை. எனக்கு வீட்டிலிழைக்கப்பட்ட கொடுமையின்

காரணமாக ஓடி வந்தேன். அதனால்தான் சொன்னேன், நான் பாகிஸ்தானி என்று சொல்லி என் கதையையும் போலீசாரிடம் கூறிவிட்டால், யாருக்கும் எந்தவிதக் கஷ்டமுமில்லை.'

'உங்களுக்கு எந்தவிதத் துன்பம் ஏற்பட்டாலும் அத்துன்பத்தைத் தீர்த்து வைப்பதற்கான பொறுப்பை நான் ஏற்றுக்கொள்கிறேன் என்கிறபோது உங்களுக்கு என்ன கவலை?'

'நிச்சயமாகவா?' ஆயிஷா முரளியின் முகத்தை ஏறிட்டு நோக்கி னாள். அவள் கண்கள் அவனுள்ளத்தை ஊடுருவி அளந்தன.

'நிச்சயமாக இதைக் காட்டிலும் என் நண்பனுக்கு நான் வேறு உதவி என்ன செய்யமுடியும்?' முரளி ஸலீமை நோக்கினான். அவன் கண்களில் நன்றி பொங்கியது.

'அப்போது எனக்காக உதவி செய்ய உங்களுக்கு உரிமை யில்லை.'

'இது என்ன குழந்தைத்தனமான பேச்சு? என்னிடமிருந்து எந்த விதமான உதவியையும் எதிர்பார்க்க உரிமை உண்டு.'

ஆயிஷாவின் முகத்தில் புன்னகையின் சாயை படிந்தது.

★★★

இரண்டு மூன்று நாள்களுக்குப் பிறகு, முரளி அவள் வீட்டுக்குச் சென்றான். அப்பொழுதுதான் நீராடி விட்டு அவள் வந்தாள். சோப்பின் நறுமணம் அவன் மனத்தை நெகிழச் செய்தது.

அள்ளி முடிக்கப்படாது இயற்கையாக விடப்பட்டிருந்த அவள் கூந்தல் அலை அலையாகப் பறந்து அவள் தோள்களுடனும் முதுகுடனும் ஒட்டி உறவாடியது.

'உள்ளே வாருங்கள், அப்படியே பிரமித்து நிற்கிறீர்களே!' என்றாள் ஆயிஷா. பிறகு அவள் ஒரு மோடாவை எடுத்துப் போட்டாள்.

முரளி உட்கார்ந்தான்.

'ஏதாவது உதவி வேண்டுமா என்று கேட்டுவிட்டுப் போக வந்தேன். ஸலீம் வந்தானா? அவனை அன்று பார்த்ததுதான், அப்புறம் அவனைப் பார்க்கவே இல்லை.'

'ஒரு நிமிஷம் இருங்கள். 'டீ' கொண்டு வருகிறேன்.'

'நான் 'டீ' சாப்பிட வரவில்லை. இந்தப் பக்கம் வர நேரிட்டது. அப்படியே உங்களையும் பார்த்துவிட்டுப் போகலாமென்று வந்தேன். எனக்கு உடனே போகவேண்டும். வேலை இருக்கிறது.'

தேயிலைப் பொட்டலத்தைப் பிரிக்கப்போன ஆயிஷா அதை மறுபடியும் இருந்த இடத்திலேயே வைத்துவிட்டுக் கூறினாள். 'ஒரு ஹிந்து, இஸ்லாமியப் பெண் தொட்ட 'டீ'யைச் சாப்பிடலாமா?'

முரளியைத் தாக்குவதற்கு இதைக் காட்டிலும் வன்மையான ஆயுதம் வேறு தேவையில்லை. அவன் சினத்துடன் எழுந்திருந்தான்.

'உங்களைப் பற்றி நான் அறிந்த அளவுக்கு நீங்கள் இப்படிப் பேசுவீர்கள் என்று நான் எதிர்பார்க்கவில்லை' என்றான் முரளி.

'என்னைப் பற்றி உங்களுக்கு என்ன தெரியும்?' அவள் அவனருகில் வந்து நின்றாள். அவள் கண்களின் தீட்சண்யம் அவனை நிலை தடுமாறச் செய்தது. அவள் குரலில் காணப்பட்ட நிதானம் அவன் மனத்தில் ஓர் இனம் தெரியாத பயத்தை உண்டு பண்ணியது.

'என்னைப் பற்றி உங்களுக்கு என்ன தெரியும்?' அவள் மீண்டும் கேட்டாள்.

முரளி சற்று நகர்ந்து நின்றுகொண்டான்.

ஆயிஷா தலையைப் பின்புறம் சாய்த்துக்கொண்டு வாய் விட்டுச் சிரித்தாள். இது அவளுக்கென்று அமைந்த ஒரு தனி வகையான சிரிப்பு. அன்று ஸலீமை ஏளனம் செய்யும்போதுகூட இப்படித்தான் சிரித்தாள்!

'உங்களுக்கு என்ன வந்துவிட்டது? ஏன் இப்படிச் சிரிக்கிறீர்கள்?' என்றான் முரளி.

'உங்கள் நண்பர் சமூகத்தைக் கண்டு பயப்படுகிறார். நீங்களோ என்னைக் கண்டு பயப்படுகிறீர்கள். அதுதான் வேடிக்கையாக இருக்கிறது' என்றாள் ஆயிஷா.

‘உண்மையைக் கூறப்போனால், உங்களைக் கண்டு மட்டும் நான் பயப்படவில்லை. என்னைக் கண்டும் நான் பயப்படுகிறேன்’ என்று கூறிய முரளி, அவள் முகத்தைத் திரும்பிப் பாராமல் வாசலுக்குச் சென்றான்.

★★★

மூன்று நாள்களுக்குப் பிறகு முரளியைப் பார்க்க வந்தான் ஸலீம். அவன் முகம் வேதனையுற்று இருந்தது.

‘முரளி! ஆயிஷாவின் போக்கு வரவர விசித்திரமாகிக்கொண்டு வருகிறது’ என்றான் ஸலீம்.

‘ஏன், என்ன ஆயிற்று?’ என்று கேட்ட முரளி தான் படித்துக் கொண்டிருந்த புத்தகத்தைக் கட்டிலின் மீது விட்டெறிந்தான்.

‘நான் ஐந்தாறு தடவைகள் அவளைப் பார்க்கப் போயிருந்தேன். ஆனால் அவள் ஒரு தடவையாவது என்னுடன் முகம் கொடுத்துப் பேசவில்லை. என் மீது அவளுக்கு என்ன கோபமோ தெரியவில்லை. ஆனால் இன்று நான் அவளிடம், ‘நான் இங்கு வருவதில் உனக்கு விருப்பமில்லை என்றால் நான் வரவில்லை’ என்று சொன்னதற்கு அவள் என்ன பதில் சொன்னாள் தெரியுமா? ‘வருவதற்கு தைரியமில்லை என்றால் அதற்கான பழியை என் மீது ஏன் போட வேண்டும்?’ என்றாள். என் நிலைமையை அவள் புரிந்துகொள்ள மறுக்கிறாள். என்ன செய்வதென்றே புரியவில்லை.’

‘இரண்டு மூன்று நாள்களுக்கு முன்பு நானும் அங்கு போயிருந்தேன். அவள் விசித்திரமாய்த்தான் நடந்துகொள்கிறாள் என்று தோன்றுகிறது’ என்று கூறிய முரளி, திடீரென்று ஸலீமின் தோள்களைப் பற்றி அவனைக் கேட்டான்: ‘அவள் எக்கேடு கெட்டுப் போனால் என்ன? அவளுக்காக நீயும் நானும் எதற்காக இப்படிக் கஷ்டப்பட வேண்டும்?’

ஸலீம் முரளியிடமிருந்து தன்னை விடுவித்துக்கொண்டு கட்டிலில் போய் உட்கார்ந்தான். அவன் பையிலிருந்து ஒரு சிகரெட்டை எடுத்துப் பற்ற வைத்துக்கொண்டான்.

‘அதற்காகத்தான் நான் ஆரம்பத்திலேயே சொன்னேன், நீ விளைவுகளையெல்லாம் ஆராய்ந்த பிறகுதான் என் விஷயத்தில்

சம்பந்தப்பட வேண்டுமென்று. இப்பொழுது கூட இன்னும் மோசம் போகவில்லை. உனக்கு விருப்பமில்லை என்றால்...'

'ஷட் அப். யூ ஸில்லி ஃபூல்! என்னைப் பற்றி எனக்குக் கவலை இல்லை! உன் நல்லதுக்குத்தான் சொல்லுகிறேன்.'

'நான் அந்தப் பெண்ணை எவ்வளவு தூரம் விரும்புகிறேன் என்று தெரிந்தும் நீ இப்படிப் பேசுவது வேடிக்கையாக இருக்கிறது!'

'உன்னுடைய விருப்பத்துக்கு அவள் தகுதியுடையவள் என்று உனக்கு எப்படித் தெரியும்?'

'எப்பொழுது எனக்கு அவளை இவ்வளவு தூரம் பிடித்திருக் கிறதோ அவள் தகுதியுடையவளாகத்தான் இருக்க வேண்டும்!'

'துஷ்யந்தன் சகுந்தலையைப் பார்த்தபோது இப்படித்தான் நினைத்துக் கொண்டானாம். 'எப்பொழுது என் மனம் இவளை நாடுகின்றதோ இவள் குணவதியாகத்தான் இருக்க வேண்டும்' என்று. சகுந்தலை உண்மையாக குணவதியாக இருந்தாள். ஆனால் ஆயிஷாவைப் பற்றி...'

'ஷட் அப். எது எப்படி வேண்டுமானாலும் இருக்கட்டும். அவளில்லாமல் என் வாழ்க்கையை என்னால் கற்பனை செய்து பார்க்க முடியவில்லை. உன் ஒருவனைத்தான் நம்பியிருந்தேன். ஆனால் நீயும்...'

'நான் என்ன செய்ய வேண்டுமென்கிறாய்?'

'நீ அவளைக் கண்டு பேசி, அவள் என்மீது ஏன் கோபம் கொண்டிருக்கிறாள் என்று அறிந்து வரவேண்டும். காரணம் தெரிந்தால், என்னைத் திருத்திக் கொள்ளலாம் அல்லவா?'

'உன்னைக் கண்டால் பரிதாபமாகத்தான் உள்ளது ஸலீம்! சரி, நீயும் வா. இருவருமாக நாளை சாயந்திரம் அவளிடம் போய்...'

'நான் வரமாட்டேன், நீயே போய்விட்டு வா. என்னை அவள் புரிந்து கொள்ளும்படியாகச் செய்ய வேண்டியது உன் பொறுப்பு!'

முரளி பதில் கூறவில்லை. அவன் ஏதோ சிந்தித்துக் கொண்டிருந் தான்.

'என்ன யோசிக்கிறாய் முரளி?' என்றான் ஸலீம்.

‘உன் மாதிரி முட்டாள் இருக்க முடியுமா? என்று யோசித்துக் கொண்டிருந்தேன். சரி. நான் நாளை சாயந்திரம் அவளைச் சந்திக்கிறேன்’ என்று சொல்லிக்கொண்டே தான் கட்டிலில் விட்டெறிந்த புத்தகத்தை மீண்டும் கையில் எடுத்துக்கொண்டான் முரளி.

அடுத்த நாள் முரளி, ஆயிஷாவைப் பார்க்கச் சென்றபோது அவள் ஜன்னலருகே நின்றுகொண்டு வானத்தை நோக்கிக்கொண்டிருந் தாள். ஜீப்பிலிருந்து இறங்கிய முரளி மாடியை நோக்கினான். அவன் வந்ததை அவள் கவனித்ததாகத் தெரியவில்லை. அவள் ஆடாமல், அசையாமல், செதுக்கி வைத்த சிலை போல் நின்று கொண்டிருந்தாள்.

கதிரவன் மறையும் நேரம். விண்ணில் படர்ந்திருந்த செம்மை அவள் முகத்திலும் பிரதிபலித்தது.

முரளி மாடிக்குச் சென்று கதவைத் தட்டினான். தன் வருகை அவளுக்குப் பிடிக்கவில்லையோ என்ற சந்தேகம் முரளிக்கு ஏற்பட்டது. தான் வந்ததை உண்மையிலேயே அவள் கவனிக்க வில்லையோ, அல்லது பார்க்காதது போல் பாவனையோ? தன் வருகை அவளுக்குப் பிடிக்கவில்லையென்றால்? அவன் மனத்தில் ஒருவகையான ஆறுதல் ஏற்பட்டது. ஆனால் அவனை யறியாமலேயே உள்ளத்துள் வியந்து அந்த ஏமாற்ற உணர்வு கண்டு அவன் வெட்கமடைந்தான். அப்படியே திரும்பி விட லாமா என்ற எண்ணம் முரளிக்குத் திடீரென்று தோன்றியது.

ஆயிஷா கதவைத் திறந்தாள். அவனை உள்ளே வரும்படி அவள் அழைக்கவில்லை. கதவைத் திறந்துகொண்டு இயந் திரம் போல் உள்ளே சென்றாள். தன் வருகையை அவள் எதிர் பார்த்தாளோ?

கீழே அங்குமிங்கும் சிதறிக்கிடந்த பொருள்களை அவள் ஒழுங் காக அடுக்கி வைப்பதில் ஈடுபட்டாள்.

‘என்னுடைய வருகை உங்களுக்குப் பிடிக்கவில்லை என்று நினைக்கிறேன்.’

ஆயிஷா பதில் கூறவில்லை. அவள் முகத்தில் குறுநகை.

‘நீங்கள் பதில் சொல்லாவிட்டால் பரவாயில்லை. உங்கள் மௌனப் புன்னகைதான் சித்திரவதை செய்கிறது.’

‘நேற்று உங்கள் நண்பர் வந்தார். ‘என் வருகை உனக்குப் பிடிக்கவில்லை போலிருக்கிறது’ என்றார். இன்று நீங்கள் வந்து அதையே திருப்பிச் சொல்கிறீர்கள். ஆனால் இருவரும் அடிக்கடி வந்துகொண்டுதான் இருக்கிறீர்கள். உங்களிருவரையும் பார்த் தால் வேடிக்கையாக இருக்கிறது.’

‘நான் இப்பொழுது ஸலீமுக்காகத்தான் வந்தேன். நீங்கள் அவனிடம் முகம் கொடுத்துப் பேசுவதில்லையாம். அவன் மனம் மிகவும் வேதனையுற்றிருக்கிறது. உங்கள்மீது அவன் உயிரை வைத்திருக்கும்போது...’

‘முன்னும் பின்னும் போலீஸார் தொடருகிறார்களா என்று பார்த்துக்கொண்டு ஒரு பெண்ணை விரும்புவதுதான் காதல் என்று எனக்குத் தெரியாது.’

அவள் முகத்தில் ஒரு விஷமப் புன்னகை. முரளிக்கு அது எரிச்சலையே ஊட்டியது. அந்தப் பெண்ணுக்கு எவ்வளவு பிடிவாதம்?

‘ஸலீமின் நிலைமையை உங்களுக்கு விளக்கிச் சொல்லி எனக்கு அலுத்துவிட்டது. நீங்கள் ஏன் இப்படிப் பிடிவாதமாக இருக்கிறீர் கள் என்று எனக்குப் புரியவில்லை!’

‘பின்னால் ஏற்படக்கூடிய விளைவுகளை ஆராயாமல் எனக்காகப் பொறுப்பேற்கும் துணிவு உங்களுக்கு இருக்கும்போது... என்னைக் காதல் செய்வதாகக் கூறும் அவருக்கு ஏன் அந்தத் துணிவு இல்லை? நீங்கள் ஹிந்து, அவர் முஸல்மான் என்பதைப் பற்றியெல்லாம் எனக்குக் கவலையில்லை. உங்கள் இருவரை யும் மனிதர்கள் என்ற நிலையில் வைத்துத்தான் நான் பார்க் கிறேன். முஸல்மானாகப் பிறந்துவிட்ட காரணத்தினால், தானாகவே கற்பித்துக்கொண்ட தாழ்வு மனப்பான்மையினால் மற்றவர்கள் தன்னை நம்பமாட்டார்கள் என்று உள்ளம் வெதும்ப அவர் செத்துக்கொண்டிருந்தால், அதற்கு யார் பொறுப்பாளி? அவர் என்னைக் காப்பாற்றியபோது அவரை மிகவும் உயர் வாகவே நினைத்தேன். ஆனால், இப்பொழுது... மன்னிக்க வேண்டும். என்னால் அப்படி நினைக்க முடியவில்லை.’

ஆயிஷா விடாமல் பேசியதனால் அவளுக்குக் கொஞ்சம் மூச்சு வாங்கியது. அவள் கட்டிலின்மீது உட்கார்ந்தாள்.

‘இப்பொழுது ஸலீம் என்ன செய்ய வேண்டுமென்கிறீர்கள்? உங்களை அழைத்துக்கொண்டுபோய் ‘இவள் பாகிஸ்தானி’ என்று சொல்லி, தான் மணக்கப் போவதாகச் சொல்ல வேண்டு மென்கிறீர்களா? அதுதான் அவன் காதலுக்கு அளவுகோலா?’

‘யார் அவரை மணக்கப் போவதாகச் சொன்னார்கள்?’

அப்படித்தானே அவன் நினைத்துக்கொண்டிருக்கிறான்?’

‘நான் அப்படி நினைக்கவில்லையே? உங்கள் நண்பருக்கு இன்னும் அத்தகைய எண்ணம் ஏதாவது இருந்தால் அவரை இப்பொழுதே மறந்துவிடச் சொல்லுங்கள்.’

‘ஆயிஷா!... ஸலீம் உங்கள் மீது...உ.... ’

‘உயிரை வைத்திருக்கிறார். அவ்வளவுதானே? இதைக் கேட்டுக் கேட்டு அலுத்துவிட்டது. கஷ்டப்படுகிறவர்களுக்கு உதவி செய்ய வேண்டுமென்று இஸ்லாம் போதிக்கிறது. அவர் எனக்கு உதவி செய்த காரணத்தினால், அவரை ஒரு நல்ல முஸல்மானாக நினைக்கலாமேயன்றி காதலனாக நினைப்பதென்பது...’

‘நீங்கள் உங்களையே ஏமாற்றிக் கொள்கிறீர்கள் ஆயிஷா.’

‘இது நான் சொல்ல வேண்டிய வார்த்தை.’

‘நீங்கள் என்ன சொல்கிறீர்கள் என்று எனக்குப் புரியவில்லை.’

‘புரியக்கூடாது என்பதற்காக மனத்தை இறுகப் பூட்டி வைத்துக் கொண்டால், எப்படிப் புரியும்?’

‘ஸலீமை நீங்கள் ஆரம்பத்திலிருந்தே காதலிக்கவில்லை என்றா சொல்லுகிறீர்கள்?’

‘ஏன், உங்கள் மனச்சாட்சி இன்னுமா உங்களுக்குத் தொந்தரவு கொடுத்துக்கொண்டிருக்கிறது?’

‘ஆயிஷா, நீங்கள் மிகக் குரூரமாய்ப் பேசுகிறீர்கள்! ஹிந்துப் பெண்களுக்கு இப்படிப் பேச இவ்வளவு துணிவு இருக்காது.’

‘ஹிந்துப் பெண்கள் என்ன, ஹிந்து ஆண்கள் தம்மைக் கண்டு தாமே பயந்து சாகும் போது...’

'சரி, வருகிறேன்' என்று சொல்லிவிட்டு திடீரென்று அவ் விடத்தை விட்டு அகன்றான் முரளி.

★★★

அவன் 'காம்ப்'புக்குத் திரும்பியதும் அவன் 'ஆர்டர்லி' அவனிடம் ஒரு கடிதத்தைக் கொடுத்தான். இரவு எத்தனை நேரமானாலும் தன்னை வந்து பார்க்கும்படி மேஜர் ஜஸ்வந்த்சிங் கேட்டுக் கொண்டிருந்தார் அக்கடிதத்தில். திடீரென்று என்ன அவசரம்? அவருக்கு 'இதைப் பற்றி ஏதாவது தெரிந்துவிட்டதோ?'

அவன் மேஜரைப் பார்க்கச் சென்றபோது அவர் தன்னுடைய அறையில் உட்கார்ந்துகொண்டிருந்தார்.

'கம் இன், லெப்டினன்ட் முரளி, உன்னுடன் ஒரு முக்கியமான விஷயத்தைப் பற்றிப் பேசவேண்டும்!'

மேஜருக்கருகே போடப்பட்டிருந்த நாற்காலியில் முரளி உட்கார்ந்தான்.

'பாகிஸ்தானால் ஏவி விடப்பட்ட ஊடுருவல்காரர்கள் ஸ்ரீநகருக்குள்ளும் பிரவேசித்திருக்கிறார்கள் என்ற செய்தி நமக்குக் கிடைத்திருக்கிறது. இது மிகவும் நாசூக்கான விஷயம். போலீஸ் ஒத்துழைப்புடன் கூடிய ராணுவ நடவடிக்கை எடுக்க வேண்டுமென்பது மேலிடத்து உத்தரவு. இதுபற்றி நாளை போலீசாரிடம் பேச நான் செல்லவிருக்கிறேன். நீயும் என்னுடன் வருகிறாய்.'

'ஊடுருவல்காரர்கள் ஸ்ரீநகருக்குள் பிரவேசித்திருக்கிறார்கள்!' இச் செய்தி தந்த அதிர்ச்சியினால் முரளி செயலற்று நின்றான். ஆயிஷாவைப் பற்றிய விவரத்தை முன்னமேயே தெரிவிக்காமல் போனது எவ்வளவு சங்கடத்தை விளைவிக்கப் போகிறதோ? இப்பொழுதே மேஜரிடம் அது பற்றிச் சொல்லிவிட்டால் என்ன?

'என்ன யோசிக்கிறாய்?' மேஜரின் கூர்மையான கண்கள் முரளியை அளந்தன.

'உங்களிடம் ஒரு விஷயத்தைப் பற்றிப் பேச அனுமதி வேண்டும்.'

'என்ன விஷயம்?'

'சில நாள்களுக்கு முன்பு நான் பாம்பூரிலிருந்து ஜீப்பில் வரும் போது வழியில் ஒரு பெண் மயங்கிக் கிடந்தாள். அவள் பாகிஸ் தான் பகுதியிலிருந்து வீட்டுத் தொந்தரவினால் ஓடிவந்தவள். அவளுக்கும் அரசியலுக்கும் எந்தவிதமான சம்பந்தமும் கிடை யாது. நேரு காலனியில் இப்பொழுது அவள் என் பொறுப்பில் இருந்து வருகிறாள். இதை நான் முன்னமேயே சொல்ல வேண் டும் என்றுதான் நினைத்தேன். ஆனால் சொல்ல நேரமில்லை!'

மேஜர் சிறிது நேரம் ஒன்றும் பேசவில்லை. அவர் இடது கையை ஊன்றிய நிலையில், ஆள்காட்டி விரலை மேலுதட்டின் மீது வைத்துக்கொண்டு அவனையே பார்த்துக்கொண்டிருந்தார். இரண்டு, மூன்று நிமிஷங்கள் அங்கு ஒரு சங்கடமான அமைதி நிலவியது.

'அந்தப் பெண் சொன்ன கதையை அப்படியே நீ நம்பி விட்டாயா?' என்றார் மேஜர்.

'அப்பெண் கூறுவது உண்மையென எனக்குத் தோன்றுகிறது.' என்றான் முரளி.

'காதலில் சிக்குண்டு கடமையை மறக்கக்கூடாது லெப்டினன்ட் முரளி!'

அவர் தன்னை லெப்டினன்ட் என்று அழைத்தது தன்னுடைய கடமையைச் சுட்டிக் காட்டுவதற்குத்தான் என்று முரளிக்கு நன்கு பட்டது.

'காதலில் சிக்குண்டு!...' தெய்வமே! ஸலீமின் சார்பாக தான் மேற்கொண்ட பொறுப்பு தன்னை எங்கு கொண்டு நிறுத்தியிருக் கிறது என்பதை முரளி இப்பொழுதுதான் உணர்ந்தான். என்ன நேர்ந்தாலும் சரி, ஸலீமை இனி இந்த விஷயத்தில் சம்பந்தப் படுத்தவே கூடாது. அதுவும் இப்பொழுது உருவாகியிருக்கிற சூழ்நிலையில், ஸலீமின் மீது கொஞ்சம் சந்தேகம் விழுந்தாலும் போதும். நண்பனுக்காக தான் எந்தத் தியாகத்தையும் மேற் கொள்ளத் தயாராகவிருக்க வேண்டும்.'

'நான் அந்தப் பெண்ணைக் காதலிக்கவில்லை. அவளைக் காப்பாற்றும் பொறுப்பேற்றிருக்கிறேன். அவ்வளவுதான்'. இதைச் சொல்லும்போது அவன் குரல் பலஹீனமாகவிருந்தது.

மேஜரின் முகத்தில் புன்னகையின் கீற்று படிந்தது. அவன் சொன்னதை அவர் நம்பவில்லை என்று தோன்றியது. இளைஞன் ஒருவன், அழகான பெண் ஒருத்தியைக் காதல் காரணமாக இல்லாமல், காப்பாற்றும் பொறுப்பை ஏற்றிருக்கிறான் என் றால்... தான் மேஜர் நிலையில் இருந்தாலும் அதை நம்பியிருக்க முடியாது என்றுதான் அவனுக்குப்பட்டது.

'ஊடுருவல்காரர்களில் பெண்களும் இருக்கிறார்கள் என்ற செய்தி உனக்குத் தெரியுமா, முரளி?' என்றார் மேஜர்.

'பெண்கள் இருக்கலாம். ஆனால் இந்தப் பெண் ஊடுருவல்காரர் களைச் சார்ந்தவர்களாகவிருக்க முடியாது என்று உறுதியாகச் சொல்ல முடியும் என்னால். அதற்கான பொறுப்பையும் ஏற்றுக் கொள்ள நான் தயார்.'

'பிரிகேடியரிடமும் இதைப் பற்றிப் பேச வேண்டும், லெப்டினன்ட் முரளி. இதைப் பற்றி அதிக விளம்பரம் வேண்டா மென்றால் நீயே அந்தப் பெண்ணை அழைத்துக் கொண்டு போய் போலீசாரிடம் விஷயத்தைச் சொல்லி ஒப்படைத்து விடு. அதுதான் உனக்கும் நல்லது, அந்தப் பெண்ணுக்கும் நல்லது. சுயநலமாகக் கூறப்போனால், ராணுவத்துக்கும் ஒரு தலைவலி தீர்ந்தது. ஆனால் அந்தப் பெண் உண்மையைத்தான் கூறுகிறாள் என்பது உணர்ச்சி வயப்படாதவர்கள் தீர்மானிக்க வேண்டிய விஷயம்.'

'பிரிகேடியரிடம் முதலில் விவாதித்துவிட்டுப் பிறகு போலீசா ரிடம் சொல்லாமென்றிருக்கிறேன்' என்றான் முரளி.

'ஆல்ரைட். உன் உசிதம் போல் செய். சரி, நாளைக் காலை நாம் எட்டுமணிக்குப் போக வேண்டும்.'

ஊடுருவல்காரர்கள் அறியாதவாறு திடீர்த் தாக்குதல் நடத்தி அனைவரையும் கைது செய்ய வேண்டுமென்றும், இதற்கு ராணுவமும் காஷ்மீர் போலீஸாரும் ஒத்துழைக்க வேண்டு மென்றும், அதற்கான செயல் திட்டங்களை விவாதித்து உருவாக்கிய பிறகு, முரளி ஆயிஷாவைப் பார்க்கச் சென்றான்.

கதவு தாளிடப்பட்டிருந்தது. உள்ளே பேச்சரவம் கேட்டது. ஒரு வேளை ஸலீம் வந்திருப்பானோ?

'நீ மரியாதையாய்ப் போய்விடு. தயவு செய்து தொந்தரவு செய்யாதே. அல்லாவின் மீது ஆணையாகக் கூறுகிறேன். உன்னைக் கண்டால் எனக்குப் பிடிக்கவில்லை' இது ஆயிஷாவின் குரல்.

'உனக்குப் பிடிக்கவில்லை என்பதைப் பற்றி யாருக்குக் கவலை? இந்தியாவுக்கா ஓடி வந்துவிட்டாய்? உலகத்தின் மறுகோடிக்குப் போனாலும் உன்னைத் துரத்திக்கொண்டே வருவேன்' இது ஸலீமின் குரலன்று. யார் இவன்?

'நீ எப்படி இங்கு வந்தாய்? உன் முகத்தில் விழிக்கக்கூடாது என்பதற்காகத்தானே நான் இந்தியாவுக்கு ஓடி வந்தேன்.'

'இந்தியாவுக்கு வருவதற்கு வழியா இல்லை? பாகிஸ்தான் அரசாங்கம் பணம் கொடுத்து என்னை இந்தியாவுக்கு அனுப்பி யிருக்கிறது தெரியுமா? ஆனால் நான் உளவறிய வந்தது அரசியல் காரணத்துக்காக மட்டுமல்ல. உன்னைத் தேடிக் கண்டுபிடிக்க. நீ இங்கிருப்பது தெரியாது என்றா நினைக்கிறாய்? அந்த மீசை முளைக்காத காப்பிரி உன்னை வந்து பார்த்துவிட்டுப் போவதும் எனக்குத் தெரியும். என்னை மணக்க உனக்கு இஷ்டமா, இல்லையா? அதையும் பார்த்து விடுவோம்.'

'என்ன செய்வாய்?'

'என்ன செய்வேனா? போலீசுக்கு ஒரு கடிதம் எழுதினால் போதும், நீ பாகிஸ்தானியென்று. ஆனால் நீ படித்தவள். அவ்வளவு தூரம் என்னை செய்யத் தூண்ட மாட்டாய் என்று எனக்குத் தெரியும். மரியாதையாக என்னுடன் வந்துவிடு.'

முரளி கதவைத் தட்டினான். உள்ளேயிருந்த ஆண் குரல் கிசுகிசுத்தது. சிறிது நேரம் தயக்கம். ஆயிஷா கதவைத் திறந்தாள்.

முரளி ஏதுமறியாதவன் போல் உள்ளே நுழைந்தான். அவன் ஆயிஷாவைப் பார்த்து புன்னகை செய்தவாறே, 'உங்களுக்கு இங்கு நண்பர்கள் இருக்கிறார்கள் என்று எனக்குத் தெரியாது ஆயிஷா...' என்றான்.

ஆயிஷா, என்ன பதில் சொல்வது என்று தெரியாமல், முரளியின் முகத்தைப் பரிதாபமாகப் பார்த்தாள்.

'என் பெயர் முரளி. தாங்கள்?' என்று கூறிக்கொண்டே கையை நீட்டினான் முரளி.

ஒரு விநாடி யோசித்தபிறகு, 'என் பெயர் ஹீராலால்' என்று அவன் கையை நீட்டியபோது அதைப் பிடித்து அப்படியே வளைத்தான் முரளி.

'உளவறியவா வந்திருக்கிறாய்? அதையும்தான் பார்த்து விடுவோம்' என்று சொல்லிக்கொண்டே அவன் சட்டையின் உள் பையிலிருந்த குறிப்புக்களையும், ரிவால்வரையும் பறிமுதல் செய்தான் முரளி. அவன் மார்பில் 'கரீம்கான்' என்று பச்சை குத்தியிருந்தது.

ஆயிஷாவின் முகத்தில் ஒளி படர்ந்தது. 'ஆயிஷா, நீங்கள் பக்கத்தில் எங்காவது 'போன்' இருந்தால் போலீசை, வரச் சொல்லுங்கள். நான் இவனை...' என்று முரளி சொல்லி முடிப்பதற்குள் கரீம் முரளியைத் தன் கால்களால் பலம் கொண்ட மட்டும் உதைத்தான், ஆயிஷாவிடம் பேசிக்கொண்டிருந்த அளவில் கொஞ்சம் பிடி தளர்ந்திருந்த முரளி கட்டிலின் மீது எகிறித் தள்ளப்பட்டான். அவன் நெற்றி கட்டிலின் கட்டைமீது மோதி ரத்தத்தால் நனைந்தது.

கரீம்கான் ஓடிவிட்டான்.

இவ்வெதிர்பாராத நிகழ்ச்சியினால் அதிர்ச்சியுற்ற ஆயிஷா என்ன செய்வதென்றறியாது ஸ்தம்பித்து நின்றாள்.

ஆயிஷா தன் கம்மீஸைக் கிழித்து மேஜையின் மீதிருந்த ஒரு பாத்திரத்தில் வைக்கப்பட்டிருந்த தண்ணீரில் நனைத்து முரளியின் நெற்றியில் ஒற்றினாள்.

அவளுடைய சிவந்த கை ரத்தம் பட்டு இன்னும் சிவந்தது. அவள் கண்களில் நீர் மல்கியது.

'ஒன்றுமில்லை ஆயிஷா. ராணுவ வீரர்களுக்கு இதெல்லாம் சகஜம். ஆனால் அவன் தப்பி ஓடிவிட்டானே என்பதுதான் எனக்கு அவமானமாக இருக்கிறது.'

'அவன் எங்கும் தப்பி ஓடமுடியாது. அவனும் அவனைப் போன்ற, இன்னும் சிலரும் ஸ்ரீநகர் எல்லையருகே இருக்கிறார்கள் என்று அவன் பேச்சிலிருந்து தெரியவந்தது. அவன் கொலைக்கஞ்சாதவன்.'

'யார் அவன்?' என்று கேட்டான் முரளி. ஆயிஷா அவனருகில் உட்கார்ந்துகொண்டு, அவன் தலையைத் தன் கைகளால் பிடித்துக்

கொண்டு, நெற்றியை இரத்தம் போகக் கழுவிக்கொண்டிருந்தாள். அவன் சட்டை முழுவதும் உதிரத்தால் சிவந்தது.

'என் சட்டை உங்கள் கை பட்டா, அல்லது ரத்தத்தினாலா, எதனால் சிவந்தது என்று தெரியவில்லை' என்றான் முரளி.

ஆயிஷா குறுநகை செய்தாள்.

'அவன் யாரென்று கேட்டீர்களே, அவன் என்னுடைய கிரா மத்தைச் சேர்ந்தவன். பெரிய பணக்காரன், குண்டா எல்லாம். நான் லாகூருக்குச் சென்று படிக்கப் பண உதவி செய்தான். ஆனால் என்னைத் திருமணம் செய்துகொள்ளத்தான் அவன் இவ்வளவையும் செய்தான் என்று பிறகு எனக்குத் தெரியவந்தது. அவனுக்கு என் சிற்றன்னையும் உடந்தை. ஏற்கெனவே அவ னுக்கு மூன்று மனைவியர்கள் இருக்கிறார்கள். பணத்தின் காரண மாக அவனுக்கு அரசியலில் செல்வாக்கு உண்டு. அவனும் என் சிற்றன்னையும் சேர்ந்திழைத்த கொடுமை தாங்க முடியாமல்தான் நான் இந்தியாவுக்கு ஓடி வந்தேன். ஆனால், அவனும் என்னைத் துரத்திக்கொண்டே வந்திருக்கிறான். நான் இங்கிருக்கிறேன் என்று அவன் எப்படிக் கண்டுபிடித்தான் என்று தெரியவில்லை. இதனால் அவன் ஆட்கள் இங்கு சுறுசுறுப்பாய் இருக்கிறார்கள் என்று தெரிகிறது.'

'ஊடுருவல்காரர்களை வளைப்பதற்கான ஏற்பாடுகள் நடந்து கொண்டிருக்கின்றன. இனிமேல் நீங்கள் பயப்படவேண்டாம். நான் மேஜரிடம் நீங்கள் என் பொறுப்பில் இருப்பதாகச் சொல்லி விட்டேன். நீங்கள் போலீஸ் பாதுகாப்பில் இருப்பதுதான் உங்களுக்கும் நல்லது என்று நினைக்கிறேன். அதுவும் நீங்கள் இங்கு இருக்கும் செய்தி கரீம்கானுக்குத் தெரிந்துவிட்ட படியால்...'

ஆயிஷா அவன் இரு கைகளை இறுகப் பற்றிக்கொண்டாள். கண்களில் நன்றி ததும்பியது.

'நீங்கள் எனக்காக மேற்கொள்ளும் சிரமத்தை நினைக்கும் போது..'

'முரளி தன் கைகளை விடுவித்துக்கொண்டான். திடீரென்று ஏதோ நினைவினால் உந்தப்பட்டவன் போல் அவன் விலகி உட்கார்ந் தான்.

‘உங்களுக்காக மட்டுமல்ல. என் நண்பன் ஸலீமுக்காகவும்!’

‘இவ்வாறு சொல்லிச் சொல்லி உங்கள் மனத்தை அடிக்கடி தேற்றிக் கொள்கிறீர்களா? அல்லது...’

முரளி கட்டிலிலிருந்து எழுந்திருந்தான். ‘ஆயிஷா! ஸலீமினால், நீங்கள் இல்லாமல் தன் வாழ்க்கையை கற்பனை செய்து பார்க்க முடியவில்லை. அதை நினைக்கும்போது நாம் இப்படிப் பேசுவது சரியல்ல. நான் வருகிறேன்.’

ஆயிஷாவின் முகம் கோபத்தால் சிவந்தது.

‘பரிதாபத்தின் காரணமாக யாரும் பொறுப்பேற்க வேண்டாம். நீங்கள் உங்கள் வழியிலே செல்லுங்கள், என் வழி என்னவென்று எனக்குத் தெரியும்.’ ஆத்திரத்தில் பேசியதனால் அவள் உடல் சற்று ஆடியது.

‘நீங்கள் என்ன செய்யப்போகிறீர்கள்?’ என்று அறையின் கதவருகே நின்றுகொண்டு கேட்டான் முரளி.

‘அதைப் பற்றி நீங்கள் பயப்படவேண்டாம். பாகிஸ்தானிலிருந்து கொடுமைக்கஞ்சி இங்கு வந்தால், இந்தியாவிலும் உங்களைப் போன்ற ஈவிரக்கமற்றவர்கள் இருக்கிறார்கள்’ அவள் குரல் கம்மியது. அவள் கட்டிலில் உட்கார்ந்துகொண்டு தன் முகத்தை இருகைகளாலும் மூடிக்கொண்டாள்.

முரளி அவளருகே சென்றான். அழகின் சிலையாக இருந்து கொண்டு அவள் அழுத தோற்றம் அவனை உணர்ச்சி வயப்படச் செய்தது. அவன் அவளருகே சென்று அவள் தோள்களைத் தொட்டான். எஃகினும் உறுதியான அவள் உடல் அவன் தொட்ட இடத்தில் கனிந்தது.

அவன் அவள் பக்கத்தில் உட்கார்ந்தான். ‘ஆயிஷா, இதோ பார். என் நிலைமை... ஸலீம் என் உயிர்த்தோழன்.’ தான் சொல்லுவதில் தனக்கே நம்பிக்கை இல்லாததுபோல் அவன் குரல் ஈனஸ்வரத்தில் ஒலித்தது. மரியாதைப் பன்மை போய் அவளை ஏகவசனத்தில் அழைக்கத் தொடங்கிவிட்டோம் என்பதை அவன் உணர்ந்தாலும் தன்னைத் திருத்திக்கொள்ள அவன் முற்படவில்லை.

ஆயிஷா அவனை ஏறிட்டு நோக்கினாள். அவள் கண்களிலிருந்து உருண்டோடிய நீர்த்துளிகள் அவள் முகமாகிய கண்ணாடியின்

முன் இன்னும் ஒளிவிட்டுப் பிரகாசித்தன. உலகத்தின் அதிசயத்தை யெல்லாம் ரகசியத்துள் ரகசியமாக்க மௌன பாஷையில் கவிதை யாகப் பொழியும் அவள் பார்வையின் குளுமை வேகம் தாங்க முடியாமல் அவன் உடல் லேசாக நடுங்கியது.

அவள் தோள் மீது வைத்திருந்த ஆண்மைப் பொலிவுடன் விளங்கிய அவன் கை பெண்மையின் பாதுகாப்பை நாடுவது போல் இன்னும் சற்றே இறுகியது.

உலகில் நட்பு, நம்பிக்கை போன்ற நிரந்தர உண்மைகள் மனிதனின் மிருக உணர்வுக்கு முன்னால் பொருளற்றுப் போய் விடுமா? சுவர்க்கத்தை இழப்பதும், பெறுவதும் ஒரு வினாடி யிலா அடங்கியிருக்க வேண்டும்? முரளி தன் வாழ்க்கையையே விரயமாக்கி விட்டது போல், இடிந்து உட்கார்ந்திருந்தான்.

இனி தனக்கு எதிர்காலமே கிடையாது. நிகழ்காலத்தில் நடை பெற்ற ஒரு வினாடிக்காக, இறந்த காலத்தைப் பொருளற்றதாக்கி, எதிர்காலத்தையும் பணயம் வைத்தாகிவிட்டது. இனி உலகில் வாழ்வதற்கு தனக்குத் தகுதியே இல்லை. உற்ற நண்பனுக்கு உபகாரம் செய்வதாகக் கூறி, அவனுக்கு துரோகமிழைத்துவிட்ட தான் ஜீவித்திருப்பதற்கு எந்தவித நியாயமும் கிடையாது. உலகத்தை விட்டு எங்காவது ஓடிவிடவேண்டும். ஸலீமை இனி தன்னால் பார்க்கவே முடியாது.

கதவை யாரோ தட்டுவது அவன் காதில் விழுந்தது. முகத்தைத் துடைத்துக்கொண்டு போய் கதவைத் திறந்தான். ராணுவ அலுவலகத்திலிருந்து கடிதம். அன்றிரவு ஓர் அவசரக் கூட்டம். பாகிஸ்தான் நம்முடன் போர் தொடுப்பதற்காக முஸ்தீபுகளைத் தொடங்கிவிட்டது.

முரளி அவசரக் கூட்டத்திலிருந்து திரும்பி வரும்போது நேரமாகி விட்டது. அடுத்த நாள் சாம்ப் பகுதிக்குச் செல்வதாகயிருந்த ராணுவ வீரர்களுள் அவனும் ஒருவன்.

தன் நண்பனுக்கிழைத்துவிட்ட குற்றத்துக்குப் பரிகாரமாக புனிதப் பணியில் தன்னை அர்ப்பணித்துக் கொள்வதற்கான வாய்ப்பு இப்பொழுது ஏற்பட்டிருக்கிறது.

'லெப்டினன்ட் முரளி, உன்னுடைய திறமைக்கு இது ஒரு சோதனை. எதிரிகள் பாட்டன் டாங்கிகளைப் பயன்படுத்திக்

கொண்டு கண்மூடித்தனமாக முன்னேறுகிறார்கள். நம் ஆகாயப் படைகள் அவற்றைத் தாக்குவதற்கான அரசியல் உத்தரவு கிடைத்துவிட்டாலும், பாட்டன் டாங்குகளைப் பற்றிய ராணுவச் செய்தி விவரங்கள் நமக்குத் தேவை. அதைப் பற்றி அறியச் செல்லும் உன் படையணி எதற்கும் தயாராகவிருக்க வேண்டும். விஷயங்களை அறிந்துகொண்டு எவ்வளவு பேர் உயிருடன் திரும்புகின்றீர்களோ அவ்வளவு பேரும் அதிர்ஷ்டசாலிகள் என்றுதான் சொல்ல வேண்டும். ஆனால், இச்செய்திகள் நமக்கு மிகவும் தேவை' என்றார் பிரிகேடியர்.

'இச் செய்திகளைச் சேகரிப்பதற்கு என் உயிர் பிரச்னையாகக் குறுக்கிடாது என்று உங்களுக்கு உறுதி கூறுகிறேன்' என்றான் முரளி.

'சீரியோ, மை பாய்!' என்று கூறிய பிரிகேடியர் மறுபுறம் திரும்பிக் கொண்டார். அவர் கண்களில் நீர் கசிந்ததை முரளி பார்க்க வில்லை.

மரணத்தை ஏமாற்றிக்கொண்டு ஒவ்வொரு விநாடியும் கழிந்து கொண்டிருந்தது. பாட்டன் டாங்கிகளின் ராட்சச ஆரவாரத்துக் கிடையேயும், புதர்க்கிடையேயும் மறைந்திருந்த முரளிக்கு இதயத் துடிப்பு தெளிவாகக் கேட்டது. அழிவை அறைகூவி அம்பலப்படுத்தும் அந்த பிரம்மாண்டமான பேரிரைச்சலின் முன்னால், தான் 'இன்னும் உயிருடன்தானிருக்கிறோம்' என்று நினைவுபடுத்திக் கொண்டிருக்கும் அத்துடிப்பின் மென்மையான இசை அவனுக்கு நம்பிக்கையையும் வலுவையும் அளித்தது.

இது இன்னும் எத்தனை நேரம் நீடிக்கும்? காலம் செத்துவிட் டதோ? மரணத்தை எதிர்நோக்கிக்கொண்டிருக்கும் ஒவ்வொரு விநாடிக்குமிடையேயுள்ள காலத்தைத்தான் யுகம் என்று கணக்கிட்டார்களோ? வாழ்க்கை என்பது எவ்வளவு மகத்தானது என்பது இப்பொழுது ஒவ்வொரு விநாடியும் வாழும் போதுதான் தெரிகின்றது. அழிவின் ஆக்கிரமிப்பில், நடைபெறும் தொடர் நிகழ்வில் ஆக்கத்தின் பேருண்மையை அறிய முற்பட்டதுதான் இயற்கையின் அதிசயம்!

ஆம். தான் வாழத்தான் வேண்டும். வாழ்க்கையை தெய்வீக உண்மையை நிர்மூலமாக்கும் இந்தப் பொய்யின் ஆணவத்தை அழிப்பதற்கு வாழத்தான் வேண்டும். முரளி தன் பையைத்

தொட்டுப் பார்த்துக்கொண்டான். அவன் சேகரித்த குறிப்புகள் பத்திரமாகவிருந்தன.

ஊழிக் கூத்து முடிந்து ஓய்வென்ற அமைதியில் உலகம் உறங்கு வதுபோல், திடீரென்று ஏற்பட்ட மௌனத்தின் சூழ்நிலையில் அவன் தன் தனிமையை உணர்ந்தான். அவன் கூட வந்தவர்கள் யாவரையும் பாட்டன் டாங்கிகள் களப்பலி கொண்டுவிட்டன. மரணத்தை நாடி அவன் போர்க்களத்துக்கு வந்தும் மரணம் அவனை ஏமாற்றிவிட்டது.

பாட்டன் டாங்கிகளின் கூச்சல் ஓய்ந்தது. அவன் புதர்க்கிடை யிலிருந்து எழுந்து அடிமேல் அடி வைத்து மெதுவாக வெளியே வந்தான். அவன் வெளிவரும்போது அவன் விலக்கிக்கொண்டு வந்த இலைகளின் ஓசை அவன் இதய ஓட்டத்தை அதிகரித்தது.

மனிதர்கள் மூட்டிய எரி விண்ணிலும் பரவியதுபோல் வானம் எரிந்து கொண்டிருந்தது. மாலை நேரம்.

இயற்கை விளைவித்த ஓவிய வியப்பில் அவன் தன்னை மறந்து ஒருகண நேரம் நின்றான். இரக்கமின்றி ஒருவரை ஒருவர் அடித்துக் கொண்டு சாவது இச்சூழ்நிலையில் எவ்வளவு பொருத்தமில் லாமல் காணப்படுகிறது! மூர்க்க வேகத்துடன் அநியாயம் தலை விரித்தாடும்போது அதை வெல்வதற்கு போரைத் தவிர வேறு வழி உண்டா?

நியாய அநியாயத்தைப் பற்றி தீர்ப்பு வழங்க தனக்கு என்ன உரிமை இருக்கிறது? அவன் பையில் ஸலீம் அவனுக்கு அனுப்பி யிருந்த கடிதம் கனத்தது.

அன்று காலை அவன் பிரிகேடியரிடமிருந்து விடை பெற்று போர்முனைக்குப் புறப்படும்போது, அக் கடிதம் வந்தது. அதை அவன் பிரிக்கவேயில்லை. அக்கடிதம் என்ன கூறும் என்பது அவன் மனச்சாட்சிக்குத் தெரியும்.

அதனால் தன் மனத்தை இறுக்கியிருந்த குற்றத்தின் சுமை அதிகமாகிவிட்டால், குற்றத்தின் சுமையை அதிகமாக்கி அது விளைவிக்கும் வேதனையை தான் அனுபவித்தே தீரவேண்டும். மரணத்தை நாடி தன் வாழ்க்கையைச் சுலபமாக முடித்துக் கொள்வதைக் காட்டிலும் மனச்சாட்சி தன் நெஞ்சிலேற்றிய இமாலயச் சுமையைச் சுமந்துதான் ஆகவேண்டும்.

அவன் அக் கடிதத்தை பிரித்துப் படிக்கத் தொடங்கினான். பாட்டன் டாங்கிகளைக் கண்டு அஞ்சாத அவனுள்ளம் அக் கடிதத்தை படிக்கும்போது அஞ்சியது.

அன்புள்ள முரளி,

நீ உலகத்தில் வேறு எதனைக் கண்டு அஞ்சாவிட்டாலும் உன்னைக் கண்டு அஞ்சிச் சாவது வேடிக்கைதான். ஆயிஷா வைப் பார்த்து நடந்ததெல்லாம் அறிந்தேன். நான் அவளை உயிருக்குயிராய் நேசித்தது உண்மையே. ஆனால் அவள் என்னை விரும்பவில்லை என்பது என் துர்பாக்கியம்தான். என்னுடைய வேதனை தாங்காமல் எப்பொழுது என் பொருட்டு ஆயிஷாவை ஆதரிக்கும் பொறுப்பை நீ ஏற்றாயோ அப்பொழுதே உன் நட்பின் நேர்மையை நான் உணர்ந்தேன். பின்னால் ஏற்பட்ட சூழ்நிலைகளுக்கு அல்லது சூழ்நிலைகளின் சதிக்கு, நீயோ நானோ அல்லது ஆயிஷாவோ பொறுப்பாளி யல்லர்.

நான் என் சார்பில் பொறுப்பேற்கத் தயங்கினாலும், உன் சார்பில் பொறுப்பேற்று அவளை பாதுகாப்பாக போலீசில் ஒப்படைத் திருக்கிறேன். முட்டாளே! உன்னை விரைவில் சந்திக்கும் நாளை எதிர்பார்க்கிறேன்.

இப்படிக்கு
உன் அன்புள்ள,
ஸலீம்

முரளி அப்படியே திகைத்து நின்றான். அவன் கண்களிலிருந்து நீர் அருவியாகப் பெருகியது. ஸலீம் குணக்குன்றின் உச்சியில் இருந்துகொண்டு தன்னைப் பார்ப்பதுபோல் அவனுக்குத் தோன்றியது. விரைந்து சென்று அவனைப் பார்த்து அவனைத் தன் கண்ணீரால் நனைத்தால்தான் தன் மனம் ஆறும் என்று அவனுக்குப் பட்டது.

மனத்தில் பிறந்த தெளிவுடன் அவன் முகாமை நோக்கிப் புறப் பட்டான்.

முரளியைப் பார்த்து பிரிகேடியர் வியப்படைந்து நின்றார்.

'நீ இன்னுமா உயிருடன் இருக்கிறாய்? இது மகத்தான செய்தி!' என்று அவனை இறுக அணைத்துக்கொண்டார்.

முரளியின் பையிலிருந்த ரகசியக் குறிப்புகளை வாங்கிப் படித்தார். அவர் முகம் மகிழ்ச்சியினால் மலர்ந்தது.

‘வெரிகுட் மை பாய்...ரிகார்க்கபிள் வொர்க்’

‘தாங்க்யூ சார்.’

‘ஒரு முக்கியமான விஷயம் தெரியுமா உனக்கு? இப்பொழுது தான் செய்தி கிடைத்தது. குஜ்ரன் வாலா விமானத் தளத்தை தாக்கச் சென்ற நம் விமானிகளிலொருவன், அங்குள்ள ‘ராடர்’ அமைப்பை குண்டுவீச்சினால் தகர்க்க முடியவில்லை என்பதற் காகத் தன் விமானத்தையே அதன் மீது மோதித் தகர்த்துவிட்டான். அந்த ‘ராடர்’ அழிவு அவன் மரணத்தை, அவன் அமரத்துவத்தை வேண்டி நின்றது.’

முரளி நெஞ்சடைத்து நின்றான். மரணத்துக்கு சவால் விடுத்த அந்த ஒரு விநாடியில், மனித நிலை கடந்து அதற்கும் அப்பால், வெகு தூரத்துக்கப்பால் சென்று தெய்வமாகிவிட்டான் அவ் வீரன். மனிதன் மிருகமாவதும் தெய்வமாவதும் ஒரு விநாடியில் தான். வாழ்க்கை முழுவதையும் அவ்வீரன் அந்த ஒரு விநாடியில் வாழ்ந்துவிட்டான்.

‘அவ்வாறு தன் உயிரை நீத்து பாரதத்தின் பெருமையைத் தலை யோங்கச் செய்த இளைஞன் ஒரு முஸல்மான். அவன் பெயர் ஃபிளைட் லெப்டினண்ட் ஸலீம்.’

‘ஸலீம்’ என்ற அப்பெயரைத் திரும்பக் கூவிய முரளி பிரிகேடியர் முன் நிற்கிறோம் என்பதையும் மறந்து தன் மார்பை இரு கைகளாலும் பிடித்துக்கொண்டு பக்கத்திலிருந்த நாற்காலியில் அப்படியே சாய்ந்தான்.

31. அழிவும் ஆக்கமும்

'இந்தியா-கேட் இரண்டு' என்று சொல்லிவிட்டு இன்னொரு நபருக்கு சகுந்தலாவைச் சுட்டிக் காட்டினார் நாயுடு. கண்டக்டர் இருவரையும் மாறி மாறிப் பார்த்தான். நாயுடுவுக்குக் கொஞ்சம் சங்கடமாக இருந்தது. கண்டக்டர் மீது தவறில்லை. அவன் ஆச்சரியம் இயற்கையானதுதான். பஸ்ஸில் நிறைய இடமிருக்கும்போது தம் பக்கத்தில் அவள் உட்காராமல் வேறோர் இடத்தில் அவள் போய் உட்கார்ந்தால்? அப்பாவுக்கும் பெண்ணுக்கும் தகராறு என்று அவன் நினைத்திருப்பான். ஆனால்... அவர் நெஞ்சு கனத்தது.

சின்ன வயதிலிருந்தே நாயுடுவை 'அம்மா பிள்ளை' என்பார்கள். அந்த அடைமொழியை அவர் இப்பொழுது வெறுப்பது போல் எப்பொழுதுமே வெறுத்ததில்லை. அம்மா பேச்சைக் கேட்டு இரண்டாம் தாரம் கொண்டோமே, தம் புத்தியைச் செருப்பால் அடிக்க வேண்டியதுதான். இருபத்தைந்து வருஷங்கள் தம் துன்பத்திலும், இன்பத்திலும் பங்கு கொண்ட பங்கஜம், 'அப்பாவி' என்று ஏளனமாக எல்லோராலும் அழைக்கப்பட்ட தம்மை கண்ணும் கருத்துமாய் குழந்தையை வளர்ப்பதுபோல் பாதுகாத்த பங்கஜம்... அவளை எரித்துவிட்டு வந்த கைச்சூடு, மனச்சூடு ஆறுவதற்குள், இரண்டாம்தாரம் கொண்ட தமக்கு இதுவும் வேண்டும், இன்னமும் வேண்டும்!

நாயுடு சகுந்தலாவை நோக்கினார்.

நல்ல சிவப்பு. கோபம் வந்தால் பார்க்க வேண்டும், ஊர் கூடுவது போல், ரத்தமும் கூடிவிடும். தாழம்பூப் போல் வழவழப்பான அக்

கைகளுக்கு எஃகு போன்ற வன்மை எங்கிருந்து வந்தது? தொட்டுப் பார்க்க வேண்டும் என்றுதான் ஆசை அவருக்கு. ஆனால் அவள் தொட அனுமதித்தால்தானே?

அம்மாவுக்கென்ன? இவளைத் தன் தலையில் கட்டிவிட்டு தில்லிக்குளிர் பொறுக்க முடியவில்லை என்று சின்னப் பிள்ளை யிடம் போய்விட்டாள். தில்லிக்குளிர் பொறுக்க முடிய வில்லையா? அல்லது இவள் செலுத்திய அதிகாரம் காணச் சகிக்க வில்லையா? எதுவென்று தெரியாது. அம்மா ஒன்றுமே வாய் விட்டுச் சொல்ல மாட்டாள். அம்மாவைச் சொல்லி என்ன பயன். ஐம்பது வயசுக்கு மேல் மறுமணம் செய்து கொண்டது யார் தவறு? 'அம்பது ஒரு வயசா, அந்தக் காலத்திலே அறுபதிலும், எழுபதிலும் செய்துக்கலையா?' என்று அம்மா சொன்னதும், ரெவின்யூ போர்டு குமாஸ்தா புருஷோத்தம் நாயுடுவுக்கு ஏற்கெனவே ஆறு பெண்களிருக்க, தாய் தந்தையற்ற மருமகளாக அவர் பொறுப்பில் சகுந்தலா இருந்ததும், படுபாவித் தரகன் வீராசாமியின் வாய் ஜாலமும், சந்தர்ப்பத்தின் சூழ்ச்சியுமே தவிர வேறு என்ன?

தாய் தந்தையற்றவள் என்பது தப்புதான். கல்யாணத்தன்றிரவு சகுந்தலாவே சொன்னாள்: 'எனக்கு அப்பா இல்லேங்கறது உண்மைதான். ஆனா அம்மா இருக்காங்க.' நாயுடுவுக்கு இச்செய்தி கொஞ்சம் அதிர்ச்சியாயிருந்தது. 'அம்மா இருக்காங் களா, பின்னே ஏன் இல்லேன்னாங்க?' என்று கேட்டார்.

'இருக்காங்க. ஆனா அவங்க பயித்தியம்,' 'அப்படியா?' என்று கேட்ட நாயுடு அவளை அனுதாபத்துடன் நோக்கினார். 'அவங்களுக்கு ஏன் பயித்தியம் பிடிச்சது தெரியுமா?' என்று சற்று நிறுத்தினாள் சகுந்தலா. 'ஏன், என்ன காரணம்?' என்று வினவிக்கொண்டே அவள் கைகளைப் பற்றினார் நாயுடு. அவள் கைகளை ஆவேசத்துடன் விடுவித்துக் கொண்டாள். அவள் பார்வை உக்கிரமாக இருந்தது. இதனால் சற்று ஏமாற்றம் அடைந்த நாயுடு, 'ஒன்றும் நடந்துவிடவில்லை' என்பது போல முகத்தை இயல்பாக வைத்துக் கொண்டு புன்னகையுடன் கேட்டார்: 'ஏன் என்ன காரணம்?'

'அவங்களையும் ஒரு கிழவனுக்குத்தான் கட்டிக் கொடுத்தாங்க.'

இந்நிகழ்ச்சியை நினைத்துப் பார்த்த நாயுடுவின் கண்களில் இப்பொழுது நீர் கசிந்தது.

'எல்லாம் நாளாயிடுச்சின்னா சரியாயிடும்!' என்று எல்லோரும் சொன்னார்கள். தில்லியில் குடித்தனமும் வைத்தாகிவிட்டது. ஆறு மாதமாகியிருக்குமா? தம் அனுபவத்தைப் பொறுத்தவரையில், ஆறு ஜென்மங்கள்கூட ஆகியிருக்கலாம். நரை விழுந்த தலையில் வழுக்கை அதிகரித்துவிட்டதே தவிர, சகுந்தலா இன்னும் மாற வில்லை. அவர் ஏக்கத்துடன் சகுந்தலாவை நோக்கினார்.

'கோல் மார்கெட்...'

பிர்லா மந்திரில் இன்று விசேஷம் போலிருக்கிறது. நல்ல கூட்டம்.

'இங்கு வந்து உட்காரம்மா' அவர் குரல் பலவீனமாக ஒலித்தது. தன் மனத்தில் பட்டதை வெளிப்படையாகவும் சொல்ல அவருக்கு துணிவில்லை. 'என்ன அற்பத்தனமான பார்வை' என்று அவள் சீறினாலும் சீறுவாள். எனவே, அவர் இயற்கையாக இருக்க முயன்று மெதுவாகச் சிரித்தார்.

'உங்கள் தங்கப்பல் எல்லோருக்கும் தெரியணுமா?'

ஜன்னலோரமாக உட்கார்ந்ததனால் அவர் உடம்பில் பட்ட வெயிலைக் காட்டிலும் அவள் சொல் இன்னும் அதிகமாகச் சுட்டது. அவர் சற்று முற்றும் பார்த்தார். தமிழ் தெரிந்தவர்கள் யாரேனும் இருக்கப் போகிறார்கள்.

★★★

ஓர் இளைஞன்சகுந்தலாவின் பக்கத்தில் வந்து உட்கார்ந்தான். அவனும் நல்ல சிவப்பு. வாட்ட சாட்டமான உடல். அரும்பு மீசை. நல்ல பொருத்தம்தான் என்று ஓர் அசட்டுத்தனமான கற்பனை தோன்றியது நாயுடுவுக்கு.

திடீரென்று அவருள்ளத்தில் ஒரு சூன்யம். அப்படியே இறங்கி ஓடிவிடலாமா என்று எண்ணினார்.

'கோல் மார்க்கெட்' வளைவைச் சுற்றிக்கொண்டு பஸ் நிற்கும் போது, அதன் ஆட்டத்தினால் நிலை தடுமாறி அந்த இளைஞன் மேல் சாய்ந்தாள் சகுந்தலா. வேண்டுமென்றே சாய்ந்திருக்க முடியாது. காலை நன்றாக ஊன்றிக்கொண்டு பக்கவாட்டில் இறுகப் பற்றியிருந்தாலும் தாமும் சாய்ந்து விடவில்லையா? ஒருவேளை தமக்கு வயதாகி விட்ட தளர்ச்சியோ?

அவர் சகுந்தலாவை நோக்கினார். அவள் முகம் வெட்கத்தால் சிவந்திருந்தது.

வேண்டுமென்றே அவர் சாய்ந்த காலமுமுண்டு. கல்யாணமான புதிது. பங்கஜத்துடன் இரட்டை மாட்டு வண்டியில் கும்ப கோணத்திலிருந்து ஒப்பிலியப்பன் கோயிலுக்குச் சென்று கொண்டிருந்தார்கள். புதிதாக வாங்கப்பட்ட இளமை முறுக் கேறிய காளைகள். மண்சாலை என்பதையும் லட்சியம் செய்யாமல் அவை உற்சாகத்துடன் ஓடின. வண்டி ஆடியது என்பது வாஸ்தவமானாலும், அவர் வேண்டுமென்றே பங்கஜத் தின் மீது பல தடவை சாய்ந்தார். 'இந்தாங்க!' அவள் பொய்க் கோபத்துடன் அவரை நோக்கினாள். 'காளை புதுசு' என்றார் அவர். 'எந்தக் காளை' என்று கேட்டுவிட்டு கன்னம் குழிய அவள் சிரித்தாள். கன்னத்தில் குழிவு விழுந்தால், அதிர்ஷ்டமாம். அவளிருக்கும் வரை, தமக்கு அதிர்ஷ்டம்தான். இல்லாவிட்டால், அவள் போனவுடன் ரிடையராகும் வயதில் தம்மை தில்லிக்கு மாற்றுவார்களா?

ரிடையராகப் போகும்போது மணம் செய்துகொள்ளலாமா? ஆரம்பத்திலிருந்தே தமக்கு இஷ்டமில்லைதான். 'என்னம்மா அம்பது வயசுக்கு மேலே கல்யாணமா?' என்று அவர் தம் தாயிடம் வாதாடிப் பார்த்தார். ஆனால் அம்மா கேட்டால்தானே? அந்தத் தரகன் வீராசாமியின் பேச்சில் மயங்கி, சகுந்தலாவைப் பெண் பார்க்கப் போனதும் தவறு. கொள்ளை போகும் அந்த அழகைக் கண்டதும் சபலம்.

அவ்விளைஞன் சகுந்தலா பக்கத்தில் இன்னும் நெருங்கி உட்கார்ந்திருக்கிறானோ? நன்கு வீசிய காற்றின் விளைவினால் அசைந்தாடிய அவள் சேலையின் நுனி, அவன் சட்டையுடன் ரகசியம் பேசுவது போல், தொட்டுத் தொட்டு விலகியது. அவள் அசையவில்லை. அவள் வெளியே பார்த்துக்கொண்டிருந்தாள்.

உணர்ச்சியற்ற பார்வையென்று இதைச் சொல்லமுடியாது. பாவனை அப்படியிருந்தாலும், உணர்ச்சிக் கொந்தளிப்பின் போதெல்லாம் அவள் இப்படித்தான் பார்ப்பது வழக்கம்.

அன்று, பங்கஜத்தின் நகைகளை அணிந்துகொண்டு சர்வாலங்கார பூஷிதையாய் எதிரே வந்து நின்றாள் அவள். பங்கஜம் இறப்ப தற்கு முன் இந்நகைகளை அணிந்துகொண்டு தம் மடியில் இருந்தவாறுதான் உயிரை விட்டாள். 'நான் விட்டுச் செல்லும்

நினைவுகள் உங்களை இன்னும் அம்பது வருஷத்துக்குத் தாங்கும்' என்று சொல்லிவிட்டுச் சிரித்தாள். அதுதான் அவர் கண்ட கடைசிக் குழிவு. பங்கஜத்தின் நினைவு வந்ததும் அவர் கண்களில் நீர்த்திரை பரவியது. எதிரே நின்ற சகுந்தலா மறைந்தாள். 'பங்கஜம் பங்கஜம்' என்று அவருள்ளம் ஓலமிட்டது. 'நானில்லே அழணும்? நீங்க ஏன் அழறீங்க?' என்றாள் சகுந்தலா. 'அந்த நகைகளைக் கழற்றி வைச்சுடு. என்னமோ செய்யுது எனக்கு' என்று ஈனஸ்வரத்தில் அவர் கூறினார். 'ஏன் உறுத்துதோ? அதுக்காகத்தான் போட்டுக் கிட்டேன்' என்றாள் அவள். 'என்னை மன்னிச்சுடு. எனக்கு ஒரே குழப்பமா இருக்குது. 'என் காலத்துக்கு அப்புறம் நீ ஒண்டியா என்ன செய்ய முடியும்'னு சொல்லிச் சொல்லி எங்கம்மா ஒரே பிடிவாதமா இந்தக் காரியத்தை நிறைவேத்திட்டாங்க. என்னை எல்லோரும் அப்பாவின்னுவாங்க. உண்மையிலே இப்போதான் எனக்குத் தோணுது. நான் அப்பாவிதான்.' இதைச் சொல்லி விட்டு அவர் அப்படியே அழுதுவிட்டார். 'அப்பாவியோ, பாவியோ எனக்குத் தெரியாது. அநாதைன்னா பணத்தைக் கொடுத்து விலைக்கு வாங்கலாம். உங்கம்மாவுக்கு தோணிச்சு. நீங்களும் பெருமாள் மாடு மாதிரி தலையாட்டித்தானே இது நடந்திருக்குது? இப்போ நினைச்சுக்கிட்டு ஏன் அழறீங்க?'

'ஆனது ஆயிடுச்சு. இப்போ நீ என்ன சொல்றே. அதுப்படி நான் நடக்கிறேன். நீ உன் இஷ்டப்படி இருக்கலாம். நான் ஒண்ணும் உன்னைக் கேட்கலே, போதுமா?'

சகுந்தலா அவரைச் சிறிது நேரம் உற்று நோக்கினாள். பிறகு சொன்னாள்: 'உங்களைக் கவனிச்சுக்க ஓர் ஆள்தானே வேணும் னாங்க உங்க அம்மா. நான் அந்த ஆளா இருந்துட்டுப் போறேன். ஆனா என்னை மனைவியா எதிர்பார்க்காதீங்க!' இதைச் சொல்லி விட்டு அவள் தன்னைப் பார்த்த பார்வை, அது உணர்ச்சியற்ற பார்வையல்ல; அது பாவனைதான்.

'ரீகல்... ரீகல் வாலே உதர்னா...' கீழே இறங்கியதற்கு நிகரான கூட்டம் பஸ்ஸில் ஏறியது. சகுந்தலாவின் தோள் அவ்விளைஞ னின் தோள்மீது பட்டும் படாமலும் இடித்துக் கொண்டிருந்தது. பால் வெள்ளையான வலை ரவிக்கை, தோளின் சதைப் பிடிப்பை, உறுதியை, விண்ணென்று தெறித்துக் காட்டியது. அவளுள்ளமும் இப்படித்தான்.

ஐம்பது வயதானாலும் தனக்குச் சபலம் குறையவில்லையே. ஆனால் இளமையின் உயிர்த்துடிப்பில். அவள் எப்படி உறுதி குலையாமல் நிற்கிறாள். சபலம் என்பது உணர்ச்சிகளின் விட்ட குறைதானே! இளமையின் முழு வேகத்தில்தான் ஆக்கிக் கொள்ளவும் முடியும், அழித்துக்கொள்ளவும் முடியும்.

சகுந்தலா இப்பொழுது தன்னை ஆக்கிக்கொண்டிருக்கிறாளா, அழித்துக்கொண்டிருக்கிறாளா? இயற்கைக்கு விரோதமாக எது செய்தாலும் அது அழிவுதான்.

தம்மைச் சித்திரவதை செய்யவேண்டும் என்பதற்காக, நரக வேதனைக்குள்ளாக்க வேண்டுமென்பதற்காக, அவள் செய்யும் ஒவ்வொரு காரியமும்... ஆனால் உண்மையில் பார்க்கப் போனால் அவள் எண்ணம் இத்துடன் முடிந்து விடுகின்றதா? அப்படி முடியத்தான் வேண்டும். வேறு விதமாக அவர் நினைக்க விரும்பவில்லை.

பங்கஜத்தின் தம்பியினுடைய மைத்துனன் வந்திருந்தபோது, தில்லியைச் சுற்றிப் பார்க்க சகுந்தலாவே அவனை அழைத்துச் சென்றாள். திருமலை முதலில் தயங்கினான். ஆனால் இரண்டு மூன்று நாள்களுக்குப் பிறகு ஒப்புக்குக்கூட அவன் தன் தயக்கத்தை வெளிக்காட்டவில்லை. பத்து நாள்தான் லீவு என்றவன், ஒரு மாதம் தங்கிவிட்டுப் போனான்.

அந்நாள்களில் சகுந்தலா தம்மைப் பார்த்து ஒவ்வொரு விநாடியும் மனத்துக்குள் சிரித்துக்கொண்டிருப்பது போல் அவருக்குப் பட்டது. அவளைத் தோல்வியுறச் செய்ய வேண்டுமென்பதற்காக, அவர் மிகுந்த உற்சாகத்துடன் அவர்களை எங்கெங்கு போய் விட்டு வந்தார்களென்பதைப் பற்றியெல்லாம் விசாரிப்பார். காரணமில்லாமல் பொங்கி வழிந்த அவர்களுடைய உவகைப் பெருக்கில் தாமும் பங்குகொள்வார். ஆனால், திருமலையை 'கிராண்ட் டிரங்கில்' ஏற்றிவிட்டுத் திரும்பும்போது சகுந்தலா சீறிவிழுந்தாள். 'நீங்கள் என்ன பயித்தியமா? அர்த்தமில்லாமல் சிரித்துக்கொண்டு?'

அப்பொழுதுதான் அவர் உணர்ந்தார். தம்முடைய மகிழ்ச்சியைக் கண்டு அவளுக்கு ஏமாற்றமென்று. நீண்ட முகத்துடன் பெரும் வேதனைக்குள்ளாவதைத்தான் அவள் தம்மிடமிருந்து எதிர் பார்த்தாள். அவர் தம் மனதுக்குள் சிரித்துக்கொண்டார்.

வெளியில் பார்த்துக்கொண்டிருந்த சகுந்தலா, நாயுடு பக்கம் திரும்பினாள். அவர் தன்னை கவனிப்பது கண்டு, அவள் வேண்டு மென்றே அவ்விளைஞன் பக்கம் சற்று நெருங்கி உட்கார்ந்தாள். அவ்விளைஞனும் இது கண்டு சற்று ஆச்சரியப்பட்டிருக்க வேண்டும். அவன் அவளை தலையைச் சாய்த்துக்கொண்டு பார்த் தான். அவனும் அவளருகில் இன்னும் சற்று நெருங்கி உட்கார்ந் தான்.

சகுந்தலா அவனை சுட்டெரிப்பவள் போல் பார்த்தாள். இப் போது நாயுடு மனம் குளிர்ந்தது.

தமக்கு வேதனையைத் தர அந்தப் பையனை ஒரு சாதனமாக அவள் பயன்படுத்துகிறாள், அவ்வளவுதான். அதற்காக எந்தவித உரிமையையும் அவன் தானாக மேற்கொள்வதை அவள் விரும்ப வில்லை. அவ்விளைஞன் கொஞ்சம் கூச்சமுடையவன்தான். அவன் நகர்ந்து உட்கார்ந்தான்.

'செக்கரடேரியட்!' நாயுடுவின் பக்கத்தில் உட்கார்ந்திருந்தவர் இறங்கினார். சகுந்தலா தானாக வந்து உட்காருவாளா என்று அவர் அவளைப் பார்த்தார். அவள் எழுந்திருக்க முயல்வது போல் அவருக்குத் தோன்றிற்று. இல்லை. உட்கார்ந்த நிலையில் சிறிது மாற்றம்.

'சென்டி'ன் நறுமணம். நாயுடு பக்கத்தில் ஒரு பெண் வந்து உட்கார்ந்தாள்.

செறிந்த, சுருள் சுருளான, காலிஃபிளவர் முடிச்சுகளைப் போன்ற கூந்தல், கறுப்புக் கண்ணாடி, பஞ்சாபிகளுக்கே இயற்கையான மஞ்சள் நிறப் பொலிவு.

சகுந்தலா சிறிது நேரம் அந்தப் பெண்ணையே நோக்கிக் கொண்டிருந்தாள். அவள் முகத்தில் புன்னகை.

அப்பெண் கொஞ்சம் தாராளமாக உட்கார்ந்தாள். நாயுடு ஜன்ன லருகே ஒட்டிக்கொண்டார். அவள் தம்மைச் சிறிது வியப்புடன் நோக்குவதுபோல் அவருக்குப் பட்டது.

'ஐம்பது வயதுக்கு மேலிருக்கும், ஏன் இந்தக் கிழவர் இப்படிக் கூச்சப்படுகிறார்' என்று நினைத்திருப்பாளோ? சகுந்தலா இல்லா விட்டால் தமக்கு இந்தக் கூச்சம் ஏற்பட்டிருக்குமோ? அவருக்குப்

பல தடவை இப்படிப் பெண்கள் பக்கத்தில் வந்து உட்காரும் படியான அனுபவம் ஏற்பட்டதுண்டு. அப்பொழுதெல்லாம் அதுபற்றி அவர் ஒன்றும் நினைத்ததில்லை. தமக்கு வயதாகிவிட வில்லையென்று சகுந்தலாவுக்குக் காட்டுவதற்காகத்தான் தம் உள்ளுணர்வு இவ்வாறு கூச்சப்படுவதுபோல் காட்டுகின்ற தோ...'

சகுந்தலாவின் புன்னகைக்குக் காரணம்? 'வயதை மறைக்க ஏன் இப்படிப் படாதபாடுபடுகின்றீர்கள்' என்ற ஏளனமா? 'உங்கள் பக்கத்தில் யார் உட்கார்ந்தாலும் நான் கவலைப்படவில்லை' என்ற தம் வயதின் மீது நம்பிக்கை வைத்த ஒரு திருப்தியா? அவருக்கு அப்பொழுது சில நாள்களுக்கு முன்பு நடந்த நிகழ்ச்சி நினைவுக்கு வந்தது.

பஸ்ஸில் வந்து கொண்டிருந்தார். நடுவழியில் எங்கோ ஓரிடத் தில் பஸ்ஸில் ஏறினாள் ஓர் அழகிய இளம்பெண். தன் பக்கத்தில் அவள் உட்காரவேண்டும் என்பதற்காக ஆவலுடன் சற்றுத் தள்ளி உட்கார்ந்தான் ஒரு வாலிபன். அவள், நாயுடு பக்கத்தில் வந்து உட்கார்ந்தாள். 'பாதுகாப்பான இடம்' என்று அவ்வாலிபன் பின் 'சீட்'டிலிருந்த தன் நண்பனிடம் முணுமுணுத்தது அவர் காது களில் விழுந்தது.

தம் வயது இப்பாதுகாப்பு உணர்ச்சியை அளித்ததா, அல்லது தம் இயல்பும், அவ்வியல்பைக் காட்டும் தம் முகமே இதற்குக் காரணமா? அக்காலத்தில் பங்கஜமும் அடிக்கடி கூறுவாள்: 'இந்தாங்க, உங்க முகத்தைப் பார்த்தா விஷமமான எண்ணம் எந்தப் பெண்ணுக்கு இருந்தாலும் அது ஓடிப் போயிடும்!' என்று. தன்னை அப்படி நம்பினாள். சகுந்தலாவும் தன்னை நம்புகிறாள். ஆனால் இந்த இரண்டு நம்பிக்கைகளுக்குள் என்ன வேறுபாடு?

'பங்கஜம், உன் நம்பிக்கைக்கு நான் அருகதையானவனா? நீ மறைந்து மூன்றாம் மாதமே உன் நினைவை அழிக்க முற்பட்டு விட்டேனே! நீ இறந்தபோது நான் விட்ட கண்ணீர் அத்தனையும் சத்தியம். ஆனால் உணர்ச்சியின் உண்மை அந்தந்த ஒரு நிமி ஷத்தைப் பொறுத்ததுதானா? பங்கஜம்... பங்கஜம்.'

திடீரென்று சகுந்தலா, அந்த இளைஞன், பக்கத்தில் இருந்த பெண், பஸ்ஸில் நிறைந்து வழிந்த மக்கள்... எல்லோரும் மறையத் தொடங்கினர். அவர் தனித்து இருப்பது போன்ற

மயக்கத்தில் உண்டான விழிப்பு நிலை. அவருள்ளத்தின் ஊமை அழுகை பேரிரைச்சலாக உலகத்தை ஆக்கிரமித்தது.

பங்கஜம் அவருடன் பேசுகின்றாள்.

'பங்கஜம் ... பங்கஜம்... போதும் இந்த நரக வேதனை.'

'நரக வேதனை உங்களுக்கு மட்டும்தானா? சகுந்தலாவுக்கும் தானே? உங்களைக் கஷ்டப்படுத்த அவ படற கஷ்டத்தைப் பார்த்துக்கிட்டுதானே நீங்க இருக்கீங்க?'

'அவ ஏன் கஷ்டப்படணும்? அவ எப்படி இருந்தாலும் எனக்கு சம்மதம்தானே!'

'சீ, நீங்க ஒரு மனுஷன்தானா? நீங்க விவஸ்தை கெட்டதனமாப் போட்ட அந்த மூணு முடிச்சுதானா உங்களுக்கு முக்கியமாப் போச்சு?'

நாயுடு கண்களைத் திறந்தார். அவர் உள்ளம் நிறைந்து வழிந்தது.

'இந்தியா கேட்!' அவர் இறங்க வேண்டிய இடம்.

கீழே இறங்கி நடந்து கொண்டிருக்கும் சகுந்தலாவின் அருகில் சென்றதும், அவள் எப்பொழுதும் போல் சீறி விழுந்தாள். 'என் குறுக்கே ஏன் வந்து விழறீங்க?'

'ஆமாம், தப்புத்தான். இதான் கடைசித் தடவை. இனிமே குறுக்கே விழமாட்டேன். ஆனா ஒண்ணு, என்னைக் கஷ்டப் படுத்த நீயும் கஷ்டப்படவேண்டாம்.'

'என்ன சொல்றீங்க?'

'சொன்னேன், சுரக்காய்க்கு உப்பில்லேன்னு! வா. அந்த லான்ஸ் பக்கம். விவரமாச் சொல்றேன். வரயா, இல்லையா?' ஆக்ஞை.

அவர் குரல் அவளுக்கு விசித்திரமாக ஒலித்தது. ஆனால் திருமணம் ஆனதிலிருந்து முதல் தடவையாக, அவள் இப்போது தான் அவரைப் பின் தொடர்ந்தாள்.

32. முதலும் முடிவும்

ஒன்றிலிருந்து தொடங்கி, ஒன்றன் பின் ஒன்றாக கணித நியாயத்தாலோ அல்லது அதிர்ஷ்டம், திறமை ஆகியவற்றின் காரணத்தாலோ பல்கிப் பெருகிய பல தொழில் நிறுவனங்களின் தலைவராகிய குருமூர்த்தி மூக்குக் கண்ணாடியைக் கழற்றி மேஜையின் மீது வைத்துவிட்டு, பேசிக்கொண்டிருந்த இளை ஞனைக் கூர்ந்து தலையைச் சாய்த்தவாறு கவனித்தார். அவர் ஆளுகைக்குட்பட்ட ஒரு தொழில் நிறுவனத்தின் டைரக்டர்கள் கூட்டம் நடந்துகொண்டிருந்தது. சமீபத்தில் ஓய்வு பெற்ற ஒரு தொழிலதிபரின் பிள்ளையாக அவ்விளைஞன், பாரம்பரியத் தாலும் பண பலத்தாலும் டைரக்டர் பதவி ஏற்றவன். அமெரிக்கா வில் படித்துப் பட்டம் பெற்றவன்.

'பத்தொன்பதாம் நூற்றாண்டு மனப்பான்மையில் பத்தாம் பசலிக் கொள்கைகளுடன் தொழில் நிறுவனங்கள் இயங்கிக் கொண்டு இருக்கின்றன' என்பது அவன் குற்றச்சாட்டு. விஞ்ஞான ரீதியில் தொழில் அலுவலகங்களைச் சீர்திருத்த வேண்டிய அவசியம் பற்றி புள்ளி விவரங்களையும், தொழிலாட்சி சம்பந்தமான நுணுக்கமான சங்கேதக் குறிகளையும் அள்ளி வீசிக் கொண்டிருந் தான்.

தலைமையில் மாறுதல் ஏற்பட்டால்தான் கற்பனை மிகுந்த தன் திட்டங்களைச் செயலாக்க முடியும் என்பது அவன் கோரிக்கை.

அங்கிருந்த ஓரிரண்டு டைரக்டர்கள் தம்மை அனுதாபத்துடன் நோக்குவதைக் கண்டதும் குருமூர்த்திக்கு சற்று சங்கடமாக இருந்தது.

அங்கு கூடியிருந்த டைரக்டர்களில் பெரும்பான்மையோருக்கு அவ்விளைஞன் பேசியதொன்றும் புரியவில்லை என்பது அவர் உணர்ந்ததுதான். ஆனால் புரிந்ததுபோல் அவர்கள் தலையாட்டிக் கொண்டிருந்த பாவனை அவருக்கு வேடிக்கையாக இருந்தது. எல்லாம் வேஷம். யாரை ஏமாற்ற?

யாரை ஏமாற்ற? இக் கேள்வியை அவர் தமக்குத் தாமே கேட்டுக் கொண்டார். வாழ்க்கையின் லட்சியம் செல்வம் ஈட்டுவதென்று அவர் ஒரு காலத்தில் நினைத்து பணத்தை மேலும் மேலும் குவித்தார். பணத்தைத் தொடர்ந்து ஏற்பட்டது புகழ்ப்பசி. இப்பசிக்குத் தீனிபோட வேண்டுமென்றால் செல்வத்தை நாடும் முயற்சியில் தளரக்கூடாது. சகடக்கால் என்பார்களே, இந் நிலையைக் குறிப்பிடத்தான். வண்டி ஓடிக்கொண்டே இருக்க வேண்டும்.

இளமைப் பருவத்தில் பணத்தை லட்சியமாகக்கொண்டதில் தவறொன்றுமில்லை. சூழ்நிலை அப்படியிருந்தது. குறைந்த பட்சம் இரண்டு வேளை உணவுக்குக்கூட திண்டாட்டம். தம்மைப் பராமரித்து எப்படியாவது ஓர் ஆளாக்கிவிட வேண்டு மென்பதற்காக வாழ்க்கையுடன் உறுதியோடு போராடிய தாய், தம்மையொத்த இளைஞர்கள் பகட்டாக உடை அணிந்து, செல்வத்தில் புரளக் கண்டபோது, அதைக் கண்டு ஏங்குவதற்கான கற்பனையை மட்டும் இறைவன் தமக்கே அளித்தானோ என்று மனம் புழுங்கிய நாட்கள்... திருச்சி மலைக்கோட்டையில் உட்கார்ந்து மனக்கோட்டை கட்டிய காலம்... செல்வம், செல்வம், செல்வம்! இதுதான் அவர் மூச்சு.லட்சியம். ஆனால் செல்வம் லட்சியமா, ஒரு சாதனமா?

சாதனத்தை லட்சியமாகக்கொண்டு வாழ்க்கையை ஒரு துரித கதியில் இயங்கச் செய்தது யார் தவறு? அமெரிக்காவில், கார்கள் குறைந்தது மணிக்கு அறுபது மைல் வேகத்தில் சென்றால்தான் விபத்துகளைத் தவிர்க்க முடியுமாம். அதுபோல் தம் வாழ்க்கை ஓட்டத்தின் வேகத்தைக் குறைத்துக்கொள்ள முடியாதபடி அந்தஸ்து நிர்ணயித்துவிட்ட நிர்பந்தம்.

‘மிஸ்டர் குருமூர்த்தியைத் தனிப்பட்ட முறையில் நான் மதிக் கிறேன். ஆனால் நிறுவனங்களின் தலைவர் என்ற முறை யில்...’

குருமூர்த்தியின் சிந்தனை தடைப்பட்டது. அவ்விளைஞன் சந்திரசேகரன் பேச்சை முடிக்கப் போகிறான் போலிருக்கிறது. அவர் மூக்குக் கண்ணாடியை எடுத்து அணிந்துகொண்டார்.

'உத்தியோக பூர்வமான கூட்டத்தில், தனிப்பட்ட முறையில் 'மரியாதை' என்பது போன்ற பத்தாம் பசலி உணர்ச்சிகளுக்கு இடமளிக்கக்கூடாது, மிஸ்டர் சந்திரசேகரன்!' குருமூர்த்தி மெது வாகத்தான் கூறினார். இருந்தாலும் ஒன்றிரண்டு டைரக்டர்கள் வாய்விட்டுச் சிரித்துவிட்டனர். அவருடைய இந்த நாசூக்கான தாக்குதலினால், தனக்கு சாதகமாயிருந்த சூழ்நிலை மாறி விட்டதோ என்ற சந்தேகம் சந்திரசேகரன் முகத்தில் தெளிவாகத் தெரிந்தது. அவன் மேலே தொடராமல் சற்றுத் தயங்கினான்.

'மிஸ்டர் சந்திரசேகரன் பேசியதை ஒட்டி நான் சில விஷயங்கள் கூறவிரும்புகிறேன்.' விசுவநாதன் தொண்டையைக் கனைத்துக் கொண்டார்.

'தாராளமாகச் சொல்லுங்கள்.'

'இதனால் சில அடிப்படையான கொள்கைகளைப் பற்றி விவா திக்க நேரிடலாம். உங்களுக்கு ஆட்சேபணை இல்லாவிட் டால்.'

விசுவநாதனுக்குத் தம்மைக் கண்டு நெடுநாள்களாகவே பொறாமை. ஏன் விசுவநாதன் மட்டும்தானா? இங்கு இருக்கும் பலருக்கு அப்படித்தான். பூனைக்கு மணி கட்டுவது யார் என்பது தான் பிரச்னை. சந்திரசேகரன் கட்டிவிட்டான். தொடர வேண்டி யதுதானே?

'எனக்கு ஒரு ஆட்சேபணையுமில்லை.'

விசுவநாதன் பேச ஆரம்பித்தார்.

'மிஸ்டர் குருமூர்த்தி அவர்களுடைய அனுபவமும் அயராத உழைப்பும்தான் நம் தொழில் நிறுவனத்தின் வளர்ச்சிக்குக் காரணம் என்பதை நான் மறுக்கவில்லை. ஆனால்...'

அவர் நினைத்தாரானால் அவருக்கு எதிராக உருவாகிக் கொண்டிருந்த கூட்டத்தின் சூழ்நிலையையே மாற்ற முடியும். ஆனால் அவர் விரும்பவில்லை.

மூக்குக் கண்ணாடியைக் கழற்றி மேஜையின் மீது வைத்து விட்டு, பேசிக்கொண்டிருந்த விசுவநாதனைக் கூர்ந்து, தலையைச் சாய்த்தவாறு கவனித்தார்.

'எக்காரியம் மேற்கொண்டாலும் அதற்கு ஓர் அர்த்தம் வேண்டும். அதுவும் குறிப்பாகத் தொழில் நிறுவனங்கள் திட்டமோ, குறிக்கோளோ இல்லாமல் இறங்கினால்...'

வியாபாரத்தின் குறிக்கோள் என்னவாக இருக்க முடியும்? லாபம்! அவர் சிறு குழந்தையாக இருந்தபோது தம் தாயைக் கேட்ட கேள்வி நினைவுக்கு வந்தது. 'ஒண்ணு, இரண்டு, மூணு இப்படி எண்ணிண்டே போனா, கடைசி எண் எதும்மா?' அம்மாவுக்கு நூறுக்கு மேல் எண்ணத் தெரியாது. அவர் இப்பொழுது அந்தக் கடைசி எண்ணைத்தான் தேடிக்கொண்டிருக்கிறார்.

செல்வமாகிய சாதனத்தை குறுகிய வரையறையை வாழ்க்கையின் குறிக்கோளாகக் கொள்வது, வாழ்க்கையின் உண்மையான மதிப்புகளை அவமதிப்பதாகும். எதேச்சையாக ஏற்படுகின்ற வாழ்க்கைக்கு, குறிக்கோள் வாழ்க்கையைக் காட்டிலும் பெரியதாக இருக்க வேண்டும். அக் குறிக்கோளின் எல்லை அவரவர்களுடைய கற்பனைகளால், கனவுகளால் நிர்ணயிக்கப்படுகிறது!

கனவு என்பது என்ன? எதிர்காலத்தைப் பற்றியதாக இருந்தால், அது லட்சியம். இறந்த காலத்தைப் பற்றியதாக இருந்தால், அது அனுபவம். நிகழ்காலம்தான் வாழ்க்கை. அது ஒரு கசப்பான உண்மை.

கனவு எவ்வளவு இனியது! அதனால்தான், கடந்த காலம் அது நிகழ்ந்த காலத்தில் துன்பத்தைத் தவிர வேறொன்றும் தராவிட்டாலும் இப்பொழுது நினைத்துப் பார்த்தால், சுவைமிக்க அனுபவமாகத் தோன்றுகிறது. ஆடுதுறையில் வளர்ந்த அம் மழலைப்பருவ நினைவுகள்! எட்டு வயதில் அம்மாவுடன் ஆடுதுறையில் வாழ வழியில்லாமல் திருச்சிக்குச் சென்றது! பிறந்த போதே அப்பா போனதற்குத் தாம் காரணம் என்று சொல்ல முடியுமா? ஆனால் அப்படித்தான் எல்லோரும் தூற்றினார்கள். ஆடுதுறையிலிருந்து போவதற்கு மனமே வரவில்லை. எவ்வளவு பெரிய தென்னந் தோப்புகள், பூதங்கள் மாதிரி. அம்மா சொல்லுவாள். 'பகல்லே மரம் மாதிரி இருக்கும். ராத்திரியிலே பூதமாயிடும்.'

‘உங்களுக்கு தூக்கம் வருகின்றது போலிருக்கிறது,’ குருமூர்த்தி திடுக்கிட்டுக் கண்களைத் திறந்தார். எப்பொழுது கண்களை மூடிக்கொண்டோம்?

‘இல்லை. மிஸ்டர் விசுவநாதன் கூறுவதைக் கேட்டுக் கொண்டு தானிருக்கிறேன்.’ அவர் சந்திரசேகரனைப் பார்த்துப் புன்னகை செய்தார்.

அவன் அலட்சியமாக ஒரு சிகரெட்டை எடுத்துப் பற்ற வைத்தான். அவன் முகத்தில் ஓர் ஏளனப் புன்னகை.

வாழ்க்கையில் எவ்வளவு பேருக்கு இவனைப் போல் எல்லாவித வசதிகளுடன் தொடங்குவதற்கான வாய்ப்பு இருக்கிறது? இப்படி வசதிகள் கூடியிருப்பதே ஒரு துர்பாக்கிய நிலை. சீக்கிரம் விரக்தி ஏற்பட்டுவிடும். தமக்கு அறுபது வயதில் இது ஏற்படக் காரணம், வாழ்க்கை வளரும் பிறையாயிருந்தபோது வறுமை யைத் தவிர வேறொன்றும் அறியாத நிலையில், மேலும் மேலும் வளர வேண்டுமென்ற வாழ்க்கைப் பிடிப்பு. பூரணம் அடைந்து விட்ட நிலையில், தேய்வதுதான் இயற்கை நியதி. சித்தார்த்தன் ஏழையாகப் பிறந்திருந்தால் அறுபது வயதுக்கு மேலேதான் துறவறம் மேற்கொண்டிருப்பானோ என்னவோ!

தாமும் ஒரு காலத்தில் துறவியாகப் போக எண்ணியதுண்டு. உடலை வருத்தி அம்மா படிக்க வைத்தபோது அவர் மெட்ரிகு லேஷன் பரீட்சையில் தவறிவிட்டார். தாலுக்கா ஆபீஸில் அவரை குமாஸ்தாவாக நுழைத்துவிட வேண்டுமென்பது அம்மா வின் லட்சியம். அவர் பரீட்சையில் தவறிய செய்தி அம்மா வுக்குப் பேரிடியாக இருந்தது. சற்று அதிகப்படியாகவே பேசி விட்டாள். அவர் மிகுந்த சினத்துடனும், அவமானத்துடனும் மலைக்கோட்டை உச்சிக்கு போய் அமர்ந்து கொண்டுவிட்டார்.

நிரந்தரமாக அங்கேயே தங்கிவிட வேண்டும். கீழே இறங்கி வரக் கூடாது. வருகின்றவர்கள், போகின்றவர்கள் தம்மை கவனிக் காமலா இருந்துவிடப் போகிறார்கள்? ‘மலைக்கோட்டை ஆண்டி’ என்று பெயரிட்டு மரியாதையாக அழைப்பார்கள். இப்படியே நினைத்துக்கொண்டு அவர் படுத்துத் தூங்கிவிட்டார்.

கண் விழித்துப் பார்த்தபோது, வானம் தன்னை எட்டிப் பார்ப்பது போலிருந்தது. நட்சத்திரங்கள் எவ்வளவு அருகில் வந்து விட்டன? ஒரு வேளை இறந்துபோய் விட்டோமோ என்ற

சந்தேகம் அவருக்கு. தனிமை அவரை அச்சுறுத்தியது. அம்மா தம்மைத் தேடிக்கொண்டிருப்பாள் என்ற நினைவு வந்ததும், அவருக்கு அழுகையாக வந்தது. விடியற்காலம் வரையில் போக முடியாது. அடுத்தநாள் அவர் அம்மாவைக் கட்டிக்கொண்டு ஒரு மணிநேரம் அழுத பிறகுதான் அவர் மனம் சமாதானம் அடைந்தது.

உள்ளத்தை நிறைத்த தூய்மையான உணர்ச்சிகளுடன் அவரால் அழ முடிந்த அச்சம்பவத்துக்குப் பிறகு, அம்மா இறந்து போனபோது, அவரால் அப்படி அழமுடியவில்லை. செல்வச் சூழ்நிலையில் அம்மா வசதியுடன் இறந்துகொண்டிருந்தாள். தமக்கு அழுகை வரவில்லையென்பது அவருக்கு வெட்கமாக இருந்தது. சின்ன வயதில் அவரை தேள் கடித்த சமயம், அம்மா ராத்திரி பத்து மணிக்கு மேல் பாலக்கரைக்கு நடையாகச் சென்று மந்திரிக்கும் ஹக்கீம் ஒருவரை அழைத்து வந்த நிகழ்ச்சியை நினைத்துப் பார்த்துக் கொண்டார். அப்பொழுதும் அழுகை வரவில்லை.

'ஆகவே மிஸ்டர் சந்திரசேகரன் அழகாகக் கூறியதுபோல், கடந்துபோன நிமிஷம் ஐம்பது வருஷங்களுக்குப் பிந்தியதோ என்று கருதத்தக்க அளவில், வரும் நிமிஷம் அமைகின்ற விஞ்ஞான உலகம் இது. இதற்கு ஏற்ற மாதிரிதான் நம்முடைய...' விசுவநாதன் தம் பேச்சை முடிக்கும் நிலையிலிருந்தார்.

'அழகான கூற்று' என்றார் குருமூர்த்தி.

'எது?' திடுதிப்பென்று குருமூர்த்தி பேசுவாரென்று அவர் எதிர் பார்க்கவில்லை. சற்றுக் குழப்பமடைந்தார்.

'சந்திரசேகரன் சொன்னதாக மேற்கோள் காட்டினீர்களே, அது!'

'அப்படியென்றால் நான் பேசியபோது நீங்கள் கவனிக்க வில்லையா?' சந்திரசேகரனுக்குச் சற்று ஏமாற்றமாக இருந்தது.

'நீங்கள் பேசியது எல்லாமே நன்றாக இருந்தபடியால், அதைக் குறிப்பிட்டுச் சொல்ல வேண்டுமென்று எனக்கு அப்பொழுது தோன்றவில்லை.'

'வேறு எவராக இருந்தாலும் என் பேச்சைக் கேட்டிருந்தால் உணர்ச்சிவயப் பட்டிருப்பார்கள். உங்கள் வெற்றிக்குக் காரணம் இப்பொழுதுதான் தெரிந்துகொண்டேன்.'

'அப்படியானால் நான் உங்கள் பேச்சைக் கேட்காதது என் அதிர்ஷ்டமென்று சொல்லுங்கள்.'

சந்திரசேகரன் முகத்தில் ரத்தம் பாய்ந்தது.

'இந்த அதிர்ஷ்டம் தொடர்ந்து நீடிக்கக் கூடாதென்பதுதான் என் கோரிக்கை.'

'உணர்ச்சி வயப்படக்கூடாது, மிஸ்டர் சந்திரசேகரன். உணர்ச்சி வயப்படுவது உங்கள் எதிர்காலத்துக்கு நல்லதல்ல. இப்பொழுது தானே என் வெற்றிக்குக் காரணத்தைத் தெரிந்து கொண்டதாகக் கூறினீர்கள்.'

குருமூர்த்தி அவனைப் பார்த்துப் புன்னகை செய்தார். சந்திர சேகரன் ஏதோ சொல்ல நினைத்தான். ஆனால் தோள்களைக் குலுக்கிவிட்டு பேசாமலிருந்துவிட்டான்.

அவர் மேலே தொடர்ந்தார்: 'நீங்கள் இன்று கூறிய யோசனை களை அக்கறையுடன் பரிசீலனை செய்ய வேண்டுமென்பது என் கடமையாகின்றது. புதுமை வரவேற்கத் தக்கதுதான். ஆனால் இதை மனிதாபிமானத்துடன் நோக்க வேண்டும் என்பதுதான் என் விருப்பம். அலுவலகங்களில் சீர்திருத்தம் வேண்டுமென்ப தற்காக மனிதர்களை அனுப்பிவிட்டு இயந்திரங்களை வேலைக் கமர்த்துவது எனக்கு உடன்பாடன்று. தலைமையில் நீங்கள் மாற்றம் விரும்பியதை நான் எதிர்க்கவில்லை. ஆனால் இது பற்றிச் சிந்திக்க எனக்கு அவகாசம் வேண்டும். உங்கள் அனைவருக்கும் என் நன்றி.'

அவர் எழுந்து சென்றார். வாசலில் அவர் கார் காத்திருந்தது. வீட்டுக்குச் சென்றதும் ஓய்வெடுத்துக் கொள்ளவேண்டும். அவர் மனம் சோர்வடைந்திருந்தது. ஆனால் லட்சுமி விடமாட்டாளே? பிள்ளை ஸ்ரீதரனைப் பற்றி ஆரம்பித்து விடுவாளே? மூன்று நாள்களுக்கு முன்பு போனவன், இன்று தாம் ஆபீஸ் வரும்வரை வரவில்லை. பணத்தினால் என்னென்ன வாங்க முடியுமென்று பரிசோதனை நடத்திக் கொண்டிருக்கிறான். பாவம் லட்சுமி, மூத்த பிள்ளை முரளி, சொன்ன பேச்சைக் கேட்காமல் விமானப் படையில் சேர்ந்து உயிரை விட்டான். ஸ்ரீதரன் இப்படிச் சுற்று கிறான்! தந்தையாக இருந்தாலும் தம்மால் இதை எப்படி ஒதுங்கி நின்று பார்க்க முடிகிறது. அதனால்தான் தம்மை எல்லோரும் உணர்ச்சியற்றவர், இரும்பு மனிதர் என்று சொல்லுகிறார்கள்.

கடலின் நெடுந்தூரத்துக்கப்பால், கரையிலிருந்து பார்த்தால் அமைதியுடன் காணப்படுவதுபோல் தோன்றுகிறது. தம்முடைய உணர்ச்சிக் கொந்தளிப்பு பற்றி மற்றவர்களுக்கு என்ன தெரியும்? டாக்டர் கங்காதரன் தமக்கு ரத்தக்கொதிப்பு இருப்பதாகக் கூறினாரே! உணர்ச்சிகளை அடக்கி வைத்துக்கொள்வது ஒரு வேளை அதற்குக் காரணமாக இருக்குமோ?

வீட்டு வாசலில் கார் நின்றதும், இரண்டு மூன்று பேர் தமக்காகக் காத்துக்கொண்டிருப்பது தெரிகின்றது. தொழில் விஷய மாகவோ அல்லது சமூகத்தில் பெரிய மனிதர் என்ற பட்டம் சூட்டிக்கொள்ள அனுசரணையாக இருக்கும் சில சமூகப் பொறுப்புகள் பற்றிப் பேசவோ வந்திருக்கலாம்.

அவர்கள் முகம் மலர்ந்து வணக்கம் தெரிவித்தனர்.

'என்ன வேண்டும்?'

'ஐயாவிடம் சில முக்கிய விஷயங்கள் பற்றிப் பேச வேண்டும். அரசியல் விவகாரம். காந்திமதிநாதன் அனுப்பினார்.'

'நாளைக்கு வரமுடியுமா? எனக்கு இன்று களைப்பாக இருக் கிறது.'

'நிச்சயம். நாளை மாலை வரலாமா? சுமார் ஏழு மணிக்கு?'

'வாருங்கள்.'

குருமூர்த்தி உள்ளே சென்றார். காந்திமதிநாதன் அவரை அரசிய லில் ஈடுபடுத்திவிடவேண்டுமென்று முழு மூச்சோடு நிற்கிறார். யோசித்துச் செய்ய வேண்டிய விஷயம்.

கூடத்தில் நல்ல வேளையாக லட்சுமியைக் காணவில்லை. 'கிளப்'புக்குப் போயிருக்கிறாள் போலிருக்கிறது. கொஞ்ச நேரம் ஓய்வெடுத்துக் கொள்ளலாம்.

உத்தியோக உடுப்புகளைக் கழற்றாமலே அங்கு போடப் பட்டிருந்த சோபாவில் சாய்ந்தார்.

யாரோ வருகின்ற காலடியோசை.

'யாரது?'

'நான்தான்' ஸ்ரீதரன் தயங்கிக்கொண்டே உள்ளே வந்தான்.

‘எங்கே உன்னை இரண்டு நாளா காணலே? அம்மா கவலைப் பட்டாளே!’

சிறிது நேரம் மௌனம். அவன் ஏதோ சொல்ல விரும்புகிறான். மனத்துக்குள் ஒத்திகை நடக்கிறது.

‘வந்து... எனக்கு... நான் கல்யாணம் பண்ணிக்கொண்டு விட்டேன்.’

‘வெரிகுட், என்னிக்கு நடந்தது?’

அப்பாவை நன்கறிந்த ஸ்ரீதரனும் திகைத்து நின்றான். ஒப்புக்குக் கூட தன் எதிர்ப்பையோ அல்லது ஏமாற்றத்தையோ காட்ட வில்லை.

‘நேற்று.’

‘எங்கே அவள்?’

‘யாரு அம்மாவா?’

‘உன் பெண்டாட்டிடா. முட்டாள்! அம்மாவை ஏன் கேட்கிறேன்? அழைத்துக்கொண்டு வரல்லியா?’

‘நீங்க இப்படி இருப்பீங்கன்னு தெரிஞ்சா அழைத்துக்கொண்டு வந்திருப்பேன். இருந்தாலும் அம்மா...’

‘ஒரு பொறுப்பான காரியத்தைச் செஞ்சிருக்கியேன்னு சந்தோஷம் எனக்கு. இனிமே நான் ஓய்வு எடுத்துக்கலாம் பாரு. உனக்குப் பொறுப்புத் தெரிஞ்சு போச்சு.’

‘அந்தப் பொண்ணு யாருன்னு கேட்கலியே, நீங்க!’

‘யாரா இருந்தா என்ன? கல்யாணம் நடந்தாச்சு! முடிவு எடுத் தானப்புறம் அதைப் பற்றி ஆராயறது வியாபாரம் இல்லே. சரி, நாளைக்கு ஆபீஸ் பக்கம் வா.’

‘நீங்கதான் அம்மாகிட்டே...’

‘சொல்றேன், சொல்றேன். ஐயரைக் காப்பி கொண்டு வரச் சொல்லு.’

அதற்குள் ஐயரே காப்பி கொண்டு வந்துவிட்டார். ஒரு ‘ஸ்டூலை’ நகர்த்தி அதில் காப்பியை வைத்துவிட்டு அவர் வெளியே சென்றார்.

ஐயரின் காப்பிக்கு ஈடாக உலகத்தில் என்ன இருக்கிறது? ஆடுதுறையைச் சார்ந்த அவரை ஆடுதுறையைச் சார்ந்தவர் என்ற ஒரே காரணத்துக்காக, அல்லது சிபாரிசுக்காகத் தாம் வேலைக்கு வைத்துக்கொண்டது நினைவுக்கு வந்தது. ஏதோ தூரத்து உறவு என்று அம்மா சொன்னாள். உடனே லட்சுமி கோபித்துக் கொண்டாள்.

'நன்றாயிருக்கு! சமையல்காரரை உறவு கொண்டாடற லட்சணம். பணத்தினால்தான் உறவு ஏற்படலாமேயன்றி வேறு எந்தக் காரணத்தினாலும் உறவு ஏற்படக் கூடாதென்பது இக்காலப் பொருளாதார சாதிக் கட்டுப்பாடு.'

இந்த அந்தஸ்தைப் பெறுவதற்காகத்தானே வாழ்க்கையில் இப்படி தலைதெறிக்க ஓடினோம்? பணம், பணம். இதைப் பெற்றாலன்றி நிம்மதியில்லையென்று அதை எப்படியாவது மலை மலையாக அள்ளிக் குவிக்க வேண்டுமென்று பால்யத்தில் எடுத்துக் கொண்ட சங்கற்பம். அம்மாவுக்கு ஜுரம் வந்தபோது பணமில்லாமல் வீட்டுக்கு டாக்டர் வரமறுத்த நிகழ்ச்சி! அதே டாக்டரின் பிள்ளை, பிற்காலத்தில் தம் தொழில் நிறுவன மொன்றில் வேலைக்காக வந்து கெஞ்சினான்.

மலைக்கோட்டை பஞ்சாமி ஐயரின் பிள்ளை தம்மைத் தாறு மாறாகப் பேசியபோது, அவனுடைய ஹோட்டலை பின்னொரு நாள் விலைக்கு வாங்கிவிட வேண்டுமென்று அவர் மேற் கொண்ட சபதம்! அது அவசியமில்லாமல் போயிற்று. ஹோட்ட லையே மூடிவிட்டார்கள்.

பஞ்சாமி ஐயருக்கு ஒரு பேத்தி உண்டு - பார்வதி. மாநிறம்தான்; நல்ல களை, எட்டு வயதிருக்கும்.

ஒரு சமயம் தம்முடைய கனவுகளுக்கு ரகசியத் தலைமை காரியாலயமாக விளங்கிய மலைக்கோட்டை உச்சிக்குப் போன போது அவளும் வந்துவிட்டாள்.

'இங்கே தினம் வந்து என்ன பண்றே?'

'சும்மா வந்து உட்கார்ந்திருப்பேன்.'

பார்வதி சற்றுமுற்றும் பார்த்தாள். கீழே நோக்கினாள்.

'கீழே பாரு. எல்லோரும் துளியூண்டிருக்கா.'

‘அதுக்காகத்தான் நான் வரேன். நான் கீழே இருக்கிறப்போ, உலகத்திலே இருக்கிறவா என்னைக் காட்டிலும் பெரியவாளா இருக்கா. ஆனா பாரு, ஒரு நாளைக்கு நான் கீழே இருந்தாலும், எல்லாரும் என்னைத் தலையைத் தூக்கிப் பார்க்கப்போறா.’

‘அப்போ நான் உன்னை எப்படிப் பார்ப்பேன்?’

குருமூர்த்தி பெருமூச்செறிந்தார். கொஞ்ச நாள்களுக்குள் அந்தப் பெண் அம்மை வந்து இறந்துவிட்டாள். இரண்டு மூன்று நாள்கள் அவர் மலைக்கோட்டை உச்சிக்குச் சென்று அழுதுகொண்டே யிருந்தார்.

திடீரென்று வாழ்க்கையில் தோற்றுவிட்டது போன்ற உணர்வு! இதயம் செத்துவிட்ட நிலையில், பணம் குவிக்கும் இயந்திர மாகத் தான் வாழ்ந்தது ஒரு வாழ்வா? எந்தத் தாய் தம்முடைய நலத்துக்காக உடம்பைச் செருப்பாகத் தைத்து உழைத்தாளோ, அவள் இறந்தபோது, கண்கள் ஈரமற்றுப் போய்விட்டன! வாழ்க்கையில் செல்வம் ஈட்ட வேண்டுமென்று தாம் மேற் கொண்ட சபதமெல்லாம், தம்முடைய சுயகௌரவத்தை, அகங் காரத்தை, திருப்தி செய்யத்தான். தமக்கும் அம்மாவுக்கும் என்ன வேறுபாடு! அம்மா எதனையும் சவாலாக ஏற்றுக் கொள்ள வில்லை. பிள்ளை நன்றாக வாழ வேண்டுமென்ற ஒரே குறிக் கோளுக்காக, தன்னைப் பற்றியோ, கௌரவத்தைப் பற்றியோ கவலைப்படவில்லை. அம்மா... அவளொரு தெய்வம். அவளொரு தெய்வம்.

பழங்காலமாகிய பெருங் கனவு இனிய நிகழ்வாக மொக்கவிழ்ந்து மலர்கிறது. ஏற்றுமதி, இறக்குமதி, அந்நியச் செலாவணி ஆகிய வற்றைப் பற்றிய சட்டங்களின் நுணுக்கங்களைப் பற்றிக் கவலை யில்லை. மோனோபலி கமிஷன் முடிவுகளை ஆர்வத்துடன் எதிர் நோக்க வேண்டாம். அரசியல் கட்சிகளின் செல்வாக்கையோ ஏற்றத்தாழ்வுகளையோ அக்கறையுடன் கவனிக்க வேண்டிய அவசியமில்லை. ‘இன்டஸ்ட்ரியல் டிரிபுனல்கள்’ இல்லை; போனஸ் சட்டம் இல்லை. தொழில் நிறுவனங்களில் ஓங்கும் கை பெறுவதற்காக சுயநலவாதிகளால் அரசியல் பலத்தைக்கொண்டு உருவாக்கப்படும் விசுவாமித்திர சிருஷ்டிகள் பங்குதாரர்கள் என்ற பெயரைப் பூண்டு கைக்குறி நாட்டவில்லை. சந்திரசேகரன் இல்லை. விசுவநாதன் இல்லை. சிறுவனாக இருந்தபோது தாம் அம்மாவைக் கேட்ட கேள்வி ‘ஒண்ணு, இரண்டு, மூணு... இப்படி

எண்ணிண்டே போனா, கடைசி எண் எதும்மா?' முடிவான எண்ணைத் தேடிக் கண்டு பிடித்துவிட்டோமோ?

உலகம் உருண்டையென்றால், முதலும் முடிவும் ஒன்றுக்கொன்று அருகில்தானே இருக்கவேண்டும்? அல்லது, அல்லது... முதல்தான் முடிவோ?

குருமூர்த்தியவர்களின் முகம் தெளிவாக இருந்தது.

33. அசலும் நகலும்

பொழுது புலரத் தொடங்கியது. கதிரவனின் எழுச்சியைக் காட்ட மேகத்தில் வண்ணக் கலவைகள், சீற்றத்தில் கருணை கலந்தாற்போல்! லட்சுமி நரசிம்மன் தத்துவம் இதுதானே? வெம்மைத் தன்மையுடன் தவழும் ஓவியக் காட்சி!

சாரங்கன் இக்காட்சியை அனுபவித்துக் கொண்டிருந்தான். இவ்வழகு சாம்ராஜ்யத்தின் சௌந்தர்யத்தில், கோடியில் ஒரு பங்கையாவது தன் தூரிகையால் காட்ட இயலுமா? சாரங்கன் உள்ளத்தின் அடித்தளத்தில் ஓர் ஏக்கம் பிறந்தது.

அப்போது ஜன்னல் வழியே ஒரு முகம் எட்டிப் பார்த்தது. மேகத்திரையைக் கிழித்துக்கொண்டு உதய கன்னி எட்டிப் பார்ப்பது போலிருந்தது அவனுக்கு.

உஷா வந்துவிட்டாள்! அவன் எழுந்துபோய் கதவைத் திறந்தான். எட்டு வயதுச் சிறுமி ஒருத்தி உள்ளே நுழைந்தாள்.

நிலை கொள்ளாமல் தவிக்கின்ற இரு பெரும் கண்கள், அடக்கியும் அடங்காமல், முன் தலையில் மயங்கி விழும் கேசம். நிலவுப் புன்னகை.

'என்னம்மா உஷா, இன்னிக்கு என்ன இவ்வளவு சீக்கிரம்?'

'அப்பா 'டூர்'லே போகிறார். கார்த்தாலேயே எழுந்து ஸ்டேஷனுக்குப் போயிட்டார். நானும் அப்பாவோட எழுந்திட்டேன்.'

'அத்தை இன்னம் எழுந்திருக்கல்லே?'

'அத்தை பூஜை பண்ணிண்டிருக்கார்.'

ஜன்னல் வழியாக விட்டெறியப்பட்டிருந்த செய்தித்தாளை, அவள் மேஜையின் மீது வைத்தாள். மேஜையின் மீது சாய்ந்து விழுந்திருந்த அவன் தாயின் படத்தை எடுத்து நேராக வைத்தாள்.

'ஏன் மாமா 'ரூம்' இப்படிக் குப்பையும் கூளமுமா இருக்கு?'

'நான்தான் கூட்டணும். வேறு யாரும்மா இங்கே இருக்கிறார்கள் வேலை செய்ய?'

'நான் கூட்டட்டுமா மாமா?' அவள் அங்குமிங்கும் சுற்றிப் பார்த்தாள்.

'ஐயய்யோ! உங்கப்பாவும் அத்தையும் என்னைப் போட்டுக் கொன்று விடுவார்கள்.'

சாரங்கன் எழுந்து குளியலறையை நோக்கிச் சென்றான்.

உஷா படுக்கையறைக்குப் பக்கத்திலிருந்த ஒரு சிறிய அறைக்குள் சென்றாள்.

அதுதான் அவனுடைய ஸ்டூடியோ!

அவள் தினந்தோறும் பார்த்த படம்தான். இருந்தாலும் அவள் ஒவ்வொரு படமாகப் பார்த்துக்கொண்டிருந்தாள்.

அவன் பல்லைத் துலக்கிவிட்டு அவ்வறைக்குள் நுழைந்தான். அகன்ற கண்களால் அதிசய உணர்ச்சி தோன்ற அவள் அப்படங் களைக் காணும் காட்சி! மற்றோர் படம் எழுத இதுவே சூழ்நிலை!

'ஏன் மாமா அப்படிப் பார்க்கிறீர்கள்?'

'ஆமாம். நீ தினம் இதைப் பார்க்கிறேயே! உனக்கு இதில் என்ன புரிகிறது?'

உஷாவின் முகத்தில் குறுநகை.

'புரிஞ்சுட்டா ஏன் மாமா நான் இதைப் பார்க்கிறேன்?'

சாரங்கன் திடுக்கிட்டான். பிரணவ மந்திரத்தை தகப்பனுக்கு உபதேசம் செய்து விளக்கிய ஞானப் பிள்ளையைப் போல், கலை ரகசியத்தை எவ்வளவு எளிதாகக் கூறிவிட்டாள்!

அப்பொழுது யாரோ கதவைத் தட்டும் சப்தம். உஷா வாசலுக்குச் சென்றாள்.

'மாமா, பால்...' அவள் சமையலறையை நோக்கிச் சென்றாள்.

சாரங்கன் 'ஸ்டவ்'வைப் பற்ற வைத்தான். அவள் டம்ளர்களை எடுத்து வைத்தாள்.

'ஏன் மாமா நீங்க தனியா இருக்கிறீர்கள்?'

'தனியாக எங்கே இருக்கேன். நீயும்தான் இங்கே இருக்கியே!'

'நானும் தனியா எங்க வீட்டிலே இருக்கேன். நீங்களும் இங்கே தனியா இருக்கிறீர்கள்!'

'நீ எங்கேம்மா தனியா இருக்கே? அப்பா இருக்கா, அத்தை இருக்கா.'

'சுந்தருக்கு அம்மா இருக்கிற மாதிரி எனக்கு அம்மா இல்லையே மாமா! அத்தைதான் தினம் வையறா. 'அம்மாவை எடுத்து முழுங்கிட்டுது, அம்மாவை எடுத்து முழுங்கிட்டுதுன்னு...' ஏன் மாமா, நீங்களே சொல்லுங்கோ. அம்மாவை நான் எப்படி முழுங்க முடியும்? என் வயறு இத்தூனுண்டா இருக்கே!'

'அத்தை வேடிக்கைக்காகச் சொல்லியிருப்பா. நீ எப்படி உங்கம்மாவை முழுங்க முடியும்?'

'அப்படீன்னா எங்கம்மா என்னை முழுங்கினாளா மாமா?' சாரங்கனுக்கு புதிய புதிர்! அவனுக்கு விளங்கவில்லை!

'நீ என்ன சொல்றே? உங்கம்மா உன்னை எதுக்கு முழுங்கணும்?'

'நான் அம்மா வயத்திலேருந்து வந்தேன்னு அப்பா அன்னிக்குச் சொன்னாளே!'

சாரங்கன் பேச்சை மாற்றினான்.

'சரி சரி. அந்த சர்க்கரை டப்பாவைக் கொஞ்சம் எடு.'

அவள் டப்பாவை அவனருகில் வைத்தாள்.

'மாமா, எனக்குக் காப்பி வேண்டாம். 'தினம் அவர்கள் வீட்டிலே போய் கொட்டிண்டுடு'ன்னு அத்தை வையறா.'

'சாப்பிடல்லேன்னு சொல்லிவிடேன்.'

'ஏன் மாமா, இவ்வளவு பெரியவாளா இருந்துண்டு, என்னைப் பொய் சொல்லச் சொல்றேளே!'

சர்க்கரை கொஞ்சம் கீழே சிந்தியது. சாரங்கன் கைகள் நடுங்கின. அவன் அவளைக் காப்பி சாப்பிடச் சொல்லி வற்புறுத்தவில்லை.

அவன் செய்தித்தாளைப் படிப்பதற்காகப் பிரித்தான்.

'மாமா!' அவள் குழைந்தாள்.

'என்னம்மா வேண்டும்?' அவன் செய்தித்தாளிலிருந்து பார்வையை விலக்கிக் குழந்தையை நோக்கினான்.

'உங்களுக்கு இப்போ ரொம்ப வேலையா மாமா?'

அடுத்த மாதம் 'ஐப்பாக்ஸ்' ஹாலில் அவன் வரைந்த சித்திரங்களின் கண்காட்சி நடக்கவிருந்தது. கலையை காசாக்கக் கூடாது என்ற தீவிரத்துடன்தான் அவன் இருந்தான். ஆனால், காலி வயிற்றுடன் கற்பனை செய்ய முடியாது என்று உணர்ந்த பிறகு, இக்கண்காட்சிக்கு இசைந்தான். கலையுலகில் பெரும் தரகனாக விளங்கிய சாவ்லாதான் இதற்கான ஏற்பாடுகளைச் செய்தான். அவனுக்கு இதில் நாற்பது சதவிகிதம் கமிஷன். செல்வத்திலும், கலை ரசிகத் தன்மையிலும் சிறந்து விளங்கிய சரத்சந்திரன், சாரங்கனுடைய படங்களைப் பார்க்க விரும்புவதாகக் கூறியதும், சாவ்லாவுக்கு உற்சாகம் கரை புரண்டோடியது.

'மிஸ்டர் சாரங்கன்... புகழேணியில் நீங்கள் ஏறத் தொடங்கி விட்டீர்கள். உங்களை இனி யாரும் தடை செய்ய இயலாது!'

சாரங்கன் அந்தக் கண்காட்சிக்காகத்தான் இரவும் பகலுமாக உழைத்து வந்தான். உஷா அதைத்தான் குறிப்பிட்டாள். சாரங்கன் பதில் அளித்தான்:

'ரொம்ப ரொம்ப வேலை.'

அவள் அவனை ஏமாற்றத்துடன் நோக்கினாள். அவளுக்கு என்ன வேண்டும்? எதற்காக இந்தக் கேள்வி?

'உனக்கு என்னம்மா வேணும்? எதுக்கு இந்தக் கேள்வி.'

'மாமா வந்து...வந்து' அவள் மென்று விழுங்கினாள்.

‘என்ன வேணும் உஷா? சொல்லேன்.’

‘எங்கம்மா மாதிரி ஒரு படம் போட்டுத் தரேளா?’

‘உங்கம்மா மாதிரியா? உங்கம்மாவையே நான் பார்த்ததில்லையே! போட்டோ ஏதானும் இருக்கா?’

‘போட்டோவேயில்லை. எங்கம்மா எப்படி இருந்திருப்பாங்கன்னு பார்க்கணும் போலிருக்கு. சுந்தருக்கு அம்மா இருக்காளே, அந்த மாதிரி போட்டுத் தாங்களேன்!’

‘அதெப்படி முடியும்? சுந்தர் அம்மா சுந்தர் மாதிரி இருப்பா. அந்த அம்மா எப்படி உங்க அம்மா மாதிரி இருக்க முடியும்?’

வாசலில் சுந்தர், உலகமே தன்னுடையதுதான் என்று ஓடி விளையாடிக்கொண்டிருந்தான். அவன் காலால் உதைத்த பந்து ஜன்னலை வந்து தாக்கியது.

உஷா சுந்தரை சற்று நேரம் உற்று நோக்கிக் கொண்டிருந்தாள். அவள் கண்களில் திடீரென்று ஒளி. போதி மரத்தடியிலிருந்த சித்தருக்கு ஞானோதயம் ஏற்பட்டபோது இப்படித்தானிருக்குமோ?’

‘மாமா... ஒண்ணு சொல்றேன். கேக்கறேளா?’

‘கட்டளைக்குக் காத்திருக்கேன் தாயே!’

‘என்ன மாமா சொல்றேள்?’

‘சொல்லு, கேக்கறேன்!’

‘என் மூஞ்சி மாதிரி படம் போட்டு, அதை அம்மா ஆக்கிடுங்கோ. சுந்தர் அம்மா மாதிரியிருக்கான்னா, என் அம்மா என் மாதிரிதானே இருக்கணும்?’

‘ஐடியா!’ அவன் கைகளைத் தட்டி உரக்கச் சிரித்தான்.

‘என்ன மாமா சிரிக்கிறேள்?’ குழந்தைக்குக் கோபம் வந்துவிட்டது.

‘இல்லேம்மா. இந்த மாதிரி எனக்குத் தோணல்லியேன்னு சிரிச்சேன், சரி. அப்போ நீ தினம் பள்ளிக்கூடத்திலிருந்து வந்தவுடனே நேரே இங்கே வரணும். தெரிஞ்சுதா? நீதான் எனக்கு

'ஸப்ஜெக்ட்!' உன் மாதிரி போடப் போறேன். உன் மாதிரி போட்டு அதை உங்கம்மா ஆக்கிவிடுவேன், புரிஞ்சுதா!'

'சரி மாமா, ஆனா இதை அத்தைகிட்டே சொல்லாதீங்கோ?'

அவள், மானைப்போல் துள்ளிக்கொண்டு ஓடினாள். அப் பொழுதே அம்மாவைப் பார்த்துவிட்ட மகிழ்ச்சி!

★★★

உஷா நாள் தவறாமல் குறிப்பிட்ட நேரத்துக்கு வரத் தொடங்கி னாள். அம்மாவைக் காண வேண்டும் என்று ஏங்கிய பிஞ்சு உள்ளம், ஒரு மணியோ இரண்டு மணியோ, ஆடாமல் அசை யாமல், சொன்ன இடத்தில் உட்கார்ந்திருக்கும் அக்காட்சி, காணக் கொள்ளாததொன்று!

அப்படத்தை எழுதுவது அவன் திறமைக்கே ஒரு சவாலென மேற்கொண்டான் சாரங்கன். அக் குழந்தையின் கண்களில் தெரிகின்ற தீட்சண்யம், அதன் முகத்தில் விளங்கும் கள்ளங்கபட மற்ற ஆதிப் பொலிவு, சொல்ல வந்ததை மறந்துவிட்டு கரையும் கடலலையைப் போல் உணர்ச்சிக் கொந்தளிப்பால் துடித்து, சொல் உருப்பெறாது அடங்கும் இதழ்களின் அசைவு - இவற்றை யெல்லாம் கோடிட்டுக் காட்டுவது என்பது வெறும் வண்ணச் சேர்க்கையினால் இயலக்கூடியதா? அவன் தன் ஆத்மாவை வண்ணத்தில் குழைத்து அந்தப் படத்தை வரைந்தான்.

பத்து நாள்களில் அந்தப் படம் தயாராகிவிட்டது. உஷா அந்தப் படத்தை உற்று நோக்கினாள்.

'என்னம்மா யோசிக்கிறே? உங்கம்மா இப்படித்தான் இருந் திருப்பா, இல்லையா?'

'ஏன் மாமா... எங்கம்மா இவ்வளவு நன்னாயிருந்திருப்பா இல்லையா?'

'உன் மாதிரி இருந்தா, நல்லா இல்லாமலா இருந்திருப்பா?'

சாரங்கன் தான் எழுதிய படங்களுள் இதுதான் தலைசிறந்தது என்று தீர்மானித்தான்.

அவள் பல கோணங்களில் நின்று அப்படத்தை ஆராய்ந்தாள்.

'மாமா... நீங்க நன்னா படம் எழுதறேள்!'

அவன் மெய் சிலிர்த்தது.

அடுத்த நாள் உஷா வந்தாள்.

'மாமா... இந்தப் படம் இங்கேயே இருக்கட்டும். அப்பா, அத்தை எல்லாரும் மெட்ராசுக்குப் போகப் போறோம். அப்பாவுக்கு ஒரு மாசம் லீவு. அடுத்த மாசம் வந்து எடுத்துண்டு போகட்டுமா மாமா?'

'பேஷா... அது இனிமே உன் படம்தான்!'

'ஜாக்கிரதையாக வச்சுக்கோங்கோ.' தன் தாயை அவனிடம் அடைக்கலம் தந்துவிட்டுப் போகிற நினைவோ!

அவன் பொறுப்பு மகத்தானது!

★★★

கண்காட்சி நிகழவிருந்ததற்கு முதல் நாள், சாவ்லா சாரங்கன் வீட்டுக்கு வந்தான், எல்லாப் படங்களும் தயாராக இருந்தன.

'அதோ அந்தப் படம்?' 'உஷாவின் அம்மா' படம் ஒரு மூலையில் வைக்கப்பட்டிருந்தது.

'அது கண்காட்சிக்காக அல்ல!'

'என்னது! அற்புதமாக இருக்கிறதே அந்தப் படம்! கண்காட்சிக்கு ஏன் இல்லை?'

'அந்தப் படம் விற்றுப் போய்விட்டது.'

'விற்றுப் போய் விட்டதா! என்ன சொல்லுகிறீர்கள்?'

'உலகமறிந்த நாணயமாற்றல்ல அது. ஒரு குழந்தைக்காக எழுதப்பட்ட படம். அதனுடைய விலை எனக்கும் அந்தக் குழந்தைக்குமுள்ள ரகசியம்.'

'நீங்கள் பைத்தியக்காரர். நான் சொல்வதைக் கேளுங்கள். அந்தப் படத்தையும் வையுங்கள். அதை நீங்கள் விற்க வேண்டுமென்பதில்லை. ஆனால் மற்றைய படங்கள் விற்க, அது காரணமாகலாம்.'

'விளம்பர சாதனமாகப் பயன்படுத்த வேண்டுமென்கிறீர்களா? கேவலம்!'

சாவ்லா அந்தப் படத்தை மீண்டும் உற்று நோக்கினான்.

'இப்படி தெய்வீக அழகை சிறை செய்துவிட்டு கண்காட்சிக்கு இல்லை என்கிறீர்களே?'

வியாபார நோக்குடைய சாவ்லாவுக்கு கலை ரசனை இருப்பது சாரங்கனுக்கு ஆச்சரியமாகத்தானிருந்தது.

சாரங்கன் முகத்தில் சிந்தனையின் ரேகைகள் படர்ந்தன. சாவ்லா அதைப் பயன்படுத்திக் கொண்டான்.

'என்ன யோசிக்கிறீர்கள்? நீங்கள் இப்படம் 'விற்பனைக்கில்லை' என்று அறிவித்து விடுங்கள். ஆனால் இந்தப் படத்தை யாரும் காணாமல் உள்ளே பூட்டி வைப்பது சுயநலம் என்றுகூட நான் கூறுவேன்!'

'எது சுயநலம்? நான்தான் கூறினேனே! இந்தப் படத்துக்குரிய குழந்தை, இதை என் பொறுப்பில் வைத்துவிட்டுச் சென்றிருக்கிறாள்!'

'யார் அந்தக் குழந்தை? கூப்பிடுங்கள். நான் கேட்கிறேன்.'

'அந்தக் குழந்தை ஊரிலில்லை!'

'அப்படியா? இன்னும் நல்லதாயிற்று. கண்காட்சி முடிந்தவுடன் வீட்டுக்குக் கொண்டு வந்துவிடலாம். அந்தப் பெண்ணுக்கு எங்கே தெரியப் போகிறது?'

சாரங்கன் பதிலொன்றும் கூறவில்லை. அவன் சிந்தித்துக் கொண்டிருந்தான்.

'சரத் சந்திரர் இந்தப் படத்தைப் பார்த்துக் கூறும் அபிப்பிராயத்தை நீங்கள் கேட்க வேண்டும் என்று விரும்பவில்லையா? உங்கள் கண்காட்சிக்கு சரத் சந்திரர் வரப்போகிறார் என்று கேட்டு, கோகலேயும் ஒரு கண்காட்சிக்கு ஏற்பாடு செய்யவிருக்கிறான். மூன்று நாள்களாக அவன் தொந்தரவு தாங்க முடியவில்லை!'

சரத் சந்திரர் கலை உலகில் மிகச் சிறந்த விமர்சகர். சாரங்கன் அவரைப் பற்றி நிறையக் கேள்வியுற்றிருக்கிறான். அவனுக்கும்

அவர்பால் மதிப்புண்டு. அவர் இந்தப் படத்தைப் பற்றி என்ன கூறுவார்? அவனுக்குச் சபலம் ஏற்பட்டது. உஷா வருவதற்குள் கண்காட்சி முடிந்துவிடும். படத்தைத் திருப்பிக் கொண்டுவந்து விடலாம்.

எனவே அவன் இசைந்தான். சாவ்லா மேலே ஏற்பாடுகள் செய்யத் தொடங்கினான்.

★★★

அடுத்தநாள், கண்காட்சித் திறப்பு விழா மிக விமரிசையாக நடந்தது. பத்திரிகை நிருபர்கள் என்ன எழுத வேண்டுமென் பதைப் பற்றி சாவ்லா ஏற்கெனவே குறிப்புகள் தந்துவிட்டான். யாரோ மந்திரி வந்து திறந்து வைத்தார். சாரங்கன் கைகளைக் குலுக்கினான். யாரென்று கவனிக்கவில்லை. அவன் சரத் சந்திரா வருகையை எதிர்நோக்கியிருந்தான்.

அவர் வந்தார். ஒவ்வொரு படமாகப் பார்த்துக் கொண்டுவந்த அவர், அந்தப் படம் வந்ததும், அங்கேயே சில நிமிஷங்கள் நின்றார். சாரங்கன் அவர் முகத்தைக் கூர்மையாகக் கவனித்தான்.

பிறகு எழுந்து போய் அவரருகில் நின்றான்.

என்ன கூறப் போகிறார்?

'எப்பொழுது இதை எழுதினீர்கள் மிஸ்டர் சாரங்கன்?'

'ஏன்? இப்ப எழுதினதுதான்!'

'இந்தக் கண்காட்சிக்காகவா எழுதினீர்கள்!'

'உண்மையாகக் கூறப்போனால், இல்லை!'

'அதானே நினைத்தேன். உங்கள் ஆத்மாவின் மௌன நிறைவு வண்ணத்தில் கலந்துவிட்ட பெருமிதத்தை அந்தப் படத்தில் காண்கிறேன்!'

சாரங்கனுக்கு என்ன பதில் கூறுவது என்று தெரியவில்லை. உபசாரமாகக் கூறினான்.

'நன்றி!'

அன்றிரவு கரை புரண்டோடும் உற்சாகத்தோடு சாவ்லா வந்தான்.

'சாரங்கன், கண்காட்சி முடிந்ததும் சரத்சந்திரர் உங்களுடைய அத்தனை படங்களையும் வாங்கப் போவதாகக் கூறிவிட்டார்.

தொகையைக் கூறிவிட்டால், செக்கில் கையெழுத்திட வேண்டியதுதான் பாக்கி!'

'அப்படியா? நான் அவ்வளவு பணத்தை வைத்துக்கொண்டு என்ன செய்ய?'

'ஓவியர்களின் சொர்க்கமாகிய பாரிசுக்குப் போங்கள். பிறகு...'

'பாரிசுக்குச் சென்று என்ன செய்ய வேண்டும் என்று எனக்குத் தெரியும். நீங்கள் சொல்ல வேண்டுமென்பதில்லை.'

அப்பொழுது அவனுக்கு மற்றொரு விஷயம் நினைவுக்கு வந்தது.

'அந்தப் படத்தைத் தவிர, என்று கூறிவிட்டீர்கள் அல்லவா?'

'எந்தப் படத்தை?' சாவ்லா தெரியாதது போலக் கேட்டான்.

சாரங்கனுக்கு விளங்கிவிட்டது. 'சாவ்லா, அவரிடம் கூறிவிடுங்கள், அந்தப் படம் விற்பனைக்கில்லை.'

'மிஸ்டர் சாரங்கன், அவர் அந்தப் படத்தை வாங்குவதற்காகத்தான் மற்றைய படங்களையும் வாங்குகிறார். நீங்கள் சொன்னதெல்லாம் அவரிடம் சொன்னேன். அவர் அந்தப் படம்தான் முக்கியமாக வேண்டும் என்கிறார்!'

'அப்படியானால் மற்றைய படங்களையும் அவர் வாங்க வேண்டிய அவசியமில்லை. அவரிடம் கண்டிப்பாகக் கூறி விடுங்கள்!'

'என்ன பைத்தியக்காரத்தனம் சாரங்கன். வருகிற லட்சுமியை காலால் உதைப்பது நல்லதல்ல. அந்தப் பெண்ணுக்கு வேறொரு படம் எழுதித் தந்துவிடுங்களேன்!'

'வேறொரு படமா? இத்தகைய அற்புதம், வாழ்க்கையில் ஒரு முறைதான் நிகழும். மறுபடியும் அதே மாதிரி எழுத முடியும் என்று சொல்வதற்கில்லை.'

‘அற்புதமாய்த்தானே எழுத வேண்டும்? ஏதாவது எழுதிக் கொடுங்களேன்!’

‘சாவ்லா, தயவு செய்து எனக்குக் கோபமூட்டாதீர்கள். என் புனித மான உணர்ச்சிகளை அவமதித்துப் பேசாதீர்கள்!’

‘சாரங்கன், நான் வாதாட விரும்பவில்லை. நீங்கள் அந்தப் படத்தை விற்பதுதான் நல்லது என்று நினைக்கிறேன். உங்களைப் பைத்தியம் என்று கூறுவதா? மேதை என்று கூறுவதா?’

‘எப்படி வேண்டுமானாலும் கூறுங்கள். அந்தப் படம் விற்பதற் கில்லை.’

‘அப்படியானால்?’ சாவ்லா தயங்கினான்.

‘கண்காட்சி செலவு, கமிஷன், காண்ட்ராக்ட் இவற்றுக்கெல்லாம் என்ன செய்யப் போகிறீர்கள்?’ சாரங்கனுடைய பலவீனமான இடத்தில் தாக்கினான் சால்வா.

‘இன்னும் இரண்டு மாதங்கள் பொறுத்துக் கொள்ள முடியாதா? சில படங்கள் விற்கலாம்.’

‘வாங்க ஆள் இருக்கும்போது விற்க மறுக்கிறீர்கள். பிறகா விற்கப் போகிறீர்கள்? விற்றுத் தருவதும் என் பொறுப்பல்ல. அடுத்த வாரத்துக்குள் எனக்கு ஆன செலவையும், கமிஷனையும் கொடுத்துவிட்டால் நல்லது!’

இதைக் கூறிவிட்டு சாவ்லா சென்றுவிட்டான்.

★★★

சாரங்கனுக்கு அன்றிரவு உறக்கமில்லை. ‘தெய்வமே! உலகத் தில் பொருளாதாரப் பிரச்னைகளே இல்லாமல் இருக்கக் கூடாதா? உலகத்தில் ஒவ்வொன்றும் பொருளாதார அடிப்படை யிலா நிர்ணயம் ஆக வேண்டும்?’

அடுத்த நாள் காலை, வாசலில் ஓர் கார் வந்து நின்றது.

சரத்சந்திரர்!

அவரைக் கண்டதும் சாரங்கனுக்கு என்ன செய்வது என்று தெரிய வில்லை. வந்ததும் அவர் பேச ஆரம்பித்தார்:

'மிஸ்டர் சாரங்கன், உணர்ச்சிகளுக்கு மதிப்பளிப்பது நல்லதுதான். ஆனால் நீங்கள் உங்கள் மனோதர்மம் கற்பித்த உலகில் வாழ்வதாக நான் நினைக்கிறேன். நான் சொல்வதைக் கேளுங்கள். அந்தப் படத்திற்கு விலை மதிப்பிட்டேன் என்றால், அதை மதிப்பிட வேறோர் அளவு கோல் இல்லை என்ற காரணத்தினால்தான்...'

அவர் ஏதோ சொல்லிக்கொண்டே போனார். அவன் ஒன்றுமே பேசவில்லை.

எதிரே சுந்தர் விளையாடிக் கொண்டிருந்தான். அவன் காலால் உதைத்த பந்து, ஜன்னலை வந்து தாக்கியது. அவன் முகத்தில் புன்னகை மலர்ந்தது.

'நீங்கள் எப்படிப் பால் உணர்ச்சி கலவாத தெய்வீக அழகை அப்படிச் சிறை செய்தீர்கள்? மிஸ்டர் சாரங்கன், நீங்கள் ஒரு மேதை.'

சாரங்கன் சிந்தித்தான். 'அடுத்த வாரம் சாவ்லா வரப் போவதாகக் கூறியுள்ளானே! என்ன செய்வது? பணத்தையே லட்சியமாகக் கொண்டவன். என்ன வேண்டுமானாலும் செய்வான். தன் கலை யில் ஈடுபட்ட அவன் தன்னிடம் வந்து ஒட்டிக் கொண்டானா? தன் கலையை காசாக்குவதில் கமிஷன் அவனுக்கு. ஆனால் இப்பொழுது எவ்வளவு நஷ்டம்! பார்க்கப் போனால் அவன் கையில் பத்திரிகைகள் அடக்கமாயிற்றே! 'ஓஹோ' என்று புகழ்ந்த பத்திரிகைகளைக் கொண்டே, நாளை தன்னை தூற்றச் செய்வான் சாவ்லா. தன் எதிர்காலம் அவன் கையிலா?

'ஆனால்...ஆனால்...'

அந்தக் குழந்தைக்கு அளித்த வாக்குறுதி என்னாவது? அதன் உணர்ச்சிகளுக்குத்தான் என்ன பதில் கூறமுடியும்? புனிதத்திலும் புனிதமான தன் தாயை அவனிடம் ஒப்படைத்துச் சென்றிருக் கிறாளே, அதை விற்று காசாக்குவதா? இந்தப்படத்தைப் போல் மறுபடியும் எழுத முடியுமா? இந்தப் படம் எழுதும்போது தன் உள்ளம் பரிசுத்தமாக இருந்ததுபோல், எப்பொழுதுமிருக்கும் என்று என்ன நிச்சயம்? கூடாது, கூடாது. இந்தப் படத்தை விற்கவே கூடாது!'

அவர் அவன் யோசிப்பதைப் பார்த்து, தர இசைந்துவிட்டான் என்று நினைத்து, கைப்பையைத் திறந்து செக் ஒன்றைக் கிழித்து கையெழுத்திட்டு நீட்டினார்.

'தொகையைப் பூர்த்தி செய்துகொள்ளுங்கள்!'

சாரங்கன் தீர்மானமாக எழுந்தான்.

'மன்னிக்கவும், நான் எதையுமே விற்கப்போவதில்லை!'

அவர் முகத்தில் ஏமாற்றம். சட்டென எழுந்திருந்தார்.

'உணர்ச்சிவசமாக எதையும் செய்யாதீர்கள். பின்னால் வருந்த நேரிடலாம்.'

அவர் அவனிடம் கை குலுக்கி விட்டு வெளியே சென்றார்.

'மிஸ்டர் சாரங்கன், நீங்கள் எப்பொழுதாவது முடிவை மாற்றிக் கொண்டால் தெரிவியுங்கள். இதுதான் என் டெலிபோன் நம்பர்!'

அவர், அவனிடம் தன் கார்டை நீட்டினார்.

சாரங்கன் புன்னகையுடன் கூறினான். 'மாற்றிக் கொள்வேன் என்று தோன்றவில்லை. இருந்தாலும் நன்றி!' அவன், அவர் கொடுத்த கார்டை பெற்றுக் கொண்டான்.

★★★

அன்று காலைதான் உஷா வரவிருக்கிறாள். எப்பேர்ப்பட்ட சூழ்நிலைகளிலிருந்து அவள் தாயை அவன் காப்பாற்றியிருக் கிறான்! அவள் வேகமாக ஓடி வருவாள். 'மாமா எங்கம்மா படத்தைத் தாருங்கள்' என்பாள். கொடுத்தவுடன் அவள் அதைத் தன்னுடைய நீண்ட பெரிய கண்களால் பார்ப்பாள். அப்பொழுது அவள் கண்களில் தோன்றும் ஒளிக்கு ஈடாக சரத்சந்திரர் 'செக்' அளிக்க முடியுமா?'

அவன் எதிர்பார்த்தபடி உஷா வந்தாள். 'மா...மா...' அவள் முதல் 'ம'கரத்தை அளவுக்கு மீறி நீட்டி, வாஞ்சையுடன் அழைத்தாள்.

அவன் தூங்குவது போல் பாசாங்கு செய்தான். அப்பொழுதுதான் கண் விழித்துக் கொண்டதுபோல், கண்களைக் கசக்கியவாறு கேட்டான்.

'யாரு?'

'நான்தான் உஷா!'

'ஓ...உஷாவா? வாம்மா.'

அவள் ஸ்டுடியோவுக்குள் ஓடப் போவதை அவன் ஆவலுடன் எதிர் நோக்கினான். அவள் போகவில்லை.

'மாமா ஊரிலே ஒரு விசேஷம் தெரியுமா?'

அவனால் பொறுக்க முடியவில்லை. அவன் எழுந்து சென்று அவள் அம்மாவின் படத்தைக் கொண்டுவந்து அவளெதிரே வைத்தான்.

அவள் அதை ஒரு வினாடிதான் பார்த்தாள்.

'என்ன விசேஷம்னு கேக்கலியே மாமா!' அவள் குரலில்தான் எத்தனை குதூகலம்.

சாரங்கனுக்கு ஏமாற்றம். உற்சாகமில்லாமல் கேட்டான்:

'என்ன விசேஷம்? சொல்லேன்!'

'இனிமே அந்தப் படம் வேண்டாம் எனக்கு. எனக்கு இன்னொரு நிஜ அம்மா வந்துட்டா!'

34. மனித இயந்திரம்

இளங்காலை சாம்பல் பூக்கின்றது. மறைந்த இரவின் சாம்பல். இன்னும் கொஞ்சம் நேரத்தில் மஞ்சள் வண்ணத்துடன் நாள் பொலியவிருக்கின்றது.

மணி ஐந்தரை. தில்லியில் கோடை காலத்தில் பொழுது எவ்வளவு சீக்கிரம் புலரத் தொடங்கிவிடுகின்றது! எழுந்து குளியலறையை நோக்கிச் சென்றேன். பக்கத்துப் பகுதியில் குடியிருக்கும் பத்மநாப னும் வருகிறார். அரைக்கனவு, விழிப்புநிலை, முகத்தில் புன்னகை யின் நிழல், அல்லது என் பிரமைதானோ?'

'குட்மார்னிங்!'

'குட்மார்னிங்!'

குளியறைக்குத் தாழ்ப்பாளிட வேண்டும். வீட்டுக்கார சர்தார்ஜி யிடம் சொன்னால், வாடகை இன்னும் ஐந்து ரூபாய் கூட உயர்த்துவான். இப்பொழுது என்னை ஒரு தியாக நோக்கத்துடன் வைத்துக்கொண்டிருப்பதாக அவன் எண்ணம். வாழ்க்கையில் எந்தவித திடீர்த் தாக்குதலையும் சமாளிக்கத் தெரிந்திருக்க வேண்டு மென்பதுதான் தாழ்ப்பாள் இல்லாத குளியலறையின் சித்தாந்தம்!

பற்களை நன்றாகத் துலக்க வேண்டும். நேற்றிரவு காமு முணு முணுத்தாள்.

'நன்றாக இருக்கிறது உங்கள் பல்; வெற்றிலைக் காவி அப்படியே!' மூன்று குழந்தைகளுக்கு அப்புறம்கூட காமுவிடம் இந்த அருவெறுப்பு உணர்ச்சி இருப்பது ஆச்சரியம்தான்.

பற்களின் காவி நிறம் போயிற்றோ இல்லையோ ஈறுகளில் ரத்தம் கசிகின்றது. காமுவை திருப்தி செய்ய ரத்தத்தைத் தியாகம் செய்ய வேண்டுமா? 'மீடிய'த்துக்குப் பதிலாக 'ஹார்டு' பிரஷ் கொடுத்து விட்டான் கடைக்காரன். மாலை ஏழரை மணிக்குள் கடையை பூட்டியாக வேண்டும். அவன் கவலை அவனுக்கு. கடையை பூட்டும் சமயத்தில் சென்றிருக்கக் கூடாதுதான்.

உள்ளே குழந்தை மாலு அழும் சப்தம். காமுவின் அதட்டல். இப்பொழுது எழுந்துவிட்டால் நாள் முழுவதும் ஓய்வின்றி வேலை செய்ய வேண்டும் என்ற அலுப்பு அவளுக்கு.

'எங்கே, பாத்ரூமில் இருக்கிறீர்களா?'

'ஆமாம், இதோ வந்துவிட்டேன்.'

'வந்து, இந்த சனியனைக் கொஞ்சம் எடுத்துக்கொள்ளுங் களேன்!'

பத்மநாபனின் குழந்தை அனுதாபக் குரல் கொடுக்கின்றது.

'நான் பால் வாங்கப் போகிறேன்.' பையை எடுத்துக் கொண் டேன். பால் புட்டிகள் ஒன்றோடொன்று உராய்கின்றன.

என் செருப்பு எங்கே? நேற்றிரவு என் செருப்பைப் போட்டுக் கொண்டுதான் மாலு நடை பழகிக்கொண்டிருந்தாள்.

காமுவின் செருப்பு மூலைக்கொன்றாகத் தென்படுகிறது. கியூவில் நின்று சர்க்கரை வாங்கி வந்த களைப்பில் தன் எதிர்ப்பை அவள் இப்படி தெரிவித்திருக்க வேண்டும். செருப்பு இரண்டும் நிராதரவாக விடப்பட்ட குழந்தைகளைப் போல் பரிதாபமாக என்னை நோக்குகின்றன. இந்த நேரத்தில் என் பாதங்களை யார் கவனிக்கப் போகிறார்கள்? காமுவின் செருப்பை மாட்டிக் கொண்டு புறப்பட்டேன். மீண்டும் இணை சேர்ந்ததில் அவற்றிற்கு மகிழ்ச்சி. என் பாதங்களின் ஆண்மை, செருப்புக்கு வெளியே தலைநீட்டியது.

'இதோ பார், கதவைச் சாத்திக் கொள்!'

'இவ்வளவு காலையில் போகாவிட்டால் உங்கள் தலை வெடித்தாவிடும்?'

பத்மநாபனும் வெளியே வருகிறார். அவர் கண்களின் இமை யோரம் பவுடரினால் சிறிது வெளுத்திருக்கிறது. இதை அவரிடம் சொல்ல வேண்டுமா?

'ஹல்லோ, கிளம்பி விட்டீர்களா?' தினம் கேட்கும் கேள்வி. பதில் என்ற பலனை எதிர்பாராத கடமை என்ற கர்மம் பற்றிய கேள்வி. பத்மநாபன் கீதை படித்திருப்பாரோ?

அந்தக் கிழ நாய் மாடிப்படிகளின் கீழே இடைகழியில் படுத்திருக் கிறது.

'உஸ்...உஸ்...உஸ்...'

நாயை விரட்டும் பணி தினம் பத்மநாபனுடையது. வெறுப்புடன் ஓர் அலட்சியப் பார்வையுடன் எழுந்திருக்கின்றது.

'இந்த நாய்த் தொந்தரவு சகிக்க முடியவில்லை. முனிசிபல் கார்ப்பொரேஷன் என்ன செய்கிறது. பத்திரிகைகளுக்குக் கடிதம் எழுதினால் தேவலை.' பத்மநாபனின் தினசரிக் கூற்று. தெருவை வந்தடைந்ததும் அவர் ஒன்றும் பேசவில்லை. பத்திரிகைகளில் எழுதப் போவதை அவர் மனத்தில் தினந்தோறும் எழுதிப் பார்க் கின்றார் என்று நினைக்கிறேன். அவர் கைகள் இறுகுகின்றன. தாடையில் ஓர் உறுதி தென்படுகிறது. சற்றுக் காரசாரமாகவே கடிதம் எழுதிவிட்டார் போலிருக்கிறது. முகத்தில் ஒரு புன்னகை, அதில் நகைச்சுவையும் கலந்திருக்கிறதோ?

'ரகுபதி ராகவ ராஜா ராம், பதீத பாவன சீதாராம்' - தினம் பால் வாங்க வருகிற அப் பஞ்சாபிக் கிழவியின் வருகையை முன்கூட்டி தெரிவிக்கிறது. அவளுடைய வெண்கலக் குரல். இறைவனை நோக்கி எழுகின்ற ஏக்கக் குரலன்று அது. இறைவனை அதட்டி, உதவிக்கு அழைக்கின்ற தன்னம்பிக்கையின் குரல். அக் குரலில் எத்தனை கம்பீரம்?

'ஹல்லோ! பால் வாங்கவா?'

நண்பர் கிருஷ்ணன், வீட்டு வாசலில் நின்றுகொண்டு செய்தித் தாளைப் படித்துக்கொண்டிருக்கிறார். ஆமோதிக்கும் அசட்டுப் புன்னகை.

'உங்கள் பால் தேவலை. நல்ல பால். விலையும் குறைவு. புதுக் கூப்பன்கள் தரமாட்டேன் என்கிறானே!' கிருஷ்ணனுடைய தினசரிக் குறை.

'நல்ல பால், நீங்கதான் மெச்ச வேண்டும். 'டோன்ட் மில்க்'தான் தருகிறான். அதுவும் பாதியாக்கிவிட்டான்.

'அப்படியா?' கிருஷ்ணனின் குரலில் திருப்தி தொனிக்கிறது.

பால் வாங்குமிடத்தில் தினந்தோறும் வருகின்ற அந்தப் பெண்ணை யும் இளைஞனையும் தவிர வேறு எவரும் இல்லை. பால் இன் னும் வரவில்லை போலிருக்கிறது. இருவருடைய உதடுகளும் அசைவதிலிருந்து அவர்கள் பேசிக்கொண்டிருக்கின்றனர் என்று தெரிகிறது. கண்கள் இவ்வுலகத்திற்கப்பால் எங்கோ சஞ்சரித்துக் கொண்டிருக்கின்றன. ஞான ரதத்தில் ஏறி, மேகத்திடையே இருவரும் விளையாடிக்கொண்டிருக்கின்றனரோ? பால் டிப்போ சௌக்கிதார் இருவரையும் பார்த்துக் கொண்டு நிற்கிறான். அவன் கவலை அவனுக்கு. இன்னும் இரண்டு மணி நேரத் துக்குப் பிறகு அவன் தன் மகளை சைக்கிளில் முனிசிபல் பள்ளிக் கூடத்தில் கொண்டுவிடவேண்டும். பால் வண்டி வரவில்லையே? அவன் முகத்தில் சிந்தனையின் கீற்றுகள், ஒருவேளை, தன் குழந்தையும் கல்வி கற்று கல்லூரியில் படிக்கும் போது இந்த இளைஞனைப் போலிருப்பானோ? நம்பிக்கையின் ஒளி அவன் முகத்தில் தெரிகின்றது!

கார் சப்தம். பால் வண்டி வந்துவிட்டது. பால் புட்டிகள் வரிசை வரிசையாக இறங்குகின்றன. கனவு கலைகின்றது.

'ரகுபதி ராகவ ராஜா ராம்! பதீத பாவன சீதாராம்' பால் டிப்போ வுக்கு எதிரிலுள்ள வீட்டில் இதுவரை காத்திருந்த பஞ்சாபிக் கிழவி கண்களை இன்னும் திறக்கவில்லை. வருகின்றாள். எங்கெங்கோ ஒவ்வொரு மூலையிலும் முடங்கிக் கிடந்த யாவரும் ஒன்று கூடுகின்றனர். எல்லோரும் பதுங்கியிருந்து அப்பெண்ணையும் இளைஞனையும் வேவு பார்த்தார்களோ? பஞ்சாபிக் கிழவி முண்டியடித்துக்கொண்டு முன்னேறுகிறாள். 'வலிமையுள்ளது எஞ்சும்!' இது டார்வின் கூற்று. ஆனால் இங்கு வலிமையற்றது எஞ்சுகிறது.

'பாட்டி, நாங்கள் அரைமணியாகக் காத்திருக்கிறோம். நீங்கள் இப்படித் தள்ளிக்கொண்டு செல்கிறீர்களே!'

இப்படிக் கூறிய அந்தப் பெண்ணையும், அருகிலிருந்த இளை ஞனையும் கிழவி மாறி மாறிப் பார்க்கிறாள். கிழவியின் முகத்தில் இளமையின் மின்னல்.

'நீயும் அந்தப் பையனும் ஐந்து நிமிஷத்துக்கு முன்னால்தானே வந்தீர்கள்? பேச்சு சுவாரஸ்யத்தில் கால நினைவுகூட உனக் கில்லையா?'

காலை இளஞ் சூரியனின் சிவப்பு அப் பெண்ணின் முகத்தில் படர்கிறது. கூடியிருந்தவர்களின் புன்னகை.

'சார், கொஞ்சம் முன்னால் போய் பால் வாங்குங்கள். இப்படியே நின்று கொண்டிருந்தால்...' பத்மநாபனின் குரல் என் காதருகே ஒலிக்கிறது.

'ரகுபதி ராகவ ராஜா ராம் பதீத பாவன சீதாராம்.' அக்கிழவியை நித்ய சூரிகளில் ஒருத்தியாய், தவறாக எடை போட்டு விட் டேனே! உதடுகள் பரமபதத்துடன் உறவாடினாலும், உள்ளம் பால் புட்டியில்தான் இருக்கிறது. அவள் இதழ்கள் மட்டும் கூட்டும் சொற்கள், வாடிய சருகுகளாக உதிர்கின்றன. கிழவியின் குரல் மங்கிக்கொண்டு வருகின்றது.

'நீங்கள் போங்கள். நான் காய்கறி வாங்கிக்கொண்டு வருகிறேன்' பத்மநாபன் அலுத்துக்கொண்டே கூறுகிறார். அவர் வீட்டுக்குக் காய்கறி வாங்க அவர்தான் போக வேண்டும். எங்கள் வீட்டுக்கு காமுவே வாங்கி வந்து விடுகிறாள். குரலில் பொறாமையின் சாயை படிந்திருக்கிறதோ?

நான் என்ன செய்ய? எனக்குக் காய்கறிகள் வாங்கத் தெரியாது என்பது காமுவின் அபிப்பிராயம். உலகத்தில் வெண்டைக்காய் மூப்பதும், அவரைக்காய் பூச்சிகளுடன் உறவாடுவதும் எனக் காகத்தான் என்பது காமுவின் கருத்து. அவள் நினைப்பதில் தவ றொன்றும் இல்லை. கடைக்காரர்களும் அப்படித்தான் நினைக் கிறார்கள். ஏமாந்தவன் என்று என் முகத்தில் எழுதியா ஒட்டி யிருக்கிறது?'

'பாலைக் கொடுங்கள். எடுத்துக்கொண்டு போகிறேன்' என் றேன். கொஞ்சம் ஆறுதலாக இருக்கட்டுமே அவருக்கு.

'சிரமமில்லையே?' கொடுக்கத் தீர்மானித்துவிட்டார். இருந் தாலும் மேல் பூச்சு வார்த்தைகள். அவர் சொற்களை முந்திக் கொண்டு அவர் கை நீண்டுவிடுகிறது.

'இது என்ன சிரமம்?' என் சொற்களை முந்திக் கொண்டு என் கை நீள்கிறது. வீட்டில் காமு கூறப்போவது என் காதுகளில் ஒலிக்கிறது.

'நீங்கள் ஒரு பயித்தியம். ஊரார் சாமான்களைச் சுமந்துகொண்டு வருவதுதான் உங்கள் தினசரி வேலை!'

ஊராருடைய பாவமூட்டையை ஏசுநாதர் சுமந்தாரே!

'எதிர் வீட்டுக்குப் பால் வாங்கிக்கொண்டு வரவில்லையா?' காமுவின் ஏளனத்திற்கு நான் பதில் ஒன்றும் கூறவில்லை. இது அவளுக்கு நான் அளித்த சலுகை.

நான் மேஜையின் மீது வைக்கப்பட்டிருந்த தினசரித் தாளை பிடித்ததும், மாலு கட்டிலில் எழுந்து உட்கார்ந்து அழத் தொடங்கி னாள்.

'அந்தச் சனியனைக் கொஞ்சம் எடுத்துக்கொள்ளுங்களேன்.'

சமையலறையிலிருந்து பிறப்பிக்கப்பட்ட கட்டளை.

தினந்தோறும் நான் செய்தித்தாளை பிரிப்பதும், மாலு அழுவதும் ஒரே கால நிகழ்ச்சிகள். மாலு, மற்றொரு கையில் செய்தித்தாள். ஜன்னலருகே சென்று நின்றால் மாலு வேடிக்கை பார்ப்பாள்; நான் படிக்கலாம்.

'காங்கோவில் மீண்டும் பூசல்!'

காங்கோவில் எப்பொழுது பூசல் இல்லாமல் இருந்திருக்கிறது?

'அப்பா, நாய்!'

மாலு நாய்க்குட்டிகள் விளையாடுவதைச் சுட்டிக் காண்பிக் கிறாள். காங்கோவில் நாய்க் குட்டிகள் விளையாடுவதில்லையோ? விளையாடுவதைப் பார்த்தால் இப்படி ஒருவரை ஒருவர் அடித்துக் கொண்டு சாகமாட்டார்களே!

'காப்பி சாப்பிடவில்லையா?'

'எப்பொழுது கொண்டுவந்து வைத்தாய்?'

'வைத்து அரை மணியாகிறது. ஆறிப் போகிறது!' நேரம் கழித்து காப்பியைக் கொண்டுவந்து வைத்துவிட்டு, சாப்பிடாத குற்றத்தை என் மீது சுமத்தி காமு தன்னைத்தானே தேற்றிக்கொள்கிறாள்.

'இப்பொழுதுதான் கொண்டுவந்து வைத்தாய்!' என்று கூறலாமா, வேண்டாமா? வாக்குவாதம் செய்யக்கூடிய மனநிலையில் நான்

இல்லை. காங்கோ பிரச்னை பற்றிய கனத்த உணர்ச்சிகள் என் நெஞ்சை சுமையாக அழுத்திக் கொண்டிருக்கின்றன. சமைய லறையிலிருந்து வெளியே வந்த காமுவின் நெற்றியில் வியர்வை முத்துக்கள்.

காப்பிக்குச் சர்க்கரை போதவில்லை. சொன்னால் காமு, தான் 'கியூ'வில் நின்று வாங்கிய கொடுமையைப் பற்றிப் பிரலாபிக்கத் தொடங்கிவிடுவாள்.

சர்க்கரைக் 'கியூ' என்றதும் நினைவுக்கு வருகிறது. காமுவின் செருப்பை நான் இன்னும் கழற்றவில்லை. செருப்பைக் கழற்றி மேஜைக்கடியே தள்ளியதும், மாலு கைகளைத் தட்டி வாய் நிறைய சிரித்தாள்.

'அம்மா சப்பல், அம்மா சப்பல்...'

'நன்றாக இருக்கிறது. என் செருப்பைப் போட்டுக்கொண்டு... பால் டிப்போவில் யாரும் சிரிக்கவில்லை?'

'ஒருவரையொருவர் கவனித்துக் கொண்டிருப்பதற்கு இப்பொழுது நேரம் எங்கிருக்கிறது? நான் புடவையை கட்டிக்கொண்டு போனால்கூட ஒருவரும் என்னை கவனிக்க மாட்டார்கள்.'

'நீங்களும் உங்களுடைய பேச்சும்!' காமு என் பேச்சை ஒதுக்கித் தள்ளிவிட்டுப் போய்விட்டாள். என்னைப் பற்றி அவள் அபிப் பிராயம் என்னவாக இருக்கமுடியும்? ஒன்றும் புரியாத புத்தகங் களையெல்லாம் படித்துவிட்டு ஒன்றுக்கொன்று சம்பந்தமில்லா மல் பேசும் அரைப் பைத்தியம் என்றா? 'திறமை கிடையாது. தைரியம் இல்லை' என்பது அவள் தினசரிக் கூற்று. பஸ் வருகைக் காகக் காத்திருக்கும்போது, அனைவருக்கும் முந்தி நான் சென்றிருந்தாலும் கூட்டத்தில் முண்டியடித்துக்கொண்டு பஸ் ஏற எனக்குத் திறமை கிடையாது. நான்தான் முதலில் வந்தேன் என்று வழக்காடவும் தைரியம் இல்லை.

'மாலு பாத்ரூமுக்குச் சென்று சொட்டச் சொட்ட நனைத்துக் கொண்டு நிற்கிறாள். பேசாமலிருக்கிறீர்களே!'

'மாலுவா? எப்பொழுது இறங்கிப் போனாள்?' என் கையிலிருந்த செய்தித்தாளையும் கொண்டுசென்று குளிப்பாட்டியிருக்கிறாள். மரணச் செய்திகளைத் தாங்கி வந்த பத்திரிகையைத் தூய்மைப் படுத்த வேண்டாமா?

'பேப்பரை அப்படியே நனைத்திருக்கிறது. சனியனே போய்த் தொலை!' காமுவின் கைகள் இயங்குகின்றன. மாலுவின் குரலும் இயங்குகிறது.

'ரகு பாடம் எழுதுகிறானா இல்லையா என்று சற்றுப் பார்க்கக் கூடாதா?' 'போடா! சைக்கிள் விட்டது போதும், பாடம் எழுதுடா.'

காமுவின் அதட்டலுக்குப் பணிந்த ரகு, புத்தகப் பையை எடுத்துக் கொண்டுவந்து உட்காருகிறான்.

அவன் பையைப் பிரித்ததும், மாலு, பத்மா இருவரும் அவன் முன்னால் போய் உட்காருகிறார்கள். பத்மாவுக்கு மூன்றரை வயது. பள்ளிக்கூடம் போகத் துடிக்கிறாள். அடுத்த மாதம் சேர்க்க வேண்டும். ரகு, குரு ஸ்தானத்தில் இருந்து சொல்லிக் கொடுக் கிறான்.

'ஏ ஃபார் ஆப்பிள்!'

பத்மா கூறுவதைக் கேட்டு மாலுவும் ஏறக்குறைய அதே ஒலியை எழுப்புகிறாள்.

'பி ஃபார் பாய்!'

பத்மா கேட்கிறாள்: 'பாய் என்றால் என்ன?'

ரகு கூறுகிறான்: 'பாய் என்றால் பையன். நான் பாய், நீ கேர்ள், அப்பா மேன், அம்மா லேடி.'

அப்பாவைச் சாதாரணப் பொது மனிதனாக்கிவிட்டு அம்மாவை மட்டும் சீமாட்டி ஆக்குவது எதற்காக? பெண்களைத் திருப்தி செய்வதுதானே மனித சமுதாயத்தின் குறிக்கோள். பெண்கள் இல்லாவிட்டால் சரித்திரம் ஏது! காவியம் ஏது? - இல்லை. பெண்கள் என்று கூறுவதைக் காட்டிலும் பெண்மை என்று கூறுவது இன்னும் பொருத்தம்.

'ரகு பாடமும் எழுதவில்லை, ஒன்றும் எழுதவில்லை. நீங்க இடிச்சபுளி மாதிரி பார்த்துக்கொண்டு உட்கார்ந்திருக்கிறீர்களே!'

'ரகு, பாடம் எழுதுடா!'

'இப்படிச் சொன்னால் போதுமா? பக்கத்தில் உட்கார்ந்து கொண்டு எழுதச் சொல்லவேண்டாமா? இந்த வீட்டில் புருஷாள்

செய்ய வேண்டிய வேலையைக் கூட பொம்மனாட்டிதான் செய்ய வேண்டும்.' காமு பக்கத்தில் ரகு வந்து உட்கார்ந்தான்.

'தடிக் கழுதை எழுதுடா. ஒன்... டூ... த்ரீ... எங்கே எழுதி யிருக்கே.'

'அப்பா. ஒண்ணு ஏன் இளைச்சிருக்கு. எட்டு குண்டாயிருக்கு?'

'ஒன்று தனியாக இருக்கிறதனாலே இளைச்சிருக்கு. எட்டு...'

'போறும், போறும் உங்க ஹாஸ்யம். குழந்தையை அதட்டி எழுதச் சொல்ல துப்பு இல்லை. விளையாடிக் கொண்டு இருக் கிறார். அசட்டுத்தனமாகக் கேள்வி கேட்டது போதும்; பாடம் எழுதுடா.'

மாலு என் மடியில் உட்கார்ந்துகொண்டு என் முகத்தைத் தடவினாள். இரண்டு நாள்களாக தட்டிக் கழித்த பொறுப்பு அவள் பிஞ்சுக் கைகளைக் குத்தியிருக்க வேண்டும். அவள் கைகளைச் சரேலென்று இழுத்துக் கொண்டாள்.

மாலுவைக் கீழே இறக்கிவிட்டு கண்ணாடியில் முகத்தைப் பார்த்துக்கொண்டேன். நான் என்ற நினைவகற்றி கண்ணாடியில் முகத்தைப் பார்த்துக்கொண்டால் வேடிக்கையாகத்தானிருக் கிறது. நெடிது வளர்ந்த மிருகம்! விலங்குகள் குறுக்கே வளர்வதற் கும், மனிதன் நெடிது வளர்வதற்கும் காரணம் என்ன? அவன் லட்சியங்களும் வானோங்கி இருக்கவேண்டும் என்பதற்காகவா?

நான் கண்ணை மூடிக் கொண்டேன்.

'சின்ன 'ஓ'வும், பெரிய 'ஓவும்' ஒரே மாதிரியாகத்தானே இருக்கு? எப்படிக் கண்டு பிடிப்பது?' ரகுவின் கேள்விக்கு காமு பதிலொன் றும் கூறவில்லை.

ரகு கேட்பது உண்மைதான். ஆங்கில மொழியில் சின்ன 'ஓ'வுக் கும் பெரிய 'ஓ'வுக்குமுள்ள வேறுபாடு என்ன? எழுதப்படும் சின்ன 'ஓ'வைக் காட்டிலும் இன்னும் சின்னதாக மற்றொரு 'ஓ' எழுதிவிட்டால் முதலில் எழுதியது பெரிய 'ஓ'! உலகத்திலுள்ள பொருள்களுக்கு தொடர்பற்ற முறையில், ஒவ்வொன்றுக்கும் அதன் அளவில் இலக்கணம் வகுத்துக்கூற முடியுமா? ஒளியற்றது இருள், இருளற்றது ஒளி. மெய் இல்லாதது பொய், பொய் இல்லாதது மெய்.

ஒரு நினைவுமற்ற விழிப்பு நிலையைப் பெற முயன்று, கண்களை மூடிக் கொண்டால், எண்ணங்கள் ஓடிக்கொண்டேயிருக்கின் றனவே!

'என்ன, நின்றுகொண்டே தூங்குகிறீர்களே? கட்டிலில் நன்றாகப் படுத்துக்கொண்டு தூங்குவதுதானே?'

'அம்மா, பத்மா என் பென்சிலைப் பிடுங்கிக்கொண்டு விட்டாள்.'

'பத்மா சனியனே, சுவரில் கிறுக்காதே. வீட்டுக்காரி உன்னைத் தூக்கி அப்படியே வெளியே போட்டுவிடுவாள்.'

'அம்மா, மாலு, பேப்பரைக் கிழித்து வாயில் போட்டுக் கொள் கிறாள்.'

'மாலு தரித்திரமே! பேப்பரை வை. சோறு தின்பதில் குறைச்ச லில்லை. காகிதத்தை வேறா தின்ன வேண்டும்?'

ராஜஸ்தானில் மக்கள் புல்லைச் சாப்பிடுகிறார்களாம், சில நாள் களுக்கு முன்பு வந்த செய்தி. பார்லிமெண்டில் இதைப் பற்றிக் கேட்டதற்கு மந்திரி கூறினார்: 'மக்கள் விரும்பி புல்லைச் சாப்பிட் டால், அரசாங்கம் அதைத் தடை செய்ய முடியாது!' காங்கிரஸ் கரகோஷம்.

எதிர்க் கட்சியினர்: 'வெட்கம், வெட்கம்'

நான் பள்ளிக்கூடத்தில் படிக்கும்போது பள்ளி வாசலில் பிறந்த மேனிக்கு ஒரு சாமியார் புழுதியில் புரண்டுகொண்டிருப்பார். கண்ணாடித்துண்டுகள், கற்கள், மரப் பலகை இவைதாம் அவர் ஆகாரம். இதை என் நண்பன் முத்து ஒரு தடவை என்னிடம் கூறினான். தான் கூறியது உண்மையெனக் காட்ட முத்து அவரிடம் சில செங்கற்களைக் கொடுத்தான். அவர் கடித்து விழுங்கிவிட்டு என்னை தண்ணீர் கொண்டு வரும்படி கேட்டார். நம் நாட்டு மக்களும் அந்தச் சாமியார் போலாகிவிட்டால், உணவுப் பஞ்சமே வராது. வீட்டுப் பஞ்சம் ஒரு வேளை ஏற்படலாம்.

அந்த முத்து இப்பொழுது எங்கிருக்கிறான்? பத்தாம் வகுப்பை மூன்று தடவை முற்றுகையிட்ட பிறகு ராணுவத்தில் சேர்ந்து விட்டான்! நான் கல்லூரியில் படிக்கும்போது ஒரு நாள் தாடியும் மீசையுமாக என்னிடம் வந்து ராணுவத்தை விட்டு நீங்கி, ஓவியக்கலையில் விற்பன்னனாக விளங்குவதாகக் கூறினான்.

பூனாவில் நடந்த ஓவியக் கண்காட்சியில் பரிசு பெறுவதற்காக, அவன் வரைந்த 'ஆத்மாவின் சோகம்' என்ற படத்தையும் காட்டினான். குறுக்கும் நெடுக்கும் படர்ந்த நூற்றுக்கணக்கான கோடுகள். கலையைப் பற்றிய என் ரசனை...!

'நீங்கள் இன்றைக்கு ஆபீஸ் போகல்லியா?' கடமையின் குரல் ஒலித்தது. காமு என் அருகில் வந்து நிற்கிறாள்.

கையில் துவாலையை எடுத்துக்கொண்டு குளியலறையை நோக்கிப் புறப்பட்டதும் மாலுவும் என்னுடன் குளிக்க வேண்டும் என்று பிடிவாதம் செய்கிறாள். சோப்புக்கும் மாலுவுக்கும் பகை. இந்த விஷயத்தில் மாலுவுக்கு நான் பூரண சுதந்தரம் அளித்திருந்தேன். மாலு சோப்பை தேய்த்துக் கொள்ளாமலேயே தண்ணீரை மட்டும் தம்ளரில் எடுத்து மேலே கொட்டிக்கொண்டு குளிப்பாள். இது காமுவுக்குத் தெரியாது. மாலுவுக்கும் எனக்குமிடையே உள்ள ரகசியம்.

மாலு குளித்துவிட்டு வெளியே சென்றதும், குழாய் நின்றுவிடுகிறது. பக்கத்துக் குளியலறையில் பத்மநாபன் குளிக்கிறார் போலிருக்கிறது. அங்கு குழாயைத் திறந்தால் இங்கு தண்ணீர் வராது. பத்மநாபன் ஸ்வரப்பிஸ்தாரம் செய்துகொண்டிருந்தார். வெண்டைக்காய் மலிவாக வாங்கி வந்து விட்டார் போலிருக்கிறது. மகிழ்ச்சி இசையாகப் பொங்குகிறது. அவர் சங்கீதம் இடையில் நின்றதும் என் வீட்டுக் குழாய் கண்ணீர் விட்டு அழத் தொடங்கியது!

மார்கழி மாதத்தில் விடியற்காலையில் வெந்நீரில் குளிக்கும் சுகத்துக்கு ஈடானது எதுவுமில்லை என்பது என் அபிப்பிராயம். வெளியே குளிர், உள்ளே வெம்மை. அழுக்கில் புரண்டு உலகம் உறங்கும் சமயம், நான் மட்டும் விழித்துக்கொண்டு சோப் மணத்துடன் தூய்மையாக விளங்குகிறேன் என்ற நினைவு, இன்னும் உற்சாகமூட்டும். விடியற்கால வெந்நீர் நினைவுகள் தீபாவளிப் பண்டிகையை நினைவூட்டுகின்றன. ஐந்து மணிக்கே அம்மா என்னை எழுப்பி விடுவாள். ஆனந்த பைரவியை இசைத்துக் கொண்டு, அம்மா தலையில் எண்ணெய் தடவும் சுகம்! புதுச்சட்டை, ஜரிகை வேட்டி அணியப் போகிறோம் என்ற நினைவு ஊட்டும் ஊக்கம்! வாணங்கள், வெடிகளைப் பற்றிய லாகிரி எண்ணங்கள்.

இவையெல்லாம் இன்னும் இருக்கின்றன. ஆனால் அந்த உள்ளமும், அம்மாவும் இப்பொழுது இல்லையே!

பனியனைத் தேடுவது என்பது ஒரு தினசரி வேலையாக இருக்கிறதே! காமு கூறுவது உண்மைதான். கண்ணுக்கு எதிரில் இருந்தாலும், அது தென்படுவதில்லை. மனோத்தத்துவ ரீதியில் ஆராய்ந்தால், பனியன் அணியக்கூடாது என்பது என் உள் நினைவு போலிருக்கிறது. கையில்லாத பனியன் அணிவதில் எனக்கு விருப்பமில்லைதான். ஆனால், எனக்கிருப்பவை எல்லாம் காமு வாங்கிக்கொண்டு வந்த கையில்லாத பனியன்கள் தாம். கை யுடன் கூடிய பனியன் வயதைக் கூட்டிக் காட்டுகிறது என்பது அவள் அபிப்பிராயம். அல்லது கையில்லாத பனியன் வயதைக் குறைத்துக் காட்டுகிறதோ? எது எப்படியிருந்தாலும் பாதிக்கப் படுவது காமுதான். என் வயதைக் குறைப்பதன் மூலம் தன் வயதையும் அவள் குறைத்துக் கொள்கிறாள். இது சுயநலம்.

சுயநலம் என்றதும் கல்லூரியிலிருந்த தத்துவப் பேராசிரியர் குமரேசனின் நினைவு வருகிறது. கல்லூரியில் பலர், அவரைப் பற்றிப் பலவிதமாகப் பேசுவார்கள். மணமாகாதவர். பிரம்மச்சாரி யாகவே இருக்கத் தீர்மானித்துவிட்டார் என்றும் கூறுவார்கள். காதலில் தோல்வி என்பது சிலருடைய அபிப்பிராயம். அவ ருடைய உருண்டைக் கண்களையும் மேட்டு நெற்றியையும், நீண்ட மூக்கையும் கண்டு பெண் பார்க்கப் போன இடத்தில் பெண் அவரை ஏற்க மறுத்துவிட்டபடியால், பெண்ணினத்தையே ஒதுக்கித் தள்ளிவிட்டார் என்பது வதந்தி. உலகத்தில் செய்யப் படும் காரியங்கள் யாவும் சுயநலத்தை அடிப்படையாகக் கொண்டு செய்யப்படுபவை என்பது அவர் கருத்து. மற்றைய உயிர்கள் வருந்துவதைக் காணும்போது, புத்தர் உள்ளம் வருந் தியது. ஆகவே தன் வருத்தத்தைப் போக்கிக்கொள்ளவே அவர் அன்பு வழியை உபதேசித்தார். மனிதன் மனிதனாகவே வாழ முற்பட வேண்டுமேயன்றி மகாத்மாவாக வாழ முயல்வது அதிகப் பிரசங்கித்தனம் என்று அவர் அடிக்கடி கூறுவார். மாணவ னாக இருந்தபோது அவர் கூற்றுகளின் புதுமை என்னைக் கவர்ந்தது உண்மைதான். ஆனால் இப்பொழுது நினைத்துப் பார்க்கும்போது வேடிக்கையாக இருக்கிறது!

'பனியனைப் போட்டுக்கொண்டு, சாப்பிட வரவில்லையா!' காமு பனியனை என் தோள் மீது போட்டுவிட்டுச் செல்கிறாள்.

புது பனியன்கள் வாங்கவேண்டும். நட்சத்திரங்கள் அங்குமிங்கும் தெரிகின்றன. சீப்பு எங்கே?

சீப்பை ஒளித்து வைத்துவிட்டால் கல்யாணம் நின்று விடுமா என்று கேட்பார்கள். இந்தக் காலத்தில் நின்றுவிடலாம். எந்த மணப்பெண்ணும், தலையை சீவிக்கொள்ளாமல் மணப் பந்த லில் உட்கார இசைவாளா? புதியதாக வாங்கலாமென்றால், ஷாப் ஆக்டின்படி கடைகளுக்கு அன்று விடுமுறையாகவிருந்தால்...?

'பத்மா சனியனே! சீப்பை அப்பா கிட்டே கொடு!' பத்மாவின் பற்களுக்கும் சீப்பின் பற்களுக்கும் போராட்டம். பொக்கை வாய் சீப்பைக்கொண்டு தலையை சீவுவதற்கு ஒரு தனித் திறமை வேண்டும்.

கண்ணாடியில் முகத்தைப் பார்ப்பது காலண்டரைப் பார்ப்பது போல; வயது ஏறிக்கொண்டேயிருக்கிறது. காதோரங்களில் அனுபவத்தின் முதிர்ச்சி வெண்மையாகத் தெரிகின்றது. ராவணன் அழிந்ததற்கு தசரதனின் நரைதானே காரணம்?

மணத்தக்காளியின் மணம், காமுவின் கைவண்ணம் மேஜையை அலங்கரிக்கின்றது. 'சாப்பிட வாருங்கள், ஆறிப்போகிறது.'

'அதற்குள்ளா! மணி ஆகவில்லையே?'

'மணி ஆகவில்லையா? இன்றைக்கு என்னமோ 'ஆடிட்' என்றீர் களே!'

'ஓ மறந்துவிட்டேனே! இன்றைக்கு ஆடிட். ஒன்பது மணிக்குள் செல்லவேண்டும்.'

நான் இயந்திரமானேன்.

35. பிரச்னை ஒன்று நிகழ்ச்சி இரண்டு

அன்று 'கோட்லா'வில் கண்ட காட்சி என் மனத்திரையில் நிழலாடிக் கொண்டிருந்தது. இதை அடிப்படையாக வைத்துக் கொண்டு ஒரு கதை உருவாக்க வேண்டுமென்பது என் எண்ணம்.

எப்படித் தொடங்கலாம்?

'கடுமையான குளிர் காரணமாக கதிரவனும் மேகப் போர்வையில் முடங்கிக் கிடக்கிறான். சோகையுற்ற, சூரியனின் ஒளி, குளிரில் உறைந்துவிட்டாற் போன்ற பகற் பொழுது.'

வேதனையுடன் கூடி இயற்கை ஊமை அழுகையுடன் மந்தகதியில் இயங்கும் இச்சூழ்நிலைதான் அக்காட்சியைச் சித்தரித்துக் காட்ட அமைந்த இயல்பான பின்னணி!

'சார்...சார்...'

தொலைந்தது! கதை எழுதினது மாதிரிதான். நண்பர் பாலு வந்துவிட்டார். அவர் வந்து நாற்காலியில் உட்கார்ந்தாரானால், ஒரு மணி நேரத்துக்கு அது காலியாகாது. தில்லியில் பிரசுரமாகும் எல்லாப் பத்திரிகைகளுடைய ஞாயிற்றுக்கிழமை இதழ்களையும் படித்து முடித்தால்தான் அவருக்கு அன்றிரவு தூக்கம் வரும். படித்தால் மட்டும் தேவலையே, விமர்சனம் வேறு!

'அவர் வந்துவிட்டுப் போகட்டுமே. அவர் பேசிக்கொண்டே இருக்கட்டும்; நான் என் கதையைப் பற்றிச் சிந்திக்கிறேன்; அவ்வளவுதானே?'

'ஹூம்... என்ன விசேஷம், சார்?' மேஜையின் மீதிருந்த செய்தித் தாளை அவர் எடுத்தார். இக்கேள்விக்கு அவர் விடை எதிர்பார்க்க வில்லை. அவர் வந்திருப்பதைத் தெரிவிக்கும் 'பைலட் வார்த்தை கள்' இவை!

'வாருங்கள். உட்காருங்கள்.' என் உதடுகள் முணுமுணுத்தன. மனம் கதையைப் பற்றிச் சிந்திக்கத் தொடங்கியது.

டிஃபன்ஸ் காலனியும் கோட்லாவும் ஒன்றுக்கருகே ஒன்றிருப்பது இயற்கையில் எதிர்முனைகள் சந்திக்கின்றன என்பதற்குச் சான்று! ஏன் ஓடுகின்றோம் என்று தெரியாமல் தலைதெறிக்க ஓடுபவர் கள் டிஃபன்ஸ் காலனிப் பிரமுகர்கள். வீதியில் படுத்தவாறு கண்களை ச்மூடிக்கொண்டு அசைபோடும் பசுமாடுகளையுடை யது கோட்லா. கோட்லாவுக்கும் டிஃபன்ஸ் காலனிக்குமிடையே உள்ள தூரம் அரைமைல் அல்ல; ஐம்பது வருஷங்கள்.

'சார், இந்த ரிப்போர்ட்டைப் பார்த்தீர்களா?'

'என்ன ரிப்போர்ட்?' கோட்லாவைப் பற்றிய வருணனை போதும், அதிகம் கூறினால் அலுத்துவிடும்.

'தில்லியில் நகரசுத்தித் தொழிலாளர்கள் அதிகம் கிடைக்க வில்லை என்பதற்குக் காரணம் பொருளாதார மேம்பாடு என் கிறார் ஒரு மந்திரி. உங்கள் அபிப்பிராயம் என்ன?'

'இருக்கலாம்.' கோட்லாவுக்கு நான் எதற்குச் சென்றேன் என்று கூறவேண்டுமா? தேவையில்லை.

'தில்லிக்கு மாபெரும் ஆடம்பர ஹோட்டல்கள் இன்னும் பத்தாவது வேண்டுமாம். என்ன நினைக்கிறீர்கள் இதைப்பற்றி? வேடிக்கையாக இல்லை?' இது அவர் தனக்குத்தானே கூறிக் கொண்ட அபிப்பிராயம். இதில் நான் பங்கு பெற வேண்டு மென்ற அவசியமில்லை.

நான் ஓவியனாக இல்லையே என்ற ஏக்கம் எனக்கு எப்பொழுதுமே உண்டு. ஏனெனில் நான் அன்று கண்ட காட்சியைச் சொல்லில் சிறை செய்வதைக் காட்டிலும் வண்ணங்களில் குழைத்துக் காட்டினால் அதன் தீவிரம் இன்னும் நன்றாகப் புலப்படும். வார்த்தையைக் காட்டிலும் வண்ணங்கள் தாம் உணர்ச்சிகளின் நெருங்கிய பந்து என்பது என் கருத்து.

'இந்தியாவை அயல்நாட்டினர் இன்னும் அதிக அளவில் வந்து கண்டு ரசிப்பதற்காக மாபெரும் விளம்பரத் திட்டம் மேற் கொள்ளப் போகிறார்களாம். இந்தியாவில் எதைக் கண்டு ரசிக்க? பட்டினிப் பட்டாளங்களையா? அரசியல் கட்சித் தலைவர் களையா?' பாலு புன்னகை புரிகிறார். உபசாரத்துக்காக நானும் இளநகை செய்தேன்.

'நேராகக் காட்சியை வருணிக்கத் தொடங்கினால், கதை தானா கவே உருவாகலாம். கதை முக்கியமா? காட்சி முக்கியமா? காட்சி முக்கியம், கதை சாதனம்.'

'இன்னொரு விஷயம் பார்த்தீர்களா? 'வயது வந்தவர்களுக்கு' என்று காண்பிக்கப்படும் படங்களை எம்.பிக்களுக்குக் காட்டுவ தில்லையாமே! இதற்கு என்ன அர்த்தம்?'

'ஹூம்...' என்று சொல்லிவிட்டு புன்னகையுடன் தோள்களைக் குலுக்கிக்கொண்டேன். விவாதிக்க விரும்பவில்லை என்று அவர் தெரிந்துகொள்ளட்டுமே!

'என்னைக் கேட்டால் இந்தியாவில் எடுக்கப்படும் படங்கள் எவற்றையுமே அறிவு வந்தவர்களுக்குக் காட்டக்கூடாது.' ஹாஸ்யத்தை உதிர்த்து விட்டு நம்பிக்கையுடன் என்னைப் பார்த்து முறுவல் பூக்கிறார்.

'ஆமாம்.ஆமாம்.' என் இதழ்களும் அவர் நம்பிக்கையை வீணடிக்கவில்லை.

'சத்யஜித் ராயின் படங்களைத் தவிர.' அவசர அவசரமாகச் சேர்த்துக் கொள்கிறார். அவர் கலை ரசனையைப் பற்றி நான் தாழ்வாக நினைத்துவிடக் கூடாது.

'சரி. நம்முடைய கதையைப் பற்றி சிந்திக்கலாமா?'

'சாக்கடையின் அருகில் உட்கார்ந்திருந்த அக்கிழவனுக்கு தொண்ணூறு வயதிருக்குமா? வயதை யார் கண்டார்கள். எண்பது வயதுக்கு மேல் ஒவ்வொரு நாளையும் ஒவ்வொரு வருஷமாகத் தான் கணக்கிட வேண்டும். தரிசு நிலத்தைப் போல, வெடிப்புக ளுடன் கூடிய தோல் அலை பாய்ந்திருந்தது. பார்வை நினை வாகத் தேங்கிவிட்ட இடுங்கிய கண்கள். அவன் முழங்கால்களை

ஊன்றிக்கொண்டு உட்கார்ந்திருந்தான். அவன் தலை தன்னிச்சையில் ஆடிக்கொண்டிருந்தது. அவனைப் போல் முத்து பச்சையாய் தலை நரைத்திருந்த ரஜாய் ஒன்று, ஈக்கள் மொய்த்துக் கொண்டிருந்த அவன் உடலைப் போர்த்தியிருந்தது!'

'இரண்டு மூன்று நாள்களுக்கு முன்பு எங்கள் வீட்டில் ஒரு சுவையான சமாச்சாரம்...' செய்தித்தாளை படித்து முடித்து விட்டார். பேச ஆரம்பித்துவிட்டார்.

'என்ன சமாச்சாரம்?' கடவுளே, கேட்டுத்தான் ஆகவேண்டுமா? அந்த தொண்ணூறு வயதுக் கிழவனை சாக்கடையருகில் உட்கார வைத்திருக்கிறேனே!

'எங்களுடைய கீழ் வீட்டில் ஒரு நேப்பாளப் பையன் வேலை செய்கிறான், தெரியுமா?'

'தெரியும்.' அந்த நேப்பாளப் பையனைப் பற்றி நான் யோசித்த துண்டு. வீரத்தை தொழில் மூலதனமாகக் கொண்ட இனத்தில் பிறந்த அவன் ஏன் வீட்டு வேலை செய்கிறானென்று.

'அவன் பெயர் ஜங்பகதூர்...' நண்பர் பாலுவுக்கு கதை சொல்லும் ஆற்றலுண்டு என்றுதான் கூறவேண்டும். பூர்வ பீடிகையும், அறிமுகமும், கதாசிரியர்கள் பாணியைப் பின்பற்றி இருக்கிறது.

பாவம். நம்முடைய கிழவனை மறந்து விட்டோமே! எத்தனை நேரம்தான் அவன் சாக்கடையருகில் உட்கார்ந்திருப்பான்?

'புராணமாகவும் சரித்திரமாகவும் உருண்டுவிட்ட யுகங்கள் விளைவித்த அனுபவத்தினால் மூத்து, சோர்ந்து காலதேவன் உட்கார்ந்திருப்பதைப் போல் அந்தக் கிழவன் அமர்ந்திருந் தான்!

'கீழ் வீட்டுக்காரி இருக்கிறாளே, அவள் ஹிட்லரிடம் பயிற்சி பெற்றவள் போலிருக்கிறது. புள்ளி விவரக் கணக்கின்படிப் பார்த்தால், அந்தப் பையன் ஜங்பகதூர், ஒரு நாளைக்கு இருபத்தி நான்கு மணி நேரத்தில் இருபத்தெட்டு மணி நேரம் வேலை செய்கிறான் என்று சொல்லவேண்டும்...' இணை கோடுகளின் ஓட்டம் போல் அவர் கதையைக் கேட்டுக்கொண்டே என் சிந்தனையும் ஓடிக்கொண்டிருந்தது.

அந்தக் கிழவனுக்கும் இந்த உலகத்துக்குமுள்ள ஒரே தொடர்பு அவ்வுடல்தான். தொண்ணூறு ஆண்டுகளாகப் பழகிவிட்ட துடிப்பை நிறுத்துவதற்கு மறந்துவிட்டது போல், இதயம் இன்னும் அடித்துக்கொண்டிருந்தது.

'இத்தனைக்கும் அந்த வீட்டுக்காரி அவனுக்கு படுக்கை என்ற பேரில் ஒரு கிழிந்த கம்பளியும் நாராய்த் திரிந்திருந்த கட்டிலும் கொடுத்திருக்கிறாள். இரவு வேளைகளில் அவன் மேல் மாடியில் முதல் மாடிக்கும் இரண்டாம் மாடிக்குமிடையேயுள்ள ஒரு குறுகிய இடத்தில்தான் படுக்க வேண்டும்.'

அந்தக் கிழவனைச் சுற்றி சின்னஞ்சிறு கடைகள், எல்லாம் சில்லறை வியாபாரம். அங்கு வருகின்ற ஏழை மக்கள், 'ஜார்ஜெட் டிஷ்யூ'வும் 'காஞ்சிவரமு'மா வாங்கப் போகிறார்கள்? 'பான்' கடைகள், ஐந்து காசு, பத்துக் காசு - பொம்மைக் கடைகள், இத்தியாதி... வறுமையின் காரணமாக தமக்கு விளையாட உரிமையில்லை என்று குழந்தைகளுக்குத் தெரிகின்றதா? பொம்மை வேண்டும் என்று அடம் பிடிக்கின்றன!

'வீட்டுக்காரி கொடுத்துள்ள அந்தக் கிழிந்த கம்பளியையும் அந்தப் பையன் மடித்து ஜாக்கிரதையாக வைத்திருக்கும் பவிசு இருக்கிறதே. அதைப் பார்த்தால் பரிதாபகரமாகத்தானிருக்கிறது. நான் ஒரு நாள் அவனைக் கேட்டேன்: 'எப்படி மேலே படுத்துக் கொள்கிறாய், குளிரவில்லையா?' என்று. அவன் கையை மேலே காட்டினான். எல்லாம் பகவான் செயலாம்...'

அந்தக் கிழவனுக்கருகில் ஒருவன் சாக்கைப் பரப்பி கடலை விற்றுக்கொண்டிருந்தான். விற்றுக்கொண்டிருந்தான் என்று சொல்லக் கூடாது. விற்க முயன்றுகொண்டிருந்தான் என்றுதான் கூறவேண்டும். வாங்க ஆளில்லை. பக்கத்திலிருந்த 'ஹுக்கா'வின் மோன மயக்கத்திலே ஆழ்ந்திருந்த அவன் திடீர் திடீரென்று, லௌகிக வாழ்வின் நித்ய பயங்கரம் நினைவைத் தாக்க, 'மூம்ப்பிலி வாலே... பாஞ்ச் பைசே' என்று கூவிக்கொண்டிருந்தான்.

'பகவான் செயல்' என்று அந்தப் பையன் தன்னைத் தேற்றிக் கொள்ள முயன்றாலும், தினம் ஒரு குரல் என்னிடத்தில் வந்து அழுதுவிட்டுப் போவான். 'பாபுஜி, இந்த வீட்டில் வேலை செய்து செய்து என் உயிர் போகிறது. என்ன செய்ய? வேறு எங்காவது வேலை கிடைத்தால் தேவலை. நீங்கள்தான் உதவ

வேண்டும்...' நான் என்ன உதவி அவனுக்குச் செய்ய முடியும் சொல்லுங்கள், அனுதாபப்படுவதைத் தவிர. 'உதவி செய்ய முடியாமல் அனுதாபப்படக் கூடிய உள்ளம் மட்டும் ஒருவனுக்கு இருக்குமானால், கஷ்டப்படுகிறவர்களைக் காட்டிலும், அனுதாபப்படுகிறவனுக்குத்தான் வருத்தம்கூட...' என்று யாரோ ஆங்கில ஆசிரியர் சொன்ன நினைவு. உங்களுக்குத் தெரியாததையா சொல்லப் போகிறேன்? நீங்கள் நிரம்பப் படித்தவர்...'

என் சிந்தனை தடைப்பட்டது. நண்பர் பாலு எனக்குச் சூட்டிய புகழ்மாலை உண்மையான அடக்கத்தின் பிரதிபலிப்பா, அல்லது எனக்கும் கொஞ்சம் விஷயம் தெரியும் என்று காண்பித்து பதிலுக்கு நானும் புகழ்மாலை சூட்டவேண்டும் என்று விரும்புகிறாரா?

நம்முடைய கதையைப் பற்றிச் சிந்திப்போமென்றால், சிந்தனை ஆறு வாய்க்கால்களாகக் கிளைத்துக்கொண்டு ஓடத் தொடங்குகிறதே! கிழவன் பக்கத்தில் 'ஹுக்கா' பிடித்துக் கொண்டிருந்த கடலைக்காரன் உட்கார்ந்திருந்தான் அல்லவா?... ஆம். அப்பொழுதுதான் அந்த நிகழ்ச்சி யாரும் எதிர்பார்க்காத வகையில், மின்னல் வேகத்தில் நடந்தது.

'சுவையான சமாச்சாரம் என்றேனே, அது மூன்று நாள்களுக்கு முன்பு நடந்தது. ஜங்பகதூர் வெளியே போயிருந்தான். இரண்டாம் மாடியிலே ஒரு மலையாளப் பையன் குடியிருந்தான். அவன் 'திடுதிடு'வென்று என்னிடம் வேகமாக ஓடிவந்தான். வந்த வேகத்திலேயே பாதி மலையாளத்திலும் பாதித் தமிழிலும் சொன்னான்: 'சார், சார். மாடியிலே ஜங்பகதூரின் படுக்கையிலே ஒரு வியாதி பிடித்த நாய் படுத்திருக்கிறது. நாற்றம் சகிக்க முடியவில்லை. நான் கூப்பிட்டால் வீட்டுக்காரி ஜங்பகதூரை அனுப்ப மாட்டாள். நீங்கள் கூப்பிடுங்கள்!' அவன் குரலிலே தெரிந்த பதற்றத்தைக் கண்டு நான் ஆச்சரியப்பட்டேன். நாய்க்காகவா இப்படிப் பயப்படுகிறான் இந்தப் பிள்ளை...'

நான் யோசித்துக்கொண்டிருந்த கதையைக் காட்டிலும் இது சுவைமிக்கதாய் எனக்குப் பட்டது. என்னையறியாமலேயே என் ஆர்வம் அதிகரித்தது. இக் கதையைக் கேட்க வேண்டுமென்று.

'நான் அந்தப் பையனைக் கேட்டேன், 'நாய்க்கா இப்படிப் பயப்படுகிறாய்?' அதற்கு அவன் சொன்னான்: 'சார் நீங்கள் வந்து

பாருங்கள், அதுநாய்தானாவென்று...' நான் அவனுடன் மேல் மாடிக்குப் போனேன். நான் அங்கு பார்த்த காட்சி...'

ஏதாவது மர்மக் கதையோ? அமானுஷ்யக் கற்பனைகளில் ஈடு பட்டவராக அவரை நான் என்றுமே நினைத்ததில்லை. ஆனால் இப்பொழுது அவர் வேறு மனிதர் போல் காணப்பட்டார்.

'அங்கிருந்தது நாயல்ல. நாயின் எலும்புக்கூடு சுவாசித்துக் கொண்டு படுத்திருந்தது. அங்கு பரவியிருந்த நாற்றம் நாசியை வந்து தாக்கியது பாருங்கள், நாற்றத்துக்கு வடிவமிருந்து தாக்குவது போல...'

அனுபவத்தின் வேகம் நண்பரை கலைஞனாக்கிவிட்டது போலும். அவர் தொடர்ந்தார்.

'அந்தப் பையனின் பதற்றம் இப்பொழுதுதான் புரிந்தது. அந்த நாயைப் பார்த்தால் யாருக்குத்தான் நடுக்கம் ஏற்படாது? கழி ஏதாவது இருக்கிறதா? என்று அந்தப் பையனைக் கேட்டேன். அவன் நாயருகே சுட்டிக் காண்பித்தான். இரண்டு மூன்று கழிகள் கிடந்தன. அவற்றை அவன் அந்த நாயின் மீது விட்டெறிந்திருக்க வேண்டும். அப்பொழுதும் அசையவில்லை அந்த நாய். நாராய்த் திரிந்திருந்த அக்கட்டிலில், நாரோடு நாராக அந்த நாய் படுத்திருந்தாலும் அதன் கண்களில் ஓர் ஒளி காணப்பட்டது. உயிரைக் கைப்பற்ற வந்த எமன் அதன் கண்களில் தங்கிவிட்டான் போலும். அவன் எங்கள் செய்கைகளையெல்லாம் பார்த்துக் குறிப்பெடுப்பது போல் எனக்குப்பட்டது.'

நான் வியப்படைந்தேன். நண்பர் பாலு இவ்வளவு கலை ஆற்றலை எங்கு ஒளித்து வைத்திருந்தார்?

'அந்த நாயை எப்படி விரட்டுவது என்று எங்கள் இரண்டு பேருக்கும் விளங்கவில்லை. நான் கீழே இறங்கி வந்துவிட்டேன். வெளியே போயிருந்த ஜங்பகதூர் வீட்டுக்காரியுடன் பேசிக்கொண்டிருக்கும் சப்தம் கேட்டது. நான் அவனைக் கூப்பிட்டு இந்தச் செய்தியைச் சொன்னேன். அவ்வளவுதான், ஒரே எட்டில் மேல் மாடிக்கு விரைந்தான். இரண்டு நிமிஷங்களுக்குப் பிறகு மேல் மாடியி லிருந்து ஓர் அலறல் கேட்டது பாருங்கள், இப்பொழுது நினைத் தாலும் அடிவயிற்றைக் கலக்குகிறது. ஜங்பகதூர் அந்த நாயை அப்படி அடித்திருக்கிறான். யமன்தான் அதன் உடலிலிருந்து அப்படிக் கூக்குரலிட்டிருக்க வேண்டும்.'

நான் திடுக்கிட்டேன். கோட்லாவில் நான் அன்று கண்ட காட்சியும், அதையொட்டி நடந்த நிகழ்ச்சியும், நண்பர் பாலு விவரித்துக்கொண்டிருந்த செய்தியும் எல்லாம் ஒன்றுதானோ?

ஹுக்கா குடித்துக் கொண்டிருந்தவன் திடீரென்று திரும்பித் தன் பக்கத்திலிருந்த அந்தக் கிழவனை அடித்து நொறுக்கத் தொடங்கினான். கடலைக்காரனையும் கிழவனையும் சுற்றிக் கூட்டம் கூடி விட்டது. கடலைக்காரன் சொன்னான்: 'பாருங்கள், தினம் இந்தக் கிழவன் என் பக்கத்தில் வந்து உட்காருகிறான். உடம்பெல்லாம் வியாதி. நாற்றம். எனக்கு வியாபாரமே ஆவதில்லை இவனால். காலையிலிருந்து உட்கார்ந்திருக்கிறேன். ஐந்து பைசாவுக்குக்கூட வியாபாரம் ஆகவில்லை. கூட்டத்திலிருந்த ஒருவன் சொன்னான்: 'நீ வேறு இடம் போய் விற்பதற்கென்ன? கிழவன் உட்கார்ந்திருக்கிற இடத்தில்தான் நீயும் விற்க வேண்டுமா?' 'எங்கு போனாலும் இந்தக் கிழவன்தான் கூடவருகிறானே?' என்று அலுத்துக் கொண்டான் அந்தக் கடலைக்காரன். 'ஏன்?' என்று மற்றொருவன் கேட்டான். 'இந்தக் கிழவன் என் அப்பன்' என்றான் அந்தக் கடலைக்காரன் நிதானமாக.

நண்பர் பாலு கூறிக்கொண்டிருந்தார். 'அந்த நாய் மேல் மாடியிலிருந்து ஓடி வந்து என் வீட்டு வாசலின் முன்பு நின்று என்னைப் பார்த்தது. அப்பொழுது அதன் கண்களில் ஒளியிட்ட அந்த வெறுப்பு விசுவரூபமாக வியாபித்துப் பொங்கி வழிந்து அந்த வீட்டை நிறைத்தது. பின்னாலேயே ஜங்பகதூர் அதைத் துரத்திக் கொண்டு வந்தான். அது வெளியிலே ஓடியது. நான் அவனிடம் சொன்னேன்: 'அதுதான் ஓடிவிட்டதேடா, போதும்.' 'பாபுஜி. அதைத் துரத்திக் கொண்டுபோய் அதைக் கொல்லப் போகிறேன்' என்று சொல்லிக்கொண்டே சைக்கிளில் புறப்பட்டு விட்டான் அவன். நான் சைக்கிளை மறித்து, 'உனக்கு என்ன பைத்தியம் பிடித்துவிட்டதா?' என்றேன். அதற்கு அவன் சொன்னான்: 'பாபுஜி, அந்த நாய்தான் என் துன்பங்களுக்கெல்லாம் காரணம். அதைக் கொன்றால்தான் எனக்கு நிம்மதி.' எப்படியிருக்கிறது? அவன் படும் துன்பங்களுக்கு அந்த நாய்தான் காரணமாம்.'

நண்பர் பாலு சொல்லும் கதையும் என் சிந்தனையில் உருவைப் பெறத்துடிக்கும் கதையும் இங்குதான் சந்திக்கின்றன.

அந்த நாயா ஜங்பகதூரின் துன்பத்துக்குக் காரணம்? அது பட்டினி கிடப்பதோ அல்லது அதற்கு வியாதி வந்ததோ அதனுடைய

குற்றமா? தன் துன்பங்களுக்கெல்லாம் அந்த நாய்தான் காரணம் என்று அவன் எப்படி முடிவுக்கு வந்தான்? அவனுடைய வாழ்க்கையில் அவனுக்கு ஒரே ஆதரவாகவிருந்தது அந்தக் கிழிந்த கம்பளிப் படுக்கை. அதையும் நாசமாக்கிவிட்டது அந்த நாய். தன் அவதிகளைப் பற்றி எண்ணி எண்ணி மனம் குமைந்த ஜங்பகதூருக்கு தன் அதிகாரத்தைச் செலுத்தக்கூடிய அவனைக் காட்டிலும் கேவலமான உயிர் அகப்பட்டுவிட்டது. அடக்கி வைக்கப்பட்டிருந்த ஆத்திரம் அதையே காரணமாக உருவகம் செய்தது. பாவம் அந்த நாய்! வீரத்தை தொழில் மூலமாகக் கொண்ட இனத்தைச் சார்ந்தவன் அல்லவா. அந்த நாயைக் கொல்ல முற்பட்டுவிட்டான்!

சமூகத்தின் அடித் தளத்திலிருந்து வறுமையில் உழலும் கடைக்காரன், சுலபமாகக் காரணத்தைக் கண்டுவிட்டதுபோல், இயற்கையின் குற்றமாகிய வயோதிகத்தைச் சுமந்துகொண்டு உட்கார்ந்திருந்த தன் தகப்பனை அடிக்கிறான். அவன் வறுமை யில் வாடுவது இயற்கையின் குற்றமா?

பிரச்னை ஒன்று நிகழ்ச்சி இரண்டு.

மேஜையின் மீதிருந்த பத்திரிகையில் காணப்பட்ட செய்தி என்னை மேலும் சிந்திக்கத் தூண்டியது.

'இந்தியாவை அயல்நாட்டினர் இன்னும் அதிக அளவில் வந்து கண்டு ரசிப்பதற்காக மாபெரும் விளம்பரத் திட்டம் உருவாகிக் கொண்டிருக்கிறது.'

36. நான் கண்டேனா?

மழை இடைவிடாமல் ஒரே கதியில் தூறிக் கொண்டிருக்கிறது, நினைவுகளாகத் தங்கிவிட்ட இறந்தகாலத்தை உரக்க எண்ணும் கிழவர்களின் முணுமுணுப்பைப் போல.

எத்தனை நேரம்தான் இந்தக் கடைவாசலில் நிற்பது, மழை நின்ற பிறகு போகலாமென்றால்? செறிந்த மீசையையும், நிறைந்த தாடியையும் தாண்டிய புன்னகை காதுவரை நீள, அந்தக் கடைக் கார சர்தார்ஜி துணிதான் வாங்க வந்திருக்கிறேன் என்று நினைத்து என்னை வரவேற்றபோது என் மனச்சாட்சி உறுத்தியது. 'பாரிஷ்' என்று அசட்டுச் சிரிப்புடன் சொற்களை உதிர்த்தேன். அவன் என்னைப் பரிதாபமாகப் பார்த்துக்கொண்டே 'டீக் ஹை... டீக் ஹை' என்று சொல்லிவிட்டு உள்ளே போய்விட்டான். அடைக் கலம் தந்த பெருமிதம் அவன் பாவனையில் தென்பட்டது. குளிரில் நடுங்கிய மயிலுக்குப் போர்வை ஈந்த பேகனோ?

குழந்தைகளுக்கென்று விதம் விதமான உடைகள் எத்தனை பொங்குகின்றன? குருவி, முயல், வாத்து, மான், நாய் ஆகிய உருவங்கள் நூல்களில் இழைந்து வண்ணம் வண்ணமாகக் கண் ணுக்கும் கருத்துக்கும் விருந்தளிக்கும் சட்டைகள்!

அதோ அந்தச் சட்டை எவ்வளவு நன்றாக இருக்கிறது?

திரைப்படங்களில் கனவுக் காட்சிகளில் சூழும் புகையைப் போன்ற மென் பஞ்சாலியன்ற நீலவண்ணப் பட்டுத்துணி. விலை எவ்வளவு இருக்கும்? எண்பது ரூபாய். விலையைக் கண்ட அதிர்ச்சியில் கடைக்காரன் பக்கம் திரும்பினேன். அவன்

சாவதானமாக, 'டீ'யைக் குடித்துக்கொண்டு உருதுப் பத்திரிகை யொன்றைப் புரட்டிக்கொண்டிருக்கிறான். அவனிடம் எனக்கு பயபக்தி ஏற்படுகிறது. இவ்வளவு விலை உயர்ந்த துணிகளை விற்கும் அவன் முன்பு, அவற்றில் ஒன்றைக்கூட வாங்கச் சக்தி யில்லாமல் இருக்கும் நான் எம்மாத்திரம்?

இந்தக் காலத்துக் குழந்தைகள் அதிர்ஷ்டசாலிகள்! நாம் குழந்தை களாக இருந்தபோது, இப்படி வண்ணம் வண்ணமாக சட்டைகள் தாம் உண்டா, அல்லது இருந்திருந்தாலும், நம் பெற்றோர் வாங்கித் தந்திருப்பார்களா? எது முக்கியம் என்பது காலத்துக்குக் காலம் வேறுபடுகின்றது.

'பாய் சாகேப், அபி பாரிஷ் நை...' சர்தார்ஜி மழை நின்று விட்டதை சுட்டிக் காட்டுகிறான். துணியும் வாங்காமல் வெறும் ஆளாய் விலையை மட்டும் பார்த்துக்கொண்டிருந்தது அவ னுக்குப் பிடிக்கவில்லை போலும்! மழை நின்றதும் மனப் பளுவை இறக்கிவிட்டான்!

எங்கே போய் பஸ் ஏறுவது? ஹோட்டல் ஸ்டாப்புக்குச் செல்ல லாமா? பின்னோக்கிச் செல்வதைக் காட்டிலும் முன்னோக்கிச் செல்வதுதான் நல்லது. 'ரீகலை' நோக்கி நடந்தேன்.

அங்கு ஒரு பெரிய கூட்டம் காத்திருக்கிறது. கூட்டத்திலிருந்து தள்ளி நின்றேன். ஒதுங்கி நின்று கூட்டத்தை வேடிக்கை பார்ப்பது தான் எனக்குப் பிடித்தமான பொழுது போக்கு.

'கொடுக்கின்ற தெய்வம் கூரையைப் பொத்துக்கொண்டு கொடுக்கும்' என்பார்கள். அதுபோலத்தான் தில்லி பஸ்களின் வருகையும். வந்தால் ஐந்தாறு பஸ்கள் சேர்ந்தாற் போல் வரும். இல்லாவிடில் இரண்டு மணி நேரத்துக்கு ஒன்றும் வராது. அப்படி ஐந்தாறு பஸ்கள் வரும்போதுதான் ஒவ்வொரு மனித னுடைய குண இயல்பும் நிர்ணயமாகிறது என்பது என் அபிப் பிராயம். வாழ்க்கையில் வெற்றியடைய விரும்பும் மனிதன் எந்த பஸ்ஸில் ஏறுவதென்று உடனுக்குடன் முடிவு செய்து ஏறி விடுவான். வாழ்க்கையில் ஒதுங்கி நின்று காலத்தைக் கழிப்ப வர்கள் எந்த பஸ்ஸில் போவதென்ற 'ஹாம்லெட்'டிய மனப் போராட்டத்தில் ஈடுபட்டு ஒன்றிலும் ஏறாமல், மேலும் இரண்டு மணி நேரம் மற்றொரு பஸ்ஸின் வருகைக்காகக் காத்திருப்பார் கள். தில்லி பஸ், காலம் இரண்டும் எந்த மனிதனுக்காகவும் காத்திருப்பதில்லை.

ஈவினிங் நியூஸ். ஒன்பது வயதுச் சிறுவன் செய்தித்தாளை நீட்டுகிறான். உலகத்து விவகாரங்களையும் அயல்நாட்டு செய்தி களையும் ஐந்து காசுக்கு மலிவுபடுத்தும் மாலைப் பதிப்பு.

'கரோல்பாக்கில் இரட்டைக் கொலை.'

'அமிர்தசரஸில் தங்கம் கடத்தப்பட்டது.'

'சட்டசபையில் கத்திக்குத்து.'

'ஒழுக்கத்தின் வழி வந்தது பாரதநாடு - மந்திரியின் பாராட்டுரை.'

ஒரே பக்கத்தில் நான்கு செய்திகளையும் பிரசுரித்திருக்கும் ஆசிரியருக்கு நகைச்சுவை உண்டு போலும்!

விண்ணோக்கி எழுந்த ஆதிசேஷக் கொண்டைகளுடன் இரண்டு பெண்கள் வருகின்றனர். பவுடர், லிப்ஸ்டிக், ரோஜ் ஆகிய சாதனங் களுடன் வயதின் மீது போர் தொடுக்கும் மார்க்கண்டேயப் பெண் மணிகள்! மழையினால் அவர்கள் வேஷம் கொஞ்சம் கலைந்திருந் தது. கந்தர்வப் பெண்களென பாவித்துக்கொண்டு அலங்காரம் செய்துகொள்ளும் நங்கையர்கள், பாதமும் பூமியில் பாவக்கூடா தென்பதற்காகத்தான் முள் செருப்புகள் அணிகிறார்களா? ஆனால் மழைக் காலத்தில் அது ஒரு பரிதாபக் காட்சி!

'எத்தனை நேரமாகக் காத்திருக்கிறீர்கள்?' நடுத்தர வயதுள்ள ஒரு பஞ்சாபி கேட்கிறார்.

'அரை மணி நேரம் இருக்கும்.'

'மை காட். அரை மணி நேரமாகவா?'

அவர் சிறிது நேரம் ஒன்றும் பேசவில்லை. ஒரு சிகரெட்டை எடுத்துப் பற்ற வைக்கிறார். கூட்டத்தை ஆராய்கின்றார். முகத் தில் ஓர் ஏளன இளநகை.

'கூட்டத்தைப் பார்த்தீர்களா? எவ்வளவு 'மேன்ஹவர்ஸ்' வீணாக் கின்றன! திட்டம் போட்டால் என்ன, போடாவிட்டால் என்ன?'

அவர் கூற்று என்னைச் சிந்திக்கச் செய்தது. நான் அரைமணி நேரமாக இங்குக் காத்திருக்காவிட்டால், திட்டங்கள் வெற்றி பெறுவதற்கு எந்தவிதத்தில் உதவியிருப்பேன்? எனக்கு ஒன்றும் தோன்றவில்லை. ஐயோ, கடவுளே! வாழ்க்கையை வீணடித்து விட்டேனே!

'பாருங்கள் கூட்டத்தை. ஏதாவது கட்டுப்பாடு உண்டா? 'கியூ'வில் நிற்கவேண்டும் என்ற உணர்ச்சி நம் நாட்டு மக்களுக்கு இல்லவே இல்லையே! நாடு முழுவதும் இப்படி ஒழுங்கற்ற முறையில் இருந்தால் என்னாவது, எந்த நாளில்தான் நாம் முன்னேறப் போகிறோம்?'

நாற்பத்தாறு கோடி மக்களும் கட்டுப்பாடற்று அலங்கோலமாக அங்குமிங்கும் திரிகின்ற பயங்கரக் காட்சி! ஆனால், ஆனால்... பார்க்கப் போனால், திரைப்படத்துக்கும், சர்க்கரைக்கும், அரிசிக்கும், நாடு முழுவதிலும் ஒரு நாளைக்கு முப்பது கோடி மக்களாவது 'கியூ'வில் நிற்க மாட்டார்களா?

'ஜப்பானைப் பாருங்கள்! இரண்டாவது உலக மகா யுத்தத்தினால் பொருளாதாரம் அடியோடு சீர்குலைந்த நாடு! இப்பொழுது எப்படி தலைதூக்கிவிட்டது! ஜப்பான் முன்னேறுவதற்குக் காரணம் ஜப்பானியர்கள்! இந்தியா முன்னேறாமல் இருப்ப தற்குக் காரணம் இந்தியர்கள்!'

ஏதோ முத்தாய்ப்பு வைத்தாற்போல் சொல்லிவிட்ட திருப்தி யுடன் என்னைப் பார்த்துப் புன்னகை புரிகிறார். நான் ஏதாவது கூறவேண்டும் என்று எதிர்பார்ப்பது போல் இருக்கிறது.

'ஆமாம். பஸ் வருகிறது.'

'என்ன சொல்கிறீர்கள்?' அவர் குரலில் எரிச்சல் தொனித்தது. நான் சம்பந்தமில்லாமல் பேசியது அவருக்கு ஆத்திரமூட்டி யிருக்க வேண்டும்.

'மணி ஏழரை.' அவர் என்னை உற்றுப் பார்த்துவிட்டு அகலு கிறார். பொன்மொழிகளை வீணடித்து விட்டோமே என்ற ஏமாற்றம் அவர் முகத்தில் தெரிந்தது. 'செவிட்டுப் பயல்' என்று அவர் முணுமுணுப்பது என் காதுகளில் விழுகின்றது.

★★★

கூட்டத்தில் சலசலப்பு. பஸ் வந்துவிட்டது.

பஸ் ஏறுவதுதான் வாழ்க்கையின் குறிக்கோளென விலங்குணர்வு வேகத்தையும் சக்தியையும் தர முண்டி அடித்துக்கொண்டு அனைவரும் மோதுகின்றனர்.

உலகத்தைப் படைத்துவிட்டு, மக்கள் ஒருவரையொருவர் அடித்துக்கொண்டு சாவதை ஒதுங்கி நின்று வேடிக்கை பார்க்கும் தெய்வத்தைப் போல், விரல் நகத்தைச் சுவைத்தவாறு, 'ஸ்டியரிங்' கில் சாய்ந்துகொண்டு, மக்கள் மோதும் காட்சியைக் கண்டு டிரைவர் ரசிக்கிறான்!

பஸ் புறப்படுகின்றது. அதோ... நாட்டு மக்களின் கட்டுப்பாடற்ற அவல நிலையைக் கண்டுருகிய அன்பர், அனைவரையும் தாண்டி முதலில் ஏறிவிட்டார்.

ஜப்பான் முன்னேறியிருப்பதன் காரணம் இப்பொழுது விளங்கு கின்றது!

பஸ் புறப்பட்டவுடன் ஒதுங்கி நின்றுகொண்டிருந்த இரு இளை ஞர்கள், ஓடிப்போய் தொற்றிக்கொள்கிறார்கள்! வாழ்க்கையின் பின்புறமாகச் சென்று முன்னேற கற்றுக் கொண்டவர்கள்.

'அட... லலிதாவா? ஆபிசிலேருந்து வரயா? எத்தனை நேரமா கிறது?'

திரும்பிப் பார்த்தேன். ஒளிவீசும் வைரத்தோடணிந்த தமிழ் நாட்டுப் பெண்மணி மற்றொரு பெண்ணை வரவேற்கிறாள்.

'ஓ! பானுவா? தூரத்திலிருந்து பார்க்கிறபோது உன் மாதிரி இருக்கேன்னு நினைச்சேன். ஆமாம், அந்த பஸ்ஸிலே போகலியா?'

'அந்தப் பஸ்ஸிலியா? சேச்சே! பொம்மனாட்டி நிற்கறான்னு கூட பார்க்காம இடிச்சுண்டு போறாளே, இவாள்ளாம் மனுஷாளா, மிருகங்களான்னு தெரியல? இந்தக் கூட்டத்திலே யார் போவா? கார் சர்வீசுக்குப் போனாலும் போச்சு, இந்த எழவுக் கூட்டத்திலே வந்து அவஸ்தைப் பட வேண்டியிருக்கு. ஆமாம், தினம் நீ எப்படி பஸ்ஸிலே போயிண்டிருக்கே?'

லலிதா பதில் கூறவில்லை. தன் அந்தஸ்தை சுட்டிக் காட்டும் கேள்விக்குப் பதில் கூறவேண்டியது அவசியம்தானா என்று அவள் நினைத்திருக்கலாம்.

பானு மேலும் தொடர்ந்து பேசினாள்! 'ஆயிரம் தடவை அவர் கிட்டே சொல்லிவிட்டேன். இதை வித்துத் தொலைச்சு, புதுசு வாங்குங்கோன்னு, அவர் மாட்டேங்கிறார். ஆகிவந்த காராம்,

என்ன செய்யறது? கடன் வாங்கியும் பட்டினியாயிருக்கிற கதை.'

இருவருக்கும் சம வயதிருக்கலாம். ஆனால் இருவரும் சமூக ஏணியில் வெவ்வேறு படியிலிருக்கின்றனர். பானுவின் 'காஞ்சி புரமும்' லலிதாவின் நூல் புடவையும் அதைச் சுட்டிக்காட்டின. வசதிக் குறைவை நாகரிகத் தோற்றத்தால் மறைக்க முயன்றிருக் கிறாள் லலிதா, நிறைந்த வாழ்வினால் ஏற்பட்ட திருப்தி பானு வின் முகத்தில் ஓர் அலட்சிய பாவத்தைக் குடியேற்றியிருக்கிறது. உலகம் தனக்கும் தன் குடும்பத்துக்காகவும்தான் இயங்குகிறது என்ற நினைப்பு.

'அம்மா, தர்மம் செய், தாயே!' - தமிழ்நாட்டுப் பிச்சைக்காரன். பாரதியாரின் வாக்கு நிறைவேறிவிட்டது! தலைநகரில் தெரு வெல்லாம் தமிழ் முழக்கம்!

'பஸ் ஸ்டாப்பிலே வந்து நின்னாப்போதும். இந்தப் பிச்சைக்காரர் தொல்லை. கார் இல்லாம இருக்கிறது எவ்வளவு கஷ்டமா இருக்கு தெரியுமா? இந்தாப்பா!'

லலிதாவின் கண்களில் ஓர் இனம் தெரியாத ஏக்கம். அவள் நெஞ்சின் அடித்தளத்தில் நிறைவேறா ஆசைகள் ஏராளமாக உள்ளனவோ? ஒருவேளை ஞாயிற்றுக்கிழமைகளில் கூட அவள் கணவர் அலுவலகத்துக்குச் செல்கிறாரோ?

அவள் பேச்சின் திசையை மாற்ற விரும்பினாள் போலும்! என்னைச் சுட்டிக்காட்டிக் கூறினாள். 'அவரைப் பாரு. நம்ம கனகத்தின் அகத்துக்காரர் மாதிரியில்லே?'

'சீச்சீ! உனக்குக் கண் குருடா? கனகத்தின் அகத்துக்காரர் இன்னும் எவ்வளவு உயரம், சிவப்பு!'

அவர்கள் மெதுவாகத்தான் பேசினார்கள். ஒருவேளை எனக்குத் தமிழ் தெரியாதென்ற நம்பிக்கையும் உடனிருந்திருக்க வேண் டும். ஆனால், ஆனால்... கனகத்தின் அகத்துக்காரரோடு ஒப்பிடப் பட்டபோது லலிதாவின் கண் குருடாவென்று கேட்கக்கூடிய அளவுக்கா என் உருவம் இருக்கிறது? என் மனைவியிடம் இதைச் சொல்லவேண்டும்.

கனகத்தின் அகத்துக்காரர் மீது எனக்குப் பொறாமையில்லை. என் மீதுதான் எனக்கு இரக்கம்.

‘ஆமாம்! கனகம் இப்போ எங்கே இருக்கா? பார்த்து ஒரு வருஷ மாச்சு!’ பானுவின் குரலில் அக்கறை தொனித்தது.

‘சாணக்கியபுரியிலே இருக்காளாம்.’

‘சாணக்கியபுரியிலா? அதெப்படி இருக்க முடியும்? அவள் அகத்துக்காரர் செக்ஷன் ஆபீசர்தானே?’

‘செக்ஷன் ஆபீசராயிருந்தா சாணக்கியபுரியிலேயே இருக்கக் கூடாதோ?’ லலிதாவின் குரலில் வெறுப்பு வெளிப்படையாகத் தெரிகின்றது.

‘அதெப்படி? கவர்ன்மெண்ட் ரூல்படி செக்ஷன் ஆபீசருக்கெல் லாம் சாணக்கியபுரியிலே ‘அல்லாட்மெண்ட்’ கிடையாது. அதுக்காகத்தான் சொன்னேன்.’

பானுவின் வீட்டுக்காரர் அரசாங்க விதிகளையெல்லாம் அவ ளுக்கு தினம் படித்துக்காட்டுவார் போலிருக்கிறது.

‘ஒருவர் ஒரு சமயம் செக்ஷன் ஆபீசராயிருந்தார்னா, ஆயுசு பூரா செக்ஷன் ஆபீசராகவே இருக்கணுமா?’ லலிதாவின் குரலில் சினம் தெரிந்தது.

‘அப்படியில்லே, போன வருஷம் செக்ஷன் ஆபீசராயிருந்தார்னு நிச்சயம் எனக்குத் தெரியும். அப்படிப் பிரமோஷன் கிடைச் சிருந்தா என் அகத்துக்காரர் என்கிட்டே சொல்லியிருப்பார். பிர மோஷன் கிடைக்க வேண்டாம்னு யார் சொன்னா? கெட்டிக் காரத்தனம் இருந்தா எல்லாம் தன்னாலே வரது!’

‘கெட்டிக்காரத்தனம் எதுக்கு? அதிர்ஷ்டமும் சிபாரிசும் இருந்தா இந்தக் காலத்திலே போறும்.’

பானுவின் கணவருக்கு அதிர்ஷ்டத்தினாலும், சிபாரிசினாலும் தான் உயர்வு கிடைத்தது என்ற மறைமுகத் தாக்குதலோ?

பானு இதைப் புரிந்து கொண்டிருக்க வேண்டும். அவள் உடனே கேட்டாள்: ‘உங்க வீட்டுக்காரர் ‘ஸ்கூட்டர்’ வாங்கப் போறார்னு சொன்னியே, வாங்கியாச்சா? இல்லாட்டா இன்னும் சைக்கிளில் தான் ஆபீஸ் போறாரா?’

‘அதோ பஸ் வரது, நம்ப பஸ்ஸா?’

ஸ்கூட்டர் வாங்கவில்லை போலிருக்கிறது.

'என்னடி நிக்காமே போறது?'

'நீ நிக்கறதைப் பார்த்தும் நிக்காமே போறதே எவ்வளவு கர்வம் அதுக்கு?' இதைச் சொல்லிவிட்டு லலிதா புன்னகை செய்தாள்.

'ஆமாம், லலிதா உன்னை ஒண்ணு கேட்கிறேன். சொல் லேன். எனக்கு ஒரு நாளைக்கே பஸ் வரதைப் பார்த்திண்டு நிக்க இவ்வளவு அலுப்பா இருக்கே, நீ எப்படி தினம் பஸ்லே ஆபீஸ் போய் வந்திண்டிருக்கே? நீ நல்ல பொறுமை சாலியடி!'

'அப்போ உன் கார் சர்வீசுக்குப் போறபோதெல்லாம் நீ வெளி யிலே போறதில்லையோ? அதுதான் அடிக்கடி 'ஒர்க்ஷாப்' புக்குப் போறது போலிருக்கே!'

பானுவுக்கு எந்த விதத்திலும் லலிதா சளைத்தவளல்லள்.

அப்பொழுது நான்கு பஸ்கள் சேர்ந்தாற்போல் வருகின்றன. எந்தப் பஸ்ஸில் போவது?

திடீரென்று கூட்டம் என்மீது மோதி, வந்த முதல் பஸ்ஸில் உள்ளே என்னைத் தள்ளிவிடுகிறது. நான் செய்ய வேண்டிய முடிவை கூட்டம் செய்கின்றது.

லலிதாவும், பானுவும் ஏற்கெனவே பஸ்ஸில் ஏறியிருக்கிறார் கள். அவர்கள் எப்படி ஏறினார்கள்? கூட்டம் அவர்களையும் தள்ளியிருக்குமோ?

உள்ளே ஒரு சிறுவன் பலூன் ஊதிக் கொண்டிருக்கிறான். பலூன் ஊதுவதைக் காணும்போது என் இதயம் வேகமாக அடித்துக் கொள்ளும். அது எந்த நிமிஷத்திலும் வெடிக்கலாம். உலகத்தில் நானறிந்த 'சஸ்பென்ஸ்'களில் இதுவுமொன்று.

பக்கத்தில் நின்ற பானுவுக்கு மூச்சு வாங்குகிறது. இப்படி கூட்டத்தில் ஏறிப் பழக்கமில்லை போலும்! அப்பொழுதுதான் அவள் கவனிக்கிறாள். 'பெண்களுக்கு மட்டும்' என்றிருக்கும் ஆசனத்தில் ஓர் ஆடவன் உட்கார்ந்திருக்கிறான். அவன் பக்கத் தில் சில பெண்கள் நிற்கிறார்கள்.

பானுவுக்கு சர்க்கார் விதிகள் மட்டுமல்ல, பெண்கள் உரிமை களைப் பற்றிய உறுதியான அபிப்பிராயங்கள் உண்டு போலும். குறிப்பாக உரிமைகளைப் பற்றிய பிரக்ஞை நிச்சயமாக இருந் திருக்கவேண்டும்.

'அதோ பாரு. ஒரு தடியன். 'லேடீஸ் ஸீட்டி'லே உட்கார்ந்திருக் கான். அசடுகள் மாதிரி இரண்டு மூன்று பெண்கள் பக்கத்தில் நின்னுண்டிருக்கு!' பானு கோபத்தில் பொழிகின்றாள்.

'நீ போய் அவனை எழுந்திருக்கச் சொல்லேன்' என்று லலிதா அவளுக்கு உற்சாகமூட்டுகிறாள்.

பானுவின் முகத்தில் கண்ணகியின் ஆவேசம் எழுந்தது. 'கண்டக்டரிடம் கூறுவோமா?' என்று லலிதாவைக் கேட் கிறாள். சர்க்கார் அதிகாரியின் மனைவியல்லவா? விதிகள் தெரிந்தவள்.

'அவன் கிட்டே எதுக்குச் சொல்லணும்? நீயே போய்ச் சொல்லு. கண்டக்டரைப் பார். அவன் இதைப் பார்க்காதது போல் தள்ளி நிற்கிறான்.'

'நாகரிகமற்ற மடையன்!' இவ்வாறு சொல்லிக்கொண்டே பானு முன்னேறுகிறாள். அவள் அந்த ஆடவன் பக்கத்தில் போய் நிற்கிறாள். ஒரு விநாடி தயக்கம். எப்படிச் சொல்வது என்ற ஒத்திகையோ?

'மிஸ்டர்!' குரலில் ஒரு கடுமை.

அந்த ஆடவன் திரும்பிப் பார்த்தான்.

'லேடீஸ் ஸீட், ப்ளீஸ்!' பானு வெற்றியுடன் லலிதாவைத் திரும்பிப் பார்க்கிறாள்.

அவள் கூறியது அவன் காதுகளில் விழவில்லையோ? அவன் தலையை உயர்த்தி அவளை நோக்குகிறான். 'எஸ்?'

'ஐ ஸே... திஸ் ஈஸ் லேடீஸ் ஸீட்.'

'ஓ! ஐ ஆம் ஸாரி!' அவன் கீழே குனிகிறான்.

'பட்' சப்தம் கேட்டுத் திரும்பினேன். சிறுவனின் பலூன் வெடித்து விட்டது.

'டக்... டக்... டக்...' கீழே குனிந்து, கட்டையை எடுத்துக் கொண்டு அந்த ஆடவன் எழுந்து விட்டான். அவன் கால்கள் ஊனம்!

அவன் பக்கத்தில் நின்றுகொண்டிருந்த பெண்களில் ஒருத்தி கோபத்துடன் கூறுகின்றாள், 'பாவம், என்ன இது?'

பானுவின் முகம் வெளிறிக் கிடக்கிறது. இந்த நிலைமையை எப்படிச் சமாளிப்பது?

'ஐ ஆம் ஸாரி. நீங்கள் உட்காருங்கள்.' அந்த ஆடவனைப் பார்த்துக் கூறினாள்.

ஊனமுள்ளவர்கள் இரக்கத்தின் காரணமாகத் தரப்படும் சலுகைகளை ஏற்பதில்லை.

'பெண்களுக்குரிய ஆசனத்தில் நான் உட்கார்ந்தது தவறுதான். மன்னிக்கவும்.' ஆங்கிலத்தில் இதைக் கூறிவிட்டு அவன் முன்னேறுகிறான். அங்கு ஒருவர் அவனுக்கு இடமளிக்க முன் வருகின்றார்.

'பரவாயில்லை. நான் நிற்கிறேன்!' அவன் முகத்தில் புன்னகை.

அவன் காலி செய்த இடத்தில் ஒருவரும் உட்காரவில்லை. ஒரு வயோதிக ஸௌத்திரி தள்ளாடிக்கொண்டே வருகிறார். 'லேடீஸ் ஸீட்' என்று சொல்லிவிட்டு பார்க்கிறார்.

'ஆப் பைடியே...' அவர் அவளை உபசரிக்கிறார்.

லலிதாவின் முகத்தில் ஒரு குறுநகை நிழலிடுகின்றது.

பானுவின் சிவந்த முகம் இன்னும் சிவக்கின்றது. எல்லாரும் தன்னையே பார்ப்பதுபோல் ஒரு பிரமை.

'நை... ஆப் பைடியே...' அவள் குரல் பலஹீனமாக ஒலிக்கிறது.

'அவன் காலை நான் பார்த்தேனா? பார்த்திருந்தால் எழுந்திருக்கச் சொல்வேனா? அதுக்குள்ளே இப்படி கோவிச்சுண்டு போறானே!' அவள் லலிதாவைப் பார்த்துக் கூறுகிறாள்.

'அவன் கோவிச்சுண்டு போனா நீ என்ன செய்யமுடியும்? கார் இல்லாம இருக்கிறது எவ்வளவு கஷ்டம் பாரு!'

தன் கணவர் ஸ்கூட்டர் வாங்கிவிட்டாரா அல்லது சைக்கிளில் தான் போகிறாரா என்று பானு கேட்ட கேள்விக்கு இதுதான் பதில் போலிருக்கிறது.

சிறுவன் ஊதி வெடித்த பலூன் கீழே அனாதையாகக் கிடந்தது.

பானுவிடம் எனக்கு அனுதாபம் உண்டாகிறது. அவள் வைரத் தோட்டில் இப்பொழுது அவ்வளவு ஒளி இல்லையோ?

37. புலி வேட்டை

மத்திய ஆப்பிரிக்காவிலுள்ள 'குஷ்புலாக்கோ' இனத்தாரின் 'கஷ்புலாண்டி' நடனத்தைப் பற்றிய ஆராய்ச்சிக் கட்டுரையை படித்தவர்கள் டாக்டர் ஆதிசேஷனை மறந்திருக்க முடியாது. இக்கட்டுரைதான் டாக்டர் ஆதிசேஷனுக்கு டில்லியில் வெளி உறவு இலாக்காவில், மத்திய ஆப்பிரிக்கப் பொதுநலத் தொடர்பு அதிகாரி என்ற பதவியை வாங்கித் தந்தது. அவர் பதவியிலமர்ந்த பிறகு அரசாங்கம் அவரை மறந்துவிட்டது. அவர் எங்கே வேலையாயிருக்கிறார் என்பது அவருக்கும் அவர் மனைவிக்கும் மட்டும் தெரிந்த ரகசியம். குஷ்புலாக்கோ இனத்துக்குக்கூட தெரிந்திருக்க நியாயமில்லை.

டாக்டர் ஆதிசேஷன், அரசாங்கத்தின் கருணையினால் தமக்குக் கிடைத்த குளிர் சாதனங்களுடன் கூடிய அறையில், தூங்கலாமா, வேண்டாமா என்று தீவிரமாக யோசித்துக் கொண்டிருந்த வேளையில் அவர் மேஜையிலிருந்த டெலிபோன் ஒலித்தது. அவருக்குப் 'போன்' செய்யக்கூடிய நண்பர்கள் யாருமில்லை. மனைவியும் ஊருக்குப் போயிருக்கிறாள். அவர் ஆச்சரியத்துடன் அந்தக் கருவியை சில விநாடிகள் உற்றுப் பார்த்துக்கொண்டிருந் தார். அதன் ஒலி அவர் தூக்கத்துக்கு இடையூறு செய்யலாம் என்ற நிலைமை உருவான பிறகு அவர் அதைக் கையிலெடுத்தார்.

'எஸ். ஆதிசேஷன்.' பதிலுக்கு வந்த குரலையும் அறிமுகத்தையும் கேட்டு அவர் மின்சாரத்தால் தாக்குண்டது போல் திடுக்கிட்டார். மேஜையின் மீது போடப்பட்டிருந்த கால்கள் தாமாகவே கீழே விழுந்தன. அவர் நிமிர்ந்தார்.

'எஸ்... எஸ்... எஸ்' அவர் குரல் தடுமாறியது.

வெளி உறவு இலாக்கா காரியதரிசி கூப்பிடுவாரென்று அவர் எதிர்பார்க்கவில்லை.

அவரை உடனே வந்து பார்க்கும்படி கூறினார் காரியதரிசி. விஷயம் என்னவாக இருக்கும்? அவருக்கு விளங்கவில்லை.

அவர் போனபோது காரியதரிசி ஏதோ ஃபைல்களை அவசர அவசரமாகப் புரட்டிக்கொண்டிருந்தார். டாக்டர் ஆதிசேஷன் உள்ளே நுழைந்ததும், அவரைப் பார்த்து புன்னகை செய்துவிட்டு, நாற்காலியில் உட்காரும்படி கையமர்த்தினார் காரியதரிசி.

'ஆஷ்டிரே'யில் இருந்த சிகரெட் புகைக்கப்படாமல் சாம்பலாக நீண்டுகொண்டிருந்தது. அங்கு நிலவிய மௌனம் டாக்டர் ஆதிசேஷனை சற்று சங்கடத்தில் ஆழ்த்தியது.

'குஷ்புலாக்கோ இனத்தாரின் கஷ்புலாண்டி நடனத்தைப் பற்றிய உங்கள் ஆராய்ச்சிக் கட்டுரையைப் படித்தேன். நன்றாகவிருக் கிறது' என்றார் காரியதரிசி.

இதைப் பற்றிச் சொல்லவா இவ்வளவு அவசரமாகக் கூப்பிட் டார்? வேறு எதைப் பற்றியோ பேச இது பூர்வ பீடிகை என்று தோன்றியது டாக்டர் ஆதிசேஷனுக்கு.

'தாங்க்ஸ்' என்றார் டாக்டர் ஆதிசேஷன்.

'மத்திய ஆப்பிரிக்காவுக்கு நீங்கள் போயிருக்கிறீர்களா?' என்று கேட்டார் காரியதரிசி.

'போனதில்லை. மத்திய ஆப்பிரிக்காவைப் பற்றி புத்தகங்கள் நிறையப் படித்திருக்கிறேன்.'

'மோஷ்லாமே நாட்டைப் பற்றி உங்களுக்கு என்ன தெரியும்?'

'மத்திய ஆப்பிரிக்காவிலுள்ளது. பிரஞ்சுக் காலனியாக இருந்து வந்தது. சமீபத்தில் சுதந்தரம் கிடைத்தது. மூன்று இனங்கள் உண்டு. குஷ்புலாக்கோ, கருமிக்கோ, சுரபிஷ்டா. ஜனத்தொகை 77675, இரண்டு வருஷங்களுக்கு முன்பு எடுத்த கணக்கின்படி. அரசரின் நூறாவது மனைவிக்கு இரட்டைக் குழந்தைகள் பிறந்திருக்கின்றன, இரண்டு நாட்களுக்கு முன்பு.'

‘வெரிகுட். நீங்கள்தான் நாங்கள் தேடும் ஆசாமி’ என்றார் காரியதரிசி.

‘எதற்கு?’ டாக்டர் ஆதிசேஷன் கொஞ்சம் நடுங்கினார்.

‘நீங்கள் மோஷ்லாமே நாட்டுக்குப் போகவேண்டும்.’

‘நானா? இன்னொன்று கூற மறந்துவிட்டேன். மோஷ்லாமே நாட்டின் எல்லைப்புறத்தில் சித்திரக்குள்ள வேட்டைக்காரர்கள் இருக்கிறார்கள். அவர்கள் மஞ்சள் நிறமான ஊமை நாய்களுடன் இரவுக் காலங்களில் வேட்டையாடுவார்கள். அவ்வினத்துப் பெண்கள், இரும்புத் தட்டு அணிந்திருப்பார்கள். நரி மாமிசத்தை ரசித்துச் சாப்பிடும் கர்மிட்டோ போனாக்கா என்ற இனத்துக்கும் இவர்களுக்கும்...’

‘ப்ளீஸ்...’ என்று அவரை இடைமறித்தார் காரியதரிசி. ‘புத்தகத்தில் படித்தவற்றை வைத்துக்கொண்டு பயப்படாதீர்கள். உங்களுக்கும் எனக்கும்தான் கார் கிடைப்பது கஷ்டமாகவிருக்கிறது. ஆப்பிரிக்கர்கள் இன்று ‘இம்பாலாவில்’ போகிறார்கள். பெண்கள் வாயில் இரும்புத்தட்டு அணியவில்லை. ‘லிப்ஸ்டிக்’ போட்டுக் கொள்கிறார்கள்.

‘நான் என்ன செய்ய வேண்டும்’ என்று கேட்டார் டாக்டர் ஆதிசேஷன்.

‘மோஷ்லாமே நாட்டிலுள்ள நம் பிரதிநிதியைத் தெரியுமா உங்களுக்கு?’

‘கேள்விப்பட்டிருக்கிறேன். ராஜா பிரதாப் சிங், முன்னாள் அரசர். நல்ல வேட்டைக்காரர்.’

‘அதனால்தான் வந்துள்ளது தொல்லை.’

‘எதனால்?’

‘அவர் வேட்டைக்காரர் என்பதினால்.மோஷ்லாமே நாட்டின் எல்லைப்புறக் காடுகளில் ஒரு புலி இருந்தது. அதை அவர் கொன்றுவிட்டார்.’

‘அதனால் என்ன?’

'அது ஒரு சர்வதேசப் பிரச்னையாகிவிட்டது.'

'எனக்குப் புரியவில்லையே!' புலிக்கும் சர்வதேசப் பிரச்னைக்கும் என்ன சம்பந்தமென்று அவருக்கு விளங்கவில்லை.

'ராஜா பிரதாப் சிங் அனுப்பியுள்ள இந்த ரிப்போர்டை படியுங்கள்' என்று ஃபைலிலிருந்து ஒரு காகிதத்தை எடுத்துக் கொடுத்தார் காரியதரிசி. டாக்டர் ஆதிசேஷன் படிக்கத் தொடங்கினார். 'மோஷ்லாமே நாட்டுக்கு வந்த கத்தோலிக்கப் பாதிரிகள், காட்டி லிருந்த இந்தப் புலியை கிறிஸ்தவப் புலியாக்கி பிராட்ட ஸ்டண்டுகளை சாப்பிடப் பழக்கி விட்டார்கள். அது சில அமெரிக்கப் பிராட்டஸ்டண்டுகளை ரசித்துச் சாப்பிடத் தொடங்கி விட்டது. விஷயம் தெரியாத அமெரிக்கர்கள் இது கம்யூனிஸ்ட் புலியென்று நினைத்து ரஷ்யாவுக்கு ஆட்சேபணைக் குறிப்பு அனுப்பினார்கள். காகிதப் புலி என்று தங்களை நையாண்டி செய்துவந்த சீனர்கள் தொந்தரவைப் பொறுக்க முடியாத ரஷ்யா, கம்யூனிஸ்ட் உலகத்தில் தங்கள் புகழ் மங்காமலிருக்க வேண்டு மென்பதற்காக, இது கம்யூனிஸ்ட் புலிதான் என்று ஒப்புக் கொண்டு விட்டது. நம்முடைய கூட்டுச் சேராக் கொள்கையை நிலைநாட்டும் முறையில் இந்தப் புலியைக் கொன்றால் பிரச்னை தீருமென்று நான் இந்த நடவடிக்கையை மேற்கொண்டேன்.'

அதைப் படித்து முடித்த பிறகு காரியதரிசியை நோக்கினார் டாக்டர் ஆதிசேஷன்.

'இங்குதான் நீங்கள் வருகிறீர்கள்' என்றார் காரியதரிசி.

'எங்கு?' டாக்டர் ஆதிசேஷனின் குரல் பலஹீனமாக ஒலித்தது.

'நமது பிரதிநிதி மேற்கொண்ட நடவடிக்கைக்கு அமெரிக்கர் களின் தூண்டுதல்தான் காரணமென்று ஒரு குற்றச்சாட்டு வந்திருக் கிறது. இதுபற்றி பார்லிமெண்டில் கேள்விகள் எழலாம். நாம் முன் ஜாக்கிரதையுடன் இருக்க வேண்டும். ஆப்பிரிக்கப் புலியைக் கொல்லுவதற்கு இந்தியாவுக்கு என்ன உரிமை இருக் கிறது என்று பாகிஸ்தான் வேறு பிரசாரம் செய்யத் தொடங்கி விட்டது. இதனால் கொதித்தெழுந்த மற்றைய ஆப்பிரிக்க நாடுகள் தீவிரமான நடவடிக்கைகள் மேற்கொள்ளத் தொடங்கி விட்டன. கென்யாவிலிருந்து இந்தியர்கள் திருப்பி அனுப்பப்படு கிறார்கள். மோஷ்லாமே நாட்டோடு நமக்கு உணவு ஒப்பந்த மொன்று கையெழுத்தாக இருக்கிறது!'

'மோஷ்லாமே நாட்டோடா? அதற்குச் சில மாதங்களுக்கு முன்புதானே சுதந்தரம் கிடைத்தது? நமக்கு உதவி செய்யக்கூடிய அளவுக்கு அது வளர்ந்துவிட்டதா?'

'அவர்கள் போடுவதெல்லாம் இடைக்காலத் திட்டம்தானே? நம்முடைய திட்டங்கள் நூறு வருஷங்கள் கழித்துப் பயன ளிக்கும். அப்பொழுது நாம் உலகத்துக்கே சாப்பாடு போடலாம்.'

இருவரும் சிறிது நேரம் வரை பேசவில்லை. உலகத்துக்கே பாரதம் விருந்தளிக்கும் எதிர்காலமாகிய நல்ல கனவை மானசீக மாக அனுபவித்தார்கள்.

'சரி. இப்பொழுதுள்ள பிரச்னைக்கு வருவோம். நீங்கள் ஆப்பிரிக்காவுக்கு சென்று இது பற்றி விசாரிக்க வேண்டும். நம்முடைய பிரதிநிதியின் செய்கை மோஷ்லாமே நாட்டு மக்களின் உணர்ச்சிகளை எவ்வளவு தூரம் பாதித்திருக்கிறது என்பது பற்றி ஆராய வேண்டும். நீங்கள் கேட்கும் எந்தக் கேள்விக்கும் நம் பிரதிநிதி பதிலளித்தாக வேண்டுமென்ற உத்தரவை அனுப்ப இருக்கிறோம். ஆனால் கேள்விகள் இந்தப் பிரச்னை பற்றியதாக இருக்க வேண்டும். இன்னும் இரண்டு நாள்களில் நீங்கள் புறப்படத் தயாராக இருங்கள்.'

'இரண்டு நாட்களிலா?' என்று கேட்டார் டாக்டர் ஆதிசேஷன்.

'ஆமாம். உங்கள் விசாரணைக்குரிய விஷயங்களின் வரையறை, செயல்திட்டம் இவற்றைப் பற்றிய அதிகாரப்பூர்வமான குறிப்பு தயாராகிக்கொண்டிருக்கிறது. விரைவில் தருகிறேன். நம் முடைய கூட்டுச் சேராக் கொள்கைக்கு எந்தவிதமான பங்கமும் ஏற்படாமல் நீங்கள் நடந்து கொள்ளவேண்டும். மோஷ்லாமே மக்களைப் பற்றி நீங்கள் அறிந்தவர் என்ற காரணத்தினால்தான் உங்களைத் தேர்ந்தெடுத்தோம். இதனால் உங்களுக்கும் ஒரு சௌகர்யமிருக்கிறது.'

'என்ன சௌகர்யம்?'

'ஆப்பிரிக்காவுக்குப் போகாமலேயே 'கஷ்புலாண்டி' நடனத்தைப் பற்றி எழுதிய நீங்கள் போய் வந்த பிறகு எவ்வளவு கட்டுரைகள் எழுதலாம்? ராயல்டி விஷயங்களில் அரசாங்கம் குறுக்கிடாது என்று வாக்குறுதி அளிக்கிறேன்.'

வெளி உறவு இலாக்கா காரியதரிசி இதைக் கூறிவிட்டு அவருடன் கைக்குலுக்க எழுந்திருந்தார்.

குஷ்புலாக்கோ இனத்தின் கஷ்புலாண்டி நடனத்தை இப்பொழுது வெறுத்தது போல் டாக்டர் ஆதிசேஷன் எப்பொழுதுமே வெறுத்ததில்லை. அதைப் பற்றி எழுதித் தொலைக்கப் போய் எப்பேர்ப்பட்ட கஷ்டத்தில் மாட்டிக் கொண்டிருக்கிறோம்! ராஜா பிரதாப் சிங் எத்தகைய மனிதரென்று அவருக்குத் தெரியாது. எந்தச் சூழ்நிலையில் செல்லுகிறோம், எத்தகைய வரவேற்பை எதிர்பார்க்க முடியும் என்று மட்டும் அவரால் ஊகிக்க முடிந்தது.

அரசாங்கம் அவருக்கு அளித்திருந்த குறிப்பை பத்தாவது தடவையாகப் படித்தார் டாக்டர் ஆதிசேஷன். 1. 'ராஜா பிரதாப் சிங்குக்கும் அமெரிக்காவுக்கும் ஏதாவது தொடர்பு உண்டா?' 2. 'புலி இறந்ததில் ரஷ்யாவுக்கு உண்மையாகவே வருத்தமுண்டா?' 3.'கம்யூனிஸ்ட் புலி என்பது உண்மைதானா?' 4.'அது ஆப்பிரிக்கப் புலி என்று மோஷ்லாமே மக்கள் எவ்வளவு தூரம் நம்புகிறார்கள்?' 5.'நம் கூட்டுச் சேராக் கொள்கைக்கு இதனால் பங்கம் ஏற்பட்டுள்ளதா?' 6.'மோஷ்லாமேவிலிருந்து நாம் உணவை எதிர்பார்க்க முடியுமா?' 'ரஷ்யாவுக்கும் அமெரிக்காவுக்கும் இதனால் ஏற்பட்டுள்ள மனத்தாங்கலைத் தீர்க்க இந்தியா எவ்வளவு தூரம் உதவ முடியும்?'

★★★

அவர் மோஷ்லாமே நாட்டின் தலைநகராகிய மரூபக்கேஷார்ட்டினாவேவைச் சென்றடைந்தபோது நன்றாக இருட்டிவிட்டது. விமான நிலையத்துக்கு, அவரை வரவேற்க ராஜா பிரதாப் சிங் வந்திருந்தார்.

பிரதாப் சிங் இளைஞர். முப்பது வயதுக்குள் இருக்கும். நல்ல கம்பீரமான தோற்றம். அவர் மிக உற்சாகத்துடன் தம்மை வரவேற்கக் கண்டதும், டாக்டர் ஆதிசேஷனின் உள்ளம் குறுகுறுத்தது.

ஜீப்பில் ஏறி உட்கார்ந்ததும் பிரதாப் சிங் கேட்டார்: 'புலியை மீண்டும் உயிர்ப்பிக்க வந்திருக்கிறீர்கள், அப்படித்தானே?'

டாக்டர் ஆதிசேஷன் சிரித்தார், பதிலொன்றும் கூறவில்லை.

'அது கிறிஸ்துவப் புலியாகவிருந்தால் சொர்க்கத்துக்குப் போயிருக்க வேண்டும். கம்யூனிஸ்ட் புலியாக இருந்தால் மார்க்ஸிடம்

'ரிவிஷனிஸ'த்தைப் பற்றி விவாதித்துக் கொண்டிருக்கும்' என்றார் பிரதாப் சிங்.

நல்ல மழை பெய்துகொண்டிருந்தது.

'இங்கெல்லாம் எப்பொழுதும் மழையோ?' என்று கேட்டார் டாக்டர் ஆதிசேஷன்.

'வெரிகுட். நீங்கள் வெளி உறவு இலாகாவுக்கு ஏற்றவர்தான். புலியைப் பற்றி இன்னும் வாயைத் திறந்து ஒரு வார்த்தை பேசவில்லை.'

டாக்டர் ஆதிசேஷன் தம் கைப்பையைத் திறந்து அரசாங்கம் அவருக்குக் கொடுத்திருந்த அந்தக் குறிப்பை எடுத்து அவரிடம் தந்தார்.

'இது பற்றி நாம் இப்பொழுது ஒன்றும் விவாதிக்க வேண்டாம். நீங்கள் என்ன சொல்ல நினைக்கிறீர்களோ, சிந்தித்துப் பிறகு சொல்லலாம். புத்தகங்களில் படித்துள்ள மத்திய ஆப்பிரிக்கா வைப் பார்க்க வேண்டுமென்பதே என் விருப்பம்' என்றார் டாக்டர் ஆதிசேஷன்.

அந்தக் குறிப்பை வாங்கிப் படித்தார் பிரதாப் சிங். சிறிது நேரம் கழித்து வாய் விட்டுப் பலமாகச் சிரித்தார்.

'இந்த மாதிரி சிரித்து மூன்று வருஷங்களாகின்றன' என்றார் அவர்.

'நீங்கள் வெளி உறவு இலாக்காவில் வேலைக்கு வந்து எவ்வளவு ஆண்டுகள் ஆகின்றன?' என்றார் டாக்டர் ஆதிசேஷன்.

'மூன்று.' என்றார் பிரதாப் சிங்.

ஜீப் நின்றது.

'இதுதான் நம் காரியாலயம்' என்றார் பாரதத்தின் பிரதிநிதி.

அது ஒரு மூன்று மாடிக் கட்டடம். வெளியே பார்ப்பதற்கு பெரியதாகத் தோன்றாவிட்டாலும், உள்ளே போன பிறகுதான் அது எவ்வளவு பெரியது என்பதை உணர்ந்தார் டாக்டர் ஆதி சேஷன்.

அறைக்கு அறை அமெரிக்காவில் கிடைக்கும் அருமையான பொருள்களால் அலங்கரிக்கப்பட்டிருந்தது. விசாலமான கூடத்

தில், ஆப்பிரிக்கர்களுடைய பூதாகாரமான இசை வாத்தியமாகிய 'டிராம்'கள் வைக்கப்பட்டிருந்தன.

'நீங்கள் பெரிய கலைஞர் என்று நினைக்கிறேன்' என்றார் டாக்டர் ஆதிசேஷன்.

பிரதாப் சிங் பதில் கூறவில்லை. தோள்களைக் குலுக்கிக் கொண்டு புன்னகை செய்தார்,

'நீங்கள் எங்கே தங்கியிருக்கிறீர்கள்?'

'நானா? நான் ஒண்டிக்கட்டைக்காரன்! இங்கேயே தானிருக்கிறேன்' என்றார் பிரதாப் சிங்.

சூடான கோக்கோ வந்தது.

'இந்த மாதிரியான கோக்கோ நீங்கள் எங்குமே சாப்பிட்டிருக்க முடியாது' என்றார் பிரதாப் சிங்.

அதைப் பருகிய டாக்டர் ஆதிசேஷன் கூறினார்: 'நீங்கள் சொன்னது மிகையில்லை.'

டாக்டர் ஆதிசேஷனுக்கு மோஷ்லாமேவைச் சுற்றிப் பார்ப்பதிலேயே மூன்று நாள்கள் கழிந்தன. போன இடங்களைப் பற்றியெல்லாம் குறிப்புகள் எடுத்துக்கொண்டார். அவர் ஆராய்ச்சி செய்த கஷ்புலாண்டி நடனம் மோஷ்லாமேவில் இப்பொழுது ஆடப்படுவதில்லையென்றும் நியூயார்க்கில் 'நைட் கிளப்பில்' தான் ஆடப்படுகிறதென்றும் அறிந்தார்.

நூறு மனைவிகளை மணந்திருந்தும் மோஷ்லாமேவின் அரசர் மூக்ரூமா மிகுந்த உற்சாகத்தோடு காணப்பட்டார். அவருடைய நூறாவது மனைவி கலிபோர்னியாவைச் சேர்ந்த மாஜி அழகு ராணி. அவளுடைய ஆப்பிரிக்க உடையணிந்த புகைப்படங்கள் பத்திரிகைகளில் தினந்தோறும் வந்தன. இரட்டைப் பிரசவம் அவளுடைய அந்தஸ்தை சமூகத்தில் இன்னும் உயர்த்திக் காட்டியது.

வந்த விவகாரத்தை மறந்து மத்திய ஆப்பிரிக்காவைச் சுற்றிப் பார்த்துக்கொண்டிருந்த டாக்டர் ஆதிசேஷனிடம், ராஜா பிரதாப்சிங் ஒருநாள் கூறினார்: 'நீங்கள் என்னிடம் அன்று கொடுத்தீர்களே அரசாங்கக் குறிப்பு, அதுபற்றிப் பேச வேண்டுமா?'

'நீங்கள் என்ன சொல்ல விரும்புகிறீர்கள்?' என்று கேட்டார் ஆதிசேஷன்.

'அமெரிக்காவுக்கும் எனக்கும் என்ன தொடர்பு என்பது முதல் பிரச்னை. அப்படித்தானே?'

'அமெரிக்கா, அந்தப் புலியைக் கொல்லுமாறு உங்களைத் தூண்டியதா? இதுதான் அந்தக் கேள்வியின் அர்த்தம்' என்றார் டாக்டர் ஆதிசேஷன்.

'ஆமாம்.'

'இது விசாரணையே இல்லை. நேரடியாக நீங்கள் உண்மையை ஒப்புக் கொண்டு விட்டால், கேள்வி கேட்டு உங்களை மடக்கும் என் சாமர்த்தியம் என்னாவது?'

'இதோ பாருங்கள்' என்று கையிலிருந்த ஒரு பத்திரிகையில் காணப்பட்ட செய்தியைச் சுட்டிக் காண்பித்தார் பிரதாப் சிங்.

அது அமெரிக்கப் பத்திரிகை.

'சுதந்திர உலகத்தின்' அபிலாஷையைத் தெரிவிக்கும் வண்ணம் கம்யூனிஸ்ட் புலியை சுட்ட பாரதத்தின் பிரதிநிதி ராஜா பிரதாப் சிங்கின் மீது பாரத சர்க்கார், நடவடிக்கை எடுக்கத் தீர்மானித்திருப் பதாகச் செய்தி வந்துள்ளது. இதுபற்றி அபிப்பிராயம் தெரிவித்த ரிபப்ளிகன் செனட்டர் மக்கார்த்தி பாரதத்துக்கு உணவு உதவி செய்வதை அமெரிக்க அதிபர் உடனே நிறுத்த வேண்டுமென்று கேட்டுக் கொண்டிருக்கிறார். உணவு மசோதாவை தம் விருப்பப் படி நிறைவேற்ற முடியாது என்பதற்கான அறிகுறிகள் தோன்று கின்றன.'

'விஷயம் என்ன இப்படி முற்றிவிட்டது?'

'இது என் தவறு இல்லை. பார்லிமெண்டில் இது பற்றிக் கேள்வி எழுந்தபோது பாரதப் பிரதிநிதி மீது நடவடிக்கை எடுக்க ஆலோசிக்கப்பட்டு வருகின்றது என்று மந்திரி கூறிவிட்டார். கேள்வி கேட்டவர் ஒரு கம்யூனிஸ்ட். ரஷ்யாவின் ஒத்துழைப் போடு ஒரு கனரகத் தொழிற்சாலை நிறுவுவதற்காக பேச்சு வார்த்தைகள் நம் நாட்டில் நிகழ்ந்து வந்தன. மந்திரியின் இந்த அறிக்கைக்குப்பிறகு ஒப்பந்தம் உடனே கையெழுத்தாகி

விட்டது. இந்த அறிக்கையைப் படித்த அமெரிக்கர்கள், குறிப் பாக மக்கார்த்திகள் இப்பொழுது கூச்சல்போட ஆரம்பித்து விட்டார்கள்.'

'இப்பொழுது நீங்கள் அமெரிக்காவின் தூண்டுதலின் காரணமாக புலியைக் கொன்றேன் என்று ஒப்புக் கொண்டீர்களானால்... உங்களுடைய எதிர்காலத்தைப் பற்றிக் கவலையில்லையா?'

'பாரதத்துக்கு உணவு கிடைக்க வேண்டுமானால் நான் ஒப்புக் கொண்டுதான் ஆகவேண்டும். நீங்கள் உங்களுடைய கடமை யாகிய விசாரணையை நடத்தித்தான் ஆகவேண்டும். பிறகு எனக்கும் அமெரிக்காவுக்கும் தொடர்பு இருக்கின்றது என்று சந்தேகப்படுவதற்கான காரணங்கள் இருக்கின்றன என்று கூற வேண்டும். உங்களுடைய விசாரணையின் அடிப்படையில் பாரத அரசாங்கம் என்மீது நடவடிக்கை எடுக்கும்.'

'நீங்கள் சொல்வது புரியவில்லையே. இதனால் நமக்கு உணவு எப்படிக் கிடைக்கும்?'

'உங்களுடைய நிர்த்தாட்சண்யமான விசாரணையைப் பற்றி பலமான பிரசாரம் செய்யப்படும். மத்திய ஆப்பிரிக்காவின் கலாசார சரித்திரத்தில் உங்களுக்குள்ள அக்கறை பற்றி அரசாங்க ஆதரவுடன் பலர் கட்டுரை எழுதுவார்கள். எனக்குப் பதிலாக உங்களையே இங்கு பிரதிநிதியாக இருக்கும்படி அரசாங்க உத்தரவு வரும்.'

'நீங்கள் என்ன சொல்லுகிறீர்கள்?'

'நடக்கப் போவதை. புலி விவகாரத்தை ரஷ்யா மறந்துவிடும். ஆப்பிரிக்காவின் தேசீயம் காப்பாற்றப்படும். அரசாங்கம் என்னைப் பாரதத்துக்குத் திருப்பி அழைத்துக்கொள்ளும்.'

'அமெரிக்காவின் உணவு உதவி எப்படிக் கிடைக்கும் என்று நீங்கள் சொல்லவில்லையே.'

'அமெரிக்காவுக்கு பாரதத்தின் பிரதிநிதியாக நான் செல்வேன். கம்யூனிஸ்ட் புலியைச் சுட்ட வீரனல்லவா?' என்றார் ராஜா பிரதாப் சிங் புன்முறுவலுடன்.

'என்ன... ஜோஸ்யமா இது?' என்று கேட்டார் டாக்டர் ஆதி சேஷன்.

'இது அரசாங்கம் மேற்கொண்டுள்ள முடிவு. பாரதத்தின் கூட்டுச் சேராக் கொள்கை காப்பாற்றப்பட வேண்டுமென்றால், பாரதத் துக்கு உணவு உதவி கிடைக்க வேண்டுமென்றால் இப்படித்தான் செய்ய வேண்டும். இது என் திட்டம். அரசாங்கம் அங்கீகரித்து விட்டது. கனரகத் தொழிற்சாலைக்கான ஒப்பந்தம் ஏற்கெனவே கையெழுத்தாகிவிட்டது. இனி வேண்டுவது உணவுதானே!'

டாக்டர் ஆதிசேஷன் தம் கையிலிருந்த அரசாங்கக் குறிப்பைக் கிழித்தெறிந்தார். அவர் முகத்தில் குறுநகை நிழலாடியது.

'நீங்கள் என்ன நினைக்கிறீர்கள் என்று சொல்லட்டுமா?' என்றார் பிரதாப் சிங்.

'சொல்லுங்கள்.'

'எவ்வளவு புத்தகங்கள் எழுதலாம். எவ்வளவு ராயல்டி கிடைக்கு மென்று...'

'யூ ஆர் எ டெவில்' என்றார் டாக்டர் ஆதிசேஷன் மகிழ்ச்சிப் பெருக்குடன்.

38. கலிஃபோர்னியா கண்ட குத்துவிளக்கு

பாரதத்தின்அறிவியல் கருவூலமாகிய உபநிடதங்களையும் மற்றும் அதன் பண்பாட்டைப் பற்றிப் பேசும் எல்லா இலக்கியங் களையும் நன்றாகக் கரைத்துக் குடித்த நார்மன் மெய்லர் பழம்பெரும் இந்நாகரிகத்தின் இக்காலச் சந்ததிகளைக் காணும் ஆசையினால் உந்தப்பட்டு, கலிஃபோர்னியாவிலிருந்து குட வாசலுக்கு வந்தான்.

குடவாசலை அவன் தேர்ந்தெடுத்தது ஓர் எதேச்சையான முடிவு. பம்பாயிலிருந்து அவன் சென்னைக்கு வந்தபோது அவன் பக்கத்திலிருந்தவர் தாம் குடவாசலைச் சார்ந்தவர் என்று சொல்லிக்கொண்டார். ஒரு நாட்டு மக்களின் நாகரிகத்தைப் பற்றி அறிய வேண்டுமானால் அதன் உயிர்த்துடிப்பு கிராமத்தில் இருக் கிறது என்பதை உணர்ந்து அவன் ஏதாவது கிராமத்தில் சில நாள் கள் தங்கியிருக்க வேண்டுமென்று தீர்மானித்து தன்னுடன் பிர யாணம் செய்தவருடைய கிராமமாகிய குடவாசலில் இருக்க முடிவு செய்தான்.

கும்பகோணத்திலிருந்து திருவாரூருக்குச் செல்லும் பஸ்ஸில் ஏறி அவன் குடவாசலில் இறங்கியபோது, எங்கு தங்கவேண்டு மென்பதைப் பற்றி அவனுக்கு எந்தவிதமான திட்டமும் இல்லை.

தனக்குத் தேவையான எல்லாப் பொருள்களையும் ஒரு பெரிய பையில் அடைத்துக்கொண்டு, அந்தப் பையை அவன் தன் தோளில் சுமந்து சென்றது, கடை வீதியில் சென்றுகொண்டிருந்த யாவரையும் கவர்ந்தது.

குடவாசலில் கல்வியறிவில்லாத மக்களுக்கு சட்ட ஆலோசக ராகிய வீட்டுத் தரகர் பட்டு, தாம் பள்ளிக்கூடத்தில் எட்டாம் வகுப்பை மூன்று தடவை முற்றுகையிட்டபோது கற்றுக் கொண்ட அரைகுறை ஆங்கிலத்தில் கேட்டார்: 'யார் வேண்டும் உங்களுக்கு?' என்று.

கலிஃபோர்னியா பல்கலைக் கழகத்தில் சமஸ்கிருதத்தையும் தமிழையும் விரும்பிப் படித்துத் தேர்ந்து, அமெரிக்காவில் இந்தியத் தூதுவராலயங்களில் பணியாற்றிய, தமிழரோடு அளவளாவி தமிழில் நன்றாகப் பேசக் கற்றுக் கொண்ட நார்மன் மெய்லர் தனக்குத் தமிழ் தெரியுமென்று சொல்லிக் கொள்ள விரும்பவில்லை. அவர்கள் என்ன பேசிக் கொள்கிறார்கள் என்று தெரிந்துகொள்ள விரும்பினான். ஆகவே அவன், பட்டு பேசிய முறையைப் பின்பற்றி பாதி சைகையும், பாதி ஆங்கிலமுமாக, இதற்குப் பதில் கூறினான்: 'என் பெயர் நார்மன் மெய்லர். எனக்கு இங்கே தங்கியிருக்க ஒரு வீடு வேண்டும். உங்கள் பெயர்?'

தரகர் பட்டு இதை எதிர்பார்க்கவில்லை. வெள்ளைக்காரன் ஒருவன் திடுதிடுப்பென்று வந்து தான் தங்குவதற்கு ஒரு வீடு வேண்டும் என்று கேட்டால் யாருக்குத்தான் தூக்கி வாரிப் போடாது?

கீழண்டை வீதியில் மைனர் ரங்குவின் வீடு பூட்டியே கிடக்கிறது. முன்பெல்லாம் அவன் அவ்வீட்டை தன் 'லீலை'களுக்குப் பயன் படுத்துவது வழக்கம். ஆனால் எல்லாம் ஓய்ந்து இப்பொழுது அவன் கையைப் பிசைந்துகொண்டிருக்கிறான். நூறு ரூபாய் வாடகை கிடைக்குமென்றால் வேண்டாமென்றா சொல்லப் போகிறான்? வெள்ளைக்காரன் இவனுக்கு இந்தக் கிராமத்தில் வீட்டு வாடகையைப் பற்றி என்ன தெரியப் போகிறது? நூறு ரூபாய் இவனுக்கு நூறு காசு மாதிரி. நூறு ரூபாய்க்கு ஏற்பாடு செய்துவிட்டால், ரங்குவிடமிருந்து பத்தோ இருபதோ புரட்ட லாம். இவனோ இருக்கவே இருக்கிறான். நேற்று ஒப்பிலியப்பன் கோயில் போய்விட்டு வந்தது கைமேல் பலனைத் தருகிறதோ!

தான் பேசியது அவருக்குப் புரியவில்லையோ என்று நினைத்து நார்மன் மெய்லர் மீண்டும் தான் சொன்னதை நிறுத்தித் தெளிவாக ஆங்கிலத்தில் கூறினான்.

'என் பெயர் பட்டு' என்று சொன்ன அவர், 'உங்களுக்கு வீடா வேண்டும்?' என்று கேட்டுவிட்டு சிறிது நேரம் யோசித்தான்.

பட்டு இடக்கை ஆள்காட்டி விரலை மூக்கின் நுனி மீது வைத்துக் கொண்டார். அவர் சிந்தித்துக்கொண்டிருப்பதற்கு இது அடையாளம் என்று புரிந்துகொண்ட நார்மன் அவர் முகத்தை ஆவலுடன் நோக்கினான்.

'எவ்வளவு வாடகை வேண்டுமானாலும் தருகிறேன்' என்றான் நார்மன்.

'வாடகையைப் பற்றி இல்லை' என்று இழுத்த பட்டு தலையின் பின்புறம் காதருகே சொறிந்து கொண்டார்.

வெள்ளைக்காரன் ஒருவன் ஏதோ கேட்பதும், பட்டு தன் தலையை சொறிந்துகொண்டு நிற்பதும் அந்தப் பக்கம் சென்ற வாத்தியார் வைத்தியைக் கவர்ந்தன. அவர்கள் அருகில் சென்று கேட்டார்: 'என்னடா பட்டு, என்ன?'

இனித் தாமதித்தால் தொழிலுக்கு ஆபத்து என்றுணர்ந்த பட்டு, 'ஒன்றுமில்லை, ஒன்றுமில்லை' என்று அவசரம் அவசரமாகச் சொல்லியவாறு நார்மனிடம், 'வாருங்கள், வாருங்கள்' என்று அழைத்துக்கொண்டே விரைவாக அவ்விடத்தை விட்டகன்றார்.

பட்டுவின் செயலில் காணப்பட்ட இந்தத் திடீர் சுறுசுறுப்பு நார்மனுக்கு வியப்பைத் தந்தது. வீடு ஏதேனும் நினைவுக்கு வந்த அவசரமா, அல்லது புதிதாக வந்தவருடன் பேச விருப்பமின்மையா?

சிறிது தூரம் சென்றதும் எதிரே முருகையன் வரக் கண்ட பட்டு நார்மனிடம் கூறினார்: 'அந்த மூட்டையை இவனிடத்தில் கொடுங்கள். எடுத்துக்கொண்டு வருவான்.'

முருகையன் தன் காவி ஏறிய பற்கள் வெளியே தெரிய சிரித்துக் கொண்டே நார்மன் அருகில் வந்து நின்று அவனை நம்பிக்கையுடன் பார்த்தான்.

'பரவாயில்லை. நானே தூக்கிக்கொண்டு வருகிறேன்' என்றான் நார்மன்.

'அவனுக்கு ஒரு நாலணா கொடுத்தால் போதும்' என்று சொன்ன பட்டு, முருகையனைக் கேட்டார்: 'என்னடா, நாலணா வாங்கித் தரேன், சரிதானே?'

‘ஐயா இஷ்டம். அதுக்கு மேலே நான் என்ன சொல்றது?’ என்றான் முருகையன்.

நார்மன் முருகையனிடம் தன் பையைக் கொடுத்தான். நன்றி ததும்பிய முகத்துடன் முருகையன் அதை வாங்கிக்கொண் டான்.

இந்த வெள்ளைக்காரர்களே விசித்திரமான பேர்வழிகள் என்று பட்டது பட்டுவுக்கு.

கையில் ஏந்திய குத்துவிளக்குடன் சாரதா அப்பொழுது எதிரே வரக் கண்டார் பட்டு.

‘எங்கே எடுத்துக் கொண்டு போகிறாய், அதை? விற்கவா?’ என்று பட்டு கேட்டார்.

நார்மன் அந்தப் பெண்ணை நோக்கினான். கீழ்நாட்டு மக்க ளுக்கே உரித்தான அருமை வாய்ந்த தீட்சண்யமான கண்கள். தாமரை மலரின் மணம் போன்ற ஆரவாரமற்ற அழகு.

அந்நியனைக் கண்ட கூச்சத்தால் முகம் சிவந்த சாரதா, நடுத் தெருவில் தன் வறுமை விளம்பரமாவதைக் கண்டு வெட்கப் பட்ட நிலையில், கீழே குனிந்துகொண்டே கூறினாள்: ‘ஆமாம்.’

வெள்ளைக்காரர்களுக்கு இந்த மாதிரிப் பொருள்களில் ஈடு பாடுண்டு என்பதை உணர்ந்த பட்டு, அவளிடத்தில் கூறினார்: ‘சரி, கொண்டா, அதை இப்படி!’

பளபளப்பான ‘நியான் சைன்’ நாகரிகத்திலிருந்து வந்திருந்த நார்மனை இந்தக் குத்துவிளக்கு மிகவும் கவர்ந்தது. அவன் இந்த மாதிரியான விளக்கொன்றை கலிஃபோர்னியாவில் ஓர் இந்திய நண்பர் வீட்டில் பார்த்திருக்கிறான். பூஜைக்கு ஏற்றி வைக்கப் பட்டிருந்தது அது. ஆனால் தமிழ்நாட்டுக் கிராமத்தில் அதை விற்பதற்காக ஒரு பெண் தெருவில் எடுத்துச் செல்வாளென்று அவன் எதிர்பார்க்கவில்லை.

‘உங்களுக்கு பிடித்திருக்கிறதா இது?’ என்று கேட்டார் பட்டு.

‘இது விலைக்கா?’ என்று கேட்டான் நார்மன். தான் அவர்கள் பேசியதைப் புரிந்துகொண்டதாகக் காட்டிக்கொள்ள அவன் விரும்பவில்லை.

'விலைக்குத்தான்' என்று நார்மனிடம் கூறிய பட்டு, சாரதாவிடம் சொன்னார், 'இது என்ன பத்து ரூபாய் பெறும். நீ அறுபது ரூபாய் விலை சொல்லு. உனக்கு முப்பது, எனக்கு முப்பது, சரிதானே?'

தாம் தமிழில் கூறுவது நார்மனுக்குப் புரியாதென்ற நம்பிக் கையில் அவர் துணிந்து பேரம் பேசிக்கொண்டிருந்த செய்கை அவனுக்குச் சிறிது அதிர்ச்சியைத் தந்தது.

சாரதா பட்டுவை எரித்துவிடுபவள் போல் பார்த்தாள். குத்து விளக்கை விற்க நேர்ந்திருக்கிறதே என்று ஏற்கெனவே மனம் நொந்திருந்த அவளுக்கு பட்டுவின் 'பேரம்' அவமானமாக இருந்தது.

'உங்க மாதிரி எல்லாரையும் ஏமாத்த அவ்வளவு கீழ்த்தரமாகப் போயிடலே நான். குத்துவிளக்கைக் கொண்டாங்கோ இப்படி!' என்று கூறிக்கொண்டே அதை அவர் கையிலிருந்து 'வெடுக்' கென்று பிடுங்கிக்கொண்டு சென்றாள்.

பட்டு நார்மனை நோக்கினார். அவன் நடந்ததைக் கவனிக்காதது போல் வேறுபுறம் திரும்பிக்கொண்டிருந்தான்.

ஒரு நல்ல வியாபாரம் நழுவிப் போய்விட்டதே என்ற ஏமாற்றத் தால் தாக்குண்ட பட்டு தமக்குள் படபடத்தார்.

'கழுதை ராத்திரிச் சாப்பாட்டுக்கு வழி இல்லே. திமிர் அசாத்தியம். அப்பன் கடன் வாங்கியே செத்தான். அம்மா இருக்கிற ஒழுங்குக்கு நாக்கைப் பாரு, நாக்கை. சாமானை வித்துச் சாப்பிடுவாளாம். தலை வணங்க மாட்டாளாம். அல்லி ராணி!'

பட்டுவின் மனநிலையைப் புரிந்துகொண்ட நார்மன் ஒன்றும் பேசவில்லை.

அழிந்துபட்ட பட்டுவின் சுயகௌரவத்துக்கு மரியாதை செலுத்து வது போல் சில நிமிஷங்கள் அமைதி நிலவியது.

சிறிது தூரம் சென்றதும் நார்மன் கேட்டான்: 'இந்தப் பெண் ணுக்கு திருமணம் ஆகவில்லையா?'

'திருமணமா இவளுக்கா? இவள் அம்மா நடத்தை சரியில்லை' என்றார் பட்டு.

'பணம் இல்லாத காரணத்தினால் நடத்தை சரியில்லையா அல்லது பணம் மிகுதியாக உள்ள காரணத்தினால் நடத்தை சரியில்லையா?' என்று வினவினான் நார்மன். அந்தப் பெண்ணின் வறுமையைப் பற்றி அவன் தெரிந்து கொண்டானாயினும், இது அவன் தனக்குத்தானே கேட்டுக் கொண்ட கேள்வி.

வறுமையின் காரணமாக இந்தியாவில் ஒழுக்கம் குறைந்திருக்கிறது. அமெரிக்காவில்? - செல்வ மிகுதியினால் ஒழுக்கம் குறைந்திருக்கிறது! இது தீராத புதிர்தான்.

'வறுமையின் காரணமாக ஒழுக்கம் குறைந்தால் அது தொழில். செல்வத்தின் காரணமாக ஒழுக்கம் குறைந்தால் அது விளையாட்டு' என்றார் பட்டு.

பட்டுவிடமிருந்து இக்கூற்றை எதிர்பார்க்காத நார்மன் ஒருகணம் அவரை வியப்புடன் நோக்கினான்.

'இந்தச் சாரதாவிடம் 'பேரம்' பேசுவதைவிட அவள் அம்மாவிடம் சென்று ஐம்பது ரூபாய் விட்டெறிந்து விட்டால் குத்து விளக்கை தன்னால் தந்துவிட்டுப் போகிறாள். அவளுக்கு வேண்டியது பணம்தானே?' என்று கூறினார் பட்டு. ஒரு குறிப்பிட்ட சூழ்நிலையை அனுபவத்தின் பலத்தினால் ஆராய்ந்து தம் கருத்தை வெளியிட்ட பட்டுவை மீண்டும் 'தொழில் நினைவு' பற்றிக்கொண்டது போலும்! சாரதாவின் குத்துவிளக்கு அவருக்குக் கௌரவப் பிரச்னையோ?

'எனக்கு அந்தக் குத்துவிளக்கு வேண்டுமென்ற அவசியமில்லை' என்றான் நார்மன்,

'நீங்கள் சும்மா இருங்கள். உங்களுக்கு ஏற்பட்ட அவமானம் எனக்கில்லையா?'

நார்மனுக்கு தனக்கு என்ன அவமானம் ஏற்பட்டது என்று புரியவில்லை. தன்னையும் கட்சி சேர்த்துக்கொள்ளும் முயற்சிக்கு என்ன அர்த்தம்? ஓர் ஏழைப் பெண்ணிடம் தன் கோபத்தைக் காட்டுவதிலா இவர் கௌரவத்தின் வரையறை அடங்கிக் கிடக்கிறது?

'இதுதான் மைனர் ரங்குவின் வீடு. இவனைத்தான், வீடு கேட்கலாமென்று உங்களை அழைத்து வந்தேன். இவனுடைய இன்னொரு வீடு காலியாக இருக்கிறது' என்றார் பட்டு.

'மைனர்' என்று சொல்லிவிட்டு கொஞ்சம் திகைத்த நார்மன் பிறகு கேட்டான்: 'அவர் கிறிஸ்துவரா?'

'நோ.நோ.' என்று பலமாகத் தலையசைத்த பட்டு கூறினார்: 'அவன் பிராமணன்.'

அவர் குரலில் கண்ட ஆக்ரோஷத்தைப் பார்த்தால் தான் ஒரு மாபெரும் குற்றத்தை இழைத்துவிட்டோம் போலிருக்கிறது என்று பட்டது நார்மனுக்கு.

'மைனர்' என்றால் என்ன?' என்று கேட்டான் நார்மன்.

'மைனர் என்றால்...' இதை எப்படி விளக்குவதென்று அவருக்குப் புரியவில்லை.

'நடத்தை சரியில்லை' என்று சொல்லிவிட்டு உள்ளே செல்ல முற்பட்ட பட்டுவுக்கு முருகையன் நினைவு வந்தது.

'இப்படி வையேண்டா, பையை' என்று திண்ணையைக் காட்டினார்.

முருகையனிடம் ஓர் ஐந்து ரூபாயை நீட்டினான் நார்மன்.

'அவனிடம் சில்லறை இருக்காது. இது அமெரிக்கா இல்லை' என்றார் பட்டு.

'சில்லறை வேண்டாம். அவன் எடுத்துக்கொள்ளட்டும்.'

பட்டுவுக்கு இதயம் நின்றுவிடும் போல் இருந்தது.

'அவனுக்கே ஐந்து ரூபாயா? நன்றாக இருக்கிறது. அத்தனையையும் அவன் குடித்துத் தொலைத்து விடுவான்.'

பணம் அவனுடைய ஒழுக்கத்தைக் கெடுத்துவிடும் என்ற அவருடைய விசாரம் நார்மனுக்கு வேடிக்கையாக இருந்தது. அப்படியென்றால் இந்தியாவில் ஏழ்மை தலை விரித்தாடுவது ஒழுக்கத்தைக் காப்பாற்றத்தானோ?'

முருகையனுக்கு அவர்கள் பேசிக்கொண்டிருந்தது ஒன்றும் புரியவில்லை. அவன் தலையில் கட்டியிருந்த 'முண்டாசை' அவிழ்த்து இடுப்பில் கட்டிக்கொண்டு இருவரையும் பார்த்துக் கொண்டு நின்றான்.

நார்மன் அவன் கையில் அந்த ஐந்து ரூபாயைத் திணித்துவிட்டு தலையை ஆட்டினான்.

முருகையன் வாங்கிக் கொள்ளலாமா கூடாதா என்று விளங் காமல் பட்டுவை நோக்கினான்.

'வாங்கிக்கோடா வாங்கிக்கோ. உன் காட்டிலே மழை' என்றார் பட்டு.

பட்டு உள்ளே சென்றார்.

முருகையன் நார்மன் கொடுத்த ஐந்து ரூபாய் நோட்டை இரு கைகளாலும் பிடித்துக்கொண்டு அப்படியே தலைக்கு மேல் உயர்த்திக் கும்பிட்டுவிட்டு அகன்றான்.

வாசல் முகப்பில் வண்ணக் கலவைகள் விளைவித்த சில சித்திரங் கள் காணப்பட்டன. தாமரை மலரில் வீற்றிருக்கும் அப்பெண் ணின் உருவம் செல்வத்தின் தெய்வமாகிய திருமகளை குறிக் கின்றது போலும். இருமருங்கும் இரண்டு யானைகள் துதிக்கை களை உயர்த்தி அஞ்சலி செலுத்துகின்றன.

டாலரே தெய்வம் என்று வணங்கும் அமெரிக்க நாகரிகத்துக்கும், தெய்வமே டாலரைத் தரும் என்ற பாரத நாட்டு நம்பிக்கைக்கும் எத்தனை வேறுபாடு?

மைனர் ரங்குவுடன் பட்டு வெளியே வந்தார்.

ரங்குவின் கழுத்தை அலங்கரித்த புலி நகம் கோர்த்த 'மைனர்' சங்கிலி நார்மனின் கவனத்தைக் கவர்ந்தது. நார்மன் அதை உற்றுப் பார்ப்பதைக் கண்ட ரங்கு தேங்காய்ப்பூத் துவாலை யினால் உடலை மூடிக்கொண்டான்.

'வீட்டைப் பார்க்கப் போகலாமா?' என்று ரங்கு பட்டுவைப் பார்த்துக் கேட்டான்.

'ரொம்ப அவசரப்படாதேடா, முட்டாள். யோசிச்சுச் சொல்ற மாதிரி சொல்லு' என்று தமிழில் கூறினார்.

'என்ன விஷயம்?' என்று கேட்டான் நார்மன். அவன் பட்டுவின் நாடகத்தை ரசிக்கத் தொடங்கிவிட்டான். தனக்குத் தமிழ் தெரியு மென்று சொல்லி இதன் சுவையை அவன் கெடுக்க விரும்ப வில்லை.

‘அவனுக்கு இஷ்டமில்லை. இருந்தாலும், நான் பேசி வாங்கிக் கொடுக்கிறேன்’ என்றார் பட்டு.

பட்டுவின் கட்டளைக்கிணங்க ரங்கு முகத்தைச் சிந்திப்பது போல் வைத்துக்கொண்டான். அவன் துவாலையினால் முகத்தைத் துடைத்துக்கொண்டு தன் சுருள் மயிரைப் பின்புறம் கோதிக் கொண்டான்.

சிறிது நேரம் அமைதிக்குப் பிறகு ரங்கு கேட்டான், ‘சரி போக லாமா?’

பட்டு மகிழ்ச்சியுடன் தலையை ஆட்டினார். ‘வீட்டைக் கொடுக்கச் சம்மதித்துவிட்டான். வீட்டைப் போய்ப் பார்க்கலாம்.’

நார்மன் திண்ணையின் மீதிருந்த தன்னுடைய பையை எடுத்துத் தோளின் மீது சாத்திக்கொண்டான்.

‘ஐந்து ரூபாய் கொடுத்திருக்கிறீர்களே, அவனைக் கூப்பிடட் டுமா, மறுபடியும்’ என்று கேட்டுக்கொண்டே வாசலுக்குச் சென்றார் பட்டு.

‘வேண்டாம். நானே எடுத்துக்கொண்டு வருகிறேன். மீண்டும் நான் ஏதாவது பணம் கொடுத்தால், உலக ஒழுக்கத்தைப் பற்றிய உங்கள் சொற்பொழிவை கேட்க நேரிடும்’ என்றான் நார்மன்.

போகும் போது ரங்கு பட்டுவிடம் சொன்னான்: ‘அந்த வீடு சௌகரியப்படுமோ என்னமோ அவனுக்கு? குளிக்கத் தனி அறை கிடையாது. கிணற்றங்கரையில்தான் குளிக்கணும்.’

‘ஆமாம். வெள்ளைக்காரன் குளிச்சு வாழ்ந்தான். நம்ப மாதிரியா, ஒரு நாளைக்கு முப்பது தரம் குளிக்க... வருஷத்துக்கு ஒரு தடவை குளிக்கப் போறான்.’

நார்மன் திகைத்து நின்றான். ஓரமாகச் சென்றுகொண்டிருந்த அவர்கள் ஒரு வீட்டைக் கடக்கும்போது அவ்வீட்டு வாசலி லிருந்து எச்சில் இலை அவனை உராய்ந்துகொண்டு சென்றது. அந்த இலை உற்பத்தியாகி வந்த மூலஸ்தானத்தைக் காண அவன் அந்த வீட்டை நோக்கினான். நெற்றியில் பளிச்சென்ற திலகம், பட்டு கூறுவது போல் ஒரு நாளைக்கு முப்பது தடவை குளிப்ப தினாலோ என்னவோ மிகத் தூய்மையான திருமேனி.

'கொஞ்சம் ஜாக்கிரதையாக வரவேண்டும். சாப்பாட்டு நேரம்' என்றார் பட்டு.

இது ஓர் இயற்கையான நிகழ்ச்சிபோல் இருக்கிறது. நார்மன் பதிலொன்றும் கூறாமல் பட்டுவைப் பார்த்து புன்னகை செய்தான்.

ஒரு பெரிய மனைக்கட்டில் தற்காலிகக் குடியிருப்பாக நிறுவப் பட்ட ரங்குவின் வீட்டைச் சுற்றி குப்பை கூளங்கள் வேலியாக அரண் செய்தன.

'இதுக்குப் போய் நூறு ரூபாய் கேட்பதா?' என்றான் ரங்கு. அவன் மனச்சாட்சி தொந்தரவு கொடுத்தது போலும்.

'நீ வாயை மூடிக் கொண்டிரு. நூறு ரூபாய் வாங்கித் தர நானாச்சு.'

வீட்டைத் திறந்து உள்ளே புகுந்ததும் பெரிய கூடம். சிகரெட் துண்டுகள் அங்குமிங்கும் சிதறிக் கிடந்தன. ரங்கு இந்த வீட்டில் புழங்குவது உண்டு போலிருக்கிறது.

கூடத்தின் கோடியில் ஓர் அறை. அதை ரங்கு திறந்து காட்டினான்.

'டிஸ்டெம்பர்' செய்யப்பட்ட சுவரைக் கண்டு நார்மன் சிறிது பிரமித்தான். இது அந்த வீட்டுக்குப் பொருத்தமில்லாமல் காணப் பட்டது. ஆள் உயரத்துக்கு ஒரு நிலைக்கண்ணாடி இணைக்கப் பட்ட பீரோ ஒன்று அவ்வறையில் இருக்கக்கண்டு பட்டு ரங்குவைப் பார்த்துக் கேட்டார். 'ஏண்டா, ரொம்ப ஏற்பாடா! இருக்கே இந்த அறை?'

அவர் ரங்குவைப் பார்த்து கண்களைச் சிமிட்டினார்.

'மாமா! அவன் கிட்டே சொல்லிடுங்கோ. இந்த பீரோ இங்கே தான் இருக்கும் என்று.'

'இந்தப் பீரோ இங்கேயே இருக்கும்' என்றார் பட்டு.

'எனக்கு ஒரு ஆட்சேபணையுமில்லை' என்று சொல்லிக் கொண்டே தோள்களைக் குலுக்கினான் நார்மன்.

வீட்டின் பின்புறம் கிணறு இருந்தது. கிணற்றிலிருந்து நீர் எடுப்பது எப்படி என்பதை விஸ்தாரமாக விளக்கினார் பட்டு.

விண்வெளிக் கப்பலின் இயந்திர நுணுக்கங்களை எடுத்துக் காட்டி விட்டாற் போன்ற பெருமை அவர் முகத்தில் காணப்பட்டது.

'வீட்டுக்கு 'லைட்' கிடையாது. அதையும் சொல்லி விடுங்கள் அவனிடத்தில்.' என்றார் ரங்கு.

பட்டு நார்மனிடம் இதைக் குறிப்பிட்டபோது அவன் புன்னகை யுடன் கேட்டான்: 'வழியில் பார்த்தோமே, அந்தப் பெண் வைத்திருந்தாளே, அந்த மாதிரி விளக்கு கிடைக்குமல்லவா?'

சாரதாவின் நினைவினால் உந்தப்பட்ட பட்டு ஆவேசத்துடன் கூறினார்: 'அதே விளக்கை வாங்கித் தருகிறேன். அவ்வளவு தானே?'

'அவனுக்கு வீடு பிடிச்சிருக்கான்னு கேளுங்கோ.' என்று ரங்கு கேட்டான்.

பட்டு நார்மனைக் கேட்டார்: 'வீடு பிடித்திருக்கிறதா?'

'இந்த வீடு போதும் எனக்கு. பிடித்திருக்கிறதா, இல்லையா என்பது வேறு கேள்வி' என்றான் நார்மன் சிரித்துக்கொண்டே.

'வாடகை வேண்டுமானால் ஐம்பது ரூபாய் சொல்லுங்கள் போதும்.' என்றான்.

'நீ சும்மா இரு' என்று அவனை அதட்டிய பட்டு நார்மனைப் பார்த்துக்கொண்டே ஆங்கிலத்தில் சொன்னார்: 'என்ன நூற்றைம் பதா இந்த வீட்டுக்கு? நோ நோ. எழுபத்தைந்துதான் தர முடியும்.'

ரங்குவுக்கு என்ன பதில் சொல்வதென்று புரியவில்லை, அவன் பேசாமல் நின்றுகொண்டிருந்தான்.

'முட்டாளே, நூற்றிருபத்தைந்து சொல்லுடா, இங்கிலீஷில்' என்றார் பட்டு அவனிடம்.

நார்மனுக்கு ரங்குவைப் பார்த்தால் பரிதாபமாக இருந்தது.

'நூற்றிருபத்தைந்து ரூபாய்' என்றான் ரங்கு பலவீனமான குரலில்.

'நூற்றியிருபத்தைந்தா? நோ நோ.' என்று சொன்ன பட்டு நார்மனைத் தனியே அழைத்துச் சென்றார்.

'நூறு சொல்லட்டுமா?' என்று மெதுவாகக் கேட்டார்.

‘சொல்லுங்கள்!’ என்றான் அவன்.

பட்டு அவன் மதிப்பில் உயர்ந்துகொண்டே போனார். கலிஃபோர்னியா ரியல் எஸ்டேட் ஏஜண்டுகள் இவரிடம் பிச்சை வாங்கவேண்டும் என்று தோன்றியது அவனுக்கு.

பட்டு ரங்குவை அழைத்துக்கொண்டு போய் சிறிது நேரம் அவனுடன் பேசினார்.

அவர் நார்மனிடம் திரும்பி உற்சாகத்துடன் வந்தார். ‘நூறு ரூபாய்க்கு சம்மதித்துவிட்டான். ஆனால் கொஞ்சம் ‘அட்வான்ஸ்’ வேண்டுமாம்.’

‘இருநூறு போதுமா?’ என்று ரங்குவை ஆங்கிலத்தில் கேட்டார் பட்டு.

அவன் தலையை ஆட்டினான்.

இருநூறு ரூபாயை ரங்குவின் கையில் திணித்த பட்டு சொன்னார்: ‘முருகையனுக்கு அஞ்சு ரூபா கொடுத்தான். வாடகை நூறு கேட்கக் கூடாதா? சும்மாவா கேட்கிறோம்?’

‘வீட்டைப் பெருக்கி சுத்தப்படுத்த ஆள் அனுப்பறேன்னு சொல்லுங்கோ’ என்றான் ரங்கு.

பட்டு இதை நார்மனிடம் கூறியபோது அவன் பலமாகத் தலையை ஆட்டினான். ‘நோ நோ. ஆள் எதுக்கு? நானே செய்து கொள்ளுகிறேன்.’

‘விசித்திரமான ஆசாமிகள் இவங்க! மூட்டை தூக்கறது, வீட்டைப் பெருக்கறது, கக்கூஸை அலம்பறது எல்லாம் அவனவனே செஞ்சுக்கிறாங்களே, அந்தஸ்து, கிந்தஸ்து ஒண்ணும் கிடையாதோ இவங்களுக்கு?’ என்றார் பட்டு.

தொழில் வேற்றுமையின் காரணமாக கற்பிக்கப்பட்ட ஜாதி ஏற்றத் தாழ்வுகள் இவர்கள் ரத்தத்தில் எப்படி ஊறிக் கிடக்கின்றன என்பதை நார்மன் இப்பொழுதுதான் உணர்ந்தான்.

‘சரி. நாங்கள் வருகிறோம்’ என்றார் பட்டு.

நார்மன் அவரிடம் ஐந்து பத்து ரூபாய் நோட்டுகளை எண்ணிக் கொடுத்தான்.

'இது எதுக்கு?' என்று கேட்டார் பட்டு. அவருக்கு நார்மன் மீது சிறிது கோபம் ஏற்பட்டது. 'ரங்குவின் எதிரில் சுளையாக ஐம்பது ரூபாயை எண்ணிக் கொடுக்கிறானே?' இனி ரங்குவிடமிருந்து பணம் புரட்டுவதற்கு பகீரதப் பிரயத்தனம் செய்ய வேண்டும். அப்புறம் வந்து வாங்கிக்கொள்ளலாம் என்று திட்டமிட்டி ருக்கும்போது, அத்தனையையும் கெடுத்துக் குட்டிச்சுவராக்கி விட்டானே! இப்பொழுது வேண்டாமென்று மறுத்துவிட்டால், பிறகு வந்து கேட்பது நன்றாக இருக்குமா? சரி, சரி ரங்குதானே! சமாளித்துக்கொள்ளலாம். இப்பொழுது வாங்கிக் கொள்வது தான் நல்லது.

'உங்கள் கமிஷன்' என்றான் நார்மன்.

'நல்ல கமிஷன்' என்று சொல்லிக்கொண்டே பணத்தை வாங்கி இடுப்பில் செருகிக்கொண்டார் பட்டு.

'சாப்பாட்டுக்கு என்ன ஏற்பாடுன்னு கேளுங்கோ' என்றான் ரங்கு.

'ஆமாம். மறந்தே போய்விட்டேனே' என்று சொல்லிக் கொண்டே பட்டு நார்மனைக் கேட்டார்: 'சாப்பாடு?'

'கவலைப்படவேண்டாம். எல்லாம் என்னிடம் இருக்கிறது' என்று சொன்ன அவன், தன் பையைத் திறந்து அதிலிருந்து ஒரு பெட்டியை எடுத்து, அதற்குள்ளிருந்த ஐந்தாறு 'டின்'களைக் காட்டினான்.

'இது போதுமா?' என்று கேட்டார் பட்டு. ரங்கு ஒரு குழந்தையின் அதிசய உணர்ச்சி முகத்தில் தோன்ற அந்த 'டின்'களைப் பார்த்துக் கொண்டிருந்தான்.

'சாப்பிடுகிறீர்களா?' என்று ரங்குவைக் கேட்டான் நார்மன்.

'மாமிசமா?' என்று வினவினார் பட்டு. நார்மன் சிரித்துக் கொண்டே இலேசாகத் தலையசைத்தான்.

'ராம...ராம. அது ஒண்ணுதான் குறைச்சல்!' என்ற பட்டு ரங்குவைக் கேட்டார்: 'உனக்கு உண்டோ, இந்தப் பழக்கம்? ஒரு பிடி பிடிக்கிறாயா?'

ரங்கு பதிலொன்றும் கூறாமல் மௌனமாகச் சிரித்தான்.

'பசுமாட்டையே 'டின்'லே அடைச்சுண்டு வந்திருக்கானே, படுபாவி' என்று சொல்லிக்கொண்டார் பட்டு.

நார்மன் இரண்டு மதுப்புட்டிகளை எடுத்து வெளியே வைத்தான்.

ரங்குவும் பட்டுவும் வெளியே போனார்கள்.

★★★

யாரோ கதவைத் தட்டும் சப்தம் கேட்டது. நார்மன் மதுப் பாட்டில்களை அறைக்குள் கொண்டு வைத்துவிட்டு டம்ளர் களைக் கதவோரமாக நகர்த்திய பிறகு, வாசலுக்குச் சென்று கதவைத் திறந்தான்.

சாரதா குத்துவிளக்கைக் கையில் ஏந்தியவாறு நின்றுகொண்டிருந் தாள். 'உள்ளே வாருங்கள்' என்றான் நார்மன் தமிழில்.

சாரதாவின் கண்களில் வியப்பு மலராய்ப் பூத்தது. அந்நியன் ஒருவன் இலக்கணமாய்த் தமிழ் பேசியது அவளை ஆச்சரியத்தில் ஆழ்த்தியது.

'பட்டுவைத் தேடிக்கொண்டு வந்தீர்களா?' என்று கேட்டான் நார்மன்.

'இல்லை. உங்களைத்தான்.'

'என்னையா?' நார்மனுக்கு ஒன்றும் விளங்கவில்லை. 'சரி உள்ளே வாருங்கள். ஒரு கௌரவம் வாய்ந்த பெண்ணை வரவேற்கும் நிலையில் இந்த அறை இருக்கிறது என்று என்னால் உறுதி கூற முடியாது.'

'இந்த அறை எப்பொழுதுமே அப்படி இருந்ததில்லை. மைனர் ரங்கு வீடுதானே இது?' என்றாள் சாரதா.

'ரங்குவின் தனிப்பட்ட வாழ்க்கையைப் பற்றி எனக்கு ஒன்றும் தெரியாது. நான் இந்தப் புழுதிக்காகச் சொன்னேன்' என்றான் நார்மன்.

'இந்தப் புழுதி வீட்டில் மட்டிலுமா? சமூகத்திலும் ஏறிக் கிடக்கிறது?' என்றாள் சாரதா.

நார்மன் பதிலொன்றும் கூறவில்லை. திடசித்தத்துடன் காணப் பட்ட ஒரு பெண்ணின் கோபம் இயற்கையான ஆவேசம்.

'மன்னிக்க வேண்டும். உங்களுக்கு இந்தக் குத்துவிளக்கு வேண்டுமா? இதன் விலை ரூபாய் பத்துதான். அறுபது என்று பட்டு

சொல்லியிருந்தால் அது பொய். அது கிடக்கட்டும். உங்களுக்குத் தமிழ் தெரியுமென்று அவருக்கு இன்னமும் தெரியாதா?'

'தெரியாது. காலையில் அவர் உங்களுடன் பேசியது எனக்குப் புரிந்திருக்காது என்று அவர் நினைத்துக்கொண்டிருக்கிறார்.'

சாரதாவின் முகத்தில் புன்னகை.

'அப்படியானால் நீங்கள் அவரை நன்றாகப் புரிந்துகொண்டிருப் பீர்கள்.'

நார்மனின் முகத்தில் புன்னகை.

'என்னைப் பற்றி ஏதாவது சொன்னாரா?'

'எதற்குக் கேட்கிறீர்கள்?

'அவர் என்னைப் பற்றி என்ன சொல்லியிருந்தாலும் சரி, அது உண்மை. ஆமாம், நான் கர்வம் பிடித்தவள்தான். என் அம்மாவைப் பற்றியும் சொல்லியிருப்பார். அதுவும் வாஸ்தவம் தான். கையில் காசில்லாமல் படிப்பும் இல்லாமல் போலிக் கட்டுப்பாடுகளுடன் கூடிய இந்த சமூகத்தில், கணவனை இழந்த எந்தப் பெண்ணும் கௌரவமாக வாழமுடியாது. நான் கொஞ்சம் படித்திருக்கிறேன். என்னைக் காத்துக்கொள்ள முடியும் என்ற நம்பிக்கை எனக்கு உண்டு.'

'நீங்கள் உங்கள் நாட்டு பண்பாட்டின் உண்மையான பிரதிநிதி என்று நினைக்கிறேன்' என்றான் நார்மன்.

'நான் பாராட்டு பெற இங்கு வரவில்லை. மனத்தில் தோன்றி யதைச் சொல்ல வந்தேன். அவ்வளவுதான்.'

நார்மன் சாரதாவைக் கண்கொட்டாமல் சிறிது நேரம் பார்த்துக் கொண்டிருந்தான். 'சக்தி வழிபாடு பாரத கலாசாரத்தின் உயிர்நாடி. சக்தியின் சீற்றம்தான், இதோ கண்ணெதிரே தோன்றும் காட்சியோ?'

'வீட்டில் உள்ள குத்துவிளக்கை விற்பதென்பது செல்வத்தின் செல்வமாகிய திருமகளை வெளியேற்றுவது மாதிரி. கல்யாணம் ஆகிச் செல்லும் பெண்ணுக்கு குத்துவிளக்கு கொடுப்பது எங்கள் மரபு. கணவன் வீட்டுக்குச் சென்று ஒளியேற்றி வைக்க வேண்டு மென்பதுதான் இதன் அர்த்தம். ஆனால் வீட்டில் உள்ள

குத்துவிளக்கை விற்கும் நிலையில் நாங்கள் இருக்கிறோம்' சாரதாவின் கண்களில் நீர் கசிந்தது.

வாசலில் யாரோ வரும் அரவம் கேட்டது. கோபக்கனல் வீசப் பட்டு உள்ளே வந்தார். அவருடன் ஒரு பெண்மணியும் வந்தாள்.

'பாத்தியா உன் பெண்ணுக்கு இருக்கிற ஆணவத்தை! வெள்ளைக் காரன்கிட்ட வியாபாரம் பண்ணத் தனியே வந்துட்டா. நான் அப்பவே சொன்னேனே கேட்டியா? கழுதையைக் கட்டிப் போடாமே, படிக்க வைச்சே! பாரு, அவ யோக்கியதையை!'

'என்னடி இது. ஏற்கெனவே நமக்கு இருக்கிற பேர் போறா துன்னு...' சாரதாவின் தாயினால் அதற்கு மேல் பேச முடிய வில்லை. தொண்டை அடைத்துக் கொண்டது.

'மிஸ்டர் பட்டு, இந்தக் குத்துவிளக்கை நான் வாங்கிக் கொள்ளு கிறேன். விலை அறுபது ரூபாய்தானே?' என்றார் நார்மன் தமிழில்.

நார்மன் தமிழ் பேசக் கேட்ட பட்டு, பேயை கண்டு விட்டாற் போன்ற பரபரப்புடன் நின்றார்.

'உங்களுக்கு முப்பது. சாரதாவின் தாய்தானே இந்த அம்மா. இவர்களுக்கு முப்பது. அப்படித்தானே?'

'அறுபது ரூபாய் வேண்டாம். இதன் விலை பத்து ரூபாய்தான்' என்றாள் சாரதா.

'இல்லை. அறுபதே இருக்கட்டும். ஆனால் ஒரு நிபந்தனை. நீங்கள்தான் இந்தக் குத்துவிளக்கை இனி ஏற்றி வைக்க வேண்டும்' என்று புன்னகை செய்தான் நார்மன் மெய்லர்.

சாரதா அவனை ஏறிட்டு நோக்கினாள். அவள் கண்கள் கோபத் தால் சிவந்தன.

'பணத்தை அதிகப்படுத்தி எங்கள் பண்பாட்டை பேரம் கொள்ள முடியும் என்று நீங்கள் நினைப்பது தவறு. நான் இங்கு வந்ததற் காக வருந்துகிறேன்.'

இவ்வாறு சொல்லிவிட்டு வெளியே சென்ற சாரதாவைப் பார்த்துக்கொண்டே வாயடைத்து நின்றான் நார்மன் மெய்லர்.

39. நாசகாரக் கும்பல்

அம்பி, வீட்டுத் திண்ணையில் உட்கார்ந்து கொண்டிருந்தான். எதிரே சேறும் சகதியுமாயிருந்த வராகக் குளத்தைத் தூர்த்துக் கொண்டிருந்தார்கள். 'எதற்காகத் தூர்க்க வேண்டும். சேறும் சகதியும்தானே வராகருக்கு ஏற்றதொரு இடம் என்று நினைத் தான் அம்பி. ஆனால் பாசி படர்ந்த அவ்விடத்திலிருந்து புறப் பட்டு ஊரில் வியாதியைப் பரப்பும் கொசுவுக்கு வராகர் ஒரு வழி செய்வாரானால், அவர் உவக்கும் இடத்தை அப்படியே விட்டு வைத்திருக்கலாம். கொசு ஓர் அரக்கன்; அவனை அழிக்க ஒரு புது அவதாரம் தேவை' அம்பியின் கற்பனை அவனுக்கே சிரிப்பைத் தந்தது.

'என்னடா, காலங்கார்த்தாலே திண்ணையிலே உட்கார்ந்திண்டு காலை ஆட்டிண்டிருக்கே?'

கிட்டு, கையில் பட்டமும் நூற்கண்டுமாக நின்று கொண்டிருந் தான். அவனுக்கு அம்பியைக் கண்டால் கொஞ்சம் பொறாமை. வாத்தியார் மகனாக இருந்தாலும், படிப்பில் அம்பியை மிஞ்ச முடியவில்லை. இந்த ஆண்டு எஸ்.எஸ்.எல்.சி. பரீட்சையில் அம்பி ராஜ்யத்திலேயே முதலாவதாக வருவான் என்று அவன் அப்பாவே சொல்லிக்கொண்டிருந்தது, கிட்டுவுக்கு எரிச்சலைத் தந்தது.

'பட்டம் விடப் போறயா, நானும் வரட்டுமா?'

'உனக்கு என்ன பட்டம் விடத் தெரியும்? நாலு பாடத்தைப் பொட்டை நெட்ரு போட்டு மார்க் வாங்கத் தெரியும். அவ்வளவு தானே?'

அம்பிக்கு அவமானமாக இருந்தது. அவனை யாருமே விளை யாடச் சேர்த்துக் கொள்வதில்லை. விளையாட வேண்டுமென்ற ஆர்வமிருந்தாலும் விளையாட்டில் அவனுக்கு திறமை போதாது. படிப்பில் கெட்டிக்காரனாக இருந்து என்ன பயன்? இந்த வயதில் விளையாட்டில் சூரனாக இருந்தால்தான் எல்லோரும் மதிக் கிறார்கள். பள்ளிக்கூட விளையாட்டுப் போட்டி 'சாம்பியன்' கதிர்வேலுவைத்தான் எல்லோருக்கும் தெரியும். அம்பியை யாருக்குத் தெரியும்? வயசான வாத்தியார்கள் வேண்டுமானால், அவனைத் தட்டிக்கொடுக்கலாம். ஆனால், கதிர்வேலுவுக்கு, அந்த வெறுந்தடியனுக்கு, ராதா காதல் கடிதம் எழுதினாளே, தன்னை ஒரு தடவை பார்த்துப் புன்னகை செய்திருப்பாளா? 'அம்பி கெட்டிக்காரப் பையன், நல்ல மாதிரி' சே. இந்தப் பட்டங்களைச் சுமந்து கொண்டிருப்பதினால் அவனுக்கு என்ன பிரயோஜனம்?

கிட்டு போய்விட்டான். அம்பிக்கு அழுகை வரும் போலிருந்தது.

அப்பொழுது ஒரு பஸ் வரும் சப்தம் கேட்டது. அம்பி உட்கார்ந்த படியே தலையை நீட்டி தெருக் கோடியை நோக்கினான். கருணா டூரிஸ்ட் பஸ். ஏன் இந்தப் பக்கம் வருகிறது! அவனுக்கு ஞாபகம் வந்தது. வழக்கமான பாதையில் குழிதோண்டி வைத்திருக்கிறார் கள்.

டூரிஸ்ட் பஸ். பேர்தான் டூரிஸ்ட் பஸ். அது டூரிஸ்ட் பஸ்ஸே இல்லை. தினசரி இரவு வெளியூர்களுக்கும், வெளியூர்களி லிருந்து பிரயாணிகளையும் ஏற்றிக்கொண்டு போய் வருகிறது. நடத்துகிறவர், ஆளுங்கட்சிப் பிரமுகர். அரசாங்கம் காந்திஜிக்குப் பிடித்த குரங்கு, தீமையைப் பார்க்காது. கண்ணை மூடிக் கொள்ளும். ஒரு வேளை இரவு வேளைகளில் அரசாங்கம் தூங்கி விடுகிறதோ என்னவோ'

அம்பிக்கு தான் கெட்டிக்காரன் என்று பட்டது. தன்னை ஒத்த மற்றவர்களுக்கு இந்த வயதில் இந்த மாதிரியெல்லாம் தோன்றுமா? கெட்டிக்காரனாக இருப்பதோடு மட்டுமில்லாமல், விளையாட்டிலும் புலியாக இருந்தால்? ஒரு ராதா என்ன, ஒன்பது ராதாக்கள் கடிதம் எழுதலாம்.

பஸ் அருகில் வந்துவிட்டது. சிகப்பு நிற பஸ். அம்பியின் வீட்டருகே வந்ததும் பஸ் சற்று யோசிப்பது போல், தயங்கி நின்றது. அவன் வீட்டெதிரே, குளத்துக்கும் கோயிலுக்கு

மிடையே இடைவெளி இருந்தது. ஒருவேளை பஸ்ஸை திருப்பிக் கொண்டு போகப் போகிறானோ?

தான் நினைத்தது சரிதான். 'ரிவர்ஸ்' செய்யத்தான் பஸ்ஸை இங்கு கொண்டு வந்திருக்கிறான். பூதாகாரமான பஸ். இந்த சிறிய இடைவெளி போதுமா? கண்டக்டர் பஸ்ஸைவிட்டு கீழே இறங்க வில்லை. பின்புறத்துக் கண்ணாடி வழியாக பார்த்துக்கொண்டே, எஸ்... எஸ்... எஸ்...' என்று சொல்லிக்கொண்டிருந்தான்.

பஸ் பின்பக்கம் நகர்ந்தவாறு திண்ணையருகே வந்தது. அம்பி காலைத் தூக்க வேண்டுமா என்று ஒரு கணம் நினைத்தான். அப்படிப் பார்க்காமலேயா இருந்துவிடப் போகிறான், கண்டக்டர்?

அம்பியின் அலறல் தெரு முழுவதும் கேட்டது. கண்டக்டரின் 'ஹோல்ட் ஆன்' என்ற கத்தலும், அம்பியின் அலறலும் ஒரே சமயத்தில் ஒலித்தன.

பஸ் நின்றது. வண்டியிலிருந்து பிரயாணிகள் அவசர அவசர மாகக் கீழே இறங்கினார்கள்.

'ஐயோ பாவம், கால் சட்னியாயிடுத்தேய்யா?'

'முதல்லே ரத்தத்தை நிறுத்துய்யா. ஃபஸ்ட் எய்ட் பாக்ஸைக் கொண்டா சீக்கிரம்.'

'நோ... நோ... ஆஸ்பத்திரிக்கு எடுத்துண்டுதான் போகணும். சின்ன பையன். என்னய்யா அநியாயம்!'

'பஸ்ஸிலேயே கொண்டு போ சீக்கிரம், மத்த காரியத்தெல்லாம் அப்புறம் பார்த்துக்கலாம்.'

கண்டக்டர் அம்பியின் கால்களை மெதுவாக விடுவித்தான். அம்பி அழவில்லை. அவனுக்கு நினைவு தப்பிவிட்டது.

அப்பொழுது திடீரென்று எல்லாருடைய நெஞ்சையும் பிழிந் தெடுக்கும்படியாக ஓர் ஓலம் கேட்டது. கண்டக்டர் பையனைத் தூக்கி பஸ்ஸில் வைத்து ஆஸ்பத்திரிக்குக் கொண்டு போகலாமா என்று யோசித்தவன், திடுக்கிட்டு நின்றான்.

'அம்பி... அம்பி... நான் என்னடா செய்வேன்? உன்னைத் தானேடா நான் நம்பிண்டிருந்தேன்.'

'யாரு இவங்க? பையனோட அம்மாவா?'

‘ஆமாம்.’

‘பெரியம்மா, கொஞ்சம் நகருங்க. ரத்தம் போய்கிட்டே இருக்கு. பஸ்ஸிலே ஆஸ்பத்திரிக்கு எடுத்துக்கிட்டு போறோம். மத்ததெல்லாம் அப்புறம் பேசிப்போம்.’

‘எங்கேய்யா அவசர அவசரமா ஓடறே? பையன் பேரிலே பஸ்ஸை ஏத்திட்டு தப்பிச்சுக்கலாம்னு பார்க்கறயா? தோப்பனில்லாத பிள்ளை, ஒரு ஏழைக் குடும்பத்தோட வயத்துலே அடிச்சிட்டியே, உருப்படுவியா?’

‘ஐயரே, நீங்க என்னய்யா வேணும் இந்தப் பையனுக்கு? சொல்றதைக் கேளுங்க. உங்களுக்கு பையன்தானே முக்கியம்? சீக்கிரம் ஆஸ்பத்திரிக்கு எடுத்துக்கிட்டுப் போவோம்; அப்புறம் சத்தியமா சொல்றேன், நீங்க என்ன சொல்றீங்களோ அதைச் செய்யறேன். நானும் பிள்ளை குட்டிக்காரன். வேணும்னு இந்தப் பச்சைப்புள்ளை மேலே பஸ்ஸை ஏத்தலே.’

‘பையன் திண்ணையிலே உட்கார்ந்திண்டிருந்ததை நீ பார்க்கலே? கண் அவிஞ்சா போச்சு? காலைச் சட்டினியாக்கிட்டியே. இந்த அம்மாவுக்கு ஒரு வழி சொல்லிவிட்டுப்போ.’

டிரைவருக்கு கோபத்தினால் முகம் சிவந்தது. நன்றாக அடிப்பட்டுக் கிடக்கும் பையனை வைத்துக்கொண்டு வியாபாரம் பேசுகிறாரே, இவர் யாராக இருக்கும்?

‘இந்தப் பையனுக்கு நீங்க என்ன வேணும்?’

‘நான் பக்கத்து வீட்டிலே குடியிருக்கேன். நான் யாராயிருந்தா உனக்கென்ன?’

டிரைவர் கண்டக்டரிடம் சொன்னான்: ‘ராஜு, பையனைத் தூக்கி வண்டியிலே எடுத்துட்டுப் போவோம், வா... டைம் வேஸ்ட் ஆகிகிட்டிருக்கு.’

அம்பியின் அம்மா அவன் உடம்பைக் கட்டிக்கொண்டு அழுதுகொண்டிருந்தாள்.

‘பெரியம்மா... சொல்றதைக் கேளுங்க. நானும் பிள்ளைக் குட்டிக்காரன். தெரியாத்தனமா வண்டியை ஏத்திட்டேன். முதல்லே குழந்தையை ஆஸ்பத்திரிக்கு எடுத்துட்டு போவோம். தயவு செய்து பையனை விடுங்க. நீங்களும் கூடவாங்க.’

'ஏதாவது பொய் ஸ்டேட்மெண்ட் கொடுத்து கையெழுத்து வாங்கிக்கலாம்னு பார்க்கறயா? கனகா மாமி, போகாதீங்கோ.'

புதுக் குரல் கேட்டதும் டிரைவர் திரும்பினான். நெற்றியில் திருநீறு, சந்தனப் பொட்டு, நாற்பது வயதிருக்கும் அவருக்கு. குழந்தை துடித்துக்கொண்டிருக்கிறான், சட்டம் பேசுகிறார்களே படுபாவிகள்! டிரைவர் சீறினான். 'ராஜு, பையனைத் தூக்கு. ஹும் சீக்கிரம்.'

'அட, நீங்கதானா சட்டம் பேசுறது? இவர் யாரு தெரியுமில்லே அண்ணே, வக்கீல் குமாஸ்தா பாலு அய்யர்' என்றான் ராஜு.

'அவர் யாரா வேணுமானாலும் இருக்கட்டும், குழந்தையைக் கொஞ்சம் பிடி.'

'போலீஸ் வந்தப்புறம் போகலாம்' என்றார் பாலு அய்யர்.

'பையன் செத்துப் போயிடுவான்யா. ஈவு இரக்கமற்ற படுபாவியா இருக்கியே!'

'வண்டியை ஏத்தச்சே, இந்த ஈவு இரக்கமெல்லாம் எங்கே போச்சு? நியாயம் பேசறான், நியாயம். நான் சட்டம் தெரிஞ்சவன். என்னை ஏமாத்த முடியாது.'

'பெரியம்மா... பையன் உங்க பையன். என்னை நம்புங்க. நான் திரும்பி வரேன். எவ்வளவு ஸ்டேட்மெண்ட்லே வேணுமானாலும் கையெழுத்து போடறேன். பையனுக்கு ரத்தம் போய்கிட்டே இருக்கு. ஆஸ்பத்திரி கேஸ்.போலீஸ் எப்போ வர்றாங்களோ, காத்துக்கிட்டிருக்க முடியுமா? சீக்கிரம் சொல்லுங்க.'

அழுது கொண்டிருந்தவள் அவனை ஏறிட்டு நோக்கினாள். 'சரி, எடுத்துண்டு போ. நானும் வரேன்.'

டிரைவர் பையனை தூக்கி ராஜுவின் உதவியைக்கூட எதிர்பார்க்காமல், வண்டிக்குள் கொண்டுபோய் 'சீட்டில்' கிடத்தினான். அம்பியின் அம்மாவும் வண்டிக்குள் ஏறினாள்.

'ராஜு! வாப்பா சீக்கிரம்' என்றான் டிரைவர்.

பாலு அய்யரும் ராஜுவும் தனியாகப் போய் ஏதோ ரகசியமாகப் பேசுவது போல் கீழ்க் குரலில் பேசிக்கொண்டிருந்தார்கள்.

டிரைவரின் குரல் கேட்டதும், ராஜு அவசர அவசரமாக வந்து வண்டியில் ஏறினான்.

'என்னப்பா எங்களையெல்லாம் 'அம்போ'ன்னு விட்டுட்டே?' என்றார் பஸ்ஸில் வந்த பிரயாணிகளில் ஒருவர்.

'அதுதான் கும்பகோணம் வந்தாச்சேய்யா. டவுன் பஸ்லே போங்க. ஒரு உசிரு மன்றாடிகிட்டிருக்கு. வீட்டிலே ஏன் கொண்டுவிடல்லேன்னு கேக்கறாரு, இவரு.'

'இதுக்கு நாங்கதானா பொணை? நீ செஞ்ச தப்புக்கு யார் மேலே கோவிச்சிக்கறே?'

'சரிதான் வண்டியை விட்டு இறங்குங்க. ஸ்டார்ட் பண்ணணும்.'

'நான் உங்க முதலாளிகிட்டே கம்ப்ளெயின்ட் பண்ணிக்கிறேன். திமிராவா பேசறே?'

டிரைவர் ஆசனத்தை விட்டு எழுந்து அந்த பிரயாணியிடம் வந்தான்.

'நீ மனுஷன்தானே, இல்லாட்டி மிருகமா? அதோ அந்தப் பச்சை புள்ளை கிடக்கிறது உன் கண்ணுக்குத் தெரியலே? மரியாதையா கீழே இறங்கு. கோபத்திலே நான் என்ன செய்வேன்னு தெரியாது.'

அவர் முணுமுணுத்துக்கொண்டே கீழே இறங்கிவிட்டார்.

பஸ் புறப்பட்டது. ராஜு சொன்னான்: 'வேலு அண்ணே, நாம் செய்யறது தப்புத்தான். திண்ணையிலே இடிச்சதினாலே 'டெயில் லைட்' நொறுங்கிப் போயிடுச்சி. இதைத் தவிர இன்னும் 'பாடி'க்கு வேறே டாமெஜ். முதலாளிக்குப் பதில் சொல்லியாகணும். போலீசு வர்றதுக்குள்ளே நாம புறப்பட்டு வந்தது அவ்வளவு சரியில்லை.'

'நீ வாயை மூடிக்கிட்டு இரு. எல்லாப் பொறுப்பையும் நான் ஏத்துக்கிறேன்.'

'குழந்தை பொழைப்பானா டிரைவர்?'

'நிச்சயமா பொழைப்பான்,கவலைப்படாதீங்க. என்னோட போறாத காலம்' டிரைவரின் குரல் கம்மியது.

‘சக்கரத்தாழ்வான் கோயிலை ஒரு சுத்து சுத்திட்டு வருவோம்னு தான் போனேன். அதுக்குப் பலன் இப்படியா இருக்கணும்?’ அம்பியின் அம்மா சிறிது நேரம் மௌனமாக இருந்தாள், மறுபடியும் புலம்பத் தொடங்கிவிட்டாள்.

‘பெரியம்மா, அழுவாதிங்க. எல்லாம் நல்லபடியா சரியாயிடும்.’ இதை வேலு சொன்னானே தவிர, அவன் சொன்னதில் அவனுக்கே நம்பிக்கையில்லை. எப்படிச் சரியாகும்? இரண்டு பாதங்களும் நசுங்கிவிட்டன. விரல்கள் இல்லை. பையன் எப்படி நடக்கப் போகிறான்? தகப்பன் இல்லாத பிள்ளை இவனைத்தான் நம்பிக்கொண்டு இருந்ததாகத் தாய் புலம்புகிறாள்!

‘பெரியம்மா, உங்களுக்கு வேறு குழந்தைங்க இல்லியா?’ என்று கேட்டான் வேலு.

அம்பியின் அம்மா பதில் கூறவில்லை. கண்களை மூடிக்கொண்டு ஜபித்துக்கொண்டிருந்தாள். பதில் வராததைக் கண்டு வேலு திரும்பிப் பார்த்தான். அவள் என்ன செய்கின்றாள் என்றறிந்ததும் தன் கேள்வியை மீண்டும் வற்புறுத்தவில்லை.

ராஜு சொன்னான்: ‘பையனை ஆஸ்பத்திரியிலே சேத்தப்புறம் முதலாளிக்கு அங்கேயிருந்து ஃபோன் பண்ணி விஷயத்தைச் சொல்லிடுவோம். போலீசை அவர் பார்த்துப்பாரு. என்ணண்ணே?’

வேலு பேசாமலிருந்தான். இந்த அம்மாவுக்கு வேறு குழந்தை கள் இல்லையோ? அப்படி இல்லையென்றால், இதைக் காட்டிலும் துயரம் இந்த அம்மாவுக்கு வேறு என்ன வேண்டும்? முதலாளியிடம் சொல்லி நஷ்டஈடு வாங்கித்தர முடியுமா? ‘ஒண்ணாம்’ நம்பர் கஞ்சன், குடிக்கும் கூத்திக்கும் செலவழிப்பான், நஷ்டஈடா தரப்போகிறான்?’

தானும் ‘பிள்ளை குட்டிக்காரன்’ என்று வேலு சொன்னது வாஸ்த வந்தான். ஒன்பது குழந்தைகள்! பெரியவளுக்கு பதினெட்டு வயசு. கல்யாணம் செய்தாகவேண்டும். ஆறு பெண்கள், மூன்று பிள்ளைகள். கடைசிக் குழந்தை பெண், இரண்டு வயசாகிறது.

ராஜுவையே தன்னுடைய மூத்த பெண்ணுக்கு வளைத்துப் போடலாமென்பது வேலுவின் திட்டம். பிச்சுப்பிடுங்கலில்லை. ஒரே பிள்ளை. அம்மா கிடையாது. அப்பாதான். அவரும்

வைப்பாட்டியோடு தஞ்சாவூரில் இருந்து வருகிறார். ஆனால் இந்தக் காலத்து வாலிபர்களைப் போல், ராஜுவுக்கும் நெஞ்சில் ஈரம் இல்லையோ என்ற சந்தேகம் வேலுவுக்கு உண்டு. இன்று உறுதியாகிவிட்டது.'முதலாளி, போலீஸ், முதலாளி, போலீஸ்' என்று அரற்றிக் கொண்டிருக்கிறானே தவிர, ஒரு சின்னப் பையனுக்கு அடிபட்டு விட்டதே என்ற வருத்தம் அவனுக்குக் கொஞ்சம்கூட இல்லை.

ஆஸ்பத்திரி வந்துவிட்டது. ராஜு இறங்கி உள்ளே போய் ஸ்டெரச்சருடன், இன்னொரு ஆளையும் கூட்டிக்கொண்டு வந்தான். அம்பியின் அம்மா வீறிட்டு அழுதாள்.

வேலு அவளருகில் போய் நின்றான். 'பெரியம்மா உங்களுக்கு தைரியம் இல்லேன்னா வண்டியிலே இருங்க. நான் உள்ளே போய் டாக்டரை பார்த்துட்டு வந்து சொல்றேன்.'

அவள் அவன் சொன்னதை காதில் வாங்கிக்கொண்டதாகத் தெரியவில்லை. கீழே இறங்கி ஸ்டெச்சரைத் தொடர்ந்து மிக வேகமாக ஆஸ்பத்திரிக்குள் சென்றாள்.

உள்ளே நர்ஸ் ராஜுவிடம் கூறிக் கொண்டிருந்தாள். 'இது போலீஸ் விவகாரம். நாங்க எப்படி 'அட்மிட்' பண்ணறது?'

ராஜு வேலுவைத் திரும்பிப் பார்த்தான். 'நான்தான் அப்பவே சொன்னேனேண்ணே, போலீஸ் வரக்கொள்ள நாம வந்திருக்கக் கூடாது.'

வேலு நர்ஸிடம் மிக நிதானமாகத்தான் பேசினான். 'முதலில் பையனை 'ஆபரேஷன் தியேட்டருக்கு' எடுத்துட்டு போங்கம்மா, அதான் முக்கியம். நான் போலீசுக்கு இதோ போய் ஃபோன் பண்றேன்.'

நர்ஸ் புன்னகை செய்தாள். 'நோ. ரூல்படி பார்த்தா...'

அவள் சொல்லிக் கொண்டிருந்ததை முழுவதும் வேலு கேட்க வில்லை. டாக்டர் அறையை நோக்கி மிக வேகமாகச் சென்றான்.

நர்ஸ் கூப்பிட்டாள்: 'டிரைவர்... டிரைவர்...'

அந்த டாக்டர் இளைஞன். பெயர் ரவி. முப்பது வயதுக்குள் தானிருக்கும். குறுந்தாடி வைத்திருந்தான். வேலு சொன்னதை

அவன் அமைதியாகக் கேட்டான். சொல்லப்போனால், கேட்பது போலிருந்தான். அவன் கை வேறொரு நோயாளிக்கு மருந்து எழுதிக்கொண்டிருந்தது.

'நர்ஸைக் கூப்பிடுங்க' என்றான் ரவி. அதற்குள் அவளே உள்ளே வந்துவிட்டாள்.

'பையனை ஆபரேஷன் தியேட்டருக்குக் கொண்டு போங்க.'

'டாக்டர்... இது போலீஸ் கேஸ்.'

'ஐ நோ. டிரைவர், நீங்க போய் போலீசுக்குப் ஃபோன் பண்ணுங்க.'

'மிஸ் தாமஸ், கைன்ட்லி டூ வாட் ஐ ஸே.'

டாக்டர் எழுந்தான்.

ஆபரேஷன் தியேட்டருக்குள் அம்பி இருந்தபோது, போலீஸ் வந்தது. ராஜு ஃபோன் செய்து, முதலாளியையும் வரவழைத்து விட்டான். இன்ஸ்பெக்டர் முதலாளி வந்ததும் கேட்டார்: 'நம்ம வண்டிதானுங்களே?'

'ஆமாம். என்ன வேலு இப்படிச் செய்திட்டே?'

வேலு பதில் சொல்லவில்லை. அவனுக்கு முதலாளியைக் கண்டால் பிடிக்காது. முப்பத்தைந்து வயதுக்குள், கட்சி செல்வாக்கைப் பயன்படுத்திக்கொண்டு திருட்டுத்தனமாக ஏழெட்டு டூரிஸ்ட் பஸ் விடுகிறான். கேள்வி முறையில்லை. தன் தலையெழுத்து. வேறு வேலை கிடைக்கவில்லை. இந்தத் திருட்டுக்குத் தானும் உடந்தை. சைக்கிளுக்குக் காற்று அடித்துக் கொண்டிருந்த பயல், இவனுக்கு வந்த அதிர்ஷ்டம் இன்று தன்னை கேள்வி கேட்கும் நிலைக்கு வந்துவிட்டான்.

இன்ஸ்பெக்டரும் முதலாளியும் ஆஸ்பத்திரியின் பின்பக்கம் சென்று சிறிது நேரம் பேசிக்கொண்டிருந்தார்கள்.

ராஜு வேலுவிடம் கிசுகிசுத்தான். 'முதலாளி சமாளிச்சிடுவாரு, பயப்படாதீங்க.'

'சமாளிக்கிறதுக்கு என்ன இருக்குது?'

'யார் யாருக்கு எங்கெங்கே கை ஊறுதுன்னு முதலாளிக்குத் தெரியும்' இதைச் சொல்லிவிட்டு ராஜு புன்னகை செய்தான்.

இந்தப் பயலுக்கா தன் பெண்ணைக் கொடுக்க வேண்டுமென்று ஒருகணம் யோசித்தான் வேலு.

அம்பியின் அம்மா ஓரமாக ஒரு பெஞ்சில் உட்கார்ந்துகொண்டு, கண்கள் மூடிய நிலையில் இருந்தாள். வாய் முணுமுணுத்துக் கொண்டிருந்தது.

இன்ஸ்பெக்டரும் முதலாளியும் வேலுவிடம் வந்தார்கள். இன்ஸ் பெக்டர் வேலுவிடம் சொன்னார்: 'என்ன நடந்ததுன்னு முதலாளி எழுதித் தருவாரு. கையெழுத்துப் போட்டு என்கிட்டே கொடு.'

'சம்பவம் நடந்த இடத்திலே முதலாளி இல்லை. நான்தான் இருந்தேன். ஆக்ஸிடென்டுக்கும் நான்தான் காரணம்.'

முதலாளி வேலுவை முறைத்துப் பார்த்தான். அவனுடைய கோபம் முகத்தில் தெரிந்தது.

'வேலு... இப்படி வா என்னோட.'

இருவரும் ஆஸ்பத்திரியை விட்டு வெளியே வந்தார்கள்.

'இதோ பாரு. அந்தப் பையன் மண்டையை போட்டு வைச் சான்னா, நீ ஜெயிலுக்குப் போகும்படியா ஆயிடும். புரிஞ்சுதா? நான் சொல்றபடி கேளு.'

'அதைப்பத்தி நான் கவலைப்படலீங்க. நான் செஞ்ச தப்புக்கு...'

முதலாளி சீறினான்: 'மூளை இருக்குதா, இல்லியா உனக்கு? ஒம்பது குழந்தைகளை வைச்சிகிட்டு அரிச்சந்திரனாக இருக்க முடியுமா உன்னாலே சொல்லறதைக் கேளு. நான் இப்படி எளுதித் தரேன், கையெழுத்துப் போடு.'

'என்ன எளுதித் தருவீங்க?'

'காலை உசர வைச்சிக்கிட்டிருந்த பையன் திடீர்னு தொங்கப் போட்டுட்டான். மற்றபடி கோர்ட்லே கேஸ் வந்திருச்சின்னா வக்கீல் பார்த்துப்பாரு. பையனுக்கும் அம்மாவுக்கும் சண்டை, அது இதுன்னு. எத்தனையோ வளி இருக்குது. வக்கீலுங்களுக்குச் சொல்லியா கொடுக்கணும்? கோர்ட் கேஸ் ஆகாம பார்த்துக் கறேன். பையனோட அம்மாவுக்கு கையிலே கொஞ்சம் வச்சு அளுத்தினா சரிம்பாங்கன்னுதான் நினைக்கிறேன். ஏளைக் குடும்பம்தான் போலிருக்குது.'

'நான் பொய் சொல்ல மாட்டேன்.'

'அட சீ, சொல்றதைக் கேப்பியா? உன் தலையிலேயே மண்ணை வாரி போட்டுக்கிறதிலே என்ன லாபம்? இன்னொண்ணு நினைவு வச்சுக்க, போலீஸ் நான் சொல்றதைத்தான் கேக்கும்.'

'உங்களுக்கு இதிலே என்ன நஷ்டம்? வண்டி 'டாமேஜ்' ஆனதுக்கு 'இன்ஸ்யூரன்ஸ்' கம்பெனி கொடுத்துடப் போறாங்க. நான்தான் ஜெயிலுக்குப் போகப் போறேன். என்னைக் காப்பாத்த ணும்னு உங்களுக்கு என்ன இவ்வளவு தீவிரம்.'

'கோர்ட் கேஸ் ஆகக் கூடாதுண்ணுதான் பார்க்கறேன். உன்னைப் பத்தி எனக்குக் கவலையில்லே.'

'ஓ! கோர்ட்லே ஆயிரத்தெட்டு கேள்வி கேட்பாங்க. டூரிஸ்ட் விவகாரம் எல்லாம் அடிபடும். அதுக்காகச் சொல்றீங்களா?'

'ஏன் நடு ரோட்லே நின்னுகிட்டு கத்தறே? மெதுவாப் பேசேன். எனக்கென்ன காது செவிடா?'

'அந்தப் பையன் செத்துப் போயிட்டா என்ன செய்வீங்க?'

'அதைப்பத்தி நீ கவலைப்படாதே. நான் சொல்றபடி கையெழுத்துப் போட்டுத் தா! சீக்கிரம், ம்... அந்த அம்மாகிட்டே பக்குவமா பேசி இன்ஸ்பெக்டர் ஒரு 'ஸ்டேட்மெண்ட்' வாங்கிப்பாரு.'

'என் மனசுக்கு சரியா படலே, நீங்க செய்யறது.'

'இது என்னடா கஷ்ட காலம்? அரிச்சந்திரனையெல்லாம் டிரைவரா வெச்சுக்கிட்டு ரோதனையா போச்சு. நீ நான் சொல்ற படி செய்யப் போறயா இல்லையா? உன் குடும்பத்தைத் தூக்கி கிணத்திலே போடணும்னா, உன் விருப்பப்படி செய். என்னதான் ஆனாலும், கடைசியிலே நான்தான் ஜெயிக்கப் போறேன், அத்தை நினைவு வெச்சுக்க.'

வேலுவுக்கு என்ன செய்வதென்று விளங்கவில்லை. முதலாளி மந்திரிகளுக்கு நெருங்கியவன் என்பது அவனுக்குத் தெரியும். அவன் சொல்வதுபோல் நிச்சயமாக அவன் ஜெயிக்கத்தான் போகிறான். உண்மைக்காகப் போராடி ஒருவன் ஜெயிலுக்குப் போவதினால், யாருக்கு என்ன பிரயோஜனம்? அவன் குடும்பம்

அவனை காந்தி என்றோ ஏசு என்றோ ஏற்றுக்கொள்ளப் போவ தில்லை. வாழ்நாள் முழுவதும் தூற்றிக்கொண்டு இருக்கப் போகிறார்கள். அந்த அம்மாவுக்குத்தான் என்ன பயன்? அந்தப் பையனோட கால் திரும்பியா வரப்போகிறது? அந்த அம்மா வுக்கு எவ்வளவு தரப் போகிறான், இந்தப் படுபாவி? தனக்கும் ஏதாவது கொடுத்தானானால், அதையும் சேர்த்து அந்த அம்மா விடம் கொடுக்கலாம். இந்த அளவுக்கு திருப்திப்பட்டுக் கொள்ளுவதைத் தவிர அவனால் வேறு என்ன செய்ய முடியும்?

'அவங்களுக்கு எவ்வளவு தரப் போறீங்க?' என்று கேட்டான் வேலு.

'எவங்களுக்கு?'

'அந்த அம்மாவுக்கு.'

'அத்தைப்பத்தி உனக்கென்ன கவலை?'

'நானும் பிள்ளை குட்டிக்காரன்.'

'வாய்யா வா. பெரிய நியாயம். அநியாயமில்ல பார்த்துக்கிட் டிருந்தீங்க இத்தனை நேரம்? இதுக்குத்தானா? சரி ஏதானும் தரேன், வாங்கிக்க.'

'ஏதானும்னா, எவ்வளவு?'

'குளந்தை மேலே வண்டியை ஏத்திட்டு பேரம் வேற பேசறியா? ஒரு பச்சை நோட்டுத் தரேன், ஒளிஞ்சு போ.'

'பத்தாது.'

'அட சீ! உன் விருப்பப்படி என்ன 'ஸ்டேட்மெண்ட்' வேணுமா னாலும் கொடுத்துக்க. இதுக்குமேலே ஒரு பைசா கிடையாது.'

வேலு பதில் கூறாமல் திரும்பினான்.

'அவ்வளவு திமிரா உனக்கு? உனக்கு அளுவறது தெரிஞ்சா, ராஜு சும்மா விடுவானா? அவனுக்கு வேறே அளுதாவணும், சரி, இரண்டு வாங்கிக்க. போ. அதுக்கு மேலே பிச்சுப் பிடுங்காதே.'

வேலு யோசித்தான். இதற்கு மேல் இவன் தரமாட்டான். நான் வாங்கிக் கொள்வது தப்புதான். என்ன செய்ய? அரிச்சந்திரனுக்கு

நிச்சயமாகத் தெரிந்திருக்கும், தான் கடைசி மட்டும் உறுதியாக நின்றால், கத்தி மாலையாக விழுமென்று. ஆனால் இந்தக் காலத்தில் கத்தி கத்தியாகத்தானிருக்கும். மாலை போட்டுக் கொள்கிறவர்கள் நட்சத்திரேயர்கள்.

'என்ன, சரியா? சீக்கிரம் சொல்லு' என்றான் முதலாளி.

'சரிங்க.'

இருவரும் உள்ளே சென்றபோது இன்ஸ்பெக்டர் யாரோ இருவரிடம் பேசிக் கொண்டிருந்தார். அந்தப் பையனுக்கு உறவுக்காரர்களாக இருக்கவேண்டுமென்று நினைத்தான் வேலு.

இன்ஸ்பெக்டர், 'இவங்க அந்தப் பையனோட அக்காவாம், ஸ்கூல் டீச்சரா இருக்காங்களாம், இவரு அவங்க ஹஸ்பெண்ட், தாலுக்கா ஆபீஸிலே இருக்காரு.'

அவர்கள் கூட ராஜு குறிப்பிட்ட வக்கீல் குமாஸ்தா பாலு அய்யரும் வந்திருந்தார். அவர் ஓர் ஓரமாக நின்றுகொண்டிருந்தார்.

'ஏதோ தவறு நடந்துடுத்துங்க. பையன் திடீர்னு காலைத் தொங்கப் போடுவான்னு ட்ரைவர் எதிர்பார்க்கலே.'

ஓரமாக நின்று கொண்டிருந்த பாலு அய்யர் அப்பொழுது அங்கு வந்தார். முதலாளி சொன்னது அவர் காதில் விழுந்திருக்க வேண்டும்.

'பையன் திடீர்னு காலைத் தொங்கப் போடலை, தொங்கப் போட்டிருந்த கால் மேல்தான் பஸ் மோதியது. அவ்வளவு தூரம் ரிவர்ஸ் செய்யவேண்டிய அவசியமே இல்லை' என்றார் அவர்.

'நீங்க யாரு?' என்று கேட்டார் இன்ஸ்பெக்டர்.

'சம்பவம் நடந்த இடத்திலே நான் இருந்தேன். சாட்சி. குழந்தைய்யா, குழந்தைய்யா'ன்னு கத்தினேன். டிரைவர் காதிலேயே வாங்கிக்கலே.'

'அய்யரே, சத்தியமாச் சொல்லுங்க. சம்பவம் நடந்தபோது நீங்க அதைப் பாத்தீங்களா?' என்று கேட்டான் வேலு.

'சக்கரத்தாழ்வான் சத்தியமா பார்த்தேன். ராஜுவை வேணும்னா கேளுங்க' என்றார் பாலு.

'அவர் இருந்தாரா அங்கே அப்போ?' என்று கேட்டான் முதலாளி.

'இருந்தாரு' என்றான் ராஜு.

வேலு ராஜுவை ஏறிட்டு நோக்கினான். இவனுக்கா பெண்ணைக் கொடுப்பது? கொடுத்தால் என்ன குடிமுழுகிவிடப் போகிறது? பிழைக்கத் தெரிந்தவன்.

'என்ன செய்யறீங்க நீங்க?' என்றார் இன்ஸ்பெக்டர்.

'வக்கீல் குமாஸ்தா.'

இன்ஸ்பெக்டர் முதலாளியை பார்த்துப் புன்னகை செய்தார்.

அந்தப் பெண்ணின் கணவன் பேச ஆரம்பித்தான். 'இதோ பாருங்க. என்னோட மாமியாருக்கு இந்தப் பையன் ஒரே பிள்ளை. ஒரு பொண்ணு, ஒரு பிள்ளை அவ்வளவுதான். அவனை நம்பித்தான் அவ இருக்கா. படிப்பிலே மகா கெட்டிக்காரன். பள்ளிக்கூடத்திலே விஜாரிச்சுப் பாருங்க.'

'சாயங்காலம் போலீஸ் ஸ்டேஷனுக்கு வாங்களேன். எல்லாம் பேசிக்கலாம்' என்றார் இன்ஸ்பெக்டர்.

ரவி அப்பொழுது ஆபரேஷன் தியேட்டரிலிருந்து வெளியே வந்தான்.

'எப்படி இருக்கு டாக்டர்?' என்று கேட்டாள் அம்பியின் அக்கா.

ரவி, 'பையனோட அம்மா யாரு? என்று வினவியவாறு சுற்றுமுற்றும் பார்த்தான்.

அம்பியின் அம்மா எழுந்து வந்தாள்.

'நன்னாத்தான் அடிபட்டிருக்கு. நான் என்னாலே முடிஞ்சதைச் செய்யறேன். இரண்டு காலும் ரொம்ப மோசமாத்தான் இருக்கு' என்றான் ரவி.

'உயிருக்கு ஆபத்தில்லையே?' என்று கேட்டான் முதலாளி.

'அதில்லே. பட்... போத் லெக்ஸ் மே கோ அவுட் ஆஃப் ஆக்ஷன். திஸ் ஈஸ் டூ பாட்! ஆல்ரைட் இன்ஸ்பெக்டர், நான் என் ரிப்போர்ட்டைத் தரட்டுமா?'

இன்ஸ்பெக்டர் முதலாளியைப் பார்த்தார். முதலாளி டாக்டரிடம் சொன்னான். 'நான்தான் வண்டியோட ப்ரொப்ரைட்டர். வந்து... வந்து... கொஞ்சம் தனியா பேசலாமா உங்களோட?'

'என்ன பேசணும்? ஐ ஹாவ் நதிங் டு டூ வித் யு.'

'சரி உங்க ரிப்போர்டைக் கொடுங்க. உள்ளே போகலாமா?' என்றார் இன்ஸ்பெக்டர்.

அவர்கள் இருவரும் உள்ளே சென்ற பிறகு முதலாளி ராஜுவை தனியாக அழைத்துக் கொண்டுபோய்க் கூறினார். 'பாலு அய்யர் கிட்டே பேசிப்பாரு.'

'பேச வேண்டாம். ஒத்துக்கிற ஆள்தான்' என்று முணுமுணுத்தான் ராஜு.

'எவ்வளவு?'

'பெரிய ஒண்ணுக்குக் குறைஞ்சு வாங்க மாட்டார்னு தோணுது. பேசிப் பார்ப்போம்.'

'உனக்குண்டா இதிலே கமிஷன்?'

'என்னங்க முதலாளி இப்படிப் பேசுறீங்க? பாலு அய்யர் அங்கே இல்லேன்னு பொய் சொல்லச் சொல்றீங்களா? அது நியாய மில்லே.'

'வேலுவுக்கு ரெண்டு, உனக்கு ரெண்டு, பாலு அய்யருக்கு அஞ்சு. வக்கீல் குமாஸ்தா பார்ப்பான், இதுக்குக் குறைங்சு வாங்க மாட்டான், சீக்கிரம் கேட்டுச் சொல்லு.'

'எட்டு மட்டும் போலாங்களா? அவரையே கொண்டு அந்தப் பையனோட அக்காவையும் அவங்க புருஷனையும் சமாளிக்கச் சொல்றேன்.'

'சரி. எதை வேணுமானாலும் பண்ணு. போய்த் தொலை'- முதலாளிக்கு எரிச்சல் அதிகமாகிக்கொண்டே வருகிறது என்பதை உணர்ந்த ராஜு அந்த இடத்தைவிட்டு அகன்றான்.

அம்பியின் அம்மா திடீரென்று சிரிக்க ஆரம்பித்தாள். எல்லோரும் திடுக்கிட்டு அவள் பக்கம் திரும்பினர்.

'அம்பி... என்னடா விளையாட்டு இது. அம்பி... அம்பி...' என்று பலமாகச் சத்தம் போட்டுக்கொண்டே குறுக்கும் நெடுக்குமாக ஓடத் தொடங்கிவிட்டாள்.

நாலைந்து பேராக அவளைக் கட்டிப் பிடித்து உட்கார வைத்தனர். அம்பியின் அக்கா அவளருகே சென்று 'அம்மா, அம்மா, என்னம்மா இது!' என்று அழாக் குறையாகக் கேட்டாள்.

வேலு, அவள் கைகளை இறுகப் பற்றிக்கொண்டே சொன்னான், 'பெரியம்மா என்னை நம்புங்க, உங்க பையன் பொளைச்சிடு வான்.'

'ஆமாம் பொழைச்சிடுவான், நிச்சயமா பொழைச்சிடுவான்!' என்று தலையை ஆட்டிக்கொண்டே அவள் சொல்லிவிட்டு, உரக்கச் சிரிக்கத்தொடங்கினாள்.

ரவி வெளியே வந்தான்.'வாட் ஈஸ் திஸ்?'

நர்ஸ் அவரிடம் விரைவாக வந்து சொன்னாள். 'ஷி ஹாஸ் பிகம் இன்ஸேன்.'

ரவி கேட்டான்: 'இவங்களுக்கு வேண்டியவங்க யாராவது இருக்காங்களா? ஓ! நீங்கதானா? கைண்ட்லி டேக் ஹர் ஹோம். மிஸ்.தாமஸ். கிவ் ஹர் ஸம் ஸெடேட்டிவ் இன்ஜெக்ஷன். நாங்க இதுக்கு ட்ரீட் பண்ண முடியாது. நோ ஃபெஸிலிட்டீஸ்.'

இன்ஸ்பெக்டர் முதலாளியிடம் சொன்னார். 'டாக்டர் ரிப்போர்ட்டைக் கொடுத்திட்டாரு. உங்க டிரைவர், கண்டக்டர் ரெண்டு பேரோட ஸ்டேட்மெண்ட் வேணும். சம்பவத்தைப் பார்த்தவரு அந்த அய்யரு. அவரோட ஸ்டேட்மெண்டும் வேணும். எல்லாரும் ஸ்டேஷனுக்குப் போவோம் வாங்க.'

அம்பியின் அத்திம்பேரோடு பேசிக்கொண்டிருந்த பாலு அய்யர் சிரித்துக்கொண்டே சொன்னார். 'சரி நானும் வரேன். இவரையும் வேணும்னா கூட்டிண்டு வரேன்.'

வேலு அவரை உற்று நோக்கினான். பாலு அய்யர் அவரையும் சரிகட்டி விட்டாரென்று அவனுக்குப் புரிந்தது. அவர் முதலாளியருகே வந்து நின்றார்.

'அந்த அம்மாவை யார் கூட்டிக்கிட்டுப் போவாங்க?' என்று கேட்டான் முதலாளி.

நர்ஸ் கொடுத்த இன்ஜக்ஷனின் காரணமாக அம்பியின் அம்மா மயக்கமுற்றிருந்தாள்.

'ஜானகி, நீ அம்மாவை...' என்று ஆரம்பித்த அம்பியின் அத்திம் பேர் முதலாளியைக் கேட்டார்: 'அவ எப்படி அழைச்சிண்டு போக முடியும்? கார் இருக்குதா உங்ககிட்டே?'

இன்ஸ்பெக்டர் சொன்னார்: 'நாம போலீஸ் ஜீப்பிலே போவோம். இவரோட கார்லே உங்க வொய்ஃபும் அவங்க அம்மாவும் போகட்டும். டிரைவர் அவங்களைக் கொண்டுபோய் விட்டுட்டு, ஸ்டேஷனுக்கு வரட்டும்.'

'வேலு ஐயா சொல்றபடியே செய்' என்றான் முதலாளி.

எல்லோரும் வெளியே வந்தார்கள். இன்ஸ்பெக்டர் முதலாளி யிடம் சொன்னார்: 'டாக்டர் ரிப்போர்ட்தான் சாதகமா இல்லே.'

'நான் யாரு, என்ன செய்ய முடியும்னு சொன்னீங்களா அந்த மடையன்கிட்டே?'

'சொன்னேன். அவன் கேக்க மாட்டேங்கிறான். கத்துக்குட்டி ராஸ்கல்.'

ரவி அப்பொழுது வெளியே வந்தான். 'எல்லாரும் இப்படிப் போயிட்டீங்கன்னா, யாரு இங்கே இருப்பாங்க, பையனைப் பார்துக்க?'

'கொஞ்ச நேரம் கழிச்சு என் வொய்ஃப் இங்கே வருவா' என்றார் அம்பியின் அத்திம்பேர்.

'என்னய்யா டாக்டரே, ரிப்போர்ட் இப்படிக் கொடுத்திருக்கீங்க?' என்று கேட்டான் முதலாளி.

'உங்க இஷ்டப்படி ரிப்போர்ட் கொடுக்கணும்னா நான் எதுக்காக டாக்டரா இருக்கணும்?'

'நான் டி.எம்.ஓ.வைப் பார்த்துப் பேசிக்கிறேன். உங்க அதிர்ஷ்டம், தண்ணி இல்லாத காட்டுக்குப் போகணும்னா போங்க.'

'நீங்க யாருன்னு நினைச்சுண்டிருக்கீங்க, இப்படிப் பேச?' என்று சீறினான் ரவி.

'நான் நினைச்சிக்கிட்டிருக்கேன், சுரக்காய்க்கு உப்பில்லேன்னு. போய்யா தெரியும். நானும் யாருன்னு உனக்குத் தெரியாமலேயா இருக்கப் போவுது?'

'கேவலம் இந்த வேலைக்காக, நீ விட்டெறியப் போற காசுக்கு இந்தக் கும்பல் மாதிரி, காக்கா கணக்கா காத்திண்டிருக்கப் போறேன்னு நீ நினைச்சியா? யு கான் ஜாலி வெல் கோ டு தி சீஃப் மினிஸ்டர். ஃபோர் ஆல் ஐ கோ. நான் என் ரிப்போர்ட்டை மாத்தப் போறதில்லை. எவ்வளவு தைரியம் இருந்தா ஆஸ்பத்திரி வாசல்லியே நீ இப்படி பேசுவே! உனக்காக இந்த இன்ஸ்பெக்டர் பேரம் பேச வரான். கோர்ட்லே கேஸ் வந்து ஜெயிச்சா பத்தாயிரக் கணக்கிலே அழணுமேன்னு சாமார்த்தியமா சமாளிக்கப் பாக்கிறீங்களா?'

இன்ஸ்பெக்டர் குறுக்கிட்டார்: 'டாக்டர். கொஞ்சம் மரியாதையா பேசுங்க.'

'என்னடா மரியாதை வேண்டிக் கிடக்குது உங்களுக்கு. ஒரு உசிரு உள்ளே மன்றாடிக்கிட்டு இருக்குது. எப்போடாப்பா பஸ்ஸை ஏத்தப் போறான்னு காத்துக்கிட்டிருந்தாப்பலே, எல்லாரும் பொணத்தைக் கொத்தித் தின்ன வந்துட்டீங்களே, படுபாவிகளா? இதோ பாருய்யா முதலாளி. உன் பிச்சைக் காசு எனக்கு வேண்டாம். நான் உண்மையைச் சொல்றேன். பஸ்ஸை ஏத்தினது நான்தான். கோர்ட்லே கேஸ் வரட்டும். நாட்டை நாற அடிச்சிட்டே இருக்கிற கும்பல் யார் யாருன்னு எல்லாருக்கும் தெரியவேணாம்? டாக்டரைய்யா, வாங்க! பையனை கவனிச்சுக்க நான் இருக்கேன்' என்று கூறிக்கொண்டே உள்ளே சென்றான் வேலு.

40. அணில்

இருட்டத் தொடங்கிவிட்டது. பெஞ்சிலிருந்து ராம்ஜி எழுந்தார். அன்று பார்க்கில் கூட்டமேயில்லை. அலுவலகத்திலிருந்து நேரே அறைக்குச் சென்று தனிமையை சந்திக்க வேண்டாமென்று பார்க்குக்கு வந்தால், இங்கும் ஒருவரைக்கூட காணவில்லை. அறைக்குத் திரும்பிப் போய்த்தான் ஆகவேண்டும். 'மெஸ்' பையன் சாப்பாடு கொண்டுவந்திருப்பான். சாப்பிட்டவுடன் கொஞ்ச நேரம் ரேடியோ கேட்டுவிட்டு தூங்கிவிடலாம்.

மறுபடியும் காலையில் எழுந்து, காலைக்கடன்களை முடித்த பிறகு சிற்றுண்டி சாப்பிட்டவுடன், அலுவலகம், வேலை வேலை வேலை. சாயந்திரம் பார்க். என்ன இயந்திரரீதியான வாழ்க்கை! மற்றவர்களைப் போல் இருக்கக் கூடாது என்பதற்காக திருமணம் போன்ற பந்தங்களிலிருந்து தப்பித்துக்கொண்டோம். எதற்காக? ஐம்பது வருஷங்களை ஓட்டியாகிவிட்டது.

கல்யாணமாகியிருந்தால், வேறு விதமான இயந்திர வாழ்க்கை. பையனை கல்லூரியில் சேர்க்க வேண்டும். பெண்ணுக்குத் திருமணம் செய்ய வேண்டும். 'மார்க் கொஞ்சம் குறைச்சல்தான். நீங்கள் பெரிய மனசு பண்ணி இடம் கொடுத்தால், ஹி... ஹி... ஹி... கொஞ்சம் கவனிச்சுக்கோங்க சார்!' 'ஜாதகம் சேரவில்லை. செவ்வாய் தோஷமெல்லாம் இப்போ யார் சார் பார்க்கிறா? சீர்தானே...என்னாலே முடிஞ்சது செஞ்சுடறேன், பிராவிடண்ட் ஃபண்ட்லே இதுக்காகவே கடன் வாங்கி வச்சிருக்கேன். என் பொண்ணு, அவளுக்குக் குறைவில்லாம செய்யணும், இது என் பொறுப்பில்லியா சார்? ஹி...ஹி...ஹி...'

ராம்ஜி 'பார்க்'கை விட்டு வெளியே வந்தார். சாதாரணமாக ஞாயிற்றுக் கிழமைகளில் புத்தா பார்க் வாசலில் ஒரே கார் மயமாக இருக்கும். இன்று ஞாயிற்றுக் கிழமையில்லை. அவர் ஸ்கூட்டர் தனியாக நின்றுகொண்டிருந்தது.

அவர் ஸ்கூட்டர் அருகே சென்றதும் கீழே ஒன்று சக்கரத்துக் கிடையே ஓடி ஒளிவதுபோல் தெரிந்தது. குனிந்து பார்த்தார். அணில் குட்டி! நல்ல வேளை. நல்ல சமயத்தில் பார்த்தார். இல்லா விட்டால், ஓர் உயிரைக் கொன்ற பாவம் வந்து சேர்ந்திருக்கும்!

அவர் அந்த அணில் குட்டியை கையில் எடுத்து வைத்துக் கொண்டார். எவ்வளவு சிறிய உருவம்! பிறந்து பத்து நாள்கள் தான் இருக்கும். இது ஏன் இங்கே இப்படி நிராதரவாகக் கிடக் கிறது? அவர் கையில் அது ஆடாமல் அசையாமலிருந்தது. அதை அவர் பரிவுடன் தடவிக் கொடுத்தார். தம் பெயரும் ராம்ஜி என்ற நினைவு வந்ததும் அவர் முகத்தில் ஒரு புன்னகை தோன்றி மறைந்தது. இதை எடுத்துக் கொண்டுபோய் வளர்த்தால் என்ன? இந்த எண்ணம் தோன்றியவுடன், அவர் கையிலிருந்த அந்தக் குட்டி அணில், அப்பொழுதுதான் உயிர் பெற்று எழுவது போல் அசைந்தது. தம் மனதில் இந்த எண்ணம் தோன்றியதற்கும், இது இப்பொழுது அசைவதற்கும் ஏதாவது சம்பந்தம் இருக் கின்றதோ? டெலிபதி? தமக்கும் இந்த அணிலுக்கும் தவிர்க்க முடியாத ஒரு பிணைப்பு இருக்க வேண்டும். இதை தம் அறைக்கு எடுத்துச் சென்று கட்டிலில் இட்டவுடன், இது நாளைக் காலையில் ஓர் ராஜகுமாரியாக மாறி தம்மைப் பார்த்து புன்னகை செய்யலாம். 'ஒரு மாந்திரீகன் என்னை அணிலாகப் போகும்படி சபித்துவிட்டான். ஒரு மூத்த பிரம்மச்சாரி கைப்பட்டவுடன் உனக்கு சாப விமோசனம் ஏற்படும்!'

ராம்ஜி அணில் குட்டியுடன் தம் அறைக்குச் செல்வதென்று தீர்மானித்தார்.

பூட்டியிருந்த அவர் அறை வாசலில் அவருக்காக சாப்பாடு காத்திருந்தது. அறையைத் திறந்து டிஃபன் காரியரைத் திறந்து சில சோற்றுப் பருக்கைகளை அதன் முன்னால் தூவினார். அணில் குட்டி அவற்றை நாடவில்லை. ஒரு வேளை பால்தான் இதற்கு உணவோ? ஃபிரிட்ஜில் வைத்திருந்த பால் புட்டியை எடுத்து ஒரு சிறிய தட்டில் பாலை ஊற்றி, அணிலின் முன்னால் வைத்தார். அணில் பாலையும் நாடவில்லை. தானாகக் குடித்துப் பழகும் பருவம் இன்னும் இதற்கு வரவில்லை என்று

அப்பொழுதுதான் அவருக்குத் தோன்றியது. பாலை புகட்டியாக வேண்டும்.

அணில் குட்டியை கையில் எடுத்துக்கொண்டு ஒரு ஸ்பூனினால் பாலை எடுத்து அதன் வாயில் ஊற்றினார். பால் உள்ளே சென்றது. மூன்று 'ஸ்பூன்' பாலை குடித்தவுடன் அணில் அவர் கையில் ஊர்ந்து நகர ஆரம்பித்தது. அவருக்கு ஒரே சந்தோஷம். இந்த அறையில் நான் இனி தனியில்லை.

இந்த அணிலை ஜாக்கிரதையாகப் பார்த்துக் கொள்ளவேண்டும். அங்கு சிற்சில சமயங்களில் வரக் கூடிய பூனை வாயிலிருந்து இதைக் காப்பாற்றுதல் முக்கியம். அணிலை கட்டிலில் விட்டார். அது அங்கும் இங்கும் ஓட ஆரம்பித்தது. அவர் கட்டிலில் உட்கார்ந்தவுடன் அவர் மடியில் வந்து உட்கார்ந்தது. அவர் அதைத் தடவிக் கொடுத்தார். எவ்வளவு வழவழப்பான உடல்! பஞ்சு போலிருந்தது.

இதைப் பக்கத்தில் விட்டுக்கொண்டு படுக்க முடியாது. தூக்கத்தில் நசுங்கிவிடலாம். எங்கே விடுவது? ஜன்னல் கதவுகளை மூடிவிடவேண்டும். இல்லாவிட்டால் பூனை வந்துவிடும். அழுக்குத் துணிகள் வைத்திருந்த கூடையில் அதை விடுவதுதான், அதற்குப் பாதுகாப்பான ஏற்பாடாக இருக்கும். நாளைக்கு மரப் பலகையில் அதற்கு ஒரு கூண்டு தயார் செய்வதுதான் நல்லது. பகலில் தான் அலுவலகம் போகும்போது அந்தக் கூண்டில் இதை விட்டுவிடலாம். அறையை பூட்டிக்கொண்டு சென்றால், பூனை தொந்தரவு இருக்காது. ஆனால் சுயேச்சையாகத் திரியும் அதன் சுதந்தரம் பாதிக்கப்படுமோ? தன்னைத் தானே காப்பாற்றிக் கொள்ளத் தெரியும்வரை, இந்தக் கட்டுப்பாடு இதற்குத் தேவை.

அவர் எழுந்து சென்று அழுக்குத் துணிகளைக் கூடையிலிருந்து எடுத்தார். அந்தக் கூடைக்குள் வைத்தார். கூடையின் குறுகிய வரையறைக்குள் இது சுற்றிச் சுற்றி வந்தது. இந்தச் சிறை அதற்குப் பிடிக்கவில்லை போலிருக்கிறது. வேறு என்ன செய்ய?

அவர் தம் சாப்பாட்டை முடித்துக்கொண்டு விளக்கை அணைத்து விட்டுப் படுத்தார். தன்னிச்சையாகச் சுற்றிக் கொண்டிருந்த அணிலை இவ்வாறு சிறை செய்திருப்பது சரிதானா? அங்கு அது உயிரோடு இருந்திருக்கும் என்பது என்ன நிச்சயம்? அப்படி உயிரோடு இருந்துதான் அது என்ன செய்யப்போகிறது? யார் தான் உயிரோடு இருந்து என்ன செய்யப் போகிறார்கள்?

நான் இதுவரை உயிரோடு இருந்திருப்பது எதற்காக? இந்த அணில் குழந்தையை காப்பாற்றுவதற்காகவா? எதேச்சையாக பிறப்பு நிகழ்ந்துவிட்ட பிறகு ஏதேனும் ஒன்றைக் கற்பித்துக் கொண்டு வாழத்தானே வேண்டியிருக்கிறது? நான் இந்த அணில் குட்டிக்காகத்தான் இதுவரை வாழ்ந்து வந்திருக்கிறேன். இதற்கும் எனக்கும் சங்கிலித் தொடர்போல் ஒரு பிணைப்பு ஜென்மம் ஜென்மமாக இருந்து வந்திருக்கிறது. ஜென்மம் ஜென்மமாக! பிறப்பு எதேச்சை என்று நினைத்துவிட்டு, ‘ஜென்மம் ஜென்மமாக’ என்று சிந்திப்பது வேடிக்கைதான். அழகிய கற்பனை!

ஜென்மம் ஜென்மமாக நான் தொடருகின்றேன் என்பதுதான் என் முக்கியத்துவத்தை எனக்கே சுட்டிக் காட்டுகின்றது. வண்ணத்துப் பூச்சியை டிஸ்ஸெக்ட் செய்வதால் மனிதன் விஞ்ஞானி ஆகின் றான், கவிஞன் மடிகின்றான்! எனக்கும் இந்த அணில் குட்டிக்கும் ஏதோ சம்பந்தம் இருக்கின்றது என்று நான் நினைக்கத்தான் போ கிறேன். அணில் இப்பொழுது என்ன செய்து கொண்டிருக்கும்?

ராம்ஜி எழுந்திருந்து விளக்கை போட்டார். கூடைக்குள் எட்டிப் பார்த்தார். அங்கு அணில் இல்லை. அவருக்குத் தூக்கிவாரிப் போட்டது. எங்கு போயிருக்கும்? ஜன்னல் கதவுகள் மூடித்தான் இருக்கின்றன. பூனையும் வந்திருக்க முடியாது.

அறை முழுவதும் சாமான்கள். பிரம்மச்சாரியின் அறை வேறு எப்படி இருக்க முடியும்? எந்த இடத்தில் போய் ஒளிந்து கொண்டிருக்கிறதோ? எங்கு பார்த்தாலும் புத்தகங்கள் இறைந்து கிடந்தன. புத்தகங்களுக்கிடையே இருக்குமோ? அவர் மேஜை யின் கீழே தேடினார். மேஜையிலிருந்த புத்தகங்களை ஒழுங்காக அடுக்கி வைத்தார். அணிலைக் காணவில்லை. துணிகள் தாறு மாறாகக் கிடந்தன. துணிகளை மடித்துக் கொடியில் போட்டார்.

அறை துப்புரவாகியது. அணிலைத்தான் காணோம். அறையில் சந்துபொந்து எதுவும் கிடையாது. அறையைவிட்டு வெளியே செல்லவும் வழியில்லை. குனிந்து அங்கும் இங்கும் தேடி அவர் களைப்படைந்தார்.

சோர்ந்து கட்டிலில் உட்கார்ந்தார். ஒரு வேளை தாம் இதுவரை கண்டது கனவோ? இல்லாததொன்றைக் கற்பித்துக்கொண்டு...

காணாமற் போனதற்கு - அது ராஜகுமாரியாக மாறியிருக்கக் கூடாது? அப்படி மாறி கதவைத் திறந்து வெளியே போயிருக் குமோ? கதவைத் தாளிடும் வழக்கம் அவருக்குக் கிடையாது.

ராஜகுமாரியாக மாறிய பிறகு எந்த ராஜகுமாரனைத் தேடிக் கொண்டு அது போயிற்றோ?

ஓர் அணில் குட்டியுமா என்னை உதாசீனம் செய்ய வேண்டும்? என்ன நன்றி கெட்ட உலகம்!

அவருக்கு கோபம் கோபமாக வந்தது. ஒரு சிறு அணில் என்னை பந்தத்துக்குள் மாட்டவைத்து என்ன பாடு படுத்துகிறது! அது எப்படி தப்பித்துக்கொண்டு போயிருக்க முடியும்? அதைக் கண்டு பிடித்துத்தான் ஆக வேண்டும்.

மறுபடியும் ஒவ்வொரு மூலையாகத் தேடிப் பார்க்கத் தொடங்கினார், முயற்சியில் தோல்வி!

'சனியனே, எங்கே போய்த் தொலைஞ்சே?' அவர் பலமாகக் குரலெழுப்பி ஆவேசமாகக் கத்தினார். 'நான் இவ்வாறு கத்துவது பக்கத்து வீட்டுக்காரர்களுக்கு கேட்டால்? அவர்கள் மொட்டை மாடியில்தான் படுத்துக் கொள்கிறார்கள். சே என்ன அவமானம்! ஊராரைப் பற்றி எனக்கு என்ன அக்கறை? கத்துவது என் உரிமை. என் உரிமையில் குறுக்கிட யாருக்கும் உரிமையில்லை. அவர் மறுபடியும் ஆவேசமாகக் கத்தினார். இப்பொழுது அவருக்குக் கொஞ்சம் மன ஆறுதலாக இருந்தது.

கதவைத் திறந்துகொண்டு வெளியில் வந்தார். 'ஆகாயம் நிர்மல மாக இருந்தது. ஒரு நீல வயலைப்போல் விரிந்து கிடந்தது. ஒளி மலர்க் கதிர்கள் மின்னின. சாதாரணமாக வானம் கூரையாக வெட்டவெளியில் படுக்கும் நான், ஓர் அணில் குட்டிக்காக ஜன்னல் கதவுகளையும் மூடிவிட்டு, அறைக்குள் முடங்கிக் கிடந்ததன் பலன்... வெளியே இப்பொழுது இவ்வளவு அழகாக இருக்கிறது என்று தெரியாமல் போய்விட்டது!' லேசாகக் காற்று வீசிக்கொண்டிருந்தது. காற்றை நெஞ்சுக்குள் இழுத்து, மன நிறைவுடன் அவர் சுவாசித்தார். பந்த பாசமற்ற, வரம்பில்லாத சுதந்தர உணர்வு இதுதான். இதற்கு யாரும் தடை விதிக்க முடியாது.

'மிஸ்டர் ராம்ஜி...'

யார் கூப்பிடுகிறார்கள்? அவர் திரும்பிப் பார்த்தார். பக்கத்து வீட்டுக்காரர். இரண்டு வீடுகளுக்குமிடையே இருந்த சுவரின் அருகே நின்று கூப்பிட்டார்.

‘என்ன?’

‘யாரேனும் வந்திருக்காங்களா?’

‘எங்கே?’

‘எங்கே தொலைஞ்சு போயிட்டேன்னு கத்தினீங்களே... யாரைக் காணலே?’

மனுஷனுக்குச் சந்தேகம். பிரம்மச்சாரி, குட்டியைக் கூட்டிக் கொண்டு வந்திருக்கிறேனோ என்று! மனைவியை ஊருக்கு அனுப்பியிருக்கிறான். அப்படி நான் யாரையாவது அழைத்து வந்திருந்தால்... சபலம் யாரை விட்டது?’

‘சொல்லுங்க. யாரைக் காணலே?’

‘அணில்.’

‘என்னது?’

‘அணில் குட்டி - ஸ்கிர்ரல்.’

‘அணில் குட்டியா? என்ன சொல்றீங்க?’

‘தமிழ்லியும் சொல்லியாச்சு. இங்கிலீஷ்லேயும் சொன்னேன். வேறு எந்த பாஷையில் சொல்லணுங்கறீங்க? இந்தியிலே சொல்லட்டுமா, கில் ஹரி!’

‘உங்களுக்கு உடம்பு சரியில்லே போலிருக்கு. படுங்க.’

‘எனக்கு உடம்பு சரியாத்தான் இருக்கு. நீங்க போய்ப் படுங்க.’

நாளைக்கு தெரிந்தவர்களிடமெல்லாம் சொல்லப் போகிறான், ராம்ஜிக்குப் பைத்தியம் பிடித்துவிட்டதென்று. சொல்லிக் கொண்டு போகட்டும். எனக்கென்ன கவலை?’

ராம்ஜிஅறைக்குத் திரும்பினார். அணில் கட்டிலில் படுத்துக் கொண்டிருந்தது!

எங்கே போனது, எப்படி வந்தது? தலையணை அருகே சுகமாகப் படுத்துக் கொண்டிருந்தது! அவர் கட்டிலருகே வந்து நின்றதும், அவரை அது பார்த்த பார்வை, மனுஷப் பார்வையைப் போலிருந் தது. ‘இதுதான் என் இடம், கூடைக்குள் போடுகின்றாயே, இது நியாயமா?’

'நான் புரளும்போது நீ அகப்பட்டுக் கொண்டு, நசுக்கிப் போனால்?'

'நான் சமாளித்துக் கொள்வேன். நீ கவலைப்படவேண்டாம்.'

'சரி. இங்கேதான் படுக்கப் போகின்றேன் என்று நீ அடம் பிடித்தால் என்ன சொல்ல முடியும்? அது கிடக்கட்டும். நான் உன்னைத் தேடிக்கொண்டிருந்தேனே, எங்கே போயிருந்தாய்?'

'நீ கட்டிலில் தேடினாயா?'

வாஸ்வதம்தான். கட்டிலில் தேடவில்லை. 'உனக்குள்ளே நான் இருக்கிறேன். இது தெரியாமல் கோவிலுக்குச் சென்று ஏன் தேடுகிறாய்! யார் இப்படிச் சொல்லியிருக்கிறார்கள்? தாகூரா, ஒரு வேளை நானே இப்படிச் சொல்லியிருக்கலாம் என்று தோன்றியது ராம்ஜிக்கு. திடீரென்று உரக்கப் பாட வேண்டு மென்ற ஆசை அவரை ஆட்கொண்டது.

> 'உற்றார்கள் எனக்கு இல்லை யாரும் என்றும்;
> உற்றார்கள் எனக்கு இங்கு எல்லாரும் என்றும்;
> உற்றார்களைச் செய்வேனும் யானே என்றும்;
> உற்றார்களை அழிப்பேனும் யானே என்றும்;
> உற்றார்களுக்கு உற்றேனும் யானே என்றும்;
> உற்றாரிலி மாயன் வந்து ஏறக் கொலோ!

மெய் மறந்து பாடிக் கொண்டிருந்த ராம்ஜி அறைக் கதவருகே யாரோ வந்து நிற்பதை உணர்ந்ததும் பாட்டை நிறுத்தினார்.

பக்கத்து வீட்டுக்காரர்தான்! அவர் ராம்ஜியை உற்றுப் பார்த்துக் கொண்டே நின்றார்.

'என்ன சார் வேணும்?' என்று கேட்டார் ராம்ஜி.

'ஐ திங் (க்) யு ஆர் நாட் வெல்.'

'பாடறது தப்பா?'

'அர்த்த ஜாமத்திலா? என்ன செய்யறது சொல்லுங்க? ஐ வில் ஹெல்ப் யு.'

'உள்ளே வாங்க. அணில் இருக்கா இல்லியான்னு பாருங்க.'

அவர் தயங்கிக்கொண்டே உள்ளே நுழைந்தார். கட்டிலை சுட்டிக் காட்டிக்கொண்டிருந்தார் ராம்ஜி.

'என்ன சார் இது? எவ்வளவு உரிமையோட என் தலையணைக் கருகே படுத்திண்டுருக்கு பாருங்க. என்ன அது தெரியுதா?'

'அ... ணி... ல்.'

ராம்ஜி பெரிதாகச் சிரித்தார். பலமாக அவர் அப்படிச் சிரித்தது பக்கத்து வீட்டுக்காரரை அச்சுறுத்தியிருக்க வேண்டும். அவர் அறையை விட்டுப் போக மெதுவாக நகர்ந்தார்.

'நன்னா பாத்தீங்களா? அணில்!'

'சரி. நான் வரேன்.'

'ஏன் பயப்படறீங்க? மனுஷன் மனுஷனைக் கண்டுதான் பயப்பட றான்னா, அணிலைக் கண்டுமா பயப்படணும்?' 'அச்சம் தவிர், பயத்தை வென்றால் மரணத்தை வெல்லலாம்.' பாரதி படிக்கிற துண்டா நீங்க?'

ராம்ஜி கட்டிலில் உட்கார்ந்தார். அப்பொழுது அணில் குட்டி வெகு வேகமாக ஓடிவந்து அவர் மடியில் வந்து உட்கார்ந்தது.

இதைப் பார்த்தும் பக்கத்து வீட்டுக்காரர் உடம்பு நடுங்கியது. விவரிக்க முடியாத ஏதோ ஒரு அமானுஷ்யமான சூழ்நிலைக் கிடையே இருப்பதுபோல் அவருக்குத் தோன்றியது.

'அணில் இப்படியா நாய்க்குட்டி மாதிரி ஒட்டிக்கும்? ஆச்சரியமா இருக்கே?' என்றார் பக்கத்து வீட்டுக்காரர்.

'இது அணில்னா நினைச்சீங்க?' என்று கேட்டுவிட்டு ராம்ஜி மறுபடியும் சிரிக்கத் தொடங்கினார்.

'பின்னே?'

'உலகங்கிறது என்ன?'

பக்கத்து வீட்டுக்காரர் பதில் கூறாமல் ராம்ஜியைப் பார்த்துக் கொண்டே நின்றார்.

'சொல்லுங்க. ஏன் பேசாம நிக்கிறீங்க?'

'நீங்க சொல்லுங்க.'

‘உலகங்கிறது ‘நான், நீ’ உறவு. மார்டின்பூவர் படிச்சிருக்கீங்களா?’

‘இல்லே.’

‘அவன் ‘நீ’ங்கிறதுதான் ‘கடவுள்’ங்கிறான். ‘நீ’ன்னு சொல்றச்சே, ‘நான்’ங்கிறதை ஒருத்தன் கரைச்சுக்கிறான். இதுதான் ‘நாம்’ன்னு ஆறது. இத்தனை நாளா ‘நானா’ இருந்திண்டிருந்த எனக்கு இப்போ ஒரு ‘நீ’ வந்தாச்சு. இட் வில் பி எ நெவர் என்டிங் டையலாக். என்ன புரியறதா?’

அப்பொழுது அந்த அணில் குட்டி அவர் மடியிலிருந்து எழுந்து அவருடைய உடம்பில் ஏறியது. அது அவர் கன்னத்தருகே ஊர்ந்த போது ‘ஏய் என்னடா விளையாட்டு, இறங்குடா கீழே’ என்று அவர் அதைச் செல்லமாகக் கடிந்துகொண்டார். அது அவர் தோள் மீது நின்று பக்கத்து வீட்டுக்காரரைப் பார்த்தது. அது திடீரென்று தம் மீது பாயுமோ என்று பக்கத்து வீட்டுக்காரர் பயந்தார்.

‘ஏப்ரஹாம்... நீ எங்கேடா இருக்கேன்னு கேக்கறது பைபிள். அதுக்கு பகவத்கீதை பதில் சொல்லறது.‘உன் கிட்டே தாண்டா இருக்கேன். நான்தாண்டா நீன்னு.’

அணில் ராம்ஜியின் தோளிலிருந்து இறங்கி மார்பருகே நின்றது. உள்ள புகுவதற்கு வழி இருக்கிறதா என்று பார்ப்பதுபோல் அது அங்கும் இங்கும் ஓடி விளையாடியது.

‘ஆழ்வார் பாடறார்...’ எனது ஆவி தந்தொழிந்தேன் இனி மீள்வது என்பது உண்டோ? எனது ஆவி அவியும் நீ பொழிலேழும் உண்ட எந்தாய், எனது ஆவி ஆர்? யான் ஆர்?... என்ன புறப்பட்டுட் டீங்க? உட்காருங்க.’

‘எனக்குத் தூக்கம் வரது. இதெல்லாம் புரிஞ்சுக்க எனக்கு இன்னும் பக்குவம் வல்லே. நாளைக் காலம்பற சீக்கிரம் ஆபீஸ் போயாகணும், இன்ஸ்பெக்ஷன்.’

பக்கத்து வீட்டுக்காரர் போய்விட்டார்.

அடுத்த நாள் காலை எழுந்ததும் ராம்ஜி அணில் எங்கே இருக் கிறது என்று பார்த்தார். ஜன்னலருகே உட்கார்ந்து அது வேடிக்கை பார்த்துக்கொண்டிருந்தது. இதற்குப் பால் புகட்டியாக வேண்டும்.

ஃபிரிட்ஜைத் திறந்து பால் புட்டியை எடுத்தார். அவர் பால் எடுப்பதைப் பார்த்ததும் அணில் அவரை நோக்கி ஓடி வந்தது.

ஸ்பூனில் வைத்துக்கொண்டு கொடுப்பதைக் காட்டிலும் ஃபீடிங் பாட்டிலில் கொடுத்தால் என்ன என்று அவருக்குத் தோன்றியது. வீட்டின் கீழ்ப்பகுதியில் குடியிருந்த கிருஷ்ணனிடம் பழைய ஃபீடிங் பாட்டில் இருக்கக்கூடும். அவருடைய கடைசிக் குழந்தைக்கு மூன்று வயது. சில மாதங்களுக்கு முன்புவரை ஃபீடிங் பாட்டிலில்தான் பால் குடித்து வந்தாள். இப்பொழுது டம்ளரில் குடிக்கிறாள்.

அவர் கீழே இறங்கிவந்தார். அணில் அவர் தோள் மீது இருந்தது.

கிருஷ்ணன் அவரை பார்த்ததும் ஒரு கணம் திடுக்கிட்டார்.

'என்ன சார் இது?'

'அணில் குட்டி. உங்ககிட்ட ஃபீடிங் பாட்டில் இருக்கா?'

'எதுக்கு?'

'ஃபீடிங் பாட்டில்லே பால் கொடுத்தா இது குடிக்கிறதான்னு பார்க்கணும்.'

கிருஷ்ணன் அவரை ஏற இறங்கப் பார்த்தார். அதற்குள் அவருடைய மனைவி அங்கு வந்தாள்.

'என்ன இது? அணில் குட்டியா? ரொம்ப சுவாதீனமா உக்காந்திண்டிருக்கே?'

'கொஞ்சம் ஃபீடிங் பாட்டில் இருந்தா தரேளா, இதுக்குப் பால் கொடுக்கணும்.'

அவள் தன் கணவனைப் பார்த்தாள்.

'என்ன ரெண்டு பேரும் இப்படிப் பார்க்கறீங்க? இதுவும் குழந்தை தானே?'

'குழந்தைதான். ஆனா ஃபீடிங் பாட்டில்லே குடிக்குமா?' என்று கேட்டார் கிருஷ்ணன்.

'ஏன் குடிக்காது? பாக்கப்போனா இது அணில் குட்டியே இல்லை.'

'அப்படின்னா?'

'நான்தான் இது. நானே குழந்தையாகவும் பெரியவனாகவும் ஒரே சமயத்திலே ஏன் இருக்க முடியாது? இட் ஈஸ் மை ஆல்டர் ஈகோ.

ஃபீடிங் பாட்டில்லே நான் பால் குடிச்சா சிரிப்பீங்க, இதுக்கு ஏன் கொடுக்கக் கூடாது?'

'நான் ஃபீடிங் பாட்டில் தரேன், ஆனா மிஸ்டர் ராம்ஜி. யு பெட்டர் கன்சல்ட் எ டாக்டர். 'ஓவர் ஓர்க்'ன்னு நினைக்கிறேன்.'

'எனக்கு ஒண்ணுமில்லே. நான் நார்மலாத்தான் இருக்கேன். எனக்கு இப்போத்தான் எல்லாம் புரியறது.'

'என்ன?'

'ஒவ்வொருத்தன்கிட்டேயும் எல்லாப் பருவமும் ஒளிஞ்சுண்டிருக்கு. செக்ஸ் கூடத்தான். உலகத்துக்கு பயந்திண்டு, நாலு பேர் என்ன சொல்வாங்களோன்னு நீங்க சப்ரெஸ் பண்ணிக்கிறீங்க. எனக்கு அவசியமே இல்லே. நான் அணில் குட்டியா இருந்து ஃபீடிங் பாட்டில்லே பால் குடிப்பேன். ராம்ஜியா இருந்துண்டு அணிலுக்கு பால் கொடுப்பேன். செக்ஸைக் கூட என்னாலே மாத்திக்க முடியும். பாக்கப் போனா எல்லாருமே அர்த்த நாரீஸ்வரர் தான். சமூகத்துக்காக அப்பன் வேஷம் போடற நீங்க அம்மாவாக ஆக முடியலே. நம்ம பழங்காலத்து ரிஷிகள்ளாம் ஃப்ராயிடா படிச்சாங்க? 'அர்த்தநாரீஸ்வரர் கான்ஸெப்ட்'டோட அர்த்தமென்ன?'

'ஃபீடிங் பாட்டில் இந்தாங்க' என்று கொடுத்தாள் கிருஷ்ணனின் மனைவி.

'தாங்க் யு' என்று சொல்லிக்கொண்டே மாடிப்படிகளில் ஏறிச் செல்லத் தொடங்கினார் ராம்ஜி.

'ஷுகோஃப்ரெஸ்' என்று கிருஷ்ணன் தம் மனைவியிடம் சொல்லிக் கொண்டிருந்தது அப்பொழுது அவர் காதுகளில் விழுந்தது. கோபத்தில் அவர் முகம் சிவந்தது. என்ன நினைத்துக் கொண்டிருக்கிறான் இவன். மறுபடியும் போய்... இப்படி அவர் நினைக்கும் போது அணில் குட்டி லேசாக 'கிறீச்'என்று கத்தியது.

'ஓ! உனக்கு பசியா, மறந்தே போய்விட்டேன்.'

'மற்றவர்கள் உன்னைப் பற்றி என்ன நினைத்துக்கொண்டால் என்ன? நாலு பேர்களிடம் நல்ல பெயர் வாங்க வேண்டுமென்று உனக்கும் அரிப்பா?'

அணிலை தோளில் சுமந்துகொண்டு அவர் மிக விரைவாக மாடிக்குச் சென்றார்.

41. கிழவிக்குத் தெரிந்த விபரம்

நள்ளிரவில் பிறந்தது அந்தக் குழந்தை.

இயற்கையான மகப்பேறு இல்லை. 'சிசேரியன் ஆபரேஷன்' செய்யும்படியாக இருந்தது.

'தாயைச் சாகும்படியான அளவுக்குக் கஷ்டப்படுத்தி நான் குழந்தையை வேண்டவில்லை' என்கிறார் குழந்தையின் தந்தை.

'இன்னொரு குழந்தை பிறந்திருக்கிறதே! பார்க்கவில்லை?' என்கிறார்கள்.

'நான் இரட்டைக் குழந்தை வேண்டும் என்று சொல்லவில்லையே' என்றார் குழந்தையின் தந்தை.

'இவன் குழந்தையின் தகப்பனா? இவனைக் கொன்றால்தான் குழந்தை வளரும்' என்றார்கள்.

தகப்பனை சுட்டுக் கொன்றார்கள்.

'ஐயோ, அப்பனைக் கொன்று விட்டார்களே!' என்று கூக்குரலிட்டான் ஒருவன்.

'இந்த அப்பன் இல்லாவிட்டால் குழந்தை பிறந்திருக்குமா?' என்றான் இன்னொருவன்.

'சரி. இவனைக் கொன்றது தப்புதான். இவனுக்குக் கோயில் கட்டுவோம்' என்றார்கள்.

கோயில் உருவானது. அவனுக்கு சிலை எழுப்பி கர்ப்பக் கிரஹத்தில் பிரதிஷ்டை செய்து, 'இவன் விரும்பியபடியே குழந்தையை வளர்ப்போம்' என்று சபதம் செய்தார்கள்.

'நான்தான் இனிமேல் குழந்தையின் தந்தை' என்றான் கோயில் கட்டியவன். அவனுக்குக் கூட்டம் சேர்ந்தது.

'குழந்தையை வளர்ப்பது நம் பொறுப்பு' என்றான் கோயில் கட்டியவன்.

'குழந்தையின் பராமரிப்புக்கு என் காணிக்கை' என்று பட்டுச் சட்டை போட்டவன் ஒருவன் பத்தாயிரம் கொடுத்தான்.

'நானும் கொடுக்கிறேன்' என்று ஜரிகை வேட்டிக்காரன் ஒருவன் இருபதாயிரம் கொடுத்தான்.

'குழந்தை எல்லோருக்கும் சொந்தம்' என்று சொல்லிக்கொண்டு, பணம் கொடுத்தவர்களைப் பார்த்து கண் சிமிட்டினான் கோயில் கட்டியவன்.

'எல்லோருக்கும் சொந்தம்' என்ற கோஷம் வானைப் பிளந்தது.

குழந்தையை வளர்க்க ஒரு பெரிய அரண்மனையைக் கட்டினார்கள். பணம் கொடுத்தவர்கள் அந்த அரண்மனையில் குடியேறினார்கள்.

'குழந்தை எல்லோருக்கும் சொந்தம். அதன் வளர்ச்சிக்கு எல்லாரும் பணம் தரவேண்டும்' என்றான் கோயில் கட்டியவன்.

அரண்மனைக்கு வெளியே இருந்தவர்கள் தங்களால் இயன்ற மட்டும் கொடுத்தார்கள்.

அரண்மனை பெரிதாகிக்கொண்டே போனது. அரண்மனையில் இருந்தவர்கள் பெருத்துக்கொண்டே போனார்கள்.

அரண்மனைக்கு வெளியே இருந்தவன் ஒருநாள், 'நாங்கள் குழந்தையை வளர்க்கப் பணம் தருகின்றோம். ஆனால் குழந்தையை நாங்கள் பார்க்கவே இல்லையே?' என்று கேட்டான்.

'குழந்தையை இப்பொழுது நீங்கள் பார்த்து என்ன பிரயோஜனம்? நன்றாக வளர்ந்து, ஒரு வாலிபனான பிறகு பாருங்கள்' என்றான் கோயில் கட்டியவன்.

‘எதிர்காலத்தில் உருவாகப் போகின்ற ஓர் அழகிய வாலிபனை’ அரண்மனைக்கு வெளியே இருந்தவர்கள் கற்பனை செய்து கொண்டு பார்த்தார்கள். இந்தக் கற்பனையே அவர்களுக்கு உற்சாகத்தைத் தந்தது.

‘குழந்தைக்கு சளி பிடித்திருக்கிறது. மருந்துக்குப் பணம் கொடுங் கள்’ என்றான் கோயில் கட்டியவன், திடீரென்று ஒருநாள் அரண் மனைக்கு வெளியே வந்து.

அவர்கள் கொடுத்தார்கள்.

‘குழந்தைக்கு வயிற்று வலி, இன்னும் பணம் வேண்டும்’ என்றான் இன்னொரு நாள்.

அவர்கள் கொடுத்தார்கள்.

‘குழந்தைக்கு உடம்பு முழுவதும் சிரங்குகள். மேலும் பணம் வேண்டும்.’

அவர்கள் கொடுத்தார்கள்.

குழந்தையின் வளர்ச்சிக்குப் பணம் தருவதாகச் சொல்லி அரண் மனையில் குடியேறியவர்களை, அரண்மனைக்கு வெளியே இருந்தவர்களில் ஒருவன் ஒருநாள் பார்த்தான்.

அவனுக்கு சந்தேகம் வந்தது.

‘இவர்கள் ஏன் இப்படிப் பெருத்திருக்கிறார்கள்? நான் பணம் கொடுப்பது இவர்கள் வளர்ச்சிக்கா, அல்லது குழந்தையின் வளர்ச்சிக்கா?’

தன் சந்தேகத்தை மற்றவர்களிடம் அவன் பகிர்ந்து கொண்டான்.

அவர்கள் அரண்மனையை அடைந்து வெளியே நின்றுகொண்டு கோயில் கட்டியவனைக் கூப்பிட்டு தங்கள் சந்தேகத்தைக் கேட்டார்கள்.

‘அவர்களா வளர்ந்திருக்கிறார்கள்? இதோ? வெளியேற்றி விடு கிறேன். அவர்களுடைய உடைமைகள் அனைத்தும் இனிமேல் குழந்தைக்குச் சொந்தம். குழந்தை உங்களுடையதல்லவா?’ என்று ஆவேசமாகப் பேசினான் கோயிலைக் கட்டியவன்.

எல்லோரும் ஆனந்தத்துடன் ‘ஆமாம், ஆமாம்’ என்று தலை யசைத்தார்கள்.

கோயில் கட்டியவன் அரண்மனைக்குள் சென்று அங்குக் குடியேறியிருந்தவர்களை திட்டினான்: 'முட்டாள்களே! இப்படி நீங்கள் பெருத்திருப்பதை அவர்கள் அறியும்படியாகவா வெளியில் உலாவவேண்டும்? நீங்கள் எல்லாரும் அரண்மனையை விட்டு வெளியேறுங்கள். நான் உங்களை விரட்டி விட்டேன் என்று என்னை தூற்றுவது போல் தூற்றுங்கள். நான் உங்களை விரட்டி விட்டதாக நினைத்துக்கொண்டு அவர்கள் இன்னும் அதிகமாகக் கொடுப்பார்கள். பகிர்ந்து கொள்வோம்' என்றான் அவன்.

அரண்மனைக்குள் குடியேறியவர்கள் தலைதெறிக்க வெளியே ஓடி வந்தார்கள்.

அவர்கள் நாலு திசைகளிலும் ஓடி ஒளிவதைக் கண்டதும், அரண்மனைக்கு வெளியே இருந்தவர்களுக்கு ஒரே மகிழ்ச்சி.

அவர்கள் அரண்மனையை அடைந்து, வெளியே நின்று கொண்டு, 'எங்கள் தலைவர் வாழ்க' என்றார்கள்.

கோயில் கட்டியவன் வெளியே வந்து, அவர்கள் வாழ்த்துகளை புன்முறுவலுடன் ஏற்றுக்கொண்டான்.

'குழந்தையின் வளர்ச்சிக்கு முழுப் பொறுப்பும் இனி உங்களுடையது. இன்னும் அதிகப்படியாக நீங்கள் பொருளுதவி செய்ய வேண்டும்' என்றான் அவன்.

'தருகிறோம் தருகிறோம்' என்றார்கள் அவர்கள்.

'குழந்தை வளர்ச்சிக்கு எனக்கு உதவி செய்ய நீங்களே சிலரைப் பொறுக்கி எனக்கு அனுப்பிவைக்க வேண்டும்' என்றான் அவன்.

'செய்கிறோம், செய்கிறோம்' என்றார்கள் அவர்கள்.

'நான் போகிறேன்' என்றான் ஒருவன்.

'நான் போகிறேன்' என்றான் இன்னொருவன்.

அரண்மனையிலிருந்து விரட்டப்பட்டவர்களில் ஒருவன், அரண்மனைக்கு போக விருப்பமாயிருந்தவர்களில் ஒருவனிடம் சென்றான். 'நீ போ அரண்மனைக்கு. இதுதான் என் ஆசையும் கூட. இந்தா, இந்தப் பணத்தை விநியோகித்தால் உன்னையே பொறுக்கி எடுத்து அனுப்புவார்கள்' என்றான்.

'போய் என்ன செய்ய வேண்டும்?'

‘என்னை பகிரங்கமாகத் திட்டிக்கொண்டே இருக்க வேண்டும். ஆனால், அரண்மனைச் சம்பாத்தியத்தில் எனக்கு ரகசிய பங்கு உண்டு என்பதை நீ மறக்கக்கூடாது. எவ்வளவுக்கெவ்வளவு நீ என்மீது வசைபாடுகிறாயோ அந்த அளவுக்கு நம்மிருவருடைய லாபமும் அதிகரிக்கும்’ என்றான் அரண்மனையிலிருந்து விரட்டப்பட்டவன்.

இதே மாதிரி அரண்மனையிலிருந்து விரட்டப்பட்ட மற்றவர்களும் அவர்களுக்கென்று சிலரைத் தேர்ந்தெடுத்துக்கொண்டார்கள்.

இவ்வாறு பொறுக்கி எடுத்து அரண்மனைக்கு அனுப்பும் பணி முடிந்தவுடன், கோயில் கட்டியவன் ஒரு நாள் அரண்மனையை விட்டு வெளியே வந்தான்.

‘இனி உங்களுக்கு குழந்தையைப் பற்றிய கவலை வேண்டாம். நன்றாக வளர்ந்துகொண்டிருக்கிறது. குழந்தையைக் கொல்வதற்காக, அரண்மனையிலிருந்து விரட்டப்பட்டவர்கள் சதி செய்கிறார்கள் என்று எனக்குத் தெரியும். அவர்கள் பல்லைப் பிடுங்கிவிட்டேன் என்று அவர்களுக்குக் கோபம். உலகில் எந்தச் சக்தியும் குழந்தையின் ஆரோக்கியத்துக்குத் தடை செய்ய முடியாது’ என்றான் அவன்.

‘தலைவர் வாழ்க! குழந்தை வாழ்க!’ என்று எல்லோரும் கரகோஷம் செய்தார்கள்.

சில ஆண்டுகள் கழிந்தன.

‘நாம் குழந்தையின் வளர்ச்சிக்கு இப்படிப் பணம் கொடுத்துக்கொண்டே இருக்கிறோமே... ஆனால் நாம் இதற்காகப் பட்டினி கிடக்க வேண்டியிருக்கிறதே’ என்று ஒருவன் முணுமுணுக்க ஆரம்பித்தான்.

‘ஆமாம், அதுதான் நானும் கேட்கிறேன்’ என்றான் இன்னொருவன்.

முணுமுணுப்பு அதிகரித்துக்கொண்டே போனது.

எல்லோரும் அரண்மனையை அடைந்து, வெளியே நின்றுகொண்டு, தலைவனை கூப்பிட நினைத்தபோது, அவனே வெளியே ஓடிவந்தான்.

‘ஆபத்து, ஆபத்து’ என்று அலறினான் அவன்.

‘என்ன?’ என்றார்கள் வெளியே நின்றவர்கள்.

‘குழந்தையை களவாடிக் கொண்டுபோக முயற்சி நடக்கிறது. நாம் இதை ஒரு மூச்சாக எதிர்க்க வேண்டும்’ என்றான் அவன்.

‘குழந்தையைக் களவாடுவது என்பது நடக்கவே நடக்காது’ என்றார்கள் வெளியே நின்றவர்கள்.

‘நம் ஒற்றுமையில்தான் குழந்தையின் எதிர்காலம் இருக்கிறது’ என்றான் தலைவன்.

‘யார் களவாட நினைக்கிறார்கள்?’ என்று கேட்டான் கூட்டத்தில் ஒருவன்.

‘அவன் கண்ணுக்குத் தெரியவில்லை. மையிட்டுக்கொண்டு மறைந்து நிற்கிறான். அவன் யாரென்று கண்டுபிடிக்க வேண்டியது நம் பொறுப்பு’ என்றான் தலைவன்.

கூட்டத்தில் ஒருவன் லேசாகக் கனைத்தான்.

‘அவன்தான்’ என்று சுட்டிக் காட்டினான் தலைவன்.

கூட்டம் அவனைத் தாக்கியது.

‘குழந்தை வாழ்க! என்று கத்தினான் தலைவன்.

‘தலைவன் வாழ்க!’ என்றார்கள் அரண்மனைக்கு வெளியே இருந்தவர்கள்.

சில ஆண்டுகள் கழிந்தன.

‘குழந்தை வளர்ச்சிக்காக நாம் பட்டினி கிடக்கிறோம். அரண்மனையிலிருந்து விரட்டப்பட்டவர்களுக்கு இப்பொழுது எந்த விதமான சலுகையும் கிடையாது என்கிறார் தலைவர். ஆனால், அவர்கள் நம்மைப் போல் எலும்பும் தோலுமாக இல்லாமல், எப்படி இன்னும் பெருத்துக்கொண்டே போகிறார்கள்?’ என்று கேட்டான் அரண்மனைக்கு வெளியே இருந்தவர்களில் ஒருவன்.

‘ஆமாம். அதுதான் நானும் கேட்கிறேன்?’ என்றான் இன்னொருவன்.

எல்லோரும் அரண்மனையை அடைந்து, வெளியே நின்று கொண்டு தலைவனை கூப்பிட்டார்கள்.

அவன் வந்தான்.

அவனிடம் அவர்கள் தங்கள் சந்தேகத்தைத் தெரிவித்தார்கள்.

'இதுதான் எனக்கும் புரியவில்லை' என்றான் தலைவன்.

'இப்பொழுது என்ன செய்வது?' என்றார்கள் அவர்கள்.

'ஒரே வழிதான் இருக்கிறது' என்றான் தலைவன்.

'என்ன?'

அவர்களைப் பார்க்கும்போதெல்லாம், 'ஒழிக!' என்று கோஷ மிடுங்கள் போதும். உங்கள் சத்தமே அவர்களைக் கொன்று விடும்.'

அவர்கள் அவன் சொன்னபடியே கூச்சலிட்டார்கள்.

'இன்னும் உரக்க... இன்னும் உரக்க.'

அவர்கள் இன்னும் உரக்கக் கூச்சலிட்டார்கள்.

'இது போதும். இந்த மாதிரி தினந்தோறும் கூச்சலிட்டுக் கொண்டே இருங்கள். நீங்களும் உங்கள் பட்டினியை மறந்து இருக்கலாம். அவர்களும் அழிந்து போவார்கள்' என்றான் தலைவன்.

அவர்கள் கூச்சலிட்டுக்கொண்டே திரும்பிச் சென்றார்கள்.

இன்னும் சில ஆண்டுகள் கழிந்தன.

'குழந்தையின் வளர்ச்சிக்காக முன்பெல்லாம் ஒரு வேளை சாப்பிடாமல் இருக்கக் கற்றுக்கொண்டோம். இப்பொழுது இரண்டு வேளைகளிலும் அப்படியிருக்க வேண்டும் போலிருக் கிறதே' என்று அரண்மனைக்கு வெளியே இருந்தவர்களில் ஒருவன் முணுமுணுத்தான்.

'ஆமாம். அதுதான் கேட்கிறேன்?' என்றான் இன்னொருவன்.

முணுமுணுப்பு அதிகரித்துக்கொண்டே போனது.

எல்லோரும் அரண்மனையை அடைந்து, வெளியே நின்று கொண்டு, தலைவனை கூப்பிட நினைத்தபோது, அவனே வெளியே ஓடிவந்தான்.

'கண்டு பிடித்து விட்டேன், கண்டு பிடித்து விட்டேன்' என்று அவன் கத்தினான்.

'என்ன?' என்றார்கள் அவர்கள்.

'குழந்தையின் எதிரி யாரென்று கண்டுபிடித்துவிட்டேன்' என்றான் தலைவன்.

'யார்?' என்று கேட்டார்கள் அவர்கள்.

தலைவன் கைகளைத் தட்டினான்.

ஒருவன் ஒரு தொலைநோக்கிக் கருவியை தள்ளிக்கொண்டு வந்து அவனெதிரே வைத்தான்.

தலைவன் அதன் வழியாக ஆகாயத்தைப் பார்த்தான்.

'என்ன பார்க்கிறீர்கள்?' என்று கேட்டார்கள் அவர்கள்.

'குழந்தையின் எதிரி வந்துகொண்டிருக்கிறான்' என்றான் தலைவன்.

'ஆகாயத்திலிருந்தா?' என்று கேட்டார்கள் அவர்கள்.

'ஆமாம். இன்னொரு கிரஹத்திலிருந்து வருகிறான். அவனுக்கும், இங்குள்ள, என்னால் அரண்மனையிலிருந்து விரட்டப் பட்டவர்களுக்கும் சம்பந்தம் இருக்கிறது' என்றான் தலைவன்.

'என்ன சம்பந்தம்?' என்று கேட்டார்கள் அவர்கள்.

'இவர்களுடைய துணைகொண்டு அவன் நம் குழந்தையைக் களவாடப் பார்க்கிறான். நாம் எச்சரிக்கையாக இருக்கவேண்டும்' என்றான் தலைவன்.

'இப்பொழுது என்ன செய்வது?' என்றார்கள் அவர்கள்.

'இவர்களுக்கும் அவனுக்கும் சேர்த்து கொடும்பாவி இழுப் போம்' என்றான் தலைவன்.

'குழந்தையின் எதிரி கிடக்கட்டும். குழந்தையை நாங்கள் பார்க்க வேண்டும்' என்றான் கூட்டத்தில் ஒருவன்.

‘இதற்குள் எப்படிப் பார்க்க முடியும்? நன்றாக வளரட்டும். பிறகு பார்க்கலாம்’ என்றான் தலைவன்.

‘பரவாயில்லை. வளர்ச்சி எப்படி இருக்கிறது என்று நாங்கள் பார்க்கிறோம்’ என்றான் இன்னொருவன்.

‘குழந்தைக்கு உடம்பு சரியில்லை. தேறிய பிறகு பார்க்கலாம்’ என்றான் தலைவன்.

‘என்ன உடம்புக்கு?’

‘வயிறு வீங்கியிருக்கிறது.’

‘ஏன்?’

‘அஜீரணம். உடம்பு முழுவதும் சமமாக வீங்கினால்தான் ஆரோக்கியத்துக்கு அறிகுறி. அப்புறம் பார்த்துக் கொள்ளலாம்’ என்றான் தலைவன்.

‘உடம்பு முழுவதும் எப்பொழுது சமமாக வீங்கும்?’ என்று கேட்டான் ஒருவன்.

‘இன்னும் அதிகமாக நீங்கள் பொருளுதவி செய்ய வேண்டும், இது போதாது.’

‘இப்பொழுதே நாங்கள் இரண்டு வேளையும் பட்டினி’ என்றான் இன்னொருவன்.

‘உங்கள் குழந்தை ஒரு கண்கவர் வாலிபனாக வளர வேண்டாமா? எதிர்காலத்தை எண்ணிப் பாருங்கள்’ என்றான் தலைவன்.

எதிர்காலத்தில் உருவாகப் போகின்ற ஓர் அழகிய வாலிபனை, அரண்மனைக்கு வெளியே இருந்தவர்கள், மனத்தில் கற்பனை செய்துகொண்டு பார்த்தார்கள். இந்தக் கற்பனையே அவர்களுக்கு உற்சாகத்தைத் தந்தது.

‘தலைவன் வாழ்க!’ என்ற கோஷம் வானத்தைப் பிளந்தது.

‘கொடும்பாவி இழுக்க மறந்துவிடாதீர்கள்’ என்றான் தலைவன்.

மேலும் சில ஆண்டுகள் கழிந்தன.

அரண்மனைக்கு வெளியே இருந்தவர்கள், ஒருவரோடு ஒருவர் பேசுவதற்குக் கூட சக்தியற்றுப் போனார்கள். அவர்கள் உடம் பில் எலும்புதான் மிஞ்சியிருந்தது.

'குழந்தை வாலிபனாகியிருக்க வேண்டுமே, பார்க்க வேண் டாமா? என்று கேட்டான் ஒருவன்,

'ஆமாம். அதுதான் நானும் கேட்கிறேன்' என்றான் இன்னொரு வன்.

எல்லோருமாக அரண்மனையை நோக்கிப் புறப்பட்டார்கள்.

போகும் வழியில் ஒரு மரத்தடியில் ஒரு கிழவி உட்கார்ந்திருந்தாள்.

கண்கள் இருந்த இடத்தில் குழிகள் இருந்தன. இரண்டு கன்னங்க ளுக்குப் பதிலாக, ஒன்றோடு ஒன்று ஒட்டிக்கொண்டு, ஒரு கன்ன மாக இருந்தது. தோல் சுருங்கி அலைபாய்ந்திருந்தது. உடம்பெல் லாம் ரணங்கள், ஈக்கள் மொய்த்துக்கொண்டிருந்தன. ஓர் எலும்புக் கூட்டுக்குப் புடவை கட்டிவிட்டாற்போல் அவள் உட்கார்ந்திருந்தாள்.

'எங்கே போகிறீர்கள்?' என்று கேட்டாள் அவள்.

'குழந்தையைப் பார்க்க' என்றார்கள் அவர்கள்.

'எந்தக் குழந்தை?' என்று கேட்டாள் அவள்.

'இருபத்தியேழு ஆண்டுகளுக்கு முன் பிறந்தது. இப்பொழுது வாலிபனாகி இருக்க வேண்டும்' என்றார்கள் அவர்கள்.

'முட்டாள்களே, குழந்தையுமில்லை. ஒன்றுமில்லை. உங்களை ஏமாற்றுகிறார்கள்' என்றாள் அவள்.

'உனக்கு என்ன தெரியும் இதைப் பற்றி' என்றார்கள் அவர்கள்.

'ஏன் தெரியாது? குழந்தை பிறந்ததும் செத்துவிட்டது' என்றாள் அவள்.

'உனக்கு எப்படித் தெரியும்?' என்றார்கள் அவர்கள்,

'முட்டாள்களே. நான்தான் அந்தக் குழந்தையின் தாய். குழந்தையை அபகரித்துக்கொண்டு என்னை அடித்து விரட்டி விட்டார்கள்' என்றாள் அந்தக் கிழவி.

42. ஏமாற்றம்

ராகவன் மூக்குக் கண்ணாடியை கைக்குட்டையினால் துடைத்த வாறு சிறிது நேரம் சிந்தித்தான். தில்லியிலிருந்து அவன் புறப் பட்டு வரும்போது அந்தச் சமையற்காரக் கிழவர் அவனை மிக வும் வற்புறுத்திக் கேட்டுக்கொண்டார். கும்பகோணம் சென் றால், சன்னதித் தெருவிலுள்ள தம்முடைய மனைவியைச் சந்தித்து, தாம் அளிக்கும் ஐம்பது ரூபாயைக் கொடுத்துவிடும்படி.

அவர் குறிப்பிட்ட வீடு இதுவாகத்தானிருக்க வேண்டும். பெயர் மண்டபம். அந்தக் கிழவர் மண்டபம் என்று சொன்னபோது அவனுக்கு வேடிக்கையாக இருந்தது. வீட்டைப் பார்த்தால் தெரிகிறது. பெயரில் வேடிக்கையொன்று மில்லையென்று. கோயில் மண்டபத்தை வீடாக்கிப் பல குடிகள் வைத்திருக் கிறார்கள் போலிருக்கிறது.

நன்றாக இருட்டிவிட்டது. இந்நேரத்தில் சென்று பார்ப்பது சரியா என்று அவன் சில விநாடிகள் யோசித்தான். கிழவி தூங்கியிருக் கலாம். ஆனால் வந்தாகிவிட்டது. பார்த்து பணத்தைக் கொடுத்து விட வேண்டும். மறுபடியும் அவகாசம் கிடைக்குமோ என்னவோ!

பழமையான பண்பாட்டுக்கும் புதுக்கலாசாரத்துக்கும் இந்த சன்னதித் தெருவை ஒரு உதாரணமாகக் கொள்ளலாம். ஒரு கோடியில் கோயில், மற்றொரு கோடியில் சினிமாக் கொட் டகை. ட்யூப்லைட்டுகள் பட்டொளி வீசும் சில வீடுகள். தனிமை யான இருட்டின் மோனத்தில் ஆழ்ந்திருக்கும் இந்த மண்ட பத்தைப் போன்ற பல வீடுகள். மண்டபத்தில் உள்ளவர்கள் நூற் றாண்டு நூற்றாண்டுகளாகத் தூங்கிவிட்டார்களோ?'

மண்டபத்து வாசலில் ஒரு கறுப்பு நாய் படுத்திருந்தது. மிகவும் வயதான சொறி பிடித்த நாய். வெள்ளைச் சட்டையைக் கண்டால் அதற்கு பிடிக்கவில்லையோ? தன் எதிர்ப்பைக் காண்பிக்க இரண்டு தரம் உபசாரத்துக்காகக் குரைத்துவிட்டு மீண்டும் படுத்துக்கொண்டு விட்டது. பசியினால் ஏற்பட்ட களைப்பு போலும். எச்சில் இலையில் உணவை எதிர்பார்த்து இந்த வீட்டு வாசலில் அது படுத்திருப்பது அதன் தப்புதான். அதன் கண்களின் கரையோரத்தில் நீர் கசிந்தது.

ராகவன் வாசற்படியில் காலை வைத்ததும் வழுக்கி விழுந்தான். அது காலோடு வந்துவிட்டது.

'மாமா, பார்த்து வாங்கோ!'

குரல் அசரீரியாக ஒலித்தது. ஒரு சிறுவனுடைய குரல்தான். சந்தேகமில்லை. எங்கிருக்கிறான் அந்தப் பையன்? ராகவன் சுற்று முற்றும் பார்த்தான்.

மண்டபத்தின் திண்ணையின் வலக்கோடியிலிருந்த ஒரு பொந்திலிருந்து அரிக்கன் விளக்கின் ஒளி தெரிந்தது. பத்துப் பன்னிரெண்டு வயதுள்ள ஒரு பையன் விளக்கை தூக்கித் தன் முகத்தருகே வைத்துக்கொண்டு வெளிச்சம் காட்டினான். வாடி வற்றிப் போன முகம். ஆனாலும் கண்கள் சுடர் விட்டுப் பிரகாசித்தன.

ராகவன் தட்டுத் தடுமாறிக்கொண்டே திண்ணையின் மீதேறி விட்டான். பையன் படித்துக் கொண்டிருக்கவேண்டும். கையில் புத்தகம் இருந்தது.

'யார் மாமா வேணும், உங்களுக்கு?'

'தில்லியிலே சடகோப அய்யங்கார்னு ஒருத்தர் இருக்காரே, அவருடைய...'

ராகவன் சொல்லி முடிப்பதற்குள் பையன் முந்திக்கொண்டு விட்டான். 'ஆமாம், இந்தாம் தான், உள்ளே போங்கோ!...'

★★★

இதைச் சொல்லிவிட்டு பையன் விளக்கை கீழே வைத்து விட்டான். 'உள்ளே போக அனுமதி கொடுத்துட்டேன்.

இனிமேல் என்னைத் தொந்தரவு செய்யாதீர்கள்' என்று அர்த்தமா இதற்கு?

'நட்சத்திரங்கள் மிக மிகத் தொலைவிலிருப்பதினால் அவற்றின் ஒளி நம்மை வந்து சேர ஆயிரக்கணக்கான ஆண்டுகள்கூட ஆகலாம்.' பையன் படிக்கத் தொடங்கிவிட்டான்.

இந்த இருட்டில் எப்படி உள்ளே போவது? வழியில் யாராவது கீழே படுத்திருந்தாலும் கண்ணுக்குத் தெரியாது. ராகவன் தயங்கி நின்றான்.

ராகவன் நிற்பது பையன் கவனத்தை மீண்டும் கவர்ந்தது. 'உள்ளே போங்கோ, மாமா. கொல்லைக் கட்டிலே குடியிருக்கா அவா!'

'கொல்லைக் கட்டா?' ராகவன் சிறிது நேரம் திகைத்து நின்றான். இந்த வீட்டில் கொல்லைக் கட்டு என்பது அடுத்த தெருவிலிருக்குமோ? பையன் சுலபமாகச் சொல்லிவிட்டான். அவனால் அப்படிச் சொல்ல முடிந்த அந்தத் தன்னம்பிக்கையை ஆதாரமாகக்கொண்டு ராகவன் உள்ளே நுழைந்தான்.

புழங்குகின்றவர்களின் சௌகரியத்துக்காக கூடத்தில் ஏற்றி வைக்கப்பட்டிருந்த ஒரு சிறு விளக்கு, இருளின் செறிவைக் கண்டு அஞ்சுவது போல் நடுங்கித் தத்தளித்துக்கொண்டிருந்தது. இரு மருங்கிலும் சிறு சிறு அறைகள். அநேகமாக உள்ளே தாளிடப்பட்டிருந்தன. ஏழ்மையின் கர்ப்பக்கிரஹத்தில் நுழைந்து விட்டோமோ?

ராகவன் நடந்துகொண்டேயிருந்தான். 'நடக்க நடக்க நடை தொடரும். வழி வளரும்!' அந்தப் பையன் குறிப்பிட்ட கொல்லைக்கட்டு வந்து சேர்ந்ததாகத் தெரியவில்லை.

உள்ளுணர்வு கூறியது. - யாரோ எதிரே வருகிறார்களென்று. கண்களுக்கும் புலனாயிற்று.

'யாரது?' குரலில் கண்ட கடுமை அவனுக்கு சிறிது அச்சத்தைத் தந்தது.

'இங்கே... தில்லியிலிருக்காரே சடகோப அய்யங்கார், அவருடைய மனுஷா?'

'கொல்லைக்கட்டு.' வார்த்தைகளின் மதிப்பை அறிந்தவர் போலிருந்தது. இதைச் சொல்லிவிட்டு அவர் அவனைக் கடந்து சென்றுவிட்டார்.

ஏழுமலைகளைத் தாண்டி, ஏழு கடல்களைக் கடந்து, எங்கோ ஒரு தீவில், ஒரு குகையில், ஒரு கிளியின் கழுத்திலிருக்கும் மந்திர வாதியின் உயிரை நாடிச் செல்லும் கதைகளில் வரும் ராஜகுமாரர் களைப் போல், சடகோப அய்யங்காரின் குடும்பத்தைத் தேட வேண்டியிருக்கும் என்று அவன் தில்லியிலிருந்து புறப்பட்ட போது நினைக்கவில்லை.

இந்த மண்டபத்தில் எல்லோரும் எவ்விதத் தடங்கலுமின்றி இருட்டில் இப்படி நடமாடுகின்றார்களே, இங்கு இருந்திருக்கக் கூடிய பூனைகளெல்லாம் மனிதர்களாகப் போகக் கடவதென்று எந்தத் தேவதையாவது சபித்திருக்குமோ? மனிதனாகப் போவ தென்பது சாபமா? இத்தகைய இடங்களில் குடியிருக்க வேண்டு மென்ற நிர்பந்தம் ஏற்பட்டால், மனிதர்களாக இருப்பதைக் காட்டிலும், பூனைகளாக இருப்பது எவ்வளவோ மேல்.

யாரோ கிணற்றிலிருந்து நீர் எடுக்கும் சப்தம். கொல்லைக்கட்டு வந்துவிட்டதோ?

'யாரு?' ஒரு வயதான பாட்டி இக் கேள்வியைக் கேட்டாள்.

'தில்லியிலிருக்கிறாரே சடகோப அய்யங்கார், அவர் மனுஷா...' ராகவன் கிளிப் பிள்ளையைப் போல ஒப்பித்தான்.

'கொல்லைக்கட்டிலேயிருக்கா, போங்கோ!'

'இது கொல்லைக்கட்டு இல்லையா?'

'இல்லே. இன்னும் போகணும். படிக்கட்டு, ஜாக்கிரதையா இறங்கிப் போங்கோ, வழுக்கப் போறது.'

★★★

ராகவன் அடிமேல் அடிவைத்து நடந்தான். அந்தப் பாட்டி அவனுக்கு எச்சரிக்கை கொடுத்தது நல்லதாகப் போயிற்று. இல்லாவிட்டால், முற்றமென்று அவனுக்கு தெரிந்திருக்காது. ஆகாயத்தில் கருமேகங்கள் சூழ்ந்திருந்தன. மழை பெய்யப் போகின்றதோ?

கை விளக்கின் ஒளி தெரிகின்றது. அதைச் சுற்றி நாலைந்து சிறுவர்கள். ஒரு சிறிய விக்கிரகத்தை எழுந்தளுளப் பண்ணியிருக் கிறார்கள். 'பி...பி...பி...' என்று ஒரு பையன் குரலெழுப்புகிறான்.

நாதஸ்வரம் போலும்! அதைத் தொடர்ந்து, 'தியாகராஜா... தியாகராஜா!' என்று பல குரல்கள். ஸ்வாமி புறப்பாடு. அக் குழந்தைகளுக்குத்தான் எவ்வளவு உற்சாகம், கொண்டாட்டம்!

'மாமா! பிரசாதம் வாங்கிக்கோங்கோ!'

ராகவன் புன்முறுவலுடன் கையை நீட்டினான். இதுவரை மேற்கொண்ட பயணம் பயனளித்தாற்போன்ற குதூகலம். ஒரு பையன் 'கம்மர்கட்டை' விண்டு அவனுக்களித்தான்.

'கொல்லைக் கட்டுக்கு இப்படித்தானே போகணும்?'

'ஆமாம், நேரே போங்கோ.'

ராகவன் கொஞ்ச தூரம் சென்றிருப்பான். அதற்குள் குறுக்கிட்ட நீண்ட நிலைக்கதவருகே யாரோ இருவர் விலகுவது அவனை மேலே செல்லவிடாமல் தடுத்து நிறுத்தியது. அக் கதவைத் திறந்து கொண்டுதான் கொல்லைக் கட்டுக்குப் போக வேண்டும் போலிருக்கிறது.

'யாரது?' இது ஆண் குரல். ஒரு பெண்ணும் அருகில் நிற்பது ராகவனுக்குத் தெரிந்தது.

'கொல்லைக்கட்டுக்குப் போகணும்.'

'யாரைப் பார்க்கணும்?'

'தில்லியிலே இருக்காரே சடகோப அய்யங்கார் அவருடைய...'

அவன் சொல்லி முடிப்பதற்குள், கதவு திறக்கப்பட்டது.

ராகவன் ஒன்றும் பேசாமல் கதவைத் தாண்டிச் சென்றான். கீழே படிக்கட்டு இருக்குமென்று அவன் எதிர் பார்க்கவில்லை. இடறி விழுந்தான். பின்னால் 'களுக்' கென்று சிரிப்பு.

'படிக்கட்டு இருக்குன்னு அவர்கிட்டே சொல்லக்கூடாதோ?' பெண் குரல்.

'கரடி மாதிரி வந்தவனுக்கு இது நன்னா வேணும்' ஆண் குரல். இருவரும் சேர்ந்து சிரிக்கும் ஒலி.

குழந்தைகள் அருகில் விளையாடிக் கொண்டிருக்கும்போது... விவஸ்தை கெட்டவர்கள். ஆனால் அவர்களும் விளையாடிக்

கொண்டுதானே இருந்தார்கள்! உலகத்தில் எதுவும் விளை யாட்டுத்தான். காலத்தின் அலகிலா விளையாட்டு வாழ்க்கை!

★★★

கொல்லைக்கட்டை அடைவது என்பதுதான் தன் வாழ்க்கை யில் மகத்தான லட்சியமோ? எப்பொழுது இம் மண்டபத்துக்குள் நுழைந்தோம் என்பது அவனுக்கு மறந்துவிட்டது. காலத்துடன் தொடர்பு கொள்ளாத வெறும் இடத்தின் நெடும்போக்கில் அவன் சென்றுகொண்டிருந்தான்.

இதுதான் கொல்லைக்கட்டாக இருக்க வேண்டும். கையில் ஏந்திய விளக்குடன், காதில் பூணூலை தரித்தவாறு ஒரு கிழவர் எதிரே வந்தார். நெற்றி திருமண் இருட்டிலும் பளிச்சென்று தெரிந்தது.

'யாரு?'

ராகவன் பாடத்தை ஒப்பித்தான்.

'ஆமாம்; இப்படியே போனேன்னா வலது கைப் பக்கம்...'

ராகவன் மறுபடியும் ஏதோ கேட்பதற்குள் காதில் இருந்த பூணூலை எடுத்து விட்டுக்கொண்டு அவர் போய்விட்டார்.

அவன் சிறிது தூரம் சென்றதும் கீழே ஏதோ பளபளப்பாகத் தெரிவதைக் கண்டு திடுக்கிட்டு நின்றான். நெளிந்து நெளிந்து சென்று அது விரைவாகப் போய் மறைந்துவிட்டது. தெய்வமே, என்ன பயங்கரமான சூழ்நிலை!

கொல்லைக்கட்டு நிலைக்கதவருகே நின்றவனும் அவளும்... அதுதான் ஈடன் தோட்டமோ? சைத்தான் பாம்பு உருவில் வந்து தூண்டி விட்டுச் சென்றுவிட்டதோ?

என்ன விசித்திரமான எண்ணம்! ஃப்ராயிட் கூறுவது உண்மை தான். ஈடன் தோட்டங்களும் சைத்தான்களும் நம் மனத்தில்தான் இருக்கின்றன!

கதவு திறக்கப்படும் சப்தம். இடக் கைப்பக்கத்திலிருந்த அறையி லிருந்து யாரோ தன்னைக் கவனிக்கிறார்களென்று அவனுக்குப் பட்டது. கீழ்க் குரலில் பேச்சு அரவம். யாராக இருக்கக்கூடு மென்று விவாதிக்கிறார்களோ?

ராகவன் வலப் பக்கத்திலிருந்த அறைக்குச் சென்று கதவைத் தட்டினான். கதவு திறந்துகொண்டது.

உள்ளே யாரும் இருப்பதாகத் தெரியவில்லை. அவன் மறுபடியும் கதவை லேசாகத் தட்டினான். பதிலில்லை.

'யாருமில்லே?'

மண்டபத்து அறை என்பதனாலோ என்னவோ, குரல் எதிரொலிப்பது போல் அவனுக்கு தோன்றியது.

அவன் அறைக்குள் சென்றான். சமையல் அறையில் பாத்திரம் உருளும் ஒலி. கைதவறி போட்டு விட்டார்கள் போலிருக்கிறது.

'யாருமில்லே?'

மரநாய் ஒன்று சமையலறையிலிருந்து வெளியே வந்து எட்டிப்பார்த்துவிட்டு மறுபடியும் உள்ளே ஓடி விட்டது.

பாத்திரத்தை உருட்டியது அதுவா? அப்படியானால், வீட்டில் ஒருவருமே இல்லையா? கிழவி இந்நேரத்தில் எங்கே போயிருக்கக்கூடும்?

அப்பொழுது அறையின் மறு ஓரத்தில் யாரோ பாயில் படுத்திருக்கும் காட்சி அவன் கவனத்தைக் கவர்ந்தது. அவன் பாயருகே சென்றான்.

இளைத்து, உடம்பு எலும்பாகிவிட்டது. கன்னங்கள் ஒட்டி கண்ணிமையும் சுருங்கி ஒடுங்கிவிட்டது. 'பாவம், கிழவி இந் நிலையிலிருக்க, தில்லிக்கு வந்துவிட்டாரோ பணத்தாசை பிடித்த கிழவர்' என்று ராகவனுக்குத் தோன்றியது.

கரிப் புகை ஏறி இருளோடு இருளாய்க் கலந்துவிட்ட சுவரின் கருமை வாழ்க்கைப் போராட்டத்தைப் போல் அலைந்து தடுமாறும் அக் கை விளக்கின் மஞ்சள் ஒளி, கிணற்றிலிருந்து நீர் எடுப்பதே வாழ்க்கையின் லட்சியமாய் ஓயாமல் கேட்கும் ராட்டினத்தின் சப்தம், வாசலில் படுத்திருந்த அச்சொறி பிடித்த கறுப்பு நாயின் கண்களின் கடையோரத்தில் கசிந்த நீரின் நினைவு, பொந்துக்குள் இருந்துகொண்டு நட்சத்திரங்களோடு உறவாடும் அந்தப் பையனின் வாடி வற்றிப் போன முகம், இதோ...எதிரே படுத்திருப்பவளின் தோற்றம்... எல்லாம் சேர்ந்து அந்த ஒரு

கணத்தில் அவனுள்ளத்தை தாக்கி, வேதனை பெரும்பாறையாய் கனத்தது.

திரும்பிவிடவேண்டும். களைத்து உறங்குகிறவளை இந்நேரத் திலா எழுப்ப வேண்டும்? பணத்தை மணியார்டர் மூலம் அனுப்பி விடலாம். நான் வந்திருக்கக்கூடாது. நான் வந்திருக்கக்கூடாது.

ஐம்பது ரூபாயை ஒரு காகிதத்தில் மடித்து அவளது தலை மாட்டருகே வைத்துவிடலாமா? ஆனால், வேறு யாராவது வந்து... வேறு யார் இப்பொழுது வரப்போகிறார்கள்? அது கிடக் கட்டும். அவளது தலைமாட்டருகே ஏற்கெனவே ஒரு கடிதம் மடித்து வைக்கப்பட்டிருக்கிறதே! யார் வைத்திருப்பார்கள்? அவள் அதைப் பார்த்திருக்கக்கூடும் என்று அவனுக்குத் தோன்ற வில்லை.

அவனுக்கு அக் கடிதத்தை எடுத்துப் பார்க்கவேண்டும் என்ற ஆவல் அதிகரித்தது. அவன் அக் கடிதத்தை எடுத்துப் பிரித்தான். கோணல் மாணலான கையெழுத்து. யாரோ பெண்தான் எழுதி யிருக்கிறாள்.

'உங்களை இப்படி விட்டுட்டு போறது தப்புதான். ஆனா வேற வழியில்லே. சாரங்கனோட தஞ்சாவூருக்குப் போறேன். ஆனா ஒண்ணு. இத்தனை நாளா உங்களுக்கு ஒத்தாசையா இருந்தது அப்பாவுக்காக இல்லே. உட்காரக்கூட முடியாத உங்களுக்கு உதவி செஞ்சா புண்ணியம் என்கிறதுக்காகத்தான். எத்தனை நாளைக்குத்தான் இப்படியே இருக்க முடியும்? உங்களை நினைச்சா, பாவமாகத்தானிருக்கு. இருந்தாலும், விவகாரத்தை மனசிலே சுமந்துகொண்டு நல்லவ மாதிரி நடிக்கிறதும் பாவம்னு எனக்குத் தோணறது. உங்களிடம் மன்னிப்பு கேட்கிறதும் தப்பு. எப்படி உங்களாலே மன்னிக்க முடியும்?

இப்படிக்கு

மைதிலி.

இக்கடிதத்தை படித்த ராகவனுக்கு ஒன்றும் புரியவில்லை. யார் இந்த மைதிலி? கிழவரின் பெண்ணாக இருக்க வேண்டும். தாயை இக்கதியில் நிராதரவாக விட்டு ஓடிப் போக அவளுக்கு மனம் எவ்வளவு பாறையாக இருந்திருக்கும்? அப்பாவுக்காக உங்களுக்கு ஒத்தாசை செய்யவில்லை என்கிறாளே, அப்படி யென்றால்? அப்பாவின் மீது என்ன கோபம்?

தில்லியில் தன் நண்பன் வீட்டில் ஒரு விசேஷத்தின்போது சமையல் செய்ய வந்திருந்தார் அக் கிழவர். அடுத்த வாரம் கும்பகோணம் செல்லப்போவதாகத் தன் நண்பனிடம் அவன் கூறியபோதுதான் அக்கிழவர் மிகவும் வற்புறுத்திக் கேட்டுக் கொண்டார், ஐம்பது ரூபாயைத் தன் குடும்பத்திடம் சேர்த்து விடும்படி. ஆனால் வந்த இடத்தில் இப்படியா நடக்க வேண்டும். அந்தக் கிழவரை பார்த்தால் என்ன சொல்வது?

'கிழவர் கிடக்கட்டும். நாளை இந்தக் கிழவி தூங்கி எழுந்ததும் தன் மகள் ஓடிவிட்டாள் என்று அறிந்தால்... பாவம். இந்தக் கிழவியால் உட்காரக்கூட முடியாதென்று தெரிந்தும் ஓடிவிட் டாளே இந்தப் பாவிப் பெண்! அந்த சாரங்கனை மணந்து கொண்டு தாய்க்கு உதவியாக இருப்பதில் அவளுக்கு என்ன தடை? ஒரு வேளை ஜாதி வித்தியாசமோ? தாய் அநாதையாகக் கிடக்கும்படியான அளவுக்கா ஜாதி வித்தியாசங்கள் குறுக்கிட வேண்டும்? கடவுளே, இந்நாட்டுக்கு விடிவே இல்லையா?' ராகவன் மனம் குழம்பி நின்றான்.

'யார் நீங்க?'

ராகவன் திரும்பிப் பார்த்தான், ஒரு பெண். வயது முப்பதிருக்கும்.

'நான் தில்லியிலே இருந்து வர்றேன், சடகோப அய்யங்கார் பார்த்துவிட்டு வரச் சொன்னார், ஐம்பது ரூபாய் பணம் கொடுத் திருக்கார். நீங்க யாரு?'

அந்தப் பெண்ணின் கண்களில் நீர் அருவியாய்ப் பெருகியது. அப்படியென்றால் இவள்தான் அந்த மைதிலியா? ஓடிப் போவதாகக் கடிதம் எழுதிவைத்தவள் எதற்காகத் திரும்பி வந்தாள்?

அப்பொழுதுதான் ராகவன் உணர்ந்தான், அந்தக் கடிதம் இன்னும் தன் கையில் இருக்கிறது என்பதை.

'நீங்கதான் மைதிலியா?'

அந்தப் பெண் கீழே குனிந்துகொண்டே தலையசைத்தாள்.

'இந்த லெட்டரை நான் படிச்சிருக்கக் கூடாது.'

'வாஸ்தவம்தான். ஆனா...'

'நீங்க ஒண்ணும் சொல்லவேண்டாம். லெட்டர் மடிச்சே இருந்ததா நீங்க வந்த போது?'

'ஆமாம். அப்படின்னா...?'

'நான் திரும்பி வந்தாச்சு. அந்த லெட்டரை இப்படிக் கொடுங்க, கிழிச்சுப் போடறேன்.'

ராகவன் வாயடைத்து நின்றான். ஓடிப்போக முற்பட்ட பெண்ணுக்கு நல்ல புத்தி வந்தது ஆச்சர்யம்தான். இந்தப் பெண்ணைப் பார்த்தால் முப்பது வயது இருக்கும் போலிருக்கிறது. இதுவரை திருமணம் செய்யாமலிருந்தது கிழவரின் குற்றம்தான்.

'உங்களுக்கு ஆட்சேபணை இல்லையென்றால்...' ராகவன் சொல்லத் தயங்கினான்.

'என்ன?' அந்தப் பெண், அவனை ஏறிட்டு நோக்கினாள்.

'நீங்கள் விரும்பியவர் வேறு ஜாதியாக இருந்தாலும் பரவாயில்லை. சடகோப அய்யங்காரிடம் சொல்லி நான்...'

'என்ன சொல்றேள், நீங்க?'

'அந்த சாரங்கன் என்கிறவர்...'

'நீங்க ஒண்ணும் சொல்ல வேண்டாம். அந்த அயோக்கியன் என்னை வரச்சொல்லிட்டு ஏமாத்திட்டுப் போயிட்டான். நான் பண்ண இருந்த பாவத்துக்கு தண்டனை போதும்.'

அவள் குரல் கம்மியது.

ராகவனுக்கு அவளை எப்படித் தேற்றுவது என்று தெரியவில்லை. 'இதிலே என்ன பாவம் எனக்குப் புரியவில்லை. இருந்தாலும்...' அவன் சொல்லி முடிப்பதற்குள் அவள் அவனருகில் வந்து நின்றாள்.

'இதிலே பாவமில்லையா? முதல்லே அவளை இப்படி விட்டுப் போவது பெரிய பாவம். அப்புறம் தன் உடலை ஓடாக்கிக் கொண்டு நான் சுகப்பட மாசா மாசம் பணம் அனுப்பினாரே, அவருக்கு துரோகம் பண்ணினது சாதாரண பாவமா?'

'யாருக்கு? உங்கப்பாவுக்கா?'

‘எங்கப்பாவா? என்ன சொல்றேள் நீங்க? அங்கே படுத்திண் டிருப்பது அவருடைய பொண்ணு.’

ராகவன் அயர்ந்து நின்றான். கிழவருக்கு, அவருக்காகும் வயதில், இரண்டாந்தாரமா?

இப்பொழுதுதான் ராகவனுக்கு எல்லா விஷயங்களும் புரியத் தொடங்கின.

‘எனக்கு என்ன சொல்றதுன்னு தெரியல்லே. ஆனா ஒண்ணு, கிழவர் மேலே எனக்கு அனுதாபம் இருந்தது இங்கு வர்றபோது, இப்போ இல்லே. இந்தாங்கோ, ஐம்பது ரூபா. நான் வர்றேன்.’

மைதிலி அவன் கையிலிருந்த கடிதத்தை வாங்கி சுக்கு நூறாகக் கிழித்தாள்.

‘போகும்போது வாசலிலே குப்பைத் தொட்டியிலே இதைப் போட்டுடுங்கோ!’

அது வெறும் கடிதமா அல்லது அவள் கனவுகளா?

‘நான் அப்போ வரட்டுமா? நீங்கள் எதற்கும் பயப்பட வேண்டாம். அவர் கிட்டே நான் ஒண்ணும் சொல்லமாட்டேன்.’

மைதிலி சிரித்தாள். ஏதாவது தப்பாகச் சொல்லி விட்டோமோ, அவனுக்கொன்றும் புரியவில்லை.

‘எதுக்கு சிரிக்கறேள்?’

‘உங்கள் அவஸ்தையைக் கண்டுதான். என்னளவிலே நான் இனிமே எதைக் கண்டும் பயப்படவேண்டாம்.’

ராகவன் மண்டபத்தை விட்டு வெளியே வந்தபோது பொந்துக் குள் இருந்த பையன் கையில் புத்தகத்தை வைத்துக்கொண்டே தூங்கிவிட்டான். நட்சத்திரங்களின் ஒளி நம்மை உடனுக்குடன் வந்தடைவதில்லை என்ற ஏமாற்றம் போலிருக்கிறது.

43. நம்பிக்கை

வாசற் திண்ணையில் உட்கார்ந்திருக்கிறாரே, யார் அவர்? வண்டிக்காரனுக்கு பணத்தைக் கொடுத்து விட்டு பெட்டி, படுக்கையுடன் வீட்டுக்குள் செல்ல முற்பட்ட பாபுவுக்கு இவர் யாரென்று புரியவில்லை. அவர் மிக உரிமையோடு, அமர்த்தலாக தூணின் மீது சாய்ந்த நிலையில் உட்கார்ந்திருந்தார். முழங்காலின் மீது கையைப் போட்டுக்கொண்டிருந்தார். குடுமி, சிவப்பு மேனி, வெள்ளை வேட்டி, துண்டு அவனைப் பார்த்தும் வரவேற்கும் பாணியில் தலையை அசைத்துப் புன்னகை செய்தார். தன்னைத் தன் வீட்டிலேயே வரவேற்கும் இவர் யார் என்று யோசித்தான் பாபு.

'வாடா, வா, என்ன உடம்பு இப்படி இளைச்சிருக்கு? அம்புலு சாதமே போடறதில்லையா' என்று கேட்டுக்கொண்டே வந்தாள் அவன் அம்மா.

'வாசல்லே உட்கார்ந்திருக்கிறாரே, அவர் யாரும்மா?' என்று கேட்டான் பாபு.

'உங்க டில்லி பிள்ளையா மாமி? அப்படியே உங்களை உரிச்சு வைச்சிருக்கிறாரே?'

அவன் திரும்பிப் பார்த்தான். இந்தக் கேள்வியைக் கேட்ட பெண்மணிக்கு முப்பத்தைந்து வயதிருக்கலாம். அதிகாரம் செய்தே பழக்கப்பட்ட குரல் போலிருக்கிறது. தையல் போட்ட கைத்தறிப் புடவை.

'நாங்க உங்காத்திலே குடியிருக்கோம். வாசல்லே உட்கார்ந்திருக் கிறவர் என்னோட அகத்துக்காரர்.' அவள் சிரித்துக்கொண்டே பேசினாள். பற்கள் வெள்ளை வெளேரென்றிருந்தன.

'ஏன் மாமி, எங்களைக் குடிவச்சிருக்கிறதைப் பத்தி நீங்க அவருக்கு எழுதலியா? எழுதியிருக்கேன்னேளே? எங்கப்பாவும் டில்லியில் தான் இருக்கார். பாரதி நகரிலே ஸ்ரீநிவாச அய்யங்கார்ங்கறவர் ஆத்திலே தளிகை பண்ணிப் போடறார். அவர் பேரு வரதாச்சாரி. இங்கே இவர் என்னடாவென்றால் தூணுக்குச் சிநேகிதமா, திண்ணையை தேச்சிண்டு உட்கார்ந்திருக்கார். சம்பாதிக்கத் துப்பில்லே. ஆனால் அதிகாரம் கொடி கட்டிப் பறக்கும்.'

'என்ன ஆச்சரியத்தோட அவளையே பார்த்துண்டு இருக்கே, கனகம் அவள் ஆம்படையானுக்குக் கொடுக்கிற மரியாதை யையா?' என்றாள் அம்மா.

'சோறு போட வழியில்லேன்னா எதுக்காகக் கல்யாணம் பண் ணிக்கணும், சொல்லுங்கோ மாமி? ஊர்லே மூணு ஏக்கராவோ நாலு ஏக்கராவோ நிலம் இருந்தது. அதையும் எவகிட்டேயோ அழுதாச்சு. இரண்டு கிளாஸ் படிச்சுருக்கியே, ஏதாவது ஒரு கடையிலே போய் கணக்கு எழுதுன்னா, போக மாட்டாராம் துரை. பெருங்காயம் இருந்த டப்பாவாச்சே, இப்போ பெருங் காயம் வாங்கறதுக்குக்கூட வழியில்லே.'

கனகம் பேசுவதெல்லாம் வாசலில் உட்கார்ந்திருந்த அவளுடைய கணவன் காதில் விழாமல் இருக்க முடியாது. அவர் கேட்க வேண்டுமென்பதற்காகவே அவள் பேசுவது போல் பாபுவுக்குப் பட்டது. இது தினசரி நிகழ்ச்சியாக இருக்கவேண்டும். அவர் இவ ளுடைய கூச்சலினால் எந்த விதத்திலும் பாதிக்கப்பட்டதாகத் தெரியவில்லை.

பாபு 'காமிரா' அறைக்குச் சென்றான்.

'ஒண்டியா இருந்து என்ன செய்யறதுன்னு புரியலே. அதனாலே கூடத்து அறைக்கு இவாளைக் குடி வச்சேன். இவா வந்து ஒரு வரு ஷம் ஆகப் போறது. முதல் ரெண்டு மாசம் வாடகை கொடுத்தா...'

பாபு பெட்டியைத் திறந்து சோப்புப் பெட்டி, துவாலை ஆகிய வற்றை எடுத்துக்கொண்டான்.

'வெந்நீர் போடட்டுமா?' என்று கேட்டாள் அம்மா.

'வேணாம். கிணத்தங்கரையிலே குளிக்கிறேன். கிணத்துத் தண்ணிலே குளிக்கணும்னுதானே வந்திருக்கேன்!'

'அப்போ, அம்மாவைப் பார்க்க வல்லியா?'

பாபு பதில் சொல்லவில்லை. புன்னகை செய்தான். அதற்குள் கனகம் காப்பியை நீட்டினாள்.

'நீ ஏண்டி காப்பி போட்டுக்கொண்டு வந்தே? நான் உள்ளே டிக்காஷன் போட்டிருக்கேன். வேண்டாம், உங்காத்துக்காரர் கிட்டே கொடு.'

'உங்காத்துக் காப்பியா இருந்தா என்ன, எங்காத்துக் காப்பியா இருந்தா என்ன, எல்லாம் நம்மாம்தானே மாமி? இந்தாங்கோ, குடியுங்கோ.'

காப்பியை வேண்டாம் என்று நிர்தாட்சண்யமாக மறுக்க பாபு விரும்பவில்லை. வாங்கிக்கொண்டான்.

'உங்கம்மா போட்டுத் தர்ற காப்பி மாதிரி இருக்காது. இருந் தாலும்...'

'ஏன்டி அம்மாவை இழுக்கறே, அகத்துக்காரி போட்டுத் தர காப்பி மாதிரின்னு சொல்லு' என்றாள் அம்மா.

அவன் குளித்து விட்டுத் திரும்பியபோது, அம்மா அவன் அருகில் வந்து கீழ்க் குரலில் சொன்னாள். 'அவகிட்ட ரொம்பப் பேசாதே.'

பாபுவுக்குப் புரியவில்லை. 'யார்கிட்டே?'

'கனகத்துக்கிட்டே. கொஞ்சம் பேசினா கடன் கேட்க ஆரம்பிச் சுடுவா, ஜாக்கிரதை. வாடகை கொடுக்காம வீட்டிலே இருக் கிறது போறும், பணம் வேறே தரவேணாம்.'

'என்ன மாமி, அம்புலு உடம்பு தேவலையாமா?'

பாபுவும் அவன் அம்மாவும் திடுக்கிட்டுத் திரும்பினர். கனகம் அறை வாசலில் நின்றுகொண்டிருந்தாள்.

'ஹூம்... தேவலையாம். ஆமாம், இனி இப்படி சொல்லாமே கொள்ளாமே திடுதிடுப்னு வராதே. இவனுக்குப் பிடிக்காது.'

'சரி, அடுப்பிலே வெந்நீர் வைச்சிருக்கேன். இன்னிக்குச் சனிக் கிழமை. அவர் எண்ணெய் தேச்சுப்பார். நீங்க குளிச்சிட்டு வந்துட்டேளே, எண்ணெய் தேய்ச்சுக்கலியா?'

'அவனா! ஆத்தை விட்டு ஹாஸ்டல்லே படிக்கப் போன நாளிலிருந்தே, எண்ணெய் தேய்ச்சுக்கிறதை விட்டுட்டான்.'

‘கனகம்!’ என்று அவள் கணவர் கூப்பிடும் சத்தம் கேட்டது.

‘பார்த்தேளோன்னோ, அதிகாரம் தூள் பறக்கிறது’ என்று சொல்லிக்கொண்டே கனகம் அகன்றாள்.

‘இப்படி ஆம்படையானை வையறாளோன்னோ, கூடத்திலே போய்ப்பாரு. அந்த எண்ணெய் தேய்ச்சுக்கிற காட்சியை...’

பாபு பனியனைப் போட்டுக்கொண்டு, தலையை வாரிய பிறகு கூடத்துக்கு வந்தான்.

அவர் கூடத்து முற்றத்தில் எண்ணெய் தேய்த்துக் கொள்ளத் தயாராக நின்றுகொண்டிருந்தார். குடுமியை அவிழ்த்து இரண்டு விரல்களினால் நீவி விட்டார். அவருக்கு நாற்பது வயது இருக்கலாம். உடம்பு எஃகினால் செய்யப்பட்டது போல் அவ்வளவு உறுதியாக இருந்தது. செறிந்திருந்த அந்த மயிர்த்திரளில் ஒரு மயிர்கூட நரைத்திருப்பதாகத் தெரியவில்லை.

அவன் கூடத்து பெஞ்சில் உட்கார்ந்ததும், அவர் அவனைப் பார்த்து புன்னகை செய்தாரேயொழிய பேசவில்லை.

கனகம் எண்ணெயைக்கொண்டு வந்து வைத்தாள். அவர் அந்த எண்ணெய்க் கிண்ணத்தை சில விநாடிகள் உற்றுப் பார்த்துக் கொண்டேயிருந்தார். பிறகு இடுப்பு வேட்டியை உரிந்து ஒரு பாத்திரத்தில் போட்டார். பழனியாண்டவராகச் சிறிது நேரம் நின்றார். பூணூலைக் காதில் சுற்றிக்கொண்டார். எண்ணெய் ஒரு சொட்டு எடுத்து புறங்கையில் வைத்துத் தேய்த்துப் பார்த்தார்.

‘சுத்த எண்ணெய் எங்கே கிடைக்கிறது? எல்லாம் கலப்படம்’ என்றார் பாபுவிடம். அவன் தலையசைத்து ஆமோதித்தான்.

எண்ணெயைக் கைநிறைய ஊற்றிக்கொண்டு நீண்ட தலைமுடியில் வைத்துத் தேய்த்துக்கொள்ள ஆரம்பித்தார். அவர் செய்கை ஒவ்வொன்றும் ஒரு தாளலயத்துக்குக் கட்டுப்படுவது போல் பாபுவுக்குத் தோன்றியது. கிண்ணத்திலிருந்த எண்ணெய் முழுவதும் தலைமயிருக்கே அர்ப்பணமாயிற்று.

‘இன்னும் கொஞ்சம் எண்ணெய் கொண்டா...’

‘எல்லாம் போறும். தளிகை பண்ண எண்ணெய் இல்லே. தேய்ச்சுக்க ரெண்டு சொம்பு எண்ணெய் வேணுமா?’

‘போறலேடி. கொஞ்சம் கொண்டாடி.’ அவர் குரல் இப்பொழுது கெஞ்சிற்று.

கனகம் எண்ணெயைக் கொண்டுவந்து கிண்ணத்தில் விட்டாள். அவர் நிதானமாக எண்ணெய் தேய்த்துக்கொண்டார்.

கனகம் ஒரு பாத்திரத்தில் வெந்நீரைக் கொண்டுவைத்தாள். அவர் ஆள் காட்டி விரலை அவ் வெந்நீருக்குள் இட்டு பதமாயிருக்கிறதா என்று பார்த்தார்.

‘இந்தா, இதை இன்னும் ஒரு அஞ்ச நிமிஷம் அடுப்பிலே வச்சுக் கொண்டா.’

‘எல்லாம் போறும். இனிமேல் வெறகு கிடையாது.’

‘வெந்நீர் சுடலியோ?’ என்று அவன் கேட்டான்.

‘சுடறது. இன்னும் கொஞ்சம் பதமாக இருக்கணும்.’

எண்ணெய் தேய்த்துக் கொள்ளுதல் என்பதை அவர் ஒரு கலையாகப் பயின்றிருக்கிறார் என்று அவனுக்குத் தோன்றியது.

கனகம் வேறொரு பாத்திரத்தில் வெந்நீரைக் கொண்டு வந்து, ஏற்கெனவே வெந்நீர் இருந்த பாத்திரத்தில் கொட்டினாள்.

அவர் ஆள்காட்டி விரலை பாத்திரத்தில் இட்டார். முகத்தில் திருப்தி.

‘ஹூம்... இப்போ ஸ்நானம் செய்யலாம்.’

அவர் குளித்துவிட்டு, கொடியிலிருந்த வெள்ளை வேட்டியை விசிறி மடிப்பாக ஒன்று சேர்த்து அப்படியே உதறினார். பிறகு அதை விரித்தார். அதைக் கட்டிக் கொண்டுவந்து, மேல் துண்டு ஒன்றை கொடியிலிருந்து உருவி தோளில் போட்டுக்கொண்டார்.

கனகம் திருமண் பெட்டியையும், ஒரு தம்ளரில் தண்ணீரையும் கொண்டு வைத்தாள். திருமண் காப்பு ஆன பிறகு ‘அப்பாடி’ என்று ஆசுவாசப்படுத்திக்கொண்டு அவர் எழுந்தார்.

கனகம் பலகையைக் கொண்டு போட்டாள்.

‘என்ன தளிகை?’

‘ஏதோ தளிகை. போட்டதைச் சாப்பிட வேண்டியதுதானே!’

அது 'ஏதோ' தளிகை அல்ல. ஒரு கறி, ஒரு கூட்டு, பச்சடி, அப்பளம். இந்தக் குடும்பம் வறுமையால் வாடுகிறது என்று யார் சொல்லுவார்கள்? அவள் பரிமாறுவதைப் பார்த்தபோது பாபுவுக்கு தானும் அவரோடு சாப்பிடவேண்டும் போல் தோன்றியது. பணம் இல்லாமல் எப்படி குடித்தனம் நடத்த முடிகிறது இவர்களால்?'

'அம்மா...'

பாபு வாசலை நோக்கினான். இடுப்பில் ஒரு பெரிய 'பெல்ட்' அணிந்த ஒருவர் நின்றுகொண்டிருந்தார். அவருக்கு ஐம்பத் தைந்து வயதிருக்கலாம். காதில் சிவப்புக் கடுக்கன் போட்டுக் கொண்டிருந்தார்.

'வாங்க சேர்வை, அப்படியே அந்த ஸ்டூல்லே உட்காருங்க, வந்துட்டேன். ஐயா சாப்பிடறார்' என்றாள் கனகம்.

'நான் உட்கார வல்லே. எத்தனை நாளைக்கு என்னை அலைய விடப் போறீங்க, சொல்லிடுங்க.'

'நீங்க அலைவானேன், பணம் வந்த உடனே நானே கொண்டு வந்து தரேன்னு சொன்னேனே. மேலக் காவேரியிலேந்து நடந்து வந்திருக்கீங்களே, இந்தப் பிச்சைக் காசுக்காக.'

'பிச்சைக் காசை விட்டெறியத்தான் உங்களாலே முடியலியே. மானம் மரியாதை இருந்தால் எப்பவோ கொடுத்திருப்பீங்க' சேர்வை இவ்வாறு சொல்லிக்கொண்டே ஸ்டூலில் உட்கார்ந்தார்.

கனகம் ஒரு தம்ளரில் ரசம், ஒரு தட்டில் ஐந்தாறு அப்பளங்கள் ஆகியவற்றை எடுத்துக்கொண்டு போய் சேர்வையிடம் நீட்டினாள்.

'என்ன இது?' என்றார் சேர்வை.

'ரசம். குடிச்சுப் பாருங்கோ. எல்லாம் உங்க கடை சாமான்தான். எப்படி பண்ணியிருக்கேன், பார்த்துச் சொல்லுங்கோ.'

'எனக்கு வேணாம். என் கணக்கை முடிங்க, அது போறும்.'

'என்ன சேர்வை, இப்படிப் பேசறீங்க? கணக்கை முடிக்காமலா இருக்கப் போறேன்? அதுக்காக ஒரு நல்ல ரசம் கிடைச்சுதுன்னா அதைக் குடிக்க மாட்டேன்னு சொன்னீங்கன்னா அது யாருக்கு நஷ்டம்? நான் அடுத்த மாசம் உங்க கணக்கை தீர்க்கிறபோது வருத்தப்படப் போறீங்க, 'கனகம் அன்னிக்கு நல்ல வாசனையா

ரசம் கொடுத்தபோது, அதை நாம் சாப்பிடாமே வந்துட் டோமே'ன்னு.'

'அடுத்த மாசமா? என்ன விளையாடறீங்க?'

'உங்ககிட்ட எனக்கு என்ன விளையாட்டு சேர்வை? ஐயா அறுப்புக்கு ஊருக்குப் போகப் போறார். தை மாசம் பணம் நிச்சயம் வந்துடும். தந்துடறேனே.'

'எந்த ஐயா அறுப்புக்குப் போகப் போறாரு?'

'எந்த ஐயா போவார், எல்லாம் நம்ம வீட்டு ஐயாதான்.'

'வேடிக்கை பார்க்கவா?'

'என்ன சேர்வை, கிண்டலா பேசறீங்களே? ஐயாவுக்கு நெலம் இருக்கிறது உங்களுக்குத் தெரியாதா? ஊம்... குடிச்சுப் பாருங்க ரசத்தை. விஷம் இல்லே.'

சேர்வை ரஸத்தை வாங்கிக் கொண்டார்.

'ஆமாம்... டில்லியிலேயிருந்து பணம் வரப் போறது, தரேன்னீங்களே, இப்போ ஐயா அறுப்புக்குப் போகப் போறாரு, அது இதுங்கறீங்களே நல்லா இருக்குதா?'

'டில்லியிலேருந்து அவர் வந்திருக்கார், கேட்டுப் பாருங்க.' அவள் பாபுவைச் சுட்டிக் காட்டினாள். 'பணம் வரும்னு நினைச்சேன். கிழவருக்கு, அதான் எங்கப்பாவுக்கு ஒரே காய்ச்சலாம். ஆஸ்பத்திரியிலே இருக்காராம். இப்போதான் இவர் சொன்னார். நாங்க வருத்தப்படப் போறோம்னு எங்கப்பா இதைப் பத்தி கடிதாசே எழுதலே. மனசு வேதனையா இருக்கு.'

சேர்வை பாபுவைச் சிறிது நேரம் உற்றுப் பார்த்தார். கனகம் மிக அலட்சியமாக பொய் சொல்லிக்கொண்டே போனது, பாபுவை ஆச்சரியத்தில் ஆழ்த்தியது. சேர்வை தன்னை இது வாஸ்தவமா என்று கேட்டால் என்ன பதில் சொல்வது? எழுந்து உள்ளே போய் விடலாமா என்று நினைத்தான். அருமையான நாடகக் காட்சி நடந்து கொண்டிருக்கும்போது இதை விட்டுப் போவதற்கு அவனுக்கு மனசு வரவில்லை.

சாப்பிட்டு கையை அலம்பிக் கொண்டு, சேர்வைக்கும் கனகத்துக் குமிடையே நடந்துகொண்டிருந்த பேச்சுக்கும், தமக்கும்

எந்தவிதச் சம்பந்தமும் இல்லாதது போல், வாசலை நோக்கிச் சென்றார் கனகத்தின் கணவர்.

'ஐயரே...' என்றார் சேர்வை.

துண்டால் வாயைத் துடைத்துக்கொண்டே கேட்டார் அவர். 'என்ன?'

'பணம் எப்போ தரப் போறீங்க?'

அவர் திடுக்கிட்டு நின்றார்.

'என்னையா கேட்கறீங்க?'

'பின்னே யாரைக் கேப்பாங்க? உங்களைத்தான். வாறவங்க போறவங்ககிட்டே எல்லாம், கெஞ்சிக் கூத்தாடி கடன் வாங்கி இந்த அம்மா உங்களுக்கு சமைச்சுப் போட்டுக்கிட்டிருக்காங்களே, அவங்களை ஏன் ஏமாத்திக்கிட்டு திரியறீங்கன்னு கேக்கறேன்.'

'நான் என்ன ஏமாத்தினேன்?'

'ஊர்லே நிலமிருக்குதுன்னு எதுக்காகப் பொய் சொல்றீங்க? நிலத்தை எல்லாம் வித்துத் தொலைச்சு ஊரைவிட்டே ஓடி வந்திருங்கீங்கன்னு அம்மாகிட்டே சொல்லலியா?'

அவர் கனகத்தைப் பார்த்தார்.

'அப்படியா, நிலத்தை வித்துட்டாரா?' கனகம் நாடகத்தில் நடிக்காமலிருந்தது நாடக உலகுக்கு நஷ்டம் என்று பாபுவுக்குப் பட்டது. எவ்வளவு இயல்பாக, முதல் முறையாக இச்செய்தியைக் கேட்பது போல் அவள் கேட்கிறாள்?

'ஆமாங்க. நீங்களானா, அவரு அறுப்புக்குப் போகப் போறாரு, பணம் கொண்டாறப் போறாருன்னு நினைச்சுக்கிட்டிருக்கீங்க. இவருக்கு அந்த ஊர்லே ஒரு குழி நிலம் கூட இப்போ கிடையாது. உங்க ஊர் மணியக்காரரு எனக்குச் சகலை. அவர் நேத்தோ முந்தாநாளோ வந்திருந்தாரு. அவர்தான் எல்லாம் சொன்னாரு.'

'நிலத்தை எதுக்காக வித்தேள்? அதை நம்பிண்டுதானே நான் இருந்தேன்? இப்போ அதிலேயும் மண்ணை போட்டாச்சா? நிலத்தை வித்து யாருக்கு பணம் கொடுத்தேள், சொல்லுங்கோ? என்ன சேர்வை, ஊர்லே இவருக்கு புதிய பெண் சிநேகம் ஏதாவது உண்டா, சொல்லுங்க? உங்க சகலை ஏதேனும் சொன்னாரா?'

சேர்வை அவளுடைய கணவரை பார்த்துக்கொண்டே சொன் னார். 'புதிய சிநேகம் உண்டு, இல்லே, அதைப் பத்தி எனக் கென்ன கவலை? அவருக்கு இப்போ நிலம் இல்லை. அதான் என் கவலை. எப்படி என் பாக்கியை தீர்க்கப் போறீங்க? இதான் இன்னும் பெரிய கவலை.'

'நிலத்தை வித்துட்டு, பிரம்மஹத்தி பிடிச்ச மாதிரி அதான் வாசல்லே திண்ணைக்குக் காவலா உட்கார்ந்திருக்கேளா? இப்போ எப்படி குடித்தனம் நடத்தறதுன்னு நினைச்சுண்டிருக் கேள்? உங்களுக்கு பொண்ணைக் கொடுத்த பாவத்துக்காக அந்தக் கிழவர் உசிருக்கு மன்றாடிண்டு யார் யாருக்கோ பொங்கிக் கொட்டி பணம் அனுப்புவார்னு எதிர்பார்க்கறீங்களே, உங்களுக்கு சூடு,சொரணை இருக்கான்னு கேக்கறேன்? சேர்வை நல்லவர், வந்து சொன்னார். இல்லாட்டா நிலம் இருக்குன்னு நினைச்சுண்டு நான் மாசத்துக்கும் கடன் வாங்கிண்டே போனேன்னா, எப்படி அடைக்கிறதுன்னு நினைச்சுண்டிருக் கேள்? உங்களுக்கு வேலைக்குப் போனா என்ன கேடு?'

அவர் பேசாமல் நின்று கொண்டிருந்தார்.

'ஐயரே, அம்மா கத்திக்கிட்டே இருக்காங்க, நீர் பாட்டுக்கு கவலைப்படாம நிக்கறீங்க? அம்மா சொல்ற மாதிரி ஒரு வேலைக்குப் போனாத்தான் என்ன உங்களுக்கு?'

'நல்லா கேளுங்க சேர்வை, கேளுங்க. நீங்க நல்லவர், நான் கஷ்டப் படறது உங்களுக்குப் புரியறது. எல்லாரும் இப்படி இருப்பாங் களா, சொல்லுங்க? இவருக்கு நிலம் இருக்குன்னு நம்பி, எங்கப்பா சும்மா கொடுக்கலே, அஞ்சு, ஆறு செலவழிச்சுத்தான் கொடுத்தார். அப்படி செலவழிச்சதோட பலன், அவர் இப்போ தில்லிப் பட்டணத்துக்கு ஓடி அடுப்பங்கரையிலே வெந்துண்டிருக்கார். இவர் சொகுசா வேளா வேளைக்கு சாப்பிட்டுட்டு திண்ணையிலே படுத்துண்டு தூங்கிண்டிருக்கார். இப்போ, உங்கக் கடனை எப்படி அடைக்கப் போறேன்?'

பேசிக்கொண்டே இருந்தவள், தொண்டை அடைத்து, அழத் தொடங்கிவிட்டாள். இந்த அழுகை நடிப்பாக பாபுவுக்குப் படவில்லை. திடீரென்று பொங்கி எழுந்த உணர்ச்சியில் அவள் அழுவதாக அவனுக்குப் பட்டது.

'அம்மாம்மா. என்ன இப்படி அழறீங்க? நீங்க எப்படியும் பாக்கியை கொடுத்துடுவீங்கன்னு எனக்குத் தெரியாதா? நான்

கடன் பாக்கியை மட்டும் கேக்க வரலே. உங்க புருசன் செஞ்சிருக்கிற அக்கிரமத்தையும் சொல்ல வந்தேன். நீங்கள் நிலம்னு அதை நம்பிக்கிட்டிருக்கீங்க. ஐயா ஊர்லே வெளையாடி நிலத்தைத் தொலைச்சுட்டு வந்து நிக்கறாரு.'

'வெளையாடினது வாஸ்தவமா? அட பாவி. வெளையாட்டு வேறயா உன் லட்சணத்துக்கு?'

அவள் சீறிக்கொண்டே கணவர் மீது பாய்ந்து அவரைப் பிறாண்டத் தொடங்கினாள். இதுவும் நடிப்பல்ல என்று பாபுவுக்கு உறுதியாகத் தெரிந்தது.

பாபு எழுந்தான். அவன் அம்மா, அவன் கையைப் பற்றி அவனை அமர்த்தினாள்.

'பேசாம இரு. தினம் நடக்கிறதுதான்' என்றாள் கீழ்க் குரலில்.

சேர்வை கனகத்தின் கையைப்பற்றி இழுத்தார். 'என்னங்க, விடுங்க அவரை, போனாப் போறாரு. இனிமே ஒழுங்கா இருப்பாரு. என்னய்யா, இருக்கேன்னு சொல்லேன், வாயிலே என்ன கொழுக்கட்டையா?'

அவர் தலையசைத்தார். கனகம் ஹிஸ்டீரியா வந்தவள் போல் ஆடிக்கொண்டிருந்தாள்.

அவளுடைய கணவர் வாசல் திண்ணைக்குப் போய்விட்டார்.

'என்ன இருந்தாலும் பாருங்க, உங்க புருஷன். இப்படி அடிக்கப் போகலாமா? நான் ஏதானும் கணக்கு எழுதற வேலை எந்தக் கடையிலாவது இருந்திச்சுன்னா சொல்றேன். போகாட்டி சொல்லுங்க. நானே வந்து கொடுக்க வேண்டியதைக் கொடுத்து அனுப்பறேன்!'

'அது சரி, கொஞ்சம் துவரம் பருப்பும், எண்ணெயும் வேணும், வந்தா தருவீங்களா, சேர்வை?'

'என்னங்க, பாக்கி நிக்கறப்போ, கடன் கேக்கறீங்க?'

'கொடுக்க இஷ்டமில்லேன்னா வேணாம். நான் இப்படி வெறுமே கேக்கறதும் தப்பு. ரசம் எப்படி இருந்தது?'

'ரொம்ப நல்லா இருந்ததுங்க. இப்படி நல்லா சமைச்சுப் போடறதினாலேதான் உங்க ஐயாவுக்கு திமிரு ஏறிக் கிடக்கு.

வேலைக்குப் போக மாட்டேங்கறாரு. சரி. வாங்க. பருப்பும் எண் ணெயும் தரேன். அடுத்த மாசம் எப்படியும் பணம் வந்துடணும்.'

'என் தாலியை வித்தாவது தரேன், கவலைப்படாதீங்க' என்றாள் கனகம்.

'இதோ பாரும்மா, அப்படியெல்லாம் பேசாதீங்க. நல்லா இல்லே.'

சேர்வை போன பிறகு பாபு தன் அறைக்குள் சென்றான். அம்மாவும் அவன் பின்னால் போனாள். 'தினம் இப்படி நடக்கிறதுன்னியே, அப்படியா?'

'ஆமாம். பால்காரன் பாக்கிக்கு வருவான், போறபோது, கை மாத்தா அஞ்சு ரூபா கொடுத்துட்டுப் போவான். காய்கறி விக்கிறவ ளுக்கு மூணு மாசம் ஆச்சு, பணம் கொடுக்கலே. ஆனால் அவள் தினம் சண்டை போட்டுட்டு, போறபோது இவளுக்கு போட்டுக்கற துக்கு வெத்தலை பாக்கு கொடுத்துட்டுப் போவாள்.'

'பணம் எங்கிருந்து கிடைக்கப் போறதுன்னு அவ எதிர் பார்க்கிறா?' என்றான் பாபு சில விநாடிகளுக்குப் பிறகு.

'தெரியாது.'

இந்தக் குடும்பம் கிடக்கிறது. நம் நாட்டில் நாம் எல்லோருமே இப்படித்தான் வாழ்ந்துகொண்டிருக்கிறோமோ என்று நினைத் தான் பாபு. சமுதாய ரீதியாக நாம் இப்படி வாழும்போது, தனிப் பட்டவர்கள் ஏதேனும் ஒன்றை நம்பி வாழ முயல்வதில் தவறு என்ன இருக்கிறது? நம் நாட்டுக்கு ஏதாவது எதிர்காலம் இருந் தால், நிச்சயம் அது கனகத்துக்கு உண்டு.

ஜன்னல் வழியே வெளியே பார்த்துக்கொண்டிருந்த அம்மா பாபுவிடம் சொன்னாள்: 'வாசல்லே பாரு.'

பாபு ஜன்னலருகே சென்று எட்டிப் பார்த்தான். கனகம் கணவ ருக்கு வெற்றிலை மடித்துக் கொடுத்துக்கொண்டிருந்தாள். நளாயினி 1973ம் வருஷத்தில் இருந்திருப்பாள் என்று பாபுவுக்குத் தோன்றியது.

---

www.ingramcontent.com/pod-product-compliance
Lightning Source LLC
La Vergne TN
LVHW100412051026
849518LV00004B/1249
* 9 7 8 8 1 8 4 9 3 4 0 3 8 *